คู่มือศึกษาพระคัมภีร์

ฉบับย่อ

โดยจอห์น แมคอาร์เธอร์

MACARTHUR'S QUICK REFERENCE GUIDE TO THE BIBLE

เกรซ บรรณสาร
เชียงใหม่, ประเทศไทย

TMAI

คู่มือศึกษาพระคัมภีร์ฉบับย่อ
MacArthur's Quick Reference Guide to the Bible

เกรซบรรณสาร
Grace Bannasan
บ้านเลขที่ 10 หมู่ 1
ต.ตลาดใหญ่ อ.ดอยสะเก็ด
จ.เชียงใหม่ 50220
โทรศัพท์ 098-757-3257

gracebannasan@gmail.com;
hisbygrace@me.com
www.GraceBannasan.com

พิมพ์ในประเทศไทย Printed in Thailand.

จัดพิมพ์โดย เกรซ บรรณสาร/Grace Bannasaan
โครงการภายใต้มูลนิธิมหกิจพระคุณของแบ๊บติสต์ในประเทศไทย

เผยแพร่ครั้งแรกเป็นภาษาอังกฤษภายใต้ชื่อ MacArthur's Quick Reference Guide to the Bible ©2001 โดย จอห์น แมคอาร์เธอร์. หนังสือเล่มนี้ได้รับการตีพิมพ์ครั้งแรกในสหรัฐอเมริกา โดย The Zondervan Corporation L.L.C. a subsidiary of HarperCollins Christian Publishing Inc.. สงวนลิขสิทธิ์

ผู้แปล: พรเทพ คัดสุระ (Translator: Pornthep Katsura)
ตรวจสอบโดย: ชนะศักดิ์ แซ่จ๊ะ (Editor: Chanasak Saeja)

ข้อมูลทางบรรณานุกรมของหอสมุดแห่งชาติ
National Library of Thailand Cataloging in Publication Data

แมคอาร์เธอร์, จอห์น.
คู่มือศึกษาพระคัมภีร์ฉบับย่อ.-- เชียงใหม่ : มูลนิธิมหกิจพระคุณของแบ๊บติสต์ในประเทศไทย, 2568.
532 หน้า.

1. ไบเบิล. I. พรเทพ คัดสุระ, ผู้แปล. II. ชื่อเรื่อง.

TMAI Edition ISBN: 979-8-9857166-9-6

10 ม.1 ต.ตลาดใหญ่ อ.ดอยสะเก็ด จ.เชียงใหม่ 50220
10 Moo 1, TaladYai, Doi Saket, Chiang Mai 50220
โทร 098-757-3257 gracebannasan@gmail.com
www.GraceBannasan.com

เกรซ บรรณสาร

สารบัญ

วิธีใช้ คู่มือศึกษาพระคัมภีร์ฉบับย่อ

คู่มือเล่มนี้จัดทำขึ้นเพื่อช่วยให้คุณพัฒนาอุปนิสัยการอ่านพระคัมภีร์ที่ดี และมีความเข้าใจพระวจนะของพระเจ้าดียิ่งขึ้นทั้งในเชิงลึกและเชิงกว้าง

*คู่มือศึกษาพระคัมภีร์ฉบับย่อ*เล่มนี้ควรใช้ควบคู่ไปกับพระคัมภีร์ของคุณ มันไม่ได้มาแทนที่พระคัมภีร์ แต่มันจะช่วยให้คุณมีแหล่งข้อมูลที่ให้คำตอบสำหรับคำถามหลักหลายรูปแบบที่อาจบั่นทอนกำลังใจคุณในการศึกษาพระคัมภีร์ส่วนตัว และหลังจากคุณตรวจดูข้อมูลใน*คู่มือ*เล่มนี้แล้ว คุณควรที่จะกลับไปศึกษาพระคัมภีร์ต่อได้อย่างรวดเร็ว

ถ้าคุณมีพระคัมภีร์ฉบับศึกษาอยู่แล้ว คุณจะสังเกตเห็นว่า *คู่มือศึกษาพระคัมภีร์ฉบับย่อ*กับคำอธิบายต่าง ๆ ในพระคัมภีร์ฉบับศึกษานั้นมีความคล้ายคลึงกันหลายอย่าง แต่ก็จะมีส่วนประกอบสำคัญบางอย่างที่คุณอาจไม่พบในพระคัมภีร์ฉบับศึกษาของคุณ อย่างไรก็ตามการมีอุปกรณ์เหล่านี้อยู่ข้าง ๆ ในขณะที่คุณศึกษาพระคัมภีร์ จะช่วยให้คุณจดจ่ออยู่ที่พระวจนะของพระเจ้าต่อไป

วิธีใช้งานแบบง่าย ๆ

1. ดูที่สารบัญ ขณะที่คุณอ่านสารบัญแต่ละบรรทัด ขอให้สังเกตว่ามีบรรทัดใดบ้างที่คุณไม่คุ้นเคย ให้คุณเปิดไปดูส่วนประกอบเหล่านั้น และพยายามจดจำสิ่งที่เห็นไว้ในใจ ข้อมูลเช่นความสอดคล้องและลำดับเวลาต่าง ๆ จะเป็นประโยชน์แก่คุณอย่างมาก เมื่อคุณศึกษาเนื้อหาบางตอนของพระคัมภีร์
2. เปิดดูคำอธิบายพระธรรมสักหนึ่งเล่ม และสังเกตส่วนประกอบต่าง ๆ ที่คุณจะพบในการแนะนำพระธรรมเหล่านั้นแบบรวบรัด อันได้แก่
   - ชื่อพระธรรมเล่มนั้นและคำอธิบายสั้น ๆ
   - ผู้เขียนและเวลาที่เขียนพระธรรมเล่มนั้น
   - บุคคลสำคัญในพระธรรมเล่มนั้น

- ภูมิหลังและสถานที่—คำอธิบายทางประวัติศาสตร์เกี่ยวกับพระธรรมเล่มนั้น
- หลักคำสอนสำคัญในพระธรรมเล่มนั้น—คำสอนที่เป็นหัวใจสำคัญของพระธรรมเล่มนั้น
- พระลักษณะของพระเจ้าในพระธรรมเล่มนั้น—แง่มุมสำคัญ ๆ เกี่ยวกับพระลักษณะของพระเจ้าที่พระธรรมเล่มนั้นแสดงให้เห็น
- พระคริสต์ในพระธรรมเล่มนั้น—เราสามารถมองเห็นพระคริสต์อย่างไรในพระธรรมเล่มนั้น
- คำศัพท์สำคัญในพระธรรมเล่มนั้น—คำศัพท์สำคัญ ๆ ที่ใช้
- สรุปเนื้อหาโดยย่อ—โครงเรื่องคร่าว ๆ ของเนื้อหาพระธรรมเล่มนั้น
- ขณะเดียวกัน ในส่วนอื่น ๆ ของโลก...—หมายเหตุทางประวัติศาสตร์
- คำถามที่พบบ่อยเกี่ยวกับพระธรรมเล่มนั้น
- การศึกษาแบบรวบรัด—คำถามพื้นฐานสำหรับใคร่ครวญในขณะที่คุณอ่าน

การใช้*คู่มือศึกษาพระคัมภีร์ฉบับย่อ*นี้อาจรู้สึกไม่ค่อยถนัดในช่วงแรก ๆ แต่เมื่อคุณได้ฝึกฝน คุณจะพบว่ามันเป็นแหล่งข้อมูลที่เข้มข้นในขณะที่คุณศึกษาพระวจนะของพระเจ้า

ความรู้เบื้องต้น
เกี่ยวกับพระคัมภีร์

พระคริสตธรรมคัมภีร์เป็นการรวมเอกสาร 66 ชิ้นที่ได้รับการดลใจจากพระเจ้า เอกสารเหล่านี้ถูกรวมรวมเป็นสองภาคพันธสัญญา ได้แก่ ภาคพันธสัญญาเดิม (39 เล่ม) และภาคพันธสัญญาใหม่ (27 เล่ม) บรรดาผู้เผยพระวจนะ ปุโรหิต กษัตริย์ และผู้นำจากชนชาติอิสราเอล เป็นผู้เขียนพระธรรมเล่มต่าง ๆ ในภาคพันธสัญญาเดิมเป็นภาษาฮีบรู (โดยมีสองตอนเป็นภาษาอาราเมค) บรรดาอัครทูตและเพื่อนร่วมงานของอัครทูตเขียนภาคพันธสัญญาใหม่เป็นภาษากรีก ภาคพันธสัญญาเดิมเริ่มต้นด้วยการทรงสร้างจักรวาล และจบลงเมื่อประมาณ 400 ปีก่อนการประสูติของพระเยซูคริสต์

ประวัติศาสตร์พระคัมภีร์เดิม

- การทรงสร้างจักรวาล
- มนุษย์ล้มลงในความบาป
- น้ำท่วมทั้งโลก
- อับราฮัม อิสอัค และยาโคบ (อิสราเอล)—บรรพบุรุษของชนชาติที่พระเจ้าทรงเลือก
- ประวัติศาสตร์ชนชาติอิสราเอลเริ่มต้น
- พลัดถิ่นในอียิปต์—430 ปี
- การอพยพและพเนจรในถิ่นทุรกันดาร—40 ปี
- การยึดครองแผ่นดินคานาอัน—7 ปี
- ยุคผู้วินิจฉัย—350 ปี
- ราชอาณาจักรรวม —ซาอูล ดาวิด ซาโลมอน—110 ปี
- ราชอาณาจักรแบ่งแยก—ยูดาห์/อิสราเอล—350 ปี
- ตกเป็นเชลยในบาบิโลน—70 ปี
- การกลับสู่แผ่นดินและฟื้นฟูแผ่นดิน—140 ปี

รายละเอียดของประวัติศาสตร์พระคัมภีร์เดิมถูกบรรยายไว้ในพระธรรม 39 เล่ม ซึ่งแบ่งออกเป็น 5 หมวดหมู่ ได้แก่

- หมวดธรรมบัญญัติ—5 เล่ม (ปฐมกาล–เฉลยธรรมบัญญัติ)
- หมวดประวัติศาสตร์—12 เล่ม (โยชูวา–เอสเธอร์)
- หมวดวรรณกรรมปัญญา—5 เล่ม (โยบ–เพลงซาโลมอน)
- หมวดผู้เผยพระวจนะใหญ่—5 เล่ม (อิสยาห์–ดาเนียล)
- หมวดผู้เผยพระวจนะน้อย—12 เล่ม (โฮเชยา–มาลาคี)

บทนำและประวัติศาสตร์พระคัมภีร์ใหม่

หลังจากพระคัมภีร์เดิมถูกเขียนเสร็จ ก็ตามมาด้วยยุคเงียบ 400 ปี ซึ่งเป็นช่วงเวลาที่พระเจ้าไม่ได้ตรัสหรือดลใจให้เขียนพระคัมภีร์ใด ๆ ความเงียบดังกล่าวสิ้นสุดลงโดยการมาปรากฏตัวของยอห์นผู้ให้บัพติศมา ที่ประกาศว่าพระผู้ช่วยให้รอดซึ่งพระเจ้าทรงสัญญาไว้นั้นได้เสด็จมาแล้ว ในขณะที่พระธรรม 39 เล่มในพระคัมภีร์เดิมมุ่งเน้นที่ประวัติศาสตร์ของอิสราเอลกับพระสัญญาเรื่องพระผู้ช่วยให้รอดที่จะเสด็จมา พระธรรม 27 เล่มในพระคัมภีร์ใหม่มุ่งเน้นที่ตัวบุคคลของพระคริสต์และการสถาปนาคริสตจักร

พระกิตติคุณสี่เล่มบันทึกเรื่องการประสูติ ชีวิต การสิ้นพระชนม์ การฟื้นคืนพระชนม์ และการเสด็จขึ้นสู่สวรรค์ของพระองค์ ผู้เขียนทั้งสี่คนมองเหตุการณ์ที่ยิ่งใหญ่ที่สุดและสำคัญที่สุดในประวัติศาสตร์คือชีวิตของพระเยซูคริสต์ จากมุมมองที่แตกต่างกัน มัทธิวมองพระองค์ผ่านอาณาจักรของพระองค์ มาระโกผ่านความเป็นผู้รับใช้ของพระองค์ ลูกาผ่านความเป็นมนุษย์ของพระองค์ และยอห์นผ่านความเป็นพระเจ้าของพระองค์

พระธรรมกิจการเล่าเรื่องราวเกี่ยวกับผลที่เกิดจากชีวิต การสิ้นพระชนม์ และการฟื้นคืนพระชนม์ของพระเยซูคริสต์ คือเล่าถึงการเสด็จขึ้นสู่สวรรค์ การเสด็จมาของพระวิญญาณบริสุทธิ์ การถือกำเนิดของคริสตจักร และปีแรก ๆ ของการประกาศข่าวประเสริฐโดยอัครทูตและผู้ร่วมงานของพวกเขา จดหมายฝาก (หรือจดหมาย) 21 ฉบับถูกเขียนไปถึงคริสตจักรและบุคคลต่าง ๆ เพื่อสอนเรื่องพระบุคคลและพระราชกิจของพระเยซูคริสต์ รวมทั้งสอนวิธีที่จะดำเนินชีวิตและเป็นพยานจนกว่าพระองค์จะเสด็จกลับมา

พระคัมภีร์ใหม่จบลงด้วยพระธรรมวิวรณ์ ซึ่งขึ้นต้นด้วยการกล่าวถึงยุคคริสตจักรปัจจุบันและจบลงด้วยคำพยากรณ์ต่าง ๆ ที่เกี่ยวกับการเสด็จกลับมาของพระคริสต์ ในเวลานั้นพระองค์จะสถาปนาอาณาจักรของพระองค์บนโลก พิพากษาคนอธรรม และอวยพรผู้ที่เชื่อในพระองค์ แล้วต่อจากการครองราชย์พันปีของพระคริสต์ ก็จะตามมาด้วยการพิพากษาครั้งสุดท้าย ซึ่งผู้เชื่อทั้งหมดจากทุกยุคทุกสมัยจะเข้าสู่สง่าราศีนิรันดร์ขั้นสูงสุด ที่พระเจ้าทรงจัดเตรียมไว้สำหรับพวกเขา ส่วนคนอธรรมทั้งหมดจะถูกส่งตัวไปรับการลงโทษนิรันดร์ในนรก

ใจความหลัก

ใจความหลักประการเดียวที่มีความเป็นเอกภาพตลอดพระคัมภีร์ทั้งเล่มก็คือว่า เพื่อพระเกียรติของพระองค์ พระเจ้าได้ทรงเลือกที่จะสร้างคนกลุ่มหนึ่งและรวบรวมพวกเขาให้มาเป็นของพระองค์ พวกเขาจะมีชีวิตอยู่ในอาณาจักรนิรันดร์ของพระองค์ เพื่อสรรเสริญ ถวายเกียรติ และรับใช้พระองค์ตลอดไปเป็นนิตย์ และพระองค์จะสำแดงพระปัญญา ฤทธิ์เดช พระเมตตา พระคุณ และสง่าราศีของพระองค์ผ่านทางคนเหล่านี้ ในการรวบรวมผู้คนที่พระองค์ทรงเลือก พระเจ้าจะต้องไถ่พวกเขาจากความบาป พระคัมภีร์เปิดเผยแผนการของพระเจ้าสำหรับการไถ่นี้ตั้งแต่จุดเริ่มต้นในอดีตนิรันดร์ จนกระทั่งแผนการนี้เสร็จสมบูรณ์ในอนาคตนิรันดร์ พันธสัญญาทั้งหมดและยุคสมัยทั้งหมดล้วนมีความสำคัญเป็นรอง เมื่อเทียบกับแผนการไถ่ที่ดำเนินมาอย่างต่อเนื่อง

พระเจ้ามีหนึ่งเดียว ผู้ทรงเป็นพระผู้สร้างและองค์พระผู้เป็นเจ้า พระคัมภีร์เป็นหนังสือเล่มเดียว พระคัมภีร์กล่าวถึงแผนการแห่งพระคุณแผนการเดียว ซึ่งบันทึกไว้ตั้งแต่จุดเริ่มต้นของแผนการนั้นในการทรงสร้าง ไปจนถึงการที่แผนการนั้นสำเร็จเป็นจริงในพระคริสต์ และจนกระทั่งแผนการนั้นเสร็จสมบูรณ์ในพระธรรมวิวรณ์ พระคัมภีร์คือเรื่องราวที่พระเจ้าทรงไถ่ประชากรซึ่งพระองค์ทรงเลือกไว้เพื่อพระเกียรติของพระองค์

ใจความเสริม

ในขณะที่จุดประสงค์ต่าง ๆ เกี่ยวกับการไถ่และแผนการไถ่ของพระเจ้าค่อย ๆ เปิดเผยออกมาในพระคัมภีร์ มีแนวเรื่องห้าประการที่ปรากฏซ้ำ ๆ และถูกเน้นย้ำอยู่ตลอด ได้แก่

- พระลักษณะของพระเจ้า
- การพิพากษาความบาปและการไม่เชื่อฟัง
- การอวยพรความเชื่อและการเชื่อฟัง
- การถวายเครื่องบูชาไถ่บาปขององค์พระผู้เป็นเจ้าพระผู้ช่วยให้รอด
- สง่าราศีของอาณาจักรที่กำลังจะมาถึง

ทุกสิ่งทุกอย่างที่ถูกเปิดเผยทั้งในพระคัมภีร์เดิมและพระคัมภีร์ใหม่ล้วนจัดอยู่ในห้าหมวดหมู่นี้ ขณะศึกษาพระคัมภีร์เราจำเป็นต้องเข้าใจแนวเรื่องที่เกิดขึ้นซ้ำ ๆ เหล่านี้ที่วางกรอบให้พระคัมภีร์ทุกตอน และตระหนักว่าสิ่งที่พระคัมภีร์เดิมบอกให้เรารู้นั้น จะมีการอธิบายให้กระจ่างในพระคัมภีร์ใหม่ด้วย

1. การเปิดเผยพระลักษณะของพระเจ้า

เหนือสิ่งอื่นใด พระคัมภีร์คือการที่พระเจ้าทรงเปิดเผยพระองค์เอง ในการเปิดเผยพระองค์เองนั้น มาตรฐานความบริสุทธิ์ที่สมบูรณ์ของพระองค์ได้รับการสถาปนาไว้ เพราะพระลักษณะที่บริสุทธิ์ของพระองค์ ตั้งแต่สมัยอาดัมและเอวา มาตรฐานเรื่องความชอบธรรมได้รับการสถาปนาไว้และดำรงรักษาไว้จนถึงหน้าสุดท้ายของพระคัมภีร์ใหม่

2. การเปิดเผยการพิพากษาของพระเจ้าต่อความบาปและการไม่เชื่อฟัง

พระคัมภีร์กล่าวถึงประเด็นเรื่องความบาปของมนุษย์ซ้ำแล้วซ้ำอีก จากพระคัมภีร์ทั้งหมด 1,189 บท มีเพียงสี่บทเท่านั้นที่ไม่ได้พูดถึงโลกที่ล้มลงในความบาป นั่นคือสองบทแรกและสองบทสุดท้าย ซึ่งเป็นเรื่องก่อนการล้มลงในความบาปที่สวนเอเดนและเรื่องหลังจากการสร้างฟ้าสวรรค์ใหม่และแผ่นดินโลกใหม่ ส่วนบทอื่น ๆ ที่เหลือเป็นการบันทึกเหตุการณ์โศกนาฏกรรมแห่งความบาป

ในพันธสัญญาเดิม พระเจ้าทรงสำแดงให้เห็นความหายนะของบาป—เริ่มตั้งแต่อาดัมกับเอวาไปสู่คาอินกับอาเบล บันทึกเรื่องการทำบาปอย่างไม่ลดละนี้แสดงให้เห็นถึงความหายนะที่เกิดขึ้นอย่างต่อเนื่องเพราะความบาป ในพันธสัญญาใหม่ โศกนาฏกรรมแห่งความบาปปรากฏชัดเจนยิ่งขึ้นเมื่อพระเยซูทรงเรียกให้กลับใจใหม่และการไม่เชื่อฟังก็โจ่งแจ้งยิ่งกว่าในพันธสัญญาเดิม เพราะมันรวมถึงการปฏิเสธพระเยซูคริสต์องค์พระผู้เป็นเจ้า ทั้ง ๆ ที่ได้เห็นความจริงในพันธสัญญาใหม่ที่กระจ่างแจ้งกว่า

3. การเปิดเผยการอวยพรของพระเจ้าต่อความเชื่อและการเชื่อฟัง

พระคัมภีร์สัญญาไว้ครั้งแล้วครั้งเล่าว่าจะมีบำเหน็จอันดีเลิศ ทั้งในชีวิตนี้และในนิรันดรกาล สำหรับผู้ที่ไว้วางใจพระเจ้าและแสวงหาการเชื่อฟังพระองค์ ในพระคัมภีร์เดิมพระเจ้าทรงสำแดงให้เห็นพระพรมากมายของการกลับใจใหม่ ความเชื่อ และการเชื่อฟัง ดังที่เห็นในชีวิตของอาเบล บรรดาอัครปิตา คนที่เหลืออยู่ในอิสราเอล และแม้กระทั่งคนต่างชาติที่เชื่อ เช่น ชาวเมืองนีนะเวห์ ส่วนในพระคัมภีร์ใหม่พระเจ้าทรงสำแดงพระพรแห่งการไถ่สำหรับผู้ที่ตอบสนองต่อการประกาศของยอห์นผู้ให้บัพติศมา พระเยซู และพวกอัครทูต มีพระพรที่พระเจ้าทรงสัญญาไว้ทั้งในโลกนี้และในโลกหน้า สำหรับทุกคนที่เชื่อและทุกคนที่กำลังจะเชื่อตลอดประวัติศาสตร์ทุกยุคสมัย

4. การเปิดเผยพระผู้ช่วยให้รอดและการที่พระองค์ถวายเครื่องบูชาชดใช้บาป

นี่เป็นหัวใจของทั้งพระคัมภีร์เดิมและพระคัมภีร์ใหม่ พระสัญญาที่จะอวยพรนั้นขึ้นอยู่กับพระคุณและพระเมตตาต่อคนบาป การอภัยโทษเช่นนั้นขึ้นอยู่กับการชดใช้โทษบาปเพื่อสนองความยุติธรรมอันบริสุทธิ์ของพระเจ้า และนั่นทำให้ต้องมีตัวแทนคือผู้ที่จะตายแทนคนบาป ตัวแทนที่พระเจ้าทรงเลือกหรือผู้เดียวที่ผ่านคุณสมบัตินั้นคือพระเยซู ความรอดนั้นได้มาโดยหนทางแห่งพระกรุณาเหมือนกันเสมอ ไม่ว่าในยุคพระคัมภีร์เดิมหรือพระคัมภีร์ใหม่ เมื่อคนบาปคนใดก็ตามกลับใจใหม่ โดยตระหนักได้ว่าเขาไม่มีอำนาจที่จะช่วยตนเองให้รอดจากการพิพากษาซึ่งเขาสมควรได้รับ และอ้อนวอนขอพระเมตตา พระเจ้าก็ประทานการอภัยโทษแก่เขา จากนั้นพระเจ้าก็ประกาศว่าเขาเป็นผู้ชอบธรรม เพราะว่าการถวายเครื่องบูชาของพระคริสต์ปกคลุมเขาไว้

ในพระคัมภีร์เดิม พระเจ้าทรงนับคนบาปว่าเป็นผู้ชอบธรรมด้วยวิธีเดียวกัน คือโดยการคาดหวังถึงพระราชกิจของพระคริสต์ที่จะทรงไถ่บาป ดังนั้นจึงมีความต่อเนื่องของพระคุณและความรอดมาตลอดประวัติศาสตร์แห่งการไถ่ และหลังจากพระคริสต์ได้ทรงทำให้ความชอบธรรมทั้งสิ้นสำเร็จโดยชีวิตที่สมบูรณ์แบบของพระองค์แล้ว พระองค์ก็ทรงทำให้ความยุติธรรมครบถ้วนโดยการสิ้นพระชนม์ของพระองค์ ดังนั้นพระเจ้าพระองค์เองทรงไถ่บาปของเราด้วยราคาอันสูงยิ่ง นี่คือสิ่งที่พระคัมภีร์หมายถึง เมื่อพระคัมภีร์กล่าวถึงความรอดโดยพระคุณ

5. สง่าราศีของพระคริสต์และอาณาจักรของพระองค์

เช่นเดียวกับในหนังสือทุกเล่ม ตอนจบของเรื่องคือส่วนที่สำคัญและน่าสนใจที่สุด พระคัมภีร์ก็เช่นเดียวกัน ประวัติศาสตร์การไถ่นั้นควบคุมโดยพระเจ้า เพื่อให้มันจบลงด้วยสง่าราศีนิรันดร์ของพระองค์ พระคัมภีร์บันทึกองค์ประกอบสำคัญที่มีความเฉพาะเจาะจงมาก ๆ ไว้หลายประการเกี่ยวกับตอนจบที่พระเจ้าทรงวางแผนเอาไว้

พระคัมภีร์เดิมกล่าวซ้ำแล้วซ้ำอีกถึงอาณาจักรที่ปกครองโดยพระเมสสิยาห์ ซึ่งมาพร้อมกับความรอดของอิสราเอล ความรอดของคนต่างชาติ การรื้อฟื้นแผ่นดินโลกจากผลของคำสาปแช่ง และประชากรของพระเจ้าที่ตายไปแล้วจะเป็นขึ้นจากความตายโดยมีร่างกาย ในท้ายที่สุดนั้นพระคัมภีร์เดิมพยากรณ์ถึงการสร้างฟ้าสวรรค์ใหม่และแผ่นดินโลกใหม่ ซึ่งจะเป็นสภาวะนิรันดร์ของคนที่เดินในทางของพระเจ้า และพยากรณ์ถึงนรกขั้นสุดท้ายสำหรับคนอธรรม

ในพระคัมภีร์ใหม่ องค์ประกอบสำคัญเหล่านี้ได้ถูกอธิบายและขยายความ องค์กษัตริย์จะเสด็จกลับมาอย่างมีสง่าราศี และจะนำการพิพากษา การเป็นขึ้นจากความตาย และอาณาจักรของพระองค์มาเพื่อทุกคนที่เชื่อ องค์พระผู้เป็นเจ้าจะครอบครองในโลกที่ถูกรื้อฟื้นขึ้นใหม่ พระองค์จะทรงใช้อำนาจปกครองทั้งโลกและได้รับเกียรติและการนมัสการที่พระองค์สมควรได้รับ ถัดจากอาณาจักรนั้นก็จะตามมาด้วยการสลายตัวของสรรพสิ่งที่ทรงสร้างซึ่งได้รับการรื้อฟื้นขึ้นใหม่ แต่ยังคงแปดเปื้อนความบาป แล้วต่อจากนั้นก็จะเป็นการสร้างฟ้าสวรรค์ใหม่และแผ่นดินโลกใหม่ ซึ่งจะเป็นที่อยู่อาศัยนิรันดร์ของบรรดาผู้ที่เชื่อ

การเข้าใจแนวเรื่องห้าประการนี้จะเผยให้เราเห็นโครงเรื่องอันยิ่งใหญ่ของพระคัมภีร์ และเมื่อคำนึงถึงสิ่งเหล่านี้ พระคัมภีร์ก็จะค่อย ๆ ปรากฏชัดให้เราเห็นไม่ใช่ในฐานะเอกสาร 66 ชิ้นที่แยกจากกันหรือแม้กระทั่งสองภาคพันธสัญญาที่แยกจากกัน แต่จะเป็นหนังสือเล่มเดียวที่เขียนโดยผู้ประพันธ์ที่อยู่เบื้องบนเพียงผู้เดียว ซึ่งทรงเขียนเนื้อหาทั้งหมดนี้โดยมีใจความหลักเพียงเรื่องเดียวที่ครอบคลุมทั้งหมด

คำอธิษฐานของผมก็คือ ขอให้ใจความหลักอันงดงามและยิ่งใหญ่เรื่องการไถ่คนบาปเพื่อสง่าราศีของพระเจ้านั้น จะนำพาผู้อ่านทุกคนให้มีความสนใจแบบจับจิตจับใจตั้งแต่เริ่มต้นจนถึงตอนจบของเรื่องราวนี้ คริสเตียนนี่คือเรื่องราวของคุณ มันมาจากพระเจ้าเพื่อคุณและเกี่ยวกับคุณ มันบอกว่าพระองค์วางแผนอะไรไว้เพื่อคุณ ทำไมพระองค์จึงสร้างคุณ คุณเคยเป็นใคร คุณกลายเป็นใครในพระคริสต์ และสิ่งที่พระองค์ทรงจัดเตรียมไว้เพื่อคุณในสง่าราศีนิรันดร์

เราได้พระคัมภีร์มาอย่างไร

เมื่อพิจารณาถึงแนวโน้มของมนุษย์ที่จะสงสัยพระเจ้า มันเป็นเรื่องธรรมดาที่ใครสักคนจะตั้งแง่สงสัยว่าพระคัมภีร์เป็นของแท้หรือไม่ เมื่อพิจารณาถึงคำกล่าวอ้างอันหนักแน่นของพระคัมภีร์ที่ว่า พระคัมภีร์เป็นพระวจนะแท้จริงของพระเจ้าเพียงหนึ่งเดียว หลายคนเคยต่อสู้กับคำถามที่มีเหตุผล ดังเช่นคำถามต่อไปนี้

- พระคัมภีร์มีต้นกำเนิดมาจากไหน?
- ใครเขียนพระคัมภีร์—พระเจ้าหรือมนุษย์?
- พระคัมภีร์ได้รับการปกป้องจากการเปลี่ยนแปลงข้อความโดยมนุษย์มาตลอดหลายศตวรรษจริงหรือ?
- พระคัมภีร์ฉบับแปลต่าง ๆ ในปัจจุบันใกล้เคียงกับสำเนาโบราณดั้งเดิมมากแค่ไหน?
- พระคัมภีร์มาถึงยุคสมัยของเราและภาษาของเราได้อย่างไร?

ถ้าพระคัมภีร์ถูกเขียนในระยะเวลา 1,500 ปี (ประมาณปี 1405 ก่อน ค.ศ. จนถึงปี ค.ศ. 95) หลังจากนั้นก็ถูกส่งต่อมาเกือบ 2,000 ปี และแปลเป็นหลายพันภาษามีสิ่งใดที่ปกป้องพระคัมภีร์ไว้ไม่ให้ถูกดัดแปลง ไม่ว่าจะโดยความสะเพร่าหรือโดยเจตนาร้ายของมนุษย์?

การศึกษาพระคัมภีร์เพียงอย่างเดียวก็สามารถไขข้อข้องใจทั้งหมดได้ จนถึงขั้นที่บางคนจะไม่ต้องรู้สึกว่าคำถามเหล่านี้รบกวนใจอีกต่อไป พระคัมภีร์ให้ความมั่นใจดังนี้

สิ่งที่พระคัมภีร์กล่าวอ้างถึงตนเอง

หยิบพระคัมภีร์ขึ้นมาและปล่อยให้พระคัมภีร์เป็นปากเป็นเสียงให้ตนเอง พระคัมภีร์อ้างตนว่าเป็นพระวจนะของพระเจ้าหรือไม่? คำตอบคือใช่ เฉพาะในพระคัมภีร์เดิมมีมากกว่าสองพันครั้งที่พระคัมภีร์ยืนยันว่า พระเจ้าตรัสสิ่งที่เขียนไว้ในแต่ละหน้า

ของพระคัมภีร์เดิม นับตั้งแต่เริ่มต้น (ปฐมกาล 1:3) จนถึงตอนสุดท้าย (มาลาคี 4:3) และต่อเนื่องมาตลอดทั้งเล่ม นี่คือสิ่งที่พระคัมภีร์กล่าวอ้าง

ข้อความหลายตอนในพระคัมภีร์ได้ให้คำแถลงการณ์อันหนักแน่นไว้เกี่ยวกับพระคัมภีร์ ทำให้พระคัมภีร์แตกต่างจากคำสอนทางศาสนาอื่น ๆ ทั้งหมดที่เราเคยรู้จักในประวัติศาสตร์มนุษยชาติ เนื้อหาในพระคัมภีร์ประกาศว่าพระคัมภีร์ "ศักดิ์สิทธิ์" (2 ทิโมธี 3:15) และ "บริสุทธิ์" (โรม 1:2) พระคัมภีร์กล่าวว่าตนเองมีสิทธิอำนาจฝ่ายวิญญาณสูงสุดในเรื่องหลักคำสอน การตักเตือนแก้ไข และการสั่งสอน เพราะพระคัมภีร์เป็นตัวแทนของพระวจนะที่ได้รับการดลใจจากพระเจ้าผู้ทรงมหิทธิฤทธิ์ พระคัมภีร์ยืนยันว่าตนเองให้เนื้อหาที่มากเพียงพอต่อฝ่ายวิญญาณมากในระดับที่พระคัมภีร์สามารถกล่าวว่าคำสอนของตนมีความพิเศษเฉพาะตัว (ดู อิสยาห์ 55:11; 2 เปโตร 1:3–4)

พระวจนะของพระเจ้าประกาศตนว่า *ไม่มีข้อผิดพลาด* (สดุดี 12:6; 119:140; สุภาษิต 30:5ก; ยอห์น 10:35) และ *ไม่มีทางผิดพลาด* (2 ทิโมธี 3:16–17) พูดอีกอย่างก็คือ พระวจนะเป็นความจริง ดังนั้นพระวจนะจึงเชื่อถือได้ คุณสมบัติทั้งหมดนี้ล้วนขึ้นอยู่กับข้อเท็จจริงที่ว่า พระคัมภีร์เป็นสิ่งที่พระเจ้าประทานให้ (2 ทิโมธี 3:16; 2 เปโตร 1:20–21) และนั่นคือการรับรองคุณสมบัติของพระคัมภีร์ ตั้งแต่ที่มาและในการเขียนต้นฉบับดั้งเดิม

กระบวนการเผยแพร่

การทรงเปิดเผย

พระเจ้าทรงเป็นผู้ริเริ่มการเปิดเผยพระองค์เองต่อมนุษยชาติ (ฮีบรู 1:1) บางครั้งผ่านระบบระเบียบที่พระองค์ทรงสร้าง ผ่านนิมิตและความฝัน หรือผ่านผู้เผยพระวจนะที่กล่าวถ้อยคำ อย่างไรก็ตาม การเปิดเผยพระองค์ที่สมบูรณ์และเข้าใจง่ายที่สุดนั้นเกิดขึ้นผ่านสิ่งต่าง ๆ ที่พระคัมภีร์นำเสนอ (1 โครินธ์ 2:6–16) พระวจนะของพระเจ้าที่ได้รับการเปิดเผยและบันทึกเป็นลายลักษณ์อักษรนั้นมีเอกลักษณ์เฉพาะตัว ในแง่ที่ว่าพระคัมภีร์เป็นการเปิดเผยของพระเจ้าเพียงวิธีเดียวที่ครบถ้วนและประกาศชัดเจนมากเรื่องความบาปของมนุษย์กับการที่พระเจ้าทรงจัดเตรียมพระผู้ช่วยให้รอด

การทรงดลใจ

การเปิดเผยของพระเจ้าถูกบันทึกไว้ในงานเขียนเล่มต่าง ๆ ในพระคัมภีร์โดย*การทรงดลใจ* "พระคัมภีร์ทุกตอนได้รับการดลใจจากพระเจ้า" (2 ทิโมธี 3:16) เปโตรอธิบายกระบวนการนี้ไว้ว่า "ท่านทั้งหลายต้องเข้าใจข้อนี้ก่อน คือผู้หนึ่งผู้ใดจะตีความหมายคำของผู้เผยพระวจนะในพระคัมภีร์เอาเองไม่ได้ เพราะว่าคำของผู้เผยพระวจนะนั้น ไม่ได้มาจากความประสงค์ของมนุษย์เลย แต่มนุษย์กล่าวคำซึ่งมาจากพระเจ้า ตามที่พระวิญญาณบริสุทธิ์ทรงดลใจเขา" (2 เปโตร 1:20–21) โดยพระราชกิจของพระวิญญาณบริสุทธิ์ พระวจนะของพระเจ้าจึงได้รับการปกป้องจากความผิดพลาดของมนุษย์

การรวบรวมสารบบพระคัมภีร์

เราต้องเข้าใจว่า แท้ที่จริงแล้วพระคัมภีร์เป็นหนังสือหนึ่งเล่มที่มีพระเจ้าเป็นผู้ประพันธ์เพียงผู้เดียว ถึงแม้ว่าพระคัมภีร์ใช้เวลาเขียน 1,500 ปี ผ่านปลายปากกาของผู้เขียนที่เป็นมนุษย์เกือบ 40 คน

พระคัมภีร์เริ่มต้นด้วยบันทึกเรื่องราวการทรงสร้างในปฐมกาลบทที่ 1–2 ซึ่งเขียนโดยโมเสสเมื่อประมาณปี 1405 ก่อน ค.ศ. และครอบคลุมไปถึงเรื่องราวของอนาคตนิรันดร์ในวิวรณ์บทที่ 21–22 ซึ่งเขียนโดยอัครทูตยอห์นเมื่อประมาณปี ค.ศ. 95 แต่นั่นทำให้เกิดคำถามสำคัญคือ มีการกำหนดอย่างไรว่างานเขียนศักดิ์สิทธิ์ชิ้นใดบ้างที่จะถูกรวมไว้ในสารบบพระคัมภีร์ และชิ้นใดบ้างที่จะต้องถูกคัดออก?

ตลอดหลายศตวรรษที่ผ่านมา สามหลักการซึ่งเป็นที่ยอมรับอย่างกว้างขวางได้ถูกใช้เพื่อตรวจสอบความถูกต้องของงานเขียนต่าง ๆ ที่ได้รับการดลใจจากพระเจ้า ประการแรก งานเขียนนั้นจะต้องมีผู้เขียนที่เป็นผู้เผยพระวจนะหรืออัครทูตที่ได้รับการยอมรับ (หรือเป็นคนที่มีความเกี่ยวข้องกับคนเหล่านั้น ดังในกรณีของพระธรรมมาระโก ลูกา ฮีบรู และยูดา) ประการที่สอง งานเขียนนั้นต้องไม่ปฏิเสธหรือขัดแย้งกับพระคัมภีร์ส่วนที่มาก่อน ประการที่สาม งานเขียนนั้นต้องได้รับฉันทามติโดยทั่วไปจากคริสตจักรว่าเป็นหนังสือที่ได้รับการดลใจ

การทรงพิทักษ์รักษา

พระเจ้าทรงหยั่งรู้ไว้แล้วว่ามนุษย์และซาตานจะมุ่งร้ายต่อพระคัมภีร์ พระองค์จึงประทานพระสัญญาที่จะพิทักษ์รักษาพระวจนะของพระองค์ การดำรงอยู่อย่างต่อเนื่องของพระคัมภีร์ได้ถูกรับประกันไว้ในอิสยาห์ 40:8 ซึ่งกล่าวว่า "ต้นหญ้าก็เหี่ยวแห้ง และดอกไม้ก็ร่วงโรยแต่พระวจนะพระเจ้าของเราจะยั่งยืนเป็นนิตย์" (ดู 1 เปโตร 1:25) นี่หมายความถึงขนาดที่ว่าไม่มีพระคัมภีร์ที่ได้รับการดลใจข้อใดสูญหายไปในอดีตและยังรอคอยให้มีการค้นพบอีกครั้ง การสู้รบแย่งชิงพระคัมภีร์นั้นดุเดือด แต่พระคัมภีร์อยู่ยงคงกระพันกว่าศัตรู และจะเป็นเช่นนั้นต่อไป

"ทำนองเดียวกัน คำของเราที่ออกจากปากของเรา จะไม่กลับมาสู่เราเปล่า ๆ แต่จะทำให้สิ่งที่เราพอใจนั้นสำเร็จ และให้สิ่งที่เราใช้ไปทำนั้นเสร็จสิ้น" (อิสยาห์ 55:11)

การส่งต่อ

ตลอดหลายศตวรรษที่ผ่านมา ผู้ปฏิบัติวิชาชีพด้านการวิจารณ์ตัวบท (ตัวบทคือข้อความในสำเนาโบราณ) ซึ่งเป็นศาสตร์ที่มีความเคร่งครัด ได้ค้นพบ เก็บรักษา จัดหมวดหมู่ ประเมิน และตีพิมพ์เผยแพร่สำเนาโบราณของพระคัมภีร์ที่มีจำนวนมากจนน่าทึ่ง ทั้งจากพระคัมภีร์เดิมและพระคัมภีร์ใหม่ ความจริงแล้วสำเนาโบราณที่มีอยู่ของพระคัมภีร์นั้นมีจำนวนทิ้งห่างอย่างน่าตกใจ เมื่อเทียบกับจำนวนชิ้นส่วนสำเนาที่มีอยู่ของวรรณกรรมโบราณเรื่องอื่น ๆ และเมื่อเปรียบเทียบตัวบทกับตัวบท นักวิจารณ์ตัวบทก็สามารถระบุได้อย่างมั่นใจว่า งานเขียนที่ได้รับการดลใจตามต้นฉบับของผู้เผยพระวจนะ/อัครทูตนั้นมีเนื้อหาอะไรบ้าง

ยกตัวอย่างเช่น การค้นพบม้วนหนังสือทะเลตายในปี ค.ศ. 1947–1956 (เป็นสำเนาโบราณซึ่งถูกระบุเวลาเขียนไว้ประมาณปี 200–100 ก่อน ค.ศ.) ปรากฏว่าเป็นการค้นพบที่สำคัญอย่างยิ่ง หลังจากเปรียบเทียบตัวบทภาษาฮีบรูยุคก่อนหน้ากับตัวบทยุคใหม่กว่า พวกเขาพบความแตกต่างกันเพียงเล็กน้อยไม่กี่จุด และไม่มีจุดใดที่เปลี่ยนแปลงความหมายของข้อความตอนนั้น แม้ว่าพระคัมภีร์เดิมได้ถูกแปลและคัดลอกมานานหลายศตวรรษ แต่ฉบับใหม่ที่สุดก็ยังมีเนื้อหาสาระเหมือนกับฉบับอื่น ๆ ที่เก่ากว่า

การค้นพบเกี่ยวกับพระคัมภีร์ใหม่นั้นชัดเจนยิ่งขึ้นไปอีก เพราะว่ามีเอกสารให้ศึกษามากกว่านั้นหลายเท่าตัว โดยมีสำเนาโบราณพระคัมภีร์ใหม่ภาษากรีกอยู่มากกว่าห้าพันชิ้น ซึ่งมีทั้งแบบครบทั้งภาคพันธสัญญาใหม่ ไปจนถึงชิ้นส่วนของ

กระดาษปาปิรุส ซึ่งมีเนื้อหาเพียงน้อยนิด คือมีเพียงแค่ส่วนหนึ่งของข้อพระคัมภีร์หนึ่งข้อ ชิ้นส่วนที่มีอยู่บางชิ้นระบุเวลาคัดลอกได้ว่าไม่เกิน 50 ปีหลังจากงานเขียนต้นฉบับ

นักวิชาการตัวบทพระคัมภีร์ใหม่โดยส่วนใหญ่สรุปว่า (1) 99.99 เปอร์เซนต์ของงานเขียนต้นฉบับได้รับการพิสูจน์ยืนยันแล้ว และ (2) ที่เหลือ 0.01 เปอร์เซนต์นั้น ไม่มีสำเนาที่พบความแตกต่างฉบับใดส่งผลกระทบอย่างจริงจังต่อหลักคำสอนใด ๆ ของคริสเตียน

สรุปเรื่องนี้

พระเจ้าทรงมีพระประสงค์ให้พระวจนะของพระองค์ดำรงอยู่ตลอดไปเป็นนิตย์ (การทรงพิทักษ์รักษา) ดังนั้นการเปิดเผยพระองค์เองเป็นลายลักษณ์อักษร (การทรงเปิดเผย) จึงได้รับการปกป้องจากความผิดพลาดในงานเขียนต้นฉบับ (การทรงดลใจ) และถูกรวบรวมเป็นหนังสือ 66 เล่มในพระคัมภีร์เดิมและพระคัมภีร์ใหม่ (การรวบรวมสารบบพระคัมภีร์)

ตลอดหลายศตวรรษที่ผ่านมา สำเนาคัดลอกหลายหมื่นชิ้นและฉบับแปลหลายพันฉบับได้ถูกจัดทำขึ้น (การส่งต่อ) ซึ่งทำให้เกิดจุดผิดพลาดเล็ก ๆ น้อย ๆ จริง แต่เนื่องจากมีสำเนาโบราณของพระคัมภีร์เดิมและพระคัมภีร์ใหม่อยู่เป็นจำนวนมาก ศาสตร์การวิจารณ์ตัวบทอันละเอียดถี่ถ้วนจึงสามารถพิสูจน์ยืนยันเนื้อหาของงานเขียนต้นฉบับ (การทรงเปิดเผยและการทรงดลใจ) ได้มากถึง 99.99 เปอร์เซนต์ โดยอีก 0.01 เปอร์เซนต์ที่เหลือนั้นไม่มีผลกระทบต่อเนื้อหาพระคัมภีร์ (การทรงพิทักษ์รักษา)

หนังสือศักดิ์สิทธิ์ที่พวกเราอ่านและเชื่อฟังนี้ สมควรแล้วที่จะถูกเรียกอย่างไม่มีข้อสงสัยว่า "พระคัมภีร์" เพราะผู้เขียนหนังสือเล่มนี้คือพระเจ้า และพระคัมภีร์แสดงคุณสมบัติต่าง ๆ ของความจริงที่ครบถ้วนและความน่าเชื่อถืออย่างสมบูรณ์ ซึ่งสำแดงให้เห็นลักษณะพิเศษที่ว่าพระคัมภีร์มีต้นกำเนิดมาจากพระเจ้าด้วย

จะมีอะไรมาเพิ่มเติมอีกไหม?

เราจะรู้ได้อย่างไรว่าพระเจ้าจะไม่แก้ไขเพิ่มเติมพระคัมภีร์ฉบับปัจจุบันของเราด้วยพระธรรมเล่มที่ 67 ที่ได้รับการดลใจ? หรือพูดอีกอย่างคือ "สารบบพระคัมภีร์

ถูกปิดตายตลอดกาลแล้วหรือ?" ข้อความที่น่าเชื่อถือมากที่สุดที่บอกว่าสารบบพระคัมภีร์ปิดแล้วก็คือตัวพระคัมภีร์เอง ซึ่งไม่เคยถูกเพิ่มเติมเนื้อหาใด ๆ มาเป็นเวลากว่า 1,900 ปี

"ข้าพเจ้าเตือนทุกคนที่ได้ยินคำพยากรณ์ในหนังสือนี้ว่า ถ้าใครเพิ่มเติมสิ่งใดเข้าไปในหนังสือนี้ พระเจ้าก็จะทรงเพิ่มเติมภัยพิบัติที่เขียนไว้ในหนังสือเล่มนี้แก่คนนั้น และถ้าใครตัดถ้อยคำอะไรออกจากหนังสือพยากรณ์นี้ พระเจ้าก็จะทรงตัดส่วนแบ่งของเขาที่มีอยู่ในต้นไม้แห่งชีวิตและในนครบริสุทธิ์ ตามที่เขียนไว้ในหนังสือเล่มนี้ไปเสีย" (วิวรณ์ 22:18, 19)

พระคัมภีร์

พระคัมภีร์เล่มนี้กล่าวถึงพระดำริของพระเจ้า สภาพของมนุษย์ หนทางสู่ความรอด การพิพากษาลงโทษคนบาป และความสุขของผู้เชื่อ จงอ่านพระคัมภีร์เพื่อจะฉลาด จงเชื่อพระคัมภีร์เพื่อจะได้รับความรอด และจงปฏิบัติตามพระคัมภีร์เพื่อจะเป็นคนบริสุทธิ์ พระคัมภีร์มีแสงสว่างที่จะนำทางคุณ มีอาหารที่จะบำรุงเลี้ยงคุณ และมีการปลอบประโลมที่จะให้กำลังใจคุณ พระคัมภีร์เป็นแผนที่ของนักเดินทาง เป็นไม้เท้าของผู้จาริกฝ่ายวิญญาณ เป็นเข็มทิศของนักบิน เป็นดาบของทหาร และเป็นเอกสารสัญญาของคริสเตียน พระคัมภีร์ควรอยู่เต็มในความทรงจำ ปกครองจิตใจ และนำทางย่างเท้า จงอ่านพระคัมภีร์อย่างช้า ๆ บ่อย ๆ และอ่านด้วยการอธิษฐาน

"เราขอบพระคุณพระเจ้าเสมอ เพราะว่าเมื่อท่านทั้งหลายได้รับพระวจนะของพระเจ้า ซึ่งท่านได้ยินจากเรา ท่านไม่ได้รับไว้อย่างเป็นคำของมนุษย์ แต่ได้รับไว้ตามความเป็นจริง คือเป็นพระวจนะของพระเจ้า ซึ่งกำลังทำงานอยู่ภายในท่านที่เชื่อ" (1 เธสะโลนิกา 2:13)

วิธีศึกษาพระคัมภีร์

ทำไมพระวจนะของพระเจ้าจึงสำคัญมาก? คำตอบคือเพราะในพระวจนะมีพระประสงค์ของพระเจ้าสำหรับชีวิตของคุณ (2 ทิโมธี 3:16–17) พระคัมภีร์เป็นแหล่งที่มาเพียงแหล่งเดียวของสิทธิอำนาจอันสมบูรณ์ของพระเจ้าสำหรับคุณซึ่งเป็นผู้รับใช้ของพระเยซูคริสต์ ขอให้คุณพิจารณาสิ่งที่พระคัมภีร์กล่าวอ้างโดยใช้คำพรรณนา อาทิ "ธรรมบัญญัติของพระยาห์เวห์ดีพร้อม และฟื้นฟูชีวิต พระโอวาทของพระยาห์เวห์นั้นแน่นอน ทำให้คนรู้น้อยมีปัญญา" (สดุดี 19:7) "พระดำรัสทุกคำของพระเจ้าพิสูจน์แล้วว่าจริง พระองค์ทรงเป็นโล่แก่ผู้ลี้ภัยในพระองค์ อย่าเพิ่มอะไรเข้ากับพระวจนะของพระองค์ เกรงว่าจะทรงตำหนิเจ้าและทรงตัดสินว่าเจ้าพูดมุสา" (สุภาษิต 30:5–6) "ข้าพเจ้าเตือนทุกคนที่ได้ยินคำพยากรณ์ในหนังสือนี้ว่า ถ้าใครเพิ่มเติมสิ่งใดเข้าไปในหนังสือนี้ พระเจ้าก็จะทรงเพิ่มเติมภัยพิบัติที่เขียนไว้ในหนังสือเล่มนี้แก่คนนั้น และถ้าใครตัดถ้อยคำอะไรออกจากหนังสือพยากรณ์นี้ พระเจ้าก็จะทรงตัดส่วนแบ่งของเขาที่มีอยู่ในต้นไม้แห่งชีวิตและในนครบริสุทธิ์ตามที่เขียนไว้ในหนังสือเล่มนี้ไปเสีย" (วิวรณ์ 22:18–19) "ทำนองเดียวกัน คำของเราที่ออกจากปากของเราจะไม่กลับมาสู่เราเปล่าๆ แต่จะทำให้สิ่งที่เราพอใจนั้นสำเร็จและให้สิ่งที่เราใช้ไปทำนั้นเสร็จสิ้น" (อิสยาห์ 55:11)

หลักพื้นฐานในการศึกษาพระคัมภีร์มีอะไรบ้าง?

แนวคิดในการศึกษาพระคัมภีร์ส่วนตัวนั้นเป็นแนวคิดที่เรียบง่าย แต่ต้องอาศัยความมีวินัยและเป้าหมายระยะยาว ผมอยากจะแบ่งปันห้าขั้นตอนสำหรับการศึกษาพระคัมภีร์ที่จะทำให้คุณมีแบบแผนที่จะนำไปปฏิบัติตามได้

ขั้นตอนที่ 1—การอ่าน

ขอให้วางแผนว่าคุณจะใช้วิธีใดในการอ่านพระคัมภีร์จนจบทั้งเล่ม คุณคงจะไม่อ่านพระคัมภีร์รวดเดียวจบเหมือนหนังสือส่วนใหญ่ มีแผนการอ่านพระคัมภีร์อยู่เป็น

จำนวนมากทีเดียวที่จะช่วยให้คุณอ่านพระคัมภีร์อย่างเป็นระบบ ให้คุณอ่านพระคัมภีร์หนึ่งตอนหลาย ๆ เที่ยว จนกระทั่งคุณเข้าใจใจความหลัก ซึ่งหมายถึงความจริงหลักของพระคัมภีร์ตอนนั้น

ยกตัวอย่างเช่น ในพระคัมภีร์เดิม ผมขอแนะนำให้คุณอ่านอย่างต่อเนื่องจนจบโดยใช้เวลานานสักหน่อย และเนื่องจากนี่เป็นโครงการอ่านที่มีเนื้อหาเยอะพอสมควร ดังนั้นขอให้คุณอย่าได้รู้สึกหนักใจไป แต่ขอให้คุณพยายามค้นหาความจริงต่าง ๆ ที่พระเจ้าได้ทรงเปิดเผยเพื่อให้คุณได้เรียนรู้ ส่วนในพระคัมภีร์ใหม่ คุณอาจใช้แนวทางแบบอ่านซ้ำ ๆ หลาย ๆ รอบ คุณสามารถอ่านพระธรรมเล่มหนึ่งหลาย ๆ เที่ยวต่อเนื่องกัน เพื่อคุณจะจดจำสิ่งที่อ่านไปแล้วได้ ถ้าคุณอยากจะลองใช้วิธีนี้ ให้คุณเริ่มจากพระธรรมเล่มสั้น ๆ เช่น 1 ยอห์น และอ่านพระธรรมเล่มนี้แบบรวดเดียวจบทั้งห้าบทอย่างตั้งใจ เมื่อคุณอ่านจบแล้ว ให้คุณเริ่มต้นใหม่อีกครั้ง คือ อ่าน 1 ยอห์นทุกวันเป็นเวลา 30 วัน และเมื่อจบช่วงเวลานั้น คุณก็จะรู้จริง ๆ ว่ามีอะไรอยู่ในพระธรรมเล่มนั้น

ขั้นตอนที่ 2—การตีความหมาย

ขณะที่คุณอ่านพระคัมภีร์ ให้คุณนึกถึงคำถามง่าย ๆ หนึ่งข้ออยู่เสมอคือ ข้อความตรงนี้หมายความว่าอย่างไร? จงให้พระวิญญาณบริสุทธิ์เป็นผู้สอนคุณ (1 ยอห์น 2:27) เพราะนี่คือหนังสือที่พระองค์เป็นผู้ประพันธ์ ให้คุณอธิษฐานขอสติปัญญาที่จะเข้าใจความหมาย และให้คุณอ่านอย่างขยันหมั่นเพียร ในขณะที่คุณตีความหมายพระคัมภีร์ คุณควรหลีกเลี่ยงความผิดพลาดบางอย่างที่พบบ่อย อันได้แก่

1. *อย่าด่วนสรุปโดยไม่ได้ตีความหมายอย่างเหมาะสม* กล่าวคือ อย่าพยายามทำให้พระคัมภีร์พูดสิ่งที่ *คุณ* ต้องการให้พูด แต่จงให้พระคัมภีร์พูดสิ่งที่ *พระเจ้า* เจตนาจะตรัส
2. *หลีกเลี่ยงการตีความแบบผิวเผิน* คุณคงเคยได้ยินคนที่พูดว่า “สำหรับฉันแล้วพระคัมภีร์ตอนนี้หมายความว่า” หรือ “ฉันรู้สึกว่าพระคัมภีร์ตอนนี้กำลังบอกว่า...” ขอให้ตระหนักว่า คุณจะต้องเชื่อมช่องว่างทางวัฒนธรรม ภูมิศาสตร์ และประวัติศาสตร์ระหว่างยุคสมัยของคุณกับยุคต่าง ๆ ในพระคัมภีร์ ช่องว่างเหล่านี้ไม่ได้ทำให้ความจริงในพระคัมภีร์ใช้กับยุคนี้ไม่ได้ แต่คุณจะเข้าใจสิ่งที่พระคัมภีร์ต้องการจะบอกชัดเจนขึ้นมาก ถ้าคุณเข้าใจบริบทที่ข้อความนั้นถูกเขียนขึ้น

3. *อย่าพยายามทำให้พระคัมภีร์ตอนนั้นเป็นเรื่องฝ่ายวิญญาณ* ขอให้คุณตีความและเข้าใจพระคัมภีร์ตอนนั้นตามความหมายปกติ ตามตัวอักษร ตามประวัติศาสตร์ และตามไวยากรณ์ เหมือนกับที่คุณทำความเข้าใจวรรณกรรมอื่น ๆ ทุกชิ้นที่คุณกำลังอ่านในปัจจุบัน

สี่หลักการที่ควรนำทางเราในการตีความหมายพระคัมภีร์ ได้แก่ หลักการตามตัวอักษร ตามประวัติศาสตร์ ตามไวยากรณ์ และหลักการสังเคราะห์

- *หลักการตามตัวอักษร* เราควรเข้าใจพระคัมภีร์ในความหมายตามตัวอักษร ความหมายปกติ และความหมายตามธรรมชาติ แม้ว่าพระคัมภีร์มีสำนวนอุปมาอุปไมยและสัญลักษณ์ต่าง ๆ แต่เจตนาที่พระคัมภีร์ใช้สิ่งเหล่านี้ก็เพื่อถ่ายทอดความจริงตามตัวอักษร โดยทั่วไปแล้วพระคัมภีร์กล่าวในความหมายตามตัวอักษร และเราจะต้องยอมให้พระคัมภีร์พูดอย่างที่พระคัมภีร์ต้องการ
- *หลักการตามประวัติศาสตร์* เราต้องถามว่าข้อความตอนนั้นมีความหมายอย่างไรต่อกลุ่มคนที่ข้อความนั้นถูกเขียนให้พวกเขาอ่านในครั้งแรก ด้วยวิธีนี้เราจะสามารถพัฒนาความเข้าใจตามบริบทได้อย่างถูกต้องเกี่ยวกับเจตนาดั้งเดิมของพระคัมภีร์
- *หลักการตามไวยากรณ์* ให้คุณถามคำถามง่าย ๆ เกี่ยวกับโครงสร้างไวยากรณ์พื้นฐาน คำสรรพนามเหล่านั้นหมายถึงใคร? คำกริยาหลักของประโยคนั้นอยู่ในรูปอดีต ปัจจุบัน หรืออนาคต? รายละเอียดง่าย ๆ เช่นนี้ทำให้ความหมายของข้อความนั้นชัดเจนยิ่งขึ้น
- *หลักการเชิงสังเคราะห์* ผู้เชื่อสายปฏิรูปเรียกหลักการนี้ว่า *analogia scriptura* หมายความว่า พระคัมภีร์ไม่ได้ขัดแย้งในตัวมันเอง หากการตีความพระคัมภีร์ตอนหนึ่งขัดแย้งกับความจริงที่สอนไว้ในพระคัมภีร์ตอนอื่น ๆ การตีความของเราไม่มีทางถูกต้อง พระคัมภีร์จะต้องถูกเปรียบเทียบกับพระคัมภีร์เพื่อจะค้นพบความหมายที่สมบูรณ์

ขั้นตอนที่ 3—การประเมิน

บางครั้งคุณจะพบว่าการปรึกษาผู้อื่นนั้นมีประโยชน์ เพื่อให้แน่ใจว่าคุณได้ตีความหมายพระคัมภีร์อย่างถูกต้อง ขอให้คุณอ่านบทความแนะนำพระคัมภีร์ หนังสืออธิบายพระคัมภีร์ และหนังสืออธิบายเบื้องหน้าเบื้องหลังพระคัมภีร์เพื่อพัฒนาความคิดของคุณ ในการประเมินของคุณนั้น ขอให้คุณเป็นผู้แสวงหาที่แท้จริง

จงยอมรับความจริงในพระวจนะของพระเจ้า ถึงแม้ว่ามันอาจทำให้คุณต้องเปลี่ยนสิ่งที่คุณเชื่อมาโดยตลอด หรือมันอาจเรียกร้องให้คุณเปลี่ยนแปลงแบบแผนการดำเนินชีวิตของคุณ

ขั้นตอนที่ 4—การประยุกต์ใช้

การศึกษาพระคัมภีร์โดยไม่ยอมให้พระคัมภีร์ซึมซาบเข้าไปในส่วนลึกของจิตใจคุณก็เหมือนการเตรียมงานเลี้ยงแต่ไม่นั่งลงกินและเพลิดเพลินกับมัน ให้คุณถามคำถามสำคัญที่สุดคือ ความจริงของพระเจ้าที่ได้อ่านมานี้จะนำมาใช้กับทัศนคติและการกระทำของฉันอย่างไร? สำหรับผู้ที่ตั้งใจศึกษาพระคัมภีร์ส่วนตัวมาจนถึงจุดนี้ พระเยซูได้ประทานพระสัญญาข้อนี้คือ "เมื่อพวกท่านรู้อย่างนี้แล้วและประพฤติตามท่านก็เป็นสุข" (ยอห์น 13:17)

เมื่อได้อ่านและตีความหมายพระคัมภีร์แล้ว คุณควรมีความเข้าใจขั้นพื้นฐานว่าพระคัมภีร์บอกอะไร และสิ่งที่พระคัมภีร์บอกนั้น พระคัมภีร์หมายความว่าอย่างไร แต่การศึกษาพระคัมภีร์ไม่ได้หยุดอยู่แค่ตรงนั้น เป้าหมายสูงสุดควรจะเป็นการได้ยินสารที่พระคัมภีร์ต้องการจะบอก และเติบโตฝ่ายจิตวิญญาณ และนั่นต้องอาศัยการนำมาประยุกต์ใช้ส่วนตัว

การศึกษาพระคัมภีร์จะยังไม่ครบถ้วนจนกว่าเราจะถามตัวเองว่า "เรื่องนี้มีความหมายต่อชีวิตฉันอย่างไร และฉันจะนำเรื่องนี้มาประยุกต์ใช้ในทางปฏิบัติได้อย่างไร? เราจะต้องนำความรู้ที่เราได้จากการอ่าน มาสรุปเป็นหลักการเชิงปฏิบัติที่สามารถนำมาใช้ในชีวิตส่วนตัวของเรา ถ้ามีพระบัญชาให้เราปฏิบัติตาม เราก็ปฏิบัติตามนั้น ถ้ามีพระสัญญาให้เรายอมรับ เราก็รับพระสัญญานั้น ถ้ามีคำเตือนเพื่อให้เราปฏิบัติตาม เราก็ใส่ใจคำเตือนนั้น นี่เป็นขั้นตอนสำคัญที่สุด คือเรายอมเชื่อฟังพระคัมภีร์และให้พระคัมภีร์เปลี่ยนแปลงชีวิตของเรา หากคุณข้ามขั้นตอนนี้ คุณจะไม่มีวันมีความสุขกับการศึกษาพระคัมภีร์ และพระคัมภีร์จะไม่มีวันเปลี่ยนแปลงชีวิตคุณ

ขั้นตอนที่ 5—การเชื่อมโยง

ประการสุดท้าย ขอให้หาความเชื่อมโยงระหว่างหลักคำสอนที่คุณได้เรียนรู้จากพระคัมภีร์ตอนหนึ่ง ๆ กับความจริงและหลักการต่าง ๆ ของพระเจ้าซึ่งสอนไว้ในพระคัมภีร์ตอนอื่น ๆ เพื่อจะประกอบกันเป็นภาพใหญ่ ขอให้คุณจำไว้เสมอว่าพระคัมภีร์เป็นหนังสือเล่มเดียวที่มี 66 ส่วน และความจริงต่าง ๆ ในพระคัมภีร์ได้ถูก

สอนซ้ำแล้วซ้ำอีกในเรื่องราวและหลักการต่าง ๆ มากมาย คุณจะเริ่มวางรากฐานหลักคำสอนที่ถูกต้อง โดยการเชื่อมโยงและดูพระคัมภีร์ตอนต่าง ๆ เทียบเคียงกัน

แล้วยังไงต่อ?

เพียงแค่*ศึกษา*พระคัมภีร์เท่านั้นยังไม่เพียงพอ เราจะต้อง*ใคร่ครวญภาวนา*พระคัมภีร์และเอาตัวเรา*แช่ลงไป*ในพระวจนะของพระเจ้าซึ่งเป็นสารที่จะชำระล้างเราให้บริสุทธิ์ "อย่าให้หนังสือธรรมบัญญัตินี้ห่างจากปากของเจ้าแต่จงตรึกตรองตามนั้นทั้งกลางวันและกลางคืน เพื่อเจ้าจะได้ระวังที่จะทำตามข้อความทุกประการที่เขียนไว้นั้น แล้วเจ้าจะมีความเจริญ และประสบความสำเร็จ" (โยชูวา 1:8)

ลำดับเวลา ของการเขียนพระคัมภีร์

พระคัมภีร์เดิม

พระธรรม	ปีที่เขียนโดยประมาณ	ผู้เขียน
1. โยบ	ไม่ทราบแน่ชัด	ไม่ระบุชื่อ
2. ปฐมกาล	1445–1405 ก่อน ค.ศ.	โมเสส
3. อพยพ	1445–1405 ก่อน ค.ศ.	โมเสส
4. เลวีนิติ	1445–1405 ก่อน ค.ศ.	โมเสส
5. กันดารวิถี	1445–1405 ก่อน ค.ศ.	โมเสส
6. เฉลยธรรมบัญญัติ	1445–1405 ก่อน ค.ศ.	โมเสส
7. สดุดี	1410–450 ก่อน ค.ศ.	ผู้เขียนหลายคน
8. โยชูวา	1405–1385 ก่อน ค.ศ.	โยชูวา
9. ผู้วินิจฉัย	ประมาณปี 1043 ก่อน ค.ศ.	ซามูเอล
10. นางรูธ	ประมาณปี 1030–1010 ก่อน ค.ศ.	ซามูเอล (?)
11. เพลงซาโลมอน	971–965 ก่อน ค.ศ.	ซาโลมอน
12. สุภาษิต	971–686 ก่อน ค.ศ.	ซาโลมอนเป็นหลัก
13. ปัญญาจารย์	940–931 ก่อน ค.ศ.	ซาโลมอน
14. 1 ซามูเอล	931–722 ก่อน ค.ศ.	ไม่ระบุชื่อ
15. 2 ซามูเอล	931–722 ก่อน ค.ศ.	ไม่ระบุชื่อ
16. โอบาดีห์	850–840 ก่อน ค.ศ.	โอบาดีห์
17. โยเอล	835–796 ก่อน ค.ศ.	โยเอล
18. โยนาห์	ประมาณปี 775 ก่อน ค.ศ.	โยนาห์
19. อาโมส	ประมาณปี 750 ก่อน ค.ศ.	อาโมส
20. มีคาห์	735–710 ก่อน ค.ศ.	มีคาห์
21. โฮเชยา	750–710 ก่อน ค.ศ.	โฮเชยา
22. อิสยาห์	700–681 ก่อน ค.ศ.	อิสยาห์

23. นาฮูม	ประมาณปี 650 ก่อน ค.ศ.	นาฮูม
24. เศฟันยาห์	635–625 ก่อน ค.ศ.	เศฟันยาห์
25. ฮาบากุก	615–605 ก่อน ค.ศ.	ฮาบากุก
26. เอเสเคียล	590–570 ก่อน ค.ศ.	เอเสเคียล
27. เพลงคร่ำครวญ	586 ก่อน ค.ศ.	เยเรมีย์
28. เยเรมีย์	586–570 ก่อน ค.ศ.	เยเรมีย์
29. 1 พงศ์กษัตริย์	561–538 ก่อน ค.ศ.	ไม่ระบุชื่อ
30. 2 พงศ์กษัตริย์	561–538 ก่อน ค.ศ.	ไม่ระบุชื่อ
31. ดาเนียล	536–530 ก่อน ค.ศ.	ดาเนียล
32. ฮักกัย	ประมาณปี 520 ก่อน ค.ศ.	ฮักกัย
33. เศคาริยาห์	480–470 ก่อน ค.ศ.	เศคาริยาห์
34. เอสรา	457–444 ก่อน ค.ศ.	เอสรา
35. 1 พงศาวดาร	450–430 ก่อน ค.ศ.	เอสรา (?)
36. 2 พงศาวดาร	450–430 ก่อน ค.ศ.	เอสรา (?)
37. เอสเธอร์	450–331 ก่อน ค.ศ.	ไม่ระบุชื่อ
38. มาลาคี	433–424 ก่อน ค.ศ.	มาลาคี
39. เนหะมีย์	424–400 ก่อน ค.ศ.	เอสรา

พระคัมภีร์ใหม่

พระธรรม	**ปีที่เขียนโดยประมาณ**	**ผู้เขียน**
1. ยากอบ	ค.ศ. 44–49	ยากอบ
2. กาลาเทีย	ค.ศ. 49–50	เปาโล
3. มัทธิว	ค.ศ. 50–60	มัทธิว
4. มาระโก	ค.ศ. 50–60	มาระโก
5. 1 เธสะโลนิกา	ค.ศ. 51	เปาโล
6. 2 เธสะโลนิกา	ค.ศ. 51–52	เปาโล
7. 1 โครินธ์	ค.ศ. 55	เปาโล
8. 2 โครินธ์	ค.ศ. 55–56	เปาโล
9. โรม	ค.ศ. 56	เปาโล
10. ลูกา	ค.ศ. 60–61	ลูกา
11. เอเฟซัส	ค.ศ. 60–62	เปาโล

12. ฟีลิปปี	ค.ศ. 60–62	เปาโล
13. โคโลสี	ค.ศ. 60–62	เปาโล
14. ฟีเลโมน	ค.ศ. 60–62	เปาโล
15. กิจการ	ค.ศ. 62	ลูกา
16. 1 ทิโมธี	ค.ศ. 62–64	เปาโล
17. ทิตัส	ค.ศ. 62–64	เปาโล
18. 1 เปโตร	ค.ศ. 64–65	เปโตร
19. 2 ทิโมธี	ค.ศ. 66–67	เปาโล
20. 2 เปโตร	ค.ศ. 67–68	เปโตร
21. ฮีบรู	ค.ศ. 67–69	ไม่ระบุชื่อ
22. ยูดา	ค.ศ. 68–70	ยูดา
23. ยอห์น	ค.ศ. 80–90	ยอห์น
24. 1 ยอห์น	ค.ศ. 90–95	ยอห์น
25. 2 ยอห์น	ค.ศ. 90–95	ยอห์น
26. 3 ยอห์น	ค.ศ. 90–95	ยอห์น
27. วิวรณ์	ค.ศ. 94–96	ยอห์น

ปฐมกาล

หนังสือเรื่องจุดเริ่มต้น

พระธรรมปฐมกาลครอบคลุมช่วงเวลาในประวัติศาสตร์
ยาวนานกว่าพระธรรมเล่มอื่น ๆ ในพระคัมภีร์

พระเจ้าทรงเริ่มต้นทุกสิ่งทุกอย่าง พระคัมภีร์ไม่ได้ขึ้นต้นด้วยการยกเหตุผลสนับสนุนว่าพระเจ้ามีอยู่จริง แต่ขึ้นต้นด้วยการยอมรับว่าการมีชีวิตอยู่ของเรานั้นขึ้นอยู่กับพระเจ้า พระคัมภีร์เดิมฉบับแปลเป็นภาษากรีกโบราณ (เรียกว่าฉบับเซปทัวจินต์ หรืออักษรย่อว่า LXX) ตั้งชื่อพระธรรมเล่มแรกนี้ว่า *เจเนซิส* ซึ่งแปลว่า "จุดเริ่มต้น" และในที่สุดผู้แปลพระคัมภีร์ฉบับภาษาอังกฤษก็ยืมคำดังกล่าวมาใช้โดยตรง ส่วนชื่อที่ใช้ในภาษาฮีบรูนั้นเพียงแค่เน้นคำแรกสุดของพระธรรมเล่มนี้ ซึ่งมีความหมายว่า "ในปฐมกาล"

ผู้เขียนและปีที่เขียน

เขียนโดยโมเสส ประมาณปี 1445 ถึง 1405 ก่อน ค.ศ.

แม้ว่าพระธรรมปฐมกาลไม่ได้ระบุชื่อผู้เขียนไว้และเหตุการณ์ต่าง ๆ ที่พระธรรมเล่มนี้บรรยายไว้ได้จบลงก่อนโมเสสเกิดเกือบ 300 ปี แต่ทั้งพระคัมภีร์เดิมและพระคัมภีร์ใหม่ล้วนระบุว่าโมเสสเป็นผู้เขียน นอกจากนั้นภูมิหลังทางการศึกษาของโมเสสทำให้เขาน่าจะเป็นผู้เขียน (กิจการ 7:22) และยังไม่ปรากฏเหตุผลที่มีน้ำหนักมากพอที่จะคัดค้านข้อมูลที่บอกว่าโมเสสเป็นผู้เขียน

บุคคลสำคัญในปฐมกาล

อาดัมและเอวา—มนุษย์คู่แรก (1:26–5:5)

โนอาห์—ผู้ต่อเรือที่สัตย์ซื่อ (6:5–9:29)

อับราฮัมและซาราห์—บิดามารดาของชนชาติซึ่งถูกเรียกว่า ประชากรที่พระเจ้าทรงเลือก (12:1–25:8)

อิสอัคและเรเบคาห์—สมาชิกแรกเริ่มของชนชาติใหม่ (21:1–35:29)

ยาโคบ—บิดาของคนอิสราเอล 12 เผ่า (25:21–50:14)
โยเซฟ—ผู้รักษาชีวิตชนชาติของเขาและชนชาติอียิปต์ (30:22–50:26)

ภูมิหลังและสถานที่

สถานที่เกิดเหตุเริ่มแรกในพระธรรมปฐมกาลนั้นเป็นอดีตนิรันดร์ พระเจ้า (กระทำการโดยเจตนา และด้วยพระวาทะอันศักดิ์สิทธิ์) ทรงตรัสให้สิ่งทรงสร้างทั้งปวงบังเกิดขึ้น ทรงตกแต่งสิ่งเหล่านั้น และทรงระบายลมหายใจที่มีชีวิตเข้าไปในก้อนดินที่พระองค์ทรงปั้นตามพระฉายาของพระองค์เพื่อให้กลายเป็นอาดัม พระเจ้าทรงทำให้มนุษย์เป็นสิ่งทรงสร้างสูงสุดในบรรดาสรรพสิ่งที่พระองค์ทรงสร้าง นั่นคือเป็นมิตรสหายที่จะมีความสุขกับการสามัคคีธรรมกับพระองค์ และถวายเกียรติแด่พระนามของพระองค์

ในทางภูมิศาสตร์ พระธรรมปฐมกาลมีสถานที่เกิดเหตุที่เด่นชัดและต่อเนื่องกันตามลำดับดังต่อไปนี้ (1) เมโสโปเตเมีย (บทที่ 1–11) (2) ดินแดนแห่งพระสัญญา (บทที่ 12–36) (3) อียิปต์ (บทที่ 37–50) กรอบเวลาของ 3 ส่วนนี้ได้แก่ (1) ตั้งแต่การทรงสร้างจนถึงปี 2090 ก่อน ค.ศ. (2) ปี 2090–1897 ก่อน ค.ศ. (3) ปี 1897–1804 ก่อน ค.ศ.

หลักคำสอนสำคัญในปฐมกาล

หลักคำสอนสำคัญส่วนใหญ่ของคริสต์ศาสนามีรากเหง้ามาจากพระธรรมปฐมกาล

พระเจ้าพระบิดา—สิทธิอำนาจของพระเจ้าในการทรงสร้าง (1:1–31; สดุดี 103:19; 145:8–9; 1 โครินธ์ 8:6; เอเฟซัส 3:9; 4:6)

พระเจ้าพระบุตร—ผู้แทนของพระเจ้าในการทรงสร้าง (1:1; 3:15; 18:1; ยอห์น 1:1–3; 10:30; 14:9; ฟีลิปปี 2:5–8; โคโลสี 1:15–17; ฮีบรู 1:2)

พระเจ้าพระวิญญาณบริสุทธิ์—การทรงสถิตอยู่ของพระเจ้าในการทรงสร้าง (1:2; 6:3; มัทธิว 1:18; ยอห์น 3:5–7)

พระเจ้าองค์เดียวแต่มีสามพระภาค—ตรีเอกานุภาพ (1:1, 26; 3:22; 11:7; เฉลยธรรมบัญญัติ 6:4; อิสยาห์ 45:5–7; มัทธิว 28:19; 1 โครินธ์ 8:4; 2 โครินธ์ 13:14)

มนุษย์—ถูกสร้างขึ้นตามพระฉายาของพระคริสต์ แต่ล้มลงในความบาป และต้องการพระผู้ช่วยให้รอด (1:26; 2:4–25; 9:6; อิสยาห์ 43:7; โรม 8:29; โคโลสี 1:16; 3:10; ยากอบ 3:9; วิวรณ์ 4:11)

ความบาป (การล้มลงในความบาป)—ทุกสิ่งที่พระเจ้าทรงสร้างติดเชื้อความบาปโดยการกบฏต่อพระเจ้า (2:16–17; 3:1–19; ยอห์น 3:36; โรม 3:23; 6:23; 1 โครินธ์ 2:14; เอเฟซัส 2:1–3; 1 ทิโมธี 2:13–14; 1 ยอห์น 1:8)

การไถ่—การช่วยให้พ้นจากบาปและการรื้อฟื้นซึ่งกระทำสำเร็จโดยพระคริสต์บนไม้กางเขน (3:15; 48:16; ยอห์น 8:44; 10:15; โรม 3:24–25; 16:20; 1 เปโตร 2:24)

พันธสัญญา—พระเจ้าสถาปนาความสัมพันธ์และประทานพระสัญญาต่าง ๆ (15:1–20; 17:10–11; กันดารวิถี 25:10–13; เฉลยธรรมบัญญัติ 4:25–31; 30:1–9; 2 ซามูเอล 23:5; 1 พงศาวดาร 16:15–18; เยเรมีย์ 30:11; 32:40; 46:27–28; อาโมส 9:8; ลูกา 1:67–75; ฮีบรู 6:13–18)

พระสัญญา—พระเจ้าทรงผูกมัดพระองค์เองกับสิ่งที่จะเกิดขึ้นในอนาคต (12:1–3; 26:3–4; 28:14; กิจการ 2:39; กาลาเทีย 3:16; ฮีบรู 8:6)

ซาตาน—กบฏรายแรกในบรรดาสรรพสิ่งที่พระเจ้าทรงสร้าง (3:1–15; อิสยาห์ 14:13–14; มัทธิว 4:3–10; 2 โครินธ์ 11:3,14; 2 เปโตร 2:4; วิวรณ์ 12:9; 20:2)

ทูตสวรรค์—สิ่งมีชีวิตพิเศษที่พระเจ้าทรงสร้างเพื่อรับใช้พระองค์ (3:24; 18:1–8; 28:12; ลูกา 2:9–14; ฮีบรู 1:6–7; วิวรณ์ 5:11–14)

การทรงเปิดเผย—*การทรงเปิดเผยตามธรรมชาติ* เกิดขึ้นเมื่อพระเจ้าทรงสื่อสารทางอ้อมผ่านทางสิ่งที่พระองค์ทรงสร้าง (1:1–2:25; โรม 1:19,20) *การทรงเปิดเผยแบบพิเศษ* เกิดขึ้นเมื่อพระเจ้าทรงสื่อสารออกมาโดยตรงเกี่ยวกับพระองค์เอง รวมไปถึงความจริงซึ่งมนุษย์ไม่มีทางรู้ได้ด้วยวิธีอื่น (2:15–17; 3:8–19; 12:1–3; 18:1–8; 32:24–32; เฉลยธรรมบัญญัติ 18:18; 2 ทิโมธี 3:16; ฮีบรู 1:1–4; 1 เปโตร 1:10–12)

อิสราเอล—ชื่อที่พระเจ้าประทานแก่ยาโคบ ซึ่งได้กลายเป็นชื่อของชนชาติที่เขาให้กำเนิด กลุ่มชนผู้รับมรดกจากพันธสัญญาที่พระเจ้าทรงทำไว้กับอับราฮัม (32:28; 35:10; เฉลยธรรมบัญญัติ 28:15–68; อิสยาห์ 65:17–25; เยเรมีย์ 31:31–34; เอเสเคียล 37:21–28; เศคาริยาห์ 8:1–17; มัทธิว 21:43; โรม 11:1–29)

การพิพากษา—การตอบสนองอันชอบธรรมของพระเจ้าต่อความบาป (3; 6; 7; 11:1–9; 15:14, 18:16–19:29; เฉลยธรรมบัญญัติ 32:39; อิสยาห์ 1:9; มัทธิว 12:36–37; โรม 1:18–2:16; 2 เปโตร 2:5–6)

พระพร—ผลประโยชน์พิเศษ หรือถ้อยคำที่เปี่ยมด้วยความหวัง ซึ่งกล่าวแก่บางคนเกี่ยวกับชีวิตของเขา(1:28; 9:1; 12:1–3; 14:18–20; 27:1–40; 48:1–20; กันดารวิถี

6:24–27; เฉลยธรรมบัญญัติ 11:26–27; สดุดี 3:8; มาลาคี 3:10; มัทธิว 5:3–11; 1 เปโตร 3:9)

พระลักษณะของพระเจ้าในปฐมกาล

พระลักษณะของพระเจ้าหลายประการได้รับการเปิดเผยครั้งแรกในปฐมกาล

พระเจ้าทรงเป็นพระผู้สร้าง—1:1–31

พระเจ้าทรงสัตย์ซื่อ (ทรงรักษาพระสัญญา)—12:3,7; 26:3–4; 28:14; 32:9,12

พระเจ้าทรงยุติธรรม—18:25

พระเจ้าทรงอดทนนาน—6:3

พระเจ้าทรงรัก—24:12

พระเจ้าทรงเมตตา—19:16,19

พระเจ้าทรงมีฤทธิ์อำนาจทุกอย่าง—17:1

พระเจ้าทรงฤทธานุภาพ—18:14

พระเจ้าทรงจัดเตรียม—8:22; 24:12–14,48,56; 45:5–7; 48:15; 50:20

พระเจ้าทรงสัตย์จริง—3:4–5; 24:27; 32:10

พระเจ้าทรงมีพระพิโรธ—7:21–23; 11:8; 19:24–25

พระคริสต์ในปฐมกาล

การมารับสภาพเป็นมนุษย์ของพระเยซูได้ถูกวางแผนไว้ตั้งแต่ก่อนจุดเริ่มต้นของกาลเวลา พระเจ้าได้ทรงทำให้เกิดความเป็นไปได้ที่จะบรรเทาคำสาปแช่งซึ่งเกิดจากบาปของอาดัมและเอวาด้วยการประทานพระสัญญาว่า สักวันพงศ์พันธุ์คนหนึ่งจะเกิดมาเพื่อขยี้หัวของงูนั้น (3:15) แม้ว่าความตายเข้ามาทางอาดัม แต่การเสด็จมาของพระคริสต์ได้นำชีวิตมาสู่มนุษยชาติ (โรม 5:12–21)

จากนั้นปฐมกาลก็ติดตามเรื่องราวที่เปรียบเหมือนบรรทัดแรก ๆ ในแผนการของพระเจ้าสำหรับการประสูติของพระเยซู พระเจ้าทรงเลือกอับราฮัมเป็นพิเศษจากบรรดาประชาชาติต่าง ๆ ในโลก เพื่อให้เขาเป็นบิดาของชนชาติหนึ่งที่พระองค์ทรงเลือก ชนชาตินี้สืบทอดต่อไปทางอิสอัคบุตรชายของอับราฮัม จากนั้นก็ทางยาโคบบุตรชายของอิสอัค แล้วก็ลงท้ายด้วยบันทึกเรื่องราวของโยเซฟบุตรชายของยาโคบ ปฐมกาลเปิดเผยให้เห็นว่าพระเจ้าประทานการปกป้องอย่างต่อเนื่องแก่ประชากรรุ่นแรก ๆ ในพงศ์พันธุ์ของพระคริสต์

คำศัพท์สำคัญในปฐมกาล

พระเจ้า: คำนามพหูพจน์ในภาษาฮีบรูคือ *เอโลฮิม*—1:1,12; 19:29; 24:42; 28:3; 35:11; 45:9; 50:24—เป็นคำศัพท์ภาษาฮีบรูที่ถูกใช้กล่าวถึงพระเจ้ามากที่สุด ความหมายพื้นฐานของคำนี้คือ "ผู้ทรงมหิทธิฤทธิ์" การใช้คำนี้ในภาษาฮีบรูในพระธรรมปฐมกาลถูกเรียกว่า "คำพหูพจน์เพื่อบ่งบอกถึงเดชานุภาพ" ภาษาฮีบรูใช้คำพหูพจน์นี้แตกต่างจากคำพหูพจน์ทั่วไป คือใช้เพื่อหมายถึง "ความบริบูรณ์แห่งความเป็นพระเจ้า" หรือ "พระเจ้า–พระเจ้าจริง ๆ" รูปพหูพจน์ของคำนี้เป็นที่ยอมรับสืบต่อกันมาว่า เป็นคำบ่งชี้ถึงสภาพที่เป็นพหุของพระเจ้า พระเจ้าทรงเป็นพระเจ้าองค์เดียว แต่พระเจ้าก็ทรงเป็นสามพระบุคคลด้วย คือ พระบิดา พระบุตร และพระวิญญาณบริสุทธิ์

ฟ้าสวรรค์: คำภาษาฮีบรูคือ *ชามายิม*—1:1,8–9; 2:1; 8:2; 11:4; 14:22; 24:3; 28:12 คำว่าฟ้าสวรรค์ในภาษาฮีบรูอาจหมายถึงฟ้าในโลกวัตถุ คือท้องฟ้าและชั้นบรรยากาศของโลก (2:1,4,19) หรืออาจหมายถึงที่ประทับของพระเจ้า (สดุดี 14:2) ซึ่งเป็นฟ้าสวรรค์ฝ่ายวิญญาณ คำนี้มีความเชื่อมโยงกับคำที่แปลว่า "อยู่สูง สูงส่ง" ท้องฟ้าในโลกวัตถุซึ่งเป็นส่วนหนึ่งของการทรงสร้างนั้น เป็นพยานยืนยันว่าพระเจ้าทรงอยู่ในฐานะที่มีสง่าราศี รวมทั้งทรงมีอัจฉริยภาพในการสร้างสรรค์ (สดุดี 19:1,6)

แผ่นดินโลก: คำภาษาฮีบรูคือ *เอเรตซ์*—1:1, 10; 4:16; 12:1; 13:10; 41:36; 31:3; 35:12 คำว่า *แผ่นดิน* ที่พบบ่อย ๆ ในพระคัมภีร์เดิมคำนี้มีความหมายหลายระดับ แท้ที่จริงแล้วแผ่นดินทั้งหมดเป็นของพระเจ้าในฐานะพระผู้สร้าง (สดุดี 24:1) เมื่อพระเจ้าสัญญาว่าจะประทานดินแดนคานาอันแก่คนอิสราเอล แผ่นดินนั้นก็เป็นของพระองค์ พระองค์จึงสามารถประทานแก่พวกเขา ดินแดนคานาอันจึงเป็นตัวแทนของพันธสัญญาซึ่งพระเจ้าทรงกระทำไว้กับคนอิสราเอล (12:1) จนมันกลายเป็นหนึ่งในลักษณะพิเศษที่บ่งบอกถึงตัวตนของพวกเขา คือพวกเขาเป็น "ประชาชนแห่งแผ่นดินนั้น" (13:15, 15:7)

พงศ์พันธุ์: คำภาษาฮีบรูคือ *เซรา*—1:11,29; 13:15–16; 15:18; 17:19; 28:14; 48:19; 32:12 คำว่าเมล็ดพันธุ์ในภาษาฮีบรูสามารถแปลตามตัวอักษรว่าเมล็ดพืช (1:11–12) หรืออาจมีความหมายในเชิงเปรียบเทียบ แปลว่าเชื้อสายของใครสักคนหนึ่ง (13:15) ในปฐมกาล คำนี้กล่าวถึงพระเมสสิยาห์ที่จะเสด็จมาอย่างเฉพาะเจาะจงในพระสัญญาของพระเจ้าซึ่งตรัสว่า พงศ์พันธุ์ของหญิงจะทำให้หัวของงูนั้นแหลก (3:15; กันดารวิถี 24:7; อิสยาห์ 6:13; กาลาเทีย 3:16) ดังนั้น คำนี้จึงมีความสำคัญอย่างยิ่งในพระคัมภีร์ กล่าวคือ โดยทาง *พงศ์พันธุ์* ของอับราฮัม ทั้งในแง่ที่เป็นกลุ่มคนคือชนชาติอิสราเอล และในแง่ที่เป็นบุคคลเดียวคือพระคริสต์ พระเจ้าจะยื่นพระหัตถ์ออกไปเพื่อช่วยประชากรของพระองค์ให้รอด (15:3)

สรุปเนื้อหาโดยย่อ

I. ประวัติศาสตร์ยุคบรรพกาล—สี่เหตุการณ์ใหญ่ (1:11)
   ก. การทรงสร้าง (1–2)
   ข. การล้มลงในความบาป (3–5)
   ค. น้ำท่วมโลก (6–9)
   ง. ชนชาติต่าง ๆ กระจัดกระจาย (10–11)

II. ประวัติศาสตร์ยุคอัครปิตา—สี่คนที่ยิ่งใหญ่ (12–50)[1]
   ก. อับราฮัม (12:1–25:8)
   ข. อิสอัค (21:1–35:29)
   ค. ยาโคบ (25:21–50–14)
   ง. โยเซฟ (30:22–50:26)

ขณะเดียวกัน ในพื้นที่ส่วนอื่น ๆ ของโลก . . .

เหตุการณ์ต่าง ๆ ในโลกมีศูนย์กลางอยู่ที่ตะวันออกกลาง จนกระทั่งหลังน้ำท่วมโลก (บทที่ 6–9) ประชากรกลุ่มต่าง ๆ กระจายออกไปกว้างไกลหลังจากเหตุการณ์หอบาเบล (บทที่ 11) พอถึงยุคอัครปิตา (ประมาณปี 2150 ก่อน ค.ศ.) อียิปต์กลายเป็นมหาอำนาจของโลก เวลานั้นชาวอียิปต์รู้จักใช้กระดาษปาปิรุสและหมึกเขียนหนังสือแล้ว

คำถามที่พบบ่อย

I. พระคัมภีร์ท้าทายหรือสอดคล้องกับทฤษฎีวิทยาศาสตร์ต่าง ๆ ในปัจจุบันอย่างไร?

ตามคำนิยามจริง ๆ ของมัน ทฤษฎีวิทยาศาสตร์ต่าง ๆ สามารถเปลี่ยนแปลงและปรับเปลี่ยนได้ แต่พระคัมภีร์คงอยู่ในฐานะการประกาศความจริงที่ไม่เปลี่ยนแปลงตามที่พระเจ้าทรงเปิดเผย พระคัมภีร์ไม่ได้เขียนขึ้นเพื่อท้าทายทฤษฎีวิทยาศาสตร์ใด ๆ แต่ทฤษฎีวิทยาศาสตร์ต่าง ๆ มักจะถูกออกแบบมาเพื่อท้าทายหรือบ่อนทำลายถ้อยคำในพระคัมภีร์ ทฤษฎีเหล่านั้นถ้าไม่เห็นพ้องกับพระคัมภีร์ มันก็เป็นเรื่องที่คนเข้าใจผิด

คำบรรยายในปฐมกาล 1:1 ที่ว่า “พระเจ้าทรงเนรมิตสร้างฟ้าและแผ่นดิน” ให้ข้อสรุปพื้นฐานสามประการ คือ (1) การทรงสร้างเป็นเหตุการณ์ที่เกิดขึ้นมาไม่นาน คือวัดได้หลายพันปี ไม่ใช่หลายล้านปีก่อน (2) การทรงสร้างเกิดขึ้นอย่างที่ภาษาละตินเรียกว่า *ex nihilo* ซึ่งแปลว่า พระเจ้าทรงสร้างสรรพสิ่งจากที่ไม่มีอะไรเลย (3) การทรงสร้างมีลักษณะพิเศษ คือมีความสว่างและเวลาเป็นสิ่งแรกในพระราชกิจทรงสร้างของพระเจ้า เพราะการนับวัน (1:5) เริ่มต้นก่อนการสร้างดวงอาทิตย์และดวงจันทร์ (1:16)

2. คริสเตียนหมายความว่าอย่างไร เมื่อพวกเขาพูดถึงการล้มลงในความบาป?

การล้มลงในความบาปหมายถึงช่วงเวลานั้นที่มนุษย์ไม่เชื่อฟังพระเจ้าเป็นครั้งแรก ปฐมกาลบทที่ 3 กล่าวถึงเหตุการณ์อันน่าเจ็บปวดนี้ สิ่งที่เอวาเริ่มกระทำนั้นอาดัมได้ยืนยันและทำมันจนสำเร็จด้วยการเข้าร่วมกับเธอ พวกเขาทำบาปร่วมกัน การตัดสินใจโดยเจตนาของอาดัมกับเอวาได้ก่อให้เกิดสภาวะความเป็นกบฏระหว่างสิ่งที่ถูกสร้างกับพระผู้สร้าง ในการล้มลงในความบาป บรรพบุรุษคนแรกของเราได้ประกาศว่าเราอยู่ฝ่ายซาตาน

พระคัมภีร์บอกชัดเจนว่า การล้มลงในความบาปได้นำบาปเข้ามาสู่ชีวิตคนรุ่นต่อมาทุกชีวิต (โรม 5:12) เรามีศักยภาพที่จะทำบาปติดตัวมาแต่กำเนิด เราเป็นคนบาปก่อนที่เราจะมีโอกาสทำบาป เราไม่เพียงเป็นคนบาปเพราะเราทำบาป แต่เราทำบาปครั้งแรกเพราะเราเป็นคนบาป ทำไมน่ะหรือ? ก็เพราะผลจากการล้มลงในความบาปของอาดัมคือมรดกตกทอดที่เราทุกคนได้รับ

3. เหตุการณ์น้ำท่วมโลกมีความสำคัญแค่ไหนในประวัติศาสตร์พระคัมภีร์โดยรวม?

พระคัมภีร์กล่าวว่าน้ำท่วมโลกเป็นเหตุการณ์ซึ่งครอบคลุมพื้นที่ทั้งโลก และมาจากพระเจ้าโดยตรง เพื่อพิพากษาความบาปของมนุษยชาติ เหตุการณ์น้ำท่วมโลกเปรียบเหมือนเมฆที่เป็นคำเตือน ซึ่งลอยอยู่เหนือประวัติศาสตร์ยุคถัดมาทั้งหมด แต่ยังดีที่เมฆนั้นมีรุ้งแห่งพระคุณตามพระสัญญาของพระเจ้าอยู่ด้วย

เหตุการณ์น้ำท่วมโลกสำแดงให้เห็นหลายแง่มุมที่สำคัญ เกี่ยวกับพระลักษณะของพระเจ้าและความสัมพันธ์ระหว่างพระองค์กับสิ่งที่พระองค์ทรงสร้าง ได้แก่ (1) พระเจ้ายังคงมีอำนาจควบคุมสูงสุดเหนือเหตุการณ์ต่าง ๆ ในโลก (2) พระเจ้า

สามารถพิพากษาและจะทรงพิพากษาความบาป (3) พระเจ้าสามารถสำแดงพระคุณและทรงสำแดงพระคุณจริง ๆ แม้กระทั่งในการพิพากษา (4) การพิพากษาสุดท้ายที่มีผลกว้างไกลยิ่งกว่า จะเกิดขึ้นกับโลกตามกำหนดเวลาของพระเจ้า

4. ทำไมพระเจ้าทรงทำให้ภาษาทวีมากขึ้นและชนชาติต่าง ๆ กระจัดกระจายออกไปในพระธรรมปฐมกาล?

หลังจากน้ำท่วมโลก อารยธรรมมนุษย์เริ่มต้นแผ่ขยายไปทั่วโลกอีกครั้ง จากนั้นพวกเขาก็ตัดสินใจจะตั้งเมืองหนึ่งเพื่ออุทิศให้ตนเอง และเพื่อเป็นวิธีป้องกันไม่ให้พวกเขากระจัดกระจายไปทั่วแผ่นดินโลก (11:4) นี่เป็นการกบฏต่อพระเจ้าแบบคูณสอง เนื่องด้วยจิตใจที่เย่อหยิ่ง ประการแรก เมืองของพวกเขา พร้อมกับหอที่ตั้งใจจะสร้าง จะเป็นอนุสาวรีย์แห่งการพึ่งพาตนเอง ประการที่สอง การตั้งถิ่นฐานอย่างถาวรของพวกเขา แสดงให้เห็นความพยายามที่จะไม่เชื่อฟังพระบัญชาซึ่งพระเจ้าตรัสสั่งไว้โดยตรงให้พวกเขาอยู่อาศัยทั่วแผ่นดินโลก

เพราะพระเจ้ามีพระประสงค์ที่จะให้แผ่นดินโลกเต็มไปด้วยผู้อารักขา พระองค์จึงตอบสนองต่อการกบฏซึ่งมนุษย์กระทำด้วยใจเย่อหยิ่ง พวกเขาเลือกที่จะตั้งถิ่นฐาน แต่พระองค์ทรงบังคับให้พวกเขากระจัดกระจาย ความร่วมไม้ร่วมมือและการพึ่งพาตนเองของพวกเขาเคยอาศัยการที่พวกเขามีภาษาเดียวกัน แต่แทนที่จะใช้ทรัพยากรทั้งหมดที่พวกเขามีเพื่อจะเชื่อฟังพระเจ้า พวกเขากลับใช้มันในทางที่ผิดเพื่อจะไม่เชื่อฟัง พระเจ้าทรงเลือกที่จะทำให้การสื่อสารเกิดความสับสนด้วยการทวีจำนวนภาษา สถานที่ซึ่งความสับสนอลหม่านนี้ได้เกิดขึ้นถูกเรียกว่าบาเบล (เกี่ยวโยงกับคำภาษาฮีบรูที่แปลว่า "ทำให้สับสน") ต่อมาที่นั่นได้กลายเป็นบาบิโลน ศัตรูขาประจำของประชากรของพระเจ้า และตลอดพระคัมภีร์ทั้งเล่ม ที่นั่นเป็นเมืองหลวงแห่งการที่มนุษย์กบฏต่อพระเจ้า (วิวรณ์ 16:19; 17:5)

ศึกษาปฐมกาลแบบรวบรัด

1. การตระหนักถึงบทบาทในการทรงสร้างของพระเจ้าในจุดกำเนิดของจักรวาล ตามที่บรรยายไว้ในปฐมกาล มีความสำคัญแค่ไหน?
2. อาดัมและเอวามีบทบาทอย่างไรในประวัติศาสตร์ของมนุษยชาติ?
3. เราจะรู้จักพระเจ้าได้มากแค่ไหน ถ้าเรามีแค่พระธรรมปฐมกาลเพียงเล่มเดียว?

4. พระคัมภีร์ให้ความสำคัญอย่างไรต่อเหตุการณ์ต่าง ๆ อย่างเช่น การขับไล่จากสวนเอเดน น้ำท่วมโลก หอบาเบล?
5. พระสัญญาซึ่งพระเจ้าประทานแก่อับราฮัม (12:1–3) ส่งผลต่อทั้งโลกอย่างไร?
6. ใครบ้างเป็นวีรบุรุษในพระธรรมเล่มนี้? เพราะอะไร?

---

[1] โปรดดู "ลำดับเวลาของอัครปิตาและผู้วินิจฉัยในพระคัมภีร์เดิม" ในภาคผนวกท้ายหนังสือเล่มนี้

อพยพ

การหลบหนีครั้งยิ่งใหญ่

ในพระธรรมอพยพพระเจ้าทรงช่วยประชากรของพระองค์ให้รอด และประทานพระบัญญัติสิบประการแก่พวกเขา

ชื่อ *อพยพ* ซึ่งบรรยายถึงเนื้อหาของพระธรรมเล่มนี้ เป็นชื่อที่กลุ่มผู้แปลพระคัมภีร์เดิมเป็นภาษากรีกในสมัยโบราณตั้งให้กับหนังสือเล่มที่สองของโมเสส ชื่อนี้เป็นเพียงคำภาษากรีกที่แปลว่า "การออกไป" ซึ่งเป็นคำอันน่ายินดีที่กล่าวถึงเพียงบางส่วนของพระราชกิจอันยิ่งใหญ่ซึ่งพระเจ้าทรงกระทำเพื่อประชากรที่พระองค์ทรงเลือก

ผู้เขียนและปีที่เขียน

เขียนโดยโมเสส ประมาณปี 1445 ถึง 1405 ก่อน ค.ศ.

การระบุว่าโมเสสเป็นผู้เขียนพระธรรมอพยพเป็นสิ่งที่พระคัมภีร์ยืนยันอย่างไม่ลังเล ยกตัวอย่างเช่น โมเสสทำตามพระบัญชาของพระเจ้าเมื่อเขา "จารึกพระวจนะของพระยาห์เวห์ไว้ทุกคำ" (24:4) และข้อความทำนองเดียวกันที่กล่าวถึงโมเสสในฐานะผู้เขียนก็ปรากฏอยู่ในพระคัมภีร์ตอนอื่น ๆ ด้วย

บุคคลสำคัญในอพยพ

โมเสส—ผู้เขียนเบญจบรรณ และผู้ช่วยอิสราเอลจากการเป็นทาสในอียิปต์ (2–40)

มิเรียม—ผู้เผยพระวจนะหญิง และพี่สาวของโมเสส (2:7; 15:20–21)

ธิดาของฟาโรห์—เจ้าหญิงที่ช่วยทารกโมเสสขึ้นจากแม่น้ำและรับไว้เป็นบุตร (2:5–10)

เยโธร—คนเลี้ยงแกะชาวมีเดียนซึ่งกลายเป็นพ่อตาของโมเสส (3:1; 4:18; 18:1–12)

อาโรน—พี่ชายของโมเสสและมหาปุโรหิตคนแรกของอิสราเอล (4:14–40:31)

ฟาโรห์—ผู้นำอียิปต์ซึ่งพระคัมภีร์ไม่ได้ระบุชื่อ ในช่วงเวลาของพระธรรมอพยพ (5:1–14:31)

โยชูวา—ผู้ช่วยของโมเสส และแม่ทัพที่นำอิสราเอลเข้าสู่ดินแดนแห่งพระสัญญา (17:9–14; 24:13; 32:17; 33:11)

ภูมิหลังและสถานที่

การอพยพออกจากอียิปต์อย่างน่าทึ่งของชนชาติอิสราเอลเกิดขึ้นในสมัยราชวงศ์ที่ 18 ซึ่งเป็นช่วงเวลาหนึ่งในประวัติศาสตร์อียิปต์ที่พวกเขามีความแข็งแกร่งทางการเมืองและเศรษฐกิจเป็นอย่างมาก แม้โมเสสจะเกิดมาเป็นทาส แต่เขาก็ได้เข้าไปอยู่ในวัฒนธรรมที่ขยายตัวและเติบโตอย่างรวดเร็ว เวลานั้นอียิปต์เป็นมหาอำนาจของโลกทั้งด้านการทหาร เศรษฐกิจ และการเมือง พระเจ้าทรงใช้ระบบการศึกษาและการปกครองของอียิปต์ รวมไปถึงการลี้ภัยในถิ่นทุรกันดารมีเดียนเพื่อฝึกโมเสส และเมื่อโมเสสพร้อม เขาก็เป็นผู้แทนอิสราเอลเข้าเฝ้าฟาโรห์อาเมนโฮเทปที่ 2 ผู้ทรงอำนาจ จากนั้นก็นำชนชาติของเขาเดินทางในถิ่นทุรกันดาร

พระธรรมอพยพวาดภาพประวัติศาสตร์ช่วงแรกของโมเสสแบบคร่าว ๆ และบันทึกรายละเอียดเรื่องการเดินทางออกจากอียิปต์ของชนชาติอิสราเอล พระธรรมเล่มนี้จบลงหลังจากการประทานพระบัญญัติและการสร้างพลับพลาที่เชิงภูเขาซีนายในเวลานั้น แม้ว่าประชาชนได้ทำบาปร้ายแรงด้วยการไหว้รูปเคารพระหว่างที่โมเสสอยู่บนภูเขา แต่พระเจ้าก็ยังคงนำอิสราเอลไปสู่ดินแดนแห่งพระสัญญา

หลักคำสอนสำคัญในอพยพ

พระสัญญาตามพันธสัญญา—พระสัญญาซึ่งพระเจ้าประทานแก่อับราฮัมว่าจะรักษามรดกของเขาไว้ตลอดไปเป็นนิตย์ (12:1–3,31–42; ปฐมกาล 17:19; เลวีนิติ 26:45; ผู้วินิจฉัย 2:20; สดุดี 105:38; กิจการ 3:25)

ธรรมชาติของพระเจ้า—มนุษย์ไม่สามารถเข้าใจพระเจ้าได้อย่างครบถ้วน แต่สามารถรู้จักพระองค์เป็นการส่วนตัวได้ (3:7; 8:19; 34:6–7; 2 ซามูเอล 22:31; โยบ 36:26; มัทธิว 5:48; ลูกา 1:49–50)

พระบัญญัติสิบประการ—ความจริงพื้นฐานของพระเจ้า (20:1–17; 23:12; เลวีนิติ 19:4,12; เฉลยธรรมบัญญัติ 6:14; 7:8–9; เนหะมีย์ 13:16–19; อิสยาห์ 44:15; มัทธิว 5:27; 19:18; มาระโก 10:19; ลูกา 13:14; โรม 13:9; เอเฟซัส 5:3,5)

คำศัพท์สำคัญในอพยพ

ปลดปล่อย : คำภาษาฮีบรูคือ *นัตซัล*—3:8; 5:18; 21:13; 22:7,10,26; 23:31—คำกริยานี้อาจหมายถึง "ชิง ปล้น" หรือ "คว้าไป ส่งมอบ" คำนี้มักถูกใช้เพื่อบรรยายพระราชกิจของพระเจ้าในการช่วยปลดปล่อย (3:8) หรือช่วยกู้ (6:6) คนอิสราเอลจากการเป็นทาส บางครั้งคำนี้ก็หมายถึงการช่วยประชากรของพระเจ้าจากความบาปและความผิด (สดุดี 51:14) อย่างไรก็ตาม ในอพยพ 18:8–10 คำนี้เป็นคำยืนยันว่าพระเจ้าทรงยิ่งใหญ่สูงสุดเหนือกว่าบรรดาเทพเจ้าของอียิปต์

แยกหรือชำระ: คำภาษาฮีบรูคือ *คาดาช*—28:3,41; 29:9,33,35; 30:30; 32:29—คำกริยานี้หมายถึง "ทำให้บริสุทธิ์" "ประกาศความแตกต่าง" หรือ "แยกไว้ต่างหาก" คำนี้บรรยายถึงการอุทิศถวายสิ่งของหรือบุคคลแด่พระเจ้า พระเจ้าทรงทำให้ชนชาติอิสราเอลแตกต่าง โดยการช่วยคนอิสราเอลให้รอดจากการเป็นทาสในอียิปต์ พระเจ้าทรงสำแดงว่าคนอิสราเอลเป็นประชากรของพระองค์และพระองค์ทรงเป็นพระเจ้าของพวกเขาโดยพระราชกิจการช่วยให้รอดอันยิ่งใหญ่ (6:7) และพระเจ้าทรงเปิดเผยชัดเจนว่า พระองค์ทรงมีความสัมพันธ์พิเศษกับพวกเขา โดยการให้ชนชาตินี้ชำระตัวที่ภูเขาซีนาย (19:10)

การชำระล้าง: คำภาษาฮีบรูคือ *ราฆาตซ์*—2:5; 19:10; 29:4,17; 30:18,21; 40:12,30—แปลว่าการชำระล้างหรืออาบน้ำ คำนี้ถูกใช้ทั้งในบริบททางศาสนาและทางวัฒนธรรม ธรรมเนียมโบราณในการล้างเท้าแขกผู้มาเยือนนั้นเป็นส่วนหนึ่งของวิธีการต้อนรับแขกที่ยังคงปฏิบัติกันในยุคพระคัมภีร์ใหม่ (ปฐมกาล 18:4; ยอห์น 13:5) พิธีการชำระตัวเป็นขั้นตอนสำคัญอย่างหนึ่งในการชำระปุโรหิตให้บริสุทธิ์สำหรับการปรนนิบัติในพลับพลา (40:12) การชำระล้างด้วยน้ำเป็นสัญลักษณ์ของการชำระฝ่ายวิญญาณ ซึ่งเป็นการเตรียมตัวที่จำเป็นสำหรับการเข้าเฝ้าพระเจ้า (สดุดี 26:6; 73:13) บรรดาผู้เผยพระวจนะในพระคัมภีร์เดิมใช้การชำระล้างนี้เป็นภาพของการกลับใจใหม่ (อิสยาห์ 1:16; เอเสเคียล 16:4) ในพระคัมภีร์ใหม่ เปาโลบรรยายว่าการไถ่ในพระคริสต์เป็น "การชำระให้บังเกิดใหม่" (ทิตัส 3:5)

พระลักษณะของพระเจ้าในอพยพ

พระเจ้าทรงเป็นผู้ที่มนุษย์เข้าถึงได้—24:2; 34:4–7

พระเจ้าทรงเปี่ยมด้วยสง่าราศี—15:1,6,11; 33:18–23; 34:5–7

พระเจ้าทรงประเสริฐ—34:6

พระเจ้าทรงเปี่ยมด้วยพระคุณ—34:6

พระเจ้าทรงบริสุทธิ์—15:11

พระเจ้าทรงอดทนนาน—34:6

พระเจ้าทรงเปี่ยมด้วยพระกรุณา—34:6,7

พระเจ้าทรงมีฤทธิ์อำนาจทุกอย่าง—6:3; 8:19; 9:3,16; 15:6,11–12

พระเจ้าทรงจัดเตรียม—15:9–19
พระเจ้าทรงสัตย์จริง—34:6
พระเจ้าทรงไม่มีใครเสมอเหมือน—9:14
พระเจ้าทรงพระปัญญา—3:7
พระเจ้าทรงมีพระพิโรธ—7:20; 8:6,16,24; 9:3,9,23; 10:13,22; 12:29; 14:24,27; 32:11,35

พระคริสต์ในอพยพ

เมื่อพระเจ้าทรงช่วยชนชาติอิสราเอลออกมาจากการเป็นทาสในอียิปต์ รากฐานใหม่ได้ถูกวางลงโดยการประทานพระบัญญัติ หัวใจสำคัญของพระธรรมอพยพมีอยู่สองส่วนคือ (1) คำบรรยายเรื่องการไถ่ประชากรของพระเจ้า (2) การสร้างชนชาติที่พระเจ้าทรงเลือก ซึ่งพระคริสต์จะเข้ามาในโลกนี้ผ่านทางพวกเขา พระบัญญัติเตรียมอิสราเอลให้พร้อมที่จะน้อมรับพระคริสต์ คือพระเมสสิยาห์และกษัตริย์ของพวกเขาตามที่พระเจ้าทรงสัญญาไว้

สรุปเนื้อหาโดยย่อ

I. อิสราเอลในอียิปต์ (1:1–12:36)
- ก. ประชากรเพิ่มขึ้นอย่างรวดเร็ว (1:1–7)
- ข. การถูกกดขี่ภายใต้กษัตริย์ฟาโรห์ (1:8–22)
- ค. การเติบโตของผู้ปลดปล่อย (2:1–4:31)
- ง. การเผชิญหน้ากับฟาโรห์ (5:1–11:10)
- จ. การเตรียมการเพื่อออกจากอียิปต์ (12:1–36)

II.อิสราเอลเดินทางสู่ซีนาย (12:37–18:27)
- ก. การออกจากอียิปต์และความตื่นกลัว (12:37–14:14)
- ข. การข้ามทะเลแดงและความชื่นชมยินดี (14:15–15:21)
- ค. การเดินทางสู่ซีนายและการบ่น (15:22–17–16)
- ง. การพบกับเยโธรและการเรียนรู้ (18:1–27)

III. อิสราเอลตั้งค่ายที่ซีนาย (19:1–40:38)
- ก. พระบัญญัติของพระเจ้าถูกตรัสสั่ง (19:1–24:18)
- ข. พลับพลาของพระเจ้าได้รับการบรรยาย (25:1–31:18)

ค. การนมัสการพระเจ้าถูกทำให้แปดเปื้อน (32:1–35)
ง. การสถิตอยู่ด้วยของพระเจ้าได้รับการยืนยัน (33:1–34:35)
จ. พลับพลาของพระเจ้าได้รับการก่อสร้าง (35:1–40–38)

ขณะเดียวกัน ในพื้นที่ส่วนอื่น ๆ ของโลก . . .

ยุคเหล็กในซีเรียและปาเลสไตน์เริ่มต้นขึ้น นอกจากนี้ ผู้คนในดินแดนต่าง ๆ แถบเมดิเตอร์เรเนียนและสแกนดิเนเวียได้พัฒนาศาสตร์การต่อเรือจนเชี่ยวชาญ

คำถามที่พบบ่อย

1. ทำไมบันทึกประวัติศาสตร์ของอียิปต์จึงไม่ยอมรับเรื่องความหายนะที่เกิดจากภัยพิบัติต่าง ๆ ความพ่ายแพ้ของกองทัพ และการหนีไปของอิสราเอลซึ่งเกิดขึ้นในการอพยพครั้งนั้น?

การไม่กล่าวถึงอิสราเอลในบันทึกทางประวัติศาสตร์ของอียิปต์ที่มีอยู่ไม่ควรเป็นเรื่องน่าประหลาดใจ บันทึกเหล่านี้ส่วนใหญ่อยู่ในรูปของคำจารึกที่เป็นทางการในอุโมงค์ฝังศพและอนุสาวรีย์ของผู้นำยุคโบราณ อนุสรณ์ซึ่งปรากฏต่อสาธารณชนและคงทนถาวรเช่นนั้นแทบไม่ค่อยใช้เพื่อบันทึกความปราชัยและภัยพิบัติที่น่าอับอาย แต่ที่น่าสนใจซึ่งเป็นข้อพิสูจน์อันเฉียบแหลมอย่างหนึ่งที่ยืนยันว่าพระคัมภีร์เป็นความจริงก็คือ การที่พระคัมภีร์บันทึกไว้ทั้งชัยชนะและโศกนาฏกรรมของประชากรของพระเจ้า พระคัมภีร์ให้ตัวอย่างความล้มเหลวไว้มากพอ ๆ กับตัวอย่างเรื่องความเชื่อ

2. พวกเราในศตวรรษที่ 21 ควรจะคิดอย่างไรกับการอัศจรรย์อันน่าทึ่งที่พระธรรมอพยพรายงานในเชิงที่เป็นข้อเท็จจริงมาก ๆ เช่น พุ่มไม้ติดไฟ ภัยพิบัติต่าง ๆ การทรงสถิตของพระเจ้าในเสาเพลิงและเสาเมฆ การแยกทะเลแดง และมานา เป็นต้น?

แนวคิดวัตถุนิยมเชิงวิทยาศาสตร์ของคนมากมายในศตวรรษที่ 21 ได้ทำให้พวกเขารู้สึกยากที่จะพิจารณาสิ่งใด ๆ ก็ตามที่เรียกว่าการอัศจรรย์ ถ้ากฎธรรมชาติ

ถูกนับเป็นกฎสูงสุด การมีผู้ยิ่งใหญ่สูงสุดซึ่งอยู่เหนือกฎธรรมชาติและสามารถเอาชนะกฎเหล่านั้นได้ก็จะกลายเป็นเรื่องเหลือเชื่อ ตัวอย่างต่าง ๆ ของการอัศจรรย์แทบไม่สามารถโน้มน้าวให้บางคนเชื่อได้ ถ้าคนนั้นปักใจเชื่อไปแล้วว่าการอัศจรรย์คือสิ่งที่เป็นไปไม่ได้

การอัศจรรย์สามารถสำแดงว่าพระเจ้ามีจริง แต่มันไม่ได้พิสูจน์ว่าพระเจ้ามีจริง มนุษย์เราได้แสดงความสามารถอันน่าทึ่งในการคิดค้นทางเลือกอื่นที่จะอธิบายพระราชกิจของพระเจ้าในประวัติศาสตร์ สถานการณ์ที่เป็นอยู่ก็คือไม่ใช่ว่าคนยุคศตวรรษที่ 21 ไม่สามารถเชื่อเรื่องการอัศจรรย์ แต่สิ่งที่เป็นอยู่ก็คือ คนยุคศตวรรษที่ 21 มักจะไม่ยอมเชื่อเรื่องการอัศจรรย์

สำหรับคริสเตียน เรื่องนี้ได้ยุติลงโดยความเชื่อ ในการมาเป็นคริสเตียนนั้น เราจำเป็นต้องเชื่อเรื่องการอัศจรรย์ที่เป็นหัวใจสำคัญ นั่นคือพระเจ้าเสด็จมาในสภาพเนื้อหนัง คือพระเยซูคริสต์ ผู้ทรงดำเนินพระชนม์ สิ้นพระชนม์ และเป็นขึ้นจากความตาย เพื่อจะทรงครอบครองเป็นนิตย์ในฐานะองค์พระผู้เป็นเจ้าและพระผู้ช่วยให้รอด ด้วยความเข้าใจเรื่องการอัศจรรย์ครั้งนั้น การอัศจรรย์ต่าง ๆ ในพระธรรมอพยพก็จะไม่ใช่เรื่องสำหรับการคาดเดา แต่เป็นเรื่องที่ทำให้เราอัศจรรย์ใจและนมัสการ การอัศจรรย์เหล่านี้เป็นตัวอย่างที่ทำให้เราเห็นว่าพระเจ้าทรงทุ่มเทแค่ไหนที่จะสื่อสารกับมนุษย์ แม้แต่คริสเตียนในศตวรรษที่ 21 ก็ยังถ่อมใจและครั่นคร้ามเพราะฤทธิ์อำนาจอันน่าทึ่งของพระเจ้า

3. พระบัญญัติสิบประการเป็นความคาดหวังที่ล้าสมัย หรือเป็นข้อเรียกร้องของพระเจ้า?

หลายคนทำผิดพลาดร้ายแรงเมื่อพวกเขาพูดถึง “การทำผิดพระบัญญัติสิบประการ” ประวัติศาสตร์แสดงให้เห็นอย่างชัดเจนว่า มนุษย์ดึงดันที่จะทำผิดพระบัญญัติสิบประการ พระบัญญัติเหล่านี้เป็นตัวแทนมาตรฐานของพระเจ้า ที่ทั้งสมบูรณ์และไม่เปลี่ยนแปลง แม้ว่าจะมีข้อถกเถียงหลายประการเกี่ยวกับการตีความและการประยุกต์ใช้ก็ตาม

ชื่อ “พระบัญญัติสิบประการ” มาจากโมเสส (34:28) ข้อความที่เน้นย้ำว่าพระเจ้าตรัสและเขียนถ้อยคำเหล่านี้ด้วยพระองค์เอง ได้ทำให้ทฤษฎีใด ๆ ก็ตามที่บอกว่าอิสราเอลหยิบยืมแบบแผนหรือแนวคิดทางกฎหมายมาจากชนชาติรอบ ๆ ล้วนเป็นทฤษฎีที่ไม่สามารถยอมรับได้

พระบัญญัติสิบประการอาจแบ่งได้เป็นสองหมวดหมู่กว้าง ๆ คือ พระบัญญัติแนวดิ่ง—ความสัมพันธ์ระหว่างมนุษย์กับพระเจ้า (20:2–11) และพระบัญญัติแนวราบ—ความสัมพันธ์ระหว่างมนุษย์กับชุมชน (20:12–17) พระบัญญัติสิบประการนี้ให้การปกป้องเป็นอย่างดีแก่ศาสนศาสตร์แท้และการนมัสการแท้ พระนามของพระเจ้าและวันสะบาโต การให้เกียรติในครอบครัว ชีวิตคน ชีวิตสมรส ทรัพย์สิน ความจริง และคุณงามความดี

ศึกษาอพยพแบบรวบรัด

1. เหตุการณ์เด่น ๆ ในชีวิตช่วงแรกของโมเสสมีอะไรบ้าง?
2. ตลอดพระธรรมอพยพ พระเจ้าทรงใช้วิธีการใดบ้างเพื่อสำแดงพระองค์ให้เป็นที่รู้จัก?
3. ภัยพิบัติสิบอย่างที่สร้างความทุกข์ยากแก่ชาวอียิปต์มีอะไรบ้าง?
4. ภัยพิบัติเหล่านั้นเกี่ยวข้องอย่างไรกับบรรดาเทพเจ้าที่ชาวอียิปต์บูชา?
5. กฎบัญญัติที่สรุปไว้ในพระบัญญัติสิบประการแสดงให้เราเห็นอย่างไรว่าเราจำเป็นต้องได้รับความช่วยเหลือจากพระเจ้า?
6. พระบัญญัติสิบประการข้อใดบ้างที่กำกับความสัมพันธ์ระหว่างเรากับพระเจ้าและข้อใดกำกับความสัมพันธ์ระหว่างเรากับคนอื่น ๆ?

เลวีนิติ

พิมพ์เขียวสำหรับการไถ่

*เลวีนิติให้รายละเอียดของกฎบัญญัติว่าด้วยการเข้าเฝ้า
และสามัคคีธรรมกับพระเจ้า*

พวกนักวิชาการสมัยโบราณที่แปลพระธรรมเล่มนี้จากภาษาฮีบรูเป็นภาษากรีก ได้ตั้งชื่อซึ่งบรรยายเนื้อหาของพระธรรมเล่มนี้ว่า *เลวีติคอน* ซึ่งแปลว่า "เรื่องของคนเลวี" และผู้แปลยุคหลัง ๆ ก็ยืมคำนี้มาใช้โดยตรง

ผู้เขียนและปีที่เขียน

เขียนโดยโมเสส ประมาณปี 1445 ถึง 1405 ก่อน ค.ศ.

ราวกับว่าต้องการทำให้ประเด็นนี้ชัดเจนชนิดไม่มีทางเข้าใจเป็นอย่างอื่น พระธรรมเลวีนิติมีคำกล่าว 56 ครั้งใน 27 บทถึงข้อเท็จจริงที่ว่า พระเจ้า "ทรงเรียกโมเสส" หรือ "ตรัสกับโมเสส" และประทานคำสั่งแก่เขาโดยตรงว่าจะต้องกล่าวอะไรแก่ประชาชน เนื้อหาของเลวีนิตินั้นพระเจ้าประทานแก่ประชาชนผ่านทางโมเสส

บุคคลสำคัญในเลวีนิติ

โมเสส—ผู้เผยพระวจนะและผู้นำซึ่งทำหน้าที่เป็นโฆษกของพระเจ้าในการอธิบายพระบัญญัติของพระองค์แก่อิสราเอล (1:1; 4:1; 5:14; 6:1–27:34)

อาโรน—พี่ชายของโมเสสและมหาปุโรหิตคนแรกของอิสราเอล (1:7; 2:3,10; 3:5,8,13; 6:9–24:9)

นาดับ—บุตรชายของอาโรน เสียชีวิตเพราะไม่เชื่อฟังพระบัญชาของพระเจ้าระหว่างฝึกฝนเพื่อเป็นปุโรหิต (8:36; 10:1–2)

อาบีฮู—บุตรชายของอาโรน เสียชีวิตเพราะไม่เชื่อฟังพระบัญชาของพระเจ้าระหว่างฝึกฝนเพื่อเป็นปุโรหิต (8:36; 10:1–2)

เอเลอาซาร์—บุตรชายของอาโรนซึ่งรับตำแหน่งมหาปุโรหิตของอิสราเอล ต่อจากเขา (10:6–20)

อิธามาร์—บุตรชายของอาโรนซึ่งได้กลายเป็นปุโรหิตเช่นเดียวกัน (10:6–20)

ภูมิหลังและสถานที่

การอพยพออกจากอียิปต์ได้ทำให้เกิดการเปลี่ยนแปลงครั้งใหญ่ในวิถีทางที่พระเจ้ามีความสัมพันธ์กับชนชาติอิสราเอล ก่อนจะถึงจุดนั้นในประวัติศาสตร์ชนชาติของพระเจ้า สิ่งต่าง ๆ ดังต่อไปนี้ไม่เคยเกิดขึ้นมาก่อน (1) พระสิริของพระเจ้าไม่เคยปรากฏให้มองเห็นได้ท่ามกลางคนอิสราเอล (2) ไม่เคยมีสถานที่นมัสการส่วนกลาง เช่น พลับพลา (3) ปฏิทินประจำปีไม่เคยมีงานเลี้ยงฉลองหรือการถวายเครื่องบูชาที่กำหนดให้ประชาชนเข้าร่วม (4) ไม่เคยมีการกำหนดโครงสร้างที่เป็นทางการของปุโรหิตหรือผู้ปฏิบัติงานทางศาสนา

อย่างไรก็ตาม ในช่วงที่อิสราเอลเดินทางออกจากอียิปต์ พระเจ้าทรงทำให้การสถิตอยู่ด้วยของพระองค์ปรากฏให้พวกเขามองเห็นได้ด้วยเสาเมฆและเสาเพลิง ที่ภูเขาซีนายอาโรนและครอบครัวของเขาได้รับการแต่งตั้งเป็นปุโรหิต นอกจากนี้แบบของพลับพลาก็ได้รับการเปิดเผยและดำเนินการ พัฒนาการต่าง ๆ สิ่งเหล่านี้ปูทางให้มีคำสั่งสอนจากพระเจ้าเกี่ยวกับวิถีชีวิต การนมัสการ และปฏิทินประจำปี ซึ่งบันทึกไว้ในพระธรรมเลวีนิติ

เลวีนิติไม่ได้บันทึกการเคลื่อนย้ายในเชิงภูมิศาสตร์เอาไว้เลย ชนชาติอิสราเอลยังคงอยู่ที่ภูเขาซีนาย สถานที่ซึ่งพระเจ้าเสด็จลงมาเพื่อประทานพระบัญญัติของพระองค์ (25:1)

หลักคำสอนสำคัญในเลวีนิติ

เครื่องบูชา—พระเจ้าทรงเรียกร้องเครื่องบูชาจากมนุษย์เพื่อลบล้างบาป (1:3,9–13; 16:3; 17:8; 19:5; อพยพ 29:34; เฉลยธรรมบัญญัติ 16:5–6; ผู้วินิจฉัย 11:31; สดุดี 66:13–15; มัทธิว 5:23–24; โรม 8:3; 12:1; ฮีบรู 2:17: 1 ยอห์น 2:2)

ความบริสุทธิ์—พระลักษณะที่สรุปรวมพระลักษณะอันสมบูรณ์ของพระเจ้า อิสราเอลได้รับการทรงเรียกให้บริสุทธิ์เหมือนที่พระเจ้าทรงบริสุทธิ์ (11:44–45; 19:2; 20:7, 26; 21:6–8; อพยพ 6:7; 19:6; สดุดี 22:3; 99:5; อิสยาห์ 41:14–16; 1 เธสะโลนิกา 4:7; 1 เปโตร 1:14–16)

ของถวาย—รูปแบบของการนมัสการพระเจ้า เพื่อแสดงถึงจิตใจที่สำนึกผิดและขอบพระคุณ (1:1–17; 2:1–16; 3:1–17; 4:1–5:13; 5:14–6:7; ปฐมกาล 4:4–5; เฉลยธรรมบัญญัติ 16:10; 1 พงศ์กษัตริย์ 18:33–40; โยบ 42:8; 2 โครินธ์ 5:21; 2 ทิโมธี 4:6)

อิสราเอลในฐานะชนชาติบริสุทธิ์ของพระเจ้า—ชนชาติซึ่งพระคริสต์จะเสด็จเข้ามาในโลกผ่านทางพวกเขา (26:42–46; ปฐมกาล 15:12–21; อพยพ 19:5–6; 2 ซามูเอล 7:13; 23:5; ฮีบรู 8:6–13)

พระลักษณะของพระเจ้าในเลวีนิติ

พระเจ้าทรงเป็นผู้ที่มนุษย์เข้าถึงได้—16:12–15

พระเจ้าทรงเปี่ยมด้วยสง่าราศี—9:6,23

พระเจ้าทรงบริสุทธิ์—11:44–45

พระเจ้าทรงมีพระพิโรธ—10:2

พระคริสต์ในเลวีนิติ

คำสั่งที่ชัดเจนของพระเจ้าเกี่ยวกับการถวายเครื่องบูชาต่าง ๆ ในพระธรรมเลวีนิติชี้ไปที่การถวายเครื่องบูชาครั้งสุดท้ายของพระคริสต์เพื่อรับโทษแทนมนุษย์ เนื่องจากเครื่องบูชาต่าง ๆ ของชนชาตินี้เป็นเพียงการลบล้างบาปชั่วคราวของอิสราเอล การถวายบูชาเหล่านั้นจึงจำเป็นต้องกระทำซ้ำ ๆ อย่างต่อเนื่อง พระเยซูทรงดำเนินชีวิตอย่างสมบูรณ์แบบในโลก และถวายพระองค์เป็นเครื่องบูชาสุดท้ายเพื่อมนุษยชาติทั้งหมด ในทางตรงกันข้ามกับเทศกาลปัสกาในพระคัมภีร์เดิมซึ่งฉลองกันปีละครั้ง ผู้เชื่อฉลอง “งานเลี้ยง” ปัสกาใหม่อยู่เสมอ ๆ นั่นคือพระเยซูคริสต์ ผู้ทรงเป็นลูกแกะปัสกา (1 โครินธ์ 5:7)

คำศัพท์สำคัญในเลวีนิติ

ของถวาย (หลายครั้งถูกแปลว่าเครื่องบูชา): คำภาษาฮีบรูคือ *โกรบาน*—2:3; 4:35; 6:18; 7:14,33; 9:4; 10:14—คำภาษาฮีบรูคำนี้มาจากคำกริยา "นำมาใกล้" และมีความหมายตามตัวอักษรว่า "สิ่งที่คนนำมาใกล้พระเจ้า" การที่คนอิสราเอลสามารถเข้าใกล้เพื่อถวายบางสิ่งแด่พระเจ้าได้นั้นเป็นการสำแดงให้เห็นพระเมตตาของพระองค์ แม้ว่าพวกเขาบาปหนาและชอบกบฏ พระเจ้าได้สถาปนาระบบการถวายเครื่องบูชา ซึ่งทำให้พวกเขาสามารถคืนดีกับพระองค์ เครื่องบูชาเหล่านี้เป็นเงาที่บอกล่วงหน้าถึงการสิ้นพระชนม์ของพระเยซูบนไม้กางเขน ซึ่งเป็นการถวายบูชาขั้นสูงสุด เป็นการถวายบูชาที่ทำให้ไม่มีความจำเป็นต้องถวายเครื่องบูชาอื่น ๆ อีกต่อไป โดยการที่พระคริสต์สิ้นพระชนม์เป็นเครื่องบูชา เราจึงได้คืนดีกับพระเจ้าแบบครั้งเดียวเพียงพอตลอดไป (ฮีบรู 10:10–18) เมื่อพระเยซูสิ้นพระชนม์เพื่อเรา การตอบสนองที่เหมาะสมก็คือการที่เราถวายชีวิตของเราเป็นเครื่องบูชาที่มีชีวิตแด่พระเจ้า (โรม 12:1)

ส่วนอนุสรณ์: คำภาษาฮีบรูคือ *อัซคาราห์*—2:2,9,16; 5:12; 6:15; 23:24; 24:7—ส่วนอนุสรณ์ของธัญบูชาคือส่วนที่ถูกเผาบนแท่นแทนปริมาณธัญบูชาทั้งหมด ส่วนที่เหลือจะมอบให้ปุโรหิตเพื่อสนับสนุนเขาในงานปรนนิบัติ คำที่แปลว่า *ส่วนอนุสรณ์* นี้เชื่อมโยงกับคำกริยาภาษาฮีบรู *ซาคาร์* ซึ่งแปลว่า "ระลึกถึง" คำนี้หมายถึงการที่ผู้นมัสการระลึกถึงพระลักษณะของพระเจ้าซึ่งเปี่ยมด้วยพระคุณและพระทัยกว้างขวาง โดยเฉพาะอย่างยิ่งการที่พระเจ้าทรงระลึกถึงและอวยพรผู้นมัสการ

เลือด: คำภาษาฮีบรูคือ *ดาม*—1:5; 3:17; 4:7; 8:15; 9:9; 16:18; 17:10; 20:11—ซึ่งเชื่อมโยงกับคำภาษาฮีบรู *เอโดม* ที่แปลว่า "สีแดง" (ปฐมกาล 25:30) และบ่งบอกถึงเลือด คำนี้อาจหมายถึงเลือดสัตว์ (อพยพ 23:18) หรือเลือดมนุษย์ก็ได้ (ปฐมกาล 4:10) นอกจากนี้ คำว่า *เลือด* อาจหมายถึงความผิดของคน เหมือนในวลีที่ว่า "เลือดของคนนั้นจะตกบนเขาเอง" ซึ่งหมายความว่า คนนั้นต้องรับผิดชอบความผิดของเขาเอง (20:9) พระคัมภีร์เดิมกล่าวว่า *เลือด*นั้นเท่ากับ*ชีวิต* (ปฐมกาล 9:4; เฉลยธรรมบัญญัติ 12:23) ซึ่งทำให้เห็นภาพอย่างชัดเจนเรื่องความศักดิ์สิทธิ์ของชีวิตมนุษย์ (ปฐมกาล 9:6) พระคัมภีร์ใหม่กล่าวว่า "ถ้าไม่มีโลหิตไหลออกแล้ว ก็จะไม่มีการยกโทษบาปเลย (ฮีบรู 9:22) ดังนั้นการเน้นเรื่องเลือดในเครื่องบูชาสมัยพระคัมภีร์เดิม จึงชี้ไปถึงพระโลหิตที่พระเยซูจะต้องหลั่งออก และนั่นคือชีวิตที่พระองค์จะยอมสละแทนพวกเรา (โรม 5:9; 1 โครินธ์ 11:25–26)

ปีอิสรภาพ: คำภาษาฮีบรูคือ *โยเบล*—25:9,12,30,40,54; 27:18,24—ซึ่งมีความหมายตามตัวอักษรว่า "แกะตัวผู้" หรือ "เขาแกะ" (อพยพ 19:13; โยชูวา 6:5) คำนี้เชื่อมโยงกับคำว่าปีอิสรภาพในเลวีนิติ 25:10 และกันดารวิถี 36:4 ในปีที่ 50 เป็นปี "อิสรภาพ" สำหรับชาวฮีบรู ซึ่งมีสัญลักษณ์ชัดเจนเป็นการเป่าเขาสัตว์ (25:9) ในปีนั้น คนอิสราเอลได้รับคำสั่งให้ปฏิบัติตามหลักอิสรภาพและเสรีภาพ คือยกหนี้สินต่าง ๆ ปลดปล่อยทาส พักที่ดินจากการเพาะปลูก ไถ่ถอนที่ดินกลับคืนสู่ครอบครัว (25:10–17) การที่พระเยซูทรงยกข้อความจากอิสยาห์ 48:8,9 มาอ้างอิง ดูเหมือนจะบ่งชี้ว่า พระเยซูทรงถือว่าพระราชกิจของพระองค์ในโลกนี้เท่ากับหลักการต่าง ๆ ของปีอิสรภาพ (ลูกา 4:18–19)

สรุปเนื้อหาโดยย่อ

I. กฎบัญญัติต่าง ๆ เกี่ยวกับเครื่องบูชา (1:1–7:38)
- ก. กฎสำหรับคนทั่วไป (1:1–6:7)
- ข. กฎสำหรับปุโรหิต (6:8–7:38)

II. จุดเริ่มต้นของการเป็นปุโรหิต (8:1–10:20)
- ก. การแต่งตั้งอาโรนและบุตรชายของเขา (8:1–36)
- ข. เครื่องบูชาชุดแรก (9:1–24)
- ค. การประหารชีวิตนาดับและอาบีฮู (10:1–20)

III. คำสั่งเรื่องสิ่งที่เป็นมลทิน (11:1–16:34)
- ก. สัตว์ที่เป็นมลทิน (11:1–47)
- ข. มลทินในการคลอดบุตร (12:1–18)
- ค. โรคที่เป็นมลทิน (13:1–59)
- ง. การชำระโรคต่าง ๆ (14:1–57)
- จ. สิ่งที่ไหลออกจากร่างกายที่เป็นมลทิน (15:1–33)
- ฉ. การชำระพลับพลาให้บริสุทธิ์จากมลทิน (16:1–34)

IV. แนวทางสำหรับความบริสุทธิ์ในทางปฏิบัติ (17:1–27:34)
- ก. เครื่องบูชาและอาหาร (17:1–15)
- ข. พฤติกรรมทางเพศที่เหมาะสม (18:1–30)
- ค. ความเป็นเพื่อนบ้านที่ดี (19:1–37)
- ง. ความผิดที่มีโทษถึงตาย/ความผิดร้ายแรง (20:1–27)
- จ. คำสั่งสำหรับปุโรหิต (21:1–22:33)
- ฉ. เทศกาลทางศาสนา (23:1–44)
- ช. พลับพลา (24:1–9)
- ซ. เรื่องของคนหนึ่งที่เหยียดหยามพระนาม (24:10–23)
- ฌ. ปีสะบาโตและปีอิสรภาพ (25:1–55)
- ญ. คำกำชับให้ทำตามพระบัญญัติ: พระพรและคำสาปแช่ง (26:1–46)
- ฎ. การไถ่ของถวายตามคำสาบาน (27:1–34)

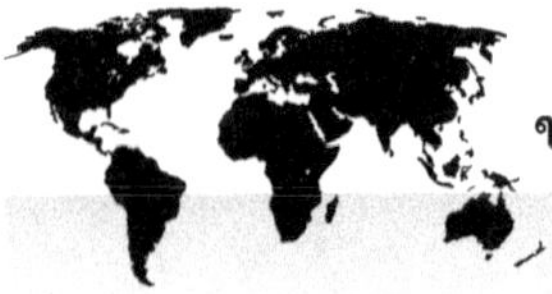

ขณะเดียวกัน ในพื้นที่ส่วนอื่น ๆ ของโลก . . .

วัฒนธรรมโอลเมกในเม็กซิโกกำลังพัฒนาขึ้น และการก่อสร้างพีระมิดสุริยันในเม็กซิโกเริ่มต้นขึ้น

คำถามที่พบบ่อย

1. ทำไมพระเจ้าจึงประทานกฎเกณฑ์เฉพาะเจาะจงมากมายแก่คนอิสราเอล?

พระประสงค์ของพระเจ้าคือการสร้างชนชาติบริสุทธิ์ที่แยกออกมา (11:44-45) ชีวิตของพวกเขาจะต้องสะท้อนให้เห็นพระลักษณะของพระองค์ และแตกต่างจากพฤติกรรมของชนชาติเพื่อนบ้าน พวกเขาจะต้องเชื่อฟังกฎเกณฑ์ต่าง ๆ ของพระเจ้าแม้แต่ในเวลาที่พวกเขาอาจไม่เข้าใจเหตุผลอย่างแน่ชัด

เมื่อมองย้อนกลับไปในประวัติศาสตร์ เราสามารถมองเห็นได้บ่อย ๆ ว่าพระเจ้าทรงมีเหตุผลหลายประการอยู่เบื้องหลังกฎเกณฑ์ของพระองค์ การค้นพบที่น่าสนใจอย่างหนึ่งเกี่ยวกับกฎเกณฑ์ของคนเลวีในเรื่องความสะอาดก็คือ กฎเกณฑ์เหล่านี้สอดคล้องกับมาตรฐานใหม่ ๆ ของการใช้ชีวิตที่ถูกสุขลักษณะ กฎเกณฑ์เหล่านี้เหมือนกับมาตรการป้องกันแบบที่บุคลากรทางการแพทย์ในปัจจุบันใช้เพื่อป้องกันการติดเชื้อและการแพร่กระจายของโรค พระเจ้าไม่ได้บอกให้ประชากรของพระองค์ประพฤติตัวในทางที่จะส่งผลร้ายต่อพวกเขาเลย

2. วลี *ภาพเล็งถึงพระคริสต์* หมายความว่าอย่างไรเวลาใช้วลีนี้เพื่อบรรยายบุคคลหรือเหตุการณ์ในพระคัมภีร์เดิม?

บุคคลบางคนหรือพิธีปฏิบัติบางอย่างที่บันทึกไว้ในพระคัมภีร์เดิมทำหน้าที่เป็นคำบอกใบ้ เงื่อนงำ และภาพที่บอกล่วงหน้าถึงสิ่งที่พระเยซูคริสต์จะกระทำให้สำเร็จโดยการดำเนินพระชนม์ การสิ้นพระชนม์ และการฟื้นคืนพระชนม์ของพระองค์ ในกรณีส่วนใหญ่ ความเหมือนหรือความคล้ายเหล่านั้นจะถูกเน้นในพระคัมภีร์ใหม่ เหตุการณ์และพิธีปฏิบัติต่อไปนี้ ซึ่งบางอย่างปรากฏครั้งแรกในเลวีนิติ ล้วนเป็นภาพเล็งถึงพระคริสต์:

เรือ—ปฐมกาล 7:16; 1 เปโตร 3:20–21

เครื่องบูชาลบล้างบาป—16:15–16; ฮีบรู 9:12, 24

งูทองสัมฤทธิ์—กันดารวิถี 21:9; ยอห์น 3:14–15
พระที่นั่งกรุณา—อพยพ 25:17–22; โรม 3:25; ฮีบรู 4:16
ลูกแกะปัสกา—อพยพ 12:3–6, 46; ยอห์น 19:36; 1 โครินธ์ 5:7
โคตัวเมียสีแดง—เอเฟซัส 2:14, 16
ศิลาที่โฮเรบ—อพยพ 17:6; 1 โครินธ์ 10:4
แพะรับบาป—16:20–22
พลับพลา—อพยพ 40:2, 34; ฮีบรู 9:11; โคโลสี 2:9
ม่านในพลับพลา—อพยพ 40:21; ฮีบรู 10:20

3. บรรดาผู้เชื่อควรจะเชื่อฟังกฎและระเบียบต่าง ๆ ที่พระเจ้าได้ประทานแก่ชนชาติอิสราเอลในระดับใด?

ความเข้าใจพระคัมภีร์เดิมของผู้เชื่อจะต้องเป็นไปตามพระเยซูและพระคัมภีร์ใหม่ พระเยซูตรัสถึงเรื่องนี้เมื่อพระองค์ตรัสว่า "อย่าคิดว่าเรามาล้มเลิกธรรมบัญญัติและคำของบรรดาผู้เผยพระวจนะ เราไม่ได้มาล้มเลิก แต่มาทำให้สมบูรณ์ทุกประการ" (มัทธิว 5:17)

ในส่วนที่เกี่ยวกับกฎบัญญัติทางพิธีกรรม ระบบปุโรหิตของคนเลวี และสถานนมัสการในพระคัมภีร์เดิม พระคัมภีร์ใหม่ได้บันทึกกรณีต่าง ๆ จำนวนหนึ่งที่แสดงให้เห็นว่า การที่พระเยซูทรงทำให้บัญญัติเหล่านี้สมบูรณ์นั้น ได้ส่งผลต่อความเข้าใจและการปฏิบัติของบุคคล (มัทธิว 27:51; กิจการ 10:1–16, โคโลสี 2:16–17; 1 เปโตร 2:9; วิวรณ์ 1:6; 5:10; 20:6) การสถาปนาพันธสัญญาใหม่ในพระเยซูและโดยพระเยซู (มัทธิว 26:28; 2 โครินธ์ 3:6–18; ฮีบรู 7–10) ได้ทำให้เกิดความเข้าใจใหม่ต่อพระคัมภีร์เดิม

การศึกษาเลวีนิติที่จะเป็นประโยชน์ที่สุดคือการมุ่งความสนใจไปที่ความจริงซึ่งอยู่ในความเข้าใจเรื่องความบาป ความผิด การตายแทน และการลบล้างบาปโดยสังเกตองค์ประกอบสำคัญ ๆ ที่ไม่มีการอธิบายหรือบรรยายให้เห็นภาพในพระคัมภีร์เดิมเล่มอื่น ๆ ผู้เขียนพระธรรมเล่มหลัง ๆ ในพระคัมภีร์หลายคน โดยเฉพาะอย่างยิ่งผู้เขียนพระคัมภีร์ใหม่ ได้เขียนต่อยอดจากความเข้าใจพื้นฐานเกี่ยวกับเรื่องเหล่านี้ซึ่งเลวีนิติบรรยายเอาไว้ องค์ประกอบสำคัญ ๆ ของการถวายบูชาในเลวีนิติล้วนชี้ไปที่การทำให้สมบูรณ์ขั้นสุดท้ายครั้งเดียว ในการสิ้นพระชนม์แทนมนุษย์ของพระเยซูคริสต์ (ฮีบรู 9:11–22)

ศึกษาเลวีนิติแบบรวบรัด

1. มีเครื่องบูชาและของถวายกี่ประเภทที่คุณสามารถระบุได้ในพระธรรมเลวีนิติ?
2. คำว่า *บริสุทธิ์* หมายความว่าอย่างไร และคำนี้ถูกใช้ในลักษณะใดบ้างในเลวีนิติ?
3. กฎบัญญัติต่าง ๆ ในเลวีนิติช่วยส่งเสริมการดำเนินชีวิตที่ดีอย่างไรบ้าง?
4. เครื่องบูชาและของถวายประเภทใดบ้างที่เป็นส่วนประกอบในความสัมพันธ์ของคุณกับพระเจ้า?

กันดารวิถี

บันทึกเรื่องราวการเดินทางในถิ่นทุรกันดาร

กันดารวิถีบันทึกการพิพากษาลงโทษ 39 ปี
ที่อิสราเอลต้องอยู่ในถิ่นทุรกันดาร

เดิมทีการตั้งชื่อภาษาฮีบรูของพระธรรมเล่มที่สี่ในพระคัมภีร์เป็นวลีซึ่งแปลว่า "ในถิ่นทุรกันดาร" ชื่อภาษากรีกโบราณของพระธรรมเล่มนี้คือ *อาริธโมย* ซึ่งเป็นรากศัพท์ของคำว่า *arithmetic (เลขคณิต)* ในภาษาอังกฤษ ภายหลังผู้แปลภาษาละตินตั้งชื่อพระธรรมเล่มนี้ว่า *numeri* ซึ่งภาษาอังกฤษได้ยืมคำนี้มาใช้ในลักษณะคำทั่วไปคือ *numbers (จำนวน)* ผู้แปลภาษาอังกฤษหมายถึงการนับจำนวน (สำมะโนประชากร) ซึ่งบันทึกไว้ในพระธรรมเล่มนี้ และในอีกแง่หนึ่ง พระธรรมเล่มนี้นับช่วงเวลา 39 ปีซึ่งประชากรของพระเจ้าอยู่ในถิ่นทุรกันดาร เป็นการนับถอยหลังช่วงเวลาที่พวกเขาถูกลงโทษ

ผู้เขียนและปีที่เขียน

เขียนโดยโมเสส ประมาณปี 1445 ถึง 1405 ก่อน ค.ศ.

เช่นเดียวกับพระธรรมเล่มอื่น ๆ ในพระคัมภีร์ห้าเล่มแรก กันดารวิถีถูกระบุในพระคัมภีร์เล่มอื่น ๆ ว่าเป็นงานเขียนของโมเสสเช่นกัน และกันดารวิถีเองก็กล่าวไว้สองครั้ง (33:2; 36:13) ว่าโมเสสเป็นผู้บันทึกเหตุการณ์และพระบัญญัติต่าง ๆ

กันดารวิถีเขียนในปีสุดท้ายของชีวิตโมเสส ลำดับพระธรรมในพระคัมภีร์ทำให้เราเห็นว่ากันดารวิถีต้องเขียนจบในช่วงเวลาไม่นานก่อนจะถึงเดือนที่ 11 ของปีที่ 40 หลังจากการอพยพออกจากอียิปต์ เพราะนั่นคือเวลาที่ถูกระบุไว้อย่างเจาะจงว่าเป็นเดือนที่เขียนพระธรรมเฉลยธรรมบัญญัติ (เฉลยธรรมบัญญัติ 1:3)

บุคคลสำคัญในกันดารวิถี

โมเสส—ผู้เผยพระวจนะและผู้นำที่ยิ่งใหญ่ ซึ่งทำหน้าที่เป็นโฆษกของพระเจ้าในการอธิบายพระบัญญัติของพระองค์แก่อิสราเอล (1:1, 19,48; 5:1, 4–5,11—และกล่าวถึงในข้ออื่น ๆ มากกว่า สองร้อยแห่ง)

อาโรน—พี่ชายของโมเสสและมหาปุโรหิตคนแรกของอิสราเอล (1:3,17, 44; 2:1; 3:1–10; 12:1–5; 20:23–29)

มิเรียม—พี่สาวของโมเสสและอาโรน เป็นนักแต่งเพลงและผู้เผยพระวจนะด้วย แต่ป่วยเป็นโรคเรื้อนเพราะอิจฉาริษยาโมเสส (12; 20:1; 26:59)

โยชูวา—ผู้สืบทอดตำแหน่งผู้นำชนชาติอิสราเอลต่อจากโมเสส หนึ่งในสองคนเท่านั้นที่ได้เห็นทั้งการอพยพออกจากอียิปต์และดินแดนแห่งพระสัญญา (11:28; 13; 14; 26:65; 27:15–23; 32:11–12,28; 34:17)

คาเลบ—หนึ่งในกลุ่มผู้ชายที่ถูกส่งไปสอดแนมดินแดนคานาอัน มีความสัตย์ซื่อต่อพระเจ้าในความปรารถนาที่จะยึดครองแผ่นดินนั้น หนึ่งในสองคนเท่านั้นที่ได้เห็นทั้งการอพยพออกจากอียิปต์และดินแดนแห่งพระสัญญา (13–14; 26:65; 32:12; 34:19)

เอเลอาซาร์—บุตรชายของอาโรน ซึ่งสืบทอดตำแหน่งมหาปุโรหิตของอิสราเอลต่อจากอาโรน (3:1–4; 4:16; 16:36–40; 20:25–29; 26:1–4,63; 27:2, 15–23; 32:2; 34:17)

โคราห์—คนเผ่าเลวีที่ช่วยงานในพลับพลา ถูกประหารเพราะเขากบฏต่อองค์พระผู้เป็นเจ้า (16:1–40; 26:9)

บาลาอัม—ผู้เผยพระวจนะและนักคาถาอาคมที่เชื่อฟังพระเจ้าแบบครึ่ง ๆ กลาง ๆ และพยายามชักนำอิสราเอลไปสู่การกราบไหว้รูปเคารพ (22:1–24:25; 31:7–8,16)

ภูมิหลังและสถานที่

เหตุการณ์ส่วนใหญ่ในพระธรรมกันดารวิถีเกิดขึ้นในถิ่นทุรกันดาร ชนชาตินี้จำต้องใช้ชีวิตเป็นชนเผ่าเร่รอนอยู่ 40 ปี แม้ว่าการเดินทางจริงๆ ของพวกเขาไม่ได้เกิดขึ้นบ่อยก็ตาม บทที่ 33 เขียนรายละเอียดการเดินทางของพวกเขาไว้ทั้งหมด คนอิสราเอลเก็บเต็นท์ย้ายค่ายนับคร่าว ๆ ได้ 40 ครั้งในเวลา 40 ปี

สัดส่วนมากที่สุดของพระธรรมเล่มนี้บรรยายถึงเหตุการณ์ต่าง ๆ ที่นำไปสู่ความล้มเหลวครั้งแรกในการพิชิตดินแดนแห่งพระสัญญา รวมไปถึงการเตรียมการขั้นสุดท้ายสำหรับการพิชิตครั้งที่สองในอีก 40 ปีต่อมา ในระหว่างนั้น พระธรรมเล่มนี้เน้นย้ำโศกนาฏกรรม 37 ปีที่สูญเปล่า ด้วยการเพิกเฉยต่อช่วงเวลานั้นเสียเป็นส่วนใหญ่

หลักคำสอนสำคัญในกันดารวิถี

การกบฏต่อพระเจ้า—เป็นผลมาจากการที่อิสราเอลผูกสัมพันธ์กับชนชาติที่ไม่เชื่อพระเจ้า (14:26–38; อพยพ 34:6–7; โยชูวา 24:19; สดุดี 32:1–7; โฮเชยา 10:9–10; 2 เธสะโลนิกา 2:3; ยูดา 1:14–15)

มรดกดินแดน—พระเจ้าทรงรักษาดินแดนแห่งพระสัญญาไว้สำหรับประชากรของพระองค์ (16:14; 26:52–56; เลวีนิติ 14:34; 1 พงศาวดาร 28:8; เอสรา 9:10–12; สดุดี 16:5–6; โยเอล 3:2; โคโลสี 1:11–12; 1 เปโตร 1:4)

สิทธิอำนาจของพระเจ้าซึ่งประทานแก่โมเสส—โมเสสกล่าวพระวจนะของพระเจ้าและนำอิสราเอล (1:1; 7:89; 12:6–8) นอกจากนี้พระเจ้ายังประทานสิทธิอำนาจแก่ผู้เผยพระวจนะคนอื่น ๆ ของพระองค์ด้วย (เยเรมีย์ 5:12–13; 1 โครินธ์ 1:10) และแด่พระเยซู (มัทธิว 7:29; 9:6; มาระโก 6:12; ลูกา 10:22)

บาปของอิสราเอลและการพิพากษาจากพระเจ้า—พระเจ้าไม่มีคนโปรด บาปของอิสราเอลทำให้ต้องมีการลงโทษ (11:1; 10,33; 12:9; 14:18; 25:3,4; 32:10, 13–14; เลวีนิติ 10:2; เฉลยธรรมบัญญัติ 9:22; 2 พงศ์กษัตริย์ 1:12; สดุดี 78:21; 106:15; โยนาห์ 4:2; ยอห์น 3:18–19; โรม 5:9; 1 ยอห์น 4:17–18; วิวรณ์ 20:11–15)

ความสัตย์ซื่อของพระเจ้าต่อพันธสัญญาของพระองค์—เมื่อประชากรของพระเจ้าสูญเสียความสัตย์ซื่อ พระเจ้ายังทรงสัตย์ซื่อ (15:2; 26:52–56; 27:12; 33:50–56; 34:1–29; โยชูวา 11:23; 14:1)

คำศัพท์สำคัญในกันดารวิถี

เครื่องบูชา: คำภาษาฮีบรูคือ *เซบาฆ*—6:17; 7:17,29,47,59,77; 15:3,5,8—มาจากคำกริยาซึ่งแปลว่า "ฆ่าเพื่อเป็นของถวาย" ตามธรรมบัญญัติของโมเสส ปุโรหิตจะถวายเครื่องบูชาแทนผู้นมัสการด้วยการเผาเครื่องบูชานั้นบนแท่นบูชา (อพยพ 20:24) เครื่องบูชาอาจเป็นธัญบูชา (พืชผลแรกจากการเก็บเกี่ยว) หรือสัตวบูชาก็ได้ เครื่องสัตวบูชาภายใต้บัญญัตินี้ทำหน้าที่หลักประการหนึ่งคือ เพื่อปกปิดหรือไถ่บาป (เลวีนิติ 22:21; ฮีบรู 9:22) บาปของบุคคลหนึ่งจะถูกถ่ายโอนในเชิงสัญลักษณ์ไปยังสัตว์ที่นำมาถวาย และนั่นทำให้มีการไถ่บาปชั่วคราวด้วยการรับโทษแทน ซึ่งจำเป็นต้องทำซ้ำทุกปีเพราะมันจัดการบาปเพียงบางส่วนเท่านั้น (ฮีบรู 10:4) ในที่สุดแล้ว เครื่องบูชาทุกอย่างในพระคัมภีร์เดิมล้วนเป็นภาพเล็งถึงและชี้ไปยังเครื่องบูชาสุดท้ายที่เพียงพอทั้งหมด ซึ่งพระคริสต์เป็นผู้ถวาย (อิสยาห์ 53; 1 โครินธ์ 5:7; ฮีบรู 9:10)

ได้รับการเจิม: คำภาษาฮีบรูคือ *มาชาฆ*—3:3; 6:15; 6:15; 7:1,10,17,84,88; 35:25—เป็นคำกริยาซึ่งแปลว่า "ชโลมหรือแต้มบุคคลหนึ่งด้วยน้ำมันมะกอก" กษัตริย์ ปุโรหิต และผู้เผยพระวจนะได้รับการเจิมเมื่อเริ่มต้นปฏิบัติหน้าที่ (8:12; 16:32; 2 ซามูเอล 2:4; 5:3; 1 พงศ์กษัตริย์ 19:15–16) พิธีกรรมนี้บ่งชี้ว่าบุคคลหนึ่งหรือวัตถุหนึ่งได้ถูกแยกไว้ต่างหากเพื่อพระประสงค์พิเศษของพระเจ้า ในระหว่างการอพยพ มีสิ่งของบริสุทธิ์จำนวนมากได้รับการเจิม รวมทั้งพลับพลาเองด้วย น้ำมันเจิมเป็นส่วนผสมของน้ำมันกับเครื่องหอมราคาแพง ซึ่งนำมาผสมอย่างพิถีพิถัน (7:1) น้ำมันพิเศษนี้เป็นสัญลักษณ์ของการชำระพลับพลาและเครื่องใช้ในนั้นเพื่อถวายแด่พระเจ้า

ปฏิญาณ: คำภาษาฮีบรูคือ *เนเดร์*—6:2,21; 15:3; 21:2; 30:2–3,9,13—แปลว่าคำปฏิญาณ คำปฏิญาณต่อพระเจ้าเป็นการให้คำมั่นสัญญาโดยสมัครใจที่จะทำบางสิ่งที่พระองค์พอพระทัย หรืองดกระทำบางสิ่งเพื่อสำแดงการอุทิศตัวต่อพระองค์ ตัวอย่างที่ชัดเจนมาก ๆ ของคำปฏิญาณในพระคัมภีร์เดิมก็คือคำปฏิญาณตัวเป็นนาศีร์ (6:1–21) พระคัมภีร์เตือนผู้เชื่อไม่ให้ด่วนปฏิญาณเพราะการปฏิญาณนั้นกระทำต่อพระพักตร์พระเจ้า ผู้ทรงเป็นผู้พิพากษาที่ชอบธรรมและบริสุทธิ์ (ปัญญาจารย์ 5:4) เหตุผลที่เตือนอย่างนั้นก็เพราะคำปฏิญาณต่อพระองค์มีผลผูกมัดและจะต้องทำให้สำเร็จตามนั้น

พวกผู้ใหญ่ (หรือผู้อาวุโส): คำภาษาฮีบรูคือ *ซาเคน*—11:16,24–25,30; 16:25; 22:4,7—คำนี้แปลว่า "สูงอายุ" หรือ "ชรา" ในพระคัมภีร์เดิม คำว่า *ผู้ใหญ่* อาจหมายถึงผู้สูงอายุที่อ่อนแอ (ปฐมกาล 44:20; โยบ 42:17) หรือไม่ก็คนที่มีความเป็นผู้ใหญ่และมีสิทธิอำนาจท่ามกลางชุมชนอิสราเอล (อพยพ 3:16; โยชูวา 8:33) พวกผู้ใหญ่อาจทำหน้าที่ผู้พิพากษา (อพยพ 18:12) ที่ปรึกษา (เอเสเคียล 7:26) และเจ้าหน้าที่ฝ่ายปกครอง (เฉลยธรรมบัญญัติ 19:12; นางรูธ 4:2) ตำแหน่งของพวกเขาเป็นตำแหน่งที่มีเกียรติอย่างสูง (สุภาษิต 31:23; อิสยาห์ 9:15) นอกเหนือจากเรื่องอายุ (ขนบธรรมเนียมฮีบรูระบุว่า ผู้อาวุโสต้องเป็นชายอายุอย่างน้อย 50 ปี) ผู้อาวุโสจะต้องสำแดงความเป็นผู้ใหญ่ด้วยการยำเกรงพระเจ้า เป็นคนสัตย์จริง และไม่ละโมบ (อพยพ 18:21)

พระลักษณะของพระเจ้าในกันดารวิถี

พระเจ้าทรงอดทนนาน—14:18

พระเจ้าทรงเปี่ยมด้วยพระเมตตา—14:18

พระเจ้าทรงจัดเตรียม—26:65

พระเจ้าทรงสัตย์จริง—23:19

พระเจ้าทรงมีพระพิโรธ—11:1,33; 12:9–10; 14:37,40–45; 16:31,35; 21:6; 25:9; 32:14

พระคริสต์ในกันดารวิถี

พระคัมภีร์ใหม่ยังคงเป็นแหล่งแห่งความรู้ความเข้าใจในเรื่องการสถิตอยู่ของพระคริสต์ในพระธรรมกันดารวิถี ในบทที่ 21 ข้อ 4–9 คนอิสราเอลที่เงยหน้ามองงูซึ่งถูกยกขึ้นโดยโมเสสล้วนได้รับการรักษาให้หาย ยอห์นบรรยายว่านี่เป็นภาพของการตรึงพระเยซูบนไม้กางเขน คือ "โมเสสยกงูขึ้นในถิ่นทุรกันดารอย่างไร บุตรมนุษย์จะต้องถูกยกขึ้นอย่างนั้น" (ยอห์น 3:14) มานาที่เลี้ยงชีวิตชนชาตินี้ก็เป็นภาพของพระคริสต์ผู้ทรงเป็นอาหารแห่งชีวิต (ยอห์น 6:31–33) นอกจากนี้ ศิลาที่ให้น้ำแก่ชนชาตินี้ก็ยังเป็นภาพเล็งถึงพระคริสต์ จดหมายที่เปาโลเขียนถึงชาวโครินธ์กล่าวถึงศิลานี้ว่า "พระศิลาฝ่ายจิตวิญญาณที่ติดตามเขาไป พระศิลานั้นคือพระคริสต์" (1 โครินธ์ 10:4)

สรุปเนื้อหาโดยย่อ

I. ประสบการณ์ของชนชาติอิสราเอลรุ่นแรกในถิ่นทุรกันดาร (1:1–25:18)
   ก. อิสราเอลเชื่อฟังองค์พระผู้เป็นเจ้า (1:1–10:36)
   ข. อิสราเอลไม่เชื่อฟังองค์พระผู้เป็นเจ้า (11:1–25:18)

II. ประสบการณ์ของชนชาติอิสราเอลรุ่นที่สองในที่ราบโมอับ: อิสราเอลกลับมาเชื่อฟังองค์พระผู้เป็นเจ้า (26:1–36:13)
   ก. การเตรียมการเพื่อยึดครองดินแดน (26:1–32:42)
   ข. ทบทวนการเดินทางในถิ่นทุรกันดาร (33:1–49)
   ค. แผนการข้างหน้าในการยึดครองดินแดน (33:50–36:13)

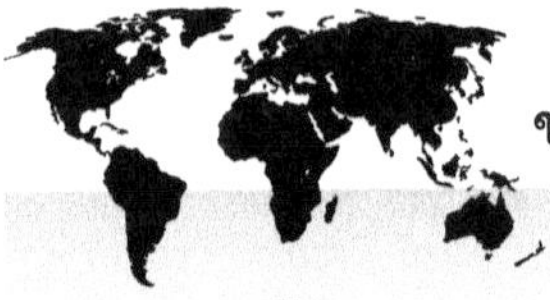

ขณะเดียวกัน ในพื้นที่ส่วนอื่น ๆ ของโลก . . .

คนจีนเริ่มสร้างประติมากรรมอย่างประณีตบรรจงด้วยทองสัมฤทธิ์

คำถามที่พบบ่อย

1. จำนวนประชากรอิสราเอลทำให้เกิดคำถามเกี่ยวกับความถูกต้องแม่นยำของการนับจำนวนประชากรในกันดารวิถี มีคนจำนวนมากขนาดนั้นพเนจรอยู่ในถิ่นทุรกันดารจริงหรือ? พวกเขามีชีวิตรอดมาได้อย่างไร? พวกเขาดูแลตัวเองอย่างไร?

ระหว่างที่พเนจรในถิ่นทุรกันดาร มีการทำสำมะโนประชากรอิสราเอลสองครั้ง (1:46; 26:51) ในแต่ละครั้งยอดรวมของผู้ชายที่ออกรบได้นั้นนับได้มากกว่า 600,000 คน ตัวเลขเหล่านี้บ่งชี้ว่าประชากรอิสราเอลในถิ่นทุรกันดารมีประมาณ 2.5 ล้านคน ไม่ว่าในช่วงเวลาไหน และหากพิจารณาตามธรรมชาติ ยอดรวมนี้ดูเหมือนจะมากเกินไปที่จะดำรงชีวิตอยู่ได้ในสภาพแวดล้อมแบบถิ่นทุรกันดาร

ก่อนที่จะสรุปว่าโมเสสเขียนตัวเลขมากเกินจริง มีหลายปัจจัยที่เราต้องพิจารณาเสียก่อน ประการแรก องค์พระผู้เป็นเจ้าทรงดูแลอิสราเอลด้วยวิธีการเหนือธรรมชาติเป็นเวลา 40 ปี (เฉลยธรรมบัญญัติ 8:1–5) ประการที่สอง นอกจากนั้นพระเจ้ายังบอกชัดเจนถึงแนวทางปฏิบัติด้านสุขอนามัย ซึ่งช่วยป้องกันไม่ให้เกิดวิกฤติด้านสุขภาพที่อาจเกิดขึ้นภายใต้สภาพแวดล้อมเช่นนั้น ประการที่สาม ระหว่างที่อิสราเอลพเนจรในถิ่นทุรกันดารเป็นเวลา 40 ปี พวกเขาย้ายค่ายประมาณ 40 ครั้งเท่านั้น การใช้เวลาประมาณหนึ่งปีในที่ตั้งค่ายแต่ละแห่ง ช่วยรักษาทุ่งหญ้าสำหรับฝูงสัตว์ พร้อมกับควบคุมของเสียจากมนุษย์ให้อยู่ในปริมาณที่จัดการได้ การทำสำมะโนประชากรแต่ละครั้งมีจุดมุ่งหมายที่จะนับจำนวนประชากรของพระเจ้าอย่างถูกต้องแม่นยำ เราควรมองการทำสำมะโนประชากรเหล่านี้ตามที่ได้ปรากฏ

2. บทที่ 21 ข้อ 4–9 บันทึกเรื่องราวที่มีงูพิษจำนวนมากทำร้ายผู้คน โมเสสได้รับพระบัญชาจากพระเจ้าให้ทำงูทองสัมฤทธิ์และแขวนมันไว้บนเสาเมื่อคนที่ถูกงูกัดมองงูบนเสานั้น พวกเขาก็ได้รับการรักษาให้หาย นี่ไม่ถือว่าเป็นการนมัสการรูปเคารพหรือ?

สถานการณ์ต่าง ๆ ที่นำมาสู่การหล่อรูปงูทองสัมฤทธิ์นี้เป็นเรื่องที่เราคุ้นเคยกันดีอยู่แล้ว ประชาชนเหล่านี้รู้สึกเหน็ดเหนื่อยและท้อแท้ พอพวกเขาโกรธพระเจ้า พวกเขาก็พร่ำบ่นต่อโมเสส พวกเขาแน่ใจว่าสถานการณ์คงไม่แย่ไปกว่านี้อีกแล้ว แต่พระเจ้าทรงสำแดงให้พวกเขาเห็นว่ามันตรงกันข้าม พระองค์ส่งงูพิษมาท่ามกลางพวกเขา และคนอิสราเอลบางคนก็ตาย ส่วนคนอื่น ๆ ก็ทรมานเพราะพิษงูกัด

เมื่อประชาชนเหล่านี้ตระหนักว่าตนเองได้ทำผิดพลาด พวกเขาก็กลับใจใหม่มาหาโมเสส และอ้อนวอนขอความช่วยเหลือ พวกเขาไม่ได้นมัสการงูทองสัมฤทธิ์ แต่กำลังแสดงออกถึงความเชื่อ ด้วยการเชื่อฟังพระบัญชาของพระเจ้าและคำสั่งของโมเสส

3. ทำไมผู้เผยพระวจนะที่เป็นคนนอกศาสนาและโลภมากอย่างบาลาอัมจึงได้รับความสนใจอย่างมากในเรื่องราวพระคัมภีร์?

บาลาอัมซึ่งมีเรื่องราวบันทึกอยู่ในกันดารวิถี 22:2–24:25 ดูเหมือนจะถูกกล่าวถึงในลักษณะพิเศษ ถึงแม้บาลาอัมอ้างว่าเขารู้จักพระเจ้า (22:18) แต่พระคัมภีร์ก็กล่าวถึงเขาในฐานะผู้เผยพระวจนะเทียมเท็จเสมอ (2 เปโตร 2:15–16; ยูดา 11) เห็นได้ว่าพระเจ้าทรงให้ความสำคัญอันดับแรกกับสารที่พระองค์ต้องการบอกจนถึงขั้นที่อุปนิสัยของผู้ส่งสารนั้นกลายเป็นเรื่องรองในการพิจารณา องค์พระผู้เป็นเจ้าทรงใช้บาลาอัมเป็นกระบอกเสียงของพระองค์ เพื่อกล่าวถ้อยคำที่เป็นความจริงซึ่งพระองค์ทรงใส่ในปากของเขา พระเจ้าทรงมีพระประสงค์สำหรับบาลาอัม ถึงแม้ผู้เผยพระวจนะนอกศาสนาคนนี้จะมีแผนการของตนเองก็ตาม

4. ผู้อ่านสมัยใหม่ควรมองเรื่องลาพูดได้ของบาลาอัมอย่างไร (22:22–35)?

มีข้อสังเกตหลายประการผุดขึ้นมาในความคิด เมื่อมีคนถามคำถามในลักษณะนี้ ประการแรก คำถามนี้ทึกทักเอาเองว่าผู้อ่านสมัยโบราณมีปัญหากับลาพูดได้น้อยกว่าผู้อ่านสมัยใหม่ เหตุการณ์นี้ไม่ได้ถูกบันทึกไว้ในฐานะเหตุการณ์ปกติธรรมดา แต่เป็นเหตุการณ์ไม่ปกติและน่าสังเกต ประการที่สอง บางคนอาจสงสัยได้ง่ายพอ ๆ กันว่า ทำไมในสมัยนั้น (หรือในปัจจุบัน) พระเจ้าไม่ใช้สัตว์พูดได้ให้บ่อยกว่านี้ ซึ่งอาจจะดีต่อพวกเราทั้งหมดมากกว่านี้ ประการที่สาม ทำไมไม่ยอมรับว่าพระเจ้าทรงมีอารมณ์ขันในเหตุการณ์นี้ล่ะ? ประการที่สี่ การที่พระเจ้าทรงสำแดงความอดทนและความอุตสาหะในเหตุการณ์เหล่านี้ ควรจะกระตุ้นให้เรามีท่าทีนมัสการด้วย

ความถ่อมใจ ประการที่ห้า แม้เหตุการณ์นี้จะแปลกประหลาด แต่เราก็ควรยอมรับว่ามันเป็นความจริงตามที่มันปรากฏ

ศึกษากันดารวิถีแบบรวบรัด

1. มีเหตุผลอะไรบ้างที่อยู่เบื้องหลังการนับจำนวนประชากรในขณะที่พวกเขาเดินทางข้ามถิ่นทุรกันดาร?
2. มีเหตุการณ์อะไรบ้างที่นำไปสู่การตัดสินพระทัยนำประชากรของพระองค์กลับไปอยู่ในถิ่นทุรกันดารเป็นเวลา 40 ปี?
3. คนอิสราเอลทำอะไรบ้างที่เป็นการกบฏต่อพระเจ้า?
4. ช่วงเวลา 40 ปีในทะเลทรายน่าจะเกิดประโยชน์อะไรบ้าง?
5. การระบาดของงูพิษในถิ่นทุรกันดารแสดงให้เห็นหลักการอะไรบ้าง (21:4–9)?
6. เรื่องราวตอนที่เกี่ยวกับบาลาอัมแสดงให้เห็นพระลักษณะของพระเจ้าอย่างไรบ้าง (22:2–24:25)?

เฉลยธรรมบัญญัติ

การทบทวนครั้งใหญ่

เฉลยธรรมบัญญัติบันทึกถ้อยคำสุดท้าย
ของโมเสส ผู้นำที่ยิ่งใหญ่

ชื่อภาษาฮีบรูของพระธรรมเล่มที่ห้าในพระคัมภีร์นี้ใช้เพียงสองคำที่แปลว่า "เหล่านี้คือถ้อยคำ" กลุ่มผู้แปลภาษากรีกยุคโบราณตั้งชื่อพระธรรมเล่มนี้จาก 17:18 ซึ่งกล่าวถึงการ "คัดลอกธรรมบัญญัตินี้ไว้ในหนังสือ" อันที่จริงคำนี้ในภาษากรีกแปลว่า "บัญญัติที่สอง" เรื่องนี้เน้นย้ำข้อเท็จจริงที่ว่า เนื้อหาจำนวนมากในเฉลยธรรมบัญญัติ เป็นการทบทวนพระบัญญัติของพระเจ้าโดยโมเสสในวาระสุดท้ายของชีวิตเขา

ผู้เขียนและปีที่เขียน

เขียนโดยโมเสส ประมาณปี 1410 ถึง 1405 ก่อน ค.ศ.

เป็นที่ยอมรับโดยทั่วไปว่าโมเสสเป็นผู้เขียนเนื้อหาส่วนใหญ่ของเฉลยธรรมบัญญัติ เพราะพระธรรมเล่มนี้เองอ้างเช่นนั้น ทั้งพระคัมภีร์เดิมและพระคัมภีร์ใหม่สนับสนุนคำกล่าวที่บอกว่าโมเสสเป็นผู้เขียน ในขณะที่เฉลยธรรมบัญญัติ 32:48–34:12 ถูกเพิ่มเติมเข้าไปภายหลังการเสียชีวิตของโมเสส (อาจจะโดยโยชูวา) แต่ส่วนที่เหลือของพระธรรมเล่มนี้น่าจะมีที่มาจากโมเสส ในเวลาไม่นานก่อนที่เขาจะเสียชีวิตในปี 1405 ก่อน ค.ศ.

บุคคลสำคัญในเฉลยธรรมบัญญัติ

โมเสส—ผู้นำของอิสราเอล สั่งสอนพระบัญญัติของพระเจ้าแก่ชนชาตินี้ แต่ไม่ได้รับอนุญาตให้เข้าสู่ดินแดนแห่งพระสัญญา (บทที่ 1–5; 27; 29; 31–34)

โยชูวา—ผู้สืบทอดตำแหน่งต่อจากโมเสส นำอิสราเอลเข้าสู่ดินแดนแห่งพระสัญญา (1:37–38; 3:21–28; 31:3–23; 32:44; 34:9)

ภูมิหลังและสถานที่

เช่นเดียวกับเลวีนิติ เหตุการณ์ต่าง ๆ ในเฉลยธรรมบัญญัติเกิดขึ้นในสถานที่แห่งเดียว ประชากรอิสราเอลตั้งค่ายอยู่ในพื้นที่รวมพลสุดท้าย ก่อนจะยกทัพเข้าสู่ดินแดนแห่งพระสัญญา กันดารวิถี 36:13 ระบุว่าสถานที่นี้คือ "ที่ราบโมอับ"

30 บทแรกของเฉลยธรรมบัญญัติบันทึกการทบทวนและคำอธิบายของโมเสสเกี่ยวกับพระบัญญัติของพระเจ้า นอกเหนือจากนั้นมีอีกเพียงสองเหตุการณ์ที่อยู่ในพระธรรมเล่มนี้ คือ (1) การกระทำอย่างเป็นทางการของโมเสสในการบันทึกพระบัญญัติเป็นลายลักษณ์อักษร และแต่งตั้งโยชูวาเป็นผู้นำคนใหม่ (31:1–29) และ (2) การเสียชีวิตของโมเสสหลังจากได้เห็นดินแดนแห่งพระสัญญาจากยอดเขาเนโบซึ่งอยู่ห่างจากดินแดนนั้น (32:48–52; 34:1–12)

ผู้รับสารดั้งเดิมของเฉลยธรรมบัญญัติทั้งหมดเป็นคนรุ่นที่เติบโตหรือเกิดในถิ่นทุรกันดารในช่วง 40 ปีนับตั้งแต่การอพยพจากอียิปต์ เวลานี้พวกเขายืนอยู่ที่พรมแดนของดินแดนแห่งพระสัญญา เตรียมพร้อมที่จะทำสิ่งที่พ่อแม่ของพวกเขาเคยปฏิเสธที่จะทำ

หลักคำสอนสำคัญในเฉลยธรรมบัญญัติ

ดินแดนแห่งพระสัญญาของอิสราเอล (1:8; 6:10; 9:5; 29:13; 30:20; 34:4; ปฐมกาล 12:7; 15:5; 22:17; อพยพ 33:1; เลวีนิติ 18:24; กันดารวิถี 14:23; 34:1–15; โยชูวา 24:13; สดุดี 105:44; ทิตัส 3:5)

ความสัตย์ซื่อของพระเจ้าที่จะให้อิสราเอลมีชัยชนะเหนือศัตรู (2:24–3:11; 29:2,7–8; กันดารวิถี 21:3,33–34; โยชูวา 1:7; 10:8–12; ผู้วินิจฉัย 1:1–4; 1 พงศ์กษัตริย์ 2:3; สดุดี 18:43; โรม 8:37; 1 โครินธ์ 15:54–57; 1 ยอห์น 5:4)

การกบฏของอิสราเอลต่อพระเจ้า (1:26–46; 9:7–10:11; อพยพ 14:11; กันดารวิถี 14:1–4; เอสรา 4:19; สดุดี 106:24; เยเรมีย์ 5:6; เอเสเคียล 18:31; ดาเนียล 9:24; 2 เธสะโลนิกา 2:2; ยูดา 1:11,15)

การกระจัดกระจายของอิสราเอลจากการพิพากษาของพระเจ้า (4:25–31; 29:22–30:10; 31:26–29; เลวีนิติ 26:33; 1 พงศ์กษัตริย์ 14:15; เนหะมีย์ 1:8; สดุดี 106:25–27; ปัญญาจารย์ 3:5; เยเรมีย์ 9:15–16; อาโมส 9:8)

ความบริสุทธิ์ของพระเจ้าและประชากรของพระองค์—พระเจ้าทรงประกาศให้อิสราเอลเป็นชนชาติที่พระองค์ทรงเลือก (7:6–11; 8:6,11,18; 10:12,16–17;

11:13; 13:3–4; 14:1–2; อพยพ 19:5–6; สุภาษิต 10:22; อาโมส 3:2; มีคาห์ 6:8; มัทธิว 22:37; โรม 12:1; 1 ทิโมธี 1:5; 1 เปโตร 2:9)

พระลักษณะของพระเจ้าในเฉลยธรรมบัญญัติ

พระเจ้าทรงเป็นผู้ที่มนุษย์เข้าถึงได้—4:7
พระเจ้าทรงเป็นนิรันดร์—33:27
พระเจ้าทรงสัตย์ซื่อ—7:9
พระเจ้าทรงเปี่ยมด้วยสง่าราศี—5:24; 28:58
พระเจ้าทรงหวงแหน—4:24
พระเจ้าทรงยุติธรรม—10:17; 32:4
พระเจ้าทรงรัก—7:7–8,13; 10:15,18; 23:5
พระเจ้าทรงเปี่ยมด้วยพระเมตตา—4:31; 32:43
พระเจ้าทรงมีฤทธิ์อำนาจ—3:24; 32:39
พระเจ้าทรงรักษาพระสัญญา—1:11
พระเจ้าทรงจัดเตรียม—8:2,15,18
พระเจ้าทรงชอบธรรม—4:8
พระเจ้าทรงสัตย์จริง—32:4
พระเจ้าทรงไม่มีใครเสมอเหมือน—4:35; 33:26
พระเจ้าทรงเป็นหนึ่งเดียว—4:32–35; 39–40; 6:4–5; 32:39
พระเจ้าทรงพระปัญญา—2:7
พระเจ้าทรงมีพระพิโรธ—29:20; 27–28; 32:19–22

พระคริสต์ในเฉลยธรรมบัญญัติ

เฉลยธรรมบัญญัติกล่าวไว้ตรง ๆ ว่าจะมีผู้เผยพระวจนะคนใหม่ที่คล้ายกับโมเสส: “พระยาห์เวห์พระเจ้าของท่านจะโปรดให้ผู้เผยพระวจนะเช่นเดียวกับข้าพเจ้านี้เกิดขึ้นในหมู่พวกท่านจากพี่น้องของท่าน พวกท่านจงเชื่อฟังเขา” (18:15) ทั้งพระคัมภีร์เดิมและพระคัมภีร์ใหม่ตีความว่าผู้เผยพระวจนะผู้นี้หมายถึงพระเมสสิยาห์หรือพระคริสต์ (34:10; กิจการ 3:22–23; 7:37)

โมเสสเป็นภาพเล็งถึงพระคริสต์ในหลายลักษณะ คือ (1) ทั้งสองรอดพ้นจากความตายตอนเป็นทารก (อพยพ 2; มัทธิว 2:13–23) (2) ทั้งสองทำหน้าที่เป็นปุโรหิต

ผู้เผยพระวจนะ และผู้นำเหนืออิสราเอล (อพยพ 32:31–35; ฮีบรู 2:17; 34:10–12; กิจการ 7:52; 33:4–5; มัทธิว 27:11)

คำศัพท์สำคัญในเฉลยธรรมบัญญัติ

กฎเกณฑ์: คำภาษาฮีบรูคือ *โฆค*—4:1,14; 5:1; 6:1; 7:11; 10:13; 16:12; 28:15; 30:16—คำนี้สื่อความหมายหลายอย่างในพระคัมภีร์เดิม ซึ่งรวมถึงคำกริยาที่แปลว่า "ตรากฎหมาย" หรือ "จารึก" (สุภาษิต 8:15; อิสยาห์ 10:1; 49:16) บ่อยครั้งคำนี้หมายถึงคำสั่ง กฎหมายทางแพ่ง คำสั่งทางกฎหมาย และกฎบัญญัติเกี่ยวกับพิธีกรรมซึ่งออกโดยผู้มีอำนาจ ไม่ว่าจะโดยมนุษย์ (มีคาห์ 6:16) หรือโดยพระเจ้า (6:1) บัญญัติของโมเสสประกอบด้วยพระบัญญัติ (*มิสวาห์*) กฎหมาย (*มิชพาท*) และกฎเกณฑ์ (*โฆค*) (4:1–2) อิสราเอลได้รับคำสั่งให้เชื่อฟังกฎเกณฑ์ต่าง ๆ ของพระเจ้า และพวกเขาได้ปฏิญาณตนที่จะทำเช่นนั้น (26:16–17)

สาบาน: คำภาษาฮีบรูคือ *ชาบา*—6:13; 7:8; 10:20; 13:17; 19:8; 29:13; 31:7—คำกริยาที่แปลว่า *สาบาน* นี้เกี่ยวข้องกับคำที่ใช้เรียกเลขเจ็ด อันที่จริงคำกริยาดังกล่าวแปลว่า "ผูกมัดตัวเองอย่างเต็มที่" ซึ่งก็คือ "เจ็ดครั้ง" ในยุคโบราณคำสัตย์สาบานถือเป็นเรื่องศักดิ์สิทธิ์ ผู้คนสัญญาที่จะสัตย์ซื่อต่อคำพูดของตนเอง ไม่ว่าตนเองจะต้องเสียอะไรมากแค่ไหนก็ตาม พระคัมภีร์เดิมบรรยายว่าพระเจ้าทรงปฏิญาณ (ปฐมกาล 24:7; อพยพ 13:5) พระองค์ไม่ได้ถูกบังคับให้ทำเช่นนั้น พระองค์ไม่จำเป็นต้องสาบานเพื่อจะรับรองว่าพระองค์จะปฏิบัติตามพระดำรัส ตรงกันข้ามพระองค์ทรงปฏิญาณเพื่อประชากรของพระองค์จะแน่ใจว่า พระสัญญาของพระองค์นั้นเชื่อถือได้โดยสมบูรณ์

นมัสการ: คำภาษาฮีบรูคือ *ชาฆาห์*—4:19; 8:19; 11:16; 26:10; 30:17—คำว่า *นมัสการ* ที่พบบ่อยที่สุดในภาษาฮีบรูคำนี้ มีความหมายตามตัวอักษรว่า "ทำให้ตนเองหมอบกราบลง" ในยุคโบราณคนคนหนึ่งจะกราบลงต่อหน้าผู้ที่มีฐานะสูงส่งกว่า ประชาชนจะกราบลงต่อหน้ากษัตริย์เพื่อแสดงออกว่าพวกเขายอมอยู่ภายใต้การปกครองของพระองค์อย่างสิ้นเชิง เมื่อยึดตามแบบอย่างของผู้มีความเชื่อศรัทธาในสมัยโบราณ การนมัสการที่แท้จริงของคริสเตียนจะต้องแสดงออกมากกว่าความรักพระเจ้า นั่นคือจะต้องแสดงออกถึงการยอมอยู่ภายใต้พระประสงค์ของพระองค์ด้วย

ถูกสาปแช่ง: คำในภาษาฮีบรูคือ *อารัร์*—7:26; 13:17; 27:15,20,23; 28:16,19—มีความหมายตามตัวอักษรว่า "ถูกผูกมัดด้วยคำสาปแช่ง" คำสาปแช่งเป็นสิ่งที่ตรงกันข้ามกับพระพร มันปรารถนาหรืออธิษฐานขอให้บุคคลหนึ่งหรือของสิ่งหนึ่งเจ็บป่วยหรือบาดเจ็บ พระเจ้าทรงสาปแช่งงูและแผ่นดิน หลังจากอาดัมและเอวาทำบาป (ปฐมกาล 3:14,17) เมื่อเยเรมีย์รู้สึกสิ้นหวัง เขาสาปแช่งคนที่นำข่าวการเกิดของเขาไปบอกคนอื่น (เยเรมีย์ 20:14–15) ความจริงจังของพันธสัญญาที่พระเจ้ากระทำกับประชากรของพระองค์ได้ถูกสำแดงให้เห็นด้วยคำขู่ว่า ผู้ใดก็ตามที่ละเมิดพันธสัญญานั้นจะถูกสาปแช่ง (28:60–61) ในพระคัมภีร์ใหม่ เปาโลสอนว่าพระเยซูคริสต์ทรงกลายเป็นผู้ถูก "สาปแช่ง" เพื่อเรา เพื่อที่เราจะได้รับการปลดปล่อยจากการสาปแช่งแห่งธรรมบัญญัติ (กาลาเทีย 3:13)

สรุปเนื้อหาโดยย่อ

I. คำนำ: บริบททางประวัติศาสตร์ของคำปราศรัยของโมเสส (1:1–4)

II. คำปราศรัยแรกของโมเสส: อารัมภบททางประวัติศาสตร์ (1:5–4:43)

ก. การทบทวนประวัติศาสตร์เรื่องพระราชกิจที่เปี่ยมด้วยพระคุณ จากโฮเรบถึงเบธเปโอร์ (1:5–3:29)

ข. คำกำชับให้เชื่อฟังธรรมบัญญัติ (4:1–40)

ค. การตั้งเมืองลี้ภัยไว้ต่างหากสามเมือง (4:41–43)

III. คำปราศรัยที่สองของโมเสส: ข้อกำหนดต่าง ๆ ของพันธสัญญาซีนาย (4:44–28:68)

ก. คำนำ (4:44–49)

ข. องค์ประกอบพื้นฐานของความสัมพันธ์ระหว่างอิสราเอลกับพระเจ้า (5:1–11:32)

ค. ข้อกำหนดเฉพาะเจาะจงสำหรับการใช้ชีวิตในดินแดนใหม่ (12:1–26:19)

ง. พระพรและคำสาปแช่งของพันธสัญญาใหม่ (27:1–28:68)

IV. คำปราศรัยที่สามของโมเสส: อีกพันธสัญญาหนึ่ง (29:1–30:20)

V. เหตุการณ์ต่าง ๆ ในตอนท้าย (31:1–34:12)

ก. การเปลี่ยนแปลงผู้นำ (31:1–8)

ข. การอ่านธรรมบัญญัติในอนาคต (31:9–13)

ค. บทเพลงของโมเสส (31:14–32:47)

ง. เหตุการณ์ต่าง ๆ ในวาระสุดท้ายของโมเสส (32:48–34:12)

ขณะเดียวกัน ในพื้นที่ส่วนอื่น ๆ ของโลก . . .

เอธิโอเปียกลายเป็นมหาอำนาจที่ไม่ขึ้นกับใคร ราชวงศ์ซางรุ่งเรืองในจีน

คำถามที่พบบ่อย

1. เฉลยธรรมบัญญัติเป็นเพียงพันธสัญญาและสนธิสัญญาทางโลกในแบบของโมเสสในสมัยของเขา หรือว่ามันแสดงถึงการเปิดเผยพิเศษจากพระเจ้า?

แบบแผนซึ่งโมเสสใช้ในการจดบันทึก ไม่เพียงแค่เนื้อหาในเฉลยธรรมบัญญัติ แต่ยังรวมถึงส่วนอื่น ๆ ของเบญจบรรณนั้น มีลักษณะบางอย่างคล้ายคลึงกับเอกสารทางการอื่น ๆ ซึ่งมาจากยุคสมัยหนึ่งในประวัติศาสตร์ นักประวัติศาสตร์หลายคนใช้ข้อเท็จจริงนี้เพื่อพยายามระบุปีที่เขียนพระธรรมเล่มนี้ นอกจากนี้มันยังถูกใช้โดยหลายคนที่ตั้งคำถามต่อการเปิดเผยพิเศษของพระเจ้า เพื่อสนับสนุนคำกล่าวอ้างของพวกเขาที่ว่า โมเสสเพียงแค่ลอกเลียนแบบแนวทางของชนชาติอื่น ๆ ในยุคของเขา

ผู้คนที่พระเจ้าทรงเลือกให้จดบันทึกการเปิดเผยของพระองค์ไม่ได้ทิ้งบุคลิก การศึกษา หรือแนวทางการเขียนของตนในขณะที่พวกเขาเขียนเพื่อพระเจ้า โมเสสมีระดับการศึกษาเทียบได้กับปริญญาขั้นสูง ในการฝึกฝนที่ดีที่สุดเท่าที่อียิปต์สามารถให้แก่บรรดาเจ้าชายวัยเยาว์ (กิจการ 7:22) ถ้าเราคิดว่าเบญจบรรณเป็นการจดบันทึกของโมเสสตามที่พระเจ้าทรงนำในระหว่างการพเนจรในถิ่นทุรกันดาร มันก็คงจะไม่แปลกที่แนวทางการเขียนของเขามีความคล้ายคลึงกับงานเขียนที่เป็นทางการและงานเขียนทางการเมืองในยุคของเขา สิ่งที่ทำให้งานเขียนของโมเสสรวมทั้งส่วนอื่น ๆ ของพระคัมภีร์แตกต่างจากงานเขียนอื่น ๆ นั้น ไม่ใช่แนวทางการเขียน แต่เป็นเนื้อหาที่มีสิทธิอำนาจและได้รับการดลใจจากพระเจ้า

ศึกษาเฉลยธรรมบัญญัติแบบรวบรัด

1. โมเสสบอกอะไรไว้บ้างเกี่ยวกับเหตุผลที่เขาใช้เวลาทบทวนทุกสิ่งที่พระเจ้าได้ทรงกระทำ?
2. ตามที่กล่าวไว้ในบทที่ 6 คนแต่ละรุ่นจะต้องรักษาธรรมบัญญัติไว้อย่างไร?
3. ธรรมบัญญัติและดินแดนแห่งพระสัญญามีความสัมพันธ์กันอย่างไร?
4. ตลอดพระธรรมเล่มนี้ความรักของพระเจ้าได้รับการเปิดเผยอย่างไรบ้าง?
5. ทำไมโมเสสจึงเสียชีวิตโดยไม่เคยได้เข้าสู่ดินแดนแห่งพระสัญญา?

โยชูวา

นักรบผู้กล้าหาญของพระเจ้า

โยชูวาต่อสู้ในการรบที่เมืองเยรีโค
เมื่อกำแพงเมืองพังทลายลง

พระธรรมเล่มนี้อยู่ลำดับแรกในรายชื่อพระธรรมหมวดประวัติศาสตร์ 12 เล่มในพระคัมภีร์เดิม ความหมายของชื่อโยชูวานั้นเข้ากันได้พอดีกับความสำคัญในบทบาทของเขา โยชูวาแปลว่า "พระยาห์เวห์ทรงช่วยให้รอด" หรือ "องค์พระผู้เป็นเจ้าทรงเป็นความรอด" และเป็นรูปแบบแรก ๆ ในภาษาฮีบรูของชื่อ "เยซู" ในพระคัมภีร์ใหม่

ผู้เขียนและปีที่เขียน

เขียนโดยโยชูวา ประมาณปี 1405 ถึง 1385 ก่อน ค.ศ.

แม้จะไม่มีการระบุชื่อผู้เขียนพระธรรมเล่มนี้เอาไว้ แต่คนที่น่าจะเป็นไปได้ที่สุดก็คือโยชูวา ซึ่งเป็นประจักษ์พยานคนสำคัญของเหตุการณ์ต่าง ๆ ในพระธรรมเล่มนี้ (18:9; 24:26) อาจมีผู้ช่วยที่ได้รับความไว้ใจผนวกคำอธิบายบางอย่างลงไป เช่น คำบรรยายเรื่องการเสียชีวิตของโยชูวา (24:29–33)

รายละเอียดต่าง ๆ เช่น การกล่าวถึงราหับว่ายังมีชีวิตอยู่ในช่วงเวลาที่เขียนเป็นข้อบ่งชี้ว่าพระธรรมเล่มนี้เขียนตั้งแต่ยุคนั้น (6:25) เบาะแสอื่น ๆ ที่มีอยู่ในเนื้อหา เช่น การที่คนเยบุสยังคงอยู่ในเยรูซาเล็มมาตลอด (15:63) เป็นสิ่งที่บ่งบอกว่าพระธรรมเล่มนี้เขียนจบก่อนรัชสมัยของดาวิด (2 ซามูเอล 5:5–9)

บุคคลสำคัญในโยชูวา

โยชูวา—นำอิสราเอลเข้ายึดครองดินแดนแห่งพระสัญญา (1–24)

ราหับ—โสเภณีจากเมืองเยรีโค รอดพ้นจากความตายเพราะเธอเชื่อฟังพระเจ้า เธอเป็นบรรพชนของดาวิดและพระเยซู (2; 6:17,22–23,25)

อาคาน—ไม่เชื่อฟังพระเจ้าโดยการขโมยสิ่งของที่ได้มาจากการตีเมืองเยรีโค ทำให้อิสราเอลพ่ายแพ้สงครามต่อเมืองอัย เขาถูกลงโทษด้วยการเอาหินขว้าง (7; 22;20)

ฟีเนหัส—ปุโรหิตและบุตรชายของเอเลอาซาร์ ทำหน้าที่เป็นคนกลางผู้ไกล่เกลี่ยระหว่างเผ่าต่าง ๆ ของอิสราเอล เพื่อป้องกันไม่ให้เกิดสงครามระหว่างอิสราเอลด้วยกัน (22:13,31–34; 24:33)

เอเลอาซาร์—บุตรชายของอาโรน สืบทอดตำแหน่งมหาปุโรหิตต่อจากอาโรน และช่วยโยชูวาในการนำอิสราเอล (14:1; 17:4; 19:51; 21:1–3; 22:13–33; 24:33)

ภูมิหลังและสถานที่

เมื่อโยชูวารับหน้าที่ผู้นำแทนโมเสส (เฉลยธรรมบัญญัติ 34) บรรดาลูกหลานของอิสราเอลก็มาถึงจุดสิ้นสุดของการพเนจรในถิ่นทุรกันดาร 40 ปี เวลานั้นโยชูวาอายุเกือบ ๆ 90 ปี และในที่สุดเขาก็เสียชีวิตเมื่ออายุ 110 ปี (24:29) หลังจากนำอิสราเอลขับไล่ชาวคานาอันส่วนใหญ่ออกไป และแบ่งดินแดนให้คนสิบสองเผ่าแล้ว

ในเวลาที่พระธรรมโยชูวาเปิดฉาก ชนชาติอิสราเอลตั้งค่ายอยู่ที่ฝั่งตะวันออกของแม่น้ำจอร์แดน รอคอยพระบัญชาของพระเจ้า ส่วนที่อีกฟากของแม่น้ำมีชนชาติต่าง ๆ ที่เอาจริงเอาจังกับการทำบาปมาก จนพระเจ้าจะทำให้แผ่นดินนั้นเหมือนกับ “สำรอก” พลเมืองของตนออกมา (เลวีนิติ 18:25) พระเจ้าจะประทานดินแดนนี้ให้อิสราเอลโดยการเข้ายึดครอง เหตุผลหลักคือเพื่อให้เป็นจริงตามพันธสัญญาที่พระองค์ทรงกระทำไว้กับอับราฮัมและลูกหลานของเขา และโดยการรุกรานนี้ พระเจ้าจะพิพากษาลงโทษชาวแผ่นดินที่บาปหนาเหล่านั้นด้วย (ปฐมกาล 15:16) บางส่วนของคนเหล่านั้นครอบครองดินแดนนี้บางส่วนมาตั้งแต่ก่อนยุคของอับราฮัม (ปฐมกาล 10:15–19; 12:6; 13:7) พวกเขาประพฤติเสื่อมทรามทางศีลธรรมและกราบไหว้พระอื่นอย่างไม่ลดละ สิ่งนี้นำไปสู่การตอบสนองของพระเจ้า พวกเขาจะต้องสูญเสียดินแดนของตน

หลักคำสอนสำคัญในโยชูวา

ความสัตย์ซื่อของพระเจ้าในการประทานดินแดนแห่งพระสัญญาแก่ลูกหลานของอับราฮัม (5:14–6:2; 11:23; 21:45; 22:4; ปฐมกาล 12:7; 15:18–21; 17:8; อพยพ 33:2; กันดารวิถี 34:2–15; เฉลยธรรมบัญญัติ 12:9–10; 25:19; ฮีบรู 4:8)

คำศัพท์สำคัญในโยชูวา

ศิลา: คำภาษาฮีบรูคือ *เอเบน*—4:3,5,9,20; 7:25; 8:31; 10:11,18 ศิลาที่มีอยู่เกลื่อนกลาดทั่วภูมิประเทศแถบตะวันออกกลางยุคโบราณ ได้ถูกใช้สอยในหลายลักษณะ ศิลาเหล่านี้เป็นวัสดุก่อสร้างสำหรับบ้าน กำแพงเมือง และป้อมปราการ (1 พงศ์กษัตริย์ 5:17; 2 พงศ์กษัตริย์ 12:12) ศิลาถูกใช้เพื่อจุดประสงค์ทางศาสนา คือใช้ทำเสาศักดิ์สิทธิ์ (ปฐมกาล 35:14) และแท่นบูชา (เฉลยธรรมบัญญัติ 27:5) นอกจากนี้ศิลายังถูกก่อขึ้นเป็นอนุสาวรีย์ เพื่อเป็นเครื่องหมายว่าที่นั่นเคยมีการสำแดงของพระเจ้า (ปฐมกาล 28:18,22) หรือเคยมีเหตุการณ์สำคัญในชีวิตของบุคคลหนึ่ง (ปฐมกาล 31:46) หรือชนชาติหนึ่ง (4:6) เนื่องจากศิลาถูกใช้เป็นรากฐานของสิ่งก่อสร้างโดยทั่วไป พระเจ้าจึงได้รับการขนานนามว่า “ศิลาแห่งอิสราเอล” (ปฐมกาล 49:24) แต่อิสยาห์ก็บรรยายไว้ด้วยว่า องค์พระผู้เป็นเจ้าทรงเป็น “หินสะดุด” สำหรับคนอิสราเอลเหล่านั้นที่ปฏิเสธพระองค์ (อิสยาห์ 8:14) และภาพเหล่านี้ก็ถูกนำมาใช้กับพระเยซูคริสต์ในพระคัมภีร์ใหม่ (อิสยาห์ 28:16; 1 เปโตร 2:4–8)

แตร: คำภาษาฮีบรูคือ *โชฟาร์*—6:5,8–9,13,16,20—หมายถึงเขาสัตว์ที่ถูกใช้เป็นแตร (โดยทั่วไปมาจากแกะตัวผู้หรือแพะ) (6:6; ผู้วินิจฉัย 7:8) คำนี้ยังหมายถึงแตรโลหะได้ด้วย (กันดารวิถี 10:2–10; 1 พงศาวดาร 15:28; 2 พงศาวดาร 15:14) *โชฟาร์* เป็นอุปกรณ์ส่งสัญญาณ ซึ่งใช้ในการทำสงคราม (ผู้วินิจฉัย 3:27) และสำหรับเรียกผู้คนมาชุมนุมกันในเทศกาลทางศาสนา เช่น วันลบมลทิน (เลวีนิติ 25:8; 2 ซามูเอล 6:5; โยเอล 2:1) เสียงเป่าแตรเคยป่าวประกาศว่าพระเจ้าเสด็จลงมาที่ภูเขาซีนายเพื่อเปิดเผยพระบัญญัติของพระองค์ (อพยพ 19:20) ทั้งพระคัมภีร์เดิมและพระคัมภีร์ใหม่กล่าวถึงแตรที่ประกาศวันแห่งองค์พระผู้เป็นเจ้า ซึ่งเป็นวันที่องค์พระผู้เป็นเจ้าจะเสด็จมาพิพากษา (เศฟันยาห์ 1:16; มัทธิว 24:31)

มรดก: คำภาษาฮีบรูคือ *นาฆาลาห์*—13:14,33; 14:3; 17:4; 19:1,9,49; 21:3; 24:32—แปลว่า “สมบัติ” หรือ “ทรัพย์สิน” คำนี้ได้ถูกเชื่อมโยงกับพระสัญญาต่าง ๆ ของพระเจ้า โดยเฉพาะอย่างยิ่งพระสัญญาที่เกี่ยวข้องกับดินแดนแห่งพระสัญญา (ปฐมกาล 13:14–17) เวลาคำนี้ถูกใช้กล่าวถึงดินแดนแห่งพระสัญญา มันไม่ได้หมายถึงแค่สิ่งที่บุคคลหนึ่งประสงค์จะยกให้บุตรของตน แต่พระเจ้าพระผู้สร้างโลกนี้ ได้ประทานดินแดนเฉพาะเจาะจงผืนหนึ่งแก่ประชากรของพระองค์ พระองค์ทรงกำหนดเขตแดนของมัน และทรงสัญญาว่าจะมอบมันให้พวกเขา อย่างไรก็ตามแนวคิดเรื่องมรดกของอิสราเอลนั้นไปไกลกว่าความผูกพันกับดินแดนตามปกติ ทั้งดาวิดและเยเรมีย์ยืนยันว่า พระเจ้าเองทรงเป็นมรดกที่แท้จริงของประชากรของพระองค์ (สดุดี 16:5; เยเรมีย์ 10:16) ประชากรของพระเจ้าสามารถพบความชื่นชมยินดีและความสมปรารถนาได้ในความสัมพันธ์ระหว่างพวกเขากับพระเจ้า โลกนี้ไม่สามารถให้มรดกใดที่เทียบได้กับการที่พระเจ้าเองทรงเป็นมรดก (1 เปโตร 1:4)

การหยุดพัก: คำภาษาฮีบรูคือ *ชาคาท*—1:13; 3:13; 10:20; 13:27; 17:2; 21:44; 22:4; 23:1—แปลว่า “อยู่ในสันติสุข” การหยุดพักนั้นบอกเป็นนัยถึงการเป็นอิสระจากความวิตกกังวลและความขัดแย้ง พระเจ้าได้ทรงสัญญากับคนอิสราเอลเรื่อง*การหยุดพัก*ในดินแดนแห่งพระสัญญา (อพยพ 33:14; เฉลยธรรมบัญญัติ 3:1–20; 12:9–10) ในพระธรรมโยชูวาความคิดเรื่อง*การหยุดพัก*นั้นมีความเกี่ยวพันอย่างเฉพาะเจาะจงกับความขัดแย้งและความเป็นปฏิปักษ์ที่อิสราเอลมีต่อชนชาติเพื่อนบ้าน พระเจ้าได้ทรงสัญญากับประชากรของพระองค์ว่า พวกเขาจะมีสถานที่อันสงบสุขไว้ตั้งถิ่นฐาน อิสราเอลจะได้รับการหยุดพักนี้หรือไม่ ก็ขึ้นอยู่กับว่าพวกเขาเชื่อฟังพระบัญชาของพระเจ้าอย่างสมบูรณ์หรือไม่ในการขับไล่ชาวคานาอันออกไป (11:23; 14:15) และผู้เขียนพระคัมภีร์ใหม่หลายคนก็กล่าวถึงแนวคิดเรื่องการหยุดพักนี้เช่นกัน พระคัมภีร์บอกคริสเตียนว่าสวรรค์จะนำการหยุดพักมาให้พวกเขา เป็นการหยุดพักจากความตาย ความเจ็บปวด ความบาป และการต่อสู้ดิ้นรนอื่น ๆ ทั้งหมดในโลกนี้ (ฮีบรู 4:1; วิวรณ์ 21:4)

พระลักษณะของพระเจ้าในโยชูวา

พระเจ้าทรงบริสุทธิ์—24:19

พระเจ้าทรงหวงแหน—24:19

พระเจ้าทรงรักษาพระสัญญา—22:4; 23:14

พระเจ้าทรงจัดเตรียม—7:14; 21:45

พระเจ้าทรงมีพระพิโรธ—10:25; 23:16

พระคริสต์ในโยชูวา

แม้ว่าพระธรรมโยชูวาไม่มีคำพยากรณ์ที่ชัดเจนเรื่องพระเมสสิยาห์ แต่โยชูวาก็เป็นภาพเล็งถึงพระคริสต์ทั้งในชื่อและการกระทำของเขา ชื่อ *เยซูวา* ก็คือชื่อโยชูวาในภาษาฮีบรู ชื่อนี้ซึ่งแปลว่า “พระยาห์เวห์ทรงเป็นความรอด” สามารถแปลว่า “เยซู” ได้เช่นกัน มีอยู่ครั้งหนึ่งโยชูวาได้รับนิมิตที่เขาได้พบกับ “จอมทัพของพระยาห์เวห์” (5:13–14) จอมทัพผู้นี้หมายถึงพระคริสต์ก่อนมาบังเกิดเป็นมนุษย์ พระองค์เป็นผู้นำโยชูวาแม่ทัพของอิสราเอลให้มีชัยชนะเหนือชาวคานาอัน

สรุปเนื้อหาโดยย่อ

I. การเข้าสู่ดินแดนแห่งพระสัญญา (1:1–5:15)

II. การยึดครองดินแดนแห่งพระสัญญา (6:1–12:24)

ก. การรบในภาคกลาง (6:1–8:25)

ข. การรบในภาคใต้ (9:1–10:43)

ค. การรบในภาคเหนือ (11:1–15)

ง. สรุปการยึดครอง (11:16–12:24)

III. การแบ่งกรรมสิทธิส่วนต่าง ๆ ของดินแดนแห่งพระสัญญา (13:1–22:34)

ก. สรุปคำสั่งต่าง ๆ (13:1–33)

ข. ฟากตะวันตกของแม่น้ำจอร์แดน (14:1–19:51)

ค. เมืองลี้ภัย (20:1–9)

ง. เมืองของคนเลวี (21:1–45)

จ. ฟากตะวันออกของแม่น้ำจอร์แดน (22:1–34)

IV. การรักษาดินแดนแห่งพระสัญญาเอาไว้ (23:1–24:28)

ก. การปราศรัยครั้งแรกของโยชูวา (23:1–16)

ข. การปราศรัยครั้งที่สองของโยชูวา (24:1–28)

V. บทส่งท้าย (24:29–33)

ขณะเดียวกัน ในพื้นที่ส่วนอื่น ๆ ของโลก . . .

ในอียิปต์ รัชสมัยอันสงบสุขของฟาโรห์อาเมนโฮเทปที่ 3 ช่วยพัฒนาและขยายวัฒนธรรมและการค้าของอียิปต์ (ปี 1420–1385 ก่อน ค.ศ.)

คำถามที่พบบ่อย

1. เราจะทำความเข้าใจอย่างไร เพื่อให้พระลักษณะของพระเจ้าตามที่เปิดเผยไว้ในพระคัมภีร์ส่วนอื่น ๆ เข้ากันได้กับพระบัญชาที่แข็งกร้าวของพระเจ้า ที่ให้ทำลายเมืองและชนชาติต่าง ๆ อย่างสิ้นเชิง ในการเข้ายึดครองดินแดนแห่งพระสัญญา?

เมื่อโยชูวาออกคำสั่งให้ทำลายเมืองเยรีโค เขากำลังส่งเสียงสะท้อนพระบัญชาที่พระเจ้าตรัสไว้อย่างชัดเจนมาก ๆ พระคัมภีร์ตอนต่าง ๆ อย่างเช่น อพยพ 23:32–33; 34:11–16และ เฉลยธรรมบัญญัติ 7:1–5; 20:16–18 ทำให้เราไม่สามารถทำให้ความจริง

เรื่องนี้นุ่มนวลลง หรือหลีกเลี่ยงความจริงเรื่องนี้ คือพระเจ้าได้ตรัสสั่งให้ทำลายประชากรทั้งหมด และนั่นไม่ใช่แค่ทหารฆ่าทหาร เหยื่อจำนวนมากเป็นผู้หญิงและเด็ก ประเด็นท้าทายสำหรับผู้ที่ศึกษาพระคัมภีร์อย่างจริงจังและถ่อมใจก็คือ การเผชิญหน้ากับเรื่องน่าสยดสยองเหล่านี้ รวมทั้งบทเรียนหนัก ๆ ที่เรื่องเหล่านี้สอนเราโดยไม่พยายามอธิบายว่ามันเป็นเรื่องเล็ก ๆ

หากเราไม่มีความเกรงกลัวที่เพิ่มมากขึ้นเรื่อย ๆ ต่อความบริสุทธิ์ของพระเจ้าและการพิพากษาอันชอบธรรมของพระองค์ต่อความบาป ความเข้าใจของเราเรื่องพระคุณและพระเมตตาของพระเจ้าก็จะค่อย ๆ เลือนหายไป และถ้าเราไม่ยอมรับว่าพระเจ้าสามารถลงโทษได้และทรงลงโทษจริง ๆ มันก็จะแทบไม่มีความหมายว่าพระองค์จะสำแดงพระเมตตาและการให้อภัยหรือไม่ ถ้าเราไม่พยายามมองให้เห็นขอบเขตทั้งหมดของพระราชกิจและพระลักษณะของพระเจ้า เราก็มีแนวโน้มที่จะเบนไปหาสิ่งที่เราชอบหรือไม่ชอบ และมองไม่เห็นความเชื่อมโยงต่าง ๆ แต่ช่องว่างในความเข้าใจของเราสามารถอุดได้บางส่วนโดยความรู้ความเข้าใจจากพระคัมภีร์

บทบาทของชนชาติอิสราเอลในการพิพากษาลงโทษของพระเจ้านั้นไม่เกี่ยวข้องอะไรเลยกับความชอบธรรมของพวกเขาเอง ถ้าไม่ใช่เพราะพระคุณของพระเจ้า พวกเขาก็จะตกอยู่ในฐานะผู้ที่ถูกตัดสินลงโทษได้อย่างง่ายดาย "ท่านอย่านึกในใจว่า 'เพราะความชอบธรรมของข้า พระยาห์เวห์จึงทรงนำข้าให้มายึดครองแผ่นดินนี้' แต่เพราะความชั่วของประชาชาติเหล่านี้ พระยาห์เวห์จึงทรงขับไล่พวกเขาออกไปต่อหน้าท่าน" (เฉลยธรรมบัญญัติ 9:4)

พระเจ้าอาจใช้ความเจ็บป่วย การกันดารอาหาร ไฟไหม้ หรือน้ำท่วมเพื่อกวาดล้างดินแดนนั้นก็ได้ แต่พระองค์เลือกที่จะใช้ชนชาติอิสราเอล เวลาเกิดภัยพิบัติร้ายแรงทางธรรมชาติ ทุกคนล้วนได้รับความเดือดร้อน มันไม่ใช่เรื่องง่ายที่จะยอมรับว่าเด็กเล็ก ๆ ก็ประสบชะตากรรมเดียวกับพ่อแม่ของพวกเขา แต่บ่อยครั้งมันก็เป็นเช่นนั้น และพวกเขาก็ประสบชะตากรรมเช่นนั้นเมื่ออิสราเอลดำเนินการตามคำพิพากษาของพระเจ้า พระเจ้าไม่เป็นธรรมหรือเปล่า เมื่อพระองค์รวมเด็ก ๆ เหล่านี้ไปด้วยในการพิพากษาลงโทษ หรือพ่อแม่และผู้นำของพวกเขาต้องรับผิดชอบ เพราะคนเหล่านั้นนำเด็กไร้เดียงสาไปตกอยู่ในอันตรายเนื่องจากพวกเขาปฏิเสธพระเจ้า? ประเด็นต่าง ๆ เหล่านี้บางส่วนจะต้องไปหาข้อยุติหลังจากความตายเมื่อการพิพากษาขั้นสุดท้ายเกิดขึ้น (ฮีบรู 9:27)

2. ทำไมพระเจ้าอวยพระพรราหับ และประทานบทบาทพิเศษแก่เธอในประวัติศาสตร์ แม้ว่าเธอโกหก?

พระเจ้าไม่ได้ไว้ชีวิตราหับเพราะการโกหกของเธอ แต่เพราะเธอเชื่อศรัทธาในพระเจ้า ราหับได้รับโอกาสโดยพระคุณให้มาอยู่ฝ่ายพระเจ้า ด้วยการปกป้องคนสอดแนมชาวอิสราเอลสองคน และเธอกระทำไปตามสถานการณ์เฉพาะหน้า เธอโกหกอย่างกล้าหาญและแนบเนียน บางทีการตอบสนองแรกของเธออาจเป็นเพียงนิสัยตามอาชีพของเธอ ในมุมมองของกษัตริย์เมืองเยรีโค ราหับคงจะต้องมีความผิดในข้อหากบฏ ไม่ใช่แค่ข้อหาโกหก เธอมีความภักดีใหม่ และเวลานั้นเธอยังไม่รู้ว่าพระเจ้าที่เธออยากจะเชื่อวางใจทรงมีกฎเกี่ยวกับการโกหก

ความเปลี่ยนแปลงครั้งใหญ่เข้ามาสู่ชีวิตของราหับ เมื่อคนสอดแนมสองคนนั้นมาเคาะประตูบ้านของเธอ นี่เป็นเรื่องที่เราสามารถมองได้หลายลักษณะ เธอเสี่ยงชีวิตของเธอเพื่อจะเชื่อวางใจพระเจ้า พระธรรมนางรูธยังเปิดเผยด้วยว่า ราหับได้แต่งงานและกลายเป็นย่าทวดของกษัตริย์ดาวิด และเป็นหนึ่งในบรรพชนของพระเยซู หลายศตวรรษต่อมาราหับเป็นหนึ่งในสตรีที่มีรายชื่ออยู่ในฮีบรูบทที่ 11 เพราะความเชื่อของเธอ

3. การที่พระเจ้าทรงรับประกันความสำเร็จแก่โยชูวาส่งผลมาถึงเราอย่างไร?

พระธรรมโยชูวาเริ่มต้นด้วยการที่พระเจ้าทรงแต่งตั้งผู้นำคนใหม่ของอิสราเอล พระเจ้าทรงบรรยายภารกิจของโยชูวา คือให้เขาเข้าไปและยึดครองดินแดนนั้น (1:2–6) พระเจ้าทรงให้ความสำเร็จของโยชูวาขึ้นอยู่กับสามปัจจัยหลักคือ (1) การทรงสถิตอยู่ด้วยของพระเจ้าเอง (1:5) (2) ความเข้มแข็งและความกล้าหาญส่วนตัวของโยชูวา (1:7,9) และ (3) การที่โยชูวาใส่ใจและทำตามพระวจนะของพระเจ้า (1:7–8)

กระบวนการใคร่ครวญภาวนาพระคัมภีร์เริ่มต้นด้วยการอ่านพระวจนะของพระเจ้าอย่างช้า ๆ และพินิจพิจารณา มันจะพัฒนาไปสู่ความคุ้นเคยและการท่องจำ ถ้าโยชูวาต้องการจะ "ตรึกตรองตามนั้นทั้งกลางวันและกลางคืน" (โยชูวา 1:8) เขาจำเป็นต้องใช้เวลากับหนังสือธรรมบัญญัติให้มากเพียงพอ เพื่อในที่สุดหนังสือนั้นจะเข้าไปอยู่ในชีวิตของเขา จุดประสงค์ของพระวจนะของพระเจ้าจะสำเร็จ เมื่อการใคร่ครวญภาวนานำเราไปสู่การประยุกต์ใช้ คือ "ทำตามข้อความทุกประการที่เขียนไว้นั้น" (โยชูวา 1:8)

พระเจ้าตรัสแก่โยชูวาว่า "แล้วเจ้าจะมีความเจริญ และประสบความสำเร็จ" (1:8) โยชูวาได้พบว่ามาตรวัดความเจริญและความสำเร็จขั้นสูงสุด คือการรู้ว่าพระเจ้าต้องการให้ประชากรของพระองค์ใช้ชีวิตอย่างไร แล้วก็ดำเนินชีวิตตามนั้น พระเจ้าทรงย้ำกับโยชูวาครั้งแล้วครั้งเล่าให้เขามั่นใจว่าพระองค์ทรงสถิตอยู่ด้วย "ทุกแห่งที่เจ้าไป" จะมีมาตรวัดความสำเร็จใดยิ่งใหญ่ไปกว่าการถวายเกียรติแด่พระเจ้าผู้ทรงสถิตอยู่ด้วยตลอดเวลา ด้วยการเชื่อฟังของเรา?

ศึกษาโยชูวาแบบรวบรัด

1. โยชูวามีลักษณะนิสัยอะไรบ้างที่ทำให้เขาเป็นผู้นำที่ดีเลิศสำหรับอิสราเอล?
2. ความท้าทายใหญ่ที่สุดสำหรับโยชูวาเมื่อเขาเป็นผู้นำมีอะไรบ้าง?
3. ทบทวนกันดารวิถีบทที่ 13–14 และเปรียบเทียบทัศนคติและการกระทำของประชาชนในเวลานั้นกับคนรุ่นต่อมาที่เข้าประชิดดินแดนแห่งพระสัญญาในโยชูวาบทที่ 1–2?
4. พระเจ้าทรงรักษาพระสัญญาต่ออิสราเอลอย่างไรบ้างตลอดพระธรรมโยชูวา?
5. คุณจะประยุกต์ใช้โยชูวา 24:15 ในชีวิตของคุณอย่างไร?

ผู้วินิจฉัย

ผู้รับใช้ที่พระเจ้าทรงเลือกในยุคสมัยอันยากลำบาก

*“ในสมัยนั้นไม่มีกษัตริย์ในอิสราเอล
ต่างก็ทำตามที่ตนเองเห็นชอบ” (21:25)*

ความล้มเหลวของอิสราเอลที่ไม่ได้ขับไล่ชนชาติต่าง ๆ ของดินแดนนั้นตามที่พระเจ้าตรัสสั่ง ได้นำไปสู่ผลลัพธ์หลายอย่างซึ่งพระเจ้าได้ทรงพยากรณ์ไว้แล้ว (โยชูวา 1:27–2:4) ชนชาติต่าง ๆ ในคานาอันกลายเป็นหนามยอกอกสำหรับอิสราเอล และดินแดนนั้นก็เกิดความวุ่นวายอยู่เสมอ ในเวลาสิ้นหวัง ประชากรอิสราเอลจะยอมรับว่าพวกเขาไถลลงสู่ความบาป และร้องทูลพระเจ้าเพื่อขอให้พระองค์ทรงยกโทษและช่วยพวกเขาให้รอด ในแต่ละครั้งพระเจ้าจะส่งผู้นำพิเศษ (ผู้วินิจฉัย) มาเพื่อช่วยพวกเขาให้รอด (2:16–19) ในภาษาฮีบรู ชื่อของพระธรรมเล่มนี้แปลได้อีกอย่างว่า “ผู้ปลดปล่อย” หรือ “ผู้ช่วยให้รอด” พระธรรมผู้วินิจฉัยบันทึกชีวิตการทำงานของผู้นำที่พระเจ้าทรงเลือก 12 คน

ผู้เขียนและปีที่เขียน

น่าจะเขียนโดยซามูเอล ประมาณปี 1043 ถึง 1004 ก่อน ค.ศ.

แม้ว่าพระธรรมผู้วินิจฉัยไม่ได้ระบุชื่อผู้เขียนเอาไว้ แต่เรื่องราวโบราณซึ่งคนยิวเล่าสืบต่อกันมาก็บอกว่าซามูเอลเป็นผู้ทำหน้าที่นี้ ชีวิตของซามูเอลครอบคลุมเวลาตั้งแต่ตอนจบของยุคผู้วินิจฉัย ไปจนถึงปีแรก ๆ ของระบอบกษัตริย์ในอิสราเอล หลักฐานภายในพระธรรมเล่มนี้ระบุว่าอย่างน้อยผู้เขียนก็เป็นคนร่วมสมัยกับซามูเอล ซึ่งสามารถสรุปเรื่องราวของประวัติศาสตร์ยุคนั้น และรู้จักกษัตริย์บางองค์ แต่ก็บันทึกไว้ด้วยว่าเวลานั้นเยรูซาเล็มยังอยู่ภายใต้การควบคุมของคนเยบุส

การเปรียบเทียบผู้วินิจฉัย 1:21 กับ 2 ซามูเอล 5:6–7 นำไปสู่ข้อสรุปว่า พระธรรมเล่มนี้ได้รับการบันทึกในช่วงเวลาที่อยู่ระหว่างการขึ้นครองราชย์ของซาอูลในปี 1043 ก่อน ค.ศ. กับการยึดกรุงเยรูซาเล็มของดาวิดในปี 1004 ก่อน ค.ศ.

บุคคลสำคัญในผู้วินิจฉัย

โอทนีเอล—ผู้วินิจฉัยคนแรกของอิสราเอล มีชัยชนะเหนือกษัตริย์เมโสโปเตเมีย ผู้มีอำนาจมากองค์หนึ่ง ทำให้อิสราเอลสงบสุข 40 ปี (1:13–14; 3:7–11)

เอฮูด—ผู้วินิจฉัยคนที่สองของอิสราเอล ทำให้อิสราเอลสงบสุข 80 ปี ด้วยการช่วยพิชิตชาวโมอับ (3:15–31)

เดโบราห์—ผู้เผยพระวจนะและผู้วินิจฉัยเพศหญิงคนเดียวของอิสราเอล สืบทอดตำแหน่งผู้วินิจฉัยคนที่สี่ของอิสราเอลต่อจากชัมการ์ (4:4–16; 5)

กิเดโอน—ผู้วินิจฉัยคนที่ห้าของอิสราเอล ทำลายกองทัพคนมีเดียนสำเร็จ (6–8)

อาบีเมเลค—บุตรชายผู้ชั่วร้ายของกิเดโอนที่ตั้งตัวเองเป็นกษัตริย์เหนืออิสราเอล เข่นฆ่าพี่น้องต่างมารดาไป 69 คน (8:31–9:57)

เยฟธาห์—ผู้วินิจฉัยของอิสราเอลและนักรบผู้พิชิตคนอัมโมน (11:1–12:7)

แซมสัน—ได้รับการถวายตัวแด่พระเจ้าให้เป็นนาศีร์ตั้งแต่เกิด เป็นผู้วินิจฉัยของอิสราเอลเช่นกัน ถูกส่งมาเพื่อโค่นล้มคนฟีลิสเตีย (13:24–16:31)

เดลิลาห์—คนรักของแซมสันซึ่งหักหลังเขา มอบเขาให้ชาวฟีลิสเตียเพื่อเงิน (16:4–21)

ภูมิหลังและสถานที่

พระธรรมผู้วินิจฉัยแสดงให้เห็นเรื่องราวภาคต่ออันน่าเศร้าหลังจากโยชูวา ในพระธรรมโยชูวาประชากรส่วนใหญ่เชื่อฟังพระเจ้าในการยึดครองดินแดน ส่วนพระธรรมผู้วินิจฉัยบรรยายภาพว่าพวกเขาเป็นคนที่ไม่เชื่อฟัง กราบไหว้รูปเคารพ และมักจะพ่ายแพ้ หลังจากกล่าวสั้น ๆ ถึงวาระสุดท้ายของโยชูวาและการเสียชีวิตของเขา (1:1–3:6) พระธรรมเล่มนี้ก็บรรยายถึงวัฏจักรที่เด่นชัดเจ็ดรอบ ในความสัมพันธ์ที่ไม่ราบรื่นระหว่างอิสราเอลกับพระเจ้า วัฏจักรเหล่านี้เปิดเผยเหตุผลพื้นฐานห้าประการที่อยู่เบื้องหลังความเสื่อมถอยของชีวิตทางศีลธรรมและชีวิตฝ่ายจิตวิญญาณของอิสราเอล คือ

1. **การไม่เชื่อฟัง** ด้วยการไม่ขับไล่ชาวคานาอันออกไปจากแผ่นดิน (1:19,21,35)
2. **การกราบไหว้รูปเคารพ** ด้วยการยอมรับพระของคนท้องถิ่นและพิธีกรรมทางศาสนาของคนท้องถิ่น (2:12)
3. **การแต่งงานข้ามชนชาติ** กับชาวคานาอันที่ชั่วร้ายซึ่งเป็นการฝ่าฝืนพระบัญชาของพระเจ้า (3:1–6)

4. ความร่วมมือในระดับต่ำ กับบรรดาผู้วินิจฉัย (2:17)

5. การหันหลังให้พระเจ้า หลังจากการเสียชีวิตของผู้วินิจฉัยแต่ละคน (2:19)

นอกจากนี้ วัฏจักรเจ็ดรอบดังกล่าวยังแสดงให้เห็นลำดับสี่ขั้นตอนที่เกิดขึ้นซ้ำ ๆ เมื่อพระเจ้าทรงเข้ามาแทรกแซงในชีวิตของอิสราเอล คือ

1. **อิสราเอลละทิ้งการดำเนินตามทางของพระเจ้า**
2. **พระเจ้าทรงทำโทษอย่างสัตย์ซื่อ** ด้วยการอนุญาตให้อิสราเอลพ่ายแพ้ในการรบ และถูกคนต่างชาติปกครอง
3. **อิสราเอลร้องทูลขอการช่วยให้รอดพ้นจากศัตรู**
4. **พระเจ้าทรงตั้งผู้วินิจฉัยขึ้นมา** ทำหน้าที่เป็นผู้นำประชาชนหรือเป็นทหารนักรบ และนำประชาชนไปสู่ชัยชนะเหนือผู้กดขี่

หลักคำสอนสำคัญในผู้วินิจฉัย

พระเมตตาของพระเจ้าในการช่วยอิสราเอลจากศัตรู (2:16,18–19; เฉลยธรรมบัญญัติ 30:3; โยชูวา 1:5; สดุดี 106:43–45; ลูกา 1:50; โรม 11:30–32; 2 โครินธ์ 1:3; เอเฟซัส 2:4)

การละทิ้งความเชื่อของอิสราเอล (3:7; 4:1; 6:1; 8:33; 10:6; 13:1; 21:25; กันดารวิถี 31:1–3; เฉลยธรรมบัญญัติ 32:18; 1 ซามูเอล 12:9; 1 พงศ์กษัตริย์ 11:33; อิสยาห์ 1:4; เอเสเคียล 6:11–14; ยอห์น 3:18–21; โรม 7:5–6; โคโลสี 3:25; ทิตัส 3:3)

พระลักษณะของพระเจ้าในผู้วินิจฉัย

พระเจ้าทรงชอบธรรม—5:11

พระเจ้าทรงมีพระพิโรธ—9:56

พระคริสต์ในผู้วินิจฉัย

พระธรรมผู้วินิจฉัยติดตามเรื่องราวของชนชาติอิสราเอล ตลอดเจ็ดยุคที่พวกเขากบฏและละทิ้งความเชื่อ ในแต่ละยุคจะมีผู้วินิจฉัยของยุคนั้น ซึ่งได้รับการบรรยายว่าเป็นผู้ปลดปล่อยและผู้ช่วยให้รอดสำหรับประชากรที่ล้มลงในความบาป ผู้วินิจฉัยเหล่านี้แสดงให้เห็นภาพพระคริสต์ในฐานะพระผู้ช่วยให้รอดและพระมหากษัตริย์องค์สุดท้ายของประชากรของพระองค์ (ลูกา 2:11; ยอห์น 4:42; มาระโก 15:2)

คำศัพท์สำคัญในผู้วินิจฉัย

ผู้วินิจฉัย: คำภาษาฮีบรูคือ *ชาฟาท*—2:16,18; 10:2; 11:27; 12:9,11; 15:20; 16:31—คำว่า *ผู้วินิจฉัย* ในภาษาฮีบรูคำนี้แปลว่า "ช่วยให้พ้นภัย" หรือ "ปกครอง" ผู้วินิจฉัยของอิสราเอลมีความรับผิดชอบที่หลากหลาย ผู้วินิจฉัยในพระคัมภีร์เดิมสามารถตัดสินข้อขัดแย้งและให้คำพิพากษาเช่นเดียวกับผู้พิพากษาสมัยใหม่ (อพยพ 18:16) นอกจากนั้น ผู้วินิจฉัยเหล่านี้ยังมีส่วนในการดำเนินการตามคำตัดสินของพวกเขา ทั้งในการปกป้องสิทธิของคนชอบธรรม (สดุดี 26:1) และทำลายคนชั่วร้าย (อพยพ 7:3) ผู้วินิจฉัยหลายคนเป็นผู้นำทางการทหารที่พระเจ้าทรงแต่งตั้ง และได้รับการเสริมกำลังโดยพระวิญญาณของพระเจ้า (6:34; 15:14) แล้วไปสู้รบกับผู้ที่กดขี่อิสราเอล และช่วยชนชาตินี้ให้รอดพ้นจากศัตรูด้วยการสู้รบนั้น ในภายหลัง กษัตริย์ของอิสราเอลจะทำหน้าที่เป็นผู้วินิจฉัยประจำชาติ (1 ซามูเอล 8:5) แต่ถึงที่สุดแล้วผู้วินิจฉัยที่สมบูรณ์แบบของอิสราเอลคือพระเจ้า พระองค์เท่านั้นที่สามารถพิพากษาคนชั่วร้ายและช่วยคนชอบธรรมให้รอดพ้นได้อย่างไร้ที่ติ (อิสยาห์ 11:4)

ปริศนา: คำภาษาฮีบรูคือ *ฆีดา*—14:12–19—แปลว่า "คำกล่าวที่เป็นปริศนา" ในเรื่องราวของแซมสัน ปริศนาถูกใช้เพื่อประชันเชาวน์ปัญญา พระธรรมสุภาษิตบอกว่าคำกล่าวที่เป็นปริศนานั้นเป็นของคนที่มีปัญญา (สุภาษิต 1:6) เมื่อราชินีแห่งเชบาทดสอบสติปัญญาของซาโลมอน พระคัมภีร์ก็ใช้คำภาษาฮีบรูคำเดียวกันนี้กล่าวถึงคำถามของพระนาง (1 พงศ์กษัตริย์ 10:1; 2 พงศาวดาร 9:1) เมื่อองค์พระผู้เป็นเจ้าเผชิญหน้ากับมิเรียมและอาโรน พระเจ้าทรงกล่าวถึงพระองค์เองว่า พระองค์จะตรัส "เป็นนิมิต" (คำฮีบรูคำเดียวกัน) แก่พวกผู้เผยพระวจนะ แต่จะตรัสกับโมเสสซึ่ง ๆ หน้า (กันดารวิถี 12:6–8) บางทีเปาโลอาจมีความคิดอย่างในกรณีสุดท้ายอยู่ในใจ เมื่อเขาเตือนสติชาวโครินธ์ว่า แม้บางคนจะรู้ความล้ำลึกทุกอย่าง แต่ถ้าเขาไม่มีความรักของพระเจ้า เขาก็ไม่มีค่าอะไรเลย (1 โครินธ์ 13:2)

สรุปเนื้อหาโดยย่อ

I. บทนำและสรุปเรื่องราว—การไม่เชื่อฟังของอิสราเอล (1:1–3:6)
   ก. การพิชิตชาวคานาอันที่ไม่เสร็จสมบูรณ์ (1:1–36)
   ข. ความเสื่อมของอิสราเอล และการพิพากษาอิสราเอล (2:1–3:6)

II. ประวัติศาสตร์ผู้วินิจฉัยส่วนที่เลือกมา—การช่วยอิสราเอลให้รอดพ้นจากศัตรู (3:7–16:31)[1]
   ก. ยุคแรก: โอทนีเอลสู้กับชาวเมโสโปเตเมีย (3:7–11)
   ข. ยุคที่สอง: เอฮูดและชัมการ์สู้กับคนโมอับ (3:12–31)
   ค. ยุคที่สาม: เดโบราห์สู้กับคนคานาอัน (4:1–5:31)
   ง. ยุคที่สี่: กิเดโอนสู้กับคนมีเดียน (6:1–8:32)
   จ. ยุคที่ห้า: โทลาและยาอีร์สู้กับผลกระทบที่เกิดจากอาบีเมเลค (8:33–10:5)

ฉ. ยุคที่หก: เยฟธาห์ อิบซาน เอโลน และอับโดนสู้กับคนฟีลิสเตียและคนอัมโมน (10:6–12:15)

ช. ยุคที่เจ็ด: แซมสันสู้กับคนฟีลิสเตีย (13:1–16:31)

III. บทส่งท้าย—ความล้มเหลวของอิสราเอล (17:1–21:25)

ก. การกราบไหว้รูปเคารพของมีคาห์และคนเผ่าดาน (17:1–18:31)

ข. อาชญากรรมที่เมืองกิเบอาห์ และสงครามสู้รบกับเผ่าเบนยามิน (19:1–21:25)

ขณะเดียวกัน ในพื้นที่ส่วนอื่น ๆ ของโลก . . .

มีการประกาศกฎข้อห้ามในจีน และผ้าไหมได้รับการพัฒนาอย่างกว้างขวางเพื่อใช้ในการค้าขายของจีน

คำถามที่พบบ่อย

1. ดูเหมือนคนอย่างกิเดโอน เยฟธาห์ และแซมสัน จะแสดงให้เห็นความผิดพลาดใหญ่หลวง มากพอ ๆ กับความสำเร็จที่พวกเขาได้รับ ทำไมพระเจ้าจึงใช้ผู้นำที่มีข้อเสียชัดเจนเช่นนั้น?

คำตอบที่เห็นได้ชัดข้อหนึ่งสำหรับคำถามนี้ก็คือ ตราบใดที่พระเจ้ายังเลือกที่จะใช้มนุษย์ สุดท้ายพระองค์ก็จะต้องใช้คนที่มีข้อเสียชัดเจน ไม่มีใครหนีพ้นจากการเป็นคนประเภทนี้ได้ ประเด็นก็คือ พระเจ้าทรงใช้มนุษย์ในแผนการต่าง ๆ ของพระองค์ ถึงแม้พวกเขาจะมีข้อเสียที่ชัดเจน

นี่หมายความว่าบาปของผู้นำเป็นเรื่องที่ไม่ต้องถือสาอย่างนั้นหรือ? ไม่ใช่แน่นอน ความจริงแล้วผู้นำต้องแบกความรับผิดชอบในระดับที่สูงกว่า ตัวอย่างเช่น ขอให้สังเกตข้อเท็จจริงที่ว่าโมเสสถูกริบโอกาสที่จะเข้าสู่ดินแดนแห่งพระสัญญาเนื่องจากเขาบันดาลโทสะ (กันดารวิถี 20:10; เฉลยธรรมบัญญัติ 3:24–27) เยฟธาห์กล่าวคำสาบานแบบหุนหันพลันแล่น ซึ่งทำให้ลูกสาวของเขาต้องรับผลเป็นคนแรก (ผู้วินิจฉัย 11:29–40) บางทีสิ่งที่ควรจะดึงความสนใจของเรามาที่ผู้รับใช้พระเจ้าเหล่านี้อาจไม่ใช่จุดอ่อนของพวกเขา หรือแม้กระทั่งความสำเร็จยิ่งใหญ่ที่พระเจ้าทรงกระทำผ่านพวกเขา แต่เป็นการที่พวกเขายังคงสัตย์ซื่อต่อพระเจ้าแม้พวกเขาจะมีความล้มเหลว

2. เราสามารถเรียนรู้อะไรจากการศึกษาชีวิตผู้วินิจฉัยของอิสราเอล?

พระวจนะของพระเจ้ามีภาพที่รวมประสบการณ์มากมายของมนุษย์เอาไว้อย่างเข้มข้น แม้ว่าจะมีการเปลี่ยนแปลงแบบผิวเผินเกิดขึ้นในพื้นที่มากมายของโลก แต่มนุษย์ที่อาศัยอยู่ในโลกก็ยังคงเหมือนเดิม เมื่อเราศึกษาชีวิตของผู้วินิจฉัย เราก็ได้พบตัวเราเอง สิ่งที่พวกเราต่างมีเหมือนกัน ไม่ว่าจะเป็นชัยชนะ ความพ่ายแพ้ ความผิดพลาด หรือการตัดสินใจที่ถูกต้อง ได้สร้างความเชื่อมโยงระหว่างพวกเรามาตลอดหลายศตวรรษ และดึงความสนใจของเราไปยังพระเจ้าผู้ทรงทำพระราชกิจในชีวิตของพวกเขา คำเชื้อเชิญจากคนสมัยโบราณยังคงหนักแน่นโดยไม่ต้องส่งเสียง นั่นคือ ถ้าเราจะใช้ชีวิตเพื่อพระเจ้าอย่างกล้าหาญเหมือนพวกเขา แน่นอนว่าในแต่ละวันเราจะได้พบว่าพระเจ้าทรงสถิตอยู่อย่างใกล้ชิดในลักษณะเดียวกัน ซึ่งเรื่องนี้เป็นส่วนประกอบที่สำคัญยิ่งในประสบการณ์ของพวกเขา

ศึกษาผู้วินิจฉัยแบบรวบรัด

1. ผู้วินิจฉัย 12 คนที่ถูกกล่าวถึงในพระธรรมเล่มนี้มีใครบ้าง และพวกเขาปฏิบัติภารกิจในการเป็นผู้นำได้ดีแค่ไหน?
2. ผู้วินิจฉัยคนไหนที่คุณเห็นว่าน่าเลียนแบบมากที่สุด?
3. ในชีวิตของคนอิสราเอล มีอะไรบ้างที่เป็นอาการหลัก ๆ ซึ่งบ่งชี้ว่าพวกเขาไม่ได้อุทิศตัวให้พระเจ้าอีกต่อไป และพวกเขาอะลุ้มอล่วยให้วัฒนธรรมต่าง ๆ ที่อยู่รอบ ๆ?
4. ทำไมพระเจ้าทรงช่วยประชากรของพระองค์เรื่อยมา?
5. คุณจะยกตัวให้เห็นภาพข้อสุดท้ายของพระธรรมผู้วินิจฉัยอย่างไร เพื่อให้เขากับยุคสมัยของคุณ “ในสมัยนั้นไม่มีกษัตริย์ในอิสราเอล ต่างก็ทำตามที่ตนเองเห็นชอบ” (ผู้วินิจฉัย 21:25)?

[1] โปรดดู “ลำดับเวลาของอัครปิตาและผู้วินิจฉัยในพระคัมภีร์เดิม” ในภาคผนวกตอนท้ายของหนังสือเล่มนี้

นางรูธ

ค ร อ บ ค รั ว น า น า ช า ติ ข อ ง พ ร ะ เ จ้ า

พระธรรมเล่มเดียวในพระคัมภีร์เดิม
ที่ถูกตั้งชื่อตามบรรพชนของพระเยซู

แม้แต่ชื่อของพระธรรมนางรูธก็มีข้อเท็จจริงหลายประการที่น่าสังเกต ได้แก่ (1) พระธรรมเล่มนี้เป็นพระธรรมเล่มเดียวในพระคัมภีร์เดิมที่ตั้งชื่อตามบุคคลที่ไม่ใช่ชาวยิว (2) พระธรรมเล่มนี้เป็นเพียงหนึ่งในสองเล่มในพระคัมภีร์ที่ตั้งชื่อตามสตรี (นางรูธทำหน้าที่เป็นตัวละครหลักในเรื่อง เช่นเดียวกับเอสเธอร์) มีความเป็นไปได้สูงว่าชื่อ "รูธ" เป็นคำที่เหมือนกันทั้งในภาษาฮีบรูและภาษาโมอับ คำนี้แปลว่า "มิตรภาพ" และชีวประวัติสั้น ๆ ของรูธก็แสดงให้เห็นว่า เธอดำเนินชีวิตสมกับชื่อนั้นจริง ๆ

ผู้เขียนและปีที่เขียน

น่าจะเขียนโดยซามูเอล ประมาณปี 1030 ถึง 1010 ก่อน ค.ศ.

พระธรรมนางรูธเองแทบไม่ช่วยอะไรในการระบุตัวผู้เขียน เรื่องราวโบราณซึ่งชาวยิวเล่าสืบต่อกันมาบอกว่าซามูเอลเป็นผู้เขียน ข้อพระคัมภีร์ตอนสุดท้ายของนางรูธกล่าวถึงดาวิด แต่ไม่กล่าวถึงซาโลมอน บ่งบอกว่าเวลาที่เขียนอยู่ในช่วงบั้นปลายชีวิตของซามูเอล หรือไม่ก็หลังจากซามูเอลเสียชีวิตไม่นาน (นางรูธ 4:17,22) ไม่ว่าใครเป็นผู้เขียนก็ตาม ความพยายามนี้ก็ออกผลเป็นงานเขียนอมตะที่เล่าเรื่องอย่างประณีตงดงาม

บุคคลสำคัญในนางรูธ

รูธ—ลูกสะใภ้ของนาโอมี ต่อมาสมรสกับโบอาส บรรพบุรุษโดยตรงของพระเยซู (บทที่ 1–4)

นาโอมี—ภรรยาม่ายของเอลีเมเลค และแม่สามีของโอรปาห์กับรูธ สั่งสอนรูธอย่างฉลาด (บทที่ 1–4)

โบอาส—ชาวนาผู้มั่งมีซึ่งแต่งงานกับรูธชาวโมอับ เขาเป็นบรรพบุรุษโดยตรงของพระเยซู (บทที่ 1–4)

ภูมิหลังและสถานที่

มีสถานที่ทางภูมิศาสตร์สองแห่งเป็นบริบทของเหตุการณ์ที่เกิดขึ้นในพระธรรมนางรูธ คือเมืองเบธเลเฮมซึ่งอยู่ห่างจากเยรูซาเล็มมาทางใต้นิดเดียว และแผ่นดินโมอับซึ่งอยู่ทางตะวันออกเฉียงใต้ เลยทะเลตายออกไป โมอับกับอิสราเอลมีความสัมพันธ์ทางสายเลือดกันห่าง ๆ แต่ก็เป็นความสัมพันธ์ที่น่าละอาย ชาวโมอับเป็นลูกหลานของโลท หลานชายของอับราฮัม ซึ่งเกิดมาโดยการร่วมประเวณีภายในครอบครัว (ปฐมกาล 19:37) มักจะมีความตึงเครียดสูงระหว่างสองชนชาตินี้ เหตุการณ์ต่าง ๆ ในชีวิตของรูธดูเหมือนจะเกิดขึ้นในช่วงเวลาที่ค่อนข้างสงบสุขระหว่างสองชนชาตินี้

การกันดารอาหารที่ผลักดันให้เอลีเมเลคกับนาโอมีย้ายถิ่นฐานไปยังโมอับแสดงให้เห็นวิธีการหนึ่งที่พระเจ้าใช้ตีสอนประชากรที่ดื้อรั้นของพระองค์ นอกเหนือจากความขัดแย้งกับคนต่างชาติ (1:1) พระธรรมเล่มนี้บอกว่าเหตุการณ์ต่าง ๆ เหล่านี้เกิดขึ้นในยุคผู้วินิจฉัย (1:1) ไม่มีการกันดารอาหารครั้งใดที่บันทึกไว้ในพระธรรมผู้วินิจฉัย แต่ลำดับวงศ์ตระกูลโดยย่อของดาวิดบ่งบอกว่า รูธน่าจะมีชีวิตอยู่ในยุคที่ยาอีร์เป็นผู้วินิจฉัย (ผู้วินิจฉัย 10:3–5)

หลักคำสอนสำคัญในนางรูธ

การไถ่สำหรับทั้งคนยิวและคนต่างชาติ (2:12; 1 ซามูเอล 24:19; สดุดี 58:11; กิจการ 13:46; โรม 10:11–12; กาลาเทีย 3:28; เอเฟซัส 2:14)

ผู้หญิงในฐานะทายาทผู้รับมรดกร่วมกับผู้ชาย ในการรับพระคุณที่พระเจ้าทรงช่วยให้รอด (2:12; กิจการ 17:12; กาลาเทีย 3:28)

คุณลักษณะต่าง ๆ ของสตรีที่ดีงาม (3:11; สุภาษิต 12:4; 31:10–31)

สิทธิของดาวิด (ดังนั้นจึงเป็นสิทธิของพระคริสต์ด้วย) ที่จะครองบัลลังก์อิสราเอล (4:18–22; ปฐมกาล 49:8–12; มัทธิว 1:1–7; ลูกา 3:32)

พระลักษณะของพระเจ้าในนางรูธ

พระเจ้าทรงมีอำนาจสูงสุด—1:6; 4:13

พระเจ้าทรงจัดเตรียม—2:3

พระคริสต์ในนางรูธ

โบอาส ในฐานะภาพเล็งถึงพระคริสต์ กลายเป็นญาติสนิทผู้ช่วยไถ่ของรูธ (ดูในส่วน **คำศัพท์สำคัญ** และ **คำถามที่พบบ่อย** ที่อยู่หลังจากนี้) บันทึกเรื่องราวนี้บอกล่วงหน้าถึงการเสด็จมาของพระเยซูในฐานะพระผู้ไถ่ของผู้เชื่อทั้งหมด (1 เปโตร 1:18–19)

คำศัพท์สำคัญในนางรูธ

เก็บ/รวบรวม: คำภาษาฮีบรูคือ *ลาคาท*—2:2,7,15,17–19,23—ซึ่งใช้ในที่นี้แปลว่า "รวบรวมเข้าด้วยกัน" หรือ "หยิบขึ้นมา" พระคัมภีร์เดิมกล่าวถึงคนที่เก็บหรือรวบรวมวัตถุสิ่งของหลายอย่าง ได้แก่ ก้อนหิน (ปฐมกาล 31:46) เงิน (ปฐมกาล 47:14) มานา (อพยพ 16:4–5,26) หรือแม้กระทั่งนักเลง (ผู้วินิจฉัย 11:3) ผู้เผยพระวจนะอิสยาห์ใช้คำนี้บรรยายว่าองค์พระผู้เป็นเจ้าจะทรง "รวบรวม" ประชากรของพระองค์จากท่ามกลางชนทุกชาติ และนำพวกเขากลับคืนสู่แผ่นดินของพวกเขา (อิสยาห์ 27:12) คำกริยานี้ปรากฏในพระคัมภีร์เดิม 34 ครั้ง โดย 12 ครั้งอยู่ในนางรูธบทที่ 2 นี้เอง ในพระคัมภีร์ตอนนี้ รูธใช้ประโยชน์จากข้อกำหนดต่าง ๆ ที่องค์พระผู้เป็นเจ้าประทานแก่โมเสส พระเจ้าตรัสสั่งคนอิสราเอลมิให้เกี่ยวเก็บผลผลิตจากไร่นาจนหมดเกลี้ยง แต่พวกเขาต้องเหลือธัญพืชที่ไม่ถูกเก็บเกี่ยวไว้บ้าง เพื่อให้คนยากจนและคนต่างด้าวในแผ่นดินได้เก็บกินเพื่อประทังชีวิต (เลวีนิติ 19:9–10; 23:22)

ญาติสนิทผู้ช่วยไถ่: คำภาษาฮีบรู *กาอาล*—2:1,20; 3:9,12–13; 4:1,3,6,14—ซึ่งแปลว่า "ญาติพี่น้อง" นั้นหมายถึง "ญาติสนิท" ซึ่งทำหน้าที่เป็นผู้พิทักษ์หรือผู้ค้ำประกันสิทธิต่าง ๆ ของครอบครัว เขาอาจถูกเรียกมาปฏิบัติหน้าที่หลายอย่าง ได้แก่ (1) ซื้อทรัพย์สินที่ครอบครัวเคยขายไปกลับคืนมา (2) ทำให้มีทายาทสำหรับพี่ชายที่เสียชีวิตไป ด้วยการแต่งงานกับภรรยาของพี่ชายคนนั้นและมีลูกกับเธอ (3) ไถ่ตัวสมาชิกในครอบครัวที่ถูกขายไปเป็นทาสเพราะความยากจน และ (4) แก้แค้นแทนญาติที่ถูกฆ่า ด้วยการสังหารฆาตกร พระคัมภีร์เรียกพระเจ้าว่าพระผู้ไถ่ หรือ "ญาติสนิท" ของอิสราเอล (อิสยาห์ 60:16) และเรียกพระเยซูว่าพระผู้ไถ่ของผู้เชื่อทั้งหมด (1 เปโตร 1:18–19)

สรุปเนื้อหาโดยย่อ

I. เอลีเมเลคและความตกต่ำของนาโอมีในโมอับ (1:1–5)

II. นาโอมีกับรูธกลับไปเบธเลเฮม (1:6–22)

III. โบอาสต้อนรับรูธที่ทุ่งนาของเขา (2:1–23)
IV. ความรักของรูธกับโบอาส (3:1–18)
V. โบอาสไถ่รูธ (4:1–12)
VI. พระเจ้าประทานบุตรชายเป็นบำเหน็จแก่โบอาสและรูธ (4:13–17)
VII. สิทธิของดาวิดที่จะครองบัลลังก์แห่งยูดาห์ (4:18–22)

ขณะเดียวกัน ในพื้นที่ส่วนอื่น ๆ ของโลก . . .

สงครามกลางเมืองปะทุขึ้นในรัชสมัยของฟาโรห์รามเสสที่ 11 ในยุคราชวงศ์ที่ 21 ในอียิปต์ (ปี 1090–945 ก่อน ค.ศ.)

คำถามที่พบบ่อย

1. "ญาติสนิทผู้ช่วยไถ่" ซึ่งเป็นส่วนประกอบที่โดดเด่นในเรื่องราวของรูธคืออะไร?

เมื่อโบอาสเจรจากับญาติอีกคนหนึ่งเกี่ยวกับข้อตกลงเรื่องที่ดินของเอลีเมเลคและนาโอมี (4:1–12) เขาอ้างถึงบัญญัติที่โมเสสกำหนดไว้ในเฉลยธรรมบัญญัติ 25:5–10 บัญญัติดังกล่าวระบุข้อปฏิบัติเฉพาะเจาะจง ซึ่งจะต้องดำเนินการโดยคนในครอบครัวที่ยังมีชีวิตอยู่ หากมีบุตรชายที่แต่งงานแล้วเสียชีวิตโดยไม่มีบุตรชายไว้รับมรดกหรือสืบทอดชื่อของเขา ผู้ชายอีกคนหนึ่งในครอบครัว (ซึ่งสันนิษฐานได้ว่ายังไม่แต่งงาน) จะต้องแต่งงานกับแม่ม่ายผู้นั้น และลูกที่เกิดมาคนแรกจะได้รับมรดกที่ดินของผู้ชายคนนั้นที่ตายไป

ญาติของโบอาสเต็มใจที่จะช่วยสะสางข้อตกลงเรื่องเงินกับนาโอมีเกี่ยวกับที่ดินของเธอ แต่เขาไม่รู้ว่ารูธเป็นส่วนหนึ่งของข้อตกลงนั้นด้วย เมื่อโบอาสบอกผู้ชายคนนั้น เขาก็สละสิทธิที่จะอ้างความรับผิดชอบในที่ดินนั้นทันที และนั่นเป็นการเปิดทางให้โบอาสกับรูธได้แต่งงานกัน การสนทนาโต้ตอบกันทั้งหมดสื่อถึงความตั้งใจจริงที่จะทำสิ่งที่สุจริตและมีเกียรติ

ศึกษานางรูธแบบรวบรัด

1. ความสัมพันธ์ระหว่างนาโอมีและรูธแสดงให้เห็นมิตรภาพในรูปแบบที่ดีที่สุดอย่างไรบ้าง?
2. เรื่องราวของรูธแสดงให้เห็นความสัตย์ซื่อของพระเจ้าอย่างไร?
3. รูธอธิบายและแสดงออกถึงความเชื่อในพระเจ้าอย่างไรบ้าง?
4. โบอาสแสดงออกถึงสติปัญญาในการจัดการเรื่องมรดกของนาโอมีและรูธอย่างไร?
5. ขอให้คุณบรรยายความสัมพันธ์ระหว่างนาโอมีกับพระเจ้าตลอดพระธรรมนางรูธ
6. ในเรื่องการจัดเตรียมของพระเจ้า มีตัวอย่างเฉพาะเจาะจงอะไรบ้างที่คุณสามารถนึกออกจากชีวิตของคุณเอง?

1 และ 2 ซามูเอล

คุณสมบัติในการเป็นกษัตริย์
และการสถาปนาราชวงศ์ของดาวิด

เผ่าต่าง ๆ ที่รวมกันเป็นชนชาติอิสราเอล
ในที่สุดได้กลายเป็นอาณาจักร และพระธรรมสองเล่มนี้เล่าเรื่องราวดังกล่าว

พระธรรม 1 และ 2 ซามูเอล เล่าประวัติศาสตร์ของอิสราเอลต่อจากจุดที่พระธรรมผู้วินิจฉัยทิ้งท้ายไว้ ชีวิตของซามูเอลครอบคลุมการเปลี่ยนแปลงสำคัญ ๆ ท่ามกลางประชากรที่พระเจ้าทรงเลือก เราอาจเรียกเขาว่าผู้วินิจฉัยคนสุดท้ายและผู้วินิจฉัยที่ยิ่งใหญ่ที่สุด (กิจการ 13:20) นอกจากนี้ งานรับใช้ของซามูเอลยังทำให้เขาเป็นผู้เผยพระวจนะคนแรกด้วย (กิจการ 3:24) เขาได้เจิมตั้งกษัตริย์สององค์แรกของอิสราเอล (ซาอูลและดาวิด) พระธรรมสองเล่มนี้ซึ่งปัจจุบันถูกเรียกตามชื่อของเขา เดิมทีเป็นหนังสือม้วนเดียว และผู้คัดลอกบันทึกชิ้นนี้ได้แบ่งเป็นสองส่วนเพื่อความสะดวก

1 ซามูเอล
ผู้เขียนและปีที่เขียน

ไม่ทราบชื่อผู้เขียน ประมาณปี 931 ก่อน ค.ศ. หรือหลังจากนั้น

แม้ยังไม่เป็นที่ทราบว่ามนุษย์ที่เป็นผู้เขียนดั้งเดิมของพระธรรม 1 และ 2 ซามูเอลคือใคร แต่เรื่องราวโบราณของอิสราเอลซึ่งเล่าสืบต่อกันมาบอกว่าผู้เขียนคือตัวซามูเอลเอง (1 พงศาวดาร 29:29) คนอื่นที่มีความเป็นไปได้ได้แก่นาธันและกาด

บุคคลสำคัญใน 1 ซามูเอล

เอลี—มหาปุโรหิตและผู้วินิจฉัยของอิสราเอลเป็นเวลา 40 ปี อบรมสั่งสอนซามูเอลให้เป็นผู้วินิจฉัย (1:3–28; 2:11–4:18)

ฮันนาห์—มารดาของซามูเอล ถวายเขาแด่องค์พระผู้เป็นเจ้าตั้งแต่เขายังเป็นทารก (1:2–2:11,21)

ซามูเอล—ปุโรหิต ผู้เผยพระวจนะ และผู้วินิจฉัยที่ยิ่งใหญ่ที่สุดของอิสราเอล เจิมตั้งกษัตริย์สององค์แรกของอิสราเอล (1:20; 2:11,18–26; 3:1–21; 7:3–13:15; 15:1–16:13; 19:18–24; 25:1; 28:3–16)

ซาอูล—กษัตริย์องค์แรกของอิสราเอลซึ่งพระเจ้าทรงแต่งตั้ง เกิดความอิจฉาดาวิดและพยายามจะสังหารเขา (9:2–11:15; 13:1–19:24; 20:24–33; 21:10–11; 22:6–24:22; 25:44–27:4; 28:3–31:12)

โยนาธาน—บุตรชายของซาอูล เป็นเพื่อนกับดาวิดและปกป้องเขาจากซาอูล (13:1–14:49; 18:1–23:18; 31:2)

ดาวิด—กษัตริย์ยิ่งใหญ่ที่สุดของอิสราเอล นอกจากนี้ยังเป็นคนเลี้ยงแกะ นักดนตรี และกวี เป็นบรรพบุรุษโดยตรงของพระเยซูคริสต์ (16:11–30:27)

ภูมิหลังและสถานที่

นับเป็นครั้งแรกในพระคัมภีร์ เหตุการณ์ต่าง ๆ ที่บันทึกไว้ใน 1 และ 2 ซามูเอลนั้นเกิดขึ้นภายในพรมแดนของดินแดนแห่งพระสัญญา สถานที่ต่าง ๆ ที่คุ้นเคยอย่างเยรูซาเล็ม เบธเลเฮม รามาห์ และเฮโบรนกลายเป็นเมืองของคนยิว ชีวิตประจำวันประกอบด้วยการสู้รบและความขัดแย้งไม่หยุดหย่อนกับชนชาติต่าง ๆ ที่ต่อต้านการถูกขับไล่เมื่ออิสราเอลเข้ายึดครองดินแดนแห่งพระสัญญา ประชาชนเรียกร้องขอให้มีกษัตริย์ ซาอูลและโดยเฉพาะอย่างยิ่งดาวิดทรงปกครองดินแดนด้วยอำนาจ ซามูเอลมีชีวิตอยู่ตลอดยุคสมัยแห่งการเปลี่ยนแปลงครั้งใหญ่ และพูดแทนพระเจ้าแก่ประชาชนและพวกผู้นำ

เหตุการณ์ใน 1 และ 2 ซามูเอลเริ่มต้นเมื่อประมาณปี 1105 ก่อน ค.ศ. ด้วยกำเนิดของซามูเอล (1 ซามูเอล 1:1–28) บันทึกเรื่องราวนี้จบลงด้วยถ้อยคำสุดท้ายของดาวิด เมื่อประมาณปี 971 ก่อน ค.ศ. (2 ซามูเอล 23:1–7) พระธรรมสองเล่มนี้ครอบคลุมประวัติศาสตร์ประมาณ 135 ปี ในช่วงหลายปีที่เต็มไปด้วยเหตุการณ์สำคัญนั้น อิสราเอลได้เปลี่ยนสภาพจากกลุ่มคนหลายเผ่าที่รวมตัวกันแบบหลวม ๆ โดยมีผู้วินิจฉัยเป็นผู้นำ กลายเป็นชาติที่รวมกันเป็นหนึ่งภายใต้กษัตริย์องค์เดียว มีชายสามคนที่โดดเด่นเหมือนยักษ์ใหญ่อยู่ท่ามกลางพวกพ้องของเขาในสมัยนั้น ได้แก่ ซามูเอลซึ่งปฏิบัติหน้าที่ระหว่างปี 1105–1030 ก่อน ค.ศ. ซาอูลซึ่งครองราชย์เป็นกษัตริย์ระหว่างปี 1052–1011 ก่อน ค.ศ. และดาวิดซึ่งครองราชย์ระหว่างปี 1011–971 ก่อน ค.ศ.

หลักคำสอนสำคัญใน 1 ซามูเอล

พันธสัญญากับดาวิด—พระสัญญาซึ่งพระเจ้าประทานแก่ดาวิดว่าจะทำให้ราชบัลลังก์และอาณาจักรของพระองค์ดำรงอยู่ตลอดไปเป็นนิตย์ (2:10; ปฐมกาล 49:8–12; กันดารวิถี 24:7–9,17–19; 2 พงศ์กษัตริย์ 8:19; 2 พงศาวดาร 13:5; 21:7; สดุดี 89:20–37; อิสยาห์ 16:5; กิจการ 15:16–18; วิวรณ์ 22:16)

การทำงานของพระวิญญาณบริสุทธิ์—เสริมกำลังมนุษย์เพื่อภารกิจที่พระเจ้าทรงมอบหมาย (10:6,10; 16:13; กันดารวิถี 11:25,29; ผู้วินิจฉัย 14:6; 27:18; มัทธิว 4:1; 28:19–20; มาระโก 13:11; ลูกา 1:35; ยอห์น 14:16–17; กิจการ 1:8; 2:4; โรม 8:5–6; กาลาเทีย 5:16–18; ยากอบ 4:5–6)

บาป—บาปของอิสราเอลก่อให้เกิดผลที่ตามมาทั้งระดับบุคคลและระดับชาติ (3:10–14; 4:17–18; 6:19; 13:9,13–14; 15:8–9,20–23; ปฐมกาล 3; กันดารวิถี 4:15; 15:30–31; 1 พงศ์กษัตริย์ 11:38; 13:34; 2 พงศ์กษัตริย์ 21:12; สดุดี 106:43; อิสยาห์ 22:14; เยเรมีย์ 19:3; เอเสเคียล 7:3; 18:30; ยอห์น 8:34; โรม 2:5; ฮีบรู 10:4,26–31)

พระลักษณะของพระเจ้าใน 1 ซามูเอล

พระเจ้าทรงบริสุทธิ์—2:2

พระเจ้าทรงมีฤทธิ์อำนาจ—14:6

พระเจ้าทรงจัดเตรียม—2:7–8; 6:7–10,12; 30:6

พระเจ้าทรงชอบธรรม—12:7

พระเจ้าทรงมีอำนาจสูงสุด—9:17; 16:12–13; 24:20

พระเจ้าทรงพระปัญญา—2:3

พระเจ้าทรงมีพระพิโรธ—5:6; 6:19; 7:10; 31:6

พระคริสต์ใน 1 ซามูเอล

คำอธิษฐานของฮันนาห์ (2:10) พยากรณ์ล่วงหน้าถึงกษัตริย์ในอนาคตที่พระเจ้าทรงเจิมตั้ง ผู้ถูกเจิมซึ่งเรียกอีกอย่างว่าพระเมสสิยาห์นี้ จะทำให้พระสัญญาของพระเจ้าเป็นจริง ในเรื่องการสถาปนาราชบัลลังก์ของดาวิดไว้ตลอดไปเป็นนิตย์

คำศัพท์สำคัญใน 1 ซามูเอล

ได้ยิน: คำภาษาฮีบรูคือ *ชามา*—1:13; 2:23; 4:14; 7:9; 8:18; 17:11; 23:11; 25:24—สามารถแปลว่า "ฟัง" หรือ "เชื่อฟัง" ได้ด้วย คำศัพท์สำคัญในพระคัมภีร์เดิมคำนี้ปรากฏมากกว่า 1,100 ครั้ง คำนี้บอกเป็นนัยว่าผู้ฟังกำลังเพ่งความสนใจทั้งหมดไปยังบุคคลที่กำลังพูด ในบางกรณีคำนี้สื่อความหมายมากกว่าการฟัง และบ่งบอกถึงการเชื่อฟังสิ่งที่กล่าวแก่เขา อับราฮัมได้รับพระพรไม่ใช่เพราะเขาแค่ได้ยิน แต่เพราะเขาเชื่อฟังพระสุรเสียงของพระเจ้า (ดูปฐมกาล 22:18 ซึ่งคำนี้ถูกแปลว่า "เชื่อฟัง") ใน 1 ซามูเอลบทที่ 3 ซามูเอลฟังพระวจนะของพระเจ้า และมุ่งมั่นที่จะเชื่อฟังพระวจนะนั้น ชายหนุ่มคนนี้เป็นตัวอย่างของคนแบบที่พระเจ้าพอพระทัยจะใช้ คือคนซึ่งพร้อมเสมอที่จะน้อมรับพระวจนะของพระองค์และปฏิบัติตาม

กษัตริย์: คำภาษาฮีบรูคือ *เมเลค*—2:10; 8:6; 10:24; 15:11; 18:22; 21:11,16; 24:20—อาจใช้กล่าวถึงเจ้าเมืองปลายแถวที่ปกครองเมืองเล็ก ๆ (โยชูวา 10:3) หรือกษัตริย์ของจักรวรรดิขนาดใหญ่ (เอสเธอร์ 1:1–5) กษัตริย์สมัยโบราณมีขอบเขตอำนาจทั้งด้านการทหาร (8:20) เศรษฐกิจ (1 พงศ์กษัตริย์ 10:26–29) การทูตระหว่างชาติ (1 พงศ์กษัตริย์ 5:1–11) และระบบกฎหมาย (2 ซามูเอล 8:15) กษัตริย์มักจะทำหน้าที่เป็นผู้นำทางจิตวิญญาณด้วย (2 พงศ์กษัตริย์ 23:1–24) ถึงแม้ว่ากษัตริย์อิสราเอลถูกห้ามไม่ให้ปฏิบัติหน้าที่บางอย่างของปุโรหิต (13:9–14) พระคัมภีร์แสดงให้เราเห็นว่าดาวิดเป็นตัวอย่างของกษัตริย์ผู้ชอบธรรม ซึ่งตั้งพระทัยแน่วแน่ที่จะปรนนิบัติพระเจ้าอย่างสัตย์ซื่อ (กิจการ 13:22) พระสัญญาของพระเจ้าที่จะประทานอาณาจักรนิรันดร์แก่ดาวิด (2 ซามูเอล 7:16) ได้สำเร็จเป็นจริงในพระเยซูคริสต์ ผู้ทรงมีบรรพบุรุษฝ่ายมนุษย์มาจากเชื้อสายราชวงศ์ดาวิด (ลูกา 2:4)

ทำลายทั้งหมด: คำภาษาฮีบรูคือ *ชาราม*—15:3,8–9,15,18,20—หมายถึง "การแยกไว้ต่างหาก" สำหรับสิ่งที่ไม่เหมาะสม ซึ่งตามปกติมักจะเป็นเพราะสิ่งนั้นมีมลทินที่เกี่ยวเนื่องกับการกราบไหว้รูปเคารพ ในโลกยุคโบราณ สิ่งใดที่ศักดิ์สิทธิ์หรือมีมลทินจะถูกนับว่าไม่เหมาะสมสำหรับการใช้งานทั่วไป ดังนั้นจึงต้องถูกทำลายให้หมด เฉลยธรรมบัญญัติ 13:12–15 กล่าวว่า อิสราเอลจะต้องทำลายทุกคนและทุกสิ่งที่ชั่วร้ายมากจนต้องนับว่ามีมลทิน การละเมิดพระบัญชานี้ทำให้อาคานต้องชดใช้ด้วยชีวิตของเขา (โยชูวา 7) และซาอูลต้องชดใช้ด้วยบัลลังก์ของพระองค์ (15:9–11) เปาโลย้ำเตือนเราว่าเราทุกคนล้วนชั่วร้าย ดังนั้นเราจึงมีมลทินและสมควรถูกทำลาย แต่โดยพระเมตตาของพระเจ้า พระองค์ได้ทรงเลือกที่จะช่วยผู้ที่เชื่อวางใจในพระเยซูให้รอด (โรม 3:10–26)

สรุปเนื้อหาโดยย่อของ 1 ซามูเอล[1]

I. ซามูเอล: ผู้เผยพระวจนะและผู้วินิจฉัยอิสราเอล (1:1–7:17)
- ก. ซามูเอลผู้เผยพระวจนะ (1:1–4:1a)
- ข. ซามูเอลผู้วินิจฉัย (4:1b–7:17)

II. ซาอูล: กษัตริย์องค์แรกที่ปกครองอิสราเอล (8:1–15:35)
   ก. ซาอูลขึ้นครองเป็นกษัตริย์ (8:1–12:25)
   ข. ซาอูลเสื่อมถอยในบทบาทกษัตริย์ (13:1–15:35)

III. ดาวิดกับซาอูล: การเปลี่ยนผ่านตำแหน่งกษัตริย์ในอิสราเอล (16:1–31:13)
   ก. แนะนำตัวดาวิด (16:1–17:58)
   ข. ดาวิดถูกขับออกจากราชสำนักของซาอูล (18:1–20:42)
   ค. ดาวิดหลบหนีการไล่ล่าของซาอูล (21:1–28:2)
   ง. การสิ้นพระชนม์ของซาอูล (28:3–31:13)

ขณะเดียวกัน ในพื้นที่ส่วนอื่น ๆ ของโลก . . .

ในพื้นที่ซึ่งปัจจุบันคือรัฐเนวาดาและแคลิฟอร์เนียในสหรัฐอเมริกา กลุ่มชาติพันธุ์พินโตเจริญรุ่งเรืองขึ้นและทิ้งหลักฐานไว้เป็นกระท่อมที่สร้างด้วยต้นกก ไม้ และดินเหนียว

คำถามที่พบบ่อย

โปรดดู **คำถามที่พบบ่อย** ใน 2 ซามูเอล

ศึกษา 1 ซามูเอลแบบรวบรัด

1. กำเนิดและชีวิตวัยเด็กของของซามูเอลส่งผลต่อชีวิตของเขาในฐานะผู้วินิจฉัยและผู้เผยพระวจนะอย่างไรบ้าง?
2. ชีวิตของฮันนาห์ มารดาของซามูเอล แสดงให้เห็นลักษณะนิสัยที่โดดเด่นประการใดบ้าง?
3. ซามูเอลมีความสัมพันธ์อย่างไรกับกษัตริย์สององค์แรกของอิสราเอลและความสัมพันธ์นั้นบ่งบอกอะไรเกี่ยวกับมุมมองของพระเจ้าในเรื่องกษัตริย์?
4. การเชื่อฟังเป็นหัวข้อหลักใน 1 ซามูเอลมากน้อยแค่ไหน?
5. การทรงเรียกอย่างเจาะจงในชีวิตของซามูเอลมีอิทธิพลอย่างไรต่อความเข้าใจของคุณ ในเรื่องพระประสงค์ของพระเจ้าสำหรับชีวิตคุณ?

2 ซามูเอล
ผู้เขียนและปีที่เขียน
โปรดดู **ผู้เขียนและปีที่เขียน** ใน 1 ซามูเอล

บุคคลสำคัญใน 2 ซามูเอล
ดาวิด—กษัตริย์ยิ่งใหญ่ที่สุดของอิสราเอล นอกจากนี้ยังเป็นคนเลี้ยงแกะ นักดนตรี และกวี บรรพบุรุษโดยตรงของพระเยซูคริสต์ (1:1–24:25)

โยอาบ—ผู้บัญชาการทหารของกองทัพดาวิด (2:13–3:39; 8:16; 10:7–12:27; 14:1–33; 18:2–24:9)

บัทเชบา—ล่วงประเวณีกับดาวิด กลายเป็นราชินีของอิสราเอลและพระมารดาของซาโลมอน เป็นบรรพชนโดยตรงของพระเยซู (11:1–26; 12:24)

นาธัน—ผู้เผยพระวจนะและที่ปรึกษาของดาวิด กระตุ้นให้พระองค์กลับใจจากบาป (7:2–17; 12:1–25)

อับซาโลม—โอรสของดาวิด พยายามจะโค่นล้มราชบัลลังก์ของอิสราเอล (3:3; 13:1–19:10)

ภูมิหลังและสถานที่
โปรดดู **ภูมิหลังและสถานที่** ของ 1 ซามูเอล

หลักคำสอนสำคัญใน 2 ซามูเอล
พันธสัญญากับดาวิด—พระสัญญาซึ่งพระเจ้าประทานแก่ดาวิดว่าจะทำให้ราชบัลลังก์และอาณาจักรของพระองค์ดำรงอยู่ตลอดไปเป็นนิตย์ (7:12–16; 22:51; ปฐมกาล 49:8–12; กันดารวิถี 24:7–9,17–19; 2 พงศ์กษัตริย์ 8:19; 2 พงศาวดาร 13:5; 21:7; สดุดี 89:20–37; อิสยาห์ 16:5; กิจการ 15:16–18; วิวรณ์ 22:16)

บาป—บาปของอิสราเอลก่อให้เกิดผลที่ตามมาทั้งระดับบุคคลและระดับชาติ (6:6–7; 12:13–14; ปฐมกาล 3; กันดารวิถี 4:15; 15:30–31; 1 พงศ์กษัตริย์ 11:38; 13:34; 2 พงศ์กษัตริย์ 21:12; สดุดี 106:43; อิสยาห์ 22:14; เยเรมีย์ 19:3; เอเสเคียล 7:3; 18:30; ยอห์น 8:34; โรม 2:5; ฮีบรู 10:4,26–31)

พระเมสสิยาห์—นาธันพยากรณ์แก่ดาวิดว่า พระเมสสิยาห์จะเป็นกษัตริย์ที่ได้รับการเจิมตั้ง และจะมีชัยชนะเหนือบรรดาประชาชาติทั้งหมดที่ต่อต้านพระเจ้า (7:12–16; 22:51; มัทธิว 1:16–17; 12:22; มาระโก 1:1; ยอห์น 7:42; กิจการ 2:30–33)

คำศัพท์สำคัญใน 2 ซามูเอล

หีบ: คำภาษาฮีบรูคือ *อาโรน*—6:2,4,10,12,17; 7:2; 11:11; 15:24—สามารถแปลว่า "หีบ" (2 พงศ์กษัตริย์ 12:9) หรือ "โลง" (ปฐมกาล 50:26) แต่ปรากฏบ่อยที่สุดในวลี *อาโรน ฮาเบริท* ซึ่งแปลว่า "หีบพันธสัญญา" หีบนี้ทำจากไม้หุ้มด้วยทองคำ (อพยพ 25:10–22) ภายในบรรจุพระบัญญัติสิบประการ (อพยพ 40:20) ไม้เท้าของอาโรน และโถใส่มานา (ฮีบรู 9:4) หีบนี้ตั้งอยู่ในอภิสุทธิสถานในฐานะเครื่องเตือนใจถึงพันธสัญญาที่อิสราเอลทำไว้กับพระเจ้า และการสถิตอยู่ด้วยของพระองค์ท่ามกลางพวกเขา เมื่อคนอิสราเอลไม่ใส่ใจหีบนี้ (1 ซามูเอล 4:1–11) พระเจ้าก็อนุญาตให้หีบนี้ถูกยึดไป เพื่อจะแสดงให้เห็นว่าความสัมพันธ์ตามพันธสัญญาระหว่างพระองค์กับพวกเขานั้น เป็นสิ่งที่เหนือกว่าเรื่องของสัญลักษณ์และการถือโชคลาง สิ่งที่พระองค์ต้องการคือการเชื่อฟังพันธสัญญาของพระองค์อย่างต่อเนื่อง และมีจิตใจสำนึกผิดและยอมจำนนต่อพระองค์ (สดุดี 51:17; อิสยาห์ 57:15)

เยรูซาเล็ม: คำภาษาฮีบรูคือ *เยรูชาลายิม*—5:5; 8:7; 11:1, 15:8,29; 16:15; 17:20; 19:19; 24:16—คำนี้เกี่ยวข้องกับคำที่แปลว่า "สันติสุข" ในรัชสมัยของกษัตริย์ดาวิด เยรูซาเล็มถูกตั้งเป็นเมืองหลวงทางการเมืองและทางศาสนาของอิสราเอล และกลายเป็นศูนย์กลางในการเปิดเผยแผนการไถ่ของพระเจ้า ในพระคัมภีร์เดิมเยรูซาเล็มถูกกล่าวถึงในหลายลักษณะ ทั้งนครของพระเจ้า (สดุดี 87:1–3) สถานที่ซึ่งพระเจ้าทรงใส่พระนามของพระองค์ไว้ (2 พงศ์กษัตริย์ 21:4) สถานที่แห่งความรอด (อิสยาห์ 46:13) พระที่นั่งของพระเจ้า (เยเรมีย์ 3:17) และนครบริสุทธิ์ (อิสยาห์ 52:1) พวกผู้เผยพระวจนะรู้ล่วงหน้าถึงเวลาที่กำลังใกล้เข้ามา ซึ่งเยรูซาเล็มจะถูกพิพากษาเพราะความชั่วช้า (มีคาห์ 4:10–12) แต่ในการประกาศคำพิพากษา พวกเขาก็ได้เห็นการรื้อฟื้นเมืองนี้อย่างยิ่งใหญ่ด้วย (อิสยาห์ 40:2; 44:25–28; ดาเนียล 9:2; เศฟันยาห์ 3:16–20) นิมิตเรื่องเยรูซาเล็มที่ได้รับการรื้อฟื้นขึ้นใหม่นี้ ประกอบด้วยความหวังว่าจะมีนครเยรูซาเล็มใหม่ ซึ่งในนครนั้นพระเจ้าจะรวบรวมประชากรทั้งหมดของพระองค์ไว้ (อิสยาห์ 65:17–19; วิวรณ์ 21:1–2)

นักรบ: คำภาษาฮีบรูคือ *กิบโบร์*—1:25; 10:7; 16:6; 17:8; 20:7; 23:8,22—คำนี้เน้นถึงความเป็นเลิศหรือคุณสมบัติที่พิเศษ ในพระคัมภีร์เดิมคำนี้ถูกใช้กล่าวถึงความเป็นเลิศของสิงโต (สุภาษิต 30:30) ของคนดีและคนเลว (ปฐมกาล 10:9; 1 พงศาวดาร 19:8) ของมนุษย์ยักษ์ (ปฐมกาล 6:4) ของทูตสวรรค์ (สดุดี 103:20) หรือแม้กระทั่งพระเจ้า (เฉลยธรรมบัญญัติ 10:17; เนหะมีย์ 9:32) พระคัมภีร์กล่าวว่าสาเหตุที่ *นักรบ* ได้รับชัยชนะนั้นไม่ใช่เพราะกำลังของเขา (สดุดี 33:16) แต่เพราะเขาเข้าใจและรู้จักองค์พระผู้เป็นเจ้า (เยเรมีย์ 9:23–24) วลี *พระเจ้าผู้ทรงฤทธิ์* (ทรงฤทธิ์ในวลีนี้คือ *กิบโบร์*ในภาษาฮีบรู) ถูกใช้สามครั้งในพระคัมภีร์เดิม ซึ่งรวมถึงในคำพยากรณ์ของอิสยาห์เรื่องพระเมสสิยาห์ ตอนที่กล่าวถึงการประสูติของพระเยซู (อิสยาห์ 9:6; 10:21; เยเรมีย์ 32:18)

พระลักษณะของพระเจ้าใน 2 ซามูเอล

พระเจ้าทรงพระกรุณา—2:6
พระเจ้าทรงรักษาพระสัญญา—7:12–13
พระเจ้าทรงจัดเตรียม—17:14–15
พระเจ้าทรงสัตย์จริง—2:6
พระเจ้าทรงไม่มีใครเสมอเหมือน—7:22
พระเจ้าทรงเป็นหนึ่งเดียว—7:22
พระเจ้าทรงพระปัญญา—7:20
พระเจ้าทรงมีพระพิโรธ—6:7; 21:1; 24:1,15,17

พระคริสต์ใน 2 ซามูเอล

พันธสัญญากับดาวิดที่เขียนไว้ 2 ซามูเอล 7:12–16 เปิดเผยพระสัญญาของพระเจ้าที่จะทำให้อาณาจักรของดาวิดดำรงอยู่ชั่วนิรันดร์ พระคริสต์ทรงทำให้พันธสัญญานี้สำเร็จ ในฐานะพระเมสสิยาห์ที่สืบเชื้อสายมาจากราชวงศ์ดาวิดโดยตรง ชีวิตของดาวิดตามที่บันทึกไว้ใน 2 ซามูเอล เป็นภาพเล็งถึงอาณาจักรของพระคริสต์ในอนาคต

สรุปเนื้อหาโดยย่อ[1]

I. การครองราชย์ของดาวิดในฐานะกษัตริย์เหนืออิสราเอล (1:1–20:26)
   ก. ดาวิดขึ้นครองราชย์เป็นกษัตริย์เหนือยูดาห์ (1:1–3:5)
   ข. ดาวิดขึ้นครองราชย์เป็นกษัตริย์เหนืออิสราเอล (3:6–5:16)
   ค. รัชสมัยแห่งชัยชนะของดาวิด (5:17–8:18)
   ง. รัชสมัยแห่งความลำบากของดาวิด (9:1–20:26)
II. บทส่งท้าย (21:1–24:25)
   ก. การพิพากษาขององค์พระผู้เป็นเจ้าต่ออิสราเอล (21:1–14)
   ข. ทหารกล้าของดาวิด (21:15–22)
   ค. บทเพลงสรรเสริญของดาวิด (22:1–51)
   ง. ถ้อยคำสุดท้ายของดาวิด (23:1–7)
   จ. นักรบของดาวิด (23:8–39)
   ฉ. การพิพากษาขององค์พระผู้เป็นเจ้าต่อดาวิด (24:1–25)

ขณะเดียวกัน ในพื้นที่ส่วนอื่น ๆ ของโลก . . .

การใช้วิกผมเป็นที่นิยมในระบอบการปกครองโดยชนชั้นสูงของอียิปต์และอัสซีเรีย

คำถามที่พบบ่อย

1. หากเรายอมรับมุมมองเชิงวิชาการว่า สำเนาโบราณของ 1 และ 2 ซามูเอลที่หลงเหลือมาถึงเรานั้นเก็บรักษามาค่อนข้างแย่ เราควรจะมีทัศนคติอย่างไรต่อพระธรรมสองเล่มนี้ ในฐานะที่เป็นส่วนหนึ่งของพระวจนะของพระเจ้า?

เมื่อเราคำนึงถึงปัญหายาก ๆ ในการคัดลอกด้วยมือและการเก็บรักษาหนังสือม้วน มันก็เป็นเรื่องน่าอัศจรรย์ที่เรายังคงมีเอกสารโบราณต่าง ๆ ที่เรามีอยู่ในปัจจุบัน และทัศนคติของเราก็ควรจะเป็นไปในทางอัศจรรย์ใจที่ความคลาดเคลื่อนนั้นมีอยู่น้อยมาก แทนที่จะกังวลใจกับปัญหาต่าง ๆ ที่อาจทำให้เราสับสนหรือท้าทายเรา

การค้นพบหลายอย่างในศาสตร์การวิเคราะห์สำเนาโบราณนั้น เป็นเรื่องของความผิดพลาดทั่วไปที่ปรากฏบ่อยครั้งเมื่อเอกสารที่เขียนด้วยมือถูกคัดลอก ยกตัวอย่างเช่น เวลามีข้อความสองบรรทัดลงท้ายด้วยคำเดียวกันหรือกลุ่มคำเดียวกัน สายตาของผู้คัดลอกก็มักจะข้ามบรรทัดที่สองไป ทำให้บรรทัดนั้นหายไปทั้งบรรทัด การเปรียบเทียบสำเนาโบราณแต่ละฉบับอย่างละเอียดถี่ถ้วน และการประกอบข้อความขึ้นมาใหม่ มักจะแสดงให้เห็นความผิดพลาดธรรมดา ๆ เหล่านี้

ในกรณีของ 1 และ 2 ซามูเอล เรามีตัวบทโบราณสองตระกูล ได้แก่ (1) ตัวบทแบบมาโซเรท ที่เป็นภาษาฮีบรู กับ (2) ตัวบทของฉบับ LXX (เซปทัวจินต์) ที่เป็นภาษากรีก แปลโดยนักวิชาการชาวยิวเมื่อประมาณ 100 ปีก่อน ค.ศ. เมื่อเปรียบเทียบตัวบทสองตระกูลนี้ ก็เป็นความจริงที่เราพบความแตกต่างในพระธรรมสองเล่มนี้บ่อยกว่าในพระธรรมเล่มอื่น ๆ ของพระคัมภีร์เดิม ตัวบทเหล่านี้มีจุดที่ไม่ตรงกันบ่อย ๆ เวลาเป็นเรื่องของตัวเลข ในการหาข้อสรุปให้ความคลาดเคลื่อนเหล่านี้ โดยทั่วไปแล้วตัวบทมาโซเรทจะถูกมองว่าเป็นตัวบทที่ใกล้เคียงกับต้นฉบับมากกว่า ทั้งนี้เมื่อดูจากอายุและการใช้ภาษา เว้นเสียแต่ไวยากรณ์และบริบทจะบ่งชี้ว่ามีความผิดพลาดในการคัดลอก

ข้อเท็จจริงสำคัญที่ต้องจำไว้ เมื่อเราคิดถึงความเป็นไปได้ที่อาจเกิดข้อผิดพลาดเกี่ยวกับข้อความในพระคัมภีร์ที่เรามีอยู่ คือข้อเท็จจริงต่อไปนี้ “หลักคำสอนต่าง ๆ

ที่เป็นหัวใจสำคัญของความเชื่อคริสเตียนไม่เคยอาศัยพระคัมภีร์ข้อใดข้อหนึ่งเพียงข้อเดียว และไม่ได้อาศัยพระคัมภีร์ตอนใดที่มีข้อถกเถียง แผนการแห่งความรอดของพระเจ้าและเค้าโครงหลักของคำสอนคริสเตียนสามารถพบได้ในพระคัมภีร์ตลอดทั้งเล่ม”

2. พระธรรม 1 และ 2 ซามูเอลช่วยให้เราเข้าใจบทบาทของพระวิญญาณบริสุทธิ์ในสมัยพระคัมภีร์เดิมอย่างไร?

1 และ 2 ซามูเอลแสดงให้เห็นส่วนหนึ่งในบทบาทของพระวิญญาณบริสุทธิ์ในพระคัมภีร์เดิม พระราชกิจที่เฉพาะเจาะจงของพระวิญญาณได้รับการบันทึกไว้ในข้อพระคัมภีร์ดังต่อไปนี้ 1 ซามูเอล 10:6,10; 11:6; 16:13–14; 19:20, 23; 2 ซามูเอล 23:2 ข้อพระคัมภีร์เหล่านี้ให้ข้อสรุปหลายประการเกี่ยวกับพระราชกิจของพระวิญญาณบริสุทธิ์ ได้แก่ (1) มันเป็น “การสวมทับ” เป็นครั้งคราวเหนือผู้ที่พระเจ้าทรงเลือก เพื่อให้เขาทำภารกิจบางอย่าง หรือกล่าวถ้อยคำบางอย่าง (2) พระราชกิจของพระวิญญาณไม่ได้ถูกควบคุมโดยบุคคลนั้น (3) การคาดหวังความช่วยเหลือจากพระวิญญาณเป็นสิ่งที่พระเจ้าสามารถประทานและเพิกถอนไปได้ (4) พระวิญญาณบริสุทธิ์ดลใจบางคนให้พูดหรือเขียนถ้อยคำของพระเจ้า

พระเยซูได้ทรงสัญญาถึงการสถิตอยู่ภายในของพระวิญญาณบริสุทธิ์ ไม่ใช่การเสด็จมาเยือนแบบไม่คาดคิด แน่นอนบางครั้งผู้เชื่ออาจมีประสบการณ์ที่พระวิญญาณบริสุทธิ์ประทานกำลังเป็นพิเศษเพื่อทำภารกิจอย่างหนึ่ง แต่ภาพพระราชกิจของพระวิญญาณบริสุทธิ์ได้เปลี่ยนไปจากความคิดแบบพระคัมภีร์เดิมที่พระเจ้าเสด็จมาเยือนภายนอก มาเป็นภาพแบบพระคัมภีร์ใหม่ที่พระเจ้าสถิตอยู่ภายในชีวิตของผู้เชื่อ

3. การปกครองโดยกษัตริย์เป็นส่วนหนึ่งในแผนการของพระเจ้ามาโดยตลอด หรือว่าการที่ประชาชนเรียกร้องขอให้มีกษัตริย์ได้ก่อให้เกิดระบอบราชาธิปไตย ซึ่งเป็นการตีสอนรูปแบบหนึ่งของพระเจ้า?

เมื่ออิสราเอลเข้าสู่ดินแดนแห่งพระสัญญา พวกเขาเผชิญหน้ากับนครรัฐต่าง ๆ ของชาวคานาอันที่ปกครองโดยกษัตริย์ (โยชูวา 12:7–14) ต่อมาในยุคผู้วินิจฉัย อิสราเอลถูกบังคับให้เป็นทาสและถูกกดขี่โดยชนชาติต่าง ๆ ที่มีกษัตริย์เป็นผู้นำ (ผู้วินิจฉัย 3:8,12; 4:2; 8:5; 11:12) พระธรรมผู้วินิจฉัยกล่าวถึงการไม่มีกษัตริย์ซ้ำ

แล้วซ้ำอีก (ผู้วินิจฉัย 17:6; 18:1; 19:1; 21:25) ความคิดเรื่องการมีกษัตริย์เหมือนชนชาติรอบ ๆ กลายเป็นการล่อลวงที่มีพลังอย่างมาก อย่างไรก็ตาม เฉลยธรรมบัญญัติ 17:14 กล่าวว่าพระเจ้าทรงทราบว่านี่จะเป็นความปรารถนาของพวกเขาและพระองค์ก็ทรงบอกล่วงหน้าว่าพระองค์จะอนุญาต 1 ซามูเอล 8:4–20 เปิดเผยว่า แท้จริงแล้วแรงจูงใจของพวกเขามีการปฏิเสธพระเจ้ารวมอยู่ด้วย

แม้จะมีคำเตือนอันน่ากลัวของซามูเอล เกี่ยวกับข้อเสียต่าง ๆ ของระบอบราชาธิปไตย แต่ประชาชนก็ให้เหตุผลสามข้อที่พวกเขาคิดว่าหนักแน่น ว่าทำไมพวกเขาจำเป็นต้องมีกษัตริย์ (1 ซามูเอล 8:20) เหตุผลของพวกเขาคือ (1) เพื่อจะเป็นเหมือนชนชาติอื่น ๆ (2) เพื่อจะมีผู้วินิจฉัยประจำชาติ (3) เพื่อจะมีผู้นำในสงครามเหตุผลเหล่านี้แต่ละข้อล้วนขัดแย้งกับพระประสงค์ซึ่งพระเจ้าทรงบอกไว้อย่างเฉพาะเจาะจง คือ (1) อิสราเอลจะต้องเป็นชนชาติบริสุทธิ์ ไม่เหมือนชนชาติอื่นใด (2) พระเจ้าทรงเป็นผู้พิพากษาสูงสุดของพวกเขา (3) พระเจ้าสู้รบในศึกต่าง ๆ เพื่อพวกเขา ในขณะที่กษัตริย์จะส่งพวกเขาออกไปรบ ปัญหาของอิสราเอลไม่ใช่เรื่องการมีกษัตริย์ แต่เป็นการที่พวกเขาเอานักปกครองที่เป็นมนุษย์มาแทนที่พระเจ้า พวกเขายอมเสียพระมหากษัตริย์ที่ยอดเยี่ยมและทรงฤทธิ์ซึ่งพวกเขามองไม่เห็น เพื่อแลกกับกษัตริย์ที่พวกเขามองเห็น ซึ่งมีความเป็นไปได้อย่างยิ่งที่จะล้มเหลว

ศึกษา 2 ซามูเอล แบบรวบรัด

1. พระธรรม 2 ซามูเอลแสดงให้เห็นลักษณะนิสัยสำคัญ ๆ ของดาวิดประการใดบ้าง?
2. ดาวิดเป็น “คนที่พระเจ้าชอบพระทัย” ในด้านใดบ้าง?
3. ดาวิดเป็นผู้นำหรือกษัตริย์แบบไหน?
4. ลำดับเหตุการณ์ที่เกี่ยวข้องกับดาวิดและบัทเชบาแสดงให้เห็นแรงดึงดูดของบาปและผลที่ตามมาของบาปอย่างไรบ้าง?
5. อะไรทำให้พระเจ้าไม่ทิ้งดาวิด หลังจากที่ดาวิดทำบาปหลายครั้ง?
6. ประสบการณ์ของดาวิดส่งผลต่อความเข้าใจของคุณอย่างไร ในเรื่องมุมมองของพระเจ้าต่อตัวคุณและบาปของคุณ?

---

[1] โปรดดู “ลำดับเวลาของกษัตริย์และผู้เผยพระวจนะในพระคัมภีร์เดิม” ในภาคผนวกตอนท้ายของหนังสือเล่มนี้

1 และ 2 พงศ์กษัตริย์

ความผิดหวังและความหายนะที่เกิดจากกษัตริย์

พระธรรมสองเล่มนี้นำเสนอพยานหลักฐานที่หนักแน่นเกี่ยวกับความล้มเหลว ของผู้นำที่เป็นมนุษย์ เมื่อเขาหันหลังให้พระเจ้า

กษัตริย์มีหลายแบบและหลายลักษณะ ลักษณะของกษัตริย์แต่ละองค์นั้นแตกต่างกันอย่างมาก บางองค์เป็นผู้นำที่ประสบความสำเร็จ ในขณะที่องค์อื่น ๆ ล้มเหลวอย่างน่าอนาถ บางองค์สร้าง เพียงเพื่อจะถูกแทนที่โดยองค์ที่ทำลาย บางองค์ต่อสู้ บางองค์ยอมแพ้ และบางองค์แทบไม่ทำอะไรเลย กษัตริย์บางองค์ทิ้งมรดกความดีไว้ ส่วนองค์อื่น ๆ ทิ้งมรดกไว้เป็นความชั่วร้าย อย่างไรก็ตามไม่ว่าในเรื่องที่ดีที่สุดหรือแย่ที่สุด กษัตริย์ทั้งหลายก็สำแดงให้เห็นความจริงที่ยิ่งใหญ่จนปฏิเสธไม่ได้ประการหนึ่งคือ กษัตริย์ไม่สามารถแทนที่พระเจ้าได้

1 พงศ์กษัตริย์

ผู้เขียนและปีที่เขียน

ไม่ทราบชื่อผู้เขียน เขียนประมาณปี 561 ถึง 538 ก่อน ค.ศ.

ถึงแม้เรื่องราวซึ่งคนยิวเล่าสืบต่อกันมาจะบอกเป็นนัยว่าเยเรมีย์น่าจะเป็นผู้เขียน 1 และ 2 พงศ์กษัตริย์ แต่ตัวพระธรรมสองเล่มนี้เองได้ก่อให้เกิดข้อโต้แย้งบางประการ ยกตัวอย่างเช่น 2 พงศ์กษัตริย์ 25:27–30 บันทึกเหตุการณ์ต่าง ๆ ซึ่งเกิดขึ้นในบาบิโลนเมื่อปี 561 ก่อน ค.ศ. เยเรมีย์นั้นเดินทางไปอียิปต์ ไม่ใช่บาบิโลน (เยเรมีย์ 43:1–7) อย่างไรก็ตาม การที่บรรดาผู้เผยพระวจนะของพระเจ้ามีบทบาทที่เป็นหัวใจหลักในพระธรรมสองเล่มนี้บ่งชี้ว่า ผู้เขียนอาจจะเป็นผู้เผยพระวจนะคนหนึ่ง คือเป็นใครสักคนซึ่งเราอาจรู้จักชื่อ หรือเป็นหนึ่งในผู้เผยพระวจนะนิรนามจำนวนมากที่รับใช้พระเจ้าท่ามกลางชนชาตินี้

บุคคลสำคัญใน 1 พงศ์กษัตริย์

ดาวิด—กษัตริย์ของอิสราเอล แต่งตั้งซาโลมอนโอรสของพระองค์ให้เป็นกษัตริย์องค์ต่อไปที่จะปกครอง (1–2:10)

ซาโลมอน—โอรสของบัทเชบาและดาวิด กษัตริย์องค์ที่สามที่ปกครองอิสราเอล และเป็นผู้สร้างพระวิหาร พระเจ้าทำให้พระองค์เป็นคนเฉลียวฉลาดที่สุดเท่าที่เคยมีมา (1:10–11:43)

เรโหโบอัม—โอรสของซาโลมอน สืบทอดตำแหน่งกษัตริย์แห่งอิสราเอลต่อจากซาโลมอน การกระทำอันชั่วร้ายของพระองค์นำไปสู่การแบ่งแยกอิสราเอลเป็นสองอาณาจักร หลังจากนั้นพระองค์ทรงเป็นกษัตริย์ของอาณาจักรใต้คือยูดาห์ (11:43–12:24; 14:21–31)

เยโรโบอัม—กษัตริย์ผู้ชั่วร้ายของคนอิสราเอลสิบเผ่าทางเหนือ ตั้งรูปเคารพและแต่งตั้งปุโรหิตที่ไม่ใช่คนเลวี (11:24–14:20)

เอลียาห์—ผู้เผยพระวจนะของอิสราเอล สามารถกระทำสิ่งที่น่าทึ่งโดยความเชื่อในการเผชิญหน้ากับผู้เผยพระวจนะของพระบาอัล (17:1–19:21; 21:17–28)

อาหับ—กษัตริย์องค์ที่แปดและกษัตริย์ชั่วร้ายที่สุดของอิสราเอล ทำสิ่งชั่วร้ายมากกว่ากษัตริย์อิสราเอลองค์ไหน ๆ (16:28–17:1; 18:1–19:1; 20:1–22:40)

เยเซเบล—สมรสกับอาหับและกลายเป็นราชินีแห่งอิสราเอล ส่งเสริมการนมัสการพระบาอัล (16:31; 18:4–19; 19:1–2; 21:5–27)

ภูมิหลังและสถานที่

มีข้อมูลสองสายไหลผ่านพระธรรม 1 และ 2 พงศ์กษัตริย์ คือ (1) รายงานของประจักษ์พยานในเหตุการณ์ต่าง ๆ และ (2) คำอธิบายเหตุการณ์เหล่านั้นโดยผู้เขียนรายสุดท้าย ข้อมูลชุดแรกเล่าเรื่องประวัติศาสตร์อย่างถูกต้อง และข้อมูลชุดที่สองตีความประวัติศาสตร์อย่างถูกต้อง พระธรรมพงศ์กษัตริย์ใช้แหล่งข้อมูลที่เชื่อถือได้ ติดตามเส้นทางประวัติศาสตร์ของกษัตริย์สองกลุ่มและสองชาติที่ไม่เชื่อฟัง คือ อิสราเอลและยูดาห์ ซึ่งมีท่าทีเฉยเมยต่อพระบัญญัติของพระเจ้าและผู้เผยพระวจนะของพระเจ้า ความเฉยเมยดังกล่าวนำพวกเขาไปสู่ความอัปยศ ความพ่ายแพ้ และการตกเป็นเชลยอันโหดร้าย

ผู้เขียนซึ่งตกเป็นเชลยอยู่ในบาบิโลนได้จัดทำหนังสือ ที่ไม่ได้เป็นเพียงการรวบรวมบันทึกทางประวัติศาสตร์ แต่เขาได้ตีความบทเรียนจากประวัติศาสตร์อิสราเอลเพื่อเพื่อน ๆ เชลยของเขาด้วย เขาชี้ให้เห็นอย่างชัดเจนว่าสภาพปัจจุบันของพวกเขาเป็นผลสืบเนื่องโดยตรงจากการพิพากษาของพระเจ้า ต่อการไม่เชื่อฟังซ้ำซากที่ดำเนินมาเป็นเวลายาวนาน (1 พงศ์กษัตริย์ 9:3–9)

นอกจากนี้ พระธรรมเล่มนี้ยังบันทึกความพยายามของพระเจ้าในการเผชิญหน้าและเตือนชนชาตินี้มาโดยตลอด โดยการใช้ผู้เผยพระวจนะเป็นโฆษกของพระองค์ ผู้เผยพระวจนะเหล่านั้นกล่าวอย่างไม่กลัวเกรง พยากรณ์ถึงผลลัพธ์บั้นปลายที่เกิดจากบาปของชาติ ซึ่งจะจบลงด้วยการตกเป็นเชลย และเช่นเคยผู้เผยพระวจนะเหล่านี้ได้ยื่นข้อเสนอเรื่องพระเมตตาของพระเจ้า ไม่ว่าเมื่อใดก็ตามที่ชนชาตินี้ถ่อมตัวลง

หลักคำสอนสำคัญใน 1 พงศ์กษัตริย์

การพิพากษาของพระเจ้าต่อชนชาติที่ละทิ้งพระองค์ (9:3–9; เฉลยธรรมบัญญัติ 4:26; 28:37; 2 ซามูเอล 14–16; 2 พงศาวดาร7:19–20; สดุดี 44:14; 89:30; เยเรมีย์ 24:9; โฮเชยา 5:11–12; มัทธิว 23:33–36; ยอห์น 3:18–19; 12:48; โรม 2:5–6; 2 เปโตร 3:10; วิวรณ์ 18:10)

คำพยากรณ์ของพระเจ้าที่เป็นจริง(13:2–5; 22:15–28; กันดารวิถี 27:17; 2 พงศ์กษัตริย์ 23:15–20; 2 พงศาวดาร 18:16; มัทธิว 9:36; มาระโก 6:34; ยอห์น 2:18)

ความสัตย์ซื่อของพระเจ้าต่อพันธสัญญาที่ทรงกระทำไว้กับดาวิด (11:12–13, 34–36; 15:4; 2 ซามูเอล 7:12–16; ลูกา 1:30–33; กิจการ 2:22–36)

พระลักษณะของพระเจ้าใน 1 พงศ์กษัตริย์

พระเจ้าทรงยิ่งใหญ่เต็มฟ้าสวรรค์และแผ่นดินโลก—8:27

พระเจ้าทรงเปี่ยมด้วยสง่าราศี—8:11

พระเจ้าทรงพระเมตตา—8:23

พระเจ้าทรงรักษาพระสัญญา—8:56

พระเจ้าทรงจัดเตรียม—21:19; 22:30,34,37–38

คำศัพท์สำคัญใน 1 พงศ์กษัตริย์

พระบาอัล: คำภาษาฮีบรูคือ *บาอัล*—16:31; 18:19,21,26,40; 19:18; 22:53—มีความหมายตามตัวอักษรว่า "เจ้านาย" หรือ "สามี" พระบาอัลหมายถึงเทพเจ้าแห่งความอุดมสมบูรณ์และพายุของคนต่างชาติ ซึ่งมีการนับถือทั่วดินแดนตะวันออกกลางในสมัยโบราณ วรรณกรรมคานาอันเชื่อมโยงพระบาอัลกับอาเชราห์ เทพีแห่งความอุดมสมบูรณ์ ซึ่งถูกกล่าวถึงหลายครั้งมากในพระคัมภีร์เดิม (2 พงศ์กษัตริย์ 21:7) การนมัสการพระของคนต่างชาติเหล่านี้ประกอบด้วยการกรีดเฉือนตัวเอง การใช้โสเภณีในพิธีกรรม และการบูชายัญเด็กทารก พระเจ้าทรงลงโทษคนอิสราเอลเนื่องจากพวกเขารับเอาการนมัสการพระบาอัลและอาเชราห์มาปฏิบัติ (ผู้วินิจฉัย 2:11–15; เยเรมีย์ 19:4–6)

คำวิงวอน: คำภาษาฮีบรูคือ *เทฬินนาห์*— 8:28,33,45,47,52,54,59; 9:3—หมายถึงการอ้อนวอนต่อพระเจ้าหรือบุคคลหนึ่ง เพื่อขอความช่วยเหลือหรือความเมตตา (เยเรมีย์ 37:20; 38:26) ซาโลมอนใช้คำนี้ซ้ำแล้วซ้ำอีกในการอธิษฐานอุทิศถวายพระวิหาร (8:23–9:3; 2 พงศาวดาร 6:14–42) การวิงวอนมักจะถูกใช้เมื่อความทุกข์ยากทำท่าว่าจะเกิดขึ้นในระหว่างที่คนกำลังเผชิญกับศัตรู (สดุดี 55:1–3; 119:70; เยเรมีย์ 36:7) พระคัมภีร์บรรยายถึงการวิงวอนของดาวิด (สดุดี 6:9) ซาโลมอน (9:3) และกษัตริย์มนัสเสห์ผู้ชั่วร้าย ซึ่งถ่อมใจลงเฉพาะพระพักตร์พระเจ้า (2 พงศาวดาร 33:12–13)

ชื่อ/พระนาม: คำภาษาฮีบรูคือ *เชม*—1:47; 3:2; 5:5; 7:21; 8:17; 9:3; 11:36; 18:24—ซึ่งน่าจะแปลว่า "ทำเครื่องหมาย" ในประวัติศาสตร์พระคัมภีร์ ชื่อของบุคคลมักจะบรรยายถึงลักษณะพิเศษส่วนตัว เช่น สิ่งสำคัญที่เกิดขึ้นในชีวิตหรือตำแหน่ง (ดู 1 ซามูเอล 25:25 เรื่องคำอธิบายชื่อของนาบาล ซึ่งแปลว่า "โง่เขลา") บางครั้งพระเจ้าทรงตั้งชื่อใหม่ให้บางคน เพื่อสะท้อนให้เห็นความเปลี่ยนแปลงที่เกิดขึ้นกับอุปนิสัยหรือสถานะของพวกเขา (ดู ปฐมกาล 35:10) พระนามต่าง ๆ ของพระเจ้าเปิดเผยให้เห็นแง่มุมสำคัญ ๆ ในพระลักษณะของพระองค์ (ตัวอย่างเช่น พระเจ้าสูงสุด พระเจ้าผู้ทรงมหิทธิฤทธิ์ เราเป็น) เราควรใช้พระนามของพระเจ้าอย่างถวายเกียรติและด้วยความเคารพ (อพยพ 20:7) พระเจ้าทรงใช้พระนามของพระองค์ร่วมกับอิสราเอล เพื่อสำแดงว่าพระองค์มีความสัมพันธ์ใกล้ชิดกับพวกเขาตามพันธสัญญา (อพยพ 3:13–15)

ทองคำ: คำภาษาฮีบรูคือ *ซาฮาบ*—6:21,28; 7:49; 9:28; 10:14; 12:28; 15:15; 20:3—หมายถึงทั้งทองคำที่เป็นวัตถุและสีทอง (1 พงศ์กษัตริย์ 10:16; เศคาริยาห์ 4:12) ทองมักจะถูกกล่าวถึงคู่กับเงิน ในเชิงสัญลักษณ์ของความมั่งคั่ง (ปฐมกาล 13:2; 2 พงศาวดาร 1:15; เอเสเคียล 16:13) พระคัมภีร์เดิมส่วนที่กล่าวถึงทองคำมากที่สุดคือส่วนที่เกี่ยวกับพระวิหารและพระราชวังของซาโลมอน (อพยพ 25:3; 2 พงศาวดาร 2:7; 9:13–27) แม้ทองคำจะดูล้ำค่าเพียงใด ก็ไม่มีสิ่งใดเทียบได้กับมูลค่าของสติปัญญา (โยบ 28:17) การมีคนนับถือ (สุภาษิต 22:1) และพระบัญญัติของพระเจ้า (สดุดี 19:9–10; 119:72,127)

พระคริสต์ใน 1 พงศ์กษัตริย์

สติปัญญาของซาโลมอนเป็นภาพเล็งถึงพระคริสต์ผู้ทรง "เป็นพระปัญญาจากพระเจ้า" (1 โครินธ์ 1:30) แต่ถึงกระนั้นใน 1 พงศ์กษัตริย์ ซาโลมอนก็ได้นำอาณาจักรของพระองค์ไปสู่การละทิ้งพระเจ้า ด้วยการสมรสกับหญิงต่างชาติหลายคน (11:1) ในทางตรงกันข้าม พระคริสต์เองทรงประกาศว่าพระองค์ "ใหญ่กว่าซาโลมอน" (มัทธิว 12:42) ราชอาณาจักรในอนาคตของพระคริสต์จะไม่สูญสลายไป

สรุปเนื้อหาโดยย่อของ 1 พงศ์กษัตริย์[1]

I. ราชอาณาจักรรวม: รัชสมัยของซาโลมอน (1 พงศ์กษัตริย์ 1:1–11:43)
   ก. การขึ้นครองราชย์ของซาโลมอน (1:1–2:46)
   ข. จุดเริ่มต้นของสติปัญญาและความมั่งคั่งของซาโลมอน (3:1–4:34)
   ค. การเตรียมการสร้างพระวิหาร (5:1–18)
   ง. การสร้างพระวิหารและพระราชวังของซาโลมอน (6:1–9:9)
   จ. โครงการก่อสร้างอื่น ๆ ของซาโลมอน (9:10–28)
   ฉ. จุดสูงสุดของสติปัญญาและความมั่งคั่งของซาโลมอน (10:1–29)
   ช. ความเสื่อมถอยของซาโลมอน (11:1–43)

II. ราชอาณาจักรแบ่งแยก: กษัตริย์องค์ต่าง ๆ ของอิสราเอลและยูดาห์ (12:1–22:53)
   ก. การกราบไหว้รูปเคารพเฟื่องฟู: เยโรโบอัมแห่งอิสราเอล/เรโหโบอัมแห่งยูดาห์ (12:1–14:31)
   ข. กษัตริย์องค์ต่าง ๆ ของยูดาห์/อิสราเอล (15:1–16:22)
   ค. ราชวงศ์อม-รีและอิทธิพลของราชวงศ์นี้: การนมัสการพระบาอัลในอิสราเอลและยูดาห์เฟื่องฟูและเสื่อมถอย (16:23–22:53)
      1. จุดเริ่มต้นของการนมัสการพระบาอัล (16:23–34)
      2. เอลียาห์กับการต่อต้านการนมัสการพระบาอัล (17:1–22:53)

ขณะเดียวกัน ในพื้นที่ส่วนอื่น ๆ ของโลก . . .

อาณาจักรเปอร์เซียถูกตั้งขึ้น หลังจากกษัตริย์ไซรัสมหาราชโค่นล้มลิเดีย บาบิโลน และมีเดีย (ปี 553–529 ก่อน ค.ศ.)

คำถามที่พบบ่อย

โปรดดู **คำถามที่พบบ่อย** ใน 2 พงศ์กษัตริย์

ศึกษา 1 พงศ์กษัตริย์แบบรวบรัด

1. กษัตริย์ทั้งหลายที่ประสบความสำเร็จมีคุณสมบัติใดที่เหมือนกันบ้าง?
2. มีข้อบกพร่องด้านอุปนิสัยและการตัดสินใจที่ไม่ดีประการใดบ้าง ที่เป็นลักษณะเด่นชัดในชีวิตของบรรดากษัตริย์ที่ล้มเหลว?
3. ทำไมอาณาจักรของดาวิดจึงแบ่งแยกเป็นอาณาจักรอิสราเอลและอาณาจักรยูดาห์?
4. เอลียาห์มีบทบาทอย่างไรตลอดพระธรรม 1 พงศ์กษัตริย์?
5. การก่อสร้างและทำพิธีอุทิศถวายพระวิหารของพระเจ้าสอนอะไรเราบ้างเกี่ยวกับวิธีการต่าง ๆ ที่จะถวายเกียรติแด่พระเจ้าอย่างมีประสิทธิภาพและไม่มีประสิทธิภาพ?
6. อะไรคือสิ่งเดียวที่คุณทุ่มเทความพยายามมากที่สุด ซึ่งคุณกำลังพยายามทำให้สำเร็จในชีวิตเพื่อพระเกียรติของพระเจ้า?

2 พงศ์กษัตริย์

ผู้เขียนและปีที่เขียน

โปรดดู **ผู้เขียนและปีที่เขียน** ใน 1 พงศ์กษัตริย์

บุคคลสำคัญใน 2 พงศ์กษัตริย์

เอลียาห์—ผู้เผยพระวจนะของอิสราเอล รอดพ้นจากความตายด้วยการถูกรับขึ้นไปสู่สวรรค์โดยตรงด้วยรถม้าเพลิง (1:3–2:11; 10:10,17)

เอลีชา—ผู้เผยพระวจนะซึ่งได้รับการแต่งตั้งให้เป็นผู้สืบทอดตำแหน่งของเอลียาห์ (2:1–9:3; 13:14–21)

หญิงชาวชูเนม—สตรีผู้ต้อนรับเอลีชาเข้าพักที่บ้าน เอลีชาทำให้บุตรชายของเธอเป็นขึ้นจากความตาย (4:8–37; 8:1–6)

นาอามาน—นักรบซีเรียผู้เกรียงไกรซึ่งป่วยเป็นโรคเรื้อน ได้รับการรักษาโดยเอลีชา (5:1–27)

เยเซเบล—ราชินีชั่วร้ายแห่งอิสราเอล พยายามขัดขวางอิสราเอลไม่ให้นมัสการพระเจ้า สุดท้ายถูกฆ่าและถูกสุนัขกัดกินศพ (9:7–37)

เยฮู—กษัตริย์ที่ได้รับการเจิมตั้งแห่งอิสราเอล พระเจ้าทรงใช้พระองค์ลงโทษวงศ์วานของอาหับ (9:1–10:36; 15:12)

โยอาช—กษัตริย์แห่งยูดาห์ที่มีคนช่วยให้รอดตายในวัยเด็ก ทำตามคำแนะนำอันชั่วร้ายและในที่สุดก็ถูกลอบสังหารโดยข้าราชการของพระองค์เอง (11:1–12:21)

เฮเซคียาห์—กษัตริย์องค์ที่ 13 แห่งยูดาห์ ซึ่งรักษาความสัตย์ซื่อต่อพระเจ้า (16:20–20:21)

เซนนาเคอริบ—กษัตริย์แห่งอัสซีเรียซึ่งมาคุกคามยูดาห์ กองทัพของพระองค์ถูกองค์พระผู้เป็นเจ้าทำลาย (18:13–19:36)

อิสยาห์—ผู้เผยพระวจนะซึ่งปฏิบัติหน้าที่ในห้ารัชสมัยของกษัตริย์แห่งยูดาห์ (19:2–20:19)

มนัสเสห์—โอรสของเฮเซคียาห์ ขึ้นเป็นกษัตริย์องค์ที่ 14 แห่งยูดาห์ กระทำสิ่งชั่วร้ายและนำการพิพากษามาสู่เยรูซาเล็ม (20:21–21:18)

โยสิยาห์—กษัตริย์องค์ที่ 16 แห่งยูดาห์ เหลนของเฮเซคียาห์ รักษาความสัตย์ซื่อต่อพระเจ้า (21:24–23:30)

เยโฮยาคิม—กษัตริย์องค์ที่ 18 แห่งยูดาห์ กระทำสิ่งชั่วร้ายในสายพระเนตรของพระเจ้า (23:34–24:6)

เศเดคียาห์—กษัตริย์องค์ที่ 20 แห่งยูดาห์ ถูกชาวบาบิโลนจับเป็นเชลย เป็นการลงโทษจากพระเจ้าฐานกระทำสิ่งชั่วร้าย (24:17–25:7)

เนบูคัดเนสซาร์—กษัตริย์แห่งบาบิโลนซึ่งพระเจ้าทรงอนุญาตให้ยึดครองเยรูซาเล็ม (24:1–25:22)

ภูมิหลังและสถานที่

โปรดดู **ภูมิหลังและสถานที่** ของ 1 พงศ์กษัตริย์

หลักคำสอนสำคัญใน 2 พงศ์กษัตริย์

การพิพากษาของพระเจ้าต่อชนชาติที่ละทิ้งพระองค์ (17:7–23; 21:10–15; ผู้วินิจฉัย 6:10; 1 ซามูเอล 3:11; เยเรมีย์ 6:9; 19:3; เพลงคร่ำครวญ 2:8; อาโมส 7:7–8; มัทธิว 23:33–36; ยอห์น 3:18–19; 12:48; โรม 2:5–6; 2 เปโตร 3:10; วิวรณ์ 18:10)

คำพยากรณ์ของพระเจ้าที่เป็นจริง (23:16; 24:2; 1 พงศ์กษัตริย์ 13:2; เยเรมีย์ 25:9; 32:28; 35:11; เอเสเคียล 19:8)

ความสัตย์ซื่อของพระเจ้าต่อพันธสัญญาที่ทรงกระทำไว้กับดาวิด (8:19; 25:27–30; 2 ซามูเอล 7:12–16; ลูกา 1:30–33; กิจการ 2:22–36)

พระลักษณะของพระเจ้าใน 2 พงศ์กษัตริย์

พระเจ้าทรงพระเมตตากรุณา—13:23

พระเจ้าทรงเป็นพระเจ้าเดียว—19:15

พระเจ้าทรงมีพระพิโรธ—19:28,35,37; 22:17

พระคริสต์ใน 2 พงศ์กษัตริย์

แม้ว่าการพิพากษาครั้งใหญ่ได้ตกแก่ยูดาห์เพราะชนชาตินี้ไม่เชื่อฟัง แต่พระเจ้าก็ยังไว้ชีวิตชาวยิวส่วนที่เหลือซึ่งตกเป็นเชลยในบาบิโลน คนที่เหลือเหล่านี้รักษาเชื้อสายราชวงศ์ของดาวิดเอาไว้ ซึ่งต่อมาพระคริสต์จะเสด็จมาในโลกผ่านทางเชื้อสายราชวงศ์นี้ การที่ยูดาห์ละทิ้งพระเจ้าทำให้ต้องมีการพิพากษาจากพระเจ้าผู้ทรงชอบธรรม แต่พระเจ้าก็ยังคงสัตย์ซื่อต่อพันธสัญญาที่พระองค์กระทำไว้กับดาวิด และในที่สุดพระเยซูผู้ทรงเป็นพระเมสสิยาห์ ในฐานะเชื้อสายโดยตรงของดาวิด จะทรงปลดปล่อยประชากรของพระองค์ให้เป็นอิสระจากการตกเป็นเชลยซึ่งหน่วงเหนี่ยวพวกเขาไว้ในความบาป

คำศัพท์สำคัญใน 2 พงศ์กษัตริย์

เงิน: คำภาษาฮีบรูคือ *เคเสฟ*—5:5,23; 6:25; 7:8; 12:13; 14:14; 20:13; 23:35—ซึ่งตามตัวอักษรหมายถึง "โลหะสีซีด" เป็นหน่วยเงินตราพื้นฐานในพระคัมภีร์เดิม (1 พงศ์กษัตริย์ 21:6; อิสยาห์ 55:1) อย่างไรก็ตามในพระคัมภีร์เดิมไม่มีการกล่าวถึงเหรียญเงิน เนื่องจากในยุคโบราณเงินถูกวัดมูลค่าด้วยน้ำหนัก (อิสยาห์ 46:6; เยเรมีย์ 32:9–10) เงินถูกใช้ควบคู่ไปกับทองคำ เป็นหนึ่งในวัสดุที่มีค่าในการสร้างพลับพลาและพระวิหาร (อพยพ 25:1–9; 2 พงศาวดาร 2:7) ในพระธรรมปัญญาจารย์ ซาโลมอนส่งเสียงเตือนเกี่ยวกับเงินไว้ว่า "คนรักเงินย่อมไม่อิ่มเงิน" (ปัญญาจารย์ 5:10)

ความโกรธ/พระพิโรธ: คำภาษาฮีบรูคือ *อาฟ*—13:3; 17:11; 21:6,15; 22:17; 23:26; 24:20—สามารถหมายถึงทั้ง "จมูก" "รูจมูก" หรือ "ความโกรธ" (ปฐมกาล 2:7; สุภาษิต 15:1) คำนี้มักจะปรากฏร่วมกับคำอื่น ๆ ที่บรรยายถึงการเผาไหม้ ตลอดพระคัมภีร์เดิมสำนวนเปรียบเทียบอย่างเช่น "จมูกลุกเป็นไฟ" มักเป็นการพรรณนาให้เห็นภาพความโกรธ คือเป็นการหายใจอย่างดุร้ายผ่านจมูกของผู้ที่โกรธ (อพยพ 32:10–12) ข้อพระคัมภีร์เดิมส่วนใหญ่ที่ใช้คำนี้เป็นการบรรยายถึงพระพิโรธของพระเจ้า (สดุดี 103:8; เฉลยธรรมบัญญัติ 4:24–25) พระพิโรธอันชอบธรรมของพระเจ้านั้นเตรียมเอาไว้สำหรับผู้ที่ละเมิดพันธสัญญาของพระองค์ (เฉลยธรรมบัญญัติ 13:17; 29:25–27; โยชูวา 23:16; ผู้วินิจฉัย 2:20; สดุดี 78:38)

ปูชนียสถานสูง: คำภาษาฮีบรูคือ *บามาห์*—12:3; 14:4; 15:4; 17:9; 23:8,15,20—มักจะหมายถึงพื้นที่ศักดิ์สิทธิ์ซึ่งตั้งอยู่บนที่สูง เช่น เนินเขาหรือสันเขา ก่อนที่จะมีการสร้างพระวิหาร คนอิสราเอลเคยนมัสการพระเจ้าเที่ยงแท้ที่ปูชนียสถานสูง (1 พงศ์กษัตริย์ 3:2–4) อย่างไรก็ตาม คนอิสราเอลได้เริ่มนมัสการพระของคนต่างชาติตามสถานที่ศักดิ์สิทธิ์เหล่านี้ ด้วยเหตุนี้คำว่า *ปูชนียสถานสูง* ในพระคัมภีร์เดิมจึงกลายเป็นคำที่เชื่อมโยงกับการที่อิสราเอลกบฏและละทิ้งพระเจ้า (1 พงศ์กษัตริย์ 14:23; สดุดี 78:58; เยเรมีย์ 19:5)

สรุปเนื้อหาโดยย่อของ 2 พงศ์กษัตริย์[1]

I. ราชอาณาจักรแบ่งแยก (ต่อ): กษัตริย์องค์ต่าง ๆ ของอิสราเอลและยูดาห์ (1:1–17:41)

ก. ราชวงศ์อม-รีและอิทธิพลของราชวงศ์นี้ (ต่อ): การนมัสการพระบาอัลในอิสราเอลและยูดาห์เฟื่องฟูและเสื่อมถอย (1:1–13:25)

1. เอลียาห์ปะทะกับการนมัสการพระบาอัลต่อไป (1:1–18)
2. การปฏิบัติหน้าที่ของเอลีชาและการที่เขามีอิทธิพลเพื่อพระเจ้า (2:1–9:13)
3. การล้มล้างการนมัสการพระบาอัลในอิสราเอล (9:14–10:36)

4. การล้มล้างการนมัสการพระบาอัลในยูดาห์ (11:1–12:21)
5. การเสียชีวิตของเอลีชา (13:1–25)

ข. กษัตริย์องค์ต่าง ๆ ของยูดาห์/อิสราเอล (14:1–15:38)

ค. อิสราเอลพ่ายแพ้และตกเป็นเชลยของอัสซีเรีย (16:1–17:41)

II. อาณาจักรที่อยู่รอด: กษัตริย์องค์ต่าง ๆ ของยูดาห์ (18:1–25:21)

ก. การปกครองอันชอบธรรมของเฮเซคียาห์ (18:1–20:21)

ข. การปกครองอันชั่วร้ายของมนัสเสห์และอาโมน (21:1–26)

ค. การปกครองอันชอบธรรมของโยสิยาห์ (22:1–23:30)

ง. ยูดาห์พ่ายแพ้และตกเป็นเชลยของบาบิโลน (23:31–25:21)

III. บทส่งท้าย: ชนชาตินี้ยังคงกบฏต่อไป และองค์พระผู้เป็นเจ้ายังคงมีพระเมตตาต่อไป (25:22–30)

ขณะเดียวกัน ในพื้นที่ส่วนอื่น ๆ ของโลก . . .

การใช้กระดาษปาปิรุสเป็นครั้งแรกของชาวกรีกนั้นถูกบันทึกไว้ ส่วนในอาณาจักรเปอร์เซีย กษัตริย์ไซรัสมหาราชพัฒนาระบบผู้ส่งสารโดยใช้ม้า

คำถามที่พบบ่อย

1. พระธรรมหกเล่ม ได้แก่ 1 และ 2 ซามูเอล 1 และ 2 พงศ์กษัตริย์ รวมถึง 1 และ 2 พงศาวดาร เกี่ยวข้องกันอย่างไรในการบันทึกประวัติศาสตร์ของอาณาจักรอิสราเอล?

1 และ 2 ซามูเอล กับ 1 และ 2 พงศ์กษัตริย์ บอกเรื่องราวของอาณาจักรอิสราเอลตามลำดับเหตุการณ์ ทั้งในสภาพดั้งเดิมและสภาพที่ถูกแบ่งแยก ส่วน 1 และ 2 พงศาวดารทำหน้าที่เป็นหนังสือทบทวนพิเศษเรื่องเชื้อสายของดาวิด (กษัตริย์องค์ต่าง ๆ ของยูดาห์)

หลายคนที่รวมตัวเลขจำนวนปีของรัชสมัยต่าง ๆ ในพระธรรมเหล่านี้ บางครั้งก็รู้สึกแปลกใจว่าการคิดเลขนั้นให้ผลลัพธ์ที่ไม่ตรงกัน นอกจากนี้ แหล่งข้อมูลภายนอกพระคัมภีร์ยังระบุช่วงเวลาบางจุด ที่ก่อให้เกิดปัญหาเมื่อนำไปเทียบเคียงกับ

ข้อความในพระคัมภีร์ แต่มีสองปัจจัยสำคัญที่ช่วยอธิบายสิ่งที่ดูเหมือนเป็นตัวเลขที่ไม่ตรงกันในบันทึกเหล่านี้ (1) หลายกรณีมีการครองราชย์ร่วมกัน (พระราชบิดาและโอรสครองบัลลังก์ร่วมกัน) โดยจำนวนปีของกษัตริย์แต่ละองค์ได้ถูกบันทึกไว้โดยไม่ได้อธิบายถึงช่วงเวลาที่คาบเกี่ยว (2) ทั้งปฏิทินและการนับจำนวนปีอย่างเป็นทางการในสองอาณาจักรไม่ได้เหมือนกันเสมอไป

ศึกษา 2 พงศ์กษัตริย์ แบบรวบรัด

1. เอลียาห์และเอลีชาต่างกันอย่างไรบ้าง และพวกเขามีอิทธิพลต่อสังคมของพวกเขาอย่างไร?
2. ผู้เผยพระวจนะคนอื่นๆ ที่ถูกกล่าวถึงใน 2 พงศ์กษัตริย์มีใครบ้าง?
3. พระเจ้าทรงมีพระประสงค์อะไรบ้าง ที่เป็นเหตุผลเบื้องหลังการอัศจรรย์ต่าง ๆ ที่เกิดขึ้นใน 2 พงศ์กษัตริย์?
4. อิสราเอลกับยูดาห์มีกษัตริย์ฝ่ายละกี่องค์ และมีกี่องค์ที่ดี? กี่องค์ที่ชั่วร้าย?
5. มีพระลักษณะของพระเจ้าส่วนใดบ้างที่ 2 พงศ์กษัตริย์สำแดงให้เห็นและเน้นย้ำ?
6. คุณเข้าใจและสำนึกถึงความอดทนอดกลั้นของพระเจ้าในชีวิตคุณอย่างไรบ้าง?

[1] โปรดดู “ลำดับเวลาของกษัตริย์และผู้เผยพระวจนะในพระคัมภีร์เดิม” ในภาคผนวกตอนท้ายของหนังสือเล่มนี้

1 และ 2 พงศาวดาร

การทบทวนทางประวัติศาสตร์และปฐมบท
สู่ความหายนะ

พระธรรมพงศาวดารที่แบ่งเป็นสองส่วน
ให้บทสรุปของประวัติศาสตร์ที่ย้อนกลับไปยังจุดเริ่มต้น
—เป็นการทบทวนที่ประกอบด้วยเนื้อหาจากปฐมกาลถึง 2 พงศ์กษัตริย์

ก่อนที่จะมีกล้องวิดีโอและเครื่องบันทึกเทปเรามีผู้บันทึกเหตุการณ์ในทุกห้องพระโรง จะมีคนนั่งอยู่ที่จุดใดจุดหนึ่งของมุมห้อง ทำหน้าที่บันทึกเหตุการณ์ต่าง ๆ ของวันนั้น ชื่อดั้งเดิมในภาษาฮีบรูของพระธรรมเล่มนี้แปลว่า "บันทึกเหตุการณ์ของวันต่าง ๆ" มันกลายเป็นพระธรรมสองเล่มเมื่อประมาณ 200 ปีก่อน ค.ศ. เมื่อกลุ่มผู้แปลพระคัมภีร์ฉบับเซปทัวจินต์แบ่งหนังสือม้วนยาว ๆ ที่เป็นต้นฉบับ

1 พงศาวดาร

ผู้เขียนและปีที่เขียน

น่าจะเขียนโดยเอสรา ประมาณปี 450 ถึง 430 ก่อน ค.ศ.

1 และ 2 พงศาวดารไม่มีข้อความใดบ่งชี้อย่างเฉพาะเจาะจงว่าใครเป็นผู้เขียน เรื่องราวโบราณซึ่งเล่าสืบต่อกันมาสนับสนุนว่าเป็นเอสราผู้เป็นปุโรหิต (เอสรา 7:6) ซึ่งมีชีวิตอยู่ในยุคสมัยนั้น และทราบกันว่าเป็นอาลักษณ์ บันทึกลำดับเชื้อสายใน 1 พงศาวดารบทที่ 1–9 บอกเป็นนัยว่าพระธรรมสองเล่มนี้เขียนหลังจากปี 450 ก่อน ค.ศ.

บุคคลสำคัญใน 1 พงศาวดาร

ดาวิด—กษัตริย์แห่งอิสราเอลและบรรพบุรุษของพระเยซูคริสต์ พระเจ้าเรียกพระองค์ว่า "คนที่ใจเราชื่นชอบ" (2:8–29:30 และดู กิจการ 13:22)

นักรบเก่งกล้าของดาวิด—กลุ่มนักรบพิเศษซึ่งปฏิญาณตนที่จะสู้เพื่อกษัตริย์ดาวิด (11:10–28:1)

นาธัน—ผู้เผยพระวจนะและที่ปรึกษาของดาวิด นำพระประสงค์ของพระเจ้าที่จะให้ซาโลมอนสร้างพระวิหารมาบอก (17:1–15)

ซาโลมอน—โอรสของดาวิดซึ่งกลายเป็นกษัตริย์องค์ต่อไปของอิสราเอล (3:5–29:28)

ภูมิหลังและสถานที่

1 และ 2 พงศาวดารให้มุมมองอันกว้างไกลสำหรับชนชาติหนึ่งที่อยู่ในยุคแห่งความเปลี่ยนแปลงอันสับสนวุ่นวาย หลังจากตกเป็นเชลยในบาบิโลน 70 ปี ชาวยิวก็กลับมาสู่อิสราเอล การกลับมานี้เกิดขึ้นสามช่วงคือ (1) กลุ่มของเศรุบบาเบลประมาณปี 538 ก่อน ค.ศ. (เอสรา 1–6) (2) กลุ่มของเอสรา ประมาณปี 458 ก่อน ค.ศ. (เอสรา 7–10) และ (3) กลุ่มของเนหะมีย์ ประมาณปี 445 ก่อน ค.ศ. (เนหะมีย์ 1–13) เชลยพลัดถิ่นเหล่านี้จำเป็นต้องมองเห็นพระหัตถ์ของพระเจ้าในประวัติศาสตร์ชนชาติของพวกเขา เพื่อพวกเขาจะสามารถรับมือกับการหยุดชะงักและความยากลำบากต่าง ๆ ในยุคสมัยที่พวกเขาใช้ชีวิตอยู่

หากจะกล่าวแบบนุ่มนวล อนาคตของเชลยพลัดถิ่นเหล่านี้แลดูมืดมน เมื่อเทียบกับอดีตอันรุ่งเรืองของพวกเขา โดยเฉพาะอย่างยิ่งในช่วงหลายปีที่ยิ่งใหญ่ของดาวิดและซาโลมอน การกลับคืนสู่ดินแดนแห่งพระสัญญาอาจกล่าวได้ว่าเป็นเรื่องขมอมหวาน มันขมเพราะความยากจนของพวกเขาในขณะนั้นได้ก่อให้เกิดความทรงจำอันเจ็บปวด เกี่ยวกับสิ่งที่สูญเสียไปเนื่องจากการพิพากษาของพระเจ้าต่อความบาปของบรรพบุรุษของพวกเขา และมันหวานเพราะว่าอย่างน้อยพวกเขาก็ได้กลับมาอยู่ในแผ่นดินที่พระเจ้าประทานแก่อับราฮัมเมื่อประมาณ 17 ศตวรรษก่อนหน้านั้น (ปฐมกาล 12:1–3)

ลำดับเชื้อสายและประวัติศาสตร์ของอิสราเอลที่ผู้เขียนพงศาวดารเลือกสรรมาบันทึกไว้นี้ ครอบคลุมตั้งแต่อาดัม (1 พงศาวดาร 1:1) ไปจนถึงการกลับมาจากบาบิโลน (2 พงศาวดาร 26:23) สิ่งเหล่านี้มีเจตนาเพื่อจะย้ำเตือนคนยิวให้ระลึกถึงพระสัญญาและพระประสงค์ของพระเจ้าเกี่ยวกับ (1) แผ่นดิน (2) อัตลักษณ์ของพวกเขาในฐานะชนชาติ (3) เชื้อสายราชวงศ์ดาวิด (4) ฐานะปุโรหิตของคนเลวี (5) พระวิหาร และ (6) การนมัสการแท้ พระเจ้าทรงประกาศชัดว่า สิ่งต่าง ๆ ที่กล่าวมานี้

ไม่มีสิ่งใดเลยที่ถูกยกเลิกหรือถูกลบล้างโดยการตกเป็นเชลยในบาบิโลน พระธรรมพงศาวดารหนุนใจผู้อ่านให้คงความสัตย์ซื่อต่อพระเจ้าในช่วงเวลาที่ยากลำบาก ด้วยการสรุปเรื่องมรดกฝ่ายจิตวิญญาณที่พิเศษไม่เหมือนใครของชาวยิว

หลักคำสอนสำคัญใน 1 พงศาวดาร

พระพร—เมื่อกษัตริย์เชื่อฟังและวางใจในองค์พระผู้เป็นเจ้า พระเจ้าก็ทรงอวยพระพรและปกป้องกษัตริย์ (11:4–9; 14:8–14; อพยพ 23:22; เฉลยธรรมบัญญัติ 11:27; 1 ซามูเอล 15:22; สดุดี 5:12; 106:3; ปัญญาจารย์ 12:13; อิสยาห์ 30:18; มัทธิว 5:6; ลูกา 11:28)

การพิพากษา—เมื่อกษัตริย์ไม่เชื่อฟังพระเจ้าและวางใจในสิ่งอื่น พระเจ้าก็ทรงเพิกถอนพระพรของพระองค์ (10:1–7; เฉลยธรรมบัญญัติ 28:41; โยบ 12:23; สดุดี 78:32–33; อิสยาห์ 42:24; เอเสเคียล 39:23; โฮเชยา 4:17; อาโมส 3:6; 4:10; มีคาห์ 6:9; มาลาคี 2:2; มัทธิว 7:22–23; 13:40–42; ยอห์น 12:48)

พันธสัญญากับดาวิด—พระสัญญาซึ่งพระเจ้าประทานแก่อิสราเอลว่าจะมีกษัตริย์อีกครั้งไม่ได้ถูกยกเลิกไปเพราะการตกเป็นเชลย (17:7–15; 2 ซามูเอล 7:1–17; 2 พงศาวดาร 3:1–2; เยเรมีย์ 31:31–34)

พระลักษณะของพระเจ้าใน 1 พงศาวดาร

พระเจ้าทรงเปี่ยมด้วยสง่าราศี—16:24

พระเจ้าทรงบริสุทธิ์—16:10

พระเจ้าทรงเปี่ยมด้วยพระเมตตา—16:34

พระเจ้าทรงฤทธิ์อำนาจ—29:11–12

พระเจ้าทรงรักษาพระสัญญา—17:23,26

พระเจ้าทรงจัดเตรียม—29:12

พระเจ้าทรงเป็นหนึ่งเดียว—17:20

พระเจ้าทรงพระปัญญา—28:9

พระคริสต์ใน 1 พงศาวดาร

พันธสัญญาที่พระเจ้าทรงกระทำไว้กับดาวิดได้ให้สัญญาแก่ดาวิดว่า พระองค์จะมีราชวงศ์ที่ดำรงอยู่ชั่วนิรันดร์ "เราจะแต่งตั้งเชื้อสายคนหนึ่งของเจ้าที่จะมาภายหลัง

สืบต่อจากเจ้าผู้ที่อยู่ในพวกบุตรของเจ้า เราจะสถาปนาอาณาจักรของเขา เขาจะเป็นผู้สร้างนิเวศให้เรา และเราจะสถาปนาบัลลังก์ของเขาไว้ตลอดนิรันดร์ เราจะเป็นบิดาของเขา และเขาจะเป็นบุตรของเรา" (17:11–13) พระสัญญานี้เป็นจริงเมื่อซาโลมอนสร้างพระวิหารสำหรับองค์พระผู้เป็นเจ้า แต่พันธสัญญานี้จะเป็นจริงขั้นสุดท้ายด้วยการสถาปนาอาณาจักรนิรันดร์ของพระคริสต์ผู้ทรงเป็นพระเมสสิยาห์เชื้อสายโดยตรงของดาวิด

คำศัพท์สำคัญใน 1 พงศาวดาร

บุตรชาย: คำภาษาฮีบรูคือ *เบน*—1:43; 3:12; 4:25; 5:14; 7:14; 9:4; 11:22; 22:9; 26:28—มีความหมายตามตัวอักษรว่า "สร้าง" ชาวฮีบรูโบราณมองว่าลูก ๆ ของพวกเขาเป็น "ผู้สร้าง" คนรุ่นต่อ ๆ ไป คำว่า *เบน* สามารถหมายถึงบุตรชายที่เกิดจากบุคคลหนึ่งโดยตรง หรืออาจหมายถึงเชื้อสายในอนาคตของบุคคลหนึ่งก็ได้ (1 พงศ์กษัตริย์ 2:1; 1 พงศาวดาร 7:14) ชื่อคนในพระคัมภีร์เดิมอย่างเบนยามิน ซึ่งแปลว่า "บุตรชายแห่งมือขวาของข้าพเจ้า" ก็มีคำนามภาษาฮีบรูนี้เป็นส่วนประกอบ (ปฐมกาล 35:18) ในรูปพหูพจน์ *เบน* สามารถแปลว่า "ลูก ๆ" ไม่ว่าจะเพศไหน (ดู อพยพ 12:37— ภาษาเดิมว่า "ลูก ๆ ของอิสราเอล") พระเจ้าเองทรงใช้คำนี้เพื่อบรรยายถึงความสัมพันธ์พิเศษระหว่างพระองค์กับอิสราเอล "คนอิสราเอลเป็นบุตรชายของเรา บุตรหัวปีของเรา" (อพยพ 4:22)

สรุปเนื้อหาโดยย่อของ 1 พงศาวดาร

I. ลำดับเชื้อสายที่เลือกสรรมา (1:1–9:34)
  ก. อาดัมถึงก่อนหน้าดาวิด (1:1–2:55)
  ข. ดาวิดถึงการตกเป็นเชลย (3:1–24)
  ค. สิบสองเผ่าของอิสราเอล (4:1–9:2)
  ง. ผู้ที่อาศัยอยู่ในเยรูซาเล็ม (9:3–34)
II. การขึ้นสู่อำนาจของดาวิด (9:35–12:40)[1]
  ก. มรดกที่ซาอูลทิ้งไว้และมรณกรรมของซาอูล (9:35–10:14)
  ข. การเจิมตั้งดาวิด (11:1–3)
  ค. การยึดครองเยรูซาเล็ม (11:4–9)
  ง. ทหารของดาวิด (11:10–12:40)
III. การครองราชย์ของดาวิด (13:1–29:30)
  ก. หีบพันธสัญญา (13:1–16:43)

ข. พันธสัญญากับดาวิด (17:1–27)
ค. ประวัติศาสตร์ทางการทหารที่เลือกสรรมา (18:1–21:30)
ง. การเตรียมการเพื่อสร้างพระวิหาร (22:1–29:20)
จ. การถ่ายโอนอำนาจให้ซาโลมอน (29:21–30)

ขณะเดียวกัน ในพื้นที่ส่วนอื่น ๆ ของโลก . . .

ชาวสปาร์ตาพัฒนาการใช้สารเคมีต่าง ๆ ในการทำสงคราม อย่างเช่นกำมะถัน น้ำมันดิน และถ่านไม้

ศึกษา 1 พงศาวดารแบบรวบรัด

1. ขณะที่คุณอ่านการทบทวนประวัติศาสตร์ใน 9 บทแรกของ 1 พงศาวดาร คุณได้ค้นพบว่าบันทึกเล่มนี้เขียนเพื่อจุดประสงค์อะไรบ้าง?
2. มีอะไรบ้างที่เป็นเหตุการณ์เด่น ๆ ในชีวิตของกษัตริย์ดาวิด และชีวิตของกษัตริย์ดาวิดมีความสำคัญอย่างไรในมุมมองของ 1 พงศาวดาร?
3. เกิดอะไรขึ้นกับหีบพันธสัญญาใน 1 พงศาวดาร? เบื้องหลังของเหตุการณ์นั้นเป็นอย่างไร (ดู 1 ซามูเอล 5–6)?
4. หากดาวิดเป็นคนที่พระเจ้าชอบพระทัย ทำไมพระเจ้าไม่อนุญาตให้พระองค์สร้างพระวิหารอันยิ่งใหญ่ในเยรูซาเล็ม?
5. 1 พงศาวดารแสดงให้เห็นความสำคัญของการนมัสการที่แท้จริงอย่างไร?
6. แนวทางปฏิบัติในการนมัสการของคุณตรงกับอุดมคติที่พบใน 1 พงศาวดารในแง่ใดบ้าง?

2 พงศาวดาร

บุคคลสำคัญใน 2 พงศาวดาร

ซาโลมอน—กษัตริย์แห่งอิสราเอลและผู้สร้างพระวิหารขององค์พระผู้เป็นเจ้า ได้รับสติปัญญายิ่งใหญ่จากพระเจ้า (1:1–9:31)

ราชินีแห่งเชบา—ได้ยินชื่อเสียงของซาโลมอนด้านสติปัญญา เดินทางมาเยรูซาเล็มเพื่อทดสอบพระองค์ด้วยคำถามยาก ๆ เกี่ยวกับความสำเร็จของพระองค์ (9:1–12 และดู มัทธิว 12:42)

เรโหโบอัม—โอรสผู้ชั่วร้ายของซาโลมอนที่กลายเป็นกษัตริย์อิสราเอลองค์ต่อมา ไม่นานก็ทำให้อาณาจักรแบ่งแยก และหลังจากนั้นได้นำอาณาจักรใต้ คือยูดาห์ (9:31–13:7)

อาสา—กษัตริย์แห่งยูดาห์ พยายามทำให้พระประสงค์ของพระเจ้าสำเร็จด้วยวิธีการที่ไม่ถูกต้อง (14:1–16:14)

เยโฮชาฟัท—สืบทอดตำแหน่งกษัตริย์แห่งยูดาห์ต่อจากอาสา พระราชบิดาของพระองค์ ติดตามพระเจ้าแต่ตัดสินใจแย่ ๆ หลายครั้ง (17:1–22:9)

เยโฮรัม—โอรสชั่วร้ายของเยโฮชาฟัทซึ่งสืบทอดตำแหน่งกษัตริย์แห่งยูดาห์ต่อจากพระราชบิดา ส่งเสริมการนมัสการรูปเคารพ และสังหารพระอนุชาหกองค์ (21:1–20)

อุสซียาห์—(อีกชื่อหนึ่งคืออาซาริยาห์) สืบทอดตำแหน่งกษัตริย์แห่งยูดาห์ต่อจากอามาซิยาห์ พระราชบิดาของพระองค์ ติดตามพระเจ้าเป็นส่วนใหญ่ แต่ก็ไม่ยอมทิ้งท่าทีเย่อหยิ่ง (26:1–23)

อาหัส—สืบทอดตำแหน่งกษัตริย์แห่งยูดาห์ต่อจากโยธาม พระราชบิดาของพระองค์ นำชนชาตินี้นมัสการพระบาอัลและกราบไหว้รูปเคารพอื่น ๆ ซึ่งรวมถึงการเอาโอรสหลายองค์ของพระองค์ไปบูชายัญ (27:9–29:19)

เฮเซคียาห์—สืบทอดตำแหน่งกษัตริย์แห่งยูดาห์ต่อจากอาหัส พระราชบิดาของพระองค์ เชื่อฟังพระเจ้าและบูรณะพระวิหาร เริ่มการปฏิรูปศาสนาท่ามกลางชนชาตินี้ (28:27–32:33)

มนัสเสห์—สืบทอดตำแหน่งกษัตริย์แห่งยูดาห์ต่อจากเฮเซคียาห์ บิดาของพระองค์ ทำสิ่งชั่วร้ายในสายพระเนตรของพระเจ้า แต่กลับใจใหม่ในช่วงปลายรัชสมัย (32:33–33:20)

โยสิยาห์—สืบทอดตำแหน่งกษัตริย์แห่งยูดาห์ต่อจากอาโมน พระราชบิดาของพระองค์ ติดตามองค์พระผู้เป็นเจ้าและค้นพบหนังสือธรรมบัญญัติขององค์พระผู้เป็นเจ้าระหว่างบูรณะพระวิหาร (33:25–35:27)

ภูมิหลังและสถานที่

โปรดดู **ภูมิหลังและสถานที่** ของ 1 พงศาวดาร

หลักคำสอนสำคัญใน 2 พงศาวดาร

สติปัญญา—ซาโลมอนได้เรียนรู้ว่า การได้สติปัญญานั้นสำคัญกว่าความมั่งคั่งเกียรติยศ หรือชัยชนะ (1:7–12; 1 พงศ์กษัตริย์ 3:9; สุภาษิต 3:15; 16:7–8; มัทธิว 7:7; ยากอบ 1:5)

พระพร—เมื่อกษัตริย์เชื่อฟังและวางใจในองค์พระผู้เป็นเจ้า พระเจ้าก็ทรงอวยพระพรและปกป้องกษัตริย์ (7:13,19–20; 9:13–22; อพยพ 23:22; เฉลยธรรมบัญญัติ 11:27; 1 ซามูเอล 15:22; 1 พงศาวดาร 11:4–9; 14:8–14; สดุดี 5:12; 106:3; ปัญญาจารย์ 12:13; อิสยาห์ 30:18; มัทธิว 5:6; ลูกา 11:28)

การพิพากษา—เมื่อกษัตริย์ไม่เชื่อฟังพระเจ้าและวางใจในสิ่งอื่น พระเจ้าก็ทรงเพิกถอนพระพรของพระองค์ (7:14–15; เฉลยธรรมบัญญัติ 28:41; 1 พงศาวดาร 10:1–7; โยบ 12:23; สดุดี 78:32–33; อิสยาห์ 42:24; เอเสเคียล 39:23; โฮเชยา 4:17; อาโมส 3:6; 4:10; มีคาห์ 6:9; มาลาคี 2:2; มัทธิว 7:22–23; 13:40–42; ยอห์น 12:48)

พันธสัญญากับดาวิด—พระสัญญาซึ่งพระเจ้าประทานแก่อิสราเอลว่าจะมีกษัตริย์อีกครั้งไม่ได้ถูกยกเลิกไปเพราะการตกเป็นเชลย (3:1–2; 2 ซามูเอล 7:1–17; 1 พงศาวดาร 17:7–15; เยเรมีย์ 31:31–34)

พระลักษณะของพระเจ้าใน 2 พงศาวดาร

พระเจ้าทรงประเสริฐ—30:18

พระเจ้าทรงยิ่งใหญ่—2:5

พระเจ้าทรงยุติธรรม—19:7

พระเจ้าทรงอดทนนาน—33:10–13

พระเจ้าทรงฤทธิ์อำนาจ—13:4

พระเจ้าทรงสัตย์จริง—6:17

พระคริสต์ใน 2 พงศาวดาร

ใน 2 พงศาวดาร เชื้อสายของดาวิดยังคงได้รับการปกป้องโดยพระเจ้า ซาโลมอนรับช่วงสิ่งที่ดาวิดเตรียมการไว้และสร้างพระวิหารถวายองค์พระผู้เป็นเจ้า ในพระคัมภีร์ใหม่ พระคริสต์ทรงเปรียบพระองค์เองกับพระวิหารว่า "ถ้าทำลายวิหารนี้ เราจะสร้างขึ้นภายในสามวัน" (ยอห์น 2:19) ในที่สุดพระวิหารที่ซาโลมอนสร้างจะถูกทำลาย แต่พระคริสต์ทรงสัญญาว่าผู้เชื่อจะมีพระวิหารนิรันดร์ในพระองค์เอง ในวิวรณ์ 21:22 นครเยรูซาเล็มใหม่ไม่มีพระวิหาร เพราะ "องค์พระผู้เป็นเจ้าผู้เป็นพระเจ้าทรงฤทธานุภาพสูงสุดและพระเมษโปดกเป็นพระวิหารในนครนั้น"

คำศัพท์สำคัญใน 2 พงศาวดาร

ถูกต้อง/ชอบธรรม: คำภาษาฮีบรูคือ *ยาชาร์*—14:2; 20:32; 24:2; 25:2; 26:4; 27:2; 28:1; 34:2—มีความหมายตามตัวอักษรว่า "ราบเรียบ" หรือ "ตั้งตรง" คำว่า *ถูกต้อง* ในภาษาฮีบรูหมายถึงยุติธรรมหรือชอบธรรม คำนี้ถูกใช้ในหลายบริบทเพื่อบรรยายถึงความชอบธรรมของพระเจ้า (เฉลยธรรมบัญญัติ 32:4; สดุดี 111:7–8) ความซื่อตรงต่อคำพูดของคน (โยบ 6:25; ปัญญาจารย์ 12:10) หรือวิถีชีวิตของคนชอบธรรม (สุภาษิต 11:3,6) บ่อยครั้งคำนี้ถูกใช้เพื่อประเมินคุณสมบัติของกษัตริย์ใน 1 และ 2 พงศาวดาร ในฐานะกษัตริย์ของอิสราเอล ดาวิดเป็นตัวอย่างของความชอบธรรมในชีวิตของพระองค์ (1 พงศ์กษัตริย์ 3:6) และกลายเป็นมาตรฐานสำหรับการตัดสินกษัตริย์องค์อื่น ๆ ที่สืบทอดตำแหน่งต่อจากพระองค์ (ดู 17:3; 34:2)

ปัสกา: คำภาษาฮีบรูคือ *เพซาฆ*—30:1,15; 35:1,9,11,13,18–19—มีความหมายตามตัวอักษรว่า "ผ่าน" หรือ "กระโดดข้าม" การเฉลิมฉลองปัสกาเป็นการรำลึกถึงวันที่พระเจ้าทรงไว้ชีวิตบุตรหัวปีของคนอิสราเอลจากภัยพิบัติแห่งความตายที่เกิดขึ้นกับอียิปต์ องค์พระผู้เป็นเจ้าได้ทรง "ผ่านเว้น" ผู้ที่ประพรมเลือดของลูกแกะปัสกาไว้ที่วงกบประตูบ้าน (อพยพ 12) ตามที่ระบุไว้ในบัญญัติของโมเสส ปัสกาเตือนใจคนอิสราเอลให้ระลึกถึงพระเมตตาอันยิ่งใหญ่ซึ่งพระเจ้าทรงมีต่อพวกเขา (ดู เลวีนิติ 23:5–8; กันดารวิถี 28:16–25; เฉลยธรรมบัญญัติ 16:1–8) ในพระคัมภีร์ใหม่ พระเยซูทรงฉลองเทศกาลปัสกากับสาวกของพระองค์เช่นกัน (มัทธิว 26:2,18) พระคริสต์ทรงกลายเป็นลูกแกะปัสกาขั้นสุดท้าย เมื่อพระองค์สละพระองค์เองเป็นเครื่องบูชาชดใช้ความบาปของเรา (ยอห์น 1:29; 1 โครินธ์ 5:7; 1 เปโตร 1:19)

สรุปเนื้อหาโดยย่อของ 2 พงศาวดาร

I. รัชสมัยของซาโลมอน (1:1–9:31)
   ก. พิธีราชาภิเษกและช่วงเริ่มต้น (1:1–17)
   ข. การสร้างพระวิหาร (2:1–7:22)

ค. ความมั่งคั่ง/ความสำเร็จต่าง ๆ (8:1–9:28)

ง. มรณกรรม (9:29–31)

II. รัชสมัยของกษัตริย์องค์ต่าง ๆ แห่งยูดาห์ (10:1–36:21)[1]

ก. เรโหโบอัม (10:1–12:16)

ข. อาบียาห์ (13:1–22)

ค. อาสา (14:1–16:14)

ง. เยโฮชาฟัท (17:1–21:3)

จ. เยโฮรัม (21:4–20)

ฉ. อาหัสยาห์ (22:1–9)

ช. อาธาลิยาห์ (22:10–23:21)

ซ. โยอาช (24:1–27)

ฌ. อามาซิยาห์ (25:1–28)

ญ. อุสซียาห์ (26:1–23)

ฎ. โยธาม (27:1–9)

ฏ. อาหัส (28:1–27)

ฐ. เฮเซคียาห์ (29:1–32:33)

ฑ. มนัสเสห์ (33:1–20)

ฒ. อาโมน (33:21–25)

ณ. โยสิยาห์ (34:1–35:27)

ด. เยโฮอาหาส (36:1–4)

ต. เยโฮยาคิม (36:5–8)

ถ. เยโฮยาคีน (36:9–10)

ท. เศเดคียาห์ (36:11–21)

III. ไซรัสประกาศให้กลับไปเยรูซาเล็ม (36:22–23)

ขณะเดียวกัน ในพื้นที่ส่วนอื่น ๆ ของโลก . . .

เอเธนส์และสปาร์ตาที่เป็นปฏิปักษ์ต่อกันได้เริ่มข้อตกลงสงบศึกสามสิบปี (ระหว่างปี 445–415 ก่อน ค.ศ.)

คำถามที่พบบ่อย

1. การใช้แหล่งข้อมูลภายนอกมีผลกระทบต่อคำยืนยันเรื่องพระคัมภีร์ไม่มีข้อผิดพลาดหรือไม่? เอกสารอื่น ๆ เหล่านี้ได้รับการดลใจเช่นกันหรือเปล่า?

1 และ 2 พงศาวดารอ้างอิงแหล่งข้อมูลอื่น ๆ ครั้งแล้วครั้งเล่า พระธรรมเอสรามีการอ้างข้อความโดยตรงจากเอกสารของเปอร์เซียหลายข้อความ พระธรรมเล่มอื่นในพระคัมภีร์ก็มีการอ้างอิงข้อความจากภายนอกพระคัมภีร์ คำตอบสำหรับคำถามนี้จะต้องไม่พิจารณาเพียงกรณีใดโดด ๆ ที่มีการอ้างข้อความจากภายนอก แต่ต้องพิจารณาหลาย ๆ จุดที่พระคัมภีร์อ้างอิงข้อความจากการออกประกาศของคนต่างชาติผู้นำที่ไม่นับถือพระเจ้า และเอกสารทางโลกอื่น ๆ

การที่แหล่งข้อมูลภายนอกพระคัมภีร์ถูกยกมากล่าวในพระคัมภีร์ไม่ได้เป็นการรับรองว่าแหล่งข้อมูลนั้นทั้งหมดได้รับการดลใจ เนื้อหาของพระคัมภีร์เป็นความจริง แต่แหล่งข้อมูลต่าง ๆ ไม่จำเป็นต้องเป็นความจริงเพียงเพราะมันได้มาอยู่ในพระคัมภีร์ ข้อเท็จจริงต่าง ๆ ถูกใส่ไว้ในพระคัมภีร์เพราะว่ามันเป็นความจริง เนื้อหาในพระคัมภีร์ยังคงเป็นความจริงแม้แต่ในเวลาที่ข้อความถูกนำไปอ้างอิงภายนอกพระคัมภีร์ ความจริงบางประการที่แต่เดิมถูกบันทึกไว้นอกพระคัมภีร์ และผู้ที่พระเจ้าทรงดลใจให้เขียนพระคัมภีร์สามารถหาอ่านได้ ได้ถูกนำมาใช้ในพระคัมภีร์

ตัวแปรภายนอกพระคัมภีร์เหล่านี้มีผลเพิ่มเติมคือ มันช่วยย้ำเตือนเราว่าพระเจ้าได้ประทานพระวจนะของพระองค์ในสถานการณ์ประวัติศาสตร์จริง ซึ่งสำแดงออกด้วยชีวิตจริง และเขียนออกมาโดยคนที่อยู่ภายใต้การทรงนำของพระเจ้า ข้อความอ้างอิงเหล่านี้เน้นย้ำว่าพระคัมภีร์สัมพันธ์กับความเป็นจริง พระวจนะของพระเจ้าเปิดเผยพระเจ้าเที่ยงแท้ ผู้ทรงเป็นความจริงสูงสุด

ศึกษา 2 พงศาวดาร แบบรวบรัด

1. ในบรรดากษัตริย์ที่ดีใน 2 พงศาวดาร คุณจะเลือกใครเป็นสองหรือสามตัวอย่างที่ดีที่สุด?
2. กษัตริย์องค์ใดบ้างที่มีอิทธิพลชักนำให้ประชาชนทำชั่วมากที่สุดในรัชสมัยของตน?
3. มีบทเรียนเกี่ยวกับการอธิษฐานอะไรบ้าง ที่เราสามารถพบได้ใน 2 พงศาวดาร?
4. บริบทและความสำคัญของ 2 พงศาวดาร 7:14 คืออะไร?

5. ในตอนท้ายของ 2 พงศาวดาร ชนชาตินี้ล่มสลายและพระวิหารถูกทำลาย ความหายนะนี้เกิดขึ้นได้อย่างไร?
6. ในขณะนี้คุณได้ประโยชน์อย่างไรบ้าง จากการตัดสินใจดี ๆ ที่คุณได้ตัดสินใจไปก่อนหน้านี้ระยะหนึ่ง?

[1] โปรดดู "ลำดับเวลาของกษัตริย์และผู้เผยพระวจนะในพระคัมภีร์เดิม" ในภาคผนวกตอนท้ายของหนังสือเล่มนี้

เอสรา

การกลับมาของเชลย

เรื่องราวโบราณที่เล่าสืบต่อกันมาบ่งชี้ว่า เอสรามีบทบาทสำคัญ ในการทำให้พระคัมภีร์เดิมเป็นรูปเป็นร่าง ในฐานะสารบบอันเป็นที่รับรู้ว่า นี่คือสิ่งที่พระเจ้าทรงเปิดเผยเป็นลายลักษณ์อักษร

บางคนเริ่มต้นด้วยความตั้งใจที่จะเชื่อฟังพระเจ้า และกลายเป็นวีรบุรุษ เอสราก็เป็นคนแบบนั้น ชื่อของเขาแสดงถึงความหมายทางประวัติศาสตร์ของยุคสมัยที่เขามีชีวิตอยู่ ในภาษาฮีบรูชื่อนี้แปลว่า "พระยาห์เวห์ทรงช่วย" และมันย้ำเตือนผู้อ่านอยู่เสมอ ๆ ว่า พระเจ้าทรงทำพระราชกิจอยู่หลังฉากเพื่อนำประชากรของพระองค์กลับสู่ดินแดนแห่งพระสัญญา

ผู้เขียนและปีที่เขียน

น่าจะเขียนโดยเอสรา ประมาณปี 457 ถึง 444 ก่อน ค.ศ.

แม้ว่าชื่อของเอสรายังไม่ได้ปรากฏจนกระทั่งถึงบทที่เจ็ดของพระธรรมเล่มนี้ ซึ่งถูกเรียกตามชื่อของเขา แต่ก็เป็นที่เข้าใจกันมานานแล้วว่า เขาน่าจะเป็นผู้เขียนทั้งพระธรรมเอสราและเนหะมีย์มากที่สุด เบาะแสเกี่ยวกับผู้เขียนที่ชัดเจนมากประการหนึ่งภายในพระธรรมเล่มนี้ก็คือมุมมองในการเขียน เมื่อเหตุการณ์ที่ตัวเขาเองออกเดินทางไปยังเยรูซาเล็มกลายเป็นส่วนหนึ่งของบันทึกนี้ (7:28) เอสราก็เปลี่ยนจากการเขียนในฐานะบุรุษที่สามมาเป็นการเขียนในฐานะบุรุษที่หนึ่ง หากเขาเขียน 1 และ 2 พงศาวดาร เรื่องราวที่ต่อเนื่องในเอสราก็สมเหตุสมผลที่สุด พระธรรมเอสราขึ้นต้นด้วยบันทึกเหตุการณ์ที่ดำเนินต่อไป เกี่ยวกับประชากรของพระเจ้าซึ่งกำลังตกเป็นเชลย บาบิโลนเพิ่งพ่ายแพ้ต่อเปอร์เซีย ซึ่งเป็นมหาอำนาจใหม่ของโลก การที่เอสรามีส่วนร่วมในประวัติศาสตร์นั้นทำให้เขาอยู่ในจุดที่เป็นธรรมชาติ ที่จะทำให้บันทึกเหตุการณ์นี้มีลักษณะแบบอัตชีวประวัติ

หน้าที่อาลักษณ์ของเอสราทำให้เขามีโอกาสเข้าถึงเอกสารทางราชการต่าง ๆ ที่ถูกอ้างถึงในพระธรรมเอสราและเนหะมีย์ เขาใช้ประโยชน์จากสิทธิพิเศษต่าง ๆ

ที่ทำให้เขาสามารถอ่านจดหมายเหตุของราชสำนักแห่งจักรวรรดิเปอร์เซีย ข้อพระคัมภีร์หลายตอนต่อไปนี้เป็นการยกข้อความโดยตรงมาจากบันทึกอย่างเป็นทางการของเปอร์เซีย ได้แก่ 1:2–4; 4:9–22; 5:7–17; 6:3–12 และยังมีข้อความตอนอื่น ๆ ที่แสดงให้เห็นว่าเอสราเป็นผู้ที่อุทิศตัวศึกษาอย่างจริงจังและเป็นผู้นำที่เข้มแข็งและเดินในทางของพระเจ้า ได้แก่ 7:10 เนหะมีย์ 8:1–9; 12:36

บุคคลสำคัญในเอสรา

เอสรา—อาลักษณ์และอาจารย์ด้านพระวจนะพระเจ้า ซึ่งเริ่มการปฏิรูปศาสนาท่ามกลางประชาชน นำเชลยกลุ่มที่สองจากบาบิโลนกลับมายังเยรูซาเล็ม (เอสรา 7:1–10:16)

ไซรัส—กษัตริย์เปอร์เซียผู้พิชิตบาบิโลน ช่วยให้เชลยชาวอิสราเอลได้กลับไปสู่มาตุภูมิ (เอสรา 1:1–6:14)

เศรุบบาเบล—นำเชลยชาวอิสราเอลกลุ่มแรกจากบาบิโลนกลับมายังเยรูซาเล็ม ทำให้การก่อสร้างพระวิหารขึ้นใหม่สำเร็จ (เอสรา 2:2–5:2)

ฮักกัย—ผู้เผยพระวจนะในยุคหลังจากเป็นเชลย หนุนใจเศรุบบาเบลและประชาชนอิสราเอลให้ทำงานก่อสร้างพระวิหารขึ้นมาใหม่ต่อไป (เอสรา 5:1–2; 6:14)

เศคาริยาห์—ผู้เผยพระวจนะในยุคหลังจากเป็นเชลย หนุนใจเศรุบบาเบลและประชาชนอิสราเอลให้ทำงานก่อสร้างพระวิหารขึ้นมาใหม่ต่อไป (เอสรา 5:1–2; 6:14)

ดาริอัสที่ 1—กษัตริย์เปอร์เซียที่สนับสนุนคนอิสราเอลในการก่อสร้างพระวิหารขึ้นมาใหม่ (เอสรา 4:5–6:14)

อารทาเซอร์ซีส—กษัตริย์เปอร์เซียที่อนุญาตให้เอสรากลับไปเยรูซาเล็ม (เอสรา 7:1) และรื้อฟื้นการนมัสการในพระวิหารและการสอนธรรมบัญญัติ

ภูมิหลังและสถานที่

เหตุการณ์ต่าง ๆ ในชีวิตของชนชาติอิสราเอลนั้น เป็นเรื่องที่เราจะต้องพิจารณาโดยคำนึงถึงแผนการของพระเจ้าสำหรับพวกเขาเสมอ พระองค์ได้ทรงเลือกพวกเขาตั้งแต่อับราฮัมบรรพบุรุษของพวกเขา พระองค์ประทานดินแดนแก่พวกเขา พระองค์ทรงนำอิสราเอลออกจากตลาดค้าทาสในอียิปต์ด้วยการอพยพครั้งใหญ่

หลายร้อยปีต่อมา ซึ่งยังเป็นยุคก่อนหน้าเอสรา พระเจ้าได้ทรงเตือนประชากรของพระองค์ว่า หากพวกเขาเลือกที่จะฝ่าฝืนพันธสัญญาที่พวกเขาทำไว้กับพระองค์ พระองค์จะอนุญาตให้อีกชนชาติหนึ่งจับพวกเขาไปเป็นทาสอีกครั้ง (เยเรมีย์ 2:14–25) การตักเตือนของพระเจ้าครั้งแล้วครั้งเล่าถูกพวกเขาเพิกเฉยอย่างดื้อแพ่ง การทำผิดศีลธรรมและการกราบไหว้รูปเคารพเป็นงานอดิเรกประจำชนชาติ พระเจ้าทรงสัตย์ซื่อและดำเนินการตามคำเตือนของพระองค์

ในปี 722 ก่อน ค.ศ. ชาวอัสซีเรียรบชนะและกวาดต้อนคนสิบเผ่าทางเหนือ และกระจายพวกเขาไปทั่วจักรวรรดิอัสซีเรีย หลายทศวรรษต่อมา ระหว่างปี 605–586 ก่อน ค.ศ. พระเจ้าทรงอนุญาตให้ชาวบาบิโลนทำลายเมืองและทำให้เยรูซาเล็มร้างผู้คน พระเจ้าทรงตีสอนประชากรที่เหลือของพระองค์ด้วยการให้ตกเป็นเชลยในบาบิโลน 70 ปี เมื่อถึงปี 539 ก่อน ค.ศ. ไซรัสชาวเปอร์เซียโค่นล้มบาบิโลน และหนึ่งปีถัดมา ตามที่เอสราบันทึกไว้ ไซรัสก็อนุญาตให้ชาวยิวกลับไปเยรูซาเล็ม

แต่เดิมคนยิวถูกกวาดต้อนสามช่วง (ปี 605, ปี 597 และปี 586 ก่อน ค.ศ.) และการกลับมาของพวกเขาก็เกิดขึ้นตามแบบแผนเดียวกันโดยใช้เวลาเก้าทศวรรษ เศรุบบาเบลนำคนกลุ่มแรกกลับบ้านในปี 538 ก่อน ค.ศ. เอสราตามมาพร้อมกับคนกลุ่มที่สองในปี 458 ก่อน ค.ศ. จากนั้นเนหะมีย์ก็นำคนกลุ่มที่สามกลับมาในปี 445 ก่อน ค.ศ. ในที่สุดเยรูซาเล็มและพระวิหารก็ได้รับการสร้างขึ้นใหม่ แต่เช่นเดียวกับชนชาติอิสราเอลเอง สิ่งเหล่านี้เป็นเพียงเงาของสง่าราศีในอดีตของพวกเขา

หลักคำสอนสำคัญในเอสรา

อำนาจสูงสุดของพระเจ้า—องค์พระผู้เป็นเจ้าทรงควบคุมและปกป้องเส้นทางของคนอิสราเอลนับตั้งแต่การตกเป็นเชลยจนถึงการกลับมาสู่ดินแดนแห่งพระสัญญา (2:1; ปฐมกาล 50:20; โยบ 42:2; สุภาษิต 16:1; มัทธิว 10:29–30; ยอห์น 6:37; โรม 8:28)

พระลักษณะของพระเจ้าในเอสรา

พระเจ้าทรงประเสริฐ—8:18
พระเจ้าทรงฤทธิ์อำนาจ—8:22
พระเจ้าทรงชอบธรรม—9:15

พระเจ้าทรงพระปัญญา—7:25
พระเจ้าทรงมีพระพิโรธ—8:22

พระคริสต์ในเอสรา

การกลับมาของอิสราเอลสู่ดินแดนแห่งพระสัญญาสำแดงให้เห็นการยกโทษอย่างไม่มีเงื่อนไข ซึ่งในที่สุดจะหยิบยื่นให้ทางพระคริสต์ การที่พระเจ้าทรงปกป้องประชากรของพระองค์เป็นการเน้นย้ำพันธสัญญาที่พระองค์ทรงกระทำไว้กับดาวิดว่าจะรักษาเชื้อสายของดาวิดไว้ หลังจากนั้นพระเยซูซึ่งเป็นเชื้อสายโดยตรงจากวงศ์วานของดาวิด จะเสด็จมาเพื่อนำความรอดมาสู่คนทั้งโลก

คำศัพท์สำคัญในเอสรา

ยิว: คำภาษาฮีบรูคือ *เยฮูดี*—4:12,23; 5:1,5; 6:7–8,14—มาจากรากศัพท์ที่แปลว่า "สรรเสริญ" หรือ "ขอบคุณ" ยาโคบใช้คำนี้ในขณะที่เขาอวยพรยูดาห์บุตรของเขาในปฐมกาล 49:8 คือ "ยูดาห์เอ๋ย พวกพี่น้องจะสรรเสริญเจ้า" คำว่าคนยิวอาจหมายถึงบุคคลหนึ่งที่มาจากเผ่ายูดาห์ (กันดารวิถี 10:14) หรือคนอิสราเอลคนหนึ่งที่อยู่ในอาณาเขตทางภูมิศาสตร์ที่เรียกว่ายูดาห์ (ดู เยเรมีย์ 7:30) ในยุคหลังจากเป็นเชลย คำว่า "ยิว" หมายถึงคนอิสราเอลในฐานะกลุ่มชน การใช้คำว่า "ยิว" ยังพบในพระคัมภีร์ใหม่ด้วย พระเยซูทรงถูกเรียกว่า "กษัตริย์ของพวกยิว" (มัทธิว 27:29) หลังจากนั้นเปาโลอธิบายว่าคนยิวแท้คือบุคคลที่มีลักษณะเด่นคือ "การเข้าสุหนัตทางจิตใจ" (โรม 2:28–29)

คนที่เหลืออยู่: คำภาษาฮีบรูคือ *ชาอาร์*—9:8,15—มีความหมายตามตัวอักษรว่า "คงอยู่" หรือ "เหลืออยู่" *คนที่เหลืออยู่* หมายถึงคนจำนวนน้อยที่รอดชีวิตหลังจากมหันตภัย เช่น เหตุการณ์น้ำท่วมโลก ในพระคัมภีร์คำนี้โดยส่วนใหญ่หมายถึงประชากรอิสราเอลจำนวนน้อยที่รอดชีวิตจากการตกเป็นเชลย (9:8) นอกจากนี้พวกผู้เผยพระวจนะยังใช้คำนี้เพื่อกล่าวถึงคนอิสราเอลที่ยังคงสัตย์ซื่อต่อพระเจ้า (อาโมส 5:14–15) ผู้เผยพระวจนะอิสยาห์กล่าวถึงพระเมสสิยาห์ว่า วันหนึ่งพระองค์จะรวบรวมคนอิสราเอลที่เหลืออยู่จากทุกประชาชาติ รวมทั้งดึงดูดคนต่างชาติบางคนมาหาพระองค์เอง (อิสยาห์ 11:10–11,16) คำว่า*คนที่เหลืออยู่*จึงชี้ให้เห็นถึงความสัตย์ซื่อตามพันธสัญญาของพระเจ้าในการไว้ชีวิตประชากรของพระองค์ เมื่อพระเจ้าทรงพิทักษ์รักษาอิสราเอลไว้ ทั้งโลกก็จะได้รับพรโดยการเสด็จมาของพระเมสสิยาห์ (ปฐมกาล 12:3)

สรุปเนื้อหาโดยย่อ

I. การเดินทางกลับมาครั้งแรกนำโดยเศรุบบาเบล (1:1–6:22)
   ก. ประกาศิตของไซรัสให้เดินทางกลับ (1:1–4)
   ข. ทรัพย์สมบัติเพื่อการสร้างพระวิหารขึ้นมาใหม่ (1:5–11)

ค. บรรดาผู้ที่กลับมา (2:1–70)

ง. การก่อสร้างพระวิหารหลังที่สอง (3:1–6:22)

II. การเดินทางกลับมาครั้งที่สองนำโดยเอสรา (7:1–10:44)

ก. เอสรามาถึง (7:1–8:36)

ข. เอสรานำการฟื้นฟู (9:1–10:44)

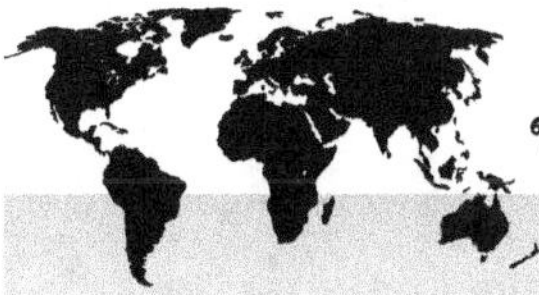

ขณะเดียวกัน ในพื้นที่ส่วนอื่น ๆ ของโลก . . .

สงครามเปอร์เซียยุติลงในที่สุด (490–449 ก่อน ค.ศ.) หลังจากคีโมนชาวเอเธนส์ บุตรของมิลทิอาเดส รบชนะชาวเปอร์เซียที่ซาลามิส

คำถามที่พบบ่อย

1. มีเนื้อหาตอนใดบ้างในพระคัมภีร์เดิม รวมทั้งมีบุคคลใดบ้าง ที่มีบทบาทในเหตุการณ์ต่าง ๆ ที่แวดล้อมการที่ชาวยิวเดินทางกลับมาจากการตกเป็นเชลย?

พระธรรมในหมวดประวัติศาสตร์ห้าเล่ม (1 และ 2 พงศาวดาร เอสรา เนหะมีย์ และเอสเธอร์) มาจากเหตุการณ์ต่าง ๆ หรือกล่าวถึงเหตุการณ์ต่าง ๆ หลังจากการตกเป็นเชลย พระธรรมในหมวดผู้เผยพระวจนะสามเล่ม (ฮักกัย เศคาริยาห์ และมาลาคี) มาจากยุคเดียวกัน คำว่า*ยุคหลังจากเป็นเชลย*มักจะถูกใช้เพื่อกล่าวถึงพระธรรมเหล่านี้และบุคคลเหล่านี้

1 และ 2 พงศาวดารให้บทสรุปประวัติศาสตร์จากมุมมองในช่วงสุดท้ายของการเป็นเชลย เอสราและเนหะมีย์บันทึกวันเวลาที่น่าตื่นเต้นและยากลำบากในการกลับมายังยูดาห์และสร้างชาติขึ้นมาใหม่ ฮักกัยและเศคาริยาห์เป็นผู้เผยพระวจนะที่มีบทบาทในช่วงเวลาที่ถูกบันทึกไว้ในเอสราบทที่ 4–6 เมื่อพระวิหารอยู่ระหว่างการก่อสร้างใหม่ มาลาคีเขียนและเผยพระวจนะในช่วงที่เนหะมีย์กลับไปที่เปอร์เซียอีกครั้ง (เนหะมีย์ 13:6)

แม้ว่าจุดประสงค์ส่วนหนึ่งของพระธรรมเหล่านี้คือการยืนยันว่าพันธสัญญาของพระเจ้ายังคงดำรงอยู่ต่อไปกับวงศ์วานของดาวิด และเชื้อสายกษัตริย์ยังไม่ขาดตอน แต่จุดที่เน้นได้เปลี่ยนจากราชวงศ์ไปอยู่ที่ผู้รับใช้คนอื่น ๆ ของพระเจ้า

อาลักษณ์ พนักงานเชิญถ้วยเสวย และผู้เผยพระวจนะกลายเป็นผู้แทนหลัก ๆ ของพระเจ้า แม้กระทั่งเอสเธอร์ แม้จะเป็นราชินี ก็ยังต้องพึ่งพาพระเจ้า แทนที่จะพึ่งพาตำแหน่งและอำนาจของพระนางเอง ในการทำงานให้สำเร็จตามบทบาทที่พระเจ้าทรงเตรียมไว้สำหรับพระนางในการปกป้องชาวยิวในเปอร์เซีย

ทั้งหมดนี้ช่วยปูทางไว้สำหรับความคาดหวังหลายอย่างที่ปนกันอยู่ และเป็นบรรยากาศที่แวดล้อมการประสูติของพระเยซู การทำให้พันธสัญญาระหว่างพระเจ้ากับดาวิดสำเร็จ และการที่พระเจ้าทรงเข้ามีบทบาทด้วยพระองค์เองในประวัติศาสตร์แห่งความรอด

2. วิธีที่เอสราจัดการเรื่องการแต่งงานข้ามชนชาติและการหย่าร้าง สอดคล้องกับแนวทางโดยรวมของคำสอนในพระคัมภีร์ เกี่ยวกับเรื่องสำคัญ ๆ เหล่านี้อย่างไร?

เอสราบทที่ 9 และ 10 บันทึกช่วงเวลาที่สำคัญอย่างยิ่งในการสถาปนาชนชาติยิวขึ้นใหม่ในมาตุภูมิของพวกเขา หลายปีก่อนที่เอสราจะกลับมาจากเปอร์เซีย ชายชาวยิวหลายคนที่เดินทางกลับมาได้แต่งงานข้ามชนชาติกับผู้หญิงที่ไม่นับถือพระเจ้าในพื้นที่นั้น การปฏิบัติเช่นนี้ไม่สามารถเปรียบได้กับสถานการณ์แบบที่เราพบในการแต่งงานของราหับหรือรูธ ซึ่งเป็นคนต่างชาติที่มาเป็นผู้เชื่อในพระเจ้า สามีของผู้หญิงเหล่านั้นไม่ได้พิจารณาเบื้องหลังที่ไม่นับถือพระเจ้าของพวกเธอ เอสราทราบข่าวนี้ในส่วนหนึ่งของรายงานที่เขาได้รับเมื่อเดินทางมาถึงเยรูซาเล็ม

สำหรับเอสรา นี่แทบจะเป็นข่าวร้ายที่สุดที่เป็นไปได้ ตามประวัติศาสตร์แล้ว การแต่งงานข้ามชนชาติกับคนไม่นับถือพระเจ้าเป็นปัจจัยสำคัญที่ทำให้ชนชาตินี้ล่มจมซ้ำแล้วซ้ำอีก การแต่งงานเหล่านี้คือการแสดงออกถึงการไม่เชื่อฟัง เอสรารู้สึกละอายใจและทุกข์ใจจนทนไม่ไหวเพราะสถานการณ์นี้ (เอสรา 9:3–4) ความเศร้าโศกของเขาแสดงออกมาอย่างเปิดเผยและทำให้คนอื่นสำนึกผิด ในที่สุดประชาชนเหล่านั้นเองก็สารภาพผิด และตัดสินใจว่าผู้ที่แต่งงานกับหญิงต่างชาติไปแล้วจะต้อง “ทิ้ง” (หย่าจาก) ภรรยาเหล่านี้ แต่พระเจ้าไม่ได้เปลี่ยนพระทัยในเรื่องการหย่าร้าง มาลาคีซึ่งมีชีวิตอยู่ในสมัยนั้นประกาศว่าพระเจ้าทรงเกลียดชังการหย่าร้าง (มาลาคี 2:16)

มีข้อสังเกตสำคัญหลายประการที่เราสามารถมองเห็นเกี่ยวกับพระธรรมเอสราตอนนี้ เหตุการณ์นี้ไม่ได้สร้างบรรทัดฐานเกี่ยวกับการหย่าร้าง นอกจากนั้นมันอาจเป็นเรื่องง่ายที่เราจะมองข้ามข้อเท็จจริงที่ว่า ถึงแม้การเลือกทางออกด้วยการหย่าร้างนี้

เป็นการตัดสินใจแบบกลุ่ม แต่คู่สมรสเหล่านี้แต่ละคู่ได้รับการพิจารณาเป็นราย ๆ ไป สันนิษฐานได้ว่าในกรณีที่ฝ่ายผู้หญิงกลายเป็นผู้เชื่อ เธอก็จะได้รับการปฏิบัติแตกต่างจากกรณีที่ฝ่ายผู้หญิงมองว่าคำถามเรื่องความเชื่อเป็นการละเมิดข้อตกลงการแต่งงาน

ด้วยความถ่อมใจของผู้ที่กระทำผิด และความระมัดระวังในการเผชิญหน้ากับประเด็นเหล่านี้ พระเมตตาของพระเจ้าก็ได้สำแดงออกมาอย่างมาก ถ้าตีความธรรมบัญญัติอย่างเคร่งครัด พวกเขาก็คงจะเอาหินขว้างทุกคนที่เกี่ยวข้องให้ตาย ความกระตือรือร้นที่จะแก้ไขสิ่งต่าง ๆ ให้ถูกต้องได้เปิดประตูให้มีทางออก แม้ว่าในบางกรณีมันต้องมีความเศร้าโศกและความเสียใจเพราะการหย่าร้าง

ศึกษาเอสราแบบรวบรัด

1. เอสราเป็นคนแบบไหน?
2. ให้คุณบรรยายทัศนคติ ความรู้สึก และประสบการณ์ ของคนกลุ่มแรกที่เดินทางกลับมาสู่ดินแดนแห่งพระสัญญาหลังจากการเป็นเชลย
3. คนเหล่านี้ต้องเผชิญกับการต่อต้านแบบไหนบ้าง ในการสร้างกรุงเยรูซาเล็มและพระวิหารขึ้นมาใหม่?
4. พระวจนะของพระเจ้ามีบทบาทอย่างไรในชีวิตของผู้ที่กลับมาจากการเป็นเชลย?
5. เชลยที่เดินทางกลับมาสำแดงความเชื่อในพระเจ้าอย่างไรบ้าง?
6. มีซากปรักหักพังอะไรในอดีตของคุณ ที่คุณได้ไว้วางใจว่าพระเจ้าจะช่วยคุณสร้างขึ้นใหม่และมีความชื่นชมยินดีอีกครั้ง?

เนหะมีย์

การสร้างกำแพงเมืองขึ้นใหม่

ลักษณะของเนหะมีย์เป็นกรณีศึกษาที่มีอิทธิพลอย่างมาก ในเรื่องความเป็นผู้นำ ความซื่อสัตย์ และความเชื่อ

พระเจ้าทรงให้ผู้รับใช้ของพระองค์อยู่ในสถานที่ซึ่งไม่น่าเป็นไปได้ และได้ผลลัพธ์ที่น่าประหลาดใจ เนหะมีย์เป็นพนักงานเชิญถ้วยเสวยของกษัตริย์ในเปอร์เซีย ชื่อของเขาปรากฏอยู่ในพระธรรมเล่มนี้เพียงเล่มเดียว ถึงแม้จะเป็นที่แน่นอนว่าเนหะมีย์เป็นคนที่มีลักษณะตรงกับคำบรรยายถึงคนมากมายที่อยู่ในหอเกียรติยศแห่งความเชื่อ ซึ่งมีรายชื่ออยู่ในฮีบรูบทที่ 11 พระเจ้าทรงทำพระราชกิจผ่านเนหะมีย์ในฐานะผู้มีส่วนร่วมคนสำคัญในการสถาปนาชนชาติยิวขึ้นใหม่ ในดินแดนแห่งพระสัญญาหลังจากเป็นเชลย

ผู้เขียนและปีที่เขียน

น่าจะเขียนโดยเอสรา ประมาณปี 424 ถึง 400 ก่อน ค.ศ.

เนื้อหาส่วนใหญ่ของพระธรรมเล่มนี้อาศัยข้อมูลจากสมุดบันทึกส่วนตัวของเนหะมีย์ แม้ว่าบันทึกเหล่านี้ถูกเขียนในฐานะบุรุษที่หนึ่ง (1:1–7:5; 12:27–43; 13:4–31) แต่เรื่องราวที่เล่าสืบต่อกันมาทั้งของชาวยิวและคริสเตียนต่างระบุไว้นานแล้วว่าเอสราเป็นผู้เขียน มีเบาะแสสามประการที่สามารถอ้างถึงได้เพื่อสนับสนุนว่าเอสราเป็นผู้เขียน คือ (1) พระธรรมสองเล่มนี้ คือเอสราและเนหะมีย์ เดิมทีเคยเป็นหนังสือเล่มเดียว (บ่งบอกอยู่ในพระคัมภีร์ฉบับเซปทัวจินต์ภาษากรีกและฉบับวัลเกตภาษาละติน) (2) วลี *พระหัตถ์ขององค์พระผู้เป็นเจ้า*ที่ปรากฏซ้ำ ๆ ในพระธรรมทั้งสองเล่มนี้บ่งชี้ว่ามีผู้เขียนคนเดียว (3) แหล่งข้อมูลต่าง ๆ ที่ถูกใช้ (เอกสารทางการของเปอร์เซีย) น่าจะรวมถึงบันทึกต่าง ๆ ของเนหะมีย์ และเอสราสามารถหาอ่านได้

บุคคลสำคัญในเนหะมีย์

เนหะมีย์—พนักงานเชิญถ้วยเสวยผู้มีอิทธิพลของอารทาเซอร์ซีส กษัตริย์เปอร์เซีย นำเชลยกลุ่มที่สามกลับมายังเยรูซาเล็ม เพื่อสร้างกำแพงเมืองขึ้นใหม่ (1:1–13:31)

เอสรา—นำเชลยกลุ่มที่สองกลับมายังเยรูซาเล็ม ทำงานร่วมกับเนหะมีย์ในฐานะปุโรหิตและธรรมาจารย์ของอิสราเอล (8:1–12:36)

สันบาลลัท—ผู้ว่าราชการแคว้นสะมาเรียที่พยายามบั่นทอนกำลังใจประชาชน และขัดขวางการสร้างกำแพงเมืองเยรูซาเล็มขึ้นใหม่ (2:10–13:28)

โทบีอาห์—ข้าราชการชาวอัมโมนซึ่งเยาะเย้ยการสร้างกำแพงเมืองขึ้นใหม่ และบั่นทอนกำลังใจของประชาชน (2:10–13:7)

ภูมิหลังและสถานที่

พระธรรมเนหะมีย์เขียนขึ้นจากเบื้องหลังที่เจ็บปวดและมีเกียรติ ฉากเริ่มต้นเกิดขึ้นในเปอร์เซีย บทใหม่ของความสัมพันธ์ระหว่างพระเจ้ากับประชากรของพระองค์เริ่มต้นขึ้น ประวัติศาสตร์ที่เพิ่งผ่านมาไม่นานเป็นเรื่องการดำเนินการขั้นสุดท้ายในการพิพากษาตามพระสัญญาของพระเจ้า โดยอันดับแรกดินแดนแห่งพระสัญญาได้ถูกชาวอัสซีเรียรุกราน ซึ่งนำไปสู่การกวาดต้อนและการสูญเสียสิบเผ่าทางเหนือ หลังจากนั้นชาวบาบิโลนก็มาขับไล่ ทำลายและทำให้เยรูซาเล็มแทบจะร้างผู้คน ทั้งยังกวาดต้อนคนหัวกะทิของยูดาห์ไปยังบาบิโลน พระเจ้าทรงตีสอนประชากรของพระองค์ด้วยการให้พวกเขาตกเป็นเชลยในบาบิโลน 70 ปี (เยเรมีย์ 25:11)

หลายปีหลังจากนั้น จักรวรรดิเปอร์เซียเรืองอำนาจขึ้น และในที่สุดกษัตริย์ไซรัสก็ผลักดันให้เกิดเหตุการณ์ต่าง ๆ ซึ่งทำให้ชาวยิวได้กลับมาที่เยรูซาเล็ม พระธรรมเอสรา เอสเธอร์ ดาเนียล เนหะมีย์และมาลาคี ได้บอกรายละเอียดของช่วงเวลาดังกล่าวในประวัติศาสตร์แห่งความสัตย์ซื่อของพระเจ้า และพระธรรมสองเล่มสุดท้ายในรายชื่อข้างต้น ก็มีจุดเด่นที่เหมือนกันคือเป็นบันทึกชิ้นสุดท้ายในพระคัมภีร์เดิม

เมื่อถึงตอนจบของพระธรรมเนหะมีย์ พระเจ้าได้อนุญาตให้ประชากรของพระองค์กลับมาตั้งฐานที่มั่นในดินแดนแห่งพระสัญญาอีกครั้ง พระเจ้ายังคงยึดมั่นในพระสัญญาของพระองค์ แม้ว่ามนุษย์คู่สัญญาของพระองค์จะมีนิสัยที่เรรวน เหตุการณ์เหล่านี้จะตามมาด้วยการหยุดนิ่ง 400 ปี และเมื่อการเปิดเผยของพระเจ้า

ปรากฏในรูปแบบลายลักษณ์อักษรอีกครั้ง พระเจ้าจะทรงรับสภาพเนื้อหนังและเสด็จมายังโลกนี้ด้วย

หลักคำสอนสำคัญในเนหะมีย์

พระวจนะของพระเจ้า—การอ่านพระวจนะของพระเจ้าต้องมีความเอาใจใส่อย่างละเอียดถี่ถ้วน เพื่อจะกระทำตามพระประสงค์พระองค์ (8:1,8,13; 10:29,34,36; 13:1; เอสรา 7:10; สดุดี 119:16,140; ลูกา 11:28; ยอห์น 5:39; ยากอบ 1:25)

การเชื่อฟัง—พระเจ้าทำพระราชกิจผ่านการเชื่อฟังของเนหะมีย์ (7:5; อพยพ 19:5; เฉลยธรรมบัญญัติ 13:4; 1 ซามูเอล 15:22; เยเรมีย์ 7:23; ปัญญาจารย์ 12:13; ฮีบรู 11:6; 1 เปโตร 1:2)

การต่อต้าน—แม้จะมีการต่อต้านในท้องถิ่นและการทุจริตที่น่าสะเทือนใจ แต่ยูดาห์ก็สร้างกำแพงเมืองเยรูซาเล็มสำเร็จในเวลาเพียง 52 วัน (6:15; 8:1,14; สดุดี 7:1; 69:26; เศคาริยาห์ 2:8; มัทธิว 5:10; ลูกา 6:22; โรม 8:35; 2 ทิโมธี 3:12)

พระลักษณะของพระเจ้าในเนหะมีย์

พระเจ้าทรงเปี่ยมด้วยสง่าราศี—9:5

พระเจ้าทรงประเสริฐ—1:10; 2:8,18; 9:35

พระเจ้าทรงพระกรุณา—9:17

พระเจ้าทรงอดทนนาน—9:30

พระเจ้าทรงเปี่ยมด้วยพระเมตตา—9:17, 27

พระเจ้าทรงฤทธิ์อำนาจ—1:10

พระเจ้าทรงจัดเตรียม—9:6

พระเจ้าทรงชอบธรรม—9:8

พระเจ้าทรงเป็นหนึ่ง—9:6

พระเจ้าทรงพระปัญญา—9:10

พระคริสต์ในเนหะมีย์

พระธรรมเนหะมีย์แสดงให้เห็นการสร้างกรุงเยรูซาเล็มขึ้นใหม่และการฟื้นฟูประชาชน อย่างไรก็ตาม อิสราเอลยังคงรอคอยการเสด็จมาของกษัตริย์พระองค์หนึ่ง

พระคริสต์ผู้ทรงเป็นพระเมสสิยาห์ทรงทำให้การรื้อฟื้นอิสราเอลสำเร็จ ในฐานะพระมหากษัตริย์ของคนยิวซึ่งพวกเขารอคอยมานาน (มัทธิว 27:11)

คำศัพท์สำคัญในเนหะมีย์

สารภาพ: คำภาษาฮีบรูคือ *ยาดาห์*—1:6; 9:2–3—มีความหมายตามตัวอักษรว่า "ขว้าง" หรือ "ทิ้ง" คำกริยาภาษาฮีบรูคำนี้สื่อถึง "การละทิ้ง" ความบาป และยอมรับว่าเราได้กบฏต่อพระบัญญัติของพระเจ้า (เนหะมีย์ 1:6; 9:2; สดุดี 32:3; สุภาษิต 28:13; ดาเนียล 9:4) การสารภาพยังสื่อถึงการขอบพระคุณสำหรับความยิ่งใหญ่ของพระเจ้า (1 พงศ์กษัตริย์ 8:33,35) การสารภาพบาปเป็นการขอบพระคุณ เพราะว่ามันเป็นการสำนึกถึงพระคุณและความประเสริฐแห่งการยกโทษของพระเจ้า (2 พงศาวดาร 30:22; ดาเนียล 9:4)

น่ายำเกรง: คำภาษาฮีบรูคือ *ยาเร*—1:5,11; 4:14; 6:14,19; 7:2—มีความหมายตามตัวอักษรว่า "กลัว" คำภาษาฮีบรูคำนี้บอกเป็นนัยถึงความประเสริฐ ที่เร้าใจให้เกิดความเคารพหรือความยำเกรงพระเจ้า ความยำเกรงพระเจ้ามีความเกี่ยวพันอย่างใกล้ชิดกับการดำเนินชีวิตในทางของพระเจ้าและการเคารพพระลักษณะของพระเจ้า (เลวีนิติ 19:14; 25:17; เฉลยธรรมบัญญัติ 17:19; 2 พงศ์กษัตริย์ 17:34) ดังนั้นในขณะที่ความกลัวตามปกติจะทำให้คนเราทำอะไรไม่ถูก แต่ความยำเกรงพระเจ้าจะนำไปสู่การยอมจำนนและการเชื่อฟังพระเจ้า บุคคลที่ยำเกรงพระเจ้าอย่างเหมาะสมจะทำตามพระประสงค์ของพระเจ้า (สดุดี 128:1) และหลีกเลี่ยงความชั่ว (โยบ 1:1)

สรุปเนื้อหาโดยย่อ

I. การดำรงตำแหน่งผู้ว่าราชการสมัยแรกของเนหะมีย์ (1:1–12:47)

ก. เนหะมีย์กลับมาและก่อสร้างขึ้นใหม่ (1:1–7:73ก)

1. เนหะมีย์ไปเยรูซาเล็ม (1:1–2:20)
2. เนหะมีย์และประชาชนสร้างกำแพงเมืองขึ้นใหม่ (3:1–7:3)
3. เนหะมีย์ระลึกถึงการเดินทางกลับมาครั้งแรก ซึ่งนำโดยเศรุบบาเบล (7:4–73ก)

ข. การฟื้นฟูและการรื้อฟื้นของเอสรา (7:73ข–10:39)

1. เอสราอธิบายธรรมบัญญัติ (7:73ข–8:12)
2. ประชาชนนมัสการและกลับใจใหม่ (8:13–9:37)
3. เอสราและพวกปุโรหิตรื้อฟื้นพันธสัญญา (9:38–10:39)

ค. เนหะมีย์นำคนกลับมาตั้งรกรากอีกครั้งและชื่นชมยินดี (11:1–12:47)
1. เยรูซาเล็มมีคนกลับมาตั้งรกรากอีกครั้ง (11:1–12:26)
2. ประชาชนทำพิธีมอบถวายกำแพงเมือง (12:27–47)
II. การดำรงตำแหน่งผู้ว่าราชการสมัยที่สองของเนหะมีย์ (13:1–31)

ขณะเดียวกัน ในพื้นที่ส่วนอื่น ๆ ของโลก . . .

เพลโตเริ่มศึกษาปรัชญาโดยมีโสคราตีสแนะนำสั่งสอน (ปี 407–399 ก่อน ค.ศ.)

คำถามที่พบบ่อย

1. คุณสมบัติด้านความเป็นผู้นำประการใดบ้างที่เนหะมีย์สำแดงให้เห็นด้วยชีวิตของเขา?

เช่นเดียวกับผู้นำในพระคัมภีร์หลาย ๆ คน เนหะมีย์แสดงให้เห็นความเข้าใจในการทรงเรียกของพระเจ้าเหนือชีวิตของเขา ไม่ว่าในฐานะพนักงานเชิญถ้วยเสวยของกษัตริย์ หรือในฐานะผู้สร้างเยรูซาเล็มขึ้นมาใหม่ เนหะมีย์พยายามไปให้ถึงเป้าหมายของเขาด้วยความตั้งใจจริง การวางแผนอย่างรอบคอบ การมอบหมายงานอย่างมียุทธศาสตร์ การแก้ไขปัญหาอย่างสร้างสรรค์ การจดจ่อกับภารกิจตรงหน้า และการพึ่งพาพระเจ้าอย่างต่อเนื่อง โดยเฉพาะอย่างยิ่งในเรื่องต่าง ๆ ที่เกินการควบคุมของเขา คุณสมบัติด้านความเป็นผู้นำแต่ละข้อข้างต้นสามารถเห็นได้จากการที่เนหะมีย์ประสบความสำเร็จในการพยายามสร้างกำแพงเมืองเยรูซาเล็มขึ้นมาใหม่

ประการแรก เนหะมีย์แสดงความตั้งใจจริงด้วยการให้ความสนใจและความห่วงใยอย่างลึกซึ้งต่อสถานการณ์ของพี่น้องชาวยิวในยูดาห์ ประการต่อมา เนหะมีย์อธิษฐานและวางแผน เขาอ้างถึงพระสัญญาของพระเจ้าในการนำประชากรของพระองค์กลับสู่ดินแดนแห่งพระสัญญา แต่เขาไม่ได้ทึกทักเอาเองว่าเขาจะเป็นส่วนหนึ่งในพระราชกิจของพระเจ้า เขาประกาศว่าตัวเขาพร้อมที่จะรับใช้ (1:11; 2:5)

แม้กระทั่งตอนที่เขาเดินทางมาถึงเยรูซาเล็ม เนหะมีย์ก็สำรวจความต้องการด้วยตัวเอง ก่อนที่จะเปิดเผยแผนการของเขา จากนั้นเขาได้ขอความช่วยเหลือจากพวกผู้นำท้องถิ่น เขาท้าทายคนเหล่านั้นให้มีส่วนรับผิดชอบเพื่อประโยชน์ส่วนรวม

เขามอบเป้าหมายที่เฉพาะเจาะจงมาก ๆ แก่คนเหล่านั้น คือการสร้างกำแพงเมืองขึ้นใหม่ พวกคนงานได้รับมอบหมายให้บูรณะกำแพงตรงจุดที่แนวกำแพงอยู่ใกล้บ้านของพวกเขามากที่สุด ด้วยวิธีนี้พวกเขาจะได้เห็นประโยชน์ของการสร้างกำแพงป้องกันขึ้นมาใหม่

เมื่อการก่อสร้างดำเนินไปอย่างรวดเร็ว เนหะมีย์ไม่ได้ปล่อยให้ตัวเองเสียสมาธิไปเพราะกษัตริย์ต่าง ๆ โจมตี หรือเพราะกลอุบายต่าง ๆ ของศัตรู เขาเห็นว่าการข่มขู่ต่าง ๆ เป็นเรื่องต้องระวังมากพอที่จะให้ประชาชนติดอาวุธ แต่ก็ไม่ได้มากถึงขั้นที่จะให้งานก่อสร้างหยุดลง ในทุกเหตุการณ์เราจะพบว่าเนหะมีย์ปรึกษาพระเจ้าด้วยการอธิษฐาน คือนำการตัดสินใจทุกเรื่องมาเข้าเฝ้าพระองค์ผู้ทรงเป็นผู้ตัดสินพระทัยขั้นสูงสุด เนหะมีย์ประสบความสำเร็จเพราะว่าเขาไม่เคยละสายตาจากเหตุผลที่แท้จริงของงานนี้ และที่มาของฤทธิ์อำนาจที่จะทำงานนี้

2. เนหะมีย์ตรงกับลำดับเหตุการณ์ในประวัติศาสตร์โลกอย่างไร?

ไม่เป็นที่แน่ชัดว่าเนหะมีย์ได้เป็นพนักงานเชิญถ้วยเสวยของกษัตริย์อารทาเซอร์ซีสได้อย่างไร แต่การที่เอสเธอร์เป็นพระวิมาดา (แม่เลี้ยง) ของกษัตริย์องค์นี้น่าจะช่วยโน้มน้าวให้พระองค์พิจารณาเลือกคนยิวมาดำรงตำแหน่งที่ได้รับความไว้วางใจเช่นนั้น เมื่อเนหะมีย์ดำเนินภารกิจก่อสร้างกำแพงเมืองเยรูซาเล็มขึ้นใหม่ จักรวรรดิเปอร์เซียครองอำนาจมาเกือบหนึ่งร้อยปีแล้ว คำประกาศของกษัตริย์ไซรัสที่ให้คนยิวกลับสู่แผ่นดิน ซึ่งประกาศออกมาในปี 539 ก่อน ค.ศ. ได้หนุนใจให้คนยิวกลุ่มหนึ่งกลับมายังอิสราเอลโดยมีเศรุบบาเบลเป็นผู้นำ สภาพน่าสิ้นหวังของพวกเขาในช่วงเกือบหนึ่งศตวรรษต่อมา ได้กระตุ้นให้เนหะมีย์ลงมือกระทำการ

เอกสารโบราณของอียิปต์ (ปาปิรุสจากเอลิแฟนทิเน) ซึ่งมีการระบุเวลาที่เขียนประมาณศตวรรษที่ห้าก่อนคริสต์ศักราชได้ให้ข้อมูลที่เป็นอิสระยืนยันบันทึกบางส่วนของเนหะมีย์ ซึ่งมีการกล่าวถึงสันบาลลัทผู้ว่าราชการแคว้นสะมาเรีย (2:19) เยโฮฮานัน (6:18; 12:23) และตัวเนหะมีย์เอง

เหตุการณ์ต่าง ๆ ที่บันทึกไว้ในเนหะมีย์ รวมทั้งคำเผยพระวจนะต่าง ๆ ของมาลาคี ได้ประกอบกันเป็นงานเขียนที่ได้รับการดลใจส่วนสุดท้ายของพระคัมภีร์เดิม พระเจ้าทรงเลือกที่จะเงียบเป็นเวลา 400 ปีหลังจากนี้ ความเงียบดังกล่าวจบลงด้วยการประกาศเรื่องกำเนิดของยอห์นผู้ให้บัพติศมาและการประสูติของพระเยซู

ศึกษาเนหะมีย์แบบรวบรัด

1. คุณประทับใจลักษณะส่วนตัวของเนหะมีย์ประการใดมากที่สุด?
2. ชีวิตของเนหะมีย์แสดงให้เห็นลักษณะพิเศษของความเป็นผู้นำประการใดบ้าง?
3. เนหะมีย์ใช้การอธิษฐานอย่างไรในบทบาทผู้นำของเขา?
4. เนหะมีย์จัดการปัญหาต่าง ๆ อย่างไร?
5. งานที่ยิ่งใหญ่ของเนหะมีย์เริ่มต้นด้วยความปรารถนาเรื่องหนึ่ง ความปรารถนานั้นคืออะไร และมันนำทางการกระทำของเขาอย่างไร?
6. ความปรารถนาอะไรบ้างที่ทำให้คุณมีมุมมองกว้างไกลเกี่ยวกับชีวิตของคุณ?

เอสเธอร์

ราชินีผู้รับใช้พระเจ้า

หนึ่งในพระธรรมเพียงสองเล่มในพระคัมภีร์เดิม
ที่เรียกชื่อตามชื่อของผู้หญิง

ท่ามกลางชาวยิว เอสเธอร์ หญิงสาวชาวยิวที่กลายเป็นราชินีเปอร์เซีย ได้รับการจดจำด้วยชื่อภาษาฮีบรูของพระนาง คือ *ฮาดาซาห์* (2:7) ซึ่งแปลว่า "ต้นเมอร์เทิล" ชีวิตของพระนางกลายเป็นช่องทางหนึ่งที่พระเจ้าทรงใช้ปกป้องประชากรของพระองค์ต่อไป จากแผนการเข่นฆ่าของศัตรูรายหนึ่ง

ผู้เขียนและปีที่เขียน

เขียนโดยผู้เขียนที่ไม่ทราบชื่อ ก่อนหน้าปี 331 ก่อน ค.ศ.

แม้ว่าโมรเดคัย (ลูกพี่ลูกน้องของเอสเธอร์) รวมทั้งเอสรา และเนหะมีย์ล้วนได้รับการเสนอชื่อว่าเป็นผู้เขียน แต่ก็ยังไม่เป็นที่ทราบว่าผู้เขียนคือใคร ผู้เขียนอาจจะเป็นชาวยิวจากเปอร์เซียคนหนึ่งที่เดินทางกลับมาอิสราเอล

ใครก็ตามที่เป็นคนเขียนพระธรรมเอสเธอร์ได้แสดงให้เห็นว่า เขามีสำนึกชาตินิยมแบบยิวอย่างแรงกล้า และมีความรู้เรื่องธรรมเนียม มารยาท และประวัติศาสตร์เปอร์เซียอย่างละเอียด

บุคคลสำคัญในเอสเธอร์

เอสเธอร์—ขึ้นเป็นราชินีแห่งเปอร์เซียแทนวัชที ช่วยชีวิตชาวยิวจากแผนการชั่วร้ายของฮามาน (2:7–9:32)

โมรเดคัย—รับเอสเธอร์เป็นลูกบุญธรรมและเลี้ยงดูเอสเธอร์ เป็นที่ปรึกษาให้เอสเธอร์เมื่อเอสเธอร์เป็นราชินี ต่อมาได้เป็นรองผู้บัญชาการภายใต้กษัตริย์อาหสุเอรัสแทนที่ฮามาน (2:5–10:3)

กษัตริย์อาหสุเอรัส—กษัตริย์แห่งเปอร์เซีย อภิเษกสมรสกับเอสเธอร์ และแต่งตั้งเอสเธอร์เป็นราชินี (1:1–10:3)

ฮามาน—รองผู้บัญชาการภายใต้กษัตริย์อาหสุเอรัส วางแผนฆ่าชาวยิว (3:1–9:25)

ภูมิหลังและสถานที่

ในสมัยของเอสเธอร์ จักรวรรดิเปอร์เซียครองโลก (ปี 539–331 ก่อน ค.ศ.) กษัตริย์อาหสุเอรัส พระสวามีของเอสเธอร์ ครองราชย์ตั้งแต่ปี 486 ถึง 465 ก่อน ค.ศ. เหตุการณ์ต่าง ๆ ในพระธรรมเล่มนี้เกิดขึ้นระหว่างปี 483 ถึง 473 ก่อน ค.ศ.

เมื่อพิจารณาโดยเทียบกับประวัติศาสตร์ยิว พระธรรมเอสเธอร์ลงตัวกับช่วงเวลาที่อยู่ระหว่างการเดินทางกลับมาเยรูซาเล็มครั้งแรกของชาวยิวซึ่งมีเศรุบบาเบลเป็นผู้นำ เมื่อประมาณปี 538 ก่อน ค.ศ. (เอสรา 1–6) กับการเดินทางกลับมาครั้งที่สองซึ่งมีเอสราเป็นผู้นำ เมื่อประมาณปี 458 ก่อน ค.ศ. (เอสรา 7–10) ภยันตรายที่เอสเธอร์ช่วยประชากรของพระนางให้รอดพ้น คงจะเพิ่มแรงจูงใจให้ชาวยิวจำนวนมากกลับไปอิสราเอล

เช่นเดียวกับพระธรรมอพยพ พระธรรมเอสเธอร์ได้บันทึกเหตุการณ์ว่าอำนาจต่างชาติกระตือรือร้นเพียงใดในการพยายามกำจัดเผ่าพันธุ์ยิว รวมทั้งบันทึกว่าพระเจ้าทรงมีฤทธิ์อำนาจมากเพียงใดในการปกป้องรักษาประชากรของพระองค์ พระสัญญาต่าง ๆ ในพันธสัญญาที่พระเจ้าทรงกระทำไว้กับอับราฮัมนั้น พระองค์ทรงให้เกียรติพระสัญญาเหล่านั้นมาโดยตลอด (ปฐมกาล 12:1–3; 17:1–8) นอกจากนี้พระธรรมเอสเธอร์ยังบันทึกที่มาของเทศกาลใหม่ซึ่งชาวยิวฉลองเป็นประจำทุกปี นั่นคือ เทศกาลปูริม เทศกาลนี้จัดขึ้นในเดือนที่สิบสอง (กุมภาพันธ์ถึงมีนาคม) เทศกาลนี้เฉลิมฉลองการที่พระเจ้าทรงช่วยให้พ้นภัยผ่านทางเอสเธอร์

หลักคำสอนสำคัญในเอสเธอร์

เทศกาลปูริมในฐานะการเฉลิมฉลองความสัตย์ซื่อของพระเจ้า—(3:7; 9:21–22, 26–28,31; เฉลยธรรมบัญญัติ 16:11,14; เนหะมีย์ 8:10,12)

พระสัญญาของพระเจ้าในการปกป้องรักษาคนยิว—(4:14; 8:17; ปฐมกาล 17:1–8; 2 ซามูเอล 7:8–16; 2 พงศาวดาร 22:10–12; สดุดี 121:4; อิสยาห์ 65:8–9; เยเรมีย์ 50:20; มัทธิว 2:16)

พระลักษณะของพระเจ้าในเอสเธอร์

พระเจ้าทรงจัดเตรียม—8:5–17

พระคริสต์ในเอสเธอร์

แม้ว่าพระธรรมเอสเธอร์ไม่ได้กล่าวถึงพระเจ้าอย่างเฉพาะเจาะจง แต่การที่พระองค์ทรงใช้อำนาจสูงสุดปกป้องประชากรของพระองค์ก็ยังปรากฏชัดเจนตลอดพระธรรมเล่มนี้ พระเจ้าทรงตั้งเอสเธอร์ไว้ในตำแหน่งสำคัญ เพื่อจะขัดขวางแผนการของฮามานที่ต้องการทำลายชาวยิว เอสเธอร์เป็นภาพเล็งถึงพระคริสต์ในเรื่องที่พระนางเต็มพระทัยจะสละชีวิตเพื่อช่วยประชากรของพระนางให้รอด นอกจากนี้เอสเธอร์ยังเป็นสัญลักษณ์ที่แสดงให้เห็นฐานะของพระคริสต์ ที่ทรงเป็นผู้ช่วยทูลขอเพื่ออิสราเอล ในเหตุการณ์ต่าง ๆ ทั้งหมดนี้ พระเจ้าทรงประกาศความรักของพระองค์ต่ออิสราเอลในการเฝ้าดูแลชาวยิวอยู่เสมอ "ดูเถิด พระองค์ผู้ทรงอารักขาอิสราเอล จะไม่ทรงหลับสนิทหรือนิทรา" (สดุดี 121:4)

คำศัพท์สำคัญในเอสเธอร์

การอดอาหาร: คำภาษาฮีบรูคือ *โซม*—4:3; 4:16—รากศัพท์นั้นมีความหมายง่าย ๆ ว่า "งดอาหาร" บางครั้งการอดนี้อาจหมายถึงการงดดื่ม งดอาบน้ำ งดการเจิมด้วยน้ำมัน หรืองดการมีเพศสัมพันธ์ได้ด้วย โดยสาระสำคัญแล้วการอดอาหารเป็นการยอมรับความอ่อนแอของมนุษย์ต่อพระพักตร์พระเจ้า และอ้อนวอนขอพระเมตตาของพระองค์ การอดอาหารเป็นพิธีปฏิบัติที่พบทั่วไปในโลกยุคโบราณ มันเกี่ยวข้องกับการไว้ทุกข์ให้ผู้ตาย (2 ซามูเอล 12:21–22) การอธิษฐานวิงวอน (4:3,16) การกลับใจใหม่และการสำนึกบาป (เยเรมีย์ 36:9; โยนาห์ 3:5) และเวลาทุกข์ใจ (ผู้วินิจฉัย 20:26; เนหะมีย์ 1:4) การอดอาหารเป็นข้อกำหนดในวันลบมลทิน (ดูวลี "ปฏิเสธความปรารถนาของพวกเจ้า" ในเลวีนิติ 16:31) การอดอาหารอาจมีระยะเวลาแตกต่างกัน ตั้งแต่หนึ่งวัน (1 ซามูเอล 14:24; ดาเนียล 6:18) จนถึงเจ็ดวัน (1 ซามูเอล 31:31) และอาจยาวนานถึง 40 วันในวาระพิเศษ (อพยพ 34:28) แต่ไม่ว่าจะอดอาหารแบบไหน ผู้เผยพระวจนะอิสยาห์ก็เตือนผู้คนในยุคของเขาให้มีส่วนร่วมในการกระทำสิ่งที่ชอบธรรมและให้ความเป็นธรรมทางสังคมไปพร้อมกับการอดอาหาร (อิสยาห์ 58:3–9)

ปูร์: คำภาษาฮีบรูคือ *ปูร์*—3:7; 9:24,26—ในพระธรรมเอสเธอร์หมายถึงคำภาษาฮีบรูที่แปลว่า "สลาก" ผู้คนจับสลาก คล้ายกับการโยนลูกเต๋า เพื่อทำการสุ่มเลือก (เนหะมีย์ 11:1) นอกจากนี้สลากยังถูกใช้เพื่อจะรู้ความประสงค์ของพระบางองค์ (โยนาห์ 1:7) ในพระธรรมเอสเธอร์ ฮามานจับสลากเพื่อกำหนดวันที่เหมาะสมที่จะทำลายชาวยิว แต่ในทางตรงกันข้ามพระเจ้าทรงสำแดงอำนาจสูงสุดของพระองค์ โดยการเลือกวันเดียวกันนั้นเพื่อช่วยชาวยิวให้พ้นภัย แม้กระทั่งทุกวันนี้ชาวยิวยังฉลองเทศกาลปูริมเพื่อระลึกถึงการช่วยพวกเขาให้พ้นภัย (9:28)

สรุปเนื้อหาโดยย่อ

I. เอสเธอร์ดำรงตำแหน่งแทนวัชที (1:1–2:18)
   ก. วัชทีกระด้างกระเดื่อง (1:1–22)
   ข. เอสเธอร์รับตำแหน่งราชินี (2:1–18)

II. โมรเดคัยชนะฮามาน (2:19–7:10)
   ก. ความจงรักภักดีของโมรเดคัย (2:19–23)
   ข. การเลื่อนตำแหน่งและกฤษฎีกาของฮามาน (3:1–15)
   ค. การแทรกแซงของเอสเธอร์ (4:1–5:14)
   ง. การยกย่องโมรเดคัย (6:1–13)
   จ. ความหายนะของฮามาน (6:14–7:10)

III. อิสราเอลรอดพ้นจากความพยายามฆ่าล้างเผ่าพันธุ์ของฮามาน (8:1–10:3)
   ก. การวิงวอนขอของเอสเธอร์และโมรเดคัย (8:1–17)
   ข. ชัยชนะของชาวยิว (9:1–19)
   ค. จุดเริ่มต้นเทศกาลปูริม (9:20–23)
   ง. ชื่อเสียงของโมรเดคัย (10:1–3)

ขณะเดียวกัน ในพื้นที่ส่วนอื่น ๆ ของโลก . . .

ชาวจีนสร้างกำแพงเมืองส่วนแรกสำเร็จ เพื่อป้องกันชาวฮั่นเข้าสู่จีน (ปี 356 ก่อน ค.ศ.)

คำถามที่พบบ่อย

1. เหตุใดพระธรรมเอสเธอร์จึงไม่กล่าวถึงพระเจ้าตรง ๆ?

คำถามนี้เกิดขึ้นโดยธรรมชาติเมื่อเราอ่านพระธรรมเล่มนี้ แม้กระทั่งการบอกเป็นนัยถึงการทรงสถิตอยู่ของพระเจ้า ซึ่งเป็นสิ่งที่พบได้ตามปกติในพระคัมภีร์ก็ดูเหมือนจะขาดหายไป ไม่มีใครกล่าวถึงพระบัญญัติของพระเจ้า เครื่องบูชา การนมัสการ หรือการอธิษฐาน ส่วนในเรื่องการปกปักรักษาชาวยิว พระเจ้าไม่ได้ปรากฏพระองค์เพื่อรับการยกย่องทั้งในที่แจ้งหรือในที่ลับ ในเรื่องพระเจ้า พระธรรมเอสเธอร์ดูเหมือนเงียบอย่างน่าประหลาด

อันที่จริงแล้ว ความเงียบนี้ชัดเจนมากจนมันกลายเป็นประเด็นถกเถียง พระธรรมเอสเธอร์ท้าทายแนวโน้มที่เราจะเรียกร้องให้พระเจ้าพิสูจน์ฤทธิ์อำนาจและการทรงสถิตอยู่ของพระองค์ พระเจ้าต้องปรากฏชัดเจนอย่างนั้นหรือ? เราด่วนคาดหวังว่าพระเจ้าจะสำแดงตัวตนของพระองค์แบบชัดเจนไร้ข้อสงสัย แต่พระเจ้าทรงปฏิเสธการยื่นคำขาดของมนุษย์ครั้งแล้วครั้งเล่า พระเจ้าทรงเปิดเผยพระองค์เองเพื่อพระประสงค์ของพระองค์เอง ไม่ใช่เพื่อข้อเรียกร้องของมนุษย์

ตลอดประวัติศาสตร์พระเจ้าทรงปฏิบัติพระราชกิจอยู่เบื้องหลังมากกว่าในที่แจ้ง พระคัมภีร์เต็มไปด้วยสถานการณ์ไม่ปกติที่พระเจ้าทรงทำพระราชกิจอย่างเห็นได้ชัด แต่เอสเธอร์ก็ใกล้เคียงกับการเปิดเผยแนวทางปฏิบัติที่เป็นมาตรฐานของพระเจ้า ร่องรอยของพระเจ้าปรากฏเต็มไปหมดในเรื่องราวของเอสเธอร์ การที่พระองค์หายไปในระดับผิวเผินนั้นบ่งชี้ว่าพระองค์ทรงสถิตอยู่ด้วยในระดับที่ลึกกว่านั้น พระเจ้าทรงเลือกที่จะอยู่แบบลึกลับ แต่พระองค์ก็ทรงอยู่ที่นั่น เหตุการณ์ต่าง ๆ ในเอสเธอร์ทำให้เรามีต้นแบบสำหรับความหวัง เมื่อพระเจ้าทรงทำพระราชกิจในลักษณะที่ไม่ค่อยชัดเจนในชีวิตของเรา

2. เหตุใดเอสเธอร์และโมรเดคัยจึงดูเหมือนจะมีวิถีชีวิตอยู่ฝ่ายโลกมากเหลือเกิน?

ตรงข้ามกับคนร่วมสมัยอย่างเอสรา เนหะมีย์ และดาเนียล บุคคลสำคัญ ๆ ในเอสเธอร์ดูเหมือนใช้ชีวิตอยู่ฝ่ายโลก การไม่กล่าวถึงพระเจ้านั้นเห็นได้ชัดเจนที่สุดในการสนทนาระหว่างเอสเธอร์กับโมรเดคัย ทั้งหมดนี้บ่งชี้เป็นนัย ๆ หรือเปล่าว่าเอสเธอร์กับโมรเดคัยเป็นบุคคลที่ความเชื่อมีผลต่อชีวิตประจำวันเพียงเล็กน้อยหรือไม่มีเลย?

พระธรรมเอสเธอร์ไม่ได้ตอบคำถามนี้ อย่างไรก็ตามมีปัจจัยสำคัญหลายประการที่อาจห้ามปรามเราไม่ให้ด่วนสรุปเรื่องเอสเธอร์และโมรเดคัย ในบรรดาปัจจัยเหล่านั้น ปัจจัยหลักก็คือข้อเท็จจริงที่ว่าพระธรรมเล่มนี้มีขอบเขตที่จำกัด มีเหตุการณ์สำคัญเพียงไม่กี่เหตุการณ์ที่ได้รับการบันทึกไว้ มีการเปิดเผยรายละเอียดชีวิตส่วนตัวของตัวละครหลักแต่ละคนไว้เพียงเล็กน้อย กระนั้น ความซื่อสัตย์ที่อยู่ในการกระทำของพวกเขาก็ควรจะโน้มน้าวให้เรายกประโยชน์แห่งความสงสัยให้แก่พวกเขา เมื่อพูดถึงเรื่องความเชื่อ (4:13–16)

ต่อไปนี้เป็นอีกสองสามประการที่เราควรพิจารณาเกี่ยวกับคำถามนี้ (1) ในขณะที่เราอาจมีข้อสงสัยเรื่องความระมัดระวังของโมรเดคัย ในการประกาศเรื่องรากเหง้าของเขากับเอสเธอร์ให้ผู้คนรู้อย่างเปิดเผย แต่เราก็จำเป็นต้องชี้ให้เห็นเช่นกันว่าคนอื่น ๆ ก็ระมัดระวังในเรื่องเดียวกันนี้เหมือนกัน (เนหะมีย์ไม่ได้กล่าวถึงพระเจ้าในการสนทนากับอารทาเซอร์ซีส ซึ่งบันทึกไว้ในเนหะมีย์ 2:1–8) (2) งานต่าง ๆ ที่จัดในที่สาธารณะ เช่นเทศกาลปัสกา จำเป็นต้องงดปฏิบัติในระหว่างที่ตกเป็นเชลย ซึ่งหมายความว่าพวกเขามีโอกาสน้อยลงที่จะปฏิบัติตามความเชื่อในที่แจ้ง (อย่างไรก็ตาม นี่ไม่ได้หมายความว่าชาวยิวไม่ใช่ชนชาติที่มีความแตกต่างชัดเจน เพราะคนอื่นยังสามารถแยกแยะพวกเขาได้ เพื่อจุดประสงค์ในกฎหมายที่ฮามานเสนอ (3) เมื่อถึงเวลาที่เหมาะสม เอสเธอร์ก็ประกาศอย่างเปิดเผยว่าเธอมีรากเหง้ายิว (7:3–4) ข้อพิจารณาเหล่านี้ไม่ได้ขจัดข้อกล่าวหาที่ว่า เอสเธอร์และโมรเดคัยดูเหมือนจะอุทิศตนต่อพระเจ้าน้อยกว่าคนอื่น ยกตัวอย่างเช่นดาเนียล แต่ข้อเท็จจริงที่ว่าพระเจ้าทรงทำให้พระประสงค์ของพระองค์สำเร็จในชีวิตของพวกเขาเป็นที่ประจักษ์อย่างชัดเจนในพระธรรมเล่มนี้

ศึกษาเอสเธอร์แบบรวบรัด

1. ในพระธรรมเอสเธอร์คุณได้ความรู้ความเข้าใจอะไรบ้าง เกี่ยวกับความชั่วร้ายของการเหยียดเชื้อชาติ?
2. แม้จะไม่มีการกล่าวถึงพระเจ้าอย่างเจาะจงในพระธรรมเอสเธอร์ แต่คุณเห็นพระองค์ทำพระราชกิจอย่างไร?
3. เอสเธอร์เป็นคนแบบไหน? คุณทราบได้อย่างไร?
4. พระเจ้าทรงจัดเตรียมวิธีการต่าง ๆ อย่างไรบ้าง เพื่อช่วยเหลือและทำให้ประชากรของพระองค์ปลอดภัย?
5. ให้คุณเปรียบเทียบลักษณะของฮามานกับโมรเดคัยว่าต่างกันอย่างไร
6. มีสิ่งใดบ้างที่คุณบอกได้ว่าคุณกำลังมีส่วนร่วมลงมือกระทำ เพื่อสร้างความเปลี่ยนแปลงในประวัติศาสตร์ยุคของคุณเอง?

โยบ

คนชอบธรรมก็อาจเผชิญความทุกข์ยาก

พระธรรมเก่าแก่ที่สุดในพระคัมภีร์

ยุคสมัยเปลี่ยนแปลงไป แต่มนุษย์ตลอดประวัติศาสตร์ยังคงเหมือนเดิม คำถามที่ลึกซึ้งที่สุดของพวกเขายังสะท้อนให้ได้ยินกันอยู่ตลอดหลายศตวรรษ เช่น คำถามต่าง ๆ ที่โยบถามไว้เมื่อหลายพันปีก่อน อาจจะผุดขึ้นในความคิดของคุณเมื่อสัปดาห์ที่ผ่านมา พระธรรมโยบบันทึกชีวประวัติของบุคคลหนึ่งที่ถูกทดสอบอย่างหนักหนาสาหัส ผู้อ่านจะเรียนรู้อะไรมากมายเกี่ยวกับพระลักษณะของพระเจ้าผ่านประสบการณ์ของโยบ

ผู้เขียนและปีที่เขียน

เขียนโดยผู้เขียนที่ไม่ทราบชื่อ น่าจะก่อนปี 1445 ก่อน ค.ศ.

มีเบาะแสทั้งในและนอกพระคัมภีร์น้อยมากที่บ่งชี้อย่างเฉพาะเจาะจงว่าใครเป็นผู้เขียนพระธรรมเล่มนี้ มีคนเสนอว่าเป็นโมเสสหรือซาโลมอน แต่ก็ได้รับการสนับสนุนน้อยมาก เรื่องราวโบราณซึ่งคนยิวเล่าสืบต่อกันมาว่าโมเสสเป็นผู้เขียนนั้นมาจากความใกล้เคียงของสถานที่ เนื่องจากโมเสสเคยอยู่ในมีเดียนเป็นเวลานาน และมีเดียนเป็นดินแดนเพื่อนบ้านของแผ่นดินอูส บ้านเกิดของโยบ (1:1) คนอื่น ๆ แค่สรุปง่าย ๆ ว่าเนื้อหาที่มีลักษณะลับสมองและท้าทายความเชื่อของพระธรรมโยบนั้นเหมาะเจาะกับการแสวงหาปัญญาของซาโลมอนอย่างแน่นอน ข้อเสนอเหล่านี้เป็นเพียงการคาดคะเนแบบมีความรู้ แต่ไม่ใช่ข้อสรุปที่พิสูจน์ได้

บุคคลสำคัญในโยบ

โยบ—อดทนเมื่อประสบความทุกข์ยาก ความเชื่อของเขาถูกพระเจ้าทดสอบ แต่เขาไม่ได้ทำบาปด้วยการกล่าวโทษพระเจ้า (1:1–42:16)

เอลีฟัสชาวเทมาน—เพื่อนของโยบ เชื่อว่าโยบทุกข์ยากเพราะความบาปของเขา (2:11; 4:1–5:27; 15:1–35; 22:1–30; 42:7–9)

บิลดัดชาวชูอาห์—เพื่อนอีกคนของโยบ เชื่อว่าโยบยังไม่ได้กลับใจใหม่จากบาป ดังนั้นจึงต้องทุกข์ยาก (2:11; 8:1–22; 18:1–21; 25:1–6; 42:9)

โศฟาร์ชาวนาอาเมห์—เพื่อนคนที่สามของโยบ เชื่อว่าโยบสมควรทุกข์ยากยิ่งกว่านั้นเพราะบาปของเขา (2:11; 11:1–20; 20:1–29; 42:9)

เอลีฮูคนบุซี—โต้แย้งเพื่อนสามคนของโยบ เชื่อว่าพระเจ้าทรงใช้ความทุกข์ยากเพื่อหล่อหลอมอุปนิสัยของโยบ (32:1–37:24)

ภูมิหลังและสถานที่

การดลใจจากพระเจ้าในพระธรรมเล่มนี้ปรากฏชัดเจนในฉากแรกซึ่งเกิดขึ้นบนสวรรค์(1:6–2:10)ผู้อ่านได้ทราบว่าโยบทุกข์ยากเพราะพระเจ้ากำลังพิสูจน์กับซาตาน แต่เนื่องจากทั้งโยบและเพื่อน ๆ ของเขาไม่ได้รับรู้ถึงภาพใหญ่นี้ พวกเขาจึงพยายามอธิบายความทุกข์ยากครั้งนี้ด้วยความเขลาและความเข้าใจที่ผิด ในที่สุดโยบไม่ได้พึ่งพาอาศัยสิ่งใดนอกจากความเชื่อในความประเสริฐของพระเจ้าและความหวังในการไถ่ของพระองค์ การที่พระเจ้าทรงรับรองความไว้วางใจของโยบคือสารสำคัญหลักที่พระธรรมเล่มนี้ต้องการบอก ผู้อ่านต้องพิจารณาถึงความเป็นไปได้ที่ว่าบางครั้งการไว้วางใจในพระเจ้าก็เป็นเรื่องที่เกินกว่าคำอธิบายเรื่องของความเจ็บปวดและความทุกข์ยากโดยใช้เหตุผลหรือศาสนศาสตร์

หลักคำสอนสำคัญในโยบ

ความสัตย์ซื่อท่ามกลางความทุกข์ยาก (2:9; 13:15; กันดารวิถี 12:10–12; ลูกา 22:31–34; ยอห์น 21:15–19; 2 โครินธ์ 1:3–7; 12:7–10; ฮีบรู 12:5–12; 1 เปโตร 5:10)

พระลักษณะของพระเจ้าในโยบ

พระเจ้าทรงช่วยให้รอด—33:27–28

พระเจ้าทรงเปี่ยมด้วยสง่าราศี—37:22

พระเจ้าทรงเป็นผู้ที่มนุษย์มองไม่เห็น—23:8–9

พระเจ้าทรงยุติธรรม—4:17; 8:3; 34:12; 37:23

พระเจ้าทรงรัก—7:17

พระเจ้าทรงฤทธิ์อำนาจ—5:9; 9:4,10; 26:14; 36:22; 40:9
พระเจ้าทรงจัดเตรียม—1:21; 26:10; 37:9–13
พระเจ้าทรงชอบธรรม—36:3
พระเจ้าทรงเป็นผู้ที่มนุษย์ไม่อาจหยั่งรู้ได้—11:7; 37:23
พระเจ้าทรงพระปัญญา—9:4; 11:11; 21:22; 23:10; 28:24; 34:21; 36:4–5; 37:16
พระเจ้าทรงมีพระพิโรธ—9:13; 14:13; 21:17

คำศัพท์สำคัญในโยบ

ดีพร้อม: คำภาษาฮีบรูคือ *ทาม*—1:1,8; 2:3; 8:20; 9:20–22—แปลว่า "ครบถ้วน" คำนี้หมายถึงความซื่อสัตย์สุจริตของบุคคล คือเป็นความสมบูรณ์และความดีงาม คำนี้ถูกใช้เป็นคำแสดงความรักสำหรับเจ้าสาวชาวชูเลมในพระธรรมเพลงซาโลมอน (ดูคำว่า "งามหมดจด" ใน 5:2; 6:9) ในพระคัมภีร์เดิม ความดีพร้อมมักจะเชื่อมโยงกับคนซื่อตรง (1:1,8; 2:3; สดุดี 37:37; สุภาษิต 29:10) ซึ่งตรงกันข้ามกับคนชั่ว (9:22; สดุดี 64:2–4) การที่โยบยืนยันว่าเขาดีพร้อมนั้นสอดคล้องกับที่พระเจ้าทรงประเมินเขา แต่มันไม่ใช่การยืนยันว่าเขาสมบูรณ์หมดจด (1:8; 9:21; 14:16,17) ผู้เขียนพระธรรมสดุดีกล่าวว่าอนาคตของคนที่ดีพร้อมคือสันติภาพ เช่นเดียวกับในกรณีของโยบ (42:10–12; สดุดี 37:37)

ความทุกข์ใจ: คำภาษาฮีบรูคือ *โอนี*—10:15; 30:16,27; 36:8,15,21—มาจากรากศัพท์ที่แปลว่า "ความทุกข์ยาก" หรือ "ความยากจน" คำนี้ทำให้เรานึกถึงภาพของคนที่หมอบลงเพราะภาระหนัก พระคัมภีร์พรรณนาให้เห็นภาพว่าองค์พระผู้เป็นเจ้าทรงเห็นความทุกข์ใจที่นำความเจ็บปวดมาสู่ประชากรของพระองค์ และทรงได้ยินเสียงร้องด้วยความเจ็บปวดรวดร้าวของบรรดาผู้ที่ทุกข์ใจ (ดังในปฐมกาล 16:11; อพยพ 2:23–25) พระเจ้าทรงหนุนใจเราให้วางภาระของเราไว้กับพระองค์ เพราะว่าพระองค์ทรงแข็งแกร่งพอที่จะรับภาระเหล่านั้น และพระองค์ทรงรักเรามาก พระองค์จะช่วยเราในยามยากลำบาก (1 เปโตร 5:7) นอกจากนี้ ในเมื่อพระองค์ทรงควบคุมทุก ๆ เหตุการณ์ เราก็สามารถมั่นใจว่าพระองค์กำลังทำให้เกิดผลดีจากความยากลำบากชั่วคราวต่าง ๆ ที่เรากำลังเผชิญ (โรม 8:28) เรื่องราวทั้งหมดของโยบเป็นตัวอย่างที่ชัดเจนของความจริงนี้ (42:10–17; 2 โครินธ์ 12:7–10)

เห็น/ดู: คำภาษาฮีบรูคือ *ราอาห์*—19:27; 22:12; 40:11—เป็นคำศัพท์ทั่วไปที่ใช้กล่าวถึงหน้าที่ตามธรรมชาติของดวงตา ดังนั้นคำแปลที่พบบ่อยที่สุดก็คือ "ดู" (ปฐมกาล 48:10; เฉลยธรรมบัญญัติ 1:8; 2 พงศ์กษัตริย์ 3:14; มีคาห์ 7:9–10) นอกจากนั้นคำนี้ยังมีความหมายในเชิงเปรียบเปรยอีกมากมาย เช่น การยอมรับ (ปฐมกาล 7:1; กันดารวิถี 23:21) และการจัดเตรียม (ปฐมกาล 22:8,14; 1 ซามูเอล 16:1) มันสามารถสื่อได้แม้กระทั่งความคิดเรื่องความแน่ใจและความรอด ดังที่ปรากฏในพระธรรมเล่มนี้ ในโยบ 42:5 คำนี้หมายถึง "ดู" ในความหมายของ "ได้รับรู้" หรือ "มีประสบการณ์อย่างเต็มที่" กับบางสิ่งที่เคยรู้หรือเคยเข้าใจมาก่อนแล้ว

พระคริสต์ในโยบ

พระธรรมโยบตั้งคำถามมากมายเกี่ยวกับจุดประสงค์ของความทุกข์ยาก ในขณะที่คำตอบตรง ๆ นั้นยากที่จะหาได้ในพระธรรมโยบ แต่ความหวังของเราอยู่ในพระคริสต์ผู้ทรงเคยทุกข์ยากเหมือนเราทุกอย่าง (ฮีบรู 4:15) ถึงที่สุดแล้ว โยบร้องทูลต่อพระคริสต์ ผู้ทรงเป็นคนกลางระหว่างพระเจ้ากับมนุษย์ (9:33; 25:4; 33:23)

สรุปเนื้อหาโดยย่อ

I. ภาวะกลืนไม่เข้าคายไม่ออก (1:1–2:13)
   ก. บทนำ (1:1–5)
   ข. การสนทนาโต้ตอบระหว่างพระเจ้ากับซาตาน (1:6–2:10)
   ค. การมาถึงของเพื่อน ๆ (2:11–13)
II. การสนทนาโต้ตอบ (3:1–37:24)
   ก. รอบแรก (3:1–14:22)
   ข. รอบที่สอง (15:1–21:34)
   ค. รอบที่สาม (22:1–26:14)
   ง. โยบแก้ต่างครั้งสุดท้าย (27:1–31:40)
   จ. คำกล่าวของเอลีฮู (32:1–37:24)
III. การช่วยให้รอด (38:1–42:17)
   ก. พระเจ้าทรงซักถามโยบ (38:1–41:34)
   ข. โยบสารภาพ นมัสการ และได้รับการรับรอง (42:1–17)

ขณะเดียวกัน ในพื้นที่ส่วนอื่น ๆ ของโลก . . .

ชาวอียิปต์ค้นพบการใช้กระดาษปาปิรุส และก่อตั้งห้องสมุดแห่งแรก ๆ ในอียิปต์

คำถามที่พบบ่อย

1. โยบมีความสัมพันธ์กับพระเจ้าแบบไหน?

ชีวประวัติของโยบขึ้นต้นด้วยคำบรรยายลักษณะของเขา ซึ่งแบ่งเป็นสี่ส่วน คือ "ดีพร้อมและเที่ยงธรรม เป็นผู้ยำเกรงพระเจ้าและหันจากความชั่วร้าย" (1:1) เขาอธิษฐานเพื่อลูก ๆ ของเขา และเป็นห่วงเรื่องความสัมพันธ์ระหว่างพวกเขากับพระเจ้า (1:5) เขาประสบความสำเร็จและร่ำรวย ซึ่งเป็นลักษณะโดยทั่วไปของคนที่ได้รับการอวยพระพร ที่จริงแล้วพระเจ้าทรงเพิ่มเติมคำกล่าวรับรองโยบอย่างดีเลิศ โดยกล่าวถึงคุณสมบัติต่าง ๆ แบบเดียวกับที่ขึ้นต้นพระธรรมเล่มนี้ (1:8)

เมื่อต้องเผชิญกับการสูญเสียทุกสิ่งแบบกะทันหันและย่อยยับ ทั้งลูก ๆ คนรับใช้ และฝูงสัตว์ การตอบสนองแรกของโยบคือ ไว้ทุกข์และการยอมรับอำนาจสูงสุดของพระเจ้า "'พระยาห์เวห์ประทาน และพระยาห์เวห์ทรงเอาไปเสีย สาธุการแด่พระนามพระยาห์เวห์' ในเหตุการณ์นี้ทั้งสิ้น โยบไม่ได้ทำบาปหรือกล่าวโทษพระเจ้า" (1:21ข–22)

เมื่อถูกเพื่อน ๆ พิพากษาอย่างหนักหน่วง ในที่สุดโยบก็รู้สึกลำบากที่จะเข้าใจว่าทำไมพระเจ้าดูเหมือนไม่เต็มพระทัยที่จะยุติเรื่องต่าง ๆ แต่เมื่อพระเจ้าตรัสจริง ๆ อย่างน้อยปัญหาส่วนหนึ่งของโยบก็ปรากฏให้เห็นชัดเจน คือเขาเข้าใจสับสน คิดว่าความสัมพันธ์กับพระเจ้าก็คือความคุ้นเคยกับพระเจ้า พระเจ้าไม่ได้ตำหนิความเชื่อหรือความจริงใจของโยบ แต่พระเจ้าทรงตั้งคำถามต่อการที่โยบยืนกรานเรียกร้องคำตอบในเรื่องความยากลำบากต่าง ๆ ของเขา และเมื่อพระเจ้าทรงอนุญาตให้โยบได้ยินเพียงแค่เสี้ยวเล็ก ๆ แห่งความโง่เขลาของเขา พระองค์ก็ทรงสำแดงให้โยบเห็นว่ามีหลายสิ่งที่เขาจะไม่มีวันเข้าใจ ในฐานะสิ่งที่ถูกสร้าง โยบไม่มีสิทธิใด ๆ เลยที่จะคาดคั้นคำตอบจากพระผู้สร้างของเขา ถ้อยคำสุดท้ายของโยบเต็มไปด้วยความถ่อมใจและการกลับใจใหม่ "ข้าพระองค์เคยได้ยินถึงพระองค์ด้วยหู แต่บัดนี้ดวงตาข้าพระองค์เห็นพระองค์ ฉะนั้นข้าพระองค์จึงเกลียดตนเอง และกลับใจอยู่ในผงคลีดินและขี้เถ้า" (42:5–6)

โยบได้ใช้วาระสุดท้ายของชีวิต มีความสุขในความสัมพันธ์กับพระเจ้าแบบเดียวกับที่เขาเคยมีก่อนหน้านี้ เขาอธิษฐานเพื่อเพื่อน ๆ ของเขา และเลี้ยงดูอีกครอบครัวที่มีลูก ๆ เดินในทางของพระเจ้า เขาใช้ชีวิตที่ครบบริบูรณ์

2. ซาตานมีความสัมพันธ์กับพระเจ้าแบบไหนในพระธรรมโยบ?

ซาตานอาจเป็นศัตรูคู่อาฆาตของพระเจ้า แต่ทั้งคู่ไม่ได้มีฐานะเท่าเทียมกัน ซาตานเป็นสิ่งที่ถูกสร้าง พระเจ้าทรงเป็นพระผู้สร้าง ซาตานเป็นทูตสวรรค์ที่ไม่ยอมรับใช้พระเจ้าในบทบาทอันสูงส่ง และมันกบฏต่อพระเจ้า

ความขัดแย้งระหว่างซาตานกับพระเจ้าที่ดำเนินมาอย่างต่อเนื่อง ได้แสดงออกมาให้เห็นเมื่อซาตานกล่าวว่า เหตุผลที่พวกคนชอบธรรมยังคงสัตย์ซื่อต่อพระเจ้านั้นก็เพียงเพราะสิ่งที่พวกเขาได้รับ พวกเขาไว้วางใจในพระเจ้าตราบที่พระเจ้าทรงดีต่อพวกเขา ซาตานท้าทายคำกล่าวยืนยันของพระเจ้าเรื่องความชอบธรรมของโยบ โดยบอกว่านั่นเป็นเรื่องที่ยังไม่ผ่านการทดสอบ หรือไม่ก็ยังเป็นเรื่องน่าสงสัย เห็นได้ชัดว่าซาตานมั่นใจว่ามันสามารถทำลายความเชื่อที่โยบมีต่อพระเจ้าได้ ด้วยการทำให้โยบประสบความทุกข์ยาก

ซาตานต้องพบกับความพ่ายแพ้อีกครั้ง เมื่อพระเจ้าสำแดงให้เห็นจากชีวิตของโยบว่า ความเชื่อที่นำไปสู่ความรอดนั้นไม่อาจถูกทำลายได้ ไม่ว่าปัญหาที่ผู้เชื่อเผชิญจะหนักหนาเพียงใด หรือไม่ว่าความทุกข์ยากนั้นจะเกินความเข้าใจและไม่สมควรเกิดขึ้นแค่ไหนก็ตาม

หลังจากล้มเหลวในการทำลายโยบ ซาตานก็หายไปจากเรื่องราวนี้ มันยังคงเป็นศัตรูผู้พ่ายแพ้ของพระเจ้า ยังคงเกรี้ยวกราดต่อชัยชนะที่ไม่อาจหลีกเลี่ยงได้ของพระเจ้า

3. ทำไมคนชอบธรรมและไม่มีความผิดจึงประสบความทุกข์ยาก?

แน่นอนว่าไม่มีมนุษย์คนไหนเป็นคนชอบธรรมหรือบริสุทธิ์อย่างแท้จริง พระคัมภีร์กล่าวไว้อย่างชัดเจนว่าทุกคนล้วนทำบาป (โรม 3:23) และคนบาปทุกคนสมควรถูกลงโทษตลอดไปเป็นนิตย์ นั่นคือสิ่งที่ทำให้พระคุณของพระเจ้าน่าอัศจรรย์เหลือเกิน

อย่างไรก็ตาม เพื่อทำความเข้าใจความจริงเรื่องนี้ เราต้องยอมรับว่าในระดับการเปรียบเทียบของมนุษย์ คนชอบธรรมและคนไม่มีความผิดก็มีอยู่จริง กล่าวคือบางคนมีศีลธรรมและคุณธรรมมากกว่าคนอื่น ๆ และบางคนก็ไม่มีความผิดเมื่อเทียบกับคนอื่น ๆ ยกตัวอย่างเช่น ลองนึกถึงคนที่พยายามดำเนินชีวิตตามกฎทองคำ หรือคนอื่นที่ให้คนยากจนด้วยใจกว้างขวาง และแน่นอนคนส่วนใหญ่มองว่าเด็กเล็ก ๆ มีความบริสุทธิ์ไร้เดียงสา ดังนั้น คำถามนี้อาจเขียนเป็นคำถามใหม่ได้ว่า “ทำไมเด็กเล็ก ๆ และหลายคนซึ่งใช้ชีวิตที่น่าเอาอย่างจึงประสบความทุกข์ยาก?”

คำถามนี้แสดงให้เห็นสมมติฐานที่ว่า มีความสัมพันธ์โดยตรงระหว่างด้านหนึ่งคือความชอบธรรมและการไม่มีความผิด กับอีกด้านหนึ่งคือการมีชีวิตที่ไร้ความเจ็บปวด สองด้านนี้อาจมีความสัมพันธ์กันอยู่ แต่ไม่ใช่โดยตรง แน่นอนว่าในที่สุดบาปนำไปสู่ความทุกข์ยาก แต่ความทุกข์ยากไม่ใช่ตัวชี้วัดที่ไม่มีผิดพลาดของความบาป เพื่อน ๆ ของโยบไม่สามารถเข้าใจเกินไปกว่าจุดนี้ พวกเขาเข้าใจว่าในทุกกรณีความทุกข์ยากของคนเราก็คือผล และสาเหตุเดียวที่ทำให้เกิดผลนั้นได้ก็คือบาปของคนนั้น

คนชอบธรรมและคนไม่มีความผิดประสบความทุกข์ยากจริง ๆ เพราะเหตุผลหลายประการ ได้แก่ (1) บางครั้งการกระทำที่ชอบธรรมในโลกที่ผิดบาปก็เกี่ยวพันกับความทุกข์ยาก เช่น เวลาคนชอบธรรมสละชีวิตของเขาเพื่ออีกคนหนึ่ง (2) บางครั้งบาปของคนอื่นก็ทำให้คนชอบธรรมเข้ามาเกี่ยวพันกับความทุกข์ยาก เช่น เวลาเด็กคนหนึ่งถูกทำร้ายจิตใจอย่างหนักเพราะการกระทำของพ่อแม่ (3) คนชอบธรรมและไม่มีความผิดไม่ได้รับการยกเว้นจากสถานการณ์อันเจ็บปวด ซึ่งเกิดขึ้นในโลกที่ไม่สมบูรณ์และผิดบาป เช่น อาการปวดฟัน หรือนิ้วโดนทุบโดยไม่ตั้งใจ (4) บางครั้งคนเราก็ประสบความทุกข์ยากโดยไม่สามารถอธิบายเหตุผลเฉพาะเจาะจงได้ โยบเป็นตัวอย่างที่สมบูรณ์แบบของประสบการณ์แบบสุดท้ายนี้

4. เหตุใดพระเจ้าจึงไม่ตอบคำถามของโยบ (และของเรา) ทุกข้อ?

คำถามนี้สันนิษฐานเอาเองว่า หากพระเจ้าตอบคำถามของเราทุกข้อ เราก็คงจะเชื่อได้ง่ายขึ้น แต่นั่นไม่เป็นความจริง ความไว้วางใจนั้นไปไกลกว่าคำตอบ บางครั้งคำถามต่าง ๆ ก็กลายเป็นวิธีที่คนเราพยายามหลีกเลี่ยงการไว้วางใจ

สุดท้ายแล้ว เราจะต้องไว้วางใจพระเจ้ามากยิ่งกว่าความสามารถของเราที่จะเข้าใจวิธีการของพระเจ้า บทเรียนจากประสบการณ์ของโยบไม่ได้ห้ามเราไม่ให้ตั้งคำถาม บ่อยครั้งคำถามเหล่านี้จะนำเราไปเจอสาเหตุของความทุกข์ยากของเรา แต่ประสบการณ์ของโยบก็เตือนเราด้วยว่า เราอาจไม่สามารถเข้าใจความทุกข์ยากทุกอย่างของเราได้ทุกเวลา หรือแม้กระทั่งเข้าใจความทุกข์ยากบางอย่างในบางเวลา

พระเจ้าไม่ตอบคำถามของเราทุกข้อ เพราะเราเองไม่สามารถเข้าใจหลาย ๆ คำตอบของพระองค์

ศึกษาโยบแบบรวบรัด

1. จากพระธรรมโยบ เราได้เรียนรู้อะไรเกี่ยวกับลักษณะของซาตาน?
2. ให้คุณสรุปข้อถกเถียงของเพื่อน ๆ ของโยบ
3. พระเจ้าตรัสอะไรแก่เพื่อน ๆ ของโยบ?
4. ในที่สุดพระเจ้าตรัสอะไรแก่โยบ?
5. โยบเปลี่ยนแปลงไปอย่างไร จากคนชอบธรรมในตอนเริ่มต้นพระธรรมเล่มนี้จนมาเป็นคนแบบที่เขาเป็นในตอนจบพระธรรมเล่มนี้?
6. พระธรรมโยบส่งผลอย่างไรต่อคำถามต่าง ๆ ที่คุณมีเกี่ยวกับความทุกข์ยาก?

สดุดี

หนังสือเพลงของชนชาติหนึ่ง

ชาวฮีบรูเรียกพระธรรมเล่มนี้ว่า "คำสรรเสริญ"

คนที่กำลังอ่านพระคัมภีร์ตั้งแต่ต้นจนจบ จะรู้ได้ตั้งแต่บรรทัดแรก ๆ ของพระธรรมสดุดีว่า เขาได้เข้าสู่ตอนใหม่ที่น่ามหัศจรรย์ของพระคัมภีร์แล้ว พระธรรมเล่มนี้เป็นบทกวีที่เขียนเพื่อพระเจ้าและเขียนเกี่ยวกับพระเจ้า สดุดีพาเราสำรวจประสบการณ์และอารมณ์ทุกรูปแบบของมนุษย์ ผู้คนจะพบกับพระเจ้าในสดุดี และพวกเขาจะค้นพบอะไรมากมายเกี่ยวกับตนเองเช่นกัน ในขณะที่สดุดีให้คำนิยามเรื่องท่าทีและเนื้อหาการนมัสการที่เหมาะสมในพระคัมภีร์ตลอดทั้งเล่ม พระธรรมเล่มนี้ก็ยังคงมีอิทธิพลและนำทางการนมัสการของคริสตจักรในทุกวันนี้ด้วย

ผู้เขียนและปีที่เขียน

เขียนโดยผู้เขียนหลายคน ประมาณปี 1410 ถึง 450 ก่อน ค.ศ.

ถึงแม้คำว่า *ได้แรงดลใจ* มักจะถูกใช้เพื่อบรรยายถึงบทกวี แต่คำนี้ถูกใช้ในลักษณะพิเศษเพื่อบรรยายถึงพระธรรมสดุดีและพระคัมภีร์ตอนอื่น ๆ พระคัมภีร์ยืนยันว่าพระคัมภีร์ "ได้รับการดลใจจากพระเจ้า" (2 ทิโมธี 3:16) เนื้อหาความจริงและความน่าเชื่อถือของพระคัมภีร์ตั้งอยู่บนคำยืนยันนี้ พระเจ้าทรงใช้ผู้เขียนหลายคนเพื่อประพันธ์พระวจนะของพระองค์ แต่พระองค์ก็ยังทรงเป็นผู้เขียน เอกลักษณ์ของผู้เขียนเหล่านี้สามารถเห็นได้จากลีลาการเขียน ประสบการณ์ และหัวข้อที่เขียน แต่พระเจ้าทรงเรียบเรียงเนื้อหาขั้นสุดท้าย

ในบรรดาผู้เขียนพระธรรมสดุดี มีบุคคลหรือกลุ่มคนอย่างน้อยเจ็ดรายที่เราสามารถระบุได้ คือ (1) กษัตริย์ดาวิดแต่งบทเพลงสดุดีอย่างน้อย 75 บท จากทั้งหมด 150 บท (2) คนตระกูลโคราห์ถูกระบุว่าแต่ง 10 บท (3) อาสาฟแต่ง 12 บท (4) ซาโลมอน (5) โมเสส (6) เฮมาน และ (7) เอธาน แต่งอย่างน้อยคนละหนึ่งบท และมีเพลงสดุดี 48 บทที่สมควรระบุว่าไม่ทราบชื่อผู้แต่ง

บุคคลสำคัญในสดุดี

ดาวิด—กษัตริย์แห่งอิสราเอล ได้รับการขนานนามโดยพระเจ้าเองว่าเป็นคนที่พระเจ้าชอบพระทัย (สดุดี 2–41; 51–70; 72:20; 78:70–71; 86; 89; 96; 101; 103; 105; 108–110; 122; 124; 131–133; 138–145)

ภูมิหลังและสถานที่

เพลงสดุดีถูกรวบรวมเป็นครั้งแรกในช่วงแรก ๆ ที่คนอิสราเอลเริ่มฝึกฝนการนมัสการเป็นเวลายาวนานในถิ่นทุรกันดาร การตอบสนองต่อพระเจ้าซึ่งก่อให้เกิดเพลงสดุดีมากมาย ทั้งการตอบสนองที่ออกมาเองจากความรู้สึก และการตอบสนองที่เตรียมการมาก่อน ได้ถูกบันทึกและนำมาใช้ซ้ำ แม้กระทั่งการใคร่ครวญภาวนาอย่างเข้มข้น เช่น สดุดีบทที่ 23 ก็ถูกรวมเอาไว้ ในฐานะการสำแดงความจริงที่เป็นสากลเกี่ยวกับพระเจ้า

เพลงสดุดีเป็นผลผลิตจากพระราชกิจของพระเจ้า รวมทั้งเป็นบันทึกเรื่องพระราชกิจของพระองค์ ทั้งในการทรงสร้างและในประวัติศาสตร์ โดยเฉพาะอย่างยิ่งประวัติศาสตร์ของอิสราเอล เพลงสดุดีเป็นคลังสะสมความทรงจำและการใคร่ครวญของชนชาติหนึ่งที่มีความสัมพันธ์กับพระเจ้า เพลงสดุดีสำแดงและสอนการสรรเสริญและการนมัสการพระเจ้าอย่างเหมาะสม

หลักคำสอนสำคัญในสดุดี

สภาพบาปหนาของมนุษย์ (1:4; 5:4; 32:1–4; 36:1; 51:2; 66:18; 78:17; 106:43; ปฐมกาล 6:5; เลวีนิติ 15:14; เฉลยธรรมบัญญัติ 31:18; โยบ 4:17–19; สดุดี 130:3; เยเรมีย์ 17:9; ยอห์น 1:10–11; โรม 5:15–17; 1 ยอห์น 1:8)

พระบัญญัติของพระเจ้า (1:1–2; 78:1; 119:97; อพยพ 20:1–21; เฉลยธรรมบัญญัติ 5:6–21; เยเรมีย์ 11:4; โรม 7:7–14; ยากอบ 1:25; 1 ยอห์น 3:4)

พระลักษณะของพระเจ้าในสดุดี

พระเจ้าทรงเป็นผู้ที่มนุษย์เข้าถึงได้—15:1; 16:11; 23:6; 24:3–4; 65:4; 145:18

พระเจ้าทรงช่วยให้รอด—106:43–45

พระเจ้าทรงเป็นนิรันดร์—90:2; 102:25–27; 106:48

พระเจ้าทรงสัตย์จริง—9:14; 11:7; 19:9; 25:10; 31:5; 33:4; 57:3,10; 71:22; 85:10; 86:15; 89:14,49; 96:13; 98:3; 100:5; 119:160; 139:2; 146:6

พระเจ้าทรงเป็นหนึ่งเดียว—83:18; 86:10

พระเจ้าทรงเป็นผู้ที่มนุษย์ไม่อาจหยั่งรู้ได้—145:3

พระเจ้าทรงซื่อตรง—25:8; 92:15

พระเจ้าทรงพระปัญญา—1:6; 44:21; 73:11; 103:14; 104:24; 136:5; 139:2–4,12; 142:3; 147:5

พระเจ้าทรงมีพระพิโรธ—2:2–5,12; 6:1; 7:11–12; 21:8–9; 30:5; 38:1; 39:10; 58:10–11; 74:1–2; 76:6–8; 78:21–22,49–51,58–59; 79:5; 80:4; 89:30–32; 90:7–9,11; 99:8; 102:9–10

พระคริสต์ในสดุดี

เพลงสดุดีหลายบทเป็นคำพยากรณ์โดยตรงเรื่องการเสด็จมาของพระเมสสิยาห์และกษัตริย์จากเชื้อสายดาวิด (2; 18; 20; 21; 24; 47; 110; 132) เนื่องจากพระคริสต์ทรงสืบเชื้อสายมาจากเชื้อพระวงศ์ของดาวิดโดยตรง เพลงสดุดีเกี่ยวกับพระเมสสิยาห์จึงมักจะกล่าวถึงพระคริสต์ว่าเป็นบุตรของดาวิด หรือใช้ดาวิดเป็นภาพเล็งถึงพระคริสต์ คำพยากรณ์เรื่องพระเมสสิยาห์ที่กล่าวไว้อย่างเฉพาะเจาะจงบางข้อ และเหตุการณ์ที่คำพยากรณ์เหล่านั้นเป็นจริงได้แก่ 2:7 (และมัทธิว 3:17; 16:10; มาระโก 16:6–7); 22:16 (และยอห์น 20:25,27; 40:7–8; ฮีบรู 10:7); 68:18 (และมาระโก 16:19; 69:21; มัทธิว 27:34); 118:22 (และมัทธิว 21:42)

คำศัพท์สำคัญในสดุดี

เส-ลาห์: คำภาษาฮีบรูคือ *เซ-ลาห์*—3:2; 24:10; 39:11; 47:4; 60:4; 76:3; 88:10; 140:3—มาจากคำกริยา *ซาลาล* ที่แปลว่า “ยกขึ้น” คำนี้ปรากฏในสดุดี 39 บท และใน “เพลงสดุดีของฮาบากุก” (ฮาบากุกบทที่ 3) ไม่มีใครมั่นใจเรื่องความหมายที่แน่ชัดของคำนี้ กล่าวคือ ไม่แน่ใจว่าอะไรที่ถูกยกขึ้น บางคนคิดว่า *เส-ลาห์* เป็นคำเน้น คือทำเครื่องหมายที่จุดหนึ่งในเพลงสดุดีบทนั้น เพื่อ “ยก” ความคิดของคนนั้น “ขึ้น” ต่อพระเจ้า แต่นักวิชาการส่วนใหญ่คิดว่าคำนี้เป็นเพียงรูปแบบบางอย่างของโน้ตดนตรี อย่างเช่น เครื่องหมายทางดนตรีของท่อนแทรกกลาง การหยุดชั่วคราว หรือการเปลี่ยนบันไดเสียง

ความหวัง: คำภาษาฮีบรูคือ *ยาฆาล*—31:24; 42:11; 71:14; 119:49,116; 130:5; 131:3—หมายถึง "การรอคอยด้วยความคาดหวัง" การปรากฏในพระคัมภีร์ของคำนี้เกือบครึ่งหนึ่งอยู่ในพระธรรมสดุดี และปรากฏมากเป็นพิเศษในบทที่ 119 บางครั้งความคิดเรื่องความหวังก็แสดงออกมาด้วยความมั่นใจ (โยบ 13:15; อิสยาห์ 51:5) และบางครั้งความหวังก็เปล่าประโยชน์อย่างเห็นได้ชัด (เอเสเคียล 13:6) พระคัมภีร์บรรยายว่าโนอาห์รอเจ็ดวันกว่าจะปล่อยนกพิราบออกไป (ปฐมกาล 8:12) และคนทั้งหลายรอฟังคำปรึกษาของโยบ (โยบ 29:11) แต่ที่สุดแล้วเป้าหมายหลักของ "การรอคอยอย่างคาดหวัง" หรือ "ความหวัง" ก็คือพระเจ้า ทั้งพระวจนะของพระองค์ การพิพากษาของพระองค์ และพระเมตตาของพระองค์ (33:18; 119:43; มีคาห์ 7:7) ความหวังนั้นไม่ได้อยู่กับบุคคลที่ไม่เหมาะสม เพราะพระองค์ผู้ที่เราหวังนั้นทรงสัตย์ซื่อต่อพระสัญญาของพระองค์อย่างสมบูรณ์

เพลงสดุดี: คำภาษาฮีบรูคือ *มิซโมร์*—เป็นชื่อเพลงของบทที่ 3; 9; 32; 54; 72; 84; 100; 101—มาจากคำกริยา *ซามาร์* ซึ่งแปลว่า "ร้องเพลงหรือบรรเลงเพลง" คำนี้ปรากฏในพระธรรมสดุดีเท่านั้น และปรากฏอยู่ที่ส่วนชื่อเพลงของเพลงสดุดี 57 บท มันอาจเป็นการระบุว่านี่เป็นเพลงสรรเสริญ หรืออาจเป็นเพลงที่ร้องคู่ไปกับการบรรเลงดนตรีบางรูปแบบ ในเพลงสดุดี 34 บท ชื่อเพลง *มิซโมร์* นั้นอยู่หลังวลี "ถึงหัวหน้า[นักดนตรี]" ซึ่งอาจเป็นการบ่งบอกว่า โดยทั่วไปแล้วเพลงสดุดีเหล่านี้เป็นเพลงที่มีเครื่องดนตรีประกอบ บ่อยครั้งผู้เขียนเพลงสดุดีบทนั้น ๆ ได้ถูกระบุชื่อไว้ด้วย เช่น ตระกูลโคราห์ (48; 84) อาสาฟ (50; 82) และโดยเฉพาะอย่างยิ่ง ดาวิด (23; 29; 51)

ธรรมบัญญัติ: คำภาษาฮีบรูคือ *โทราห์*—1:2, 19:7; 37:31; 89:30; 119:1,55,174—ซึ่งตามปกติจะแปลว่า "กฎ" คำนาม *โทราห์* มาจากคำกริยา *ยาราห์* ซึ่งแปลว่า "สอน" และเราควรเข้าใจว่าคำนี้ให้ความคิดเรื่อง "การสั่งสอน" คำนี้สามารถหมายถึงกฎระเบียบอะไรสักชุด เช่น คำสั่งสอนของบิดามารดา (สุภาษิต 1:8) หรือของผู้แต่งเพลงสดุดี (78:1) แต่ตามปกติคำนี้จะหมายถึงธรรมบัญญัติของพระเจ้า ผู้เขียนสดุดีบทที่ 119 แสดงออกถึงความรักอันยิ่งใหญ่ที่เขามีต่อธรรมบัญญัติของพระเจ้า เพราะว่ามันนำเขาไปสู่ปัญญาและความชอบธรรม (119:97–176) ในพระคัมภีร์ใหม่ เปาโลก็สรรเสริญธรรมบัญญัติของพระเจ้าเช่นกัน เพราะมันชี้ให้เห็นความบาปของเขา และทำให้เขาตระหนักว่าเขาจำเป็นเหลือเกินที่จะต้องมีพระผู้ช่วยให้รอด (โรม 7:7)

ความจริง: คำภาษาฮีบรูคือ *เอเมท*—15:2; 25:10; 30:9; 43:3; 71:22; 108:4; 146:6—หมายถึงความจริงที่สอดคล้องกับมาตรฐานอย่างหนึ่ง ไม่ว่าจะสอดคล้องกับความเป็นจริงที่ถูกสร้างขึ้น หรือสอดคล้องกับมาตรฐานของพระเจ้า ความจริงมักจะเชื่อมโยงกับความเมตตา โดยเฉพาะอย่างยิ่งพระเมตตาของพระเจ้า (57:3; 117:2; ปฐมกาล 24:49) นอกจากนี้ คำนี้ยังถูกใช้บ่อยครั้งในบริบทของภาษากฎหมาย ในบริบททางโลกคำนี้ถูกใช้ในการกล่าวถึงพยานและคำพิพากษา (สุภาษิต 14:25; เศคาริยาห์ 8:16) ส่วนในบริบททางศาสนาคำนี้ถูกใช้เมื่อกล่าวถึงธรรมบัญญัติและพระบัญญัติของพระเจ้า (119:142,151) ความจริงเป็นสิ่งล้ำค่า และการที่ความจริงขาดหายไปก็เป็นเรื่องที่พวกผู้เผยพระวจนะคร่ำครวญ (อิสยาห์ 59:14; เยเรมีย์ 9:5; โฮเชยา 4:1) พระเจ้าปรารถนาความจริงในจิตใจประชากรของพระองค์ (15:2; 51:6) ดังนั้น ความจริงจึงเป็นรากฐานของวิถีชีวิตที่ทำให้พระองค์พอพระทัย (25:5,10; 26:3)

สรุปเนื้อหาโดยย่อ

เค้าโครงนี้เพียงแค่ยึดตามแนวทางแบบฮีบรูโบราณ ในการจัดแบ่งเพลงสดุดี

I. เล่มที่ 1 (1—41)

II. เล่มที่ 2 (42—72)

III. เล่มที่ 3 (73—89)

IV. เล่มที่ 4 (90—106)

V. เล่มที่ 5 (107—150)

ขณะเดียวกัน ในพื้นที่ส่วนอื่น ๆ ของโลก . . .

ชาวจีนรวบรวมพจนานุกรมเล่มแรก ซึ่งมีตัวอักษร 40,000 ตัว ตัวอักษรฮีบรูพัฒนาไปไกลกว่ารูปแบบเซมิติกยุคก่อนหน้านั้น

คำถามที่พบบ่อย

1. ทำไมพระธรรมสดุดีจึงมีการแสดงความคิดที่น่าอึดอัดจำนวนมาก บางครั้งก็อยู่ตรงกลางบทที่ผู้คนชื่นชอบเลย เช่น สดุดีบทที่ 23 และ 139?

เพราะพระธรรมสดุดีสะท้อนชีวิตจริงออกมาอย่างแท้จริง เราจึงควรคาดหมายว่าเพลงสดุดีจะมีความอึดอัดใจในเรื่องเดียวกับที่ชีวิตมีเรื่องน่าอึดอัดใจ สดุดีบทที่ 23 ซึ่งเป็นที่รู้จักกันดีบอกว่า ชีวิตไม่ได้มีแค่ทุ่งหญ้าเขียวสดและริมน้ำแดนสงบ แต่ยังมีความตายและศัตรูด้วย ผู้เขียนเพลงสดุดีแน่ใจว่าพวกเขารู้จักพระเจ้าแท้เพียงองค์เดียว เมื่อใครสักคนมาวุ่นวายกับพวกเขาหรือชนชาติของพวกเขา บางครั้งพวกเขาจะร้องทูลขอการพิพากษาแบบเจาะจงมาก ๆ เพื่อให้พระเจ้าพิพากษาลงโทษศัตรูของพวกเขา ความจริงอันน่าอัศจรรย์เกี่ยวกับพระธรรมสดุดีก็คือ การที่พวกเขาบันทึกไว้อย่างไม่ปิดบัง เกี่ยวกับสิ่งเหล่านี้ที่พวกเขาร้องทูลต่อพระเจ้า ซึ่งถ้าเราพูดกันตรง ๆ มันสะท้อนถึงคำร้องทุกข์ต่อพระเจ้าที่เราซ่อนเอาไว้ลึก ๆ

ในกรณีของดาวิด บทบาทของพระองค์ในฐานะกษัตริย์และผู้แทนประชากรของพระเจ้ามักจะทับซ้อนกับการที่พระองค์สำนึกถึงตนเอง บางครั้งก็ยากที่จะบอกว่าพระองค์กำลังพูดในนามของพระองค์เองคนเดียว หรือในนามประชากร

ทั้งหมด เรื่องนี้ช่วยอธิบายบางส่วนของความเดือดดาลที่อยู่เบื้องหลังเพลงสดุดีที่มีคำสาปแช่ง เพลงเหล่านั้นไม่กระดากอายที่จะอ้อนวอนขอพระพิโรธและการพิพากษาอันชอบธรรมของพระเจ้าต่อศัตรูของผู้เขียน

2. เพลงสดุดีมีประเภทใดบ้าง?

พระธรรมสดุดีครอบคลุมประสบการณ์ทุกรูปแบบของมนุษย์ บางเพลงกล่าวในลักษณะทั่วไป ในขณะที่เพลงอื่น ๆ กล่าวถึงเหตุการณ์พลิกผันในชีวิตอย่างเฉพาะเจาะจงมาก ๆ มีเพลงสดุดีสำหรับวันเวลาทุกแบบ

มีวิธีหนึ่งในการแบ่งประเภทเพลงสดุดี ที่แบ่งออกเป็นห้ากลุ่มกว้าง ๆ ดังนี้

เพลงสดุดีที่ให้ปัญญา: คำสั่งสอนเพื่อการใช้ชีวิตอย่างฉลาด (1; 37; 119)

เพลงสดุดีคร่ำครวญ: การใคร่ครวญถึงความเจ็บปวดของชีวิต (3; 17; 120)

เพลงสดุดีสำนึกผิด: การใคร่ครวญถึงความเจ็บปวดของความบาป (51)

เพลงสดุดีความเป็นกษัตริย์: การใคร่ครวญถึงการครอบครองสูงสุดของพระเจ้า (2; 21; 144)

เพลงสดุดีขอบพระคุณ: การสรรเสริญและนมัสการพระเจ้า (19; 32; 111)

ศึกษาสดุดีแบบรวบรัด

1. เพลงสดุดีบทใดบ้างที่คุณคุ้นเคยมากที่สุด และมันมีผลกระทบต่อชีวิตคุณอย่างไร?
2. ในสดุดีบทที่ 23 คุณพบแง่มุมใดเกี่ยวกับความสัมพันธ์ที่ดีกับพระเจ้า?
3. คุณสามารถใช้สดุดีบทที่ 51 ช่วยอธิบายการกลับใจใหม่ที่แท้จริงอย่างไร?
4. อ่านเพลงสดุดีบทแรกและบทสุดท้าย (1 และ 150) และพิจารณาว่าทำไมสองบทนี้จึงถูกเลือกให้อยู่ในตำแหน่งนั้น
5. อะไรคือใจความหลักของสดุดีบทที่ 119 และความยาวของบทนี้ทำให้บทนี้มีอิทธิพลมากขึ้นอย่างไร?
6. เพลงสดุดีบทใดหรือบางส่วนของเพลงสดุดีบทใด ที่คุณเห็นว่ามีประโยชน์ที่สุดสำหรับการอธิษฐาน?

สุภาษิต

ทางของคนฉลาด

ซาโลมอนเขียนสุภาษิตมากกว่าสามพันข้อ

พระธรรมสุภาษิตของซาโลมอนรวบรวมสุภาษิตของกษัตริย์องค์นี้ไว้ 513 ข้อ และสมทบด้วยคำกล่าวของผู้ทรงปัญญาคนอื่น ๆ ที่คัดสรรมา สุภาษิตเป็นคำยืนยันหรือภาพตัวอย่างทางศีลธรรมที่เรียบง่าย ซึ่งเน้นย้ำและสอนเรื่องความจริงพื้นฐานและแนวโน้มต่าง ๆ ในชีวิต สุภาษิตเกิดขึ้นมาในฐานะความเข้าใจลึกซึ้งที่ได้มาจากสิ่งของทั่ว ๆ ไปและเหตุการณ์ต่าง ๆ ในชีวิตประจำวัน คำว่า*สุภาษิต*ในภาษาฮีบรูนั้นแปลว่า "เป็นเหมือน" ที่จริงแล้วสุภาษิตเหล่านี้หลายข้อเป็นการเปรียบเทียบระหว่างภาพที่แจ่มชัดกับความปรารถนาหรือผลสืบเนื่องที่ชัดเจน ตัวอย่างเช่น "คนที่ร้องเพลงให้คนหนักใจฟัง ก็เหมือนคนถอดเสื้อผ้าออกในวันอากาศหนาว และเหมือนเอาน้ำส้มสายชูมาราดบนแผล" (25:20)

ผู้เขียนและปีที่เขียน

เขียนและรวบรวมโดยซาโลมอน และผู้เขียนคนอื่น ๆ อีกหลายคน ประมาณปี 971 ถึง 686 ก่อน ค.ศ.

พระธรรมสุภาษิตให้ตัวอย่างของสติปัญญาแบบที่ทำให้ซาโลมอนมีชื่อเสียง พระองค์วางมาตรฐานสำหรับสติปัญญาท่ามกลางประชากรของพระองค์ บางทีนี่อาจเป็นสาเหตุที่ตามธรรมเนียมดั้งเดิม การรวบรวมสุภาษิตชุดนี้ได้ถูกเรียกชื่อตามซาโลมอน แม้ว่าพระองค์ไม่ใช่ที่มาของพระธรรมเล่มนี้ทั้งเล่ม อันที่จริงการรวบรวมคำกล่าวเหล่านี้ขั้นสุดท้ายยังไม่ได้เกิดขึ้นจนกระทั่งในสมัยของเฮเซคียาห์ ซึ่งผ่านพ้นรัชสมัยของซาโลมอนไปนานแล้ว ปราชญ์อีกสองคนคืออากูร์และเลมูเอล ก็ถูกกล่าวถึงอย่างเจาะจงเช่นกันว่าเป็นผู้มีส่วนเขียนพระธรรมสุภาษิต

ภูมิหลังและสถานที่

เนื้อหาของสุภาษิตสะท้อนให้เห็นอัตลักษณ์สามด้านของพระธรรมเล่มนี้ คือ (1) วรรณกรรมปัญญาทั่วไป (2) ความเข้าใจลึกซึ้งจากราชสำนัก (3) คำสั่งสอนในความสัมพันธ์แบบบิดามารดาเลี้ยงดูสั่งสอนบุตร ในแต่ละกรณี จุดประสงค์ของสุภาษิตเหล่านี้ก็คือ ให้เพ่งความสนใจไปที่การดำเนินชีวิตในทางของพระเจ้า

คำว่าวรรณกรรมปัญญาหมายถึงส่วนหนึ่งของพระคัมภีร์เดิมที่ช่วยเสริมหมวดธรรมบัญญัติ (ปฐมกาลถึงเฉลยธรรมบัญญัติ) หมวดประวัติศาสตร์ (โยชูวาถึงเอสเธอร์) และหมวดผู้เผยพระวจนะ (อิสยาห์ถึงมาลาคี) หมวดวรรณกรรมปัญญานี้ประกอบด้วยโยบ สดุดี สุภาษิต ปัญญาจารย์ และเพลงซาโลมอน ในสุภาษิตซาโลมอนผู้เป็นปราชญ์ได้ให้ความเข้าใจลึกซึ้งต่อประเด็นยาก ๆ ของชีวิต (1:6) แม้ว่าสุภาษิตเป็นเรื่องเชิงปฏิบัติ แต่พระธรรมเล่มนี้ก็ไม่ได้มีลักษณะผิวเผิน หรือมีแต่เรื่องการกระทำภายนอก เพราะสุภาษิตมีองค์ประกอบด้านศีลธรรมและจริยธรรม ซึ่งเน้นเรื่องการใช้ชีวิตอย่างเที่ยงธรรม อันเป็นผลจากการมีความสัมพันธ์ที่ถูกต้องกับพระเจ้า สุภาษิตประกอบด้วยหลักการจากพระคัมภีร์ และการนำพระคัมภีร์มาประยุกต์ใช้ ซึ่งบรรดาบุคคลในพระคัมภีร์ที่เดินในทางของพระเจ้าได้แสดงให้เห็นตลอดชีวิตของพวกเขา

หลักคำสอนสำคัญในสุภาษิต

ความชอบธรรมในทางปฏิบัติ (1:3; ยอห์น 14:21)

ประโยชน์ของสติปัญญา (2:20–22; 3:13–18; 9:11; 12:21; โยบ 28:17; สดุดี 37:3; 91:10; 1 เปโตร 3:13)

ความสัมพันธ์ระหว่างมนุษย์กับพระเจ้า (1:7; 3:34; 6:23; 10:22; 12:28; 15:11; 22:19; ปฐมกาล 24:35; 26:12; เฉลยธรรมบัญญัติ 8:18; โยบ 28:28; สดุดี 19:8; 111:10; ปัญญาจารย์ 12:13; กิจการ 1:24; ยากอบ 4:6; 1 เปโตร 5:5; 2 เปโตร 1:19)

ความสัมพันธ์ระหว่างมนุษย์กับตนเอง (1:5; 3:3; 6:9–11; 11:4; 13:4; 20:11; 29:11; อพยพ 13:9; เฉลยธรรมบัญญัติ 6:8; เยเรมีย์ 17:1; เอเสเคียล 7:19; เศฟันยาห์ 1:18; มัทธิว 7:16; 2 โครินธ์ 3:3)

ความสัมพันธ์ระหว่างมนุษย์กับผู้อื่น (3:1–3; 4:1–4; 8:17; 17:17; 19:27; 20:19; 23:23; เฉลยธรรมบัญญัติ 8:1; นางรูธ 1:16; 1 ซามูเอล 2:30; สดุดี 34:11; โรม 16:18)

พระลักษณะของพระเจ้าในสุภาษิต

พระเจ้าทรงเปี่ยมด้วยพระเมตตา—28:13

พระเจ้าทรงรอบรู้ทุกสิ่ง—5:21

พระเจ้าทรงจัดเตรียม—3:6; 16:3,9,33; 19:21; 20:24; 21:30–31

พระเจ้าทรงพระปัญญา—3:19; 15:11

คำศัพท์สำคัญในสุภาษิต

สติปัญญา: คำภาษาฮีบรูคือ *โฆคมาห์*—1:2; 4:5; 9:10; 14:6; 16:16; 18:4; 23:23; 31:26—สามารถแปลว่า "ทักษะ" ก็ได้ แต่ใช้บ่อยที่สุดในการกล่าวถึงการนำสติปัญญามาประยุกต์ใช้ในทางปฏิบัติ สุภาษิตสอนว่าสติปัญญาที่แท้จริงครอบคลุมมากกว่าการเพียงแค่รู้ความจริง แต่ยังรวมถึงการใช้ชีวิตที่ซื่อตรงในทางศีลธรรม (8:7–9) ในขณะที่ชีวิตบาปหนาจะนำไปสู่การทำลายตนเองในที่สุด ส่วนชีวิตที่ครบบริบูรณ์นั้นพบได้ในพระปัญญาของพระเจ้า (2:6; โยบ 11:6)

โง่เขลา: คำภาษาฮีบรูคือ *อิฝเวเล็ต*—14:1; 12:23; 14:24; 15:2, 14; 19:3; 22:15; 24:9; 27:22—หมายถึงการขาดสติปัญญา ยกเว้นที่ปรากฏสองครั้งในพระธรรมสดุดี คำนี้ปรากฏแต่ในพระธรรมสุภาษิตเท่านั้น ในสุภาษิตความโง่เขลาของคนโง่มักถูกเปรียบเทียบกับสติปัญญาของคนฉลาดและรอบคอบ (13:16; 14:8,18,24) ความโง่เขลาเป็นลักษณะเด่นชัดในคำพูดของคนโง่และในปฏิกิริยาของคนหุนหันพลันแล่น (12:23; 14:17,29; 15:2,14; 18:13) ความโง่เขลามีผลต่อวิถีชีวิตของบุคคล โดยทำให้จิตใจของผู้นั้นไม่พอใจพระเจ้า (15:21; 19:3) แน่นอนความโง่เขลามักถูกจัดเป็นพวกเดียวกับความชั่วช้าและความบาป (5:22,23; 24:9; สดุดี 38:4,5) แม้ว่าสุภาษิตไม่ได้ให้ความหวังมากนักในการแยกผู้ใหญ่ที่เป็นคนโง่ออกจากความโง่ของเขา แต่ไม้เรียวที่ใช้ตีสอนมักจะถูกระบุว่าเป็นวิธีแก้ไขสำหรับเด็ก ๆ (22:15; 26:11; 27:22)

พระคริสต์ในสุภาษิต

ผู้เขียนสุภาษิตปรารถนาให้ผู้เชื่อไม่เพียงแต่ฟังความจริงเท่านั้น แต่ให้นำสติปัญญานี้ไปประยุกต์ใช้ในชีวิตของพวกเขาด้วย สุภาษิตต้องการให้สติปัญญามาอยู่ในสภาพมนุษย์ (บทที่ 8) และสิ่งนั้นก็เกิดขึ้นจริง ๆ เมื่อ "คลังสติปัญญาและความรู้ทุกอย่าง" กลายมาเป็นมนุษย์ในพระคริสต์ (โคโลสี 2:3) ในขณะที่ผู้อ่านสุภาษิตในสมัย

พระคัมภีร์เดิมได้รับการนำทางโดยสติปัญญาผ่านทางพระวจนะที่เป็นลายลักษณ์อักษร ส่วนบรรดาผู้เชื่อในสมัยพระคัมภีร์ใหม่ได้รู้จักพระวาทะของพระเจ้าในสภาพมนุษย์ ดังนั้นพระคริสต์ไม่เพียงครอบคลุมพระธรรมสุภาษิตเท่านั้น แต่แท้จริงแล้วพระองค์ "ทรงเป็นพระปัญญาจากพระเจ้าสำหรับเรา" (1 โครินธ์ 1:30)

สรุปเนื้อหาโดยย่อ

I. บทนำ (1:1–7)
  ก. ชื่อหนังสือ (1:1)
  ข. จุดประสงค์ (1:2–6)
  ค. ใจความสำคัญ (1:7)
II. คำสรรเสริญและสติปัญญาสำหรับคนหนุ่มสาว (1:8–9:18)
III. สุภาษิตสำหรับทุกคน (10:1–29:27)
  ก. จากซาโลมอน (10:1–22:16)
  ข. จากคนมีปัญญา (22:17–24:34)
  ค. จากซาโลมอนที่รวบรวมโดยเฮเซคียาห์ (25:1–29:27)
IV. หมายเหตุส่วนตัว (30:1–31:31)
  ก. จากอากูร์ (30:1–33)
  ข. จากเลมูเอล (31:1–31)

ขณะเดียวกัน ในพื้นที่ส่วนอื่น ๆ ของโลก . . .

ปักกิ่งกลายเป็นเมืองที่ได้รับการสถาปนาอย่างเป็นทางการในจีน ปัจจุบันเป็นเหมืองหลวงของประเทศจีน

คำถามที่พบบ่อย

1. สุภาษิตบางตอนดูเหมือนคลุมเครือหรือแม้กระทั่งขัดแย้งกันเอง เราจะศึกษาและประยุกต์ใช้สุภาษิตอย่างไรหากเราไม่เข้าใจมัน?

บ่อยครั้งสุภาษิตที่ในตอนแรกดูเหมือนคลุมเครือหรือขัดแย้งกันเองนั้น สุดท้ายกลายเป็นเรื่องที่เข้าใจยากและลึกซึ้ง บางครั้งสุภาษิตกล่าวความจริงที่เห็นได้ชัด

ความหมายของสุภาษิตเหล่านั้นชัดแจ้ง เช่น "บุตรชายโง่เป็นความโศกสลดแก่บิดา และเป็นความขมขื่นแก่มารดา" (17:25) แต่สุภาษิตหลายข้อต้องอาศัยการใคร่ครวญอย่างใช้ความคิด เช่น "ฉลากนั้นถูกทอดลงที่ตัก แต่ผลที่ออกทุกอย่างมาจากพระยาห์เวห์" (16:33) หรือ "มีทางหนึ่งซึ่งคนเราคิดว่าถูก แต่ปลายทางคือความมรณา" (16:25) การที่เราอาจต้องค้นดูพระคัมภีร์ตอนอื่น ๆ หรืออาจต้องตั้งใจใช้ความคิดนั้นควรจะทำให้เรารักพระธรรมสุภาษิตมากยิ่งขึ้น หากพระเจ้าเลือกใช้แนวทางพิเศษนี้เพื่อช่วยให้เราเติบโต แล้วทำไมเราถึงลังเลที่จะให้ความสนใจอย่างเต็มที่แก่พระธรรมสุภาษิต?

เมื่อคำนึงถึงบริบทที่อยู่รอบพระธรรมสุภาษิต คือพระวจนะของพระเจ้าส่วนอื่น ๆ การที่ผู้ศึกษาพระคัมภีร์ไม่สามารถเข้าใจสุภาษิตข้อใดข้อหนึ่งไม่ควรจะนำไปสู่ข้อสรุปว่าสุภาษิตข้อนั้นมีปัญหา ข้อสรุปที่ดีกว่าน่าจะเป็นผู้ศึกษาคนนั้นยังรู้ไม่มากพอ หรือยังไม่ได้ให้ความสนใจมากพอ บุคคลที่มีปัญญาจะเอาสุภาษิตข้อที่เข้าใจยากพักไว้ก่อน เพื่อทำความเข้าใจในภายหลัง แทนที่จะปฏิเสธมันและเห็นว่ามันไร้ประโยชน์ บทเรียนเพิ่มเติมจากพระเจ้าในชีวิตของบุคคลนั้นอาจจะให้ความเข้าใจใหม่ต่อพระคัมภีร์บางตอนซึ่งเคยตีความได้ยาก

2. มีหลักการกว้าง ๆ อะไรบ้าง ที่ผ่านการทดสอบด้วยกาลเวลามาแล้ว และจะช่วยให้เราตีความสุภาษิตได้อย่างถูกต้อง?

ลักษณะเด่นอย่างหนึ่งที่พบบ่อยที่สุดในสุภาษิตคือการใช้รูปประโยคคู่ขนาน ซึ่งก็คือการนำความจริงมาวางเทียบกัน เพื่อข้อความที่สองจะขยาย เติมเต็ม ให้คำนิยาม และเน้นย้ำข้อความแรก บางครั้งก็จะได้ข้อสรุปที่สมเหตุสมผล และบางครั้งก็แสดงให้เห็นความแตกต่างที่สมเหตุสมผล

แนวทางต่อไปนี้จะช่วยให้ผู้ศึกษามีความมั่นใจมากขึ้น ในขณะที่เขาตีความสุภาษิตเหล่านี้

1. หาว่าความคิดคู่ขนานในสุภาษิตข้อนั้นประกอบด้วยข้อเท็จจริง หลักการ หรือสถานการณ์อะไรบ้าง—อะไรคือสองแนวคิดหลัก หรือใครคือสองบุคคลหลัก ที่กำลังถูกเปรียบว่าเหมือนกันหรือต่างกัน
2. ดูว่าตรงไหนเป็นอุปมาโวหาร (สำนวนเปรียบเทียบ) และเรียบเรียงความคิดนั้นใหม่โดยไม่ใช้สำนวนอุปมาเหล่านั้น ยกตัวอย่างเช่น ให้คุณเขียนความคิดที่อยู่เบื้องหลังคำว่า "เจ้าจงจ่อมีดไว้ที่คอ" (23:1–3) เป็นประโยคใหม่

3. สรุปบทเรียนสอนใจหรือหลักการของสุภาษิตข้อนั้นเป็นคำพูดสั้น ๆ
4. บรรยายพฤติกรรมที่สุภาษิตข้อนั้นสอนหรือสนับสนุน
5. นึกถึงตัวอย่างจากพระคัมภีร์ตอนอื่น ๆ ที่แสดงให้เห็นความจริงของสุภาษิตข้อนั้น

3. สุภาษิตหลายตอนดูเหมือนจะยัดเยียดว่ามีกฎซึ่งเป็นจริงเสมอ ให้กับสถานการณ์ต่าง ๆ ในชีวิตซึ่งความจริงแล้วมีความคลุมเครือ เราจะประยุกต์ใช้สุภาษิตเหล่านั้นอย่างไร ในการตัดสินใจต่าง ๆ และประสบการณ์ต่าง ๆ ในชีวิตที่เป็นเรื่องเฉพาะเจาะจง?

สุภาษิตเป็นแนวทางจากพระเจ้า และเป็นข้อสังเกตอันชาญฉลาด ซึ่งสอนหลักการที่เป็นพื้นฐานเบื้องต้นของชีวิต (24:3–4) สุภาษิตไม่ใช่กฎบัญญัติตายตัวหรือพระสัญญาที่เป็นจริงเสมอ ที่เป็นอย่างนี้ก็เพราะสุภาษิตถูกนำไปใช้ในสถานการณ์ต่าง ๆ ของชีวิตซึ่งน้อยครั้งจะชัดเจนเข้าใจง่าย หรือไม่มีเงื่อนไขอื่น ๆ มาทำให้ซับซ้อน ผลที่ตามมาจากพฤติกรรมของคนโง่ตามที่บรรยายในสุภาษิตนั้นเป็นเรื่องของคนที่โง่เขลาอย่างสมบูรณ์ แต่คนส่วนใหญ่แค่โง่เขลาบางเวลา ดังนั้นจึงได้รับผลที่ตามมาของพฤติกรรมโง่เขลาเพียงบางเวลา นี่จึงกลายเป็นเรื่องที่เห็นได้ชัดว่าสุภาษิตมักจะมีข้อยกเว้น เนื่องจากความไม่แน่นอนของชีวิต และพฤติกรรมที่คาดเดาไม่ได้ของมนุษย์ที่ล้มลงในความบาป

ความท้าทายและหลักการอันยอดเยี่ยมที่แสดงออกให้เห็นในสุภาษิต 3:5–6 นั้นเน้นหนักที่การไว้วางใจพระเจ้า "ด้วยสุดใจของเจ้า" และการรับรู้พระองค์ "ในทุกทางของเจ้า" แม้แต่การปฏิบัติตามเงื่อนไขในวลีเหล่านี้เพียงบางส่วนก็เป็นความท้าทายอย่างใหญ่หลวง แต่เพราะพระคุณของพระเจ้า เราจึงไม่ต้องปฏิบัติตามเงื่อนไขเหล่านี้อย่างสมบูรณ์แบบ เพื่อเราจะได้สัมผัสกับความจริงที่ว่า "พระองค์เองจะทรงทำให้วิถีของเจ้าราบรื่น"

พระเจ้าไม่ได้รับประกันว่าสุภาษิตแต่ละข้อจะให้ผลลัพธ์แบบเดียวกันหรือควรนำไปประยุกต์ใช้แบบเดียวกัน โดยการศึกษาและประยุกต์ใช้สุภาษิต ผู้เชื่อจะได้รับโอกาสให้ใคร่ครวญถึงพระทัย พระอุปนิสัย พระลักษณะ พระราชกิจ และพระพรต่าง ๆ ของพระเจ้า คลังสติปัญญาและความรู้ทุกอย่างซ่อนอยู่ในพระเยซูคริสต์ และบางส่วนสำแดงออกมาในพระธรรมสุภาษิต (โคโลสี 2:3)

ศึกษาสุภาษิตแบบรวบรัด

1. ถ้าใช้ภาษาแบบพระธรรมสุภาษิต คุณจะนิยามสติปัญญาว่าอย่างไร?
2. สุภาษิตให้แนวทางอะไรบ้างเกี่ยวกับความสัมพันธ์ระหว่างมนุษย์กับมนุษย์?
3. ในเรื่องการทำงาน มีประเด็นสำคัญอะไรบ้างที่ปรากฏซ้ำ ๆ ในพระธรรมสุภาษิต?
4. พระเจ้าทรงเข้ากันได้อย่างเหมาะเจาะกับคำสอนในสุภาษิตอย่างไร?
5. สุภาษิตให้คำเตือนและคำแนะนำอะไรบ้างเกี่ยวกับคำพูดหรือลิ้น?
6. ขอให้คุณให้ความเห็นเกี่ยวกับสุภาษิต 3:5–6 ในแง่ที่มันเชื่อมโยงกับชีวิตของคุณเอง

ปัญญาจารย์

ชีวิตที่ไม่มีพระเจ้า

ถ้อยคำเกี่ยวกับความหมายของชีวิต
จากชายที่ฉลาดที่สุดในประวัติศาสตร์

อะไรทำให้ชีวิตมีความหมาย? การมีเพื่อน ได้ประสบความสำเร็จ ได้บรรลุเป้าหมาย มีเงินทอง หรือเป็นที่ยอมรับมากพอ จะนำไปสู่ความสุขหรือไม่? กษัตริย์ซาโลมอนมีโอกาสทดสอบทุกทฤษฎีที่บอกว่าอะไรทำให้ชีวิตมีความหมาย พระองค์ใช้โอกาสของตนอย่างเต็มที่ สุดท้ายพระองค์ประกาศว่าสิ่งเหล่านั้นทั้งหมดล้วน "อนิจจัง" พระธรรมปัญญาจารย์ทำหน้าที่เหมือนบันทึกส่วนตัวของซาโลมอน เกี่ยวกับการทดลองที่ล้มเหลวของพระองค์โดยการชีวิตที่โลดโผนอันตราย พระองค์พบว่าทุกสิ่งที่เสนอตัวว่าจะทำให้ชีวิตเติมเต็มกลับกลายเป็นทำให้ชีวิตว่างเปล่า บทสรุปสุดท้ายของพระองค์ชี้ไปที่บ่อเกิดที่แท้จริงเพียงหนึ่งเดียวของความหมาย นั่นคือ "จงยำเกรงพระเจ้าและรักษาพระบัญญัติของพระองค์ เพราะสิ่งนี้เป็นหน้าที่ของมนุษย์ทั้งปวง" (ปัญญาจารย์ 12:13)

ผู้เขียนและปีที่เขียน

เขียนโดยซาโลมอน ไม่เกินปี 931 ก่อน ค.ศ.

ซาโลมอน ผู้อาวุโสและกษัตริย์ผู้ผ่านประสบการณ์มามาก เขียนพระธรรมปัญญาจารย์เพื่อคนหนุ่มสาว ปัญญาแบบไม่ถูกชี้นำด้วยอารมณ์ที่ประกอบกันเป็นพระธรรมสุภาษิต ได้ถูกแสดงให้เห็นในปัญญาจารย์ ด้วยปัญญาที่เป็นส่วนตัว เจ็บปวด และประสบกับตนเองโดยตรง ผ่านการเรียนรู้มาจากโรงเรียนยาก ๆ ของชีวิต ซาโลมอนเตือนผู้อ่านให้หลีกเลี่ยงการดำเนินชีวิตตามหนทางแห่งสติปัญญาของมนุษย์ แทนที่จะเดินทางนั้น พระองค์ชี้ไปที่สติปัญญาซึ่งได้รับการเปิดเผยจากพระเจ้า (12:9–14) ว่านั่นคือคำตอบที่แท้จริงสำหรับความหมายของชีวิต

บุคคลสำคัญในปัญญาจารย์

ซาโลมอน—กษัตริย์แห่งอิสราเอล พระเจ้าให้ซาโลมอนมีความปรารถนาสติปัญญาและพระองค์กลายเป็นบุคคลผู้มีปัญญาที่สุดเท่าที่โลกเคยมีมา (ปัญญาจารย์ 1:1–12:14)

ภูมิหลังและสถานที่

พระธรรมปัญญาจารย์นำเสนอตนเองในฐานะบันทึกเรื่องราวโดยประจักษ์พยานเกี่ยวกับการแสวงหาที่ผิดทาง คือ "ข้าพเจ้าตั้งใจค้นคว้าและตรวจสอบทุกสิ่งที่ทำกันภายใต้ฟ้าสวรรค์" (1:13) ซาโลมอนตัดสินใจที่จะทดสอบปัญญาที่เกิดจากการหยั่งรู้ด้วยการทดลองโดยตรงความเสี่ยงที่จะผิดหวัง ท้อแท้และเสียชีวิต ซึ่งซาโลมอนรายงานอย่างสัตยซื่อ ทำให้การทดลองของพระองค์เป็นคำเตือนสำหรับผู้ที่ยืนกรานจะลอกเลียนแบบพฤติกรรมของซาโลมอน แทนที่จะเรียนรู้จากความผิดพลาดของพระองค์

ดาวิดรับรู้ถึงสติปัญญาของโอรสของพระองค์ (1 พงศ์กษัตริย์ 2:6, 9) แม้กระทั่งก่อนที่พระเจ้าจะเพิ่มเติมศักยภาพของซาโลมอน หลังจากซาโลมอนได้รับ "ใจที่ประกอบด้วยปัญญาและความเข้าใจ" จากพระเจ้าแล้ว (1 พงศ์กษัตริย์ 3:7–12) พระองค์ก็เป็นที่รู้จักในเรื่องการวินิจฉัยอันชาญฉลาด (1 พงศ์กษัตริย์ 3:16–28) ชื่อเสียงด้านสติปัญญาของพระองค์ดึงดูด "บรรดาพระราชาแห่งแผ่นดินโลก" มายังราชสำนักของพระองค์ (1 พงศ์กษัตริย์ 4:34) การที่ซาโลมอนพรั่งพรูบทเพลงสุภาษิต และความเห็นอันน่าประทับใจออกมา ได้เตรียมทางไว้ให้พระองค์เข้าไปเกี่ยวพันกับเหตุการณ์ต่าง ๆ ในพระธรรมปัญญาจารย์ ซาโลมอนเห็นว่าพระองค์อยู่ในตำแหน่งที่สามารถลองอะไรก็ได้และลองทุกอย่างก็ได้ และพระองค์ตัดสินพระทัยที่จะทำแบบนั้น

หลักคำสอนสำคัญในปัญญาจารย์

ความอนิจจังของชีวิต—ความพยายามอันเปล่าประโยชน์ที่จะหาความพึงพอใจโดยไม่มีพระเจ้า (1:2; 12:8; ปฐมกาล 3:17–19; สดุดี 39:5–6; 62:9; 144:4; โรม 8:19–21; ยากอบ 4:14)

ความหมายของชีวิต (1:3; 2:24; 3:9; 12:13–14; อิสยาห์ 56:12–57:2; ลูกา 12:19–21; ยอห์น 10:10; 1 โครินธ์ 15:32; 1 ทิโมธี 6:17)

สมดุลในชีวิต—มีเวลาและฤดูกาลสำหรับทุกสิ่ง (3:1–8,17; อพยพ 15:20; สดุดี 126:2; อาโมส 5:13; โรม 12:15–16; ฮีบรู 9:27)

ความยำเกรงพระเจ้า (12:13–14; เฉลยธรรมบัญญัติ 6:2; 10:12; มีคาห์ 6:8; มัทธิว 12:36; กิจการ 17:30–31; โรม 2:16; 1 โครินธ์ 4:5; 2 โครินธ์ 5:10)

พระลักษณะของพระเจ้าในปัญญาจารย์

พระเจ้าทรงอดทนนาน—8:11

พระเจ้าทรงฤทธิ์อำนาจ—3:11

คำศัพท์สำคัญในปัญญาจารย์

อนิจจัง: คำภาษาฮีบรูคือ *เฮเบล*—1:2; 2:1; 4:4; 6:2,11; 7:15; 8:14; 9:9—โดยทั่วไปแล้วแปลว่า “ไอน้ำ” หรือ “ลมหายใจ” เช่น ไอน้ำจากลมหายใจซึ่งหายไปอย่างรวดเร็วในอากาศที่เย็นสดชื่น นักเทศน์ผู้นี้ใช้คำนี้บรรยายถึงการแสวงหาสิ่งที่อยู่ฝ่ายโลก เช่น ความมั่งคั่ง เกียรติยศ ชื่อเสียง และความเพลิดเพลินใจอื่น ๆ ว่าสิ่งเหล่านี้เหมือนกับการกระเสือกกระสนกินลมกินแล้ง (2:17) มันเหลวไหลและเปล่าประโยชน์ เยเรมีย์ใช้คำเดียวกันนี้เพื่อประณามการกราบไหว้รูปเคารพว่า “เป็นของไร้ค่า” (เยเรมีย์ 18:15) และโยบใช้คำนี้เพื่อโอดครวญว่าชีวิตมนุษย์นั้นแสนสั้น (โยบ 7:16) แต่นักเทศน์ในปัญญาจารย์ใช้คำนี้มากกว่าผู้เขียนพระคัมภีร์เดิมคนอื่น ๆ เขากล่าวว่าทุกอย่างในชีวิตล้วนอนิจจัง เว้นเสียแต่เราจะตระหนักว่าทุกสิ่งมาจากพระหัตถ์ของพระเจ้า (2:24–26)

การตรากตรำ: คำภาษาฮีบรูคือ *อามาล* —1:3; 2:10,21; 3:13; 4:8; 5:19; 6:7; 10:15—โดยทั่วไปแปลว่า “งานหนัก” หรือการทำงานเพื่อประโยชน์ทางวัตถุ (สดุดี 127:1; สุภาษิต 16:26) แต่คำนี้สามารถแปลว่า “ความยากลำบาก” หรือ “ความทุกข์ใจ” ได้ด้วย (ดู โยบ 3:10) ความพยายามที่ต้องใช้ในการทำงานและการบรรลุเป้าหมายของมนุษย์นั้นก่อให้เกิด “ความทุกข์ใจ” และ “ความยากลำบาก” ในแง่ที่ว่ามันไม่มีทางตอบสนองความต้องการส่วนลึกของจิตวิญญาณมนุษย์ (6:7) อย่างไรก็ตาม เมื่อผู้เชื่อตระหนักว่าการงานของพวกเขาเป็นสิ่งที่พระเจ้าประทาน งานก็สามารถกลายเป็นความชื่นใจได้ (5:18–20) งานของเราเป็นส่วนหนึ่งในแผนการของพระเจ้าในการสถาปนาอาณาจักรนิรันดร์ของพระองค์ ในแง่นี้เราสามารถมั่นใจได้ว่าการที่เราทุ่มเทให้งานของเราอย่างสัตย์ซื่อนั้นจะมีผลสืบเนื่องนิรันดร์ และจะเก็บเกี่ยวบำเหน็จนิรันดร์ (ดู 1 โครินธ์ 3:8,14; 15:58)

พระคริสต์ในปัญญาจารย์

ซาโลมอนเขียนปัญญาจารย์ในฐานะคำเตือนสำหรับผู้ที่พยายามจะแสวงหาความชื่นชมยินดีโดยปราศจากพระเจ้า อันที่จริงการใช้ชีวิตโดยไม่มีพระเจ้าเป็นสิ่งที่เป็นไปไม่ได้ เพราะว่าพระองค์ “ทรงบรรจุนิรันดร์กาลไว้ในจิตใจมนุษย์” (3:11) การที่

ซาโลมอนแสวงหาความสุขด้วยประสบการณ์ต่าง ๆ และด้วยปรัชญา ก็ยังไม่อาจไปถึงเป้าหมายนั้นได้เมื่อปราศจากพระเจ้า พระคริสต์ไม่ได้เสด็จมาในโลกนี้เพื่อทำให้ชีวิตเป็นเรื่องที่พอทนได้สำหรับมนุษย์ แต่พระองค์เสด็จมาเพื่อประทานชีวิต "อย่างครบบริบูรณ์" (ยอห์น 10:9–10) พระคริสต์ยังคงเป็น "เมษบาลผู้หนึ่ง" ผู้เป็นที่มาของสติปัญญาทั้งหมด (12:11) ดังนั้นทุกการแสวงหาที่ปราศจากพระคริสต์ล้วนเปล่าประโยชน์

สรุปเนื้อหาโดยย่อ

I. บทนำ (1:1–11)
  ก. ชื่อเรื่อง (1:1)
  ข. บทกวี—ชีวิตซึ่งมีแต่กิจกรรมที่ดูน่าเหน็ดเหนื่อย (1:2–6)
II. การสืบเสาะของซาโลมอน (1:12–6:9)
  ก. บทนำ (1:12–18)
  ข. การสืบเสาะเรื่องการแสวงหาความสนุกสนาน (2:1–11)
  ค. การสืบเสาะเรื่องสติปัญญาและความเขลา (2:12–17)
  ง. การสืบเสาะเรื่องการทำงานตรากตรำและผลตอบแทน (2:18–6:9)
III. บทสรุปของซาโลมอน (6:10–12:8)
  ก. บทนำ—ปัญหาของการไม่รู้ (6:10–12)
  ข. คนเราไม่อาจหาคำตอบได้ทุกกรณีว่าเลือกทางใดจะดีที่สุด เพราะสติปัญญามีจำกัด (7:1–8:17)
  ค. คนเราไม่รู้ว่าจะเกิดอะไรขึ้นภายหลัง (9:1–11:6)
  ง. คนเราควรเปรมปรีดิ์กับชีวิต แต่ไม่ทำบาป เพราะการพิพากษาจะมาถึงทุกคน (11:7–12:8)
IV. คำแนะนำสุดท้ายของซาโลมอน (12:9–14)

ขณะเดียวกัน ในพื้นที่ส่วนอื่น ๆ ของโลก . . .

วัฒนธรรมจีนก้าวหน้าขึ้น เมื่อตัวอักษรภาพวาดด้วยพู่กันและน้ำหมึก และทฤษฎีคณิตศาสตร์ต่าง ๆ เช่น การคูณและเรขาคณิต พัฒนาขึ้น

คำถามที่พบบ่อย

1. ถ้อยคำที่ผู้เขียนประกาศว่า "สารพัดอนิจจัง" เกี่ยวข้องกับเนื้อหาสาระที่พระธรรมปัญญาจารย์ต้องการบอกอย่างไร?

ผู้เขียนปัญญาจารย์ท้าทายผู้อ่านให้ตั้งใจอ่าน ด้วยการกล่าวข้อสรุปประการหนึ่งของเขาไว้ในประโยคเปิดเรื่อง คำที่ถูกแปลว่า "อนิจจัง" นี้ถูกใช้อย่างน้อยสามลักษณะตลอดพระธรรมเล่มนี้ โดยในแต่ละกรณี คำนี้หมายถึงธรรมชาติและคุณค่าของกิจการที่มนุษย์ทำ "ภายใต้ดวงอาทิตย์"

1. อนิจจังหมายถึงธรรมชาติที่ "ชั่วคราว" ของความสำเร็จต่าง ๆ ของมนุษย์ ซึ่งภายหลังยากอบก็บรรยายว่า "เหมือนหมอก" (ยากอบ 4:14)
2. อนิจจังสามารถแปลว่า "เปล่าประโยชน์" หรือ "ไม่มีความหมาย" ซึ่งชี้ไปที่สภาพซึ่งถูกสาปแช่งของจักรวาลและผลกระทบของมันที่ทำให้ประสบการณ์ของมนุษย์ในโลกนี้เป็นเรื่องเหนื่อยล้า
3. อนิจจังสามารถหมายถึง "ไม่อาจเข้าใจได้" หรือ "เป็นปริศนา" ซึ่งเป็นการพิจารณาคำถามต่าง ๆ ในชีวิตที่มนุษย์ไม่อาจตอบได้ ซาโลมอนพบว่าคำนี้เข้ากันได้กับประสบการณ์ทั้งหมดของพระองค์

แม้ว่าบริบทซึ่งคำว่า "อนิจจัง" ปรากฏแต่ละครั้ง จากทั้งหมด 37 ครั้ง จะช่วยให้เรารู้ความหมายเฉพาะเจาะจงที่ซาโลมอนคิดอยู่ในใจ กระนั้นพระองค์ก็ใช้คำนี้เพื่อสื่อความหมายในแง่ "ไม่อาจเข้าใจได้" หรือ "ไม่อาจล่วงรู้ได้" บ่อยที่สุด พระองค์กำลังแสดงออกถึงขีดจำกัดของมนุษย์ เมื่อต้องเผชิญกับความลี้ลับแห่งพระประสงค์ของพระเจ้า ข้อสรุปสุดท้ายของซาโลมอนที่ให้ "ยำเกรงพระเจ้า และรักษาพระบัญญัติของพระองค์" (12:13–14) เป็นมากกว่าบทสรุปของพระธรรมเล่มนี้ ข้อความนี้กล่าวถึงความหวังเดียวที่เราจะมีชีวิตที่ดี และกล่าวถึงการตอบสนองเดียวที่สมเหตุสมผล คือการตอบสนองด้วยความเชื่อและการเชื่อฟัง ต่อพระเจ้าผู้ทรงอำนาจสูงสุด พระเจ้าทรงควบคุมดูแลทุกกิจการภายใต้ดวงอาทิตย์อย่างแม่นยำ แต่ละกิจการล้วนอยู่ในวาระของมัน ตามแผนการอันสมบูรณ์แบบของพระองค์ ในขณะที่พระองค์ทรงเปิดเผยให้ทราบเท่าที่พระปัญญาอันสมบูรณ์ของพระองค์กำหนดไว้เท่านั้น มนุษย์ทั้งปวงยังคงต้องรับผิดชอบ ผู้ที่ปฏิเสธไม่ยอมพิจารณาพระเจ้าและพระวจนะของพระองค์อย่างจริงจัง จะต้องลงเอยด้วยชีวิตที่มีแต่ความอนิจจังขั้นเลวร้ายที่สุด

2. เมื่อผู้เขียนปัญญาจารย์หนุนใจผู้อ่านให้ "หาความสุขในชีวิต" เขามีเงื่อนไขหรือข้อควรระวังอะไรอยู่ในใจหรือไม่?

ซาโลมอนให้ความสมดุลแก่ใจความสำคัญเรื่องการหาความสุข ด้วยการเตือนซ้ำแล้วซ้ำอีกเรื่องการพิพากษาของพระเจ้า แม้กระทั่งช่วงเวลาที่ดีที่สุดของชีวิตก็ไม่ควรทำให้คนเราลืมนึกถึงพระเจ้าในฐานะพระผู้ทรงจัดเตรียม ซึ่งทุกคนจะต้องถวายรายงาน ซาโลมอนประกาศว่าเราจะมีความสุขได้หรือไม่นั้นก็ขึ้นอยู่กับความเชื่อ (ปัญญาจารย์ 2:24–26)

บางส่วนของพระธรรมปัญญาจารย์บันทึกเรื่องประสบการณ์ของกษัตริย์องค์นี้ในการพยายามหาความสุขในชีวิตโดยไม่สนใจการพิพากษาของพระเจ้า ซาโลมอนค้นพบว่าความพยายามดังกล่าวไร้ประโยชน์ ในตอนจบพระองค์ได้เข้าใจความสำคัญของการเชื่อฟัง

ผลลัพธ์อันน่าสลดใจจากประสบการณ์ส่วนตัวของซาโลมอน ประกอบกับความเข้าใจลึกซึ้งเพราะสติปัญญาพิเศษ ทำให้ปัญญาจารย์เป็นพระธรรมเล่มที่ผู้เชื่อทุกคนสามารถรับคำตักเตือนและบทเรียนต่าง ๆ ในความเชื่อของพวกเขา (2:1–26) พระธรรมเล่มนี้สำแดงให้เห็นว่า บุคคลที่มองว่าแต่ละวันที่มีชีวิต ทำงานตรากตรำ และมีปัจจัยพื้นฐานนั้นเป็นสิ่งที่พระเจ้าประทาน รวมทั้งยอมรับสิ่งใดก็ตามที่พระเจ้าประทาน บุคคลนั้นจะมีชีวิตที่ครบบริบูรณ์ แต่ใครก็ตามที่แสวงหาความพึงพอใจโดยไม่มีพระเจ้า จะมีชีวิตที่เปล่าประโยชน์ ไม่ว่าเขาจะประสบความสำเร็จส่วนตัวมากมายแค่ไหน

ศึกษาปัญญาจารย์แบบรวบรัด

1. มีการแสวงหาหลัก ๆ กี่เรื่องที่ซาโลมอนทดลองทำในปัญญาจารย์?
2. ซาโลมอนแสวงหาอะไร?
3. ซาโลมอนได้ข้อสรุปอะไรบ้างเกี่ยวกับความหมายของชีวิต?
4. คุณได้ความเข้าใจลึกซึ้งอะไรบ้างจากบทที่ 3:1–8 ในเรื่องเวลาและการใช้เวลา?
5. วลี "นิรันดร์กาลไว้ในจิตใจมนุษย์" (3:11) หมายความว่าอย่างไรในปัญญาจารย์?
6. สิ่งต่าง ๆ ที่ซาโลมอนค้นพบท้าทายชีวิตคุณอย่างเฉพาะเจาะจงในเรื่องใดบ้าง?

เพลงซาโลมอน

พระเจ้าทรงให้เกียรติความรักฉันสามีภรรยาที่บริสุทธิ์

เพลงซาโลมอนขยายความคำสั่งสอน
เรื่องการแต่งงานในยุคโบราณจากปฐมกาล 2:24
ด้วยการแต่งเพลงที่ไม่เขินอายและมีความหมายทางจิตวิญญาณ
เพื่อการสมรสจะมีความกลมเกลียวไปชั่วชีวิต

เพลงเก่าแก่ที่สุดหลายเพลงเป็นเพลงรัก และในบรรดาเพลงที่สะท้อนความใกล้ชิดที่สุดเท่าที่เคยแต่งขึ้น ก็คือเนื้อเพลงเหล่านี้ที่เขียนโดยซาโลมอน และถูกเรียกชื่อตามพระนามของพระองค์ ในฉบับภาษาฮีบรูโบราณพระธรรมเล่มนี้ถูกตั้งชื่อว่า "บทเพลงแห่งเพลงทั้งหลาย" จากบันทึกในพระคัมภีร์ที่บอกว่าซาโลมอนแต่งเพลง 1,005 เพลง (1 พงศ์กษัตริย์ 4:32) ชื่อพระธรรมเล่มนี้บ่งชี้ว่านี่เป็นผลงานที่ดีที่สุดของพระองค์

ผู้เขียนและปีที่เขียน

เขียนโดยซาโลมอน ไม่นานหลังจากปี 971 ก่อน ค.ศ.

ซาโลมอนใส่พระนามของพระองค์เองลงไปเจ็ดครั้งในพระธรรมเล่มนี้ (1:1, 5; 3:7, 9, 11; 8:11–12) ชื่อเสียงที่ไม่มีใครเทียบได้ของพระองค์ในฐานะนักคิด นักเขียน และนักแต่งเพลง ล้วนสนับสนุนว่ากษัตริย์องค์นี้คือผู้เขียนดั้งเดิม นอกจากนั้นลีลาการเขียนพระธรรมเล่มนี้ยังบ่งชี้ว่ามีผู้เขียนคนเดียว ซึ่งมีความคิดสร้างสรรค์สูงประพันธ์ออกมาเป็นตัวอย่างของวรรณกรรมปัญญา ซึ่งทั้งซับซ้อนและน่ารื่นรมย์เหมือนความสัมพันธ์ที่พระธรรมเล่มนี้เขียนถึง

บุคคลสำคัญในเพลงซาโลมอน

กษัตริย์ซาโลมอน—เจ้าบ่าว ถูกเรียกว่า "ที่รัก" โดยภรรยาของเขา (1:7–8:12)

หญิงชาวชูเลม—เจ้าสาวคนใหม่ของกษัตริย์ซาโลมอน (1:1–8:13)

บุตรีแห่งเยรูซาเล็ม—กลุ่มหญิงพรหมจารีนิรนาม ผู้ให้กำลังใจหญิงชาวชูเลม (1:4; 2:14; 3:5,10,11; 5:1,8; 6:1,12; 8:4)

ภูมิหลังและสถานที่

มีสองคนที่ครองบทบาทเด่นในเพลงรักที่สมจริงและน่าทึ่งนี้ ซาโลมอนผู้เป็นกษัตริย์รับบทบาทเป็น "ที่รัก" ส่วนตัวตนของหญิงสาวชาวชูเลม (6:13) ยังคงคลุมเครือ ชื่อของเธออาจบ่งบอกถึงบ้านเกิดของเธอ คือเมืองชูเนมในแคว้นกาลิลี แม้บางคนจะให้ความเห็นว่าเธอเป็นธิดาของฟาโรห์ซึ่งถูกกล่าวถึงใน 1 พงศ์กษัตริย์ 3:1 แต่บทเพลงนี้ก็ไม่ได้ให้คำยืนยันไว้ คนอื่น ๆ ให้ความเห็นว่าหญิงสาวในเพลงนี้คือ อาบีชาก หญิงพรหมจารีชาวชูเนมที่ดูแลกษัตริย์ดาวิดในวัยชรา (1 พงศ์กษัตริย์ 1:1–4, 15) แต่เรื่องนี้ก็มีหลักฐานน้อยมาก เราจึงเหลือเพียงหญิงสาวนิรนามจากเมืองชูเนม ผู้เป็นภรรยาคนแรกของซาโลมอน (4:9) ความสัมพันธ์ที่ถูกบันทึกไว้ให้เป็นอมตะในพระธรรมเล่มนี้ไม่รู้อะไรเลยเกี่ยวกับบาปที่ซาโลมอนถลำลงไป เมื่อพระองค์มีมเหสีเพิ่มอีก 699 คน กับนางห้ามอีก 300 คนในครอบครัวของพระองค์ (1 พงศ์กษัตริย์ 11:3)

ชนกลุ่มน้อยหลายกลุ่มรับบทเป็นตัวละครสมทบในเรื่องราวความรักนี้ "บุตรีแห่งเยรูซาเล็ม" (1:5) สหายของซาโลมอน (3:6–11) และพวกพี่ชายของหญิงชาวชูเลม (8:8, 9) แต่ละกลุ่มแสดงมุมมองของคนนอกสำหรับคู่รักคู่นี้

สถานที่ในบทเพลงมีทั้งฉากในชนบทและในเมือง บางตอนของเรื่องนี้เกิดขึ้นในแถบภูเขาทางตอนเหนือของเยรูซาเล็ม ซึ่งหญิงชาวชูเลมอาศัยอยู่ (6:13) ทั้งสองอาจพบกันระหว่างที่ซาโลมอนรับหน้าที่ดูแลสวนองุ่นและเลี้ยงแกะ (2:4–7) เหตุการณ์ต่าง ๆ ในงานแต่งงานและชีวิตแต่งงานช่วงแรกของคู่รักคู่นี้เกิดขึ้นในเยรูซาเล็ม (เพลงซาโลมอน 3:6–7:13)

หลักคำสอนสำคัญในเพลงซาโลมอน

ความรักของพระเจ้าซึ่งสะท้อนให้เห็นในความรักของมนุษย์ (6:2,3; ปฐมกาล 29:20; เลวีนิติ 19:18; 2 พงศาวดาร 36:15; มัทธิว 14:14; ลูกา 15:20–24; ฟีลิปปี 1:8)

พระคุณของพระเจ้าซึ่งประทานผ่านการแต่งงาน (นางรูธ 1:9; เอเสเคียล 16:6–8; มัทธิว 1:20; ฮีบรู 13:4; 1 เปโตร 3:7)

พระลักษณะของพระเจ้าในเพลงซาโลมอน

พระเจ้าทรงสัตย์ซื่อ—8:5

พระเจ้าทรงรัก—8:6

พระเจ้าทรงบริสุทธิ์—3:5; 4:1–16

พระคริสต์ในเพลงซาโลมอน

ถ้อยคำของซาโลมอนวาดภาพการแต่งงานไว้อย่างใกล้ชิด ถึงกระนั้นเพลงซาโลมอนก็แสดงให้เห็นความสัมพันธ์ฝ่ายจิตวิญญาณระหว่างพระเจ้ากับอิสราเอล ชนชาติที่พระองค์ทรงเลือก และแม้กระทั่งความสัมพันธ์ที่พระเจ้าปรารถนาจะมีกับบุคคลแต่ละคน ซาโลมอนพยายามแสดงออกถึงความรักซึ่งผู้เป็นที่รักมีต่อเจ้าสาวของเขา ความลี้ลับนี้จะสามารถเปิดเผยอย่างครบถ้วนในความสัมพันธ์อันใกล้ชิดระหว่างพระคริสต์และคริสตจักรเท่านั้น (เอเฟซัส 5:32)

คำศัพท์สำคัญในเพลงซาโลมอน

ที่รัก: คำภาษาฮีบรูคือ *โดด*—1:14; 2:8; 4:16; 5:1,6,10; 6:1; 8:14—ในบทกวีเกี่ยวกับความรักในภาษาฮีบรู *โดด* เป็นคำแสดงความรักที่ใช้เรียกผู้ชายซึ่งเป็นที่รัก และมักจะถูกแปลว่า “ที่รัก” (อิสยาห์ 5:1) ผู้เขียนเพลงซาโลมอนใช้คำนี้ 32 ครั้ง ชื่อดาวิดมาจากคำว่า *โดด* และสื่อความหมายแบบเดียวกัน คือแปลว่า “ผู้เป็นที่รัก” เวลาที่คำว่า *โดด* ถูกใช้ในการเล่าเรื่อง คำนี้จะหมายถึง “ลุง” หรือผู้ชายที่เป็นญาติสนิทอีกคนหนึ่ง (1 ซามูเอล 14:50)

มดยอบ: คำภาษาฮีบรูคือ *โมร์*—1:13; 3:6; 4:6,14; 5:1,5,13—บรรยายถึงรสชาติที่ขม คำนี้มาจากคำกริยา *มาราร์* ซึ่งแปลว่า “มีรสขม” มดยอบทำจากยางไม้หรือน้ำยางของต้นบัลซาในอาหรับ ยางไม้หอมถูกบดและผสมกับน้ำมันเพื่อทำน้ำหอม (1:13; 5:1) ธูป (3:6) และน้ำมันบำรุงผิว (เอสเธอร์ 2:12) นาโอมีขอใช้ชื่อมารา เพื่อเป็นสัญลักษณ์แห่งความขมขื่นที่เธอประสบในชีวิต (นางรูธ 1:20) และพระคริสต์ขณะเป็นพระกุมารได้รับของถวายเป็นมดยอบจากพวกนักปราชญ์ (ดู มัทธิว 2:11) มดยอบยังเป็นเครื่องหอมสำหรับอาบศพในสมัยพระคัมภีร์ใหม่ และถูกใช้กับพระศพของพระเยซู (ยอห์น 19:39)

สรุปเนื้อหาโดยย่อ

I. การเกี้ยวพาราสี: การจากลา (1:2–3:5)

ก. คู่รักระลึกถึงกัน (1:2–2:7)

ข. คู่รักแสดงออกถึงความรักที่มีต่อกัน (2:8–3:5)

II. การแต่งงาน: การผูกพันสนิท (3:6–5:1)
ก. เจ้าบ่าวผู้เป็นกษัตริย์ (3:6–11)
ข. การแต่งงานและคืนแรกที่อยู่ด้วยกัน (4:1–5:1ก)
ค. ความเห็นชอบของพระเจ้า (5:1ข)
III. ชีวิตสมรส: การถักทอ (5:2–8:14)
ก. ครั้งแรกที่ไม่ลงรอยกันครั้งใหญ่ (5:2–6:3)
ข. การคืนดี (6:4–8:4)
ค. การเติบโตในพระคุณ (8:5–14)

ขณะเดียวกัน ในพื้นที่ส่วนอื่น ๆ ของโลก . . .

การนมัสการเทพเจ้าและเทพีต่าง ๆ ของชาวกรีกได้รับการพัฒนาอย่างเต็มที่ เทพเจ้าสำคัญ ๆ ได้แก่ ซุส เฮรา โพไซดอน อะพอลโล อาเรส ดีมิเทอร์ อะธีนา เฮอร์เมส และอารเทมิส

คำถามที่พบบ่อย

1. เพลงซาโลมอนควรได้รับการตีความในฐานะความรักระหว่างคนสองคน หรือในฐานะเรื่องราวเปรียบเทียบถึงความรักของพระเจ้าต่ออิสราเอล หรือความรักของพระคริสต์ต่อคริสตจักร?

การตีความพระธรรมเล่มนี้ให้เป็นเรื่องราวเปรียบเทียบดูจะพยายามฝืนเกินไป การปฏิเสธฉากเหตุการณ์ที่เกี่ยวกับมนุษย์และประวัติศาสตร์ของเพลงนี้จะสร้างความอึดอัดต่อสาระสำคัญของเพลงนี้ มากกว่าจะให้ความเข้าใจลึกซึ้งเกี่ยวกับธรรมชาติของพระคัมภีร์ สำนวนในเชิงอุดมคติและสำนวนเปรียบเทียบที่คู่รักใช้อาจทำให้เราทึกทักว่าเรามีเสรีภาพที่จะมองประสบการณ์ทั้งหมดนี้เป็นเรื่องราวเปรียบเทียบ แต่คู่รักคู่นี้คงจะปฏิเสธอย่างเต็มที่ การตีความพระธรรมเล่มนี้เป็นเรื่องราวเปรียบเทียบนั้นมาจากกรอบความคิดภายนอกในเชิงศาสนศาสตร์และเชิงปรัชญา ไม่ได้มาจากเนื้อหาของพระธรรมเล่มนี้เอง

การตีความรูปแบบหนึ่งที่คล้ายกับการตีความเป็นเรื่องราวเปรียบเทียบก็คือการมองว่านี่เป็น “ภาพเล็งถึงบางสิ่ง” วิธีนี้เริ่มต้นด้วยการยอมรับว่าเรื่องราวนี้

มีความถูกต้องในทางประวัติศาสตร์ แต่ก็ยืนยันด้วยว่า ภาษาในเชิงอุดมคติของคู่รักคู่นี้ ที่สุดแล้วสามารถบรรยายได้อย่างแม่นยำถึงความรักแบบที่พระคริสต์ทรงสำแดงต่อคริสตจักรของพระองค์เท่านั้น

แนวทางที่น่าพึงพอใจกว่าในการตีความเพลงซาโลมอนก็คือ การพิจารณาเรื่องราวนี้ตามที่ปรากฏ ตีความในเชิงประวัติศาสตร์ตามปกติ และเข้าใจสำนวนบทกวีที่ใช้ภาษาเชิงอุดมคติเพื่อพรรณนาความจริง การตีความนี้ยืนยันบันทึกเรื่องราวของซาโลมอนเกี่ยวกับความสัมพันธ์ของพระองค์กับหญิงชาวชูเลมที่มีสามช่วง คือ ช่วงเริ่มต้นเกี้ยวพาราสี ช่วงเริ่มต้นชีวิตสมรส และช่วงที่คู่สมรสในราชวงศ์คู่นี้เติบโตเป็นผู้ใหญ่ ผ่านวันดี ๆ และวันร้าย ๆ ในชีวิตสมรส

พระธรรมเล่มนี้ทำหน้าที่เป็นการสำแดงเจตนาของพระเจ้า สำหรับความรักชายหญิงที่หวานชื่น และความน่ารักของชีวิตสมรส ซึ่งเป็นความสัมพันธ์ล้ำค่าที่สุดของมนุษย์ และเป็น "ชีวิตอันเป็นพระคุณ" (1 เปโตร 3:7)

ศึกษาเพลงซาโลมอนแบบรวบรัด

1. เพลงซาโลมอนบันทึกความร้อนแรงและความไม่อาย ในความสัมพันธ์รักใคร่ของชายหญิงไว้อย่างไรบ้าง?
2. เพลงซาโลมอนแสดงออกและสนับสนุนเรื่องการให้คำมั่นสัญญาอย่างไร?
3. มีปัจจัยอะไรบ้างที่ทำให้การอธิบายเรื่องเพศในเพลงซาโลมอนเป็นไปในทางที่ดีและเหมาะสม เมื่อเทียบกับข้อมูลจำนวนมากที่มีอยู่ในส่วนอื่น ๆ ของวัฒนธรรม?
4. ในเพลงซาโลมอนคุณได้เห็นความเข้าใจลึกซึ้งอะไรบ้าง เกี่ยวกับการแสดงออกถึงการชื่นชมความงามของคู่รักของตน?
5. คุณจะบรรยายบทบาทของเพลงซาโลมอนท่ามกลางพระธรรมเล่มอื่น ๆ ในพระคัมภีร์อย่างไร?

อิสยาห์

การประกาศเรื่องกษัตริย์ผู้ทนทุกข์

*อิสยาห์คือผู้เผยพระวจนะในพระคัมภีร์เดิม
ซึ่งถูกอ้างถึงบ่อยที่สุดในพระคัมภีร์ใหม่*

ความคิดของอิสยาห์ถูกสะท้อนออกมา 65 ครั้ง และชื่อของเขาถูกกล่าวถึงอย่างน้อย 20 ครั้งในพระคัมภีร์ใหม่ "อิสยาห์" ซึ่งแปลว่า "องค์พระผู้เป็นเจ้าทรงเป็นความรอด" มีรากศัพท์เดียวกับชื่อโยชูวา เอลีชา และเยซู

ผู้เขียนและปีที่เขียน

เขียนโดยอิสยาห์ ประมาณปี 700 ถึง 681 ก่อน ค.ศ.

อิสยาห์บุตรอามอสเผยพระวจนะในกรุงเยรูซาเล็มและใกล้ ๆ เมืองนี้ในรัชสมัยของกษัตริย์ยูดาห์สี่องค์ ได้แก่ อุสซียาห์ โยธาม อาหัส และเฮเซคียาห์ ผู้เผยพระวจนะผู้นี้อาจจะเติบโตในครอบครัวที่มีชื่อเสียง ซึ่งอธิบายว่าทำไมเขาถึงสามารถเข้าถึงคนระดับสูงในสังคมยิวได้ง่าย ๆ ซึ่งรวมถึงกษัตริย์องค์ต่าง ๆ ที่กล่าวมา (7:3) อิสยาห์เป็นคนร่วมสมัยเดียวกับผู้เผยพระวจนะโฮเชยาและมีคาห์ ลีลาการเขียนของเขาไม่มีใครเทียบในแง่การใช้สำนวนได้รอบด้าน ความหลักแหลมในการใช้ภาพเปรียบเทียบ และความร่ำรวยของคำศัพท์

บุคคลสำคัญในอิสยาห์

อิสยาห์—ผู้เผยพระวจนะซึ่งรับใช้พระเจ้าตลอดรัชสมัยของกษัตริย์ยูดาห์สี่องค์ กล่าวถ้อยคำทั้งเรื่องการพิพากษาและความหวัง (1–66)

เชอารยาชูบ—บุตรชายของอิสยาห์ ชื่อนี้แปลว่า "ส่วนที่เหลืออยู่จะกลับมา" ซึ่งแสดงถึงความสัตย์ซื่อต่อพระสัญญาซึ่งพระเจ้าทรงมีต่อประชากรของพระองค์ (7:3; 8:18; 10:21)

มาเฮร์-ชาลาล-หัช-บัส—บุตรชายของอิสยาห์ ชื่อนี้แปลว่า "การรีบเร่งไปหาของที่จะริบได้ การเร่งรีบไปหาเหยื่อ" ซึ่งแสดงถึงการลงโทษของพระเจ้าที่กำลังจะมาถึง (8:1,3,18)

ภูมิหลังและสถานที่

อิสยาห์เติบโตมาในปีท้าย ๆ ของรัชสมัยกษัตริย์อุสซียาห์ ซึ่งยาวนาน 52 ปี หลายสิบปีนั้นยูดาห์ได้พัฒนาเป็นรัฐที่แข็งแกร่งทั้งด้านการพาณิชย์และการทหาร ท่าเรือพาณิชย์ของยูดาห์ที่อยู่ไกลถึงริมทะเลแดง และการก่อสร้างกำแพงเมือง หอคอย และป้อมปราการต่าง ๆ มากมายล้วนเป็นตัวอย่างของยุคสมัยอันรุ่งเรือง (2 พงศาวดาร 26:3–15) แต่ว่ายุคนั้นก็มีความเสื่อมถอยด้านสุขภาพฝ่ายจิตวิญญาณของยูดาห์ด้วย ท้ายที่สุดอุสซียาห์ได้ล้ำเส้นเกินขอบเขตความเป็นกษัตริย์ ด้วยการถือสิทธิ์รับบทบาทเป็นปุโรหิต (2 พงศาวดาร 26:16–19) การกระทำดังกล่าวเป็นการตอกฝาโลงให้แก่จุดจบของพระองค์ พระองค์ถูกพิพากษาให้เป็นโรคเรื้อนซึ่งพระองค์ไม่เคยหายเลย (2 พงศาวดาร 26:20–21)

ความเสื่อมถอยฝ่ายจิตวิญญาณที่เริ่มขึ้นภายใต้การปกครองของอุสซียาห์ดำเนินต่อไปในรัชสมัยของโยธามโอรสของพระองค์ และอาหัสพระราชนัดดา (หลานชาย) ของพระองค์ 2 พงศ์กษัตริย์ 15:34 บรรยายว่าโยธามไม่กระตือรือร้นในการรักษามรดกฝ่ายจิตวิญญาณซึ่งเคยเป็นส่วนหนึ่งของรัชสมัยอุสซียาห์ ส่วนอาหัสนั้นแข็งขันในการปฏิเสธทางของพระเจ้า (2 พงศ์กษัตริย์ 16:2–4) การกราบไหว้รูปเคารพของอาหัสนั้นถลำลึกถึงขั้นมีการบูชายัญเด็ก ในระหว่างนั้นชนชาตินี้ก็อ่อนแอลงเรื่อย ๆ และอยู่ภายใต้อิทธิพลของชนชาติอื่น ๆ

เมื่อถึงเวลาที่เฮเซคียาห์ขึ้นครองบัลลังก์ อาณาจักรอัสซีเรียกำลังเป็นภัยคุกคามและที่ถูกยับยั้งไว้ก็เพียงเพราะยูดาห์ยอมถวายเครื่องบรรณาการชนิดถูกขูดรีด เฮเซคียาห์ตระหนักว่าการปฏิรูปฝ่ายจิตวิญญาณเป็นวาระสำคัญลำดับแรก (2 พงศ์กษัตริย์ 18:4, 22) อิสยาห์ทำหน้าที่เป็นที่ปรึกษาที่มีค่าของเฮเซคียาห์ เมื่ออัสซีเรียมารุกรานยูดาห์จริง ๆ อิทธิพลของอิสยาห์ก็ได้ทำให้เฮเซคียาห์ไว้วางใจในการปกป้องของพระเจ้า ชนชาตินี้จึงได้รับการบรรเทาโทษจากพระเจ้า

หลักคำสอนสำคัญในอิสยาห์

พระคริสต์ในฐานะผู้รับใช้ผู้ทนทุกข์ (49:1–57:21; สดุดี 68:18; 110:1; มัทธิว 26:39; ยอห์น 10:18; กิจการ 3:13–15; ฟีลิปปี 2:8,9; ฮีบรู 2:9)

การเสด็จมาครั้งแรกของพระเมสสิยาห์ (7:14; 8:14; 9:2,6–7; 11:1–2; เอเสเคียล 11:16; มัทธิว 1:23; ลูกา 1:31; 2:34; ยอห์น 1:45; 3:16; โรม 9:33; 1 เปโตร 2:8; วิวรณ์ 12:5)

การเสด็จมาครั้งที่สองของพระเมสสิยาห์ (4:2; 11:2–6,10; 32:1–8; 49:7; 52:13,15; 59:20–21; 60:1–3; 61:2–3; เยเรมีย์ 23:5; เศคาริยาห์ 3:8; มัทธิว 25:6; 26:64; โรม 13:11–12; ฟีลิปปี 4:5; วิวรณ์ 3:11)

ความรอดโดยทางพระคริสต์ (9:6–7; 52:13–15; 53:1–12; อิสยาห์ 12:2; สดุดี 103:11–12; ลูกา 19:9; ยอห์น 3:16; กิจการ 16:31; โรม 3:21–24; 1 ทิโมธี 1:15)

คำศัพท์สำคัญในอิสยาห์

ความสว่าง: คำภาษาฮีบรูคือ *โอร์*—2:5; 5:30; 10:17; 13:10; 30:26; 45:7; 58:10; 60:20—หมายถึงทั้งแสงสว่างตามตัวอักษรและแสงสว่างในเชิงสัญลักษณ์ คำฮีบรูคำนี้มักจะหมายถึงแสงสว่างตอนกลางวันหรือรุ่งเช้า (ผู้วินิจฉัย 16:2; เนหะมีย์ 8:3) แต่ในเชิงสัญลักษณ์มันอาจหมายถึงชีวิตและการช่วยให้รอดได้ด้วย (โยบ 33:28,30; สดุดี 27:1; 36:9; 49:19; มีคาห์ 7:8,9) ในพระคัมภีร์ บ่อยครั้งแสงสว่างจะถูกเชื่อมโยงกับความรู้และความเข้าใจที่แท้จริง (42:6; 49:6; 51:4; โยบ 12:25) หรือแม้กระทั่งความดีใจ การประสบสิ่งที่ดี และความดี (โยบ 30:26; สดุดี 97:11) พระคัมภีร์บรรยายว่าแสงสว่างเป็นอาภรณ์ของพระเจ้า ซึ่งเป็นภาพที่แจ่มชัดของพระเกียรติ พระบารมี ความงดงามและสง่าราศีของพระองค์ (สดุดี 104:2; ฮาบากุก 3:3–4) วิถีชีวิตที่ถูกต้องนั้นมีลักษณะสำคัญคือการดำเนินในความสว่างของพระเจ้า (2:5; สดุดี 119:105; สุภาษิต 4:18; 6:20–23)

พร: คำภาษาฮีบรูคือ *เบราคาห์*—19:24,25; 44:3; 51:2; 61:9; 65:8,16; 66:3—มาจากคำกริยาที่แสดงออกถึงความคิดที่สำคัญหลายประการ ได้แก่ "เต็มไปด้วยความสามารถ" "ทำให้เกิดผล" หรือ "ทำให้ได้ชัยชนะอย่างแน่นอน" คำนี้บอกเป็นนัยถึงพระสัญญาของพระเจ้าที่จะทำให้ชนทุกชาติได้รับประโยชน์ผ่านทางเชื้อสายของอับราฮัม (ปฐมกาล 12:3) เมื่อมนุษย์กล่าวคำอวยพร พวกเขากำลังหวังให้คนอื่นได้ดี หรือมอบคำอธิษฐานในนามของตนเองหรือคนอื่น (ปฐมกาล 49; เฉลยธรรมบัญญัติ 33:1) บรรดาอัครปิตาในพระคัมภีร์เดิมมักได้รับการจดจำในเรื่องคำอวยพรที่พวกเขาให้แก่ลูก ๆ และเมื่อพระเจ้าทรงอวยพระพร พระองค์ประทานพระพรแก่ผู้ที่ติดตามพระองค์อย่างสัตย์ซื่อ (เฉลยธรรมบัญญัติ 11:27) เป็นการประทานความรอด (สดุดี 3:8) ชีวิต (สดุดี 133:3) และความสำเร็จ (2 ซามูเอล 7:29) แก่พวกเขา

ผู้รับใช้: คำภาษาฮีบรูคือ *เอเบด* —20:3; 24:2; 37:35; 42:1; 44:21; 49:5; 53:11—มาจากคำกริยาที่แปลว่า "รับใช้" "ทำงาน" หรือ "บังคับให้เป็นทาส" แม้ว่า *เอเบด* สามารถแปลว่า "ทาส" (ปฐมกาล 43:18) แต่ระบบทาสในอิสราเอลแตกต่างจากสถานที่ส่วนใหญ่ในตะวันออกกลางยุคโบราณ ระบบทาสถูกกำกับโดยบัญญัติของโมเสส ซึ่งห้ามการเป็นทาสแบบไม่มีกำหนด และกำหนดให้ทาสได้เป็นอิสระในปีสะบาโต (ปีที่เจ็ด) (อพยพ 21:2) และปีอิสรภาพหรือปีที่ 50 (เลวีนิติ 25:25–28) บางครั้งคำภาษาฮีบรูคำนี้สามารถหมายถึงไพร่พลของกษัตริย์ (2 ซามูเอล 10:19) แต่โดยทั่วไปแล้วคำแปลที่ดีที่สุดคือ "คนรับใช้" พระเจ้าทรงเรียกผู้เผยพระวจนะของพระองค์ว่า "ผู้รับใช้ของเรา" (เยเรมีย์ 7:25) และตรัสถึงพระเมสสิยาห์ที่จะเสด็จมาว่าเป็นผู้รับใช้ของพระองค์ ผู้ที่จะทำตามพระประสงค์ของพระองค์อย่างสมบูรณ์ (ดู 42:1–4; 49:1–6; 50:4–9; 52:13–53:12)

ความรอด: คำภาษาฮีบรูคือ *เยชูอาห์*—12:2; 25:9; 33:6; 49:6; 51:8; 59:11; 62:1—คำนี้บรรยายถึงการช่วยให้รอดจากความทุกข์ใจ กับชัยชนะและสวัสดิภาพอันเป็นผลที่ตามมา คำนี้ปรากฏบ่อยที่สุดในสดุดีและอิสยาห์ ซึ่งมักถูกใช้ควบคู่กับคำว่า *ความชอบธรรม* เป็นการบ่งบอกถึงความเชื่อมโยงระหว่างความชอบธรรมของพระเจ้ากับพระราชกิจการช่วยให้รอดของพระองค์ (45:8; 51:6,8; 56:1; 62:1; สดุดี 98:2) คำนี้สามารถใช้กล่าวถึงชัยชนะทางการทหาร (1 ซามูเอล 14:45) แต่ตามปกติจะใช้กล่าวถึงการช่วยให้รอดของพระเจ้า (อพยพ 15:2; สดุดี 13:5,6) คำว่า *ความรอดขององค์พระผู้เป็นเจ้า* และ *ความรอดของพระเจ้าของเรา* หมายถึงพระราชกิจซึ่งพระเจ้าทรงกระทำเพื่อประชากรของพระองค์ คำว่า *พระเจ้าผู้เป็นความรอดของข้าพระองค์* มีลักษณะเป็นส่วนตัวมากกว่า และหมายถึงการทรงช่วยบุคคลหนึ่งให้รอด (12:2; 52:10; อพยพ 14:13; 2 พงศาวดาร 20:17; สดุดี 88:1; 98:3)

พระลักษณะของพระเจ้าในอิสยาห์

พระเจ้าทรงเป็นผู้ที่มนุษย์เข้าถึงได้—55:3,6

พระเจ้าทรงเป็นนิรันดร์—9:6

พระเจ้าทรงสัตย์ซื่อ—49:7

พระเจ้าทรงเปี่ยมด้วยสง่าราศี—2:10; 6:3; 42:8; 48:11; 59:19

พระเจ้าทรงบริสุทธิ์—5:16; 6:3; 57:15

พระเจ้าทรงยุติธรรม—45:21

พระเจ้าทรงพระกรุณา—54:8,10; 63:7

พระเจ้าทรงเป็นความสว่าง—60:19

พระเจ้าทรงอดทนนาน—30:18; 48:9

พระเจ้าทรงรัก—38:17; 43:3–4; 49:15–16; 63:9

พระเจ้าทรงเปี่ยมด้วยพระเมตตา—49:13; 54:7–8, 55:3,7

พระเจ้าทรงฤทธิ์อำนาจ—26:4; 33:13; 41:10; 43:13; 48:13; 52:10; 63:12
พระเจ้าทรงรักษาพระสัญญา—1:18; 43:2
พระเจ้าทรงจัดเตรียม—10:5–17; 27:3; 31:5; 44:7; 50:2; 63:14
พระเจ้าทรงชอบธรรม—41:10
พระเจ้าทรงสัตย์จริง—25:1; 38:19; 65:16
พระเจ้าทรงไม่มีใครเสมอเหมือน—43:10; 44:6; 46:5,9
พระเจ้าทรงเป็นหนึ่ง—44:6,8,24; 45:5–8,18,21–22; 46:9–11
พระเจ้าทรงเป็นผู้ที่มนุษย์ไม่อาจหยั่งรู้ได้—40:28
พระเจ้าทรงพระปัญญา—28:29; 40:14,28; 42:9; 44:7; 46:10; 47:10; 66:18
พระเจ้าทรงมีพระพิโรธ—1:4; 3:8; 9:13–14,19; 13:9; 26:20; 42:24–25; 47:6; 48:9;54:8; 57:15–16; 64:9

พระคริสต์ในอิสยาห์

พระธรรมอิสยาห์ให้ตัวอย่างที่น่าตกใจที่สุดตอนหนึ่ง ในบรรดาคำพยากรณ์เกี่ยวกับพระเมสสิยาห์ในพระคัมภีร์เดิม อิสยาห์ใช้ภาพเปรียบเทียบที่แจ่มชัดพรรณนาว่าพระคริสต์ในอนาคตจะเป็นผู้รับใช้ที่ทนทุกข์ ผู้ทรงเป็น “ลูกแกะที่ถูกนำไปฆ่า” (53:7) และ “จะทำให้คนจำนวนมากเป็นคนชอบธรรม และเขาจะแบกความบาปผิดทั้งหลายของพวกเขา” (53:11)

คำพยากรณ์เกี่ยวกับพระเมสสิยาห์ตอนอื่น ๆ ที่พบในอิสยาห์และเป็นจริงในพระคัมภีร์ใหม่ได้แก่ 7:14 (มัทธิว 1:22–23); 9:1–2 (มัทธิว 4:12–16); 9:6 (ลูกา 2:11; เอเฟซัส 2:14–18); 11:1 (ลูกา 3:23,32; กิจการ 13:22–23); 11:2 (ลูกา 3:22); 28:16 (1 เปโตร 2:4–6); 40:3–5 (มัทธิว 3:1–3); 42:1–4 (มัทธิว 12:15–21); 42:6 (ลูกา 2:29–32); 50:6 (มัทธิว 26:67; 27:26,30); 52:14 (ฟีลิปปี 2:7–11); 53:3 (ลูกา 23:18; ยอห์น 1:11; 7:5); 53:4–5 (โรม 5:6,8); 53:7 (มัทธิว 27:12–14; ยอห์น 1:29; 1 เปโตร 1:18–19); 53:9 (มัทธิว 27:57–60); 53:12 (มาระโก 15:28); 61:1 (ลูกา 4:17–19,21)

สรุปเนื้อหาโดยย่อ

I. การพิพากษา (1:1–35:10)
- ก. คำเผยพระวจนะเกี่ยวกับยูดาห์และเยรูซาเล็ม (1:1–12:6)
- ข. คำพยากรณ์เรื่องการพิพากษาและความรอด (13:1–23:18)

ค. การไถ่อิสราเอลโดยการพิพากษาโลก (24:1–27:13)
ง. คำเตือนไม่ให้เป็นพันธมิตรกับอียิปต์ (28:1–35:10)

II. บทแทรกกล่าวถึงประวัติศาสตร์ (36:1–39:8)
ก. เซนนาเคอริบพยายามยึดกรุงเยรูซาเล็ม (36:1–37:38)
ข. เฮเซคียาห์ประชวรและหายประชวร (38:1–22)
ค. คณะทูตจากบาบิโลนมาเยือนเยรูซาเล็ม (39:1–8)

III. ความรอด (40:1–66:24)
ก. การทรงช่วยให้รอดจากการตกเป็นเชลย (40:1–48:22)
ข. การทนทุกข์ของผู้รับใช้ขององค์พระผู้เป็นเจ้า (49:1–57:21)
ค. สง่าราศีในอนาคตของประชากรของพระเจ้า (58:1–66:24)

ขณะเดียวกัน ในพื้นที่ส่วนอื่น ๆ ของโลก . . .

โรมูลุส ซึ่งตำนานกล่าวว่าเป็นผู้ก่อตั้งกรุงโรม ได้สถาปนาปฏิทินใหม่ ซึ่งแบ่งหนึ่งปีเป็นสิบเดือน ในอิตาลี ทันตแพทยศาสตร์ก้าวหน้าไปด้วยการผลิตฟันปลอม

คำถามที่พบบ่อย

1. พระธรรมอิสยาห์บ่งชี้ว่าพระเจ้าจะทรงละทิ้งชนชาติที่พระองค์ทรงเลือกอย่างถาวร หรือว่าพระเจ้าทรงเปิดเผยผ่านทางอิสยาห์ เกี่ยวกับแผนการที่ยังดำเนินต่อไปสำหรับพวกเขา?

มุมมองระยะยาวที่คำเผยพระวจนะของอิสยาห์บอกไว้นั้น สนับสนุนว่าอิสราเอลมีบทบาทในอนาคตในแผนการของพระเจ้า อิสยาห์กล่าวว่าพระเจ้าอาจลงโทษประชากรของพระองค์อย่างรุนแรง แต่พระองค์ยังไม่ได้แทนที่ชาติพันธุ์อิสราเอลด้วย “อิสราเอลใหม่” อย่างที่มีการกล่าวอ้างกัน อิสยาห์กล่าวอะไรไว้มากมายเกี่ยวกับความสัตย์ซื่อของพระเจ้าต่ออิสราเอล พระองค์จะไม่ทรงปฏิเสธพวกเขาโดยสิ้นเชิง เพราะพวกเขาเป็นประชากรที่พระองค์ทรงสร้างและทรงเลือก (43:1) ชนชาตินั้นอยู่บนฝ่าพระหัตถ์ของพระองค์ และกำแพงเมืองเยรูซาเล็มอยู่ในสายพระเนตรของพระองค์เสมอ (49:16) พระเจ้าทรงมีพันธะผูกพันกับพระวจนะ

ของพระองค์ ในการทำให้สำเร็จตามพระสัญญาที่พระองค์ตรัสไว้ว่าจะนำพวกเขากลับมาหาพระองค์ และอวยพระพรพวกเขาในวันนั้นที่จะมาถึง (55:10–12)

ภาพเปรียบเทียบในพระคัมภีร์ใหม่ยืนยันมุมมองของอิสยาห์ แน่นอนว่าพระคัมภีร์หลายตอน อย่างเช่นโรมบทที่ 11 ได้วาดภาพคนต่างชาติถูกต่อกิ่งเข้ากับต้นไม้แห่งแผนการความรอดของพระเจ้า แต่ข้อความดังกล่าวไม่ได้บอกเป็นนัยว่านั่นคือการแทนที่โดยสมบูรณ์ พระเจ้าไม่ได้ลืมบรรดาผู้ที่เป็นของพระองค์

2. คำพยากรณ์ของอิสยาห์ยังพร้อมจะเป็นจริงในเรื่องใดบ้าง และอย่างไรบ้าง?

เหตุการณ์ที่คำพยากรณ์หลายเรื่องในอิสยาห์กลายเป็นจริงตามตัวอักษร ได้ประกอบกันเป็นส่วนหนึ่งของบันทึกประวัติศาสตร์ยุคโบราณ สำเนาโบราณต่าง ๆ เช่น สำเนาอิสยาห์ฉบับเต็มที่ถูกพบท่ามกลางม้วนหนังสือทะเลตายนั้นอยู่ในสภาพเก่าขาดวิ่นแล้ว ณ เวลาที่เหตุการณ์ต่าง ๆ ในชีวิตของพระเยซูกำลังเกิดขึ้น ความน่าเชื่อถือของถ้อยคำเชิงพยากรณ์ของอิสยาห์เกี่ยวกับเหตุการณ์ต่าง ๆ ที่เกิดขึ้นระหว่างนั้น บ่งบอกอย่างหนักแน่นว่าคำพยากรณ์ที่เขากล่าวถึงอนาคตก็จะแม่นยำเช่นกัน การแย้งว่าคำพยากรณ์ต่าง ๆ ที่ยังไม่เป็นจริง จะเป็นจริงได้ในแบบไม่เป็นไปตามตัวอักษรเท่านั้น นับเป็นการมองอะไรสั้นเกินไป ทั้งในแง่พระคัมภีร์และในแง่ประวัติศาสตร์ พระวจนะของพระเจ้ายังคงหนักแน่นมั่นคง เหตุผลสำหรับแนวคิดที่เสนอว่าคริสตจักรได้รับพระสัญญาบางส่วนซึ่งเดิมทีได้ประทานแก่อิสราเอลนั้นตั้งอยู่บนพื้นฐานที่สั่นคลอน อาณาจักรที่ทรงสัญญาไว้กับดาวิดยังคงเป็นของอิสราเอล ไม่ใช่ของคริสตจักร การยกชูเยรูซาเล็มในอนาคตจะเกิดขึ้นบนโลก ไม่ใช่บนสวรรค์ พระคริสต์จะทรงครอบครองโดยพระองค์เองบนโลกนี้อย่างที่เราทราบกัน รวมทั้งในฟ้าสวรรค์ใหม่และแผ่นดินโลกใหม่ (วิวรณ์ 22:1,3)

ศึกษาอิสยาห์แบบรวบรัด

1. การทรงเรียกอิสยาห์ใน 6:1–8 บรรยายเหตุการณ์หนึ่งที่น่าจดจำในพระคัมภีร์
2. พระธรรมตอนนี้ชี้ให้เห็นอะไรเกี่ยวกับความบริสุทธิ์ของพระเจ้า?
3. ในบทที่ยิ่งใหญ่ซึ่งกล่าวถึงความรอด (53) มีการบรรยายแผนการของพระเจ้าไว้อย่างไร?
4. มีองค์ประกอบอะไรบ้างเกี่ยวกับลักษณะของอิสยาห์ ที่เราเห็นได้ตลอดพระธรรมเล่มนี้?

5. คำเผยพระวจนะของอิสยาห์ให้ความสมดุลระหว่างความหวัง/ความรอด กับการพิพากษา/การลงโทษไว้อย่างไรบ้าง?
6. คำพยากรณ์เกี่ยวกับพระเมสสิยาห์/พระผู้ช่วยให้รอดตอนใดบ้างที่สะดุดตาคุณในอิสยาห์?
7. คุณเข้าใจการทรงเรียกของพระเจ้าในชีวิตของคุณเองอย่างไร (ดู 6:1–8 อีกครั้ง)?

เยเรมีย์

คำพยานแห่งน้ำตา

ชีวิตของเยเรมีย์เต็มไปด้วยความโศกเศร้าและความขัดแย้ง จนทำให้เขาเป็นที่รู้จักมายาวนานในฐานะ "ผู้เผยพระวจนะผู้ร่ำไห้"

ใครก็ตามที่จริงจังกับการเรียนรู้ว่าชีวิตผู้เผยพระวจนะเป็นอย่างไร จะต้องอ่านงานเขียนของเยเรมีย์ หนังสือของเขามีลักษณะแบบอัตชีวประวัติ ที่ให้ข้อมูลใกล้ชิดลึกซึ้งยิ่งกว่าหนังสือผู้เผยพระวจนะทุกเล่ม เขาไม่เพียงเขียนถึงรายละเอียดต่าง ๆ ของงานรับใช้และการตอบสนองที่เขาได้รับเท่านั้น แต่เขายังเล่าความยากลำบากต่าง ๆ ที่เขาเผชิญด้วย รวมถึงการถูกปฏิเสธและความโกรธที่เขารู้สึก ชื่อของเยเรมีย์แปลว่า "พระยาห์เวห์ทรงโยน" ซึ่งเป็นคำที่ใช้กล่าวถึงการวางรากฐาน ชื่อนี้สามารถแปลว่า "พระยาห์เวห์ทรงสถาปนา แต่งตั้ง หรือใช้ไป" ได้ด้วย

ผู้เขียนและปีที่เขียน

เขียนโดยเยเรมีย์ในช่วงที่เขาทำงานรับใช้พระเจ้า ประมาณปี 627 ถึง 570 ก่อน ค.ศ.

เยเรมีย์ทำงานสองหน้าที่ในช่วงชีวิตของเขา คือเป็นปุโรหิตและผู้เผยพระวจนะ บ้านเกิดของเขาเป็นหมู่บ้านเล็ก ๆ ชื่ออานาโธท (1:1) เขาไม่เคยแต่งงาน พระเจ้าสั่งให้เขาใช้การครองตนเป็นโสดเป็นตัวอย่างสอนใจเรื่องความสิ้นหวัง ในวันที่จะมาถึงสำหรับยูดาห์ (16:1–4)

บุคคลสำคัญในเยเรมีย์

กษัตริย์โยสิยาห์—กษัตริย์องค์ที่ 16 ของอาณาจักรยูดาห์ทางใต้ พยายามจะติดตามพระเจ้า (1:1–3; 22:11,18)

กษัตริย์เยโฮอาหาส—โอรสผู้ชั่วร้ายของโยสิยาห์ และกษัตริย์องค์ที่ 17 ของอาณาจักรยูดาห์ทางใต้ (22:9–11)

กษัตริย์เยโฮยาคิม—โอรสผู้ชั่วร้ายของโยสิยาห์ และกษัตริย์องค์ที่ 18 ของอาณาจักรยูดาห์ทางใต้ (22:18–23; 25:1–38; 26:1–24; 27:1–11; 35:1–19; 36:1–32)

กษัตริย์เยโฮยาคีน (โคนิยาห์)—โอรสผู้ชั่วร้ายของเยโฮยาคิม และกษัตริย์องค์ที่ 19 ของอาณาจักรยูดาห์ทางใต้ (13:18–27; 22:24–30)

กษัตริย์เศเดคียาห์—ลุงผู้ชั่วร้ายของเยโฮยาคีน และกษัตริย์องค์ที่ 20 ของอาณาจักรยูดาห์ทางใต้ (21:1–14; 24:8–10; 27:12–22; 32:1–5; 34:1–22; 37:1–21; 38:1–28; 51:59–64)

บารุค—ทำหน้าที่เป็นอาลักษณ์ของเยเรมีย์ (32:12–16; 36:4–32; 43:3–45:4)

เอเบดเมเลค—ข้าราชสำนักชาวเอธิโอเปียผู้ยำเกรงพระเจ้า และช่วยเหลือเยเรมีย์ (38:7–39:16)

กษัตริย์เนบูคัดเนสซาร์—กษัตริย์ที่ยิ่งใหญ่ที่สุดของบาบิโลน นำประชากรยูดาห์ไปเป็นเชลย (21–52)

คนตระกูลเรคาบ—ลูกหลานที่เชื่อฟังของโยนาดับ ตรงกันข้ามกับประชากรอิสราเอลที่ไม่เชื่อฟัง (35:1–19)

ภูมิหลังและสถานที่

พระธรรม 2 พงศ์กษัตริย์ 22–25 และ 2 พงศาวดาร 34–36 บรรยายรายละเอียดเบื้องหลังในสมัยของเยเรมีย์ ถ้อยคำของเขาวาดภาพให้เห็น (1) บาปของชนชาติของเขา (2) ผู้รุกรานที่พระเจ้าจะส่งมา (3) ความยากลำบากในช่วงที่ถูกล้อมเมือง (4) ความน่าสะพรึงกลัวของการทำลายล้าง เยเรมีย์ประกาศอย่างสัตย์ซื่อเป็นเวลา 40 ปี ด้วยถ้อยคำที่ไม่มีใครอยากฟัง เกี่ยวกับการพิพากษาที่ใกล้จะมาถึง ตลอดช่วงเวลานั้นมีกษัตริย์ห้าองค์ครองราชย์ในยูดาห์ คือ โยสิยาห์ (ปี 640–609 ก่อน ค.ศ.) เยโฮอาหาส (ปี 609 ก่อน ค.ศ.) เยโฮยาคิม (ปี 609–598 ก่อน ค.ศ.) เยโฮยาคีน (ปี 598–597 ก่อน ค.ศ.) และเศเดคียาห์ (ปี 597–586 ก่อน ค.ศ.)

การกราบไหว้รูปเคารพอย่างโจ่งแจ้งคืออาการป่วยหลัก ๆ ของสภาพฝ่ายจิตวิญญาณที่สิ้นหวังของยูดาห์ในยุคของเยเรมีย์ แม้กระทั่งการบูชายัญเด็กอันน่าสยดสยอง ซึ่งกษัตริย์อาหัสนำเข้ามาเมื่อเกือบหนึ่งร้อยปีที่แล้ว และถูกยุติไปชั่วคราวในช่วงที่กษัตริย์เฮเซคียาห์ปกครอง ก็กลับมาเป็นส่วนหนึ่งในชีวิตทางศาสนาของยูดาห์อีกครั้ง การปฏิรูปของกษัตริย์โยสิยาห์พัฒนาไปถึงจุดสูงสุดเมื่อปี 622 ก่อน ค.ศ. เมื่อมีการยกเลิกพิธีกรรมต่าง ๆ ที่เลวร้ายที่สุดในบรรดาพิธีกรรมเหล่านี้ แต่บาปที่เหมือนมะเร็งร้ายกาจก็แค่ซ่อนอยู่ภายใต้การระงับโทษชั่วคราว และกลับมาลุกลามอีกครั้งหลังจากการฟื้นฟูแบบผิวเผิน ถ้อยคำของเยเรมีย์พุ่งเป้าไปที่อาการ

ต่าง ๆ จำนวนมากที่ยังแสดงออกมาอย่างต่อเนื่อง เป็นอาการของโรคทางศีลธรรมและโรคฝ่ายจิตวิญญาณ อาการเหล่านี้ได้แก่ การนับถือศาสนาแบบไม่จริงใจ ความไม่ซื่อสัตย์ การล่วงประเวณี ความอยุติธรรม การกดขี่คนไม่มีทางสู้ และการใส่ร้ายป้ายสี งานเขียนของเยเรมีย์บอกอะไรบางอย่างมากกว่าแค่บันทึกเรื่องราวที่ชนชาตินี้วิ่งตรงไปหาการพิพากษาลงโทษ

มีเหตุการณ์สำคัญ ๆ ในเวทีโลกเกิดขึ้นในยุคของเยเรมีย์หลายเหตุการณ์ อัสซีเรียเผชิญกับช่วงเวลาที่พวกเขาเสื่อมอำนาจ เมื่อถึงปี 612 ก่อน ค.ศ. นีนะเวห์เมืองหลวงที่ดูเหมือนคงกระพันของอัสซีเรียก็ถูกทำลาย อาณาจักรบาบิโลนที่กำลังรุ่งเรืองภายใต้การปกครองของนาโบโปลัสซาร์ (ปี 625–605 ก่อน ค.ศ.) ได้สถาปนาความเป็นใหญ่ทางการทหาร ด้วยชัยชนะเหนืออัสซีเรีย (612 ก่อน ค.ศ.) อียิปต์ (ปี 609–605 ก่อน ค.ศ.) และอิสราเอล (ปี 605 ก่อน ค.ศ.—ดาเนียล 1; ปี 597 ก่อน ค.ศ.—2 พงศ์กษัตริย์ 24:10–16 และปี 586 ก่อน ค.ศ.—เยเรมีย์ 39; 40; 52)

เยเรมีย์ไม่ได้เป็นเสียงเผยพระวจนะที่โดดเดี่ยว งานรับใช้ของเขาตามหลังคำเตือนที่ยังกังวานอยู่ของโยเอลและมีคาห์ คนร่วมสมัยในช่วงแรกของเยเรมีย์ได้แก่ฮาบากุกและเศฟันยาห์ ในปีหลัง ๆ ของเยเรมีย์ เอเสเคียลและดาเนียลก็รับใช้พระเจ้าเพื่อประชากรของพระองค์ที่กระจัดกระจาย

หลักคำสอนสำคัญในเยเรมีย์

บาป—บาปของอิสราเอลทำให้ต้องมีการลงโทษจากพระเจ้า (2:1–13, 23–37; 5:1–6; 7:16–34; 11:1–17; 17:1–4; 18:1–17; 23:9–40; อพยพ 23:33; เฉลยธรรมบัญญัติ 9:16; 1 พงศ์กษัตริย์ 11:39; เอสรา 6:17; โยบ 1:22; สดุดี 5:4; มีคาห์ 3:8; มัทธิว 5:30; ลูกา 17:1; โรม 1:29)

การพิพากษา/การลงโทษ (4:3–18; 9:3–26; 12:14–17; 15:1–9; 16:5–13; 19:1–15; 24:8–10; 25:1–38; 39:1–10; 44:1–30; 46:1–51:14; อพยพ 12:12; สดุดี 1:5; โฮเชยา 5:1; อาโมส 4:12; ยอห์น 12:31–32; โรม 14:10; 2 เธสะโลนิกา 1:7–10)

การรื้อฟื้นอิสราเอล (23:3–8; บทที่ 30–33; เฉลยธรรมบัญญัติ 30:1–5; สดุดี 71:20–21; อิสยาห์ 49:6; นาฮูม 2:2; กิจการ 1:6–8; 15:16; 1 เปโตร 5:10)

คำศัพท์สำคัญในเยเรมีย์

รักษา: คำภาษาฮีบรูคือ *ราฟา*—3:22; 6:14; 8:11; 15:18; 17:14; 30:17; 51:8—ตามตัวอักษรแล้วหมายถึงงานของแพทย์ บางครั้งคำนี้ก็กล่าวถึงวัตถุที่ไม่มีชีวิต และอาจแปลได้ตรงที่สุดว่า *ซ่อมแซม* (1 พงศ์กษัตริย์ 18:30) ที่พบบ่อยกว่านั้นคือคำนี้สื่อความหมายถึงการรื้อฟื้นให้กลับสู่สภาพปกติ เช่นใน 2 พงศาวดาร 7:14 ที่พระเจ้าทรงสัญญาว่าจะรักษาแผ่นดินให้หาย ถ้าประชากรของพระองค์อธิษฐาน ในพระธรรมสดุดีพระเจ้าได้รับการสรรเสริญเพราะบทบาทของพระองค์ในการรักษาโรค (สดุดี 103:3) รักษาคนที่ใจแตกสลาย (สดุดี 147:3) และรักษาจิตวิญญาณโดยการประทานความรอด (สดุดี 30:2; 107:20) อิสยาห์ประกาศว่าการรักษาประชากรของพระเจ้าให้หายนั้นเป็นผลมาจากบาดแผลของพระบุตรของพระองค์ที่กลายเป็นเครื่องบูชา (อิสยาห์ 53:5–12)

ผู้เลี้ยงแกะ: คำภาษาฮีบรูคือ *โรอาห์*—6:3; 23:4; 31:10; 43:12; 49:19; 50:44; 51:23—หมายถึงคนที่ให้อาหารและดูแลสัตว์เลี้ยง ดาวิดกล่าวถึงพระเจ้าว่าทรงเป็นผู้เลี้ยงแกะของพระองค์ เพราะว่าพระเจ้าทรงจัดเตรียม ค้ำจุน และนำทางพระองค์ (สดุดี 23) กษัตริย์และผู้นำคนอื่น ๆ ก็ถูกมองว่าเป็นผู้เลี้ยงแกะของประชาชน และตำแหน่ง “ผู้เลี้ยงแกะ” ก็มักจะใช้กับกษัตริย์ในตะวันออกกลางยุคโบราณ ดาวิดเป็นกษัตริย์ผู้เลี้ยงแกะที่แท้จริง พระองค์นำและปกป้องประชากรด้วยความรับผิดชอบ (2 ซามูเอล 5:1,2) เยเรมีย์ตำหนิพวกผู้นำอิสราเอลที่เป็นผู้เลี้ยงแกะจอมปลอม และล้มเหลวในความรับผิดชอบที่จะดูแลสวัสดิภาพฝ่ายจิตวิญญาณให้ประชากรของพระเจ้า (23:1–4)

ผู้เผยพระวจนะ: คำภาษาฮีบรูคือ *นาบี*—1:5; 6:13; 8:10; 18:18; 23:37; 28:9; 37:3; 51:59—อาจมาจากรากศัพท์ที่แปลว่า “ประกาศ” หรือ “ป่าวร้อง” (19:14; เอเสเคียล 27:4) อีกที่มาที่เป็นไปได้คือมาจากคำภาษาฮีบรูที่แปลว่า “ผุดพลุ่งขึ้นมา” หรือ “เทออกมา” การเผยพระวจนะอาจเปรียบได้กับ “การผุดพลุ่งขึ้นมา” ของพระวิญญาณบริสุทธิ์ในบุคคลที่นำถ้อยคำของพระเจ้ามากล่าว (เปรียบเทียบกับอาโมส 3:8; มีคาห์ 3:8) ในสมัยพระคัมภีร์เดิม ผู้เผยพระวจนะคือผู้ป่าวประกาศหรือผู้แถลงข่าวซึ่งนำถ้อยคำของผู้อื่นมาบอก (ดู 1:5; 2:8; 2 พงศ์กษัตริย์ 17:13; เอเสเคียล 37:7) ในกรณีของผู้เผยพระวจนะชาวฮีบรู พวกเขาพูดแทนพระเจ้า นี่คือเหตุผลที่ผู้เผยพระวจนะขึ้นต้นถ้อยคำของพวกเขาด้วยคำว่า “พระยาห์เวห์จอมทัพตรัสดังนี้ว่า” นับครั้งไม่ถ้วน (ดู 9:7,17)

ถ้อยคำ/พระวจนะ: คำภาษาฮีบรูคือ *ดาบาร์*—1:2; 5:14; 13:8; 21:11; 24:4; 32:8; 40:1; 50:1—มาจากคำกริยา “พูด” และหมายถึงคำพูดหรือสิ่งที่ถูกกล่าว วลี*พระวจนะของพระยาห์เวห์*ถูกใช้โดยพวกผู้เผยพระวจนะ เวลาขึ้นต้นถ้อยคำที่มาจากพระเจ้า (ดู 1:13) ในกรณีของวรรณกรรมเชิงเผยพระวจนะ คำว่า*พระวจนะ*สามารถเป็นศัพท์เฉพาะทางที่หมายถึงคำเผยพระวจนะ ในพระคัมภีร์ถ้อยคำแห่งการเปิดเผยเป็นสิ่งที่เชื่อมโยงกับผู้เผยพระวจนะ (26:5) เช่นเดียวกับที่ปัญญาเชื่อมโยงกับคนมีปัญญา และบัญญัติเชื่อมโยงกับปุโรหิต (18:18) เยเรมีย์ใช้คำว่า *ดาบาร์* มากกว่าผู้เผยพระวจนะคนอื่น ๆ เพื่อให้เข้าใจชัดเจนถึงสิทธิอำนาจที่พระเจ้าประทานแก่เขา

พระลักษณะของพระเจ้าในเยเรมีย์

พระเจ้าทรงยิ่งใหญ่เต็มฟ้าสวรรค์และแผ่นดินโลก—23:24

พระเจ้าทรงประเสริฐ—31:12,14; 33:9,11

พระเจ้าทรงบริสุทธิ์—23:9

พระเจ้าทรงยุติธรรม—9:24; 32:19; 50:7

พระเจ้าทรงพระกรุณา—31:3

พระเจ้าทรงอดทนนาน—15:15; 44:22

พระเจ้าทรงรัก—31:3

พระเจ้าทรงเปี่ยมด้วยพระเมตตา—3:12; 33:11

พระเจ้าทรงสถิตอยู่ทุกหนแห่ง—23:23

พระเจ้าทรงฤทธิ์อำนาจ—5:22; 10:12; 20:11; 37:27

พระเจ้าทรงรักษาพระสัญญา—31:33; 33:14

พระเจ้าทรงชอบธรรม—9:24; 12:1

พระเจ้าทรงมีอำนาจสูงสุด—5:22, 24; 7:1–15; 10:12–16; 14:22; 17:5–10; 18:5–10, 25:15–38; 27:5–8; 31:1–3; 42:1–22; 51:15–19

พระเจ้าทรงสัตย์จริง—10:10

พระเจ้าทรงไม่มีใครเสมอเหมือน—10:6

พระเจ้าทรงพระปัญญา—10:7,12; 32:19

พระเจ้าทรงมีพระพิโรธ—3:12–13; 4:8; 7:19–20; 10:10; 18:7–8; 30:11; 31:18–20; 44:3

พระคริสต์ในเยเรมีย์

ภาพของพระคริสต์ยังคงถูกเรียงร้อยไปตลอดคำเผยพระวจนะต่าง ๆ ของเยเรมีย์ พระคริสต์ในฐานะ "น้ำพุที่มีน้ำแห่งชีวิต" (2:13; ยอห์น 4:14) เป็นภาพที่ตรงกันข้ามอย่างสิ้นเชิงกับการพิพากษาที่ถูกเทลงมาเหนือยูดาห์ชนชาติที่ไม่กลับใจ นอกจากนี้เยเรมีย์ยังวาดภาพพระคริสต์ในฐานะ "ยารักษาในกิเลอาด" (8:22) ผู้เลี้ยงแกะที่ดี (23:4) "กิ่งชอบธรรม" (23:5) "พระยาห์เวห์ทรงเป็นความชอบธรรมของเรา" (23:6) และดาวิดผู้เป็นกษัตริย์ (30:9)

สรุปเนื้อหาโดยย่อ

I. การเตรียมตัวของเยเรมีย์ (1:1–19)
   ก. บริบทของเยเรมีย์ (1:1–3)
   ข. ทางเลือกของเยเรมีย์ (1:4–10)
   ค. หน้าที่ซึ่งมอบหมายแก่เยเรมีย์ (1:11–19)
II. คำประกาศต่อยูดาห์ (2:1–45:5)
   ก. การพิพากษาลงโทษยูดาห์ (2:1–29:32)
   ข. การปลอบใจยูดาห์—พันธสัญญาใหม่ (30:1–33:26)
   ค. ความหายนะที่เกิดขึ้นแก่ยูดาห์ (34:1–45:5)
III. การประกาศการพิพากษาต่อชนชาติต่าง ๆ (46:1–51:64)
   ก. คำนำ (46:1; ดู 25:15–26)
   ข. การพิพากษาอียิปต์ (46:2–28)
   ค. การพิพากษาฟีลิสเตีย (47:1–7)
   ง. การพิพากษาโมอับ (48:1–47)
   จ. การพิพากษาอัมโมน (49:1–6)
   ฉ. การพิพากษาเอโดม (49:7–22)
   ช. การพิพากษาดามัสกัส (49:23–27)
   ซ. การพิพากษาเคดาร์และฮาโซร์—อาระเบีย (49:28–33)
   ฌ. การพิพากษาเอลาม (49:34–39)
   ญ. การพิพากษาบาบิโลน (50:1–51:64)
IV. เยรูซาเล็มล่มสลาย (52:1–34)
   ก. การทำลายเยรูซาเล็ม (52:1–23)
   ข. การกวาดต้อนชาวยิว (52:24–30)
   ค. การช่วยเยโฮยาคีนให้รอด (52:31–34)

ขณะเดียวกัน ในพื้นที่ส่วนอื่น ๆ ของโลก . . .

ระบบประปาพัฒนาขึ้น ทำให้สามารถส่งน้ำเข้าไปถึงหลายเมือง ได้แก่ เยรูซาเล็มด้วยระบบอุโมงค์น้ำใต้ดิน นีนะเวห์ด้วยบ่อลึกที่ใช้ถังตัก ซึ่งได้รับการปรับปรุงในสมัยเซนนาเคอริบ โดยการสร้างสะพานส่งน้ำ

คำถามที่พบบ่อย

1. เราจะอธิบายอย่างไร ที่พระเจ้าทรงห้ามไม่ให้อธิษฐานเพื่อคนยิว (7:16) และที่พระองค์ตรัสว่า แม้โมเสสและซามูเอลมาช่วยขอก็ไม่อาจห้ามการพิพากษาได้ (15:1)?

คำถามกว้าง ๆ เกี่ยวกับว่าพระเจ้าเต็มพระทัยหรือไม่เต็มพระทัยที่จะฟังคำอธิษฐานของใครสักคน จะต้องตอบด้วยการดูที่พระคัมภีร์ตอนนั้น ๆ อย่างเฉพาะเจาะจง พระบัญชาที่พระเจ้าสั่งเยเรมีย์ไม่ให้อธิษฐานเพื่อชนชาตินี้เกิดจากการที่ชนชาตินี้มีท่าทีปฏิเสธพระเจ้าอย่างหัวแข็ง เยเรมีย์ 7:16 ขึ้นต้นด้วยคำว่า "ส่วนเจ้า" และบ่งบอกว่าข้อความต่อจากนั้นแสดงให้เห็นข้อสรุปของพระเจ้า ชนชาตินี้ไม่สนใจคำอธิษฐานของเยเรมีย์เลย ดังนั้นคำอธิษฐานเหล่านั้นจึงไร้ประโยชน์เหมือนกับว่าพระเจ้าไม่ทรงฟังคำอธิษฐานเหล่านั้น

ต่อมาในเยเรมีย์ 15:1 พระเจ้าบรรยายสภาพบาปหนาอันน่าสิ้นหวังของชนชาติของพระองค์ โดยตรัสว่าแม้แต่คำอธิษฐานของโมเสสและซามูเอลก็จะไม่ช่วยหยุดยั้งผลที่ตามมาซึ่งมองเห็นอยู่รำไร ความผิดพลาดฝ่ายจิตวิญญาณที่พระเจ้าทรงเปิดเผยในพระคัมภีร์ตอนนี้ เกี่ยวข้องกับคำล่อลวงให้คนกล่าว "คำอธิษฐานที่ถูกต้อง" แทนการกลับใจใหม่ที่แท้จริง ความคิดที่ว่าพิธีกรรมทางศาสนาที่ว่างเปล่าจะสามารถบรรเทาพระพิโรธอันชอบธรรมของพระเจ้าได้นั้น ไม่ใช่แค่ความผิดพลาดในสมัยโบราณ ในปัจจุบันนี้ก็เช่นเดียวกับในสมัยนั้น พระเจ้ายังอนุญาตให้ผู้คนได้ประสบกับผลลัพธ์จากพฤติกรรมของพวกเขาอย่างเต็มขนาด เพื่อเป็นโอกาสสุดท้ายที่จะแก้ไขและกลับใจใหม่

2. ส่วนหนึ่งในคำพยากรณ์ของเยเรมีย์มีพระสัญญาของพระเจ้าเรื่องพันธสัญญาใหม่กับประชากรของพระองค์ พันธสัญญาใหม่นี้คืออะไร และมันเกี่ยวข้องกับอิสราเอล พระคัมภีร์ใหม่ และคริสตจักรอย่างไร?

ในเยเรมีย์ 31:31–34 พระเจ้าทรงประกาศว่าจะมีการสถาปนาพันธสัญญาใหม่กับประชากรของพระองค์ โดยตรัสว่า "เราจะบรรจุธรรมบัญญัติไว้ในเขาทั้งหลาย และเราจะจารึกมันไว้บนดวงใจของเขา และเราจะเป็นพระเจ้าของเขา และเขาจะเป็นประชากรของเรา" (31:33) พันธสัญญานี้จะแตกต่างจากอีกพันธสัญญาหนึ่ง ซึ่งพระเจ้าตรัสว่า "เราได้ทำกับบรรพบุรุษของเขาทั้งหลาย เมื่อเราจูงมือเขาเพื่อนำเขาออกมาจากแผ่นดินอียิปต์ เป็นพันธสัญญาของเราซึ่งเขาฝ่าฝืน" (ข้อ 32) พันธสัญญาใหม่นี้จะเป็นจริงแก่แต่ละบุคคล รวมทั้งแก่อิสราเอลในฐานะชนชาติ (ข้อ 36; โรม 11:16–27) พันธสัญญานี้มีสิ่งบ่งชี้ภายนอกขั้นสุดท้ายหลายอย่าง เช่น (1) การทำให้ชนชาตินี้ได้กลับไปอยู่ในแผ่นดินของพวกเขาอย่างมั่นคงอีกครั้ง (ข้อ 38–40 และบทที่ 30–33) และ (2) ช่วงเวลาที่ยากลำบากที่สุด (30:7)

โดยหลัก ๆ แล้ว พันธสัญญานี้ซึ่งได้ถูกประกาศโดยพระเยซูเช่นกัน (ลูกา 22:20) ได้เริ่มมีผลปฏิบัติทั้งในนามของผู้เชื่อชาวยิวและผู้เชื่อชาวต่างชาติในยุคคริสตจักร (1 โครินธ์ 11:25; ฮีบรู 8:7–13; 9:15; 10:14–17; 12:24; 13:20) ความคิดเรื่องชาวยิวส่วนที่เหลือซึ่งปรากฏบ่อยมากในคำเผยพระวจนะในพระคัมภีร์เดิมนั้น พระคัมภีร์ใหม่จะระบุว่าเป็น "พวกที่เหลืออยู่ตามที่พระเจ้าได้ทรงเลือกไว้โดยพระคุณ" (โรม 11:5) ในวาระสุดท้าย พันธสัญญาใหม่จะสำเร็จขั้นสุดท้ายสำหรับชนชาติอิสราเอล ซึ่งรวมถึงการกลับมารวมตัวกันอีกครั้งในแผ่นดินโบราณของพวกเขา นั่นคือปาเลสไตน์ (บทที่ 30–33) สายธารแห่งพันธสัญญาจากอับราฮัม ดาวิด และพันธสัญญาใหม่ ในที่สุดจะไหลรวมกันเป็นหนึ่งเดียว ในอาณาจักรพันปีที่ปกครองโดยพระเมสสิยาห์

ศึกษาเยเรมีย์แบบรวบรัด

1. บทแรกของเยเรมีย์บ่งบอกอะไรเกี่ยวกับแผนการของพระเจ้าสำหรับแต่ละบุคคล?
2. เยเรมีย์รับใช้ในฐานะผู้เผยพระวจนะของพระเจ้านานกว่า 40 ปี เขาล้มเหลวในเรื่องใดบ้าง? เขาประสบความสำเร็จในเรื่องใดบ้าง?
3. เยเรมีย์หมายความว่าอย่างไรเมื่อเขาเขียนเรื่องพันธสัญญาใหม่ (บทที่ 31)?

4. ความสัมพันธ์ของเยเรมีย์กับกษัตริย์องค์ต่าง ๆ ในยุคของเขาเป็นอย่างไร?
5. คำเผยพระวจนะของเยเรมีย์ในบทที่ 46–52 เน้นเรื่องอำนาจสูงสุดของพระเจ้าอย่างไร เมื่อต้องเผชิญกับชนชาติต่าง ๆ ที่ดูเหมือนมีอำนาจมาก?
6. เยเรมีย์สอนอะไรคุณบ้างเกี่ยวกับความสัตย์ซื่อ?

เพลงคร่ำครวญ

ความหวังท่ามกลางความหายนะ

นี่คือที่มาอันน่าประหลาดใจของวลีที่ว่า
"ความเที่ยงตรงของพระองค์ใหญ่ยิ่งนัก" (3:23)

บางครั้งชีวิตก็ทำให้คุณอยากกรีดร้อง มันอาจจะเป็นเสียงตะโกนแห่งชัยชนะ เสียงร้องไห้เพราะความพ่ายแพ้ หรือเสียงคร่ำครวญเพราะความเจ็บปวด แต่มันก็แสดงออกถึงความรู้สึกจากส่วนลึกที่สุดของจิตวิญญาณคุณ เยเรมีย์ใช้ชีวิตด้วยความรู้สึกอันแรงกล้า เขาแทบจะไม่นิ่งเฉย และบ่อยครั้งเขาก็โกรธเกรี้ยว ไม่มีพระธรรมเล่มใดในพระคัมภีร์เดิมที่มีความเศร้าดิบ ๆ แบบนี้ ซึ่งเป็นที่มาของชื่อพระธรรมเล่มนี้ คือเพลงคร่ำครวญ เยเรมีย์สอนผู้เชื่อให้รู้วิธีรับมือกับความทุกข์ยาก โดยการให้เราได้รับรู้ถึงความเจ็บปวดและความเศร้าโศกของเขา

ผู้เขียนและปีที่เขียน

เขียนโดยเยเรมีย์ ประมาณปี 586 ก่อน ค.ศ.

ผู้เขียนเพลงคร่ำครวญไม่ได้ถูกระบุชื่อไว้ในพระธรรมเล่มนี้ แต่มีสิ่งบ่งชี้ทั้งภายในและภายนอกพระธรรมเล่มนี้ที่ชี้ว่าเป็นเยเรมีย์ เช่นการใช้คำศัพท์และลีลาการเขียน บางข้อความที่กล่าวถึงตัวเยเรมีย์เอง (เยเรมีย์ 7:29; 2 พงศาวดาร 35:25) เน้นให้เห็นว่าเขามีแนวโน้มที่จะคร่ำครวญเรื่องเหตุการณ์ต่าง ๆ ที่เกิดขึ้นรอบตัวเขา เยเรมีย์เขียนเพลงคร่ำคราญในฐานะบันทึกของประจักษ์พยานผู้ทุกข์ระทม ซึ่งได้เห็นเหตุการณ์ที่กรุงเยรูซาเล็มถูกทำลายอย่างน่าอับอาย มีความเป็นไปได้ว่าเยเรมีย์ได้เห็นการทำลายกำแพงเมือง หอคอย บ้านเรือน พระราชวัง และพระวิหาร เขาเขียนในขณะที่เหตุการณ์อันเจ็บปวดเหล่านี้ยังคงเป็นเรื่องใหม่อยู่ในจิตใจของเขา

บุคคลสำคัญในเพลงคร่ำครวญ

เยเรมีย์—ผู้เผยพระวจนะแห่งยูดาห์ คร่ำครวญเรื่องความพินาศของเยรูซาเล็ม (1:1–5:22)

พลเมืองเยรูซาเล็ม—ประชาชนที่ถูกพระเจ้าพิพากษาเพราะบาปอันใหญ่หลวงของพวกเขา (1:1–5:22)

ภูมิหลังและสถานที่

800 ปีก่อนการล่มสลายของเยรูซาเล็ม โยชูวาได้พยากรณ์ถึงโศกนาฏกรรมครั้งนี้ (โยชูวา 23:15, 16) เยเรมีย์ลงทุนใช้เวลา 40 ปีเตือนชนชาติของเขาเรื่องการพิพากษาที่กำลังจะมาถึง ทั้งตัวเขาและถ้อยคำของเขาได้ถูกปฏิเสธ ถึงกระนั้นเมื่อความหายนะต่าง ๆ ที่พยากรณ์ไว้เกิดขึ้นกับผู้คนที่ไม่เชื่อ เยเรมีย์ก็ตอบสนองด้วยความเศร้าโศกและเห็นอกเห็นใจ เขาไม่ได้พึงพอใจเลยที่คำพยากรณ์ต่าง ๆ ของเขาได้รับการยืนยันตามนั้นไม่มีผิด

เยเรมีย์บันทึกคำพยากรณ์เรื่องการล่มสลายของกรุงเยรูซาเล็มใน 29 บทแรกของพระธรรมเล่มที่ตั้งชื่อตามชื่อของเขา ในพระธรรมเพลงคร่ำครวญเยเรมีย์ให้รายละเอียดของความทุกข์ยากอันขมขื่น และสภาพจิตใจที่แตกสลายซึ่งเขาและคนอื่น ๆ รู้สึกต่อการทำลายล้างกรุงเยรูซาเล็ม ความพ่ายแพ้และความพินาศของเยรูซาเล็มเป็นช่วงเวลาสำคัญมากในเรื่องราวที่พระเจ้าทรงจัดการกับอิสราเอลและโลกนี้ ข้อเท็จจริงต่าง ๆ ของโศกนาฏกรรมครั้งนี้ถูกบันทึกไว้ในพระคัมภีร์เดิมสี่ตอน คือ 2 พงศ์กษัตริย์ 25; เยเรมีย์ 39:1–11; เยเรมีย์ 52; และ 2 พงศาวดาร 36:11–21

หลักคำสอนสำคัญในเพลงคร่ำครวญ

การพิพากษาของพระเจ้าต่อบาปของยูดาห์ (1:5,8,18,20; 3:42; 4:6,13,22; 5:16; เฉลยธรรมบัญญัติ 28:43; เนหะมีย์ 9:26; สดุดี 137:7; เยเรมีย์ 14:20; 30:14; 52:28; เอเสเคียล 16:37; ดาเนียล 9:5,7,16; โฮเชยา 2:10; เศฟันยาห์ 3:4; มัทธิว 23:31)

ความหวังที่พบในความรักมั่นคงของพระเจ้า (3:22–24,31–33; สดุดี 30:3–5; อิสยาห์ 35:1–10; เยเรมีย์ 30:1–31:40; เอเสเคียล 37:1–28; โฮเชยา 3:5; 14:1–9; โยเอล 3:18–21; อาโมส 9:11–15; มีคาห์ 7:14–20; เศฟันยาห์ 3:14–20; เศคาริยาห์ 14:1–11; มาลาคี 4:1–6)

พระลักษณะของพระเจ้าในเพลงคร่ำครวญ

พระเจ้าทรงสัตย์ซื่อ— 3:22–25; 5:19–22

พระเจ้าทรงประเสริฐ—3:25

พระเจ้าทรงเปี่ยมด้วยพระเมตตา—3:22–23,32

พระเจ้าทรงมีพระพิโรธ—1:5,12,15,18; 2:1,17,20–22; 3:37–39

พระคริสต์ในเพลงคร่ำครวญ

น้ำตาของเยเรมีย์ไหลออกมาจากความรักอันลึกซึ้งที่เขามีต่อประชากรอิสราเอล (3:48–49) ในทำนองเดียวกันนี้ พระคริสต์เองก็ร้องไห้เพราะกรุงเยรูซาเล็ม โดยทรงคร่ำครวญว่า "โอ เยรูซาเล็ม เยรูซาเล็ม เมืองที่ฆ่าบรรดาผู้เผยพระวจนะ และเอาหินขว้างพวกที่ถูกส่งให้มาหาเจ้าถึงตาย บ่อยครั้งที่เราปรารถนาจะรวบรวมลูก ๆ ของเจ้าไว้ เหมือนแม่ไก่กกลูกอยู่ใต้ปีกของมัน แต่เจ้าไม่ยอม" (มัทธิว 23:37–39; ลูกา 19:41–44)! ในขณะที่พระคริสต์ต้องพิพากษาผู้ที่กบฏต่อพระองค์ พระองค์ก็ทรงรู้สึกโศกเศร้าอย่างยิ่งเนื่องด้วยการสูญเสียประชากรอันเป็นที่รักของพระองค์

คำศัพท์สำคัญในเพลงคร่ำครวญ

ร้องไห้: คำภาษาฮีบรูคือ *บาคาห์* 1:2,16 บรรยายถึงการร้องไห้ออกมา ซึ่งเป็นการแสดงออกถึงอารมณ์ต่าง ๆ ตั้งแต่ความทุกข์ไปจนถึงความสุข ในขณะที่คำนี้มักจะเชื่อมโยงกับการคร่ำครวญ หรือ "ร้องไห้อย่างขมขื่น" ของคนในยุคโบราณ ซึ่งคร่ำครวญไว้ทุกข์ให้แก่คนตาย (2 ซามูเอล 1:12) คำนี้ยังใช้แสดงออกถึงความชื่นชมยินดีด้วย (ปฐมกาล 29:11) คนในยุคโบราณร้องไห้เมื่อต้องกล่าวอำลา (นางรูธ 1:9) เมื่อหายนะกำลังจะมาถึง (เยเรมีย์ 9:1) เพื่อแสดงความชื่นชมยินดีเพราะพระวิหารถูกสร้างขึ้นใหม่ (เอสรา 3:12) และในพิธีฝังศพของบุคคล (ปฐมกาล 50:1) ในพระธรรมเพลงคร่ำครวญ เยเรมีย์ร้องไห้เพราะบาปของชนชาตินี้ คือบาปซึ่งในที่สุดจะส่งผลให้กรุงเยรูซาเล็มถูกทำลาย (1:1,16)

ฟื้น (รื้อฟื้น): คำภาษาฮีบรูคือ *ฆาดาช*—5:21—สามารถหมายถึง "สร้างใหม่ (สดุดี 51:10) หรือ "ซ่อม" (อิสยาห์ 61:4) ถ้าเป็นคำคุณศัพท์ คำนี้จะบ่งบอกถึงสิ่งใหม่ที่ตรงกันข้ามกับสิ่งเก่า (เช่น "พืชผลเก่า" กับ "พืชผลใหม่" ดู เลวีนิติ 26:10) หรือบางสิ่งที่แตกต่างเมื่อเทียบกับสภาพที่เป็นอยู่ (เช่น "วิญญาณใหม่" ดู เอเสเคียล 11:19; 18:31) พระคัมภีร์สอนว่าพระเจ้าทรงเป็นผู้เดียวเท่านั้นที่ทำให้สิ่งต่าง ๆ เป็นสิ่งใหม่ ไม่ว่าจะเป็นเพลงบทใหม่ในใจของผู้สัตย์ซื่อ (สดุดี 40:3) ช่วงเวลาใหม่ในแผนการไถ่ของพระองค์ (อิสยาห์ 42:9; 43:19) ชื่อใหม่ (อิสยาห์ 62:2) หรือฟ้าสวรรค์ใหม่และแผ่นดินโลกใหม่ (อิสยาห์ 65:17)

สรุปเนื้อหาโดยย่อ

I. การคร่ำครวญครั้งแรก ความพินาศของเยรูซาเล็ม (1:1–22)
 ก. ความเศร้าโศกของเยเรมีย์ (1:1–11)
 ข. ความเศร้าโศกของเยรูซาเล็ม (1:12–22)
II. การคร่ำครวญครั้งที่สอง อธิบายพระพิโรธของพระเจ้า (2:1–22)
 ก. มุมมองของพระเจ้า (2:1–10)
 ข. มุมมองของมนุษย์ (2:11–19)
 ค. คำอธิษฐานของเยเรมีย์ (2:20–22)
III. การคร่ำครวญครั้งที่สาม เยเรมีย์แสดงความทุกข์ใจ (3:1–66)
 ก. ความทุกข์ใจของเขา (3:1–20)
 ข. ความหวังของเขา (3:21–38)
 ค. คำแนะนำ/คำอธิษฐานของเขา (3:39–66)
IV. การคร่ำครวญครั้งที่สี่ รายละเอียดพระพิโรธของพระเจ้า (4:1–22)
 ก. สำหรับเยรูซาเล็ม (4:1–20)
 ข. สำหรับเอโดม (4:21–22)
V. การคร่ำครวญครั้งที่ห้า คำอธิษฐานของคนที่เหลืออยู่ (5:1–22)
 ก. ขอให้องค์พระผู้เป็นเจ้าระลึกถึง (5:1–18)
 ข. ขอให้องค์พระผู้เป็นเจ้าทรงรื้อฟื้น (5:19–22)

ขณะเดียวกัน ในพื้นที่ส่วนอื่น ๆ ของโลก . . .

พีทาโกรัส นักคณิตศาสตร์ชื่อดังและผู้สร้างทฤษฎีบทพีทาโกรัส เกิดเมื่อปี 581 ก่อน ค.ศ.

คำถามที่พบบ่อย

1. พระสัญญาเรื่องพระคริสต์มาปรากฏในพระธรรมอย่างเพลงคร่ำครวญได้อย่างไร?

เยเรมีย์ทำหน้าที่เป็นหนึ่งในบุคคลผู้เป็นเค้าลางที่ชัดเจนของพระเยซูในพระคัมภีร์เดิม น้ำตาที่เยเรมีย์ร้องไห้เพราะเยรูซาเล็ม (3:48–49) เปรียบได้ใกล้เคียงกับ

การร้องไห้ของพระเยซูเพราะเมืองเดียวกัน (มัทธิว 23:37–39; ลูกา 19:41–44) ความโศกเศร้าของเยเรมีย์เตรียมผู้เชื่อให้คิดถึงพระเจ้าในฐานะผู้พิพากษาที่ชอบธรรมผู้ทรงสามารถลงโทษได้ และในขณะเดียวกันก็ทรงรู้สึกโศกเศร้าเพราะความทุกข์ยากของประชากรของพระองค์ อิสยาห์บรรยายหลักการดังกล่าวด้วยข้อความนี้ "พระองค์ [พระเจ้า] ทุกข์พระทัยในความทุกข์ทั้งหมดของเขา" (อิสยาห์ 63:9)

น้ำตาของเยเรมีย์ยังทำหน้าที่เป็นเครื่องเตือนใจถึงความสิ้นหวังอย่างยิ่งของคนที่ไม่มีพระเจ้า น้ำตาชี้ไปที่พระสัญญาของพระเจ้าว่าวันหนึ่งพระองค์จะขจัดสาเหตุทุกประการที่ทำให้มีน้ำตา แล้วหลังจากนั้นก็จะทรงขจัดน้ำตาด้วย (อิสยาห์ 25:8; วิวรณ์ 7:17; 21:4) เมื่อความบาปจะไม่มีอีกต่อไป

2. ดูเหมือนอะไรคือพระประสงค์ของพระเจ้า ในการรวมพระธรรมอย่างเพลงคร่ำครวญไว้ในพระคัมภีร์?

พระธรรมเพลงคร่ำครวญให้คำเตือนแบบอ้อม ๆ แก่ผู้อ่านทุกคน โดยถ้อยคำของเยเรมีย์ ความรู้สึกในใจของเขาทำให้เราเห็นผลต่าง ๆ ที่ตามมา ความโศกเศร้าและความเสียใจที่พรั่งพรูออกมาจากการพิพากษาช่วยให้เกิดการยับยั้งชั่งใจ ถ้าพระเจ้าไม่ลังเลที่จะพิพากษาชนชาติอันเป็นที่รักของพระองค์ (เฉลยธรรมบัญญัติ 32:10) พระองค์จะทำอะไรกับประชาชาติและชนชาติในโลกที่ปฏิเสธพระวจนะของพระองค์?

3. มีบทเรียนอะไรบ้างที่เราเห็นได้จากการที่เยเรมีย์ร้องทูลขออย่างกล้าหาญขอให้พิพากษาศัตรูของยูดาห์ (1:21–22; 3:64–66) กับบันทึกของเขาที่ว่า พระเจ้าทรงปฏิเสธคำอธิษฐานของเขา (3:8)?

คำอธิษฐานของผู้เผยพระวจนะและผู้เขียนเพลงสดุดีนั้นบ่อยครั้งฟังดูแข็งกร้าวสำหรับเรา การแสดงออกอย่างกล้าหาญของพวกเขาย้ำเตือนเราว่า บ่อยครั้งมันเป็นเรื่องดีที่พระเจ้าไม่ได้สัญญาว่าจะตอบคำอธิษฐานของเราอย่างที่เราอธิษฐานขอ เราอาจแสดงความปรารถนาและอารมณ์ที่แท้จริงของเราในการอธิษฐาน แต่เราคงจะโง่เขลาถ้าคิดว่าพระเจ้าจะจำกัดพระองค์เองตามการรับรู้ของเรา คำเรียกร้องให้แก้แค้นของเยเรมีย์ได้รับคำตอบบางส่วนในการล่มสลายของบาบิโลน (อิสยาห์ 46–47; เยเรมีย์ 50–51; ดาเนียล 5) พระเจ้าจะประทานความยุติธรรมในเวลาของพระองค์ บัญชีทั้งหมดจะถูกสะสางในท้ายที่สุด ณ พระที่นั่งใหญ่สีขาว (วิวรณ์ 20:11–15)

คำบรรยายชีวิตการอธิษฐานของเยเรมีย์ให้ภาพที่แจ่มชัดว่าเขารู้สึกอย่างไร แต่ไม่ใช่ภาพของสิ่งที่พระเจ้าทรงกระทำจริง ๆ การที่พระเจ้าทรงตอบสนองต่อคำอธิษฐานของเยเรมีย์ในแง่ลบนั้นไม่ใช่เพราะเยเรมีย์มีความผิดเรื่องความบาปส่วนตัว แต่มันเป็นเพราะบาปที่อิสราเอลกระทำมาอย่างต่อเนื่องและไม่กลับใจใหม่ เยเรมีย์ทราบเรื่องนี้ แต่เขาก็ยังอธิษฐาน ร้องไห้ และปรารถนาจะเห็นชนชาติของเขากลับใจใหม่

ศึกษาเพลงคร่ำครวญแบบรวบรัด

1. เพลงคร่ำครวญมีเนื้อหาอย่างไร เมื่อเปรียบเทียบความเหมือนและความต่างกับพระธรรมเยเรมีย์?
2. เพลงคร่ำครวญ 3:22–32 สอดคล้องกับส่วนที่เหลือของพระธรรมเล่มนี้อย่างไร?
3. ความรู้สึกอันรุนแรงที่เยเรมีย์แสดงออกในเพลงคร่ำครวญมีอะไรบ้าง?
4. เพลงคร่ำครวญมีบทบาทเฉพาะตัวอย่างไรในพระคัมภีร์?
5. เพลงคร่ำครวญสามารถช่วยคุณในเวลาทุกข์ใจอย่างไรบ้าง?

เอเสเคียล

ภาพสะท้อนพระสิริของพระเจ้า

ทั้งตัวผู้เขียนและพระธรรมที่เขาเขียน ไม่ได้ถูกกล่าวถึง ในพระธรรมเล่มอื่น ๆ ในพระคัมภีร์เลย

เอเสเคียลยืนอยู่เหมือนเสาโดดเดี่ยวตรงกลางพระคัมภีร์ ชื่อของเขาแปลว่า "ได้รับการเสริมกำลังโดยพระเจ้า" สถานที่และความโดดเดี่ยวอันเป็นบริบทแวดล้อมงานรับใช้ของเขาจำเป็นต้องอาศัยความจริงที่อยู่ในชื่อของเขา เอเสเคียลใช้นิมิต คำเผยพระวจนะ คำอุปมา เครื่องหมาย และสัญลักษณ์ที่ชัดเจนและน่าจดจำ เพื่อประกาศและแสดงละครให้เห็นถ้อยคำซึ่งพระเจ้าส่งมาถึงประชากรของพระองค์ที่ตกเป็นเชลย คนที่ฟังเอเสเคียลก็ได้รับการเสริมกำลังจากพระเจ้าเช่นกัน

ผู้เขียนและปีที่เขียน

เขียนโดยเอเสเคียลในระหว่างที่เขาทำงานรับใช้พระเจ้า ประมาณปี 593 ถึง 570 ก่อน ค.ศ.

เช่นเดียวกับดาเนียล คนร่วมสมัยเดียวกัน เอเสเคียลเกิดในยูดาห์แต่เสียชีวิตในบาบิโลน เขาถูกพาตัวไปจากยูดาห์เมื่อปี 597 ก่อน ค.ศ. ที่นั่นเขารอคอยร่วมกับเพื่อนเชลยในช่วงปีท้าย ๆ ของกรุงเยรูซาเล็ม ห้าปีหลังจากเป็นเชลยเอเสเคียลได้รับการทรงเรียกจากพระเจ้าให้เป็นผู้เผยพระวจนะแก่พวกเชลย งานรับใช้ของเขายาวนาน 22 ปี พระธรรมที่ใช้ชื่อของเขาเล่มนี้อาจจะเขียนตลอดหลายปีที่เขาเป็นผู้เผยพระวจนะ คำเผยพระวจนะสุดท้ายที่มีวันที่ระบุไว้ (29:17) ถูกประกาศเมื่อปี 572 หรือ 571 ก่อน ค.ศ. ดังนั้นพระธรรมเล่มนี้จึงเขียนเสร็จหลังจากช่วงเวลานั้นระยะหนึ่ง

บุคคลสำคัญในเอเสเคียล

เอเสเคียล—ผู้เผยพระวจนะแก่ประชากรอิสราเอลที่ตกเป็นเชลยในบาบิโลน (1:1–48:35)

พวกผู้นำของอิสราเอล—นำประชากรอิสราเอลกราบไหว้รูปเคารพ (7:26–8:12; 9:5–6; 11; 14:1–3; 20:1–3; 22:23–29)

ภรรยาของเอเสเคียล—สตรีนิรนามซึ่งความตายของเธอเป็นสัญลักษณ์เล็งถึงการทำลายพระวิหารอันเป็นที่รักของอิสราเอลในอนาคต (24:15–27)

เนบูคัดเนสซาร์—กษัตริย์แห่งบาบิโลนซึ่งพระเจ้าทรงใช้ในการยึดครองไทระ อียิปต์และยูดาห์ (26:7–14; 29:17–30:10)

ภูมิหลังและสถานที่

อาณาจักรบาบิโลนครองโลกในช่วงชีวิตของเอเสเคียล หลังจากเนบูคัดเนสซาร์เอาชนะมหาอำนาจรายอื่น ๆ ของโลก (อัสซีเรีย ปี 612–605 ก่อน ค.ศ. และอียิปต์ ปี 605 ก่อน ค.ศ.) พระองค์ก็หันไปสนใจอาณาจักรที่เล็กกว่านั้น ความพ่ายแพ้ของยูดาห์และความพินาศของเยรูซาเล็มมีสามช่วง ช่วงแรกเกิดขึ้นในปี 605 ก่อน ค.ศ. เมื่อชาวบาบิโลนปิดล้อมกรุงเยรูซาเล็มและกวาดต้อนเชลยกลุ่มใหญ่ ซึ่งรวมถึงดาเนียลไปยังบาบิโลน จากนั้นในปี 598 ก่อน ค.ศ. เนบูคัดเนสซาร์ก็มาปิดล้อมกรุงเยรูซาเล็มอีกครั้ง ความพ่ายแพ้ของเมืองนี้นำไปสู่การกวาดต้อนเชลยอีกหมื่นคนซึ่งรวมถึงเอเสเคียลในปี 597 ก่อน ค.ศ. หนึ่งทศวรรษต่อมาชาวบาบิโลนมารุกรานยูดาห์อีกครั้ง และทำลายกรุงเยรูซาเล็มอย่างราบคาบ ผู้รอดชีวิตกลุ่มสุดท้ายถูกนำตัวไปยังบาบิโลนในปี 586 ก่อน ค.ศ.

เบื้องหลังงานรับใช้ของเอเสเคียลประกอบด้วยปัจจัยทางศาสนา ครอบครัวและการเผยพระวจนะ เอเสเคียลซึ่งเกิดในรัชสมัยของกษัตริย์โยสิยาห์ได้สัมผัสกับผลที่แท้จริงของการฟื้นฟูฝ่ายจิตวิญญาณที่แผ่ขยายไปทั่วแผ่นดิน แต่ผลนั้นก็คงอยู่ไม่นาน การสิ้นพระชนม์ของโยสิยาห์เมื่อปี 609 ก่อน ค.ศ.ปูทางให้ยูดาห์ดำดิ่งลงสู่เหวลึกแห่งความบาปขั้นสุดท้าย ช่วงปีท้าย ๆ (ปี 609–586 ก่อน ค.ศ.) มีกษัตริย์สี่องค์ที่ขึ้นมามีอำนาจแล้วก็สิ้นอำนาจลงในยูดาห์ (เยโฮอาหาส เยโฮยาคิม เยโฮยาคีนและเศเดคียาห์) เอเสเคียลได้เห็นโศกนาฏกรรมของการนับถือศาสนาแบบผิวเผิน

เมื่อมาอยู่ในบาบิโลน ชีวิตของเอเสเคียลและเชลยคนอื่น ๆ ดำเนินต่อไปเหมือนผู้อพยพมากกว่าเชลยศึก พวกเขาได้รับอนุญาตให้ทำไร่ไถนาบนที่ดิน และพวกเขาได้พบกับเงื่อนไขอื่น ๆ ที่เอื้ออำนวย เอเสเคียลมีบ้านเป็นของตนเอง (3:24; 20:1) มีการล่อลวงที่น่าดึงดูดหลายอย่างภายในดินแดนใหม่ ซึ่งทำให้รู้สึกว่าโศกนาฏกรรมของการสูญเสียดินแดนแห่งพระสัญญานั้นเป็นเรื่องเล็ก

ในแนวรบด้านการเผยพระวจนะ เอเสเคียลได้เห็นการทำงานของผู้เผยพระวจนะเท็จซึ่งให้ความมั่นใจกับประชาชนว่า พระเจ้าจะไม่มีวันยอมให้กรุงเยรูซาเล็มล่มสลายราบคาบ และบอกว่าในไม่ช้าพวกเขาก็จะได้กลับไปยังยูดาห์ พวกเขากล่าวเช่นนี้แม้จะมีหลักฐานจากคำเผยพระวจนะมากมายที่บอกในทางตรงกันข้าม คำเผยพระวจนะแรก ๆ ของเอเสเคียลพูดตรง ๆ กับความหวังจอมปลอมของคนเหล่านี้ กรุงเยรูซาเล็มจะถูกทำลาย และการตกเป็นเชลยของพวกเขาจะยาวนาน เอเสเคียลได้ทราบข่าวในปี 586 ก่อน ค.ศ.ว่ากรุงเยรูซาเล็มล่มสลายแล้วจริง ๆ จากนั้นถ้อยคำของเขาก็เปลี่ยนไปเป็นการให้ความหวังภายหลังการตกเป็นเชลย เมื่ออิสราเอลจะกลับคืนสู่บ้านเกิดของตน และพระพรขั้นสุดท้ายในอาณาจักรของพระเมสสิยาห์ก็จะตามมา

หลักคำสอนสำคัญในเอเสเคียล

งานของทูตสวรรค์—ผู้ดำเนินงานตามแผนการของพระเจ้าอยู่หลังฉากด้วยหลากหลายวิธี โดยการสำแดงให้เห็นพระสิริของพระเจ้า (1:5–25; 10:1–22) ทำลายความชั่ว (ปฐมกาล 19:12–13) และนมัสการพระเจ้า (เฉลยธรรมบัญญัติ 32:43; อิสยาห์ 6:2–4; วิวรณ์ 4:6–8)

ความบาปของอิสราเอล (2:3–7; 5:6; 8:9,10; 9:9; 1 ซามูเอล 8:7,8; 2 พงศ์กษัตริย์ 21:16; สดุดี 10:11; 94:7; อิสยาห์ 6:9; 29:15; เยเรมีย์ 3:25; มีคาห์ 3:1–3; 7:3; ยอห์น 3:20,21; กิจการ 13:24; วิวรณ์ 2:14)

พระลักษณะของพระเจ้าในเอเสเคียล

พระเจ้าทรงเปี่ยมด้วยสง่าราศี—1:28; 3:12,23; 9:3; 10:4,18–19; 11:23; 43:4,5; 44:4

พระเจ้าทรงบริสุทธิ์—1:26–28; 8–11; 43:1–7

พระเจ้าทรงยุติธรรม—18:25,29; 33:17,20

พระเจ้าทรงอดทนนาน—20:17

พระเจ้าทรงจัดเตรียม—28:2–10

พระเจ้าทรงมีพระพิโรธ—7:19

คำศัพท์สำคัญในเอเสเคียล

บุตรมนุษย์: คำภาษาฮีบรูคือ *เบน อาดัม*—2:1; 3:17; 12:18; 20:46; 29:18; 39:17; 44:5; 47:6—ถูกใช้มากกว่าหนึ่งร้อยครั้งเพื่อกล่าวถึงเอเสเคียล คำนี้ทำหน้าที่ทั้งเน้นความแตกต่างระหว่างพระเจ้าพระผู้สร้างกับสิ่งที่พระองค์ทรงสร้าง และชี้ให้เห็นว่าผู้เผยพระวจนะเอเสเคียลเป็นตัวแทนของมนุษยชาติ ชีวิตของเอเสเคียลเป็นคำอุปมาที่มีชีวิต หรือเป็นตัวอย่างสอนใจแก่เชลยชาวฮีบรูในบาบิโลน (เปรียบเทียบ 1:3; 3:4–7) เอเสเคียลเป็น "หมายสำคัญ" แก่พงศ์พันธุ์อิสราเอลด้วยทั้งคำพูดและการกระทำ (12:6) พระเยซูทรงรับตำแหน่งบุตรมนุษย์ เพราะพระองค์ทรงเป็นตัวแทนเช่นกัน คือเป็น "อาดัมสุดท้าย" ซึ่งกลายเป็นวิญญาณผู้ประทานชีวิต (ดู มัทธิว 8:20; 1 โครินธ์ 15:45) ตำแหน่งบุตรมนุษย์ยังโยงไปถึงนิมิตของดาเนียลเกี่ยวกับผู้หนึ่งที่อยู่ในสวรรค์ ซึ่ง "เหมือนบุตรมนุษย์" (ดาเนียล 7:13) ดังนั้นตำแหน่งนี้จึงเน้นให้เห็นความลี้ลับของการบังเกิดเป็นมนุษย์ หรือความจริงที่ว่าพระคริสต์ทรงเป็นทั้งพระเจ้าและมนุษย์ ในฐานะพระเจ้าและมนุษย์ พระเยซูทรงกลายเป็นสัญลักษณ์ที่ยิ่งใหญ่สำหรับมนุษยชาติที่บาปหนาทั้งหมด (ลูกา 2:34)

รูปเคารพ: คำภาษาฮีบรูคือ *กิลลูลิม*—6:4; 8:10; 14:6; 20:24; 23:30; 36:18; 44:10—เกี่ยวพันกับคำกริยาที่แปลว่า "กลิ้ง" (ปฐมกาล 29:3; โยชูวา 10:18) คำนี้หมายถึง "สิ่งที่ไม่มีรูปทรง" เช่นก้อนหินหรือท่อนไม้ที่ใช้ทำรูปเคารพ (6:9; 20:39; 22:3; 1 พงศ์กษัตริย์ 21:26) ผู้เผยพระวจนะเอเสเคียลใช้คำภาษาฮีบรูที่แปลว่า*รูปเคารพ*เกือบ 40 ครั้ง โดยใช้อย่างดูหมิ่นทุกครั้ง เนื่องจากพระเทียมเท็จเหล่านี้ได้นำอิสราเอลหลงไปจากพระเจ้าเที่ยงแท้ (14:5) คำว่า *กิลลูลิม* อาจเกี่ยวข้องกับสำนวนภาษาฮีบรูที่คล้ายกัน ซึ่งแปลว่า "มูลสัตว์ที่เป็นเม็ด ๆ" ภายหลังผู้อธิบายพระคัมภีร์ชาวยิวได้ล้อเลียน *กิลลูลิม* ว่าเป็น "รูปเคารพมูลสัตว์" หรือรูปเคารพที่ไร้ค่าเหมือนมูลสัตว์

พระสิริ: คำภาษาฮีบรูคือ *คาโบด*—1:28; 3:23; 9:3; 10:18; 31:18; 43:2; 44:4—มาจากคำกริยาภาษาฮีบรูซึ่งใช้บรรยายน้ำหนักหรือความคู่ควรของบางสิ่ง คำนี้สามารถหมายถึงบางสิ่งที่เป็นแง่ลบ ตัวอย่างเช่น ในการกล่าวถึงเมืองโสโดม คำนี้ทำให้เห็นภาพของระดับความบาปอันหนักหนาที่ทำให้เมืองนั้นสมควรถูกทำลายล้างอย่างราบคาบ (ปฐมกาล 18:20) แต่ตามปกติแล้วคำนี้ใช้เพื่อพรรณนาถึงความยิ่งใหญ่และความงดงามตระการ (ปฐมกาล 31:1) ในรูปคำนาม บางครั้งคำนี้ก็แปลว่า*เกียรติ* (1 พงศ์กษัตริย์ 3:13) พระคัมภีร์เดิมบรรยายว่าพระสิริของพระเจ้าปรากฏในรูปของเมฆ (อพยพ 24:15–18) และปกคลุมเต็มพระวิหาร (1 พงศ์กษัตริย์ 8:11) การตอบสนองที่เหมาะสมต่อพระสิริของพระเจ้าคือการเคารพยำเกรงพระองค์ ด้วยการก้มกราบต่อพระองค์ เหมือนที่เอเสเคียลทำ (3:23; 43:3)

พระคริสต์ในเอเสเคียล

พระธรรมเอเสเคียลมีหลายตอนที่แสดงให้เห็นชัยชนะของอิสราเอลผ่านพระราชกิจของพระเมสสิยาห์ พระคริสต์ถูกเปรียบด้วยภาพเป็น "ปลายยอดสูงของต้นสนสีดาร์" (17:22–24) คำพยากรณ์เรื่องพระเมสสิยาห์นี้แสดงให้เห็นว่าพระคริสต์มีเชื้อสาย

กษัตริย์เชื่อมโยงกับดาวิด คำว่ากิ่งก้านซึ่งใช้ในพระคัมภีร์เป็นประจำเพื่อให้เห็นภาพของพระเมสสิยาห์ ก็แสดงให้เห็นว่าพระคริสต์ทรงเป็น "หน่ออ่อนจากยอด" ซึ่งจะถูกปลูกไว้บนภูเขาแห่งอิสราเอล (34:23,24; 37:24,25; อิสยาห์ 4:2 ; เยเรมีย์ 23:5; 33:15; เศคาริยาห์ 3:8; 6:12) บนที่สูงนี้ เอเสเคียลวาดภาพพระคริสต์ที่ทรงเติบโตเป็น "ต้นสนสีดาร์ที่งามสง่า" ซึ่งสามารถปกป้องอิสราเอลไว้ภายใต้ร่มเงา

นอกจากนี้พระคริสต์ยังปรากฏในฐานะผู้เลี้ยงแกะที่ดูแลฝูงแกะของพระองค์ด้วย (34:11–31) อย่างไรก็ตาม เอเสเคียลยังบรรยายถึงการพิพากษาของผู้เลี้ยงแกะซึ่งจะลงโทษผู้ที่ข่มเหงชนชาติอิสราเอลด้วย (34:17–24; ดู มัทธิว 25:31–46)

สรุปเนื้อหาโดยย่อ

I. คำพยากรณ์เรื่องความพินาศย่อยยับของเยรูซาเล็ม (1:1–24:27)
   - ก. การเตรียมตัวและการมอบหมายงานให้เอเสเคียล (1:1–3:27)
   - ข. การประกาศเรื่องการลงโทษเยรูซาเล็ม (4:1–24:27)

II. คำพยากรณ์เรื่องการลงโทษประชาชาติต่าง ๆ ตามความผิด (25:1–32:32)
   - ก. อัมโมน (25:1–7)
   - ข. โมอับ (25:8–11)
   - ค. เอโดม (25:12–14)
   - ง. ฟีลิสเตีย (25:15–17)
   - จ. ไทระ (26:1–28:19)
   - ฉ. ไซดอน (28:20–24)
     - บทเสริม การรื้อฟื้นอิสราเอล (28:25–26)
   - ช. อียิปต์ (29:1–32:32)

III. การจัดเตรียมเพื่ออิสราเอลจะกลับใจใหม่ (33:1–33)

IV. คำพยากรณ์เรื่องการรื้อฟื้นอิสราเอล (34:1–48:35)
   - ก. การรวบรวมอิสราเอลกลับคืนสู่ดินแดนอีกครั้ง (34:1–37:28)
   - ข. การขับไล่ศัตรูของอิสราเอลออกจากดินแดน (38:1–39:29)
   - ค. การรื้อฟื้นการนมัสการแท้ในอิสราเอล (40:1–46:24)
   - จ. การแบ่งส่วนดินแดนใหม่ในอิสราเอล (47:1–48:35)

ขณะเดียวกัน ในพื้นที่ส่วนอื่น ๆ ของโลก . . .

อีสป อดีตทาสชาวฟรีเจีย เขียนนิทานอันโด่งดังของเขา กลุ่มผู้ตั้งรกรากชาวกรีกนำต้นมะกอกเทศมายังอิตาลี

คำถามที่พบบ่อย

1. เมื่ออ่านเอเสเคียล บางครั้งก็ยากที่จะสรุปว่า ภาษาที่เขาใช้นั้นบรรยายเหตุการณ์ตามตัวอักษร หรือเป็นสัญลักษณ์ของความคิดหรือหลักการบางอย่าง เราสามารถใช้บางตัวอย่างในเอเสเคียลเพื่อแสดงให้เห็นความแตกต่างได้หรือไม่?

ชีวิตของเอเสเคียลทำให้ผู้อ่านได้ทราบถึงประสบการณ์และการกระทำหลายอย่างที่ต่อเนื่องกันเป็นลำดับ และกลายเป็นช่วงเวลาที่ใช้สอนได้ บางส่วนเป็นฉากเหตุการณ์ในนิมิตซึ่งมีความสำคัญเป็นพิเศษ ตัวอย่างเช่น สามบทแรกของพระธรรมเล่มนี้บันทึกนิมิตเรื่องยาว ซึ่งผู้เผยพระวจนะคนนี้ได้เห็นลมหมุน สิ่งมีชีวิตในสวรรค์ และม้วนหนังสือที่กินได้ นอกจากนั้นเขายังได้รับการทรงเรียกให้ทำหน้าที่เผยพระวจนะด้วย

นอกจากนั้น เอเสเคียลยังกระทำบางสิ่งที่แปลกหรือมีลักษณะในเชิงสัญลักษณ์อย่างมาก โดยมีเจตนาเพื่อจะให้เห็นภาพถ้อยคำที่ต้องการบอก หรือสื่อสารคำเตือน ในเอเสเคียล 4:1–3 ผู้เผยพระวจนะคนนี้ได้รับพระบัญชาให้แกะสลักบนก้อนอิฐ แล้วก็ใช้แผ่นเหล็กเป็นสัญลักษณ์ของอันตรายที่เยรูซาเล็มกำลังเผชิญ มีการเทศนาด้วยอากัปกิริยาอื่น ๆ ตามมา ได้แก่ ท่านอนที่มีความหมายเชิงสัญลักษณ์ (4:4–8) การทำและอบขนมปังระหว่างปิดล้อมเมือง (4:9–17) และการตัดผมกับการเผา (5:1–4) พระเจ้าทรงบัญชาให้เอเสเคียลตอบสนองต่อโศกนาฏกรรมในชีวิตของเขาในลักษณะที่จะสื่อสารข้อความไปยังประชาชน ผู้เผยพระวจนะคนนี้ได้ทราบว่าภรรยาของเขากำลังจะเสียชีวิต แต่พระเจ้าบอกเขาว่าความสูญเสียของเขาจะให้บทเรียนสำคัญที่ประชาชนจำเป็นต้องได้ยิน เอเสเคียลไม่ได้รับอนุญาตให้ไว้ทุกข์ฉันใด คนเหล่านั้นก็จะไม่ได้รับอนุญาตให้ไว้ทุกข์ฉันนั้น เมื่อพวกเขาต้องเผชิญกับ “ความตาย” ของกรุงเยรูซาเล็มในท้ายที่สุด “เอเสเคียลจะเป็นหมายสำคัญแก่เจ้าทั้งหลาย เขาทำอย่างไร พวกเจ้าจะทำอย่างนั้น และเมื่อเหตุการณ์เหล่านี้มาถึง พวกเจ้าจะได้รู้ว่า เราคือยาห์เวห์องค์เจ้านาย” (24:24)

ลักษณะพิเศษในแนวทางของเอเสเคียลก่อให้เกิดความแตกต่างที่ชัดเจนระหว่างความชัดเจนของถ้อยคำที่เขาต้องการบอก กับการที่ประชาชนจงใจปฏิเสธถ้อยคำนั้น งานรับใช้ของเขาทำให้คนเหล่านั้นไม่เหลือข้อแก้ตัวใด ๆ เลย

2. มีความขัดแย้งกันหรือไม่ ระหว่างเอเสเคียล 18:1–20 ซึ่งเน้นว่าแต่ละคนต้องรับผิดชอบต่อบาปของตัวเอง กับเอเสเคียล 21:1–7 ซึ่งพระเจ้าทรงพิพากษาทั้ง "คนชอบธรรมและคนชั่ว" (ข้อ 4)?

หัวข้อเฉพาะเจาะจงของพระคัมภีร์สองตอนนี้ค่อนข้างแตกต่างกัน ตอนแรกกล่าวถึงผลที่จะเกิดขึ้นกับบุคคลและความรับผิดชอบส่วนบุคคล ซึ่งเป็นเรื่องของชีวิตแต่ละคน การโทษคนอื่นหรือการหาข้อแก้ตัวไม่ว่ามากแค่ไหนก็ไม่อาจลบล้างความรับผิดชอบของบุคคลต่อพระพักตร์พระเจ้าได้ พระคัมภีร์ตอนที่สองกล่าวถึงผลที่เกิดขึ้นต่อส่วนรวมของการมีชีวิตอยู่ในโลกที่ล้มลงในความบาป เมื่อพระเจ้าทรงเลือกใช้บาบิโลนเป็นอาวุธในการลงโทษ พระองค์ทรงกระทำเช่นนั้นโดยตระหนักดีว่า บางคนที่ให้เกียรติพระองค์จะต้องทนทุกข์และเสียชีวิต ความเชื่อมโยงระหว่างบุคคลกับสังคมหมายความว่า ความดีและความชั่วที่เกิดขึ้นกับสังคมนั้นอาจเกิดขึ้นกับคนในสังคมที่ไม่ได้มีส่วนก่อให้เกิดสาเหตุของเรื่องนั้นโดยตรง

สุดท้ายหลักการต่าง ๆ ในเอเสเคียล 18:1–20 อยู่เหนือกว่า เพราะมันบรรยายถึงวิธีการที่พระเจ้าจะสะสางบัญชีทางศีลธรรมในที่สุด แต่ละคนจะต้องรับผิดชอบต่อชีวิตของตนเอง เฉพาะผู้ที่ "อยู่ในพระคริสต์" เท่านั้นที่สามารถเผชิญเหตุการณ์นั้นด้วยความหวัง

ศึกษาเอเสเคียลแบบรวบรัด

1. เอเสเคียลได้รับนิมิตอะไรบ้างที่น่าจดจำ ซึ่งเป็นส่วนหนึ่งในบทบาทการเผยพระวจนะของเขา?
2. เอเสเคียลแสดงให้เห็นและบรรยายถึงความบริสุทธิ์ของพระเจ้าไว้อย่างไรบ้าง?
3. มีความแตกต่างอะไรบ้าง ระหว่างความหวังจอมปลอมที่คนร่วมสมัยของเอเสเคียลหยิบยื่นให้แก่ประชาชน กับพระสัญญาเรื่องการรื้อฟื้นที่เอเสเคียลเทศนา?
4. เอเสเคียลกล่าวถ้อยคำเสียดแทงใจเรื่องการพิพากษาแก่พวกผู้นำว่าอย่างไร?
5. เอเสเคียลเน้นย้ำความสำคัญของการนมัสการแท้อย่างไรบ้างตลอดพระธรรมเล่มนี้?

ดาเนียล

ภาพของชายผู้เดินในทางของพระเจ้า

วิวรณ์มีความหมายต่อพระคัมภีร์ใหม่ในด้านคำพยากรณ์
และวันพิพากษาอย่างไร ดาเนียลก็มีความหมายต่อพระคัมภีร์เดิมอย่างนั้น

นานแล้วก่อนที่ดาเนียลจะเผชิญหน้ากับถ้ำสิงโต เขาได้สำแดงความกล้าหาญ สติปัญญา และความซื่อสัตย์ เขาเผชิญกับการสูญเสียครอบครัวและบ้านเกิดในวัยเยาว์อย่างมีศักดิ์ศรี เขาไม่เคยใช้แรงกดดันจากภายนอกหรือความอัปยศที่ต้องตกเป็นทาสมาเป็นข้ออ้างที่จะสูญเสียมาตรฐานส่วนตัว เขารับใช้พระเจ้าและกษัตริย์โดยไม่เอาสองส่วนมาปนเปกัน เมื่อเขาออกมาจากถ้ำสิงโตโดยไม่มีรอยขีดข่วน กษัตริย์องค์นั้นก็รู้ว่าดาเนียลได้รับการปกป้องจากพระเจ้า กษัตริย์องค์นั้นเข้าใจเรื่องความภักดีขั้นสูงสุดของดาเนียล ดังนั้นดาเนียลจึงทิ้งร่องรอยไว้ในประวัติศาสตร์เพราะเขาเป็นบุรุษของพระเจ้า

ผู้เขียนและปีที่เขียน

เขียนโดยดาเนียลในช่วงที่เขาทำงานรับใช้พระเจ้า ก่อนหน้าปี 530 ก่อน ค.ศ.

มีข้อมูลอ้างอิงภายในและภายนอกพระธรรมเล่มนี้หลายประการที่บ่งชี้ว่าดาเนียลเขียนพระธรรมเล่มนี้ (8:15,27; 9:2; 10:2,7; 12:4–5; เอเสเคียล 14:14,20; 28:3; มัทธิว 24:15) ชื่อดาเนียลแปลว่า "พระเจ้าทรงเป็นผู้พิพากษาของข้าพเจ้า"

ดาเนียล เด็กวัยรุ่นจากครอบครัวชาวยิวชั้นสูง ถูกจับจากอิสราเอลและนำตัวไปยังบาบิโลน ดาเนียลใช้การเป็นเชลยให้เกิดประโยชน์สูงสุด และเชิดชูพระเจ้าได้สำเร็จเพราะความซื่อสัตย์และการรับใช้ของเขา เขาขึ้นมารับบทบาทเป็นรัฐบุรุษได้อย่างรวดเร็ว โดยได้รับการแต่งตั้งอย่างเป็นทางการจากกษัตริย์ และทำหน้าที่เป็นที่ปรึกษาของกษัตริย์ กับเป็นผู้เผยพระวจนะของพระเจ้าในอาณาจักรของโลกสองอาณาจักร (บาบิโลน, 2:48; และมีเดียเปอร์เซีย, 6:1–2)

บุคคลสำคัญในดาเนียล

ดาเนียล—มีอีกชื่อหนึ่งว่าเบลเทชัสซาร์ เชลยชาวอิสราเอลผู้กลายเป็นที่ปรึกษาของกษัตริย์ (1:1–12:13)

เนบูคัดเนสซาร์—กษัตริย์ยิ่งใหญ่ของบาบิโลน กลายเป็นคนเสียสติชั่วคราวเพราะไม่ยอมรับว่าพระเจ้าทรงมีตำแหน่งเป็นผู้มีอำนาจสูงสุด (1:1–4:37)

ชัดรัค—มีอีกชื่อหนึ่งว่าฮานันยาห์ เชลยชาวยิวที่ได้รับการแต่งตั้งให้บริหารมณฑลบาบิโลน พระเจ้าทรงช่วยเขาให้รอดจาก "เตาที่ไฟลุกอยู่" (1:7; 2:49; 3:8–30)

เมชาค—มีอีกชื่อหนึ่งว่า มิชาเอล เชลยชาวยิวที่ได้รับการแต่งตั้งให้บริหารมณฑลบาบิโลน พระเจ้าทรงช่วยเขาให้รอดจาก "เตาที่ไฟลุกอยู่" (1:7; 2:49; 3:8–30)

อาเบดเนโก—มีอีกชื่อหนึ่งว่าอาซาริยาห์ เชลยชาวยิวที่ได้รับการแต่งตั้งให้บริหารมณฑลบาบิโลน พระเจ้าทรงช่วยเขาให้รอดจาก "เตาที่ไฟลุกอยู่" (1:7; 2:49; 3:8–30)

เบลชัสซาร์—ผู้สืบทอดตำแหน่งกษัตริย์แห่งบาบิโลนต่อจากเนบูคัดเนสซาร์ และใช้ดาเนียลเป็นผู้แปลความหมาย (5:1–30)

ดาริอัส—ชาวเปอร์เซียผู้สืบทอดตำแหน่งผู้ครองบาบิโลนต่อจากเบลชัสซาร์ พวกที่ปรึกษาของพระองค์หลอกให้พระองค์จับดาเนียลไปยังถ้ำสิงโต (5:31–6:28)

ภูมิหลังและสถานที่

พระธรรมดาเนียลเปิดฉากท่ามกลางความดุเดือดและความอัปยศอดสู เมื่อเนบูคัดเนสซาร์ปิดล้อมกรุงเยรูซาเล็มในปี 605 ก่อน ค.ศ. เนื่องจากอิสราเอลพ่ายแพ้ สมบัติจากพระวิหารและเด็ก ๆ จากครอบครัวคนชั้นสูงจึงถูกนำไปยังบาบิโลน ในจำนวนนั้นมีดาเนียลและเพื่อนอีกสามคนรวมอยู่ด้วย หนังสือที่ดาเนียลเขียนบันทึกเรื่องราวต่อไปจนถึงจุดจบของบาบิโลน และการขึ้นมาเป็นใหญ่ของอาณาจักรมีเดียเปอร์เซียในท้ายที่สุด

เหตุการณ์ต่าง ๆ ที่ดาเนียลบันทึกไว้นั้นเกิดขึ้นในบาบิโลนยกเว้นแค่ข้อแรก ๆ ในพระธรรมเล่มนี้ การตกเป็นเชลยของประชากรยูดาห์ได้ถูกพยากรณ์ไว้โดยผู้รับใช้ของพระเจ้าหลายชั่วอายุคน เชลยกลุ่มที่มีดาเนียลรวมอยู่ด้วยเป็นกลุ่มแรกจากสามกลุ่มหลักที่ถูกกวาดต้อนจากยูดาห์ไปยังบาบิโลน อีกสองกลุ่มเกิดขึ้นในปี 597 ก่อนค.ศ.และปี586ก่อนค.ศ.ความพ่ายแพ้เกิดขึ้นเป็นช่วง ๆ แล้วในที่สุดกรุงเยรูซาเล็มกับพระวิหารอันเป็นที่รักก็ถูกทำลาย ดาเนียลให้คำบรรยายบางส่วนเกี่ยวกับสภาพชีวิตในช่วงหลายปีที่ตกเป็นเชลย

ดาเนียลอาจจะเกิดในรัชสมัยของโยสิยาห์ กษัตริย์ผู้ชอบธรรมองค์สุดท้ายของยูดาห์ (ประมาณปี 641–609 ก่อน ค.ศ.) เขาถูกจับตัวไปหลังจากความพ่ายแพ้ของกษัตริย์เยโฮยาคิม เขาโตพอที่จะจดจำบ้านเกิดของเขาได้ เมื่อดาเนียลเขียนในอีก 70 ปีต่อมา ความรู้สึกอันแรงกล้าที่ดาเนียลมีต่อยูดาห์ โดยเฉพาะพระวิหารในเยรูซาเล็ม ยังคงพรั่งพรูออกมาจากปลายปากกาของเขา

หลักคำสอนสำคัญในดาเนียล

พระเจ้าทรงควบคุมในฐานะผู้มีอำนาจสูงสุด (2:20–22,44; 1 พงศ์กษัตริย์ 3:9,10; 4:29; สดุดี 31:15; เอสเธอร์ 1:13; โยบ 12:18,22; ฮีบรู 4:13; ยากอบ 1:5)

การอัศจรรย์ของพระเจ้า (6:16–23; อพยพ 4:3–4; 14:21,22; โยชูวา 6:6–20; 1 พงศ์กษัตริย์ 18:36,38; มัทธิว 9:5–13; ลูกา 17:14; ยอห์น 2:6–10; 3:2; กิจการ 14:13; 19:11)

พระเมสสิยาห์ในพระสัญญา (2:35,45; 7:13,14,27; 9:26; อิสยาห์ 28:16; เอเสเคียล 1:26; มัทธิว 16:16–20; 24:30; ลูกา 20:18; ยอห์น 3:35,36; 1 โครินธ์ 15:27; เอเฟซัส 1:22; ฟีลิปปี 2:9–11)

พระลักษณะของพระเจ้าในดาเนียล

พระเจ้าทรงเปี่ยมด้วยพระเมตตา—9:9
พระเจ้าทรงฤทธิ์อำนาจ—3:17; 4:35
พระเจ้าทรงจัดเตรียม—4:29–31,37
พระเจ้าทรงชอบธรรม—9:7,16
พระเจ้าทรงสัตย์จริง—4:37
พระเจ้าทรงพระปัญญา—2:20–22
พระเจ้าทรงมีพระพิโรธ—9:16

พระคริสต์ในดาเนียล

ในพระธรรมดาเนียล พระคริสต์ถูกวาดภาพเป็นก้อนหินที่ “กลายเป็นภูเขาใหญ่จนเต็มพิภพ” (2:35) คำพยากรณ์ของดาเนียลบรรยายว่าอาณาจักรของพระคริสต์จะตั้งอยู่ตลอดไปเป็นนิตย์ และ “ทำให้ราชอาณาจักร [อื่นๆ] เหล่านี้ทั้งหมดแตกเป็น

ชิ้นๆ” (2:44) พระคริสต์ถูกเรียกว่าพระเมสสิยาห์ที่จะเสด็จมาซึ่งจะต้องถูกตัดออก (9:25–26) ดาเนียลระบุวันที่พระองค์จะเสด็จมา ซึ่งตรงกับวันที่พระเยซูเสด็จเข้าสู่กรุงเยรูซาเล็มอย่างผู้พิชิต

นอกจากนี้ ดาเนียลยังบรรยายว่าพระคริสต์เป็น “ท่านผู้หนึ่งเหมือนบุตรมนุษย์” (7:13) คำระบุตำแหน่งนี้ได้ถูกใช้โดยพระคริสต์เอง (มัทธิว 16:26; 19:28; 26:64) และสำแดงให้เห็นความเป็นมนุษย์ของพระเยซู อย่างไรก็ตามดาเนียลบรรยายว่าบุตรมนุษย์หมายถึงผู้ที่เข้าเฝ้าพระเจ้าผู้ทรงมหิทธิฤทธิ์ และได้รับสิทธิอำนาจครอบครองทั่วสากลโลก

คำศัพท์สำคัญในดาเนียล

การแปลความหมาย: คำภาษาอาราเมคคือ *เปชาร์*—2:6,30; 4:7,18; 5:7,15,17; 7:16—มีความหมายตามตัวอักษรว่า “แก้มัด” หรือ “ทำให้หลวม” พูดอีกอย่างก็คือ ดาเนียลสามารถคลี่คลายความลี้ลับของความฝันและนิมิตได้ นั่นคือเขาสามารถอธิบายหรือไขปริศนาเหล่านั้น แต่เขาก็รีบบอกเสมอว่าความสามารถของเขามาจากพระเจ้า (2:28)

นิมิต: คำภาษาฮีบรูคือ *ฆาโซน*—8:1,13,15,26; 9:21,24; 11:14—แปลว่าความฝันหรือนิมิตมาจากคำกริยาทั่วไปในภาษาฮีบรูที่แปลว่า “มองเห็น” คนยุคโบราณมักจะเข้าใจว่าความฝันและนิมิตนั้นเป็นการเปิดเผยจากเทพเจ้า หรือในกรณีของชาวฮีบรูคือจากพระเจ้า (อิสยาห์ 1:1) ดาเนียลได้รับสารเป็นนิมิตจากพระเจ้า ซึ่งกล่าวถึงอนาคตของอาณาจักรเปอร์เซียและกรีซ ความฝันของเขาถูกเข้ารหัสเป็นสัญลักษณ์ต่าง ๆ ซึ่งต้องได้รับความช่วยเหลือในการแปลจากทูตสวรรค์กาเบรียล (8:15–27) ผู้เขียนพระธรรมสุภาษิตยืนยันว่าการเปิดเผยจากพระเจ้าเป็นสิ่งจำเป็นต่อความสวัสดิภาพของสังคม หากไม่มีพระบัญญัติของพระเจ้าที่เปิดเผยไว้ในพระคัมภีร์ รากฐานของสังคมก็พังทลาย (ดู สุภาษิต 29:18)

สรุปเนื้อหาโดยย่อ

I. ภูมิหลังส่วนตัวของดาเนียล (1:1–21)
- ก. การยึดครองเยรูซาเล็ม (1:1–2)
- ข. การเกณฑ์ชาวยิวไปฝึก (1:3–7)
- ค. ความกล้าหาญของชายหนุ่มสี่คนระหว่างการทดสอบ (1:8–16)
- ง. การเลือกชายหนุ่มสี่คนไปดำรงตำแหน่งในราชสำนัก (1:17–21)

II. การพยากรณ์ถึงการปกครองของคนต่างชาติ (2:1–7:28)
- ก. ทางเลือกยาก ๆ ของเนบูคัดเนสซาร์ (2:1–4:37)

ข. ความเสเพลและความเสื่อมของเบลชัสซาร์ (5:1–31)
ค. การทรงช่วยดาเนียลให้พ้นภัย (6:1–28)
ง. ความฝันของดาเนียล (7:1–28)

III. การพยากรณ์ถึงชะตาของอิสราเอล (8:1–12:13)
ก. คำพยากรณ์เรื่องแกะผู้และแพะผู้ (8:1–27)
ข. คำพยากรณ์เรื่อง 70 สัปตะ (9:1–27)
ค. คำพยากรณ์เรื่องความอัปยศอดสูของอิสราเอลและการรื้อฟื้นอิสราเอล (10:1–12:13)

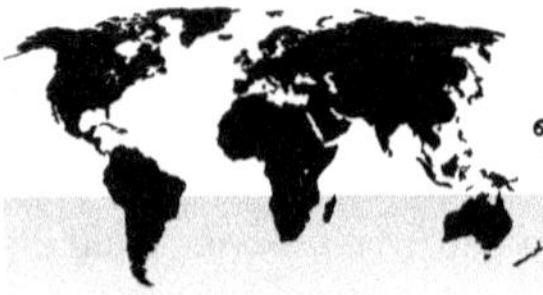

ขณะเดียวกัน ในพื้นที่ส่วนอื่น ๆ ของโลก . . .

ขงจื๊อ นักปรัชญาชาวจีน เกิดมาและภายหลังได้เผยแพร่ปรัชญาของเขาไปทั่วเอเชีย

คำถามที่พบบ่อย

1. คนที่เชื่อในความอัศจรรย์ของคำพยากรณ์ของดาเนียล รวมทั้งการอัศจรรย์อื่น ๆ ในพระธรรมดาเนียล จะให้คำตอบอย่างไรแก่คนที่ตั้งแง่สงสัย ซึ่งมีความสงสัยจริง ๆ ว่าดาเนียลเป็นผู้เขียนจริงหรือไม่ และเวลาที่เขียนนั้นเก่าแก่จริงหรือไม่ เพราะคำพยากรณ์หลายเรื่องแม่นยำอย่างน่าประหลาดใจ?

ความมั่นใจว่าพระคัมภีร์มีต้นกำเนิดมาจากพระเจ้าไม่ได้อาศัยความเชื่อแบบหลับหูหลับตาเชื่อ แต่มีคำอธิบายที่สมเหตุสมผลและมีหลักฐานสนับสนุนที่ยอมรับได้ ซึ่งชี้ให้เห็นความน่าเชื่อถือของพระคัมภีร์ การที่ดาเนียลใช้ภาษาซึ่งปัจจุบันเรียกว่าภาษาอาราเมคยุคจักรวรรดิในการเขียนหนังสือเล่มนี้บ่งชี้ว่าเวลาที่เขียนหนังสือเล่มนี้มีความเก่าแก่ ม้วนหนังสือทะเลตายก็ให้หลักฐานว่าเวลาที่เขียนพระธรรมดาเนียลนั้นอยู่ในยุคเก่าแก่เช่นกัน

เมื่อคำพยากรณ์ที่แม่นยำและสิ่งที่เป็นไปได้ว่าเป็นการอัศจรรย์ ถูกด้อยค่าว่าเป็นสิ่งที่ยอมรับไม่ได้ การพิสูจน์คุณค่าของพระธรรมดาเนียลก็กลายเป็นเรื่องท้าทาย แต่ปัญหานี้แทบไม่ใช่เรื่องของการขาดหลักฐาน แต่ส่วนใหญ่แล้วเป็นเรื่องของการจงใจที่จะไม่เชื่อ นักตีความที่ตั้งแง่สงสัย ซึ่งไม่เต็มใจที่จะยอมรับว่า

คำพยากรณ์เหนือธรรมชาติในดาเนียลได้เกิดขึ้นจริง (ในบทที่ 11 เพียงบทเดียวมีมากกว่าร้อยเรื่องที่กลายเป็นจริง) พวกเขาพยายามบอกว่านั่นไม่ใช่การมองเห็นอนาคตอย่างอัศจรรย์ แต่เป็นการสังเกตแบบง่าย ๆ พวกเขาทึกทักว่าแท้จริงแล้วผู้เขียนพระธรรมดาเนียลมีชีวิตอยู่ในสมัยของอันทิโอคัส และบันทึกเหตุการณ์ปัจจุบันของเขาในรูปคำพยากรณ์ กล่าวคือ ผู้เขียนเขียนราวกับว่าเขากำลังพยากรณ์เหตุการณ์บางอย่าง แต่ในความเป็นจริงเขาเขียนหลังจากเหตุการณ์นั้นเกิดขึ้นแล้ว สำหรับนักวิชาการกลุ่มนี้ ไม่ว่าคำพยากรณ์ที่เป็นจริงจะมีมากเพียงใดก็ไม่เพียงพอที่จะทำให้พวกเขาเชื่อได้ แท้จริงแล้วพวกเขากลายเป็นเครื่องเตือนใจสำหรับผู้เชื่อว่าการโต้แย้งไม่ได้นำคนเข้าสู่อาณาจักรของพระเจ้า หลักฐานที่มีน้ำหนักที่สุดก็ยังต้องอาศัยความช่วยเหลือจากพระวิญญาณของพระเจ้า ในการนำคนที่ต่อต้านมาสู่ความเชื่อที่แท้จริง

2. ใครคือบุคคลที่สี่ในเตาที่ไฟลุกอยู่ ในดาเนียล 3:19–25?

การช่วยชัดรัค เมชาค และอาเบดเนโกออกจากเปลวไฟเป็นเหตุการณ์น่าทึ่งและน่าอัศจรรย์ เตาหลอมนั้นเป็นของจริงและเปลวไฟก็ร้อน ทหารยามที่อุ้มชายหนุ่มเหล่านั้นเข้าไปใกล้พอที่จะโยนพวกเขาเข้าไปในเตาไฟก็ตายเสียเอง ทำไมจะต้องทำให้การอัศจรรย์นี้ซับซ้อนขึ้นโดยการมีบุคคลที่สี่ในเตาหลอมด้วย? เพราะกษัตริย์เองก็สังเกตเห็นว่าจำนวนคนที่พระองค์ให้โยนเข้าไปในกองไฟกับจำนวนคนที่เดินไปเดินมาในนั้นไม่เท่ากัน ความจริงมักจะมีเรื่องซับซ้อนที่ไม่คาดคิดรวมอยู่ด้วย

กษัตริย์ทรงสรุปว่าบุคคลที่สี่เป็นผู้ที่มาจากสวรรค์ พระองค์เรียกผู้มาเยือนผู้นั้นสองแบบ คือ "เหมือนองค์เทพบุตร" (3:25) กับ "ทูตสวรรค์" (3:28) เมื่อกษัตริย์บัญชาให้สหายทั้งสามออกมาจากเตาไฟ พระองค์ไม่ได้เชิญผู้รับใช้พิเศษของพระเจ้าออกมาด้วย

เมื่อพิจารณาจากบริบทของพระคัมภีร์ทั้งเล่ม บุคคลที่สี่นี้อาจเป็นพระภาคที่สองของพระเจ้า (พระเยซูคริสต์) ในสภาพที่พระองค์มาปรากฏก่อนการบังเกิดเป็นมนุษย์ สำหรับกรณีอื่น ๆ ที่คล้ายกันในพระคัมภีร์เดิม ขอให้ดู อพยพ 3:2 โยชูวา 5:13–15 และ ผู้วินิจฉัย 6:11 แม้ว่าบันทึกเหล่านี้จะใช้คำว่า*ทูตสวรรค์* แต่บุคคลดังกล่าวมีความเชื่อมโยงพิเศษกับองค์พระผู้เป็นเจ้า บุคคลนั้นไม่ใช่ทูตสวรรค์ทั่วไปแต่เป็นทูตของพระยาห์เวห์ การปรากฏของบุคคลนั้นอาจจะน่าตกใจ แต่บุคคลนั้นไม่มีรูปลักษณ์ที่น่าทึ่งและน่าเกรงขามอย่างทูตสวรรค์ กษัตริย์เห็นชายสี่คนอยู่ใน

เตาไฟ บุคคลที่มาปรากฏอย่างอัศจรรย์นั้น พระองค์กล่าวว่าเหมือนองค์เทพบุตร นี่อาจเป็นคำอุทานที่ได้รับการดลใจก็ได้

3. ทำไมพระธรรมดาเนียลจึงมักถูกเรียกว่า พระธรรมในพระคัมภีร์เดิมที่เทียบเท่ากับพระธรรมวิวรณ์ในพระคัมภีร์ใหม่?

พระธรรมดาเนียลและวิวรณ์เสริมกันและกันในหลาย ๆ ด้าน พระธรรมสองเล่มนี้เขียนห่างกันประมาณ 600 ปี แต่ทั้งคู่ก็กล่าวถึงแผนการของพระเจ้าในประวัติศาสตร์ แม้ว่านิมิตที่เป็นคำพยากรณ์ของดาเนียลส่วนใหญ่กลายเป็นจริงแล้วในเวลาที่ยอห์นเขียนวิวรณ์ แต่งานเขียนของยอห์นก็ช่วยเสริมงานเขียนของดาเนียลในสองลักษณะที่เฉพาะเจาะจง คือ

1. พระธรรมทั้งสองเล่มบางส่วนกล่าวถึงเหตุการณ์ช่วงสุดท้าย และให้มุมมองในเชิงพยากรณ์คู่ขนานกัน เกี่ยวกับวันปิดฉากของจักรวาลดั้งเดิมและแผนการของพระเจ้าเกี่ยวกับฟ้าสวรรค์ใหม่ แผ่นดินโลกใหม่ และอาณาจักรใหม่
2. วิวรณ์ยืนยันความเข้าใจเรื่องคำพยากรณ์ที่ชี้ให้เห็นว่า คำพยากรณ์ที่เป็นจริงนั้นบ่อยครั้งสามารถเกิดขึ้นแบบหลายขั้น หรือหลายระลอก ตัวอย่างเช่น คำพยากรณ์หลายเรื่องที่ประทานแก่ดาเนียลนั้น ได้กลายเป็นจริงในระดับหนึ่งในเหตุการณ์ประวัติศาสตร์ก่อนหน้าพระชนม์ชีพของพระคริสต์ แต่จะเป็นจริงขั้นสูงสุดและเป็นจริงอย่างครบถ้วนในเหตุการณ์ช่วงสุดท้ายของประวัติศาสตร์

ศึกษาดาเนียลแบบรวบรัด

1. ให้คุณเขียนร่างชีวประวัติของดาเนียล เขาเป็นคนแบบไหน?
2. คุณจะยกดาเนียลเป็นตัวอย่างแก่คนหนุ่มสาวอย่างไร?
3. ดาเนียลรักษาความสมดุลอย่างไร ระหว่างความรับผิดชอบในฐานะข้าราชการและความสัมพันธ์กับพระเจ้า?
4. เพื่อน ๆ ของดาเนียลสอนอะไรเราบ้างเกี่ยวกับความเชื่อ?
5. นิมิตที่เป็นคำพยากรณ์เรื่องใดบ้างในพระธรรมดาเนียล ที่กระตุ้นความอยากรู้อยากเห็นของคุณให้อยากเรียนรู้มากขึ้น?
6. พระธรรมดาเนียลสอนอะไรเราเกี่ยวกับพระเจ้า?

โฮเชยา

ความรักและความเมตตาที่ไม่มีเงื่อนไข

พระเจ้าทรงรักเรามากจนพระองค์ประทานงานยาก ๆ แก่เรา
จากนั้นพระองค์ก็ช่วยเราให้ทำงานเหล่านั้นสำเร็จ

คุณพอจะคิดออกไหมว่ามีอะไรที่พระเจ้าบอกให้คุณทำ แต่มันดูเหมือนยากหรือไม่ยุติธรรมไหม? หากคุณนึกไม่ออก แสดงว่าคุณยังไม่ได้สนใจพระวจนะของพระเจ้าอย่างละเอียดถี่ถ้วนมากพอ ลองเริ่มต้นด้วยพระดำรัสบางตอนของพระเยซู เช่น "จงรักศัตรูของท่าน และจงอธิษฐานเพื่อบรรดาคนที่ข่มเหงพวกท่าน" (มัทธิว 5:44) ชีวิตของโฮเชยาเป็นตัวอย่างที่บีบคั้นหัวใจ ซึ่งทำให้เราเห็นว่าพระบัญชาของพระเจ้าอาจยากลำบากเพียงใด และความรักของพระองค์ยังคงยิ่งใหญ่แค่ไหน

ผู้เขียนและปีที่เขียน

เขียนโดยโฮเชยาในช่วงที่เขาทำงานรับใช้พระเจ้า ประมาณปี 755 ถึง 710 ก่อน ค.ศ.

ข้อมูลทั้งหมดที่เรามีเกี่ยวกับโฮเชยาและครอบครัวของเขามาจากพระธรรมเล่มนี้ โฮเชยาและโยนาห์มีความโดดเด่นแบบเดียวกัน คือเป็นผู้เผยพระวจนะที่เขียนหนังสือไว้เพียงสองคนจากอาณาจักรอิสราเอลที่อยู่ทางเหนือ โฮเชยาทำงานรับใช้ยาวนานถึง 45 ปี ครอบคลุมรัชสมัยของกษัตริย์เจ็ดองค์ในอิสราเอลและสี่องค์ในยูดาห์ ทั้งอิสยาห์และมีคาห์เป็นคนร่วมสมัยกับโฮเชยา แม้ว่าพวกเขาเผยพระวจนะเฉพาะในยูดาห์เท่านั้น

บุคคลสำคัญในโฮเชยา

โฮเชยา—ผู้เผยพระวจนะแก่อาณาจักรอิสราเอลที่อยู่ทางเหนือ ชีวิตสมรสของเขาสะท้อนถึงความสัมพันธ์ระหว่างพระเจ้ากับอิสราเอล (1:1–14:9)

โกเมอร์—หญิงโสเภณีซึ่งกลายเป็นภรรยาของโฮเชยา (1:3–9)

ลูก ๆ ของพวกเขา—ยิสเรเอล โลรุหะมาห์ โลอัมมี ชื่อของลูกแต่ละคนแสดงถึงความสัมพันธ์ระหว่างพระเจ้ากับอิสราเอล (1:3–2:1)

ภูมิหลังและสถานที่

พระเจ้าทรงเรียกโฮเชยาเป็นผู้เผยพระวจนะในช่วงปลายรัชสมัยของเยโรโบอัมที่ 2 แม้ว่าอิสราเอลกำลังเพลิดเพลินกับช่วงเวลาที่พวกเขามีความสงบสุขทางการเมืองและมีความเจริญรุ่งเรืองทางวัตถุ แต่ประเทศนี้ก็เต็มไปด้วยความเสื่อมทรามทางศีลธรรม และความล้มละลายฝ่ายจิตวิญญาณ การสิ้นพระชนม์ของเยโรโบอัมที่ 2 นำไปสู่สภาพไร้ขื่อแป และประเทศชาติก็เสื่อมถอยลงอย่างรวดเร็ว ในช่วง 20 ปีถัดมาซึ่งจะนำไปสู่การถูกอัสซีเรียโค่นล้มอย่างราบคาบ อิสราเอลจะมีรัชสมัยสั้น ๆ ของกษัตริย์หกองค์ ซึ่งสี่รัชสมัยจบลงด้วยการลอบปลงพระชนม์

โฮเชยาพูดแทนพระเจ้าในช่วงเวลาอันวุ่นวายเหล่านั้น ถ้อยคำของเขาเต็มไปด้วยคำเตือนเรื่องความดื้อรั้นทางศีลธรรมของอิสราเอล และการที่อิสราเอลละเมิดความสัมพันธ์ตามพันธสัญญากับพระเจ้า ชีวิตของเขาแสดงให้เห็นความจริงในถ้อยคำที่เขาต้องการบอก โฮเชยาประกาศการพิพากษาที่กำลังจะมาถึง

หลักคำสอนสำคัญในโฮเชยา

ความรักที่ไม่มีเงื่อนไขของพระเจ้า สำหรับประชากรแห่งพันธสัญญาของพระองค์

(6:1–3; 11:1–12; เฉลยธรรมบัญญัติ 7:7; โยบ 7:17; อิสยาห์ 49:15,16; ยอห์น 3:16; ทิตัส 3:4)

พระลักษณะของพระเจ้าในโฮเชยา

พระเจ้าทรงเป็นผู้ที่มนุษย์เข้าถึงได้—14:2
พระเจ้าทรงประเสริฐ—3:5
พระเจ้าทรงพระกรุณา—2:19
พระเจ้าทรงรัก—11:4
พระเจ้าทรงเปี่ยมด้วยพระเมตตา—2:23; 14:3–4
พระเจ้าทรงจัดเตรียม—2:8–9

พระคริสต์ในโฮเชยา

โฮเชยาแสดงให้เห็นภาพความสัมพันธ์ระหว่างสามีที่สัตย์ซื่อ (โฮเชยาและพระเจ้า) กับเจ้าสาวที่ไม่สัตย์ซื่อ (โกเมอร์และอิสราเอล) การสถิตอยู่ของพระคริสต์ซึมซาบ

ไปทั่วพระธรรมโฮเชยาในฐานะคนรักและผู้ไถ่ของประชากรของพระองค์ เช่นเดียวกับที่โฮเชยาทำหน้าที่เป็นผู้ไถ่ของโกเมอร์ ภรรยาของเขา นอกจากนี้โฮเชยายังพรรณนาถึงฐานะของพระคริสต์ ผู้ทรงเป็นพระผู้ช่วยให้รอดของประชากรของพระองค์ "เจ้าทั้งหลายไม่รู้จักพระเจ้าอื่นนอกจากเรา ไม่มีผู้ช่วยอื่นใดนอกจากเรา" (13:4)

คำศัพท์สำคัญในโฮเชยา

สะดุด: คำภาษาฮีบรูคือ *คาชาล* —4:5; 5:5—ความหมายตามตัวอักษรคือ "เดินสะดุด" หรือ "สะดุดล้ม" หรือ "สะดุด" ผู้เผยพระวจนะมักใช้คำนี้เพื่อบรรยายชีวิตฝ่ายจิตวิญญาณของชาวฮีบรู ตัวอย่างเช่น โฮเชยาเปรียบทั้งผู้เผยพระวจนะเทียมเท็จและผู้ที่ติดตามคนเหล่านั้นเหมือนคนที่สะดุดในความมืด คือพวกเขาสะดุดเพราะบาปแห่งการกราบไหว้รูปเคารพ และล้มลงสู่ความพินาศ (4:5; 5:5; อิสยาห์ 3:8) อิสยาห์เตือนว่าผู้ที่พึ่งพากำลังของตนเองจะสะดุดและล้มลง (อิสยาห์ 40:30) แต่ผู้ที่องค์พระผู้เป็นเจ้าทรงนำจะไม่สะดุด (อิสยาห์ 63:13) ความจริงแล้ว องค์พระผู้เป็นเจ้าจะประทานกำลังแก่ผู้ที่เคยสะดุดล้มในอดีต และเวลานี้ร้องทูลต่อพระองค์ (1 ซามูเอล 2:4)

เล่นชู้: คำภาษาฮีบรูคือ *ซานาห์*—2:5; 3:3; 4:15—หมายถึงการมีความสัมพันธ์ทางเพศในลักษณะที่ผิดกฎบัญญัติ โดยเฉพาะที่เกี่ยวข้องกับการค้าประเวณี ในโลกยุคโบราณมีการค้าประเวณีอยู่สองรูปแบบ คือการค้าประเวณีทั่วไปกับการค้าประเวณีในพิธีกรรม หรือการเป็นโสเภณี "ทางศาสนา" ซึ่งเกี่ยวข้องกับพิธีกรรมของคนต่างชาติที่ทำเพื่อความอุดมสมบูรณ์ การค้าประเวณีทั้งสองรูปแบบเป็นสิ่งที่ถูกห้ามอย่างเคร่งครัดในพระบัญญัติของพระเจ้า (เลวีนิติ 19:29; เฉลยธรรมบัญญัติ 23:17) พระคัมภีร์เดิมมักใช้การค้าประเวณีเป็นภาพเปรียบเทียบความบาปแห่งการกราบไหว้รูปเคารพ อิสราเอลเคยปฏิญาณว่าจะปรนนิบัติพระเจ้าองค์เดียว (อพยพ 20:3) ดังนั้นการกราบไหว้รูปเคารพจึงเหมือนการนอกใจองค์พระผู้เป็นเจ้าในชีวิตสมรส จริง ๆ แล้วโฮเชยาแต่งงานกับโสเภณีเพื่อเป็นสัญลักษณ์ที่มีชีวิต แสดงถึงความอดทนที่พระเจ้าทรงมีต่อการนอกใจของอิสราเอล (ดูบทที่ 1)

สรุปเนื้อหาโดยย่อ

I. ภรรยาที่เล่นชู้และสามีที่สัตย์ซื่อ (1:1–3:5)
- ก. โฮเชยากับโกเมอร์ (1:1–11)
- ข. พระเจ้ากับอิสราเอล (2:1–23)
- ค. ทั้งสองฝ่ายคืนดีกัน (3:1–5)

II. อิสราเอลที่เล่นชู้และองค์พระผู้เป็นเจ้าผู้ทรงสัตย์ซื่อ (4:1–14:9)
- ก. อิสราเอลที่เล่นชู้ถูกตัดสินว่ามีความผิด (4:1–6:3)
- ข. อิสราเอลที่เล่นชู้ถูกเหวี่ยงทิ้ง (6:4–10:15)
- ค. อิสราเอลที่เล่นชู้ถูกนำกลับมาหาองค์พระผู้เป็นเจ้า (11:1–14:9)

ขณะเดียวกัน ในพื้นที่ส่วนอื่น ๆ ของโลก . . .

กรุงโรมได้รับการสถาปนา (ปี 753 ก่อน ค.ศ.)

คำถามที่พบบ่อย

1. พระเจ้าทรงบัญชาให้โฮเชยาแต่งงานกับหญิงโสเภณีจริง ๆ หรือไม่?

นักตีความพระคัมภีร์บางคนพยายามทำให้คำถามนี้ง่ายขึ้น โดยการเสนอว่าฉากชีวิตสมรสในโฮเชยาสามบทแรกนั้นเป็นเพียงเรื่องราวเปรียบเทียบถึงความสัมพันธ์ระหว่างพระเจ้ากับประชากรของพระองค์ แต่ในบันทึกเรื่องราวนี้ไม่มีข้อความใดสนับสนุนการตีความแบบนั้นเลย น้ำหนักส่วนใหญ่ของบทเรียนนี้คงจะหายไป ถ้าเหตุการณ์นั้นไม่ได้เกิดขึ้นตามตัวอักษร คนที่คัดค้านเรื่องนี้มักจะคัดค้านโดยอ้างว่าจะมีผลแง่ลบทางศีลธรรมตามมามากเกินไป ถ้าพระเจ้าบอกให้โฮเชยาแต่งงานกับผู้หญิงเช่นนั้น

สำนวนภาษาต้นฉบับในพระบัญชาของพระเจ้าตอนนี้ ให้ข้อมูลสนับสนุนว่าโกเมอร์ยังเป็นหญิงพรหมจารีในเวลาที่เธอแต่งงานกับโฮเชยา คำว่า "ไปรับหญิงเจ้าชู้มาเป็นภรรยา" (1:2) อาจเข้าใจได้ว่าเป็นคำพยากรณ์ (มองไปยังอนาคต) ดังนั้นโกเมอร์คงจะมีพฤติกรรมผิดศีลธรรมหลังจากแต่งงานแล้ว คำอธิบายนี้เข้ากับคำบรรยายของพระเจ้าได้ดีกว่า ในคำบรรยายที่พระองค์ตรัสว่าอิสราเอลออกมาจากอียิปต์ในฐานะหญิงสาว (2:15; 9:10) ซึ่งต่อมาได้หลงไปจากพระเจ้า (11:1) พลังทางศีลธรรมที่อยู่เบื้องหลังการกระทำของโฮเชยา ในการนำโกเมอร์กลับคืนมาหลังจากที่เธอล่วงประเวณี (บทที่ 3) เป็นสิ่งที่ขึ้นอยู่กับความบริสุทธิ์ของการผูกพันกันในตอนแรก ซึ่งเธอได้ฝ่าฝืน หากโฮเชยาแต่งงานกับหญิงที่รับรู้กันว่าเป็นโสเภณี เขาก็ไม่มีมูลเหตุที่จะกล่าวหาว่าการล่วงประเวณีของเธอเป็นความผิด

ศึกษาโฮเชยาแบบรวบรัด

1. เมื่อคุณอ่านโฮเชยาตั้งแต่ต้นจนจบ คุณได้พบภาพเปรียบเทียบเกี่ยวกับพระเจ้ากี่ภาพ?
2. โฮเชยาพรรณนาถึงความรักที่พระเจ้าทรงมีต่อประชากรของพระองค์ด้วยวิธีต่าง ๆ กี่วิธี?

3. ชื่อลูก ๆ แต่ละคนของโฮเชยากับโกเมอร์มีความสำคัญอย่างไร?
4. ถ้าจะให้คะแนนความยาก จากน้อยไปหามาก คุณจะให้คะแนนความยากเท่าไรสำหรับพระบัญชาของพระเจ้าที่ให้โฮเชยาแต่งงานกับโสเภณี?
5. ขอให้คุณบรรยายเรื่องยากที่สุดที่พระเจ้าบอกให้คุณทำ

โยเอล

วันแห่งองค์พระผู้เป็นเจ้า

โยเอลให้ข้อพระคัมภีร์สำหรับคำเทศนาแรกของเปโตร
(โยเอล 2:28–32; กิจการ 2:16–21)

ฝูงตั๊กแตนจู่โจมเหมือนพายุไฟ แล้วร่องรอยที่พวกมันทิ้งไว้ก็คือชนชาติที่ถูกทำลายล้าง และผู้เผยพระวจนะคนหนึ่งก็กล่าว "พระวจนะของพระยาห์เวห์" (1:1) โยเอลรอดชีวิตจากภัยพิบัติฝูงแมลงล้างผลาญ และส่งมอบถ้อยคำอธิบายที่ชัดเจน ส่งเสียงเรียกอย่างกล้าหาญให้ลงมือกระทำ รวมทั้งมอบความหวังเป็นของขวัญ ถ้อยคำอมตะของเขายังคงเรียกบรรดาผู้ที่เชื่อในพระเจ้าให้ไว้วางใจ แม้แต่ในเวลาที่คลื่นแห่งความหายนะและความชั่วร้ายดูเหมือนท่วมท้น ถ้อยคำของเขายังคงเป็นแรงบันดาลใจให้มีความหวัง "เพราะวันแห่งพระยาห์เวห์กำลังมา" (2:1)

ผู้เขียนและปีที่เขียน

เขียนโดยโยเอล ประมาณปี 835 ถึง 796 ก่อน ค.ศ.

ผู้เขียนระบุตัวตนของเขาเพียงแค่ "โยเอล บุตรของเปธูเอล" (1:1) ชื่อบิดาของเขาไม่ได้ถูกกล่าวถึงในพระคัมภีร์เดิมตอนอื่น ๆ แม้แต่หลักฐานภายในพระธรรมเล่มนี้ก็ช่วยได้เพียงเล็กน้อยในการชี้ให้เห็นภูมิหลังของโยเอล ถึงแม้เรื่องราวที่เล่าสืบต่อกันมาจะบอกว่าโยเอลมาจากเผ่ารูเบน แต่ภาษาและน้ำเสียงของเขาดูเหมือนจะบ่งบอกว่าเขามาจากใกล้ ๆ กรุงเยรูซาเล็ม

บุคคลสำคัญในโยเอล

โยเอล—ผู้เผยพระวจนะแก่ประชากรยูดาห์ในรัชสมัยของโยอาช (1:1–3:21)

ประชากรยูดาห์—อาณาจักรใต้พินาศเพราะบาปของพวกเขาด้วยภัยพิบัติจากฝูงตั๊กแตน (1:2; 2:1; 3:1–2,19–21)

ภูมิหลังและสถานที่

อิสราเอลพบว่าศัตรูมีหลากหลายรูปแบบ พวกเขาแทบจะเคยชินกับการถูกบุกปล้นอยู่บ่อย ๆ โดยกองโจรจากไทระ ไซดอน และฟีลิสเตีย (3:2) อย่างไรก็ตาม จู่ ๆ ความพินาศก็มาในรูปแบบใหม่ คือฝูงตั๊กแตนปกคลุมไปทั่วแผ่นดินราวกับกองทัพที่ไม่รู้จักพอ ยูดาห์ซึ่งประสบความเสียหายเพราะความแห้งแล้งยาวนาน บัดนี้ต้องเผชิญกับความหายนะทางเศรษฐกิจ (1:7–20)

ภัยพิบัติระดับชาติทำให้พระธรรมโยเอลมีภาพที่แจ่มชัดของการพิพากษาจากพระเจ้า ถึงแม้ว่าฝูงตั๊กแตนเป็นการพิพากษาที่หนักหนาแต่การพิพากษาของพระเจ้าในอนาคตจะร้ายแรงยิ่งกว่านั้นมาก ในวันแห่งพระยาห์เวห์ พระเจ้าจะพิพากษาศัตรูของพระองค์ และอวยพระพรผู้ที่สัตย์ซื่อ โยเอลไม่ได้กล่าวถึงบาปชนิดใดอย่างเฉพาะเจาะจง แต่เขาเรียกร้องให้ผู้คนกลับใจใหม่อย่างแท้จริง เขากระตุ้นคนเหล่านั้นให้ "ฉีกใจของพวกเจ้า ไม่ใช่ฉีกเสื้อของเจ้า" (2:13)

หลักคำสอนสำคัญในโยเอล

วันแห่งพระยาห์เวห์—ช่วงเวลาโดยรวม ๆ ของพระพิโรธและการพิพากษาจากองค์พระผู้เป็นเจ้า วันที่พระเจ้าทรงเปิดเผยพระลักษณะของพระองค์ (1:15; 2:1–11, 31; 3:16; อิสยาห์ 2:12; 13:6; เอเสเคียล 13:5; เศฟันยาห์ 1:14; มาลาคี 4:5,6; กิจการ 2:20; 1 โครินธ์ 5:5; 2 โครินธ์ 1:14; 2 เปโตร 3:10)

พระลักษณะของพระเจ้าในโยเอล

พระเจ้าทรงเป็นผู้ที่มนุษย์เข้าถึงได้—2:12
พระเจ้าทรงอดทนนาน—2:13
พระเจ้าทรงเปี่ยมด้วยพระเมตตา—2:13
พระเจ้าทรงมีพระพิโรธ—2:12–14

พระคริสต์ในโยเอล

คำพยากรณ์ของโยเอลบรรยายว่า พระเจ้าทรงเทพระวิญญาณของพระองค์ลงมาเหนือมนุษย์ เพื่อว่าวันหนึ่ง "บุตรชายบุตรหญิงของเจ้าจะเผยพระวจนะ คนชราของเจ้าทั้งหลายจะฝัน และคนหนุ่มของพวกเจ้าจะเห็นนิมิต" (2:28–32) เปโตร

ยกข้อความจากพระธรรมโยเอลตอนนี้ เพราะคำพยากรณ์นี้แสดงให้เห็นภาพขั้นต้นและแสดงตัวอย่างให้เห็นในวันเพ็นเทคอสต์ (กิจการ 2:16–21) คำพยากรณ์ของโยเอลจะเป็นจริงขั้นสุดท้ายในอาณาจักรพันปีของพระคริสต์ เมื่อพระวิญญาณของพระเจ้าจะเทลงมาเหนือสรรพสิ่งทั้งปวงที่พระเจ้าทรงสร้าง

คำศัพท์สำคัญในโยเอล

วิญญาณ: คำภาษาฮีบรูคือ *รูอาฆ*—2:28—เกี่ยวพันกับคำกริยาที่แปลว่า "หายใจ" หรือ "เป่า" คำนี้สามารถหมายถึงลมหายใจ (โยบ 9:18; 19:17) ลม (ปฐมกาล 8:1; อพยพ 10:13) อากาศ (ปัญญาจารย์ 1:14; อิสยาห์ 26:18) ลมปราณแห่งชีวิต (ไม่ว่าของสัตว์หรือมนุษย์ ดูปฐมกาล 6:17; 7:15) นิสัยหรืออารมณ์ (ปฐมกาล 41:8; เอเสเคียล 21:7) วิญญาณที่ชั่วร้ายหรือรังควาน (1 ซามูเอล 16:14–16) หรือพระวิญญาณของพระเจ้า (ปฐมกาล 1:2; สดุดี 51:11) วิญญาณแห่งชีวิตคือของขวัญซึ่งพระเจ้าประทานแก่สิ่งมีชีวิตทั้งหมด (โยบ 12:10; 33:4; ปัญญาจารย์ 12:7) การประทานพระวิญญาณบริสุทธิ์ของพระเจ้านั้นเป็นของขวัญพิเศษสำหรับผู้เชื่อ ซึ่งจะทำให้ผู้เชื่อได้รับชีวิตฝ่ายจิตวิญญาณ (สดุดี 51:10,11; 143:10) ฤทธิ์เดช (ผู้วินิจฉัย 6:34) สติปัญญาและความเข้าใจ (อิสยาห์ 11:2) และการเปิดเผยจากพระเจ้า ซึ่งจะนำไปสู่ความเข้าใจที่ดียิ่งขึ้นในเรื่องพระวจนะของพระเจ้า และหนทางที่ดีสมบูรณ์แบบของพระองค์ (2:28; อิสยาห์ 61:1,2)

สรุปเนื้อหาโดยย่อ

I. การประสบกับวันแห่งพระยาห์เวห์ ในประวัติศาสตร์ (1:1–20)
- ก. ที่มาของถ้อยคำนี้ (1:1)
- ข. พระบัญชาให้พิจารณาความหายนะ (1:2–4)
- ค. ความราบคาบของความหายนะที่เกิดขึ้น (1:5–12)
- ง. การทรงเรียกให้กลับใจใหม่เมื่อได้เห็นความหายนะ (1:13–20)

II. การสำแดงให้เห็นวันแห่งพระยาห์เวห์ ในการเปลี่ยนผ่าน (2:1–17)
- ก. เสียงเตือนภัยดังขึ้น (2:1)
- ข. กองทัพรุกราน (2:2–11)
- ค. คำกำชับให้กลับใจใหม่ (2:12–17)

III. การบรรยายเรื่องวันแห่งพระยาห์เวห์ ในวาระสุดท้าย (2:18—3:21)
- ก. บทนำ (2:18–20)
- ข. การรื้อฟื้นฝ่ายวัตถุ (2:21–27)

ค. การรื้อฟื้นฝ่ายจิตวิญญาณ (2:28–32)
ง. การรื้อฟื้นชนชาติ (3:1–21)

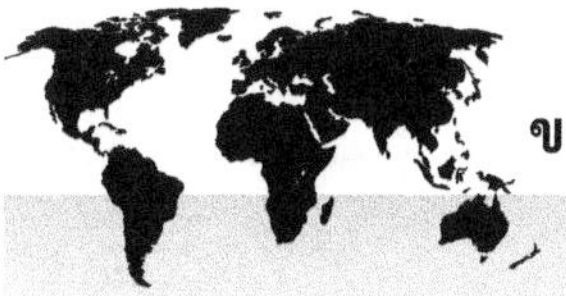

ขณะเดียวกัน ในพื้นที่ส่วนอื่น ๆ ของโลก . . .

ระบบวรรณะเกิดขึ้นในอินเดีย ทำให้เกิดการแบ่งแยกทางเผ่าพันธุ์เป็นเวลาหลายศตวรรษ

คำถามที่พบบ่อย

1. เรื่องราวในพระธรรมโยเอลหมายความว่าแผ่นดินอิสราเอลเคยถูกตั๊กแตนรุกรานจริง ๆ หรือไม่?

ภัยพิบัติจากแมลงอย่างที่โยเอลรายงานเป็นสิ่งที่รู้จักกันดีในหลายพื้นที่ของโลก โยเอลบรรยายอย่างละเอียดถึงตั๊กแตนวัยต่าง ๆ หรือตั๊กแตนประเภทต่าง ๆ (1:4) รายละเอียดที่แจ่มชัดซึ่งโยเอลให้ไว้ ได้ช่วยเพิ่มประโยชน์ของเหตุการณ์นี้ในฐานะอุปกรณ์ในการสอน นอกจากนั้นมันยังเน้นย้ำข้อเท็จจริงที่ว่า ผู้เผยพระวจนะคนนี้ได้เห็นซากความหายนะของชนชาติของเขาด้วยตาตนเอง

นิมิตคำพยากรณ์ของโยเอลเกี่ยวกับวันแห่งพระยาห์เวห์ได้ยกระดับโศกนาฏกรรมจากตั๊กแตนให้กลายเป็นภาพที่แสดงถึงความหายนะขั้นสุดท้าย ในคำเปรียบเทียบของผู้เผยพระวจนะคนนี้ ตั๊กแตนเหล่านั้น "เหมือนลักษณะของม้า" (2:4) และ "เหมือนนักรบ" (2:7) แต่ถ้อยคำที่แฝงอยู่ได้ประกาศเรื่องวันนั้นที่จะมาถึงเมื่อม้าและนักรบจริงจะมาถึงที่เกิดเหตุ และนำการพิพากษาของพระเจ้ามาด้วย

2. เมื่อเปโตรยกข้อความจากโยเอล 2:28–32 ในช่วงขึ้นต้นคำเทศนาในกิจการ 2:16–21 การตีความหมายของเขาเกี่ยวข้องกับการที่คำพยากรณ์นั้นจะเป็นจริงขั้นสุดท้ายอย่างไร?

บางคนมองว่าเหตุการณ์ต่าง ๆ ในกิจการบทที่ 2 และการทำลายกรุงเยรูซาเล็มในปี ค.ศ. 70 คือเหตุการณ์ที่พระธรรมโยเอลตอนนี้เป็นจริง ส่วนคนอื่น ๆ เห็นว่าพระธรรมตอนนี้ยังไม่ได้เป็นจริงขั้นสูงสุด จนกว่าจะถึงวันแห่งพระยาห์เวห์ในวาระสุดท้าย ดูเหมือนการเทพระวิญญาณบริสุทธิ์ครั้งแรกในวันเพ็นเทคอสต์

น่าจะยังไม่ใช่เหตุการณ์ที่ถ้อยคำนี้เป็นจริง แต่เป็นการแสดงให้เห็นภาพขั้นต้นและแสดงตัวอย่างของฤทธิ์อำนาจและพระราชกิจของพระวิญญาณ การเทพระวิญญาณบริสุทธิ์อย่างเต็มรูปแบบจะมาถึงในอาณาจักรของพระเมสสิยาห์หลังจากวันแห่งพระยาห์เวห์ นั่นคือนิมิตขั้นสุดท้ายในคำพยากรณ์ของโยเอล

ศึกษาโยเอลแบบรวบรัด

1. คำบรรยายของโยเอลเกี่ยวกับภัยพิบัติจากฝูงตั๊กแตนให้รายละเอียดอะไรไว้บ้าง?
2. โยเอลใช้วลี *วันแห่งพระยาห์เวห์* อย่างไร?
3. ฝูงตั๊กแตนแสดงให้เห็นวิธีการที่พระเจ้าพิพากษาบรรดาประชาชาติอย่างไรบ้าง?
4. หลักการเรื่องพระคุณและพระเมตตาที่โยเอลกล่าวไว้ในถ้อยคำของเขามีอะไรบ้าง?
5. การที่เปโตรใช้คำพยากรณ์ของโยเอลสอนอะไรคุณบ้างเกี่ยวกับพระราชกิจของพระวิญญาณบริสุทธิ์ (โยเอล 2; กิจการ 2)?

อาโมส

ความจำเป็นที่จะต้องมีความยุติธรรม
และการนมัสการที่แท้จริง

อาโมสเป็นผู้เผยพระวจนะคนเดียวที่บอกเรื่องอาชีพของเขา ก่อนได้รับมอบหมายหน้าที่จากพระเจ้า

พระเจ้าหาคนมารับใช้พระองค์ได้จากแทบทุกที่ คนส่วนใหญ่ที่เราพบในพระคัมภีร์นั้นได้รับการอบรมทางศาสนาแบบเป็นทางการมาเพียงเล็กน้อย พระเจ้าแสดงความสนพระทัยเพียงน้อยนิดต่ออาชีพ ตำแหน่ง หรือความสำเร็จในชีวิตของพวกเขา พระองค์มองหาชายและหญิงซึ่งมีจิตใจที่ถูกต้อง พระเจ้าเพียงแค่ไปพบพวกเขาไม่ว่าพวกเขาจะอยู่ที่ไหน และประทานพระบัญชาแก่พวกเขา เรามีพระวจนะของพระเจ้าเพราะชายและหญิงเหล่านี้สัตย์ซื่อ ในบรรดาคนพิเศษที่พระเจ้าทรงเรียกให้เป็นผู้เผยพระวจนะของพระองค์ ก็มีคนเลี้ยงแกะผู้ต่ำต้อยคนหนึ่งซึ่งมีชื่อว่าอาโมส

ผู้เขียนและปีที่เขียน

เขียนโดยอาโมส ประมาณปี 760 ถึง 750 ก่อน ค.ศ.

ในบรรดาผู้เผยพระวจนะ อาโมสเป็นคนร่วมสมัยกับโยนาห์ โฮเชยา และอิสยาห์ ในพระธรรมที่เขาเขียน อาโมสได้ให้เบาะแสสำคัญสองประการเกี่ยวกับตัวเขาแก่ผู้อ่าน คือบ้านเกิดของเขา (เทโคอา) และอาชีพของเขา (คนเลี้ยงแกะ) มีอยู่จุดหนึ่งที่เขาแสดงความประหลาดใจที่พระเจ้าทรงเรียกเขาให้นำถ้อยคำไปบอก ไม่ว่าอย่างไรก็ตามเขาเขียนว่า “ข้าพเจ้าไม่ใช่ผู้เผยพระวจนะ หรือลูกของผู้เผยพระวจนะ ข้าพเจ้าเป็นคนเลี้ยงสัตว์ และเป็นคนดูแลสวนมะเดื่อ” (7:14)

บุคคลสำคัญในอาโมส

อาโมส—ผู้เผยพระวจนะชาวยูดาห์ ผู้เตือนอิสราเอลเรื่องการพิพากษาของพระเจ้า (1:1–9:15)

อามาซิยาห์—ปุโรหิตแห่งเบธเอลที่พยายามหยุดอาโมสไม่ให้เผยพระวจนะ (7:10–17)

เยโรโบอัมที่ 2—กษัตริย์ชั่วร้ายของอิสราเอลต่อจากเยโฮอาช พระราชบิดาของพระองค์ (7:7–13)

ภูมิหลังและสถานที่

แม้ว่าอาโมสจะระบุว่าตัวเขาเป็นผู้เผยพระวจนะชาวยูดาห์ แต่พระเจ้าทรงบัญชาให้เขาส่งถ้อยคำที่มีเจตนาจะบอกแก่เผ่าต่าง ๆ ของอิสราเอลที่อยู่ทางเหนือ (7:15) อาโมสพูดกับอิสราเอลตรง ๆ ในช่วงเวลาที่ความมั่งคั่งและความมั่นคงแผ่กว้างออกไป กษัตริย์เยโรโบอัมที่ 2 กระทำตามแบบอย่างของเยโฮอาชพระราชบิดา และ "ตีเอาดินแดนอิสราเอลคืนมา" (2 พงศ์กษัตริย์ 14:25) สันติภาพที่แผ่ขยายไปทั่วภูมิภาคนี้ส่วนหนึ่งเป็นเพราะภัยคุกคามจากอัสซีเรียสงบลง หลังจากเมืองนีนะเวห์กลับใจใหม่เพราะการประกาศของโยนาห์ ส่วนเรื่องในอิสราเอลนั้น อาโมสได้รับการทรงเรียกให้ตำหนิความคดโกงที่ลุกลาม และความเสื่อมโทรมทางศีลธรรมซึ่งแผ่ซ่านไปทั่วสังคมของเขา

หลักคำสอนสำคัญในอาโมส

การนมัสการพระเจ้าที่แท้จริง (4:4,5; 5:4–6; กันดารวิถี 28:3; เฉลยธรรมบัญญัติ 4:29; 14:28; เลวีนิติ 7:13; 2 พงศาวดาร 15:2; เยเรมีย์ 29:13; อิสยาห์ 55:3,6,7; ยอห์น 4:20–24; โรม 1:25; วิวรณ์ 4:10–11)

ความยุติธรรม—พระเจ้าประทานมาตรฐานแก่อิสราเอลเรื่องการปฏิบัติต่อเพื่อนบ้านอย่างเป็นธรรม (5:10–13; 6:12; เฉลยธรรมบัญญัติ 16:20; 1 พงศ์กษัตริย์ 22:8; สุภาษิต 31:9; อิสยาห์ 29:21; 56:1; 59:15; 66:5; เยเรมีย์ 17:16–18; โคโลสี 4:1; 1 เธสะโลนิกา 2:10)

การรื้อฟื้นผู้สัตย์ซื่อที่เหลืออยู่ของอิสราเอลในอนาคต (9:7–15; อิสยาห์ 27; 42–44; 65; 66; เยเรมีย์ 30–33; เอเสเคียล 36; 37; 40–48; ดาเนียล 9:20–27; 12:1–3; โฮเชยา 2:14–23; 14:4–7; โยเอล 3:19–21; โอบาดีห์ 17,21; มีคาห์ 7:14–20; เศฟันยาห์ 3:14–20; ฮักกัย 2:20–23; เศคาริยาห์ 13; 14; มาลาคี 4:1–3)

พระลักษณะของพระเจ้าในอาโมส

พระเจ้าทรงบริสุทธิ์—4:2

พระเจ้าทรงจัดเตรียม—3:6

พระคริสต์ในอาโมส

ข้อความต่าง ๆ ที่กล่าวถึงพระคริสต์ในพระธรรมอาโมสชี้ไปที่การรื้อฟื้นอิสราเอลอย่างถาวร องค์พระผู้เป็นเจ้าตรัสผ่านอาโมส โดยประกาศว่า "เราจะปลูกเขาไว้ในแผ่นดินของเขา และเขาจะไม่ถูกถอนออกไปจากแผ่นดินซึ่งเราได้มอบให้แก่เขาอีกเลย" (9:15) การรื้อฟื้นอิสราเอลและการยึดคืนดินแดนอิสราเอลโดยสมบูรณ์จะเป็นจริงในการเสด็จมาครั้งที่สองของพระคริสต์ผู้ทรงเป็นพระเมสสิยาห์เท่านั้น

คำศัพท์สำคัญในอาโมส

แสวงหา: คำภาษาฮีบรูคือ *ดาราช*—5:4–6,14—บรรยายถึงการกระทำที่เป็นการแสวงหา ถาม หรือขอ ประชากรอิสราเอลเริ่มนมัสการพระเทียมเท็จของเบธเอลและกิลกาล (5:5) แต่อาโมสเรียกพวกเขาให้แสวงหาพระเจ้าเที่ยงแท้องค์เดียว ตลอดประวัติศาสตร์ ผู้ที่แสวงหาพระเจ้าเมื่อต้องการความปลอดภัยหรือการยกโทษ ไม่มีใครเคยผิดหวังเพราะพระองค์ (สดุดี 34:4; 77:2; 1 พงศาวดาร 16:11; 2 พงศาวดาร 30:19)

สรุปเนื้อหาโดยย่อ

I. การพิพากษาที่มีต่อบรรดาประชาชาติ (1:1–2:16)
   ก. คำขึ้นต้น (1:1–2)
   ข. ต่อบรรดาศัตรูของอิสราเอล (1:3–2:3)
   ค. ต่อยูดาห์ (2:4–5)
   ง. ต่ออิสราเอล (2:6–16)

II. การลงโทษอิสราเอล (3:1–6:14)
   ก. บาปแห่งการขาดความรับผิดชอบ (3:1–15)
   ข. บาปแห่งการกราบไหว้รูปเคารพ (4:1–13)
   ค. บาปแห่งความเสื่อมโทรมทางศีลธรรม/จริยธรรม (5:1–6:14)

III. นิมิตเรื่องการพิพากษาและการรื้อฟื้น (7:1–9:15)

ก. องค์พระผู้เป็นเจ้าจะทรงไว้ชีวิต (7:1–6)
ข. องค์พระผู้เป็นเจ้าจะไม่ทรงไว้ชีวิตอีกต่อไป (7:7–9:10)
ค. องค์พระผู้เป็นเจ้าจะทรงรื้อฟื้น (9:11–15)

ขณะเดียวกัน ในพื้นที่ส่วนอื่น ๆ ของโลก . . .

ชาวกรีกเริ่มตั้งถิ่นฐานในดินแดนที่ปัจจุบันเรียกว่าประเทศสเปน นอกจากนั้นศิลปะกรีกก็พัฒนาขึ้น โดยได้รับอิทธิพลอย่างมากจากชาวจีน

คำถามที่พบบ่อย

1. เนื่องจากในพระคัมภีร์ใหม่ อาโมส 9:11 ถูกยกมาในฐานะคำพยากรณ์ พระคัมภีร์ข้อนี้เป็นจริงไปมากแค่ไหนแล้ว?

พระคัมภีร์ข้อนี้สัญญาว่าองค์พระผู้เป็นเจ้า “จะยกเรือนของดาวิดที่ล้มลงแล้วนั้น ตั้งขึ้นใหม่ และซ่อมส่วนต่าง ๆ ที่ชำรุด” ยากอบยกข้อความจากพระสัญญาข้อนี้ในกิจการ 15:15–16 ระหว่างการอภิปรายในการประชุมใหญ่ที่เยรูซาเล็มครั้งที่หนึ่ง ประเด็นที่ต้องการคำตัดสินคือ คนต่างชาติควรได้รับอนุญาตให้เข้ามาเป็นส่วนหนึ่งของคริสตจักรโดยไม่ต้องเข้าสุหนัดหรือไม่ ก่อนหน้านั้นเปโตรเพิ่งรายงานว่าพระเจ้าทรง “เยี่ยมเยียนคนต่างชาติครั้งแรกเพื่อจะทรงเลือกชนกลุ่มหนึ่งออกมาจากเขาทั้งหลายให้เป็นของพระองค์” (กิจการ 15:14) เห็นได้ชัดว่ายากอบนึกถึงข้อความตอนนี้เพราะมันชี้ให้เห็นว่าการรวมคนต่างชาติเข้ามานั้นเป็นส่วนหนึ่งในแผนการของพระเจ้ามาโดยตลอด

อย่างไรก็ตาม บางคนสรุปว่าการที่ยากอบใช้พระคัมภีร์ข้อนี้คือการบ่งชี้ว่าคำพยากรณ์ของอาโมสสำเร็จครบถ้วนแล้ว พวกเขามองว่าวลีข้างต้นกล่าวถึงพระเยซูในฐานะบุตรที่ยิ่งใหญ่กว่าของดาวิด ซึ่งราชวงศ์ของดาวิดจะได้รับการสถาปนาขึ้นใหม่ผ่านทางพระองค์

แต่ดูเหมือนจะเหมาะสมกว่า ถ้าเรามองว่าการใช้พระคัมภีร์ข้อนี้ของยากอบเป็นการแสดงให้เห็นภาพถ้อยคำของอาโมส แต่ไม่ได้หมายถึงคำพยากรณ์นั้นสำเร็จแล้ว ข้อความในคำพยากรณ์ดั้งเดิมประกอบด้วยวลีสำคัญคือ *ในวันนั้น* (9:11) ซึ่ง

บ่งชี้ไปพร้อมกับรายละเอียดต่าง ๆ ในพระคัมภีร์ตอนนี้ว่า อาโมสกำลังพูดถึงการกลับมาของพระเมสสิยาห์ในการเสด็จมาครั้งที่สองเพื่อประทับบนบัลลังก์ของดาวิด การสถาปนาคริสตจักรโดยบรรดาอัครทูต และการรวมคนต่างชาติเข้ามาเป็นการปูทางให้คำพยากรณ์นี้เป็นจริงในที่สุด

ศึกษาอาโมสแบบรวบรัด

1. ข้อพระคัมภีร์อย่างอาโมส 5:21–24 ถูกนำไปประยุกต์ใช้หรือถูกมองข้ามโดยคริสเตียนในโลกปัจจุบันอย่างไร?
2. อาโมสชี้ให้เห็นอย่างไรว่าทุกคนต้องให้การต่อพระเจ้าสำหรับชีวิตของตน?
3. อาโมสมีอะไรจะบอกแก่คริสเตียนที่มีชีวิตอยู่ในยุคสมัยที่เจริญรุ่งเรือง?
4. ถ้อยคำของอาโมสโจมตีผู้ที่คิดจะดำเนินชีวิตฝ่ายจิตวิญญาณแบบผิวเผินอย่างไร?
5. คุณพยายามดำเนินชีวิตตามมาตรฐานความยุติธรรมของพระเจ้ามากแค่ไหน?

โอบาดีห์

การพิพากษาของพระเจ้าต่อศัตรูของอิสราเอล

เอโดมอยู่ในอันดับชนชาติที่พระเจ้าโปรดปรานน้อยที่สุดในพระคัมภีร์เดิม

มีพระธรรมแปดเล่มอุทิศพื้นที่ให้ถ้อยคำเรื่องพระเจ้าทรงกล่าวโทษและมีพระพิโรธต่อชนชาติเอโดม ในบรรดาข้อกล่าวหาที่ร้ายแรงที่สุด ก็คือข้อกล่าวหาที่โอบาดีห์ใช้กล่าวโทษเอโดม ในพระธรรมสั้น ๆ เล่มนี้ซึ่งถูกเรียกตามชื่อของเขา

ผู้เขียนและปีที่เขียน

เขียนโดยโอบาดีห์ในรัชสมัยที่กษัตริย์เยโฮรัมปกครองยูดาห์ ประมาณปี 848 ถึง 841 ก่อน ค.ศ.

งานเขียนสั้น ๆ ของโอบาดีห์มีเบาะแสไม่กี่อย่างที่บ่งชี้เกี่ยวกับตัวเขา ชื่อโอบาดีห์ปรากฏบ่อยครั้งในพระคัมภีร์เดิม แต่ไม่มีครั้งใดที่หมายถึงผู้เผยพระวจนะคนนี้ ข้อมูลทางภูมิศาสตร์ที่บอกไว้เป็นนัยดูเหมือนจะบ่งบอกว่าเขามาจากอาณาจักรใต้ โอบาดีห์อาจจะเป็นคนร่วมสมัยกับเอลียาห์และเอลีชา

บุคคลสำคัญในโอบาดีห์

คนเอโดม—ชนชาติที่มีต้นกำเนิดมาจากเอซาว ถูกพระเจ้ารังเกียจและพิพากษา (1–16)

ภูมิหลังและสถานที่

คนเอโดมสืบเชื้อสายมาจากเอซาว บุตรชายหัวปี (ฝาแฝด) ของอิสอัคและเรเบคาห์ (ปฐมกาล 25:24–26) เอซาวต่อสู้กับยาโคบน้องชายของเขาในครรภ์มารดา (ปฐมกาล 25:22) และพวกเขาก็ต่อสู้กันตั้งแต่นั้นมา ปฐมกาล 25:30 อธิบายที่มาของชื่อเล่นเอโดม คำนี้แปลว่า “แดง” และหมายถึง “อาหารสีแดง” ที่เอซาวเลือกโดยยอมแลกกับสิทธิโดยกำเนิดของเขาที่เป็นบุตรหัวปี

ความตึงเครียดระหว่างเอซาวกับยาโคบกลายเป็นส่วนหนึ่งของมรดกที่ตกทอดไปถึงชนชาติซึ่งพวกเขาเป็นบรรพบุรุษ เอโดมคับแค้นใจต่ออิสราเอล และ

พยายามครั้งแล้วครั้งเล่าที่จะขัดขวางไม่ให้ชนชาติที่พระเจ้าทรงเลือกได้เข้ามาและครอบครองดินแดนแห่งพระสัญญา พระเจ้าทรงบัญชาอิสราเอลให้มีความเอื้อเฟื้อต่อเอโดม (เฉลยธรรมบัญญัติ 23:7–8) ต่อมาโอบาดีห์ถูกส่งไปตำหนิเอโดมเรื่องความบาปของพวกเขา และนำคำพิพากษาของพระเจ้าไปบอกชนชาตินี้ เพราะสิ่งที่พวกเขาปฏิบัติต่ออิสราเอล

เอโดมมีบทบาทอย่างต่อเนื่องในประวัติศาสตร์พระคัมภีร์ แม้กระทั่งหลังจากพระคัมภีร์เดิมจบลงไปแล้ว กษัตริย์เฮโรดมหาราช ผู้เป็นเชื้อสายคนหนึ่งของเอซาวได้พยายามสังหารพระเยซูหลังจากพระองค์ประสูติไม่นาน ในที่สุดชาวเอโดมก็ถูกกวาดล้างจนหมดสิ้น ระหว่างการพิชิตและทำลายกรุงเยรูซาเล็มซึ่งเกิดขึ้นในปี ค.ศ. 70 การสูญสิ้นเผ่าพันธุ์ของพวกเขาเป็นจริงตามคำพยากรณ์ของโอบาดีห์ที่กล่าวไว้ก่อนหน้านั้นนานแสนนานว่า พวกเขาจะ “ถูกตัดขาดเป็นนิตย์” (ข้อ 10) และ “พงศ์พันธุ์ของเอซาวจะไม่รอดชีวิตเลย” (ข้อ 18)

หลักคำสอนสำคัญในโอบาดีห์

การพิพากษาของพระเจ้าต่อเอโดมและบรรดาประชาชาติ (ข้อ 1–16; สดุดี 83:5–18; 137:7; อิสยาห์ 11:14; 21:11–12; 34:5; 63:1–6; เยเรมีย์ 49:7–22; เพลงคร่ำครวญ 4:21–22; เอเสเคียล 25:12–14; 35:1–15; โยเอล 3:19; อาโมส 1:11–12; 9:11–12; มาลาคี 1:2–5)

พระเมตตาที่พระเจ้าทรงมีต่ออิสราเอลตามพันธสัญญา (ข้อ 17–21; สดุดี 22:28; อิสยาห์ 14:1–2; ดาเนียล 2:44; โยเอล 2:32; อาโมส 9:8; ยากอบ 5:20; วิวรณ์ 11:15)

พระลักษณะของพระเจ้าในโอบาดีห์

พระเจ้าทรงพิพากษา—ข้อ 1–16
พระเจ้าทรงรื้อฟื้น—ข้อ 17–21

พระคริสต์ในโอบาดีห์

ในโอบาดีห์ พระคริสต์ทรงทำหน้าที่เป็นทั้งผู้พิพากษาศัตรูของอิสราเอล (ข้อ 15, 16) และพระผู้ช่วยให้รอดของชนชาติที่พระองค์ทรงเลือก (ข้อ 17–20) ชัยชนะขั้นสุดท้ายของอิสราเอลจะมาถึงโดยทางพระคริสต์เท่านั้น

คำศัพท์สำคัญในโอบาดีห์

ความหยิ่งจองหอง: คำภาษาฮีบรูคือ *ซาโดน*—ข้อ 3—มีความหมายตามตัวอักษรว่า "การแสดงออกอย่างเย่อหยิ่งหรืออวดดี" (เฉลยธรรมบัญญัติ 18:22; 1 ซามูเอล 17:28) ผู้เขียนพระคัมภีร์เดิมหลายคนใช้คำนามนี้เพื่อบรรยายลักษณะสำคัญของชนชาติเอโดมที่หยิ่งจองหอง (ข้อ 3; เยเรมีย์ 49:16) ความหยิ่งจองหองเกิดขึ้นเมื่อมนุษย์คิดว่าพวกเขาสามารถอยู่ได้โดยไม่ต้องมีพระเจ้า อย่างไรก็ตาม การไม่มีพระเจ้าเช่นนี้มีแต่จะนำไปสู่ความอับอายและการถูกทำลายในที่สุด (สุภาษิต 11:2; 13:10; เยเรมีย์ 49:16; เอเสเคียล 7:10–12)

สรุปเนื้อหาโดยย่อ

I. พระเจ้าจะทรงพิพากษาเอโดม (1–14)
   ก. การลงโทษเอโดม (1–9)
   ข. ความผิดของเอโดม (10–14)
II. พระเจ้าจะทรงพิพากษาบรรดาประชาชาติ (15–16)
III. พระเจ้าจะทรงรื้อฟื้นอิสราเอล (17–21)

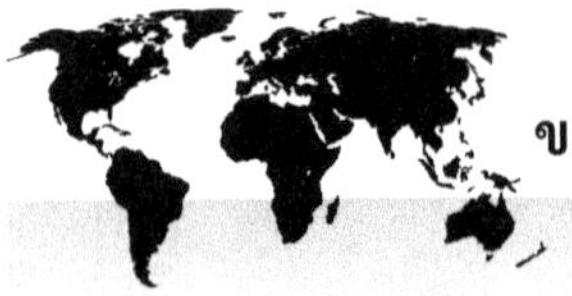

ขณะเดียวกัน ในพื้นที่ส่วนอื่น ๆ ของโลก . . .

โฮเมอร์เขียนมหากาพย์ชั้นสูงของกรีก เรื่อง *อิเลียด* และ *โอดิสซี*

คำถามที่พบบ่อย

1. มีความคล้ายคลึงกันอย่างเห็นได้ชัด ระหว่างโอบาดีห์ข้อ 1–9 กับเยเรมีย์ 49:7–22 ทำให้เกิดคำถามว่า ใครยืมเนื้อหาจากใคร?

หากสันนิษฐานว่าไม่มีแหล่งข้อมูลที่สามซึ่งถูกใช้ร่วมกัน ก็ดูเหมือนว่าเยเรมีย์ยืมเนื้อหามาจากโอบาดีห์ในส่วนที่เหมาะสม ข้อสรุปนี้มาจากข้อสังเกตที่ว่า ข้อพระคัมภีร์ตอนที่เป็นคำถามนี้ปรากฏเป็นข้อความต่อเนื่องตอนเดียวในโอบาดีห์ ส่วนในเยเรมีย์ข้อความเหล่านี้กระจัดกระจายอยู่ท่ามกลางข้ออื่น ๆ

2. ทำไมพระเจ้าจึงรวมพระธรรมที่สั้นขนาดนี้ไว้ในพระคัมภีร์?

ประการแรก โอบาดีห์ไม่ใช่พระธรรมเล่มสั้นที่สุดในพระคัมภีร์ อันที่จริงมีอีกสองเล่มที่สั้นกว่าคือ 2 ยอห์น (13 ข้อ) และ 3 ยอห์น (14 ข้อ) พระธรรมสั้น ๆ เหล่านี้ไม่ควรถูกมองข้ามเพียงเพราะมันมีเนื้อหาสั้น พระเจ้าสามารถสื่อสารอะไรได้มากมายในพื้นที่เพียงน้อยนิด

ประการที่สอง โอบาดีห์และพระธรรมสั้น ๆ เล่มอื่น ๆ ให้มุมมองที่มีความเข้มข้นสูงเกี่ยวกับหนึ่งประเด็น ผู้เผยพระวจนะคนนี้อาจรับใช้พระเจ้ามาหลายปีแล้ว และกล่าวถ้อยคำต่าง ๆ มากมาย แต่เขามีนิมิตเดียว พระเจ้าประทานคำเตือนที่หนักแน่นให้เขานำไปบอก และแม้กระทั่งเสียงสะท้อนจากความจริงในคำเตือนนั้น ก็สามารถให้ความหวังในปัจจุบันได้ ถ้อยคำลงท้ายของโอบาดีห์กล่าวว่า "และอำนาจอธิปไตยนั้นจะตกเป็นของพระยาห์เวห์" (21ข)

ศึกษาโอบาดีห์แบบรวบรัด

1. ข้อกล่าวหาเฉพาะเจาะจงที่พระเจ้าทรงกล่าวโทษคนเอโดมมีอะไรบ้าง?
2. ในโอบาดีห์ พระเจ้าทรงบรรยายท่าทีที่พระองค์ทรงมีต่ออิสราเอลอย่างไร?
3. โอบาดีห์ใช้ภาพอะไรบ้างเพื่อแสดงถึงความหยิ่งจองหอง?
4. คำเตือนในโอบาดีห์เรื่องความหยิ่งจองหอง มีความหมายต่อชีวิตส่วนตัวของคุณอย่างไรบ้าง?

โยนาห์

มิชชันนารีผู้ไม่เต็มใจ

หนึ่งในตัวอย่างที่ชัดเจนที่สุดในพระคัมภีร์เดิม
เรื่องความรักที่พระเจ้าทรงมีต่อโลก

พระเจ้ามักจะทำงานผ่านผู้คนทั้ง ๆ ที่ตัวเขาไม่เหมาะสม โยนาห์เป็นผู้เผยพระวจนะที่ไม่เต็มใจ เขาพยายามหนีจากภารกิจของเขา เขาพยายามซ่อนตัวจากพระเจ้า เขาถึงขนาดเสนอตัวเป็นเครื่องบูชาอันสูงส่ง แต่เขาได้พบว่าแม้แต่การพยายามฆ่าตัวตายก็ไม่สามารถพาเขาออกจากแผนการของพระเจ้าได้ พระเจ้าหยิบยื่นโอกาสให้เขาเรียนรู้ที่จะรักชาวเมืองนีนะเวห์ โดยให้เขาประกาศถ้อยคำที่เปลี่ยนแปลงเมืองนั้น โยนาห์เลือกที่จะยึดติดกับความเกลียดชัง เขาไม่พอใจพระเมตตาซึ่งพระเจ้าทรงเทลงมาเหนือเมืองนีนะเวห์ เพราะเขาไม่ได้ซาบซึ้งอย่างแท้จริงถึงพระเมตตาที่พระเจ้าทรงเทลงมาเหนือเขา เรื่องราวของโยนาห์จบลงด้วยคำถามตราตรึงใจจากพระเจ้าซึ่งเรารู้คำตอบกันดีอยู่แล้ว “ไม่สมควรหรือที่เราจะห่วงใยนีนะเวห์?”

ผู้เขียนและปีที่เขียน

เขียนหรือบอกเล่าโดยโยนาห์ในช่วงที่เขาทำงานรับใช้ ประมาณปี 793 ถึง 758 ก่อน ค.ศ.

แม้ว่าโยนาห์จะไม่เคยกล่าวในลักษณะบุรุษที่หนึ่งเลยในพระธรรมเล่มนี้ แต่ก็มีเหตุผลดี ๆ หลายประการที่จะคิดว่าเขาเป็นผู้เขียน ประการแรก พระคัมภีร์เดิมมีตัวอย่างอื่น ๆ ที่ผู้เขียนใช้การเขียนในลักษณะบุรุษที่สาม (โมเสส—อพยพ 11:3; ซามูเอล—1 ซามูเอล 12:11) ประการที่สอง เนื้อหาเชิงอัตชีวประวัติที่ให้ข้อมูลส่วนตัวบางเรื่องในพระธรรมเล่มนี้น่าจะมาจากโยนาห์ได้เพียงคนเดียว เรื่องปลานั้นไม่มีพยานคนอื่น ๆ หรือแม้แต่ข้อพระคัมภีร์ขึ้นต้นที่เปิดฉากเป็นเรื่องราวของบุรุษที่สาม ก็เป็นลักษณะของหนังสือของผู้เผยพระวจนะส่วนใหญ่

ข้อความที่กล่าวถึงโยนาห์ใน 2 พงศ์กษัตริย์ 14:25 ยืนยันว่าบ้านเกิดของเขาคือกัทเฮเฟอร์ ใกล้ ๆ นาซาเร็ธ หลายปีที่เขาทำงานรับใช้พระเจ้านั้นตรงกับรัชสมัย

ของเยโรโบอัมที่ 2 (ประมาณปี 793-758 ก่อน ค.ศ.) โยนาห์เป็นผู้เผยพระวจนะแก่เผ่าทางเหนือของอิสราเอลก่อนหน้าอาโมส

บุคคลสำคัญในโยนาห์

โยนาห์—มิชชันนารีผู้ไม่เต็มใจที่จะไปหาชาวเมืองนีนะเวห์ จำเป็นต้องถูกวาฬกลืนลงท้องเพื่อเขาจะทำตามพระบัญชาของพระเจ้า (1:1–9:9)

นายเรือและลูกเรือบนเรือที่โยนาห์ใช้หลบหนีพระเจ้า—พยายามหลีกเลี่ยงการฆ่าโยนาห์ แต่สุดท้ายก็โยนโยนาห์ลงทะเลเพื่อให้พายุสงบลง (1:5–16)

ภูมิหลังและสถานที่

โยนาห์เป็นผู้แทนของพระเจ้าไปหาสิบเผ่าทางเหนือในช่วงเวลาที่จัดว่าสงบสุขและมั่งคั่ง โยนาห์และอาโมสอยู่ในเงื่อนไขทางการเมืองและวัฒนธรรมที่คล้ายคลึงกันมาก ทั้งซีเรียและอัสซีเรียต่างอ่อนแอ ทำให้กษัตริย์เยโรโบอัมที่ 2 สามารถขยายพรมแดนทางตอนเหนือของอิสราเอลได้

แต่ในฝ่ายจิตวิญญาณ ชนชาตินี้ยากจน ความเชื่อศรัทธาแท้จริงในพระเจ้าถูกหลงลืม และถูกแทนที่ด้วยพิธีกรรมทางศาสนา การกราบไหว้รูปเคารพเพิ่มขึ้นอย่างรวดเร็ว ความยุติธรรมผิดเพี้ยนและไร้ความหมาย ความสงบสุขและความมั่งคั่งถูกใช้ในทางที่ผิด จนนำไปสู่ความล้มละลายทางจิตวิญญาณ ศีลธรรม และจริยธรรม

การพิพากษาของพระเจ้านำมาซึ่งการทำลายล้าง ในที่สุดพระองค์อนุญาตให้คนอัสซีเรียทำลายอาณาจักรเหนือและกวาดต้อนคนไปเป็นเชลยในปี 722 ก่อน ค.ศ. หลังจากโยนาห์ทำงานรับใช้หลายปี

ภารกิจที่โยนาห์ไปนครนีนะเวห์อาจเกิดขึ้นใกล้กับช่วงสุดท้ายที่เขาทำงานรับใช้พระเจ้า ดูเหมือนพระเจ้าทรงจัดเตรียมภัยพิบัติสองอย่าง (ปี 765 และ 759 ก่อน ค.ศ.) และสุริยุปราคาหนึ่งครั้ง (ปี 763 ก่อน ค.ศ.) ซึ่งอาจมีส่วนทำให้นีนะเวห์ใจอ่อนลงและรับฟังถ้อยคำของโยนาห์

หลักคำสอนสำคัญในโยนาห์

พระเมตตาของพระเจ้าต่อบรรดาประชาชาติทั้งหมด (4:2,10,11; อพยพ 34:6; กันดารวิถี 14:18; สดุดี 86:5,15; โยเอล 2:13; 1 ทิโมธี 2:4; 2 เปโตร 3:9)

การครอบครอบด้วยอำนาจสูงสุดของพระเจ้า (1:4,9,17; 2:10; 4:6,7; โยบ 42:2; สดุดี 107:25; 146:6; เนหะมีย์ 9:6; มัทธิว 10:29–30; กิจการ 17:24; โรม 8:28)

พระลักษณะของพระเจ้าในโยนาห์

พระเจ้าทรงเปี่ยมด้วยพระเมตตา—4:2,10–11

พระเจ้าทรงจัดเตรียม—1:4,15

พระเจ้าทรงมีพระพิโรธ—4:2

พระคริสต์ในโยนาห์

โยนาห์มีกิตติศัพท์เป็นผู้เผยพระวจนะเพียงคนเดียวที่พระเยซูคริสต์บอกว่ามีบางอย่างเหมือนพระองค์ (มัทธิว 12:39–41) เช่นเดียวกับที่โยนาห์อยู่ในท้องวาฬสามวันสามคืน พระคริสต์ก็ทรงใช้ประสบการณ์นี้เป็นตัวอย่างของสามวันสามคืนที่พระองค์จะอยู่ "ในท้องแผ่นดิน" หลังจากพระองค์ถูกตรึงกางเขน

คำศัพท์สำคัญในโยนาห์

ทรงกำหนด: คำภาษาฮีบรูคือ *มานาห์*—1:17; 4:6–8—บรรยายถึงอำนาจสูงสุดของพระเจ้าในการทำให้พระประสงค์ของพระองค์สำเร็จ ในความหมายตามตัวอักษรคำว่า *มานาห์* หมายถึงอำนาจที่จะแต่งตั้งหรือบัญชา ฤทธิ์อำนาจยิ่งใหญ่ของพระเจ้าในพระธรรมโยนาห์ในการทรง*กำหนด*ปลา ต้นไม้และหนอน แสดงให้เห็นว่าพระองค์ทรงมีอำนาจสูงสุดเหนือทุกสิ่งที่พระองค์ทรงสร้าง พระเจ้าทรงใช้สัตว์ที่พระองค์ทรงสร้างเหล่านี้ เพื่อเปิดเผยให้โยนาห์เห็นพระเมตตาและความรักที่พระองค์ทรงมีต่อมนุษย์ทุกคน ตลอดแผนการทั้งหมดของโยนาห์ พระเจ้าทรงนำเส้นทางของโยนาห์อย่างรอบคอบ (ดู 4:6–8)

กริ้วช้า: คำภาษาฮีบรูคือ *เอเรค อัพพายิม*—4:2—สำนวนที่แปลว่า "จมูกไหม้" หรือ "จมูกร้อน" แสดงถึงการหายใจแรง ๆ ของคนที่กำลังโกรธ (ปฐมกาล 30:2; อพยพ 4:14) ในพระคัมภีร์เดิมคำว่าความโกรธนั้นสัมพันธ์กับจมูกโดยตรง ดังนั้นเวลาหลายคนที่เขียนพระคัมภีร์เดิมบรรยายว่าพระเจ้าทรง "กริ้วช้า" พวกเขาจึงใช้คำที่มีความหมายตามตัวอักษรว่า "จมูกยาว" (สดุดี 86:15; 103:8) สำนวนภาษาฮีบรูที่แปลว่ากริ้วช้านี้แสดงให้เห็นพระเมตตาและความอดกลั้นที่ยิ่งใหญ่ของพระเจ้า (สดุดี 145:8; โยเอล 2:13)

สรุปเนื้อหาโดยย่อ

I. การวิ่งหนีจากพระประสงค์ของพระเจ้า (1:1–17)
   ก. งานที่พระเจ้ามอบหมายแก่โยนาห์ (1:1–2)
   ข. การหลบหนีของโยนาห์ (1:3)
   ค. การไล่ตามโยนาห์ (1:4–16)
   ง. การรักษาชีวิตของโยนาห์ (1:17)

II. การยอมจำนนต่อพระประสงค์ของพระเจ้า (2:1–10)
   ก. ความอับจนของโยนาห์ (2:1–3)
   ข. คำอธิษฐานของโยนาห์ (2:4–7)
   ค. การกลับใจใหม่ของโยนาห์ (2:8–9)
   ง. การช่วยโยนาห์ให้รอด (2:10)

III. การทำให้พระประสงค์ของพระเจ้าสำเร็จ (3:1–10)
   ก. การมอบหมายงานอีกครั้ง (3:1–2)
   ข. โยนาห์เชื่อฟัง (3:3–4)
   ค. เมืองนีนะเวห์กลับใจใหม่ (3:5–9)
   ง. พระเจ้าทรงผ่อนปรน (3:10)

IV. การสงสัยพระประสงค์ของพระเจ้า (4:1–11)
   ก. โยนาห์ไม่พอใจ (4:1–5)
   ข. โยนาห์ถูกตำหนิ (4:6–11)

ขณะเดียวกัน ในพื้นที่ส่วนอื่น ๆ ของโลก . . .

สุริยุปราคาที่ได้รับการยืนยันครั้งแรกในประวัติศาสตร์จีน ถูกบันทึกไว้เมื่อวันที่ 6 กันยายน ปี 775 ก่อน ค.ศ.

คำถามที่พบบ่อย

1. การผจญภัยของโยนาห์เป็นนิทานปรัมปรา หรือผู้เผยพระวจนะคนนี้ประสบกับการอัศจรรย์ที่น่าทึ่งเหล่านั้นจริง ๆ?

คนที่มีปัญหากับความคิดเรื่องการอัศจรรย์ จะมีปัญหามากกับพระธรรมโยนาห์ การอัศจรรย์ในพระธรรมเล่มนี้เกิดขึ้นในระดับใหญ่โต เช่น พายุที่ไม่ยอมสงบ การรอดชีวิตในท้องปลามหึมา การกลับใจใหม่ของผู้นำชาติมหาอำนาจที่โลกยอมรับ สิ่งเหล่านี้ไม่เหมาะสำหรับผู้ที่ขลาดกลัวในความเชื่อ คนที่ตั้งแง่สงสัยและนักวิจารณ์บางคนไม่ยอมรับว่าพระธรรมโยนาห์มีความถูกต้องทางประวัติศาสตร์ ส่วนคนอื่น ๆ ก็พยายามให้บทเรียนฝ่ายจิตวิญญาณเป็นสิ่งทดแทน โดยตีความส่วนต่าง ๆ ของพระธรรมโยนาห์ในเชิงเรื่องราวเปรียบเทียบ หรือตีความว่าพระธรรมทั้งเล่มเป็นคำอุปมา

มีปัจจัยสองประการที่กล่าวอย่างหนักแน่น และสนับสนุนให้ตีความโยนาห์ตามที่ปรากฏ คือ (1) บทบาทของการอัศจรรย์ในโยนาห์ทำให้ตัวละครหลักไม่พอใจ การอัศจรรย์เหล่านั้นทำให้เขาดูขี้ขลาด ใจร้าย และขมขื่น และเมื่อคำนึงถึงความตึงเครียดที่เกิดขึ้นอย่างต่อเนื่อง ระหว่างผู้เผยพระวจนะคนนี้กับภารกิจที่พระเจ้าประทานแก่เขา การอัศจรรย์ที่ยิ่งใหญ่ที่สุดก็อาจจะเป็นการที่ในที่สุดแล้วโยนาห์บันทึกเหตุการณ์ทางประวัติศาสตร์เหล่านี้ ซึ่งถวายเกียรติแด่พระเจ้าและทำให้ผู้เผยพระวจนะคนนี้ขายหน้า (2) พระเยซูตรัสถึงโยนาห์หลายครั้งในฐานะบุคคลในประวัติศาสตร์ ไม่ใช่คำอุปมา (ดู มัทธิว 12:38–44; 16:4; ลูกา 11:29–32)

2. ทำไมพระเจ้าจึงห่วงใยสิ่งที่เกิดขึ้นกับนีนะเวห์?

นั่นคือคำถามของโยนาห์ชัด ๆ เลย แน่นอนว่าเขาไม่สนใจไยดีเมืองนีนะเวห์ เขาหวังและอธิษฐานว่าพระเจ้าจะทำตามพระประสงค์ของพระองค์ที่จะโค่นล้มเมืองนี้ แต่โยนาห์ก็รู้เช่นกันว่าพระเจ้ามักจะประทานคำเตือนเพื่อเป็นการให้โอกาส โยนาห์ไม่ต้องการให้นีนะเวห์มีโอกาสอีกครั้ง

โยนาห์เกลียดนีนะเวห์และกิตติศัพท์ของเมืองนี้ เขาไม่พอใจความทุกข์ยากที่เกิดขึ้นกับชนชาติของเขาเพราะผู้ครองเมืองนีนะเวห์ เขามองไม่ออกว่าเขาก็เหมือนกับชาวนีนะเวห์ แต่เขามองว่าคนเหล่านั้นเป็นเพียงศัตรูที่เขาไม่ต้องรับรู้ชื่อเสียงเรียงนาม พระเจ้าประทานบทเรียนอันล้ำค่าแก่โยนาห์เรื่องความเมตตา พระองค์ปลุกเร้าให้โยนาห์รู้สึกโกรธเกรี้ยวด้วยพืชต้นหนึ่ง แล้วก็อธิบายให้เขาฟังว่า

พระองค์ทรงมีสิทธิในฐานะพระเจ้า ที่จะสำแดงพระเมตตาแก่หลายพันคนในนีนะเวห์ซึ่งไม่รู้ว่าตัวเองอยู่ในสภาพแบบไหน (4:1–11)

ศึกษาโยนาห์แบบรวบรัด

1. ทำไมโยนาห์จึงไม่อยากไปเมืองนีนะเวห์?
2. ให้คุณบรรยายท่าทีขึ้น ๆ ลง ๆ ของโยนาห์ตลอดพระธรรมเล่มนี้
3. ทำไมพระเจ้าจึงช่วยโยนาห์ ทั้ง ๆ ที่เขาไม่เชื่อฟังอย่างโจ่งแจ้ง?
4. พระธรรมโยนาห์ให้ความเข้าใจอะไรบ้างเกี่ยวกับความรักของพระเจ้า?
5. มีเรื่องเฉพาะเจาะจงอะไรบ้างที่คุณรู้สึกว่าตัวเองเหมือนโยนาห์? ในประสบการณ์ต่าง ๆ ของเขา มีอะไรบ้างที่คุณอยากจะหลีกเลี่ยง?

มีคาห์

ใครเล่าเป็นเหมือนพระเจ้า?

พระธรรมเล่มนี้บอกพวกนักปราชญ์ว่าจะพบพระเยซูได้ที่ไหน

“โปรดรักษาความสงบในศาล” คำพูดนี้มีพลังอย่างมากในห้องที่มีคนเต็ม คำพูดนี้บอกว่าคนต้องสนใจ ผู้พิพากษากำลังจะอ่านคำพิพากษา

พระธรรมมีคาห์อ่านได้เหมือนเอกสารในศาล คำเผยพระวจนะของมีคาห์บันทึกคำพิพากษาของพระเจ้าต่อโจทก์สามกลุ่ม คือ (1) สะมาเรียและเยรูซาเล็ม (2) พวกผู้นำของอิสราเอลและยูดาห์ (3) ประชาชนในอิสราเอลและยูดาห์ พระเจ้าทรงถือว่าประเทศ ผู้นำ และปัจเจกบุคคลต้องรับผิดชอบต่อการไม่ยอมรับหรือไม่เชื่อฟังพระองค์ ถ้อยคำของมีคาห์ดังกังวานบอกความเร่งด่วนและความจริงซึ่งยังคงใช้ได้ในทุกวันนี้

ผู้เขียนและปีที่เขียน

เขียนโดยมีคาห์ ประมาณปี 735 ถึง 710 ก่อน ค.ศ.

พระธรรมข้อแรกระบุชื่อมีคาห์เป็นผู้เขียน เราแทบไม่รู้อะไรมากไปกว่านี้เกี่ยวกับผู้เผยพระวจนะของพระเจ้าคนนี้ แต่ชื่อของเขา (ซึ่งแปลว่า “ใครเล่าเป็นเหมือนพระเจ้า?”) บ่งบอกว่าเขามาจากครอบครัวที่เดินในทางของพระเจ้า มีคาห์บันทึกว่าบ้านเกิดของเขาคือโมเรเชท (1:1) หมู่บ้านซึ่งอยู่ห่างจากกรุงเยรูซาเล็มไปทางตะวันตกเฉียงใต้ประมาณ 40 กิโลเมตร ข้อมูลเพียงเล็กน้อยนี้บอกเป็นนัยว่ามีคาห์เติบโตมาในแถบชนบทเช่นเดียวกับอาโมส ห่างไกลจากผู้มีอำนาจและผู้มีอิทธิพล และเช่นเดียวกับอาโมสพระเจ้าทรงเลือกเขา (3:8) ให้นำถ้อยคำเรื่องการพิพากษาไปบอกพวกเจ้านายและพลเมืองของเยรูซาเล็มและสะมาเรีย

บุคคลสำคัญในมีคาห์

ประชากรอิสราเอล—อาณาจักรเหนือซึ่งกำลังจะตกเป็นเชลยของชาวอัสซีเรีย (1:2–7:20)

ภูมิหลังและสถานที่

การที่มีคาห์กล่าวถึงเฉพาะชื่อของกษัตริย์แห่งยูดาห์อาจเป็นการบ่งชี้ถึงเหตุการณ์ที่สะมาเรียพ่ายแพ้ในปี 722 ก่อน ค.ศ. ผู้เผยพระวจนะมีคาห์กล่าวถึงอาณาจักรเหนือไว้ในข้อความบางส่วนของเขา (1:5–7) แต่ความสนใจของเขามุ่งไปที่อาณาจักรใต้คือยูดาห์เป็นหลัก แม้ว่าเวลาของยูดาห์จะถูกนับไว้แล้วเช่นกัน แต่อาณาจักรนี้ก็อยู่ได้นานกว่าเพื่อนบ้านทางเหนือหลายสิบปี

ในช่วงชีวิตของมีคาห์ ความรุ่งเรืองทางเศรษฐกิจและอิทธิพลทางการเมืองส่วนใหญ่ซึ่งเคยเป็นลักษณะเด่นของรัชสมัยเยโรโบอัมที่ 2 ได้จางหายไปภายในเวลาไม่นาน สถานการณ์ระหว่างอาณาจักรเหนือและอาณาจักรใต้เลวร้ายลงอย่างรวดเร็ว ถึงแม้งานรับใช้ของมีคาห์มุ่งไปที่ประชากรของพระเจ้าทั้งสองแผ่นดิน แต่ความแตกแยกระหว่างทั้งสองอาณาจักรก็สร้างความเป็นปฏิปักษ์กันอย่างต่อเนื่อง ช่วงหนึ่งที่อิสราเอลและซีเรียรุกรานยูดาห์ และจับกษัตริย์อาหัสผู้ชั่วร้ายเป็นตัวประกันอยู่ระยะหนึ่ง (2 พงศาวดาร 28:5–16; อิสยาห์ 7:1–2) หลังจากการล่มสลายของอาณาจักรเหนือ พระเจ้าก็ทรงใช้เฮเซคียาห์ กษัตริย์ที่ดีของยูดาห์ ให้นำยูดาห์กลับมาสู่การนมัสการที่แท้จริง

มีคาห์ได้เห็นและมีอิทธิพลต่อเรื่องทั้งหมดนี้ ถ้อยคำจากพระเจ้าซึ่งเขานำมาบอกอาจไม่ได้ทำให้ผู้คนหันหนีจากการพิพากษาที่จะเกิดขึ้น แต่ก็มีบางคนฟัง น้ำเสียงของพระเจ้าซึ่งยังเปี่ยมด้วยความหวังในถ้อยคำที่มีคาห์กล่าวถึงอนาคต (5:2) ทำให้ความหวังแห่งพระสัญญาของพระเจ้ายังดำรงอยู่ หลายศตวรรษหลังจากนั้น เมื่อพวกนักปราชญ์ไปเยือนกรุงเยรูซาเล็มเพื่อตามหาเด็กคนหนึ่งที่เกิดมาเพื่อเป็นกษัตริย์ของชาวยิว พวกปุโรหิตก็รู้ว่าจะหาคำพยากรณ์เกี่ยวกับสถานที่ประสูติของพระเมสสิยาห์ของพระเจ้าได้ที่ไหน (5:2)

หลักคำสอนสำคัญในมีคาห์

การพิพากษาของพระเจ้าต่อความบาป (1:2–2:5; 1 พงศาวดาร 16:33; สดุดี 96:13; ปัญญาจารย์ 3:17; มัทธิว 7:22–23; ยอห์น 12:48; โรม 2:12; 2 ทิโมธี 4:1; วิวรณ์ 20:12)

พันธสัญญาที่พระเจ้าทรงกระทำไว้กับบรรพบุรุษของอิสราเอล (7:20; ปฐมกาล 15:7–18; 17:2–14,19,21; 26:3–4; 28:13,14; อพยพ 6:4; 2 ซามูเอล 23:5; 1 พงศาวดาร 16:16–17; สดุดี 89:3–4; ลูกา 1:72–75; กิจการ 3:25; กาลาเทีย 3:16)

พระลักษณะของพระเจ้าในมีคาห์

พระเจ้าทรงอดทนนาน—7:1

พระเจ้าทรงเปี่ยมด้วยพระเมตตา—7:18,20

พระเจ้าทรงจัดเตรียม—5:2

พระเจ้าทรงชอบธรรม—6:4–5; 7:9

พระเจ้าทรงสัตย์จริง—7:20

พระเจ้าทรงเป็นหนึ่งเดียว—7:18

พระเจ้าทรงมีพระพิโรธ—7:9,11

คำศัพท์สำคัญในมีคาห์

คดี: คำภาษาฮีบรูคือ *ริบ*—6:2—สามารถหมายถึง "การโต้เถียง" หรือ "การทะเลาะ" ในแง่ของความบาดหมาง (ผู้วินิจฉัย 12:2) "การพิพาท" หรือ "การวิวาท" (สุภาษิต 17:14; 18:6) ซึ่งถูกปลุกเร้าด้วยจิตวิญญาณที่กบฏ (กันดารวิถี 20:13; สุภาษิต 17:14; 18:6) หรือแม้กระทั่ง "คดี" หรือ "สำนวนฟ้อง" (โยบ 31:13,35; เยเรมีย์ 11:20) ผู้เผยพระวจนะมักจะใช้คำนี้ในลักษณะของคำศัพท์เฉพาะทางในเชิงกฎหมาย ในบริบทเกี่ยวกับความสัมพันธ์ตามพันธสัญญาระหว่างองค์พระผู้เป็นเจ้ากับอิสราเอล (เยเรมีย์ 25:31; โยชูวา 4:1; 12:2) ในบทนี้มีคาห์กำลังบอกยูดาห์ว่า พระเจ้าได้เริ่มดำเนินคดีทางกฎหมายอย่างเป็นทางการต่อประชากรของพระองค์ พระองค์ทรงมีคำสั่งให้พวกเขามารับการพิจารณาคดีในข้อหาฝ่าฝืนข้อกำหนดในพันธสัญญา ที่ห้ามการไหว้รูปเคารพ และกำหนดให้มีความยุติธรรมในสังคม (6:2–16)

ความเมตตา: คำภาษาฮีบรูคือ *ราฆาม*—7:19—ซึ่งถูกแปลว่า*เมตตา*ในข้อนี้ มีความหมายว่า "รักตั้งแต่อยู่ในครรภ์" และมักจะถูกแปลว่า*ความเมตตา* (อิสยาห์ 14:1) คำกริยานี้เมื่ออยู่ในรูปคำนามจะหมายถึง "ครรภ์" ดังนั้นคำกริยานี้จึงแสดงถึงความรักอันอ่อนโยนที่แม่มีต่อลูกซึ่งช่วยตัวเองไม่ได้ (1 พงศ์กษัตริย์ 3:26) "ตั้งแต่อยู่ในครรภ์" แสดงถึงอารมณ์อันลึกซึ้งที่เกี่ยวข้องกับการแสดงความรักนี้ พระเจ้าทรงรักประชากรของพระองค์ด้วยความเมตตาและความรักอันลึกซึ้งแทบจะเกินคำบรรยาย พระเจ้าเคยใช้รูปแบบหนึ่งของคำภาษาฮีบรูคำนี้เพื่อเปิดเผยพระลักษณะและพระนามของพระองค์แก่โมเสส คือ "แล้วพระยาห์เวห์เสด็จผ่านไปข้างหน้าท่าน ตรัสว่า 'พระยาห์เวห์ พระยาห์เวห์ เป็นพระเจ้าผู้เปี่ยมด้วยพระกรุณาและพระคุณ พระองค์กริ้วช้า ทรงบริบูรณ์ด้วยความรักมั่นคง และความสัตย์จริง'" (อพยพ 34:6)

พระคริสต์ในมีคาห์

มีคาห์ให้คำพยากรณ์ที่สำคัญที่สุดข้อหนึ่งในพระคัมภีร์ ซึ่งกล่าวถึงสถานที่ประสูติและความเป็นนิรันดร์ของพระคริสต์ "แต่เจ้า เบธเลเฮม เอฟราธาห์ ผู้เป็นหน่วยเล็ก

ในบรรดาตระกูลของยูดาห์ จากเจ้า จะมีผู้หนึ่งออกมาเพื่อเรา เป็นผู้ที่จะปกครองในอิสราเอล ต้นตระกูลของท่านมาจากสมัยเก่า จากสมัยโบราณกาล” (5:2) พวกธรรมาจารย์และหัวหน้าปุโรหิตใช้พระคัมภีร์ตอนนี้ตอบคำถามของเฮโรดเรื่องสถานที่ประสูติของพระเยซู (มัทธิว 2:6) นอกจากนั้นพระเยซูยังใช้มีคาห์ 7:6 เพื่ออธิบายลักษณะการเสด็จมาของพระองค์ (มัทธิว 10:35,36)

สรุปเนื้อหาโดยย่อ

I. คำจ่าหน้า (1:1)

II. พระเจ้าทรงเรียกประชุมเพื่อพิพากษาและช่วยให้รอด (1:2–2:13)
 ก. สะมาเรียและยูดาห์ถูกลงโทษ (1:2–16)
 ข. ผู้กดขี่ถูกพิพากษา (2:1–5)
 ค. ผู้เผยพระวจนะเท็จถูกประณาม (2:6–11)
 ง. พระสัญญาเรื่องการช่วยให้รอด (2:12–13)

III. พระเจ้าทรงพิพากษาผู้ปกครอง และเสด็จมาเพื่อช่วยให้รอด (3:1–5:15)
 ก. พวกผู้นำในสมัยนั้นมีความผิด (3:1–12)
 ข. ผู้นำในอนาคตจะช่วยให้รอดและรื้อฟื้น (4:1–5:15)

IV. พระเจ้าประกาศข้อกล่าวหา และทรงช่วยให้รอดในที่สุด (6:1–7:20)
 ก. ถ้อยคำตำหนิและคร่ำครวญ (6:1–7:6)
 ข. ถ้อยคำแห่งความมั่นใจและชัยชนะ (7:7–20)

ขณะเดียวกัน ในพื้นที่ส่วนอื่น ๆ ของโลก . . .

ชาวเซลติกเริ่มย้ายถิ่นลงมาทางใต้จากดินแดนที่ปัจจุบันเรียกว่าสกอตแลนด์ เพื่อตั้งถิ่นฐานในดินแดนส่วนที่เหลือของเกาะบริเตนใหญ่

คำถามที่พบบ่อย

1. หนังสืออย่างพระธรรมมีคาห์ถูกใช้อย่างไรในพระคัมภีร์ใหม่?

มีสองครั้งในพระธรรมมัทธิว ที่ข้อความจากมีคาห์มีบทบาทสำคัญในเหตุการณ์ต่าง ๆ ในมัทธิว 2:6 พวกหัวหน้าปุโรหิตและพวกธรรมาจารย์ยกข้อความจากมีคาห์ 5:2 เพื่อตอบคำถามของเฮโรดเกี่ยวกับสถานที่ประสูติของพระเมสสิยาห์ หลังจากนั้นในมัทธิว 10:35–36 พระเยซูทรงยกข้อความจากมีคาห์ 7:6 ขณะมอบหมายงานให้สาวกของพระองค์ ผู้คนในพระคัมภีร์ใหม่คุ้นเคยกับบรรดาผู้เผยพระวจนะในพระคัมภีร์เดิมเป็นอย่างดี การเขียนและความคิดของพวกเขาเต็มไปด้วยวลีและคำพยากรณ์ต่าง ๆ ที่พระเจ้าประทานแก่ผู้ส่งสารในสมัยโบราณเหล่านั้น

ศึกษามีคาห์แบบรวบรัด

1. ถ้านักวิชาการศาสนาในสมัยพระเยซูรู้คำพยากรณ์เกี่ยวกับพระเมสสิยาห์และเบธเลเฮม ทำไมพวกเขาจึงไม่เชื่อว่าพระเยซูคือพระผู้ช่วยให้รอด?
2. มีคาห์ 6:6–8 สอนว่าเราสามารถทำให้พระเจ้าพอพระทัยและได้รับความโปรดปรานนิรันดร์โดยการเป็นคนดีหรือเปล่า?
3. อะไรคือจุดประสงค์ของการมีชีวิตอยู่เพื่อให้พระเจ้าพอพระทัย?
4. มีคาห์เผชิญหน้ากับการกดขี่ระดับชาติและการกดขี่ส่วนตัว ซึ่งแพร่หลายในสมัยของเขาอย่างไร?
5. มีคาห์เผชิญหน้ากับความเชื่อเทียมเท็จในสังคมของเขาเองอย่างไร? เขาจะพูดอะไรเกี่ยวกับยุคปัจจุบัน?

นาฮูม

การพิพากษาที่เคยเลื่อนเวลาออกไปได้ถูกดำเนินการ

คำเผยพระวจนะของโยนาห์กลายเป็นจริง

พระเจ้าทรงให้เมืองนีนะเวห์โบราณมีชีวิตอยู่อีกหนึ่งร้อยปี การมาเผยพระวจนะอย่างไม่เต็มใจของโยนาห์ส่งผลให้เมืองนี้กลับใจใหม่อย่างแท้จริง เมืองนี้หลีกเลี่ยงการถูกทำลายได้ แต่น่าเสียดายที่ความเปลี่ยนแปลงครั้งนั้นไม่ยั่งยืน ในไม่ช้าเมืองนี้และอาณาจักรที่มันเป็นตัวแทนก็หวนกลับไปดำเนินตามทางที่ชั่วร้าย หนึ่งศตวรรษต่อมาพระเจ้าทรงประกาศการพิพากษาขั้นสุดท้ายสำหรับเมืองนี้ผ่านทางผู้เผยพระวจนะนาฮูม

ผู้เขียนและปีที่เขียน

เขียนโดยนาฮูม ประมาณปี 650 ก่อน ค.ศ.

เช่นเดียวกับผู้เผยพระวจนะส่วนใหญ่ เรารู้ข้อมูลเพียงเล็กน้อยเกี่ยวกับชีวิตของนาฮูม ข้อเท็จจริงนี้เน้นย้ำความสำคัญของถ้อยคำที่พวกเขานำมาบอก จุดประสงค์หลักของพวกเขาคือเป็นปากเป็นเสียงให้พระเจ้า ไม่ใช่พูดเรื่องตัวเอง ในกรณีของนาฮูม แม้แต่ที่ตั้งบ้านเกิดของเขาก็ยังเป็นปริศนา เขาเรียกตัวเองว่าชาวบ้านเอลโขช (1:1) แต่ยังไม่สามารถระบุได้ชัดเจนว่าชื่อหมู่บ้านนี้ตรงกับตำแหน่งที่ตั้งใด นาฮูมอาจเป็นผู้รอดชีวิตที่อาศัยอยู่ในยูดาห์ หรือเป็นเชลยที่อาศัยอยู่ในอัสซีเรีย

บุคคลสำคัญในนาฮูม

ประชากรนีนะเวห์—ชาวอัสซีเรียที่หวนกลับไปหาความชั่วร้าย และถูกกำหนดไว้สำหรับความหายนะ (2:1–3:19)

ภูมิหลังและสถานที่

หนึ่งศตวรรษหลังจากเมืองนีนะเวห์กลับใจใหม่เพราะคำประกาศของโยนาห์ เมืองหลวงของอัสซีเรียแห่งนี้ก็กลับไปหาการกราบไหว้รูปเคารพ ความรุนแรง และ

ความเย่อหยิ่ง (3:1–4) อัสซีเรียกำลังเรืองอำนาจอย่างมาก และลืมความอับอายซึ่งเกิดจากความพ่ายแพ้ของเซนนาเคอริบ (ปี 701 ก่อน ค.ศ.) ที่กรุงเยรูซาเล็มไปอย่างรวดเร็ว (อิสยาห์ 37:36–38) พรมแดนของอัสซีเรียแผ่ขยายไปจนถึงอียิปต์ ชนชาติต่าง ๆ ที่พ่ายแพ้ถูกบังคับให้ย้ายจากแผ่นดินเกิดไปอยู่ที่อื่น ๆ เพื่อคนอัสซีเรียจะควบคุมพวกเขาได้ง่ายขึ้น สะมาเรียและกาลิลีถูกพวกเชลยจากที่อื่นเข้ามาตั้งรกรากในปี 670 ก่อน ค.ศ.

อัสซีเรียดูเหมือนกองทัพที่ไม่มีใครหยุดยั้งได้ แต่พระเจ้าทรงประกาศให้โลกรู้ผ่านทางนาฮูมและผู้เผยพระวจนะคนอื่น ๆ ว่า วันเวลาของชนชาตินี้ถูกนับไว้แล้ว ความพินาศของนีนะเวห์เกิดขึ้นตามที่พระเจ้าพยากรณ์ไว้ทุกประการ

หลักคำสอนสำคัญในนาฮูม

การพิพากษาของพระเจ้า—พระเจ้าผู้ทรงอำนาจสูงสุดจะนำการแก้แค้นมาสู่ผู้ที่ละเมิดกฎของพระองค์ (1:8,14; 3:5–7; อพยพ 20:5; เฉลยธรรมบัญญัติ 28:41; โยบ 12:23; เอเสเคียล 39:23; โยเอล 3:19; อาโมส 3:6; กิจการ 17:31; โรม 2:16; วิวรณ์ 6:17)

ความรักมั่นคงของพระเจ้าต่อผู้ที่สัตย์ซื่อ (1:7,12,13,15; 2:2; กันดารวิถี 6:22–27; สดุดี 46:1; อิสยาห์ 33:2–4; 37:3–7,29–38; มัทธิว 11:28–29; 19:13–14; 2 ทิโมธี 2:24; ทิตัส 3:4; 1 ยอห์น 4:11)

คำศัพท์สำคัญในนาฮูม

หวงแหน: คำภาษาฮีบรูคือ *คานโน*—1:2—เกี่ยวโยงกับรากศัพท์ซึ่งสามารถแปลว่า "กระตือรือร้นร้อนรน" (1 พงศ์กษัตริย์ 19:10,14) หรือแม้กระทั่ง "กริ้ว" (เศคาริยาห์ 8:2) หนึ่งในพระนามของพระเจ้าคือ "หวงแหน" (อพยพ 34:14) เมื่อพระคัมภีร์เดิมใช้สำนวน "พระยาห์เวห์พระเจ้าของท่านทรงเป็นพระเจ้าที่หวงแหน" ข้อความนั้นก็มักจะเชื่อมโยงกับคำสั่งห้ามการนมัสการรูปเคารพ (อพยพ 20:5; เฉลยธรรมบัญญัติ 4:24; 5:9; 6:15) ความหวงแหนที่พระเจ้าทรงมีต่อประชากรของพระองค์คือการยืนยันสิทธิของพระองค์ในฐานะผู้เดียวที่พวกเขาต้องจงรักภักดี เนื่องด้วยความบริสุทธิ์ของพระองค์ (โยชูวา 24:19) และเนื่องจากพระองค์มีบทบาทเป็นพระผู้สร้างและพระผู้ไถ่ของพวกเขา (สดุดี 95:6–7; 96:2–5) เรามีแนวโน้มที่จะคิดว่าความหวงแหนนั้นเกี่ยวพันกับอารมณ์ที่สนใจแต่ประโยชน์ส่วนตัว ซึ่งมักเกิดจากความรู้สึกขาดอะไรบางอย่าง แต่ความหวงแหนของพระเจ้านั้นตรงกันข้าม ความหวงแหนของพระเจ้าเกิดจากความบริสุทธิ์ของพระองค์ เพราะพระองค์ผู้เดียวเท่านั้นที่เป็นองค์บริสุทธิ์ (ดู อิสยาห์ 6:3; 40:25) พระองค์จะไม่ยอมให้มีคู่แข่ง (อพยพ 20:5)

พระลักษณะของพระเจ้าในนาฮูม

พระเจ้าทรงประเสริฐ—1:7

พระเจ้าทรงหวงแหน—1:2

พระเจ้าทรงฤทธิ์อำนาจ—1:3

พระเจ้าทรงจัดเตรียม—1:4

พระเจ้าทรงมีอำนาจสูงสุด—1:2–5

พระเจ้าทรงมีพระพิโรธ—1: 2–3,6

พระคริสต์ในนาฮูม

ถ้อยคำที่นาฮูมพรรณนาพระลักษณะของพระเจ้า ก็เป็นการบรรยายตัวตนของพระคริสต์ซึ่งจะเสด็จมาในอนาคตด้วย พระคริสต์เสด็จมาในโลกนี้ครั้งแรกในฐานะพระเมสสิยาห์ผู้มาตามพระสัญญา เพื่อนำผู้ที่สัตย์ซื่อมาหาพระองค์ นาฮูมพรรณนาถึงการที่พระเจ้าทรงปกป้องผู้ที่สัตย์ซื่อ เมื่อเขาเปิดเผยว่า “พระยาห์เวห์ประเสริฐทรงเป็นที่กำบังแข็งแกร่งในวันยากลำบาก” (1:7) อย่างไรก็ตาม การเสด็จมาครั้งที่สองของพระคริสต์จะนำมาการพิพากษามาด้วย เพราะพระคริสต์จะทรง “แก้แค้นคู่อริของพระองค์” (1:2)

สรุปเนื้อหาโดยย่อ

I. คำจ่าหน้า (1:1)

II. ประกาศเรื่องการทำลายเมืองนีนะเวห์ (1:2–15)
- ก. ฤทธิ์อำนาจของพระเจ้าสำแดงออก (1:2–8)
- ข. การลงโทษของพระเจ้าถูกประกาศ (1:9–15)

III. รายละเอียดการทำลายเมืองนีนะเวห์ (2:1–13)
- ก. เมืองนี้ถูกโจมตี (2:1–10)
- ข. เมืองนี้เสื่อมเสียชื่อเสียง (2:11–13)

IV. การเรียกร้องให้ทำลายเมืองนีนะเวห์ (3:1–19)
- ก. ข้อหาแรก (3:1–3)
- ข. ข้อหาที่สอง (3:4–7)
- ค. ข้อหาที่สาม (3:8–19)

ขณะเดียวกัน ในพื้นที่ส่วนอื่น ๆ ของโลก . . .

ญี่ปุ่นกลายเป็นชาติที่ได้รับการยอมรับ

(ปี 660 ก่อน ค.ศ.)

ศึกษานาฮูมแบบรวบรัด

1. พระธรรมนาฮูมทั้งเล่มเป็นตัวอย่างเรื่องความอดทนอดกลั้นของพระเจ้าอย่างไรบ้าง?
2. ข้อหาที่พระเจ้ากล่าวโทษเมืองนีนะเวห์มีอะไรบ้าง?
3. ทำไมพระเจ้าทรงเรียกพระองค์เองว่าพระเจ้าที่หวงแหน?
4. ในพระธรรมนาฮูมมีตัวอย่างอะไรบ้างที่แสดงให้เห็นว่าพระเจ้าทรงมีอำนาจสูงสุด?
5. คุณมีมุมมองอย่างไรเกี่ยวกับความเป็นไปได้ที่พระเจ้าจะพิพากษาชีวิตของคุณ?

ฮาบากุก

คนชอบธรรมจะดำรงชีวิตอยู่ด้วยความเชื่อ

ผู้เขียนได้รับตำแหน่งที่ไม่แน่ใจว่าเป็นเกียรติหรือไม่
คือเป็นผู้เผยพระวจนะคนสุดท้ายที่ถูกใช้ไปหายูดาห์ก่อนการตกเป็นเชลย

"มันไม่ยุติธรรมเลย" การโต้เถียงกันระหว่างเพื่อนฝูง คนในครอบครัว และประเทศต่าง ๆ มักจะนำมาสู่ประเด็นเรื่องความเป็นธรรม ข้อสันนิษฐานเบื้องต้นประการหนึ่งเกี่ยวกับชีวิตที่คนเรามักเห็นพ้องต้องกันโดยไม่ต้องเขียนเป็นลายลักษณ์อักษรก็คือ ชีวิตควรจะยุติธรรม ข้อสันนิษฐานนี้นำเราไปสู่ความคิดที่อันตรายเมื่อมันมาแทรกอยู่ระหว่างเรากับพระเจ้า ผู้เผยพระวจนะฮาบากุกถามสองคำถามต่อพระเจ้าซึ่งเป็นคำถามที่เราคุ้นเคยกันมากเกี่ยวกับความยุติธรรม

- ข้าแต่พระเจ้า ทำไมสิ่งต่าง ๆ จึงไม่ยุติธรรมเลย?
- ข้าแต่พระเจ้า ทำไมพระองค์ไม่ทำอะไรเมื่อสิ่งต่าง ๆ ไม่ยุติธรรม?

คำตอบของพระเจ้ากับข้อสรุปของฮาบากุกทำให้พระธรรมที่เขาเขียนเป็นแหล่งข้อมูลฝ่ายจิตวิญญาณอันทรงคุณค่า

ผู้เขียนและปีที่เขียน

เขียนโดยฮาบากุก ประมาณปี 615 ถึง 605 ก่อน ค.ศ.

เช่นเดียวกับผู้เผยพระวจนะน้อยส่วนใหญ่ เราแทบไม่รู้อะไรเกี่ยวกับฮาบากุกเลย ยกเว้นข้อมูลภายในพระธรรมที่เขาเขียน ซึ่งกล่าวถึงตัวเขาไว้เพียงเล็กน้อย คำแนะนำตัวง่าย ๆ ที่เขาเรียกตัวเองว่า "ฮาบากุกผู้เผยพระวจนะ" อาจบอกเป็นนัยว่าเขาเป็นผู้เผยพระวจนะที่มีชื่อเสียงในสมัยของเขา ฮาบากุกเป็นคนร่วมสมัยกับเยเรมีย์ เอเสเคียล ดาเนียล และเศฟันยาห์

บุคคลสำคัญในฮาบากุก

ฮาบากุก—ผู้เผยพระวจนะคนสุดท้ายที่ถูกใช้ไปหายูดาห์ ก่อนที่ยูดาห์จะตกเป็นเชลยของชาวบาบิโลน (1:1–3:19)

คนเคลเดีย—ชาวบาบิโลนที่พระเจ้าทรงปลุกเร้า เพื่อให้ลงโทษยูดาห์ (1:6–11; 2:2–20)

ภูมิหลังและสถานที่

ฮาบากุกเผยพระวจนะในช่วงท้าย ๆ ของอาณาจักรอัสซีเรีย และช่วงต้น ๆ ที่ชาวบาบิโลนครองโลก บุคคลสำคัญของโลกซึ่งเป็นที่รู้จักมากที่สุดในสมัยของฮาบากุก คือ เนบูคัดเนสซาร์ เจ้าชายซึ่งหลังจากนั้นได้เป็นกษัตริย์แห่งบาบิโลน ชาวบาบิโลนเริ่มขึ้นมามีอำนาจในปี 626 ก่อน ค.ศ. และพอถึงปี 605 ก่อน ค.ศ. พวกเขาก็ปราบศัตรูรายหลัก ๆ ได้

ยูดาห์เข้ามาเกี่ยวข้องกับสถานการณ์โลกช่วงนี้ เมื่อกษัตริย์โยสิยาห์ท้าทายอียิปต์ซึ่งเป็นพันธมิตรของอัสซีเรียในการรบที่เมกิดโดเมื่อปี 609 ก่อน ค.ศ. โยสิยาห์ถูกสังหารระหว่างการสู้รบครั้งนั้น แม้ว่าโยสิยาห์ได้เริ่มการปฏิรูปฝ่ายจิตวิญญาณที่สำคัญหลายอย่างในยูดาห์ (2 พงศ์กษัตริย์ 22–23) แต่บรรดาผู้ที่สืบทอดตำแหน่งต่อจากพระองค์ไม่ได้เดินตามทางของพระเจ้าเหมือนอย่างพระองค์ ชนชาตินี้หวนกลับไปหาวิถีทางอันชั่วร้ายอย่างรวดเร็ว (เยเรมีย์ 22:13–19) ทำให้ฮาบากุกตั้งคำถามว่าทำไมพระเจ้าทรงนิ่งเงียบ และไม่มีการลงโทษเพื่อชำระชนชาติที่ทำพันธสัญญาไว้กับพระองค์

หลักคำสอนสำคัญในฮาบากุก

ลักษณะการพิพากษาของพระเจ้า—พระเจ้าทรงใช้ชาวบาบิโลนเพื่อพิพากษาประชากรยูดาห์ (1:5–11; 2:2–20; เฉลยธรรมบัญญัติ 28:49,50; 2 พงศ์กษัตริย์ 24:2; 2 พงศาวดาร 36:17; เยเรมีย์ 4:11–13; เอเสเคียล 7:24; 21:31; มีคาห์ 4:10; กิจการ 17:31; โรม 2:16; วิวรณ์ 6:17)

การนมัสการพระเจ้าอย่างถูกต้อง—เราไม่ควรนมัสการพระเจ้าเพียงเพราะพระพรชั่วคราว แต่ควรนมัสการโดยมีจุดมุ่งหมายที่พระองค์เอง (3:17–19; เฉลยธรรมบัญญัติ 28:1–14; สดุดี 97:12; อิสยาห์ 12:2; 41:16; 61:10; ลูกา 1:47; ฟีลิปปี 4:4; วิวรณ์ 4:10–11)

การทำให้เป็นผู้ชอบธรรมโดยความเชื่อ—มนุษย์ได้รับความรอดโดยความเชื่อในพระเจ้าเพียงอย่างเดียว และไม่ใช่โดยการกระทำ (2:4; ปฐมกาล 15:6; เลวีนิติ

18:5; อิสยาห์ 45:25; 50:8,9; เศคาริยาห์ 3:4–5; ยอห์น 3:36; โรม 1:17; 5:1; กาลาเทีย 3:11; โคโลสี 1:22,23; ฮีบรู 3:12–14; 10:38)

พระลักษณะของพระเจ้าในฮาบากุก

พระเจ้าทรงเปี่ยมด้วยสง่าราศี—2:14

พระเจ้าทรงมีพระพิโรธ—3:2

พระคริสต์ในฮาบากุก

แม้ว่าฮาบากุกไม่เคยเอ่ยถึงพระนามของพระคริสต์ แต่เขาก็ชื่นชมยินดีในพระราชกิจการช่วยให้รอดของพระเยซู ผู้ทรงเป็น "พระเจ้าแห่งความรอดของข้าพเจ้า" (3:18) นอกจากนั้นฮาบากุกยังบอกล่วงหน้าถึงความรอดที่จะมาถึงของพระคริสต์ด้วย เมื่อเขากล่าวว่า "พระองค์เสด็จออกมาเพื่อช่วยประชากรของพระองค์ให้รอด เพื่อช่วยผู้ที่พระองค์ทรงเจิมไว้ให้รอด" (3:13) พระคัมภีร์เดิมและพระคัมภีร์ใหม่ชี้ไปที่พระคริสต์อย่างชัดเจน ว่าพระองค์คือผู้ที่พระเจ้าทรงเจิมไว้ (สดุดี 28:8; ดาเนียล 9:25,26; กิจการ 4:27; 10:38; ฮีบรู 1:9)

คำศัพท์สำคัญในฮาบากุก

รูป: คำภาษาฮีบรูคือ *เปเซล*—2:18—เกี่ยวโยงกับคำกริยารากศัพท์ที่แปลว่า "สกัดหิน" หรือ "ตัดหรือแกะสลักไม้" (ดู อพยพ 34:4) *เปเซล* คือรูปหรือรูปเคารพที่เหมือนมนุษย์หรือสัตว์ ทำจากหิน ไม้ หรือโลหะ ที่ภูเขาซีนายพระเจ้าทรงห้ามไม่ให้ชาวฮีบรูสร้างรูปเคารพเช่นนั้น (อพยพ 20:4) พระเจ้าทรงมีพระประสงค์ให้การไม่มีรูปเคารพท่ามกลางชาวฮีบรูเป็นลักษณะเด่นอย่างหนึ่งของศาสนาแท้ของพวกเขา น่าเศร้าที่อิสราเอลทำตามแบบอย่างของเพื่อนบ้านต่างศาสนา และนมัสการรูปแกะสลัก (ผู้วินิจฉัย 18:30; 2 พงศาวดาร 33:7) ผู้เขียนสดุดีบรรยายรูปเคารพเช่นนั้นว่าเป็นของไร้ค่า และผู้ที่นมัสการรูปเหล่านั้นก็น่าละอาย (สดุดี 97:7) ทั้งอิสยาห์ (อิสยาห์ 40:19,20; 44:9–20) และฮาบากุก (2:18,19) เยาะเย้ยผู้ที่ไว้วางใจในรูปต่าง ๆ ซึ่งเป็นเพียงสิ่งที่มือมนุษย์สร้างขึ้น รูปเหล่านั้นไม่มีความสามารถที่จะมองเห็น ได้ยิน พูด หรือกระทำสิ่งใดเพื่อผู้ที่เลื่อมใสในรูปเหล่านั้น

สรุปเนื้อหาโดยย่อ

I. คำจ่าหน้า (1:1)

II. ความฉงนสนเท่ห์ของผู้เผยพระวจนะ (1:2–2:20)

ก. คำร้องทุกข์ครั้งแรกของฮาบากุก (1:2–4)
ข. คำตอบครั้งแรกของพระเจ้า (1:5–11)
ค. คำร้องทุกข์ครั้งที่สองของฮาบากุก (1:12–2:1)
ง. คำตอบครั้งที่สองของพระเจ้า (2:2–20)

III. คำอธิษฐานของผู้เผยพระวจนะ (3:1–19)
ก. คำอ้อนวอนขอพระเมตตาจากพระเจ้า (3:1–2)
ข. คำสรรเสริญฤทธานุภาพของพระเจ้า (3:3–15)
ค. พระสัญญาว่ามีพระเจ้าก็เพียงพอ (3:16–19)

ขณะเดียวกัน ในพื้นที่ส่วนอื่น ๆ ของโลก . . .

วิหารอารเทมิส หนึ่งในเจ็ดสิ่งมหัศจรรย์ของโลก ถูกสร้างขึ้นที่เมืองเอเฟซัส

คำถามที่พบบ่อย

1. คำตอบของพระเจ้าต่อคำถามอันลึกซึ้งของฮาบากุก ช่วยคนสมัยใหม่ที่อ่านหนังสือของเขาอย่างไรบ้าง?

แน่นอนว่าฮาบากุกได้กล่าวคำถามบางข้อที่เป็นพื้นฐานสำคัญที่สุดของชีวิต คำตอบของพระเจ้าเป็นศิลารากฐานที่สำคัญยิ่ง สำหรับการสร้างความเข้าใจที่ถูกต้องเกี่ยวกับพระลักษณะของพระเจ้า และพระราชกิจต่าง ๆ ในประวัติศาสตร์ที่ทรงกระทำในฐานะผู้ทรงมีอำนาจสูงสุด ในที่สุดแล้วฮาบากุกแสดงให้เห็นว่าความหมายของชีวิตไม่ได้ขึ้นอยู่กับคำตอบทางสติปัญญาที่ให้เหตุผลอย่างดีเยี่ยม แต่อยู่ที่การไว้วางใจพระเจ้า ผู้เผยพระวจนะคนนี้ส่งเสียงสะท้อนประเด็นหลักเรื่องการดำเนินชีวิตที่บริสุทธิ์อย่างแท้จริง โดยกล่าวว่า "คนชอบธรรมจะดำรงชีวิตอยู่ด้วยความเชื่อ" (2:4) ผู้ที่อ่านฮาบากุกในปัจจุบันจะได้พบเพื่อนร่วมเดินทางที่อาจนำพวกเขามาไว้วางใจในพระเจ้าองค์เดียวกับที่ฮาบากุกไว้วางใจ

2. ฮาบากุกมีอิทธิพลต่อพระคัมภีร์ใหม่อย่างไรบ้าง?

ผู้เขียนพระคัมภีร์ใหม่หลายคนยกข้อความจากฮาบากุกในลักษณะที่ให้ความสำคัญแก่เขา ผู้เขียนพระธรรมฮีบรูยกข้อความจากฮาบากุก 2:4 เพื่อขยายความเรื่องความจำเป็นที่ผู้เชื่อต้องเข้มแข็งและสัตย์ซื่อต่อไปแม้จะอยู่ท่ามกลางความยากลำบากและการทดสอบ (ฮีบรู 10:38) ส่วนอัครทูตเปาโลก็ใช้พระคัมภีร์ข้อเดียวกันนี้สองครั้ง (โรม 1:17; กาลาเทีย 3:11) เพื่อเน้นย้ำหลักคำสอนเรื่องการทำให้เป็นผู้ชอบธรรมโดยความเชื่อ แม้ว่าการใช้ที่แตกต่างกันนี้อาจบ่งบอกว่ามีการตีความที่ขัดแย้งกัน แต่มันก็ไม่ได้เป็นอย่างนั้น ทุกข้อที่มีการอ้างอิงนี้ชี้ไปไกลกว่าการกระทำเพียงครั้งเดียวที่แสดงออกถึงความเชื่อ แต่หมายถึงความต่อเนื่องของความเชื่อด้วย ความเชื่อในพระคัมภีร์ไม่ใช่การกระทำเพียงครั้งเดียว แต่เป็นวิถีชีวิตผู้เชื่อที่แท้จริง ซึ่งพระเจ้าทรงประกาศว่าเป็นผู้ชอบธรรม จะพากเพียรยืนหยัดในความเชื่อไปตลอดชีวิต (โคโลสี 1:22–23; ฮีบรู 3:12–14) ผู้เชื่อจะไว้วางใจพระเจ้าผู้ทรงมีอำนาจสูงสุด ผู้ทรงกระทำแต่สิ่งที่ถูกต้องเท่านั้น

ศึกษาฮาบากุกแบบรวบรัด

1. พระเจ้าทรงตอบคำถามแรกของฮาบากุกอย่างไร ที่เขาถามว่า ข้าแต่พระเจ้า ทำไมสิ่งต่าง ๆ จึงไม่ยุติธรรมเลย?
2. พระเจ้าทรงตอบคำถามที่สองของฮาบากุกอย่างไร ที่เขาถามว่า ข้าแต่พระเจ้า ทำไมพระองค์ไม่ทำอะไรเมื่อสิ่งต่าง ๆ ไม่ยุติธรรม?
3. เมื่อคุณเจอความยากลำบากและความสงสัย คุณจัดการมันอย่างไร?
4. พระธรรมฮาบากุกเป็นหลักฐานยืนยันอำนาจสูงสุดของพระเจ้าอย่างไรบ้าง?
5. สำหรับฮาบากุก ในที่สุดแล้วอะไรคือที่มาของความหวังในโลกนี้?

เศฟันยาห์

ที่กำบังท่ามกลางการพิพากษา

เศฟันยาห์เป็นผู้เผยพระวจนะคนเดียวที่สืบเชื้อสายมาจากราชวงศ์

ผู้เผยพระวจนะคนนี้ยืนอยู่ตรงหัวมุมที่มีผู้คนพลุกพล่าน ชูป้ายที่เขียนขึ้นหยาบ ๆ จารึกข้อความสั้น ๆ ว่า "จงกลับใจเสียใหม่ เพราะอวสานใกล้เข้ามาแล้ว" ผู้คนเร่งรีบผ่านไป พวกเขาไม่สังเกต หรือไม่อยากสังเกตข้อความนั้น พระเจ้ากลายเป็นบุคคลที่พวกเขาสามารถเพิกเฉยได้

ช่วงเวลาของเศฟันยาห์ในประวัติศาสตร์คือเหตุการณ์ฉบับโบราณของฉากที่กล่าวมา เขาเตือนผู้คนซ้ำแล้วซ้ำอีกว่า "วันแห่งพระยาห์เวห์มาใกล้แล้ว" เขาใช้สำนวนนี้มากกว่าผู้เผยพระวจนะคนอื่น ๆ ทุกคน งานของเขาปูทางให้เกิดการฟื้นฟูแบบเร่งด่วนจวนตัวภายใต้กษัตริย์โยสิยาห์ ซึ่งก็ปรากฏว่าการฟื้นฟูนั้นดำรงอยู่ไม่นาน ภายในไม่กี่ปียูดาห์ก็พ่ายแพ้และถูกส่งไปเป็นเชลย ผู้คนที่เพิกเฉยต่อพระเจ้าได้พบว่าพวกเขาไม่สามารถเพิกเฉยต่อวันแห่งพระยาห์เวห์ได้

ผู้เขียนและปีที่เขียน

เขียนโดยเศฟันยาห์ ประมาณปี 635 ถึง 625 ก่อน ค.ศ.

จากข้อเท็จจริงไม่กี่ประการเกี่ยวกับเศฟันยาห์ที่มีอยู่ในพระคัมภีร์ ข้อเท็จจริงประการหนึ่งที่โดดเด่นก็คือ ผู้เผยพระวจนะคนนี้ยืนยันว่าตนเองอยู่ในเชื้อสายราชวงศ์ ดูเหมือนเขาจะเป็นผู้เผยพระวจนะเพียงคนเดียวที่สืบสายเลือดมาจากราชวงศ์ เศฟันยาห์เป็นคนร่วมสมัยกับผู้เผยพระวจนะเยเรมีย์

บุคคลสำคัญในเศฟันยาห์

เศฟันยาห์—ผู้เผยพระวจนะที่เตือนยูดาห์เรื่องการพิพากษาที่กำลังจะมาถึง และได้กล่าวถึงความหวังในอนาคตด้วย (1:1–3:20)

ประชากรยูดาห์—กษัตริย์โยสิยาห์นำพวกเขาให้กลับใจใหม่ แต่ในที่สุดก็ตกเป็นเชลยในบาบิโลน (1:2–2:3; 3:1–20)

ภูมิหลังและสถานที่

เศฟันยาห์เผยพระวจนะในช่วงเวลาที่เกิดการเปลี่ยนแปลงครั้งใหญ่เกือบทั่วทั้งโลก การขึ้นมามีอำนาจของชาวบาบิโลนและการล่มสลายของชาวอัสซีเรียทำให้ดินแดนมากมายในโลกตกอยู่ระหว่างผู้พิชิตสองราย ยูดาห์มีอิสรภาพพอสมควรเป็นครั้งแรกในรอบ 50 ปี กษัตริย์โยสิยาห์สามารถริเริ่มการปฏิรูปบางอย่าง ซึ่งในที่สุดก็นำไปสู่การฟื้นฟูฝ่ายจิตวิญญาณช่วงสั้น ๆ ในยูดาห์

คำเตือนเกี่ยวกับการพิพากษาที่กำลังจะเกิดขึ้น ซึ่งเศฟันยาห์ประกาศออกมาน่าจะได้รับการตอบสนองเพียงเล็กน้อยจากประชาชน ผลพวงของการมีผู้นำที่ชั่วร้ายเป็นเวลาครึ่งศตวรรษได้ทำให้ประเทศชาติจมอยู่ในความบาป และการปฏิรูปของกษัตริย์โยสิยาห์ก็ส่งผลให้เกิดการเปลี่ยนแปลงเพียงผิวเผินเท่านั้น แม้กระทั่งการค้นพบพระบัญญัติของพระเจ้าท่ามกลางเศษหินเศษไม้ของพระวิหาร ซึ่งเป็นเหตุการณ์ที่เกิดขึ้นหลังจากเศฟันยาห์ แม้ว่าการค้นพบนี้จะเพิ่มพลังให้ความพยายามของโยสิยาห์ แต่มันก็ส่งผลกระทบระยะยาวเพียงเล็กน้อยต่อท่าทีของประชาชน

หลักคำสอนสำคัญในเศฟันยาห์

วันแห่งพระยาห์เวห์ (1:7,14–16,18; 3:8; อิสยาห์ 2:12; 13:6,9; เอเสเคียล 13:5; 20:3; โยเอล 1:15; 2:1,11,31; 3:14; อาโมส 5:18–20; โอบาดีห์ 1–21; เศคาริยาห์ 14:1; มาลาคี 4:5)

พระคุณของพระเจ้าในระหว่างการพิพากษา (2:3; 3:14–20; สดุดี 45:2; อิสยาห์ 26:20; โยเอล 2:14; อาโมส 5:14–15; เศคาริยาห์ 12:10; โรม 5:21; 2 โครินธ์ 12:9; ฮีบรู 4:16)

ความรอดสำหรับผู้ที่เชื่อที่เหลืออยู่ (2:7; 3:9–20; อิสยาห์ 35:4; 45:17; เยเรมีย์ 29:14; มีคาห์ 5:7–8; เศคาริยาห์ 9:16; ยอห์น 3:16; ลูกา 1:68; กิจการ 5:31; โรม 11:26)

พระลักษณะของพระเจ้าในเศฟันยาห์

พระเจ้าทรงพิพากษา—1:2–3; 2:2; 3:6–7

พระเจ้าทรงยุติธรรม—3:5

พระเจ้าทรงรัก—3:17

พระเจ้าทรงมีพระพิโรธ—1:14–18

พระคริสต์ในเศฟันยาห์

แม้ว่าเศฟันยาห์จะบรรยายภาพการพิพากษาของพระเจ้าอย่างชัดเจน แต่พระคริสต์ทรงอยู่ในเหตุการณ์นั้นในฐานะ "นักรบ" ผู้ที่จะนำความรอดมาสู่โลก (3:17) พระคริสต์เองก็ทรงอ้างถึงเศฟันยาห์ (1:3, ดู มัทธิว 13:41; และ 1:15, ดู มัทธิว 24:29) ซึ่งให้ความเชื่อมโยงมากขึ้นระหว่างคำพยากรณ์ของเศฟันยาห์กับการเสด็จมาครั้งที่สองของพระคริสต์

คำศัพท์สำคัญในเศฟันยาห์

ถ่อมใจ: คำภาษาฮีบรูคือ *อานาฟ*—2:3—อาจแปลว่า *ทุกข์ใจ* (สดุดี 34:2) หรือ *ถ่อมใจ* (สดุดี 37:11; ดู มัทธิว 5:5 ด้วย) และมาจากคำกริยาที่แปลว่า "ประสบความทุกข์ยาก" หรือ "ถูกทำให้ก้มกราบลง" (สดุดี 116:10) รูปแบบที่ต่างกันของคำนี้ปรากฏสองครั้งในเศฟันยาห์ 2:3 ครั้งแรกถูกแปลว่า *ถ่อมใจ* แล้วครั้งที่สองถูกแปลว่า *ความถ่อมใจ* บ่อยครั้งคำนี้หมายถึงคนยากจนหรือผู้ถูกกดขี่ (ดู สุภาษิต 14:21; อาโมส 2:7) แต่คำนี้ก็ยังหมายถึงความเข้มแข็งของอุปนิสัยที่สามารถทนความทุกข์ยากโดยไม่ขุ่นเคือง อุปนิสัยเช่นนั้นมีรากฐานมาจากความเชื่ออันเข้มแข็งในพระเจ้าและความประเสริฐของพระองค์ และการมีใจแน่วแน่ยอมอยู่ภายใต้พระประสงค์ของพระเจ้า

สรุปเนื้อหาโดยย่อ

I. คำจ่าหน้า (1:1)

II. การพิพากษาขององค์พระผู้เป็นเจ้า (1:2–3:8)
- ก. เหนือทั้งแผ่นดินโลก (1:2–3)
- ข. เหนือยูดาห์ (1:4–2:3)
- ค. เหนือประชาชาติรอบ ๆ (2:4–15)
- ง. เหนือเยรูซาเล็ม (3:1–7)
- จ. เหนือทุกประชาชาติ (3:8)

III. พระพรขององค์พระผู้เป็นเจ้า (3:9–20)
- ก. สำหรับบรรดาประชาชาติ (3:9–10)
- ข. สำหรับยูดาห์ (3:11–20)

ขณะเดียวกัน ในพื้นที่ส่วนอื่น ๆ ของโลก . . .

ในอินเดีย ศาสนาพราหมณ์พัฒนาขึ้นโดยการจัดทำคัมภีร์พระเวทสำเร็จ คัมภีร์นี้เป็นงานเขียนเรื่องศาสนา การศึกษา และปรัชญา

คำถามที่พบบ่อย

1. เราสามารถยืนยันความถูกต้องได้มากเพียงใด ต่อการตีความถ้อยคำในเศฟันยาห์ที่ว่า "เราจะเปลี่ยนริมฝีปากของประชากรทั้งหลายให้เป็นริมฝีปากที่บริสุทธิ์" (3:9) ว่าเป็นการพยากรณ์ล่วงหน้าว่าพระเจ้าจะทรงรื้อฟื้นภาษาสากล?

ถึงแม้บางคนคิดว่าถ้อยคำนี้กำลังพูดถึงการยกเลิกการตัดสินพระทัยของพระเจ้า ที่ทรงทำให้ภาษาต่าง ๆ สับสนวุ่นวายที่หอบาเบล (ปฐมกาล 11:1–9) แต่บริบทของถ้อยคำนี้ไม่ได้สนับสนุนการตีความแบบนั้นมากนัก จริงอยู่ที่คำว่า *ภาษา*ในเศฟันยาห์นั้นเป็นคำเดียวกับที่ใช้ในปฐมกาล แต่บริบทโดยรวมบ่งชี้ว่าเศฟันยาห์กำลังนึกถึงการชำระจิตใจและชีวิตให้บริสุทธิ์ (เศฟันยาห์ 3:13) ในพระคัมภีร์เดิมตลอดทั้งเล่ม คำว่า*ภาษา*มักถูกแปลว่า "ริมฝีปาก" และเมื่อรวมกับคำว่า"บริสุทธิ์"การกล่าวถึงคำพูดก็จะหมายถึงการชำระล้างบาปจากภายใน (อิสยาห์ 6:5) ซึ่งแสดงออกมาให้เห็นด้วยคำพูด (มัทธิว 12:34) คำพูดแบบนี้ได้รับการชำระให้บริสุทธิ์โดยการขจัดชื่อพระเทียมเท็จออกไปจากปากของพวกเขา (โฮเชยา 2:17) ไม่น่าเป็นไปได้ที่เศฟันยาห์จะนึกถึงการใช้ภาษาเดียวกันทั้งโลก

ศึกษาเศฟันยาห์แบบรวบรัด

1. ทำไมพระเจ้าจึงชี้ให้เห็นปฏิกิริยาที่รุนแรงเช่นนั้นต่อการนมัสการรูปเคารพ?
2. เศฟันยาห์เปิดเผยแง่มุมใดบ้างเกี่ยวกับสิ่งที่เขาเรียกว่า "วันแห่งความชื่นชมยินดี"?
3. ในพระธรรมเศฟันยาห์ ความเมตตาเกี่ยวข้องอะไรกับการพิพากษา?
4. ชีวิตของประชาชนในพระธรรมเล่มนี้ทำให้พระเจ้าไม่พอพระทัยอย่างไรบ้าง?
5. ขณะที่คุณอ่านข้อกล่าวหาของพระเจ้าต่อประชาชนเหล่านั้น ให้คุณนึกถึงลักษณะต่าง ๆ ที่ผู้คนในปัจจุบันมีท่าทีแบบนั้นต่อพระเจ้า

ฮักกัย

พระเจ้าจะมีพระวิหารของพระองค์

ฮักกัยช่วยกระตุ้นพวกเชลยให้สร้างพระวิหารขึ้นใหม่

ซาโลมอนกล่าวไว้อย่างเหมาะสมว่า "มีวาระสำหรับเรื่องราวทุกอย่างภายใต้ฟ้าสวรรค์" (ปัญญาจารย์ 3:1) กฎนี้ใช้ได้ดีเป็นพิเศษเมื่อจุดมุ่งหมายของเรื่องราวที่กำลังจะเกิดขึ้นนั้นมาจากพระเจ้า แผนการของพระองค์มีความสำคัญเหนือกว่า ฮักกัยเผยพระวจนะแก่ชนชาติหนึ่งซึ่งมีแผนการของตนเอง พวกเขาผัดวันประกันพรุ่งเรื่องพระบัญชาของพระเจ้า งานของผู้เผยพระวจนะคนนี้คือการโน้มน้าวให้ประชากรอิสราเอลตระหนักว่า ถึงเวลาแล้วที่จะดำเนินการตามพระประสงค์ของพระเจ้า

ผู้เขียนและปีที่เขียน

เขียนโดยฮักกัย ประมาณปี 520 ก่อน ค.ศ.

นี่เป็นพระธรรมเล่มที่สั้นที่สุดเป็นอันดับสองในพระคัมภีร์เดิม และชีวประวัติของฮักกัยก็ยิ่งสั้นกว่านั้น ทั้งชื่อและงานเขียนของเขาไม่ได้ให้เบาะแสอะไรเกี่ยวกับภูมิหลังและบุคลิกลักษณะของเขาเลย แม้ว่าเอสรากล่าวถึงฮักกัยสองครั้ง (เอสรา 5:1; 6:14) แต่เขาก็ไม่ได้เพิ่มเติมรายละเอียดอะไรอีก นอกจากระบุว่าฮักกัยเป็นผู้เผยพระวจนะ เห็นได้ชัดว่าฮักกัยและเศคาริยาห์เพื่อนของเขาประสบความสำเร็จในงานรับใช้ เพราะเอสราบันทึกว่าประชาชนตอบรับการเป็นผู้นำของพวกเขา และสร้างพระวิหารขึ้นใหม่

บุคคลสำคัญในฮักกัย

ฮักกัย—ผู้เผยพระวจนะแห่งยูดาห์หลังกลับจากการเป็นเชลยในบาบิโลน เร่งเร้าประชาชนให้สร้างพระวิหารขึ้นใหม่ (1:3–2:23)

เศรุบบาเบล—นำชาวยิวกลับจากการเป็นเชลยในบาบิโลน มีฐานะเป็นตัวแทนอย่างเป็นทางการของราชวงศ์ดาวิด และถูกเรียกว่าแหวนตรา (1:1–2:23)

โยชูวา—มหาปุโรหิตแห่งยูดาห์ เป็นผู้นำร่วมกับเศรุบบาเบล (1:1–2:4)

ประชากรยูดาห์—ได้รับการกระตุ้นโดยฮักกัย ให้สร้างพระวิหารหลังใหม่ให้สำเร็จ (1:2,12; 2:2)

ภูมิหลังและสถานที่

18 ปีก่อนที่ฮักกัยจะเผยพระวจนะ ไซรัสชาวเปอร์เซียอนุญาตให้เชลยชาวยิวเดินทางกลับจากบาบิโลนมาสู่มาตุภูมิของพวกเขา (ปี 538 ก่อน ค.ศ.; เอสรา 1:1–4) ชาวยิวประมาณห้าหมื่นคนกลับมาโดยมีเศรุบบาเบลเป็นผู้นำพลเรือน การต่อต้านภายนอกจากชนชาติเพื่อนบ้าน และความเฉยเมยภายในของชาวยิวเอง ได้ทำให้งานบูรณะหยุดชะงัก (เอสรา 3:1–4:24) 16 ปีต่อมาฮักกัยและเศคาริยาห์ได้รับการทรงเรียกจากพระเจ้าให้ปลุกเร้าประชาชนให้ (1) สร้างพระวิหารขึ้นมาใหม่ และ (2) จัดลำดับความสำคัญฝ่ายจิตวิญญาณใหม่ (เอสรา 5:1–6:22) พระวิหารสร้างเสร็จในอีกสี่ปีต่อมา (ประมาณปี 516 ก่อน ค.ศ.) ฮักกัยเขียนพระธรรมเล่มนี้เพื่อกระตุ้นประชาชนให้ทำงาน

หลักคำสอนสำคัญในฮักกัย

การทรงสถิตของพระเจ้าในพระวิหาร (1:7–8; 2:7–9; 1 พงศ์กษัตริย์ 8:10–11; 2 พงศาวดาร 5:13–14; เอเสเคียล 43:5; 1 โครินธ์ 6:19–20; 2 โครินธ์ 6:16–18; วิวรณ์ 21:22; 22:1–21)

การเชื่อฟังโดยประชาชนที่ยำเกรงพระเจ้า (1:12–15; เฉลยธรรมบัญญัติ 11:8; 1 พงศาวดาร 24:19; 2 พงศาวดาร 19:9; เอสรา 5:2; สุภาษิต 15:33; โคโลสี 2:6–7; 3:22)

พระลักษณะของพระเจ้าในฮักกัย

พระเจ้าทรงเปี่ยมด้วยสง่าราศี—2:1–9

พระคริสต์ในฮักกัย

พระธรรมฮักกัยเปิดเผยให้เห็นตำแหน่งสำคัญของเศรุบบาเบลในเชื้อสายของดาวิดซึ่งจะสืบต่อไปถึงพระเมสสิยาห์ ตำแหน่งของเขาซึ่งถูกเปรียบกับแหวนตรา (2:23; ดูเนื้อหาใน **คำสำคัญ**) ได้ทำให้เชื้อสายของราชวงศ์ดาวิดสืบทอดต่อไป และพระคริสต์

จะเสด็จมาทางเชื้อสายนี้ ชื่อของเศรุบบาเบลอยู่ในรายชื่อบรรพบุรุษของทั้งมารีย์ (ลูกา 3:27) และโยเซฟ (มัทธิว 1:12) ซึ่งแสดงให้เห็นความสำคัญของเขาในการเชื่อมต่อเชื้อสายวงศ์ตระกูลของพระคริสต์ทั้งสองสายเข้าด้วยกัน

คำศัพท์สำคัญในฮักกัย

แหวนตรา: คำภาษาฮีบรูคือ *โฆทาม*—2:23—มาจากคำกริยารากศัพท์ซึ่งแปลว่า "ประทับตรา" "ปิดผนึก" หรือ "ยึดให้แน่นด้วยการปิดผนึก" ตราในสมัยพระคัมภีร์เดิมเป็นหินแกะสลักที่ฝังอยู่ในแหวนทองคำหรือเงิน หรือในสร้อยข้อมือ หรือในสายรัดแขน (ดู เพลงซาโลมอน 8:6) เวลากดลงบนขี้ผึ้งหรือดินเหนียวนิ่ม ๆ แหวนนั้นก็จะทิ้งรอยประทับตราประจำตัวของผู้ถือแหวน (ดู อพยพ 28:11,21,36; 39:6,14,30) แหวนตราเปรียบเหมือนบัตรประจำตัวหรือตราแสดงตำแหน่งในโลกยุคโบราณ (ปฐมกาล 38:18) มันเป็นสัญลักษณ์บอกสถานะหรือตำแหน่ง และบ่งบอกถึงการมีผลผูกพันให้กระทำหรือไม่กระทำบางสิ่ง เพราะสิทธิอำนาจที่ติดอยู่กับสิ่งของซึ่งถูกประทับตราด้วยแหวนนั้น (1 พงศ์กษัตริย์ 21:8; โยบ 38:14) การที่ฮักกัยเปรียบเศรุบบาเบลกับแหวนตรา (2:23) เป็นการบอกอ้อม ๆ ถึงพระเมสสิยาห์ เนื่องจากเศรุบบาเบลจะพลิกคำสาปแช่งที่เยเรมีย์กล่าวแก่ราชวงศ์ของกษัตริย์เยโฮยาคีน และรื้อฟื้นพระราชอำนาจให้เชื้อสายของกษัตริย์ดาวิด (เยเรมีย์ 22:24–30)

สรุปเนื้อหาโดยย่อ

I. คำตำหนิเรื่องการไม่เชื่อฟัง (1:1–11)

II. คนที่เหลืออยู่ตอบสนองและสร้างพระวิหารขึ้นใหม่ (1:12–15)

III. การกลับมาของพระสิริของพระเจ้า (2:1–9)

IV. คำถามทางศาสนา (2:10–19)

V. การครอบครองขององค์พระผู้เป็นเจ้า (2:20–23)

ขณะเดียวกัน ในพื้นที่ส่วนอื่น ๆ ของโลก . . .

พระพุทธเจ้าละทิ้งความสะดวกสบายทางโลก ออกจากบ้านเพื่อเริ่มศึกษาปรัชญา และเทศนาครั้งแรกในปี 521 ปีก่อน ค.ศ. ที่เมืองพาราณสีซึ่งถูกนับเป็นเมืองศักดิ์สิทธิ์

คำถามที่พบบ่อย

1. ฮักกัยหมายถึงอะไรกันแน่ เมื่อเขาใช้วลี *ทรัพย์สมบัติของประชาชาติทั้งหมด* [หรือ *ความปรารถนาของประชาชาติทั้งหมด*] (2:7)?

มีคนเสนอคำแปลหลายแบบให้แก่วลีในภาษาต้นฉบับ แต่มีการตีความเพียงสองแบบที่ดูเหมือนจะเป็นไปได้ เมื่อเราชี้ไปที่คำว่า "เงินเป็นของเรา และทองก็เป็นของเรา" (2:8) รวมทั้งอ้างถึงพระคัมภีร์ข้ออื่น ๆ เช่น อิสยาห์ 60:5 และเศคาริยาห์ 14:14 บางคนก็ให้เหตุผลว่าฮักกัยกำลังนึกถึงกรุงเยรูซาเล็ม ซึ่งความมั่งคั่งของประชาชาติต่าง ๆ จะถูกนำมายังเมืองนี้ในยุคพันปี อย่างไรก็ตาม การตีความที่ดีกว่านี้ดูเหมือนจะเป็นการมองว่าข้อความนี้กล่าวถึงพระเมสสิยาห์ พระผู้ช่วยซึ่งบรรดาประชาชาติจะรอคอยในที่สุด การตีความนี้ไม่เพียงได้รับการสนับสนุนจากรับบีหลายคนในสมัยโบราณและคริสตจักรยุคแรกเท่านั้น แต่การกล่าวถึง "ศักดิ์ศรี" ในวรรคหลังของพระคัมภีร์ข้อนี้ก็บ่งบอกว่านี่เป็นการกล่าวถึงบุคคลคือพระเมสสิยาห์ (อิสยาห์ 40:5; 60:1; ลูกา 2:32)

ศึกษาฮักกัยแบบรวบรัด

1. ฮักกัยใช้แนวทางและเหตุผลอะไรบ้าง ในการบอกให้ประชาชนสร้างพระวิหารขึ้นมาใหม่?
2. ให้คุณอธิบายแนวคิดเรื่องลำดับความสำคัญจากพระธรรมฮักกัย
3. พระเจ้าทรงกระทำอะไรเพื่อให้คำเตือนและสิ่งจูงใจที่ประชาชนจะทำงาน?
4. พระเจ้าให้ฮักกัยส่งข้อความพิเศษอะไรถึงเศรุบบาเบล ผู้นำของคนอิสราเอล?
5. มีภารกิจระยะยาวอะไรบ้างที่คุณได้ลงมือทำในชีวิตคุณ เพื่อจะกระทำให้สำเร็จเพื่อพระเจ้า?

เศคาริยาห์

การเตรียมพร้อมสำหรับการเสด็จมา
ของพระเมสสิยาห์

ผู้เผยพระวจนะที่ถวายชีวิตเพื่อรับใช้พระเจ้า

เมื่อทีมกีฬาทำท่าจะแพ้ คำพูดของโค้ชในช่วงพักครึ่งก็มีความสำคัญเป็นพิเศษ การแข่งขันยังไม่จบ แต่ทีมนั้นอาจเสียกำลังใจ และพวกเขาต้องการคำพูดปลุกเร้าที่มีประสิทธิภาพเพื่อให้พวกเขาพยายามเอาชัยชนะ

เศคาริยาห์และฮักกัยผู้เผยพระวจนะคู่หูของเขา กล่าวคำพูดให้กำลังใจที่จำเป็นแก่ชาวเยรูซาเล็มในช่วงพักครึ่ง พวกเขากำลังจะแพ้ให้ฝ่ายต่อต้านในการแข่งขันที่ตัดสินกันด้วยความมุ่งมั่น และพวกเขาได้หยุดการสร้างพระวิหารหลังใหม่ ผู้แถลงข่าวของพระเจ้าบรรยายถึงประโยชน์ที่จะเกิดขึ้น ถ้าคนเหล่านี้ทำงานหนักเพื่อพระเจ้า ซึ่งในท้ายที่สุดพระองค์จะเป็นผู้ที่มีชัยชนะ

ผู้เขียนและปีที่เขียน

เขียนโดยเศคาริยาห์ในช่วงที่เขาทำงานรับใช้พระเจ้า ประมาณปี 520 ถึง 518 ก่อน ค.ศ. และเนื้อหาอีกส่วนหนึ่งเขียนใกล้ ๆ ปี 480 ถึง 470 ก่อน ค.ศ.

เช่นเดียวกับเยเรมีย์และเอเสเคียล เศคาริยาห์ก็เป็นปุโรหิต (เนหะมีย์ 12:12–16) เขาเกิดที่บาบิโลนและได้ร่วมเดินทางมากับอิดโด ปู่ของเขา ในกลุ่มเชลยกลุ่มแรกที่เดินทางกลับมายังเยรูซาเล็มโดยมีเศรุบบาเบลและโยชูวามหาปุโรหิตเป็นผู้นำ (เนหะมีย์ 12:4) เนื่องจากบางครั้งเศคาริยาห์ถูกเรียกว่าบุตรของอิดโด (เอสรา 5:1; 6:14; เนหะมีย์ 12:16) นักวิชาการหลายคนจึงสรุปว่าเศคาริยาห์อาจสูญเสียบิดาของเขา คือเบเรคิยาห์ ตั้งแต่อายุยังน้อย ดังนั้นเขาจึงได้รับตำแหน่งปุโรหิตเป็นมรดกจากปู่ของเขาโดยตรง

นอกจากนี้เรื่องราวโบราณที่คนยิวเล่าสืบต่อกันมายังบอกว่าเศคาริยาห์เป็นสมาชิกของมหาสภา ซึ่งเป็นสภาที่มีสมาชิก 120 คน สภานี้เริ่มต้นโดยเนหะมีย์และ

มีเอสราเป็นประธาน ต่อมาสภานี้ได้พัฒนาเป็นคณะผู้อาวุโสที่ปกครองชาติ ซึ่งเรียกว่าสภาแซนเฮดรินในพระคัมภีร์ใหม่

มัทธิว 23:35 บันทึกว่าผู้เผยพระวจนะเศคาริยาห์ถูกฆ่าระหว่างพระวิหารกับแท่นบูชา พระเยซูตรัสว่าผลสืบเนื่องจากความตายของเศคาริยาห์จะรวมเป็นส่วนหนึ่งในการพิพากษาของพระเจ้าต่อคนยุคเดียวกับพระเยซู

บุคคลสำคัญในเศคาริยาห์

เศคาริยาห์—ผู้เผยพระวจนะของยูดาห์ภายหลังการเป็นเชลย หนุนใจยูดาห์ให้สร้างพระวิหารให้สำเร็จ (1:1–14:20)

เศรุบบาเบล—ผู้นำของเชลยชาวยูดาห์ สานต่องานก่อสร้างพระวิหาร (4:6–10)

โยชูวา—มหาปุโรหิตของอิสราเอล หลังจากคนที่เหลืออยู่เดินทางกลับมาอิสราเอล (3:1–10; 6:11–13)

คนยิวที่สร้างพระวิหารขึ้นใหม่—ผู้ที่กลับมาเยรูซาเล็มภายหลังการเป็นเชลย เพื่อทำตามพระบัญชาของพระเจ้า (1:16; 4:9; 6:15; 8:13)

ภูมิหลังและสถานที่

เศคาริยาห์และฮักกัยมีภูมิหลังและสภาพแวดล้อมทางประวัติศาสตร์ที่เหมือนกัน พระเจ้าทรงเรียกผู้เผยพระวจนะทั้งสองคนนี้มาทำงานเมื่อเวลาผ่านไป 16 ปีหลังจากเชลยชาวยิว 50,000 คนแรกเดินทางกลับจากบาบิโลนมาถึงกรุงเยรูซาเล็มในปี 538 ก่อน ค.ศ. ในตอนแรกเชลยเหล่านี้ทำงานอย่างหนักเพื่อสร้างพระวิหารขึ้นมาใหม่และซ่อมแซมเมือง แต่ในที่สุดฝ่ายต่อต้านก็ข่มขู่และทำให้พวกเขาเสียกำลังใจ งานทั้งหมดจึงหยุดลง อย่างไรก็ตาม ในปี 520 ก่อน ค.ศ. เศคาริยาห์และฮักกัยทำหน้าที่กระตุ้นประชาชนให้กลับมาทำงาน เอสรา 6:15 บันทึกว่าพระวิหารสร้างเสร็จในสี่ปี (ปี 516 ก่อน ค.ศ.)

หลักคำสอนสำคัญในเศคาริยาห์

การกลับใจใหม่—การกลับใจใหม่ที่แท้จริงไม่ใช่แค่คำพูด การกระทำจะต้องเปลี่ยนแปลงด้วย (1:1–6; 7:8–14; อิสยาห์ 31:6; 44:22; เยเรมีย์ 3:12; 18:11; เอเสเคียล 18:30; มีคาห์ 7:19; มาลาคี 3:7–10; ลูกา 15:20; ยากอบ 4:8; 1 โครินธ์ 10:11; 2 โครินธ์ 6:6; วิวรณ์ 21:3)

การดูแลของพระเจ้า—สง่าราศีในอนาคตของพระเยซูคริสต์จะเป็นการปลอบโยนแก่อิสราเอล (1:13,17; สดุดี 23:4; อิสยาห์ 30:26; 40:1–2; 51:3; เยเรมีย์ 29:10; 50:4; โฮเชยา 6:1; 14:4; 2 โครินธ์ 1:3–7; ฟีลิปปี 2:1–2; 2 เธสะโลนิกา 2:16–17)

การปฏิเสธพระเมสสิยาห์ในการเสด็จมาครั้งแรก (9:1–11:17; 13:7–9; สดุดี 22:1–18; อิสยาห์ 52:13–15; 53:1–12; กิจการ 2:23; 1 เปโตร 1:18–20)

การยอมรับพระเมสสิยาห์ในการเสด็จมาครั้งที่สอง (12:1–14:21; เยเรมีย์ 33:15–16; ดาเนียล 7:13–14; โรม 14:11; ฟีลิปปี 2:10; วิวรณ์ 16:15)

การดำเนินชีวิตที่บริสุทธิ์ (7:1–7; เลวีนิติ 20:7; อิสยาห์ 1:10–15; 58:3–9; ปัญญาจารย์ 3:12; เอเฟซัส 5:1; ฟีลิปปี 1:21; โคโลสี 3:12; 2 ทิโมธี 3:16–17)

พระลักษณะของพระเจ้าในเศคาริยาห์

พระเจ้าทรงประเสริฐ—9:17

คำศัพท์สำคัญในเศคาริยาห์

ทูตสวรรค์: คำภาษาฮีบรูคือ *มาลอัค*—1:9,13; 2:3; 3:1,5; 4:1; 5:5; 6:5; 12:8—อาจหมายถึงทูตสวรรค์ (4: 1,5; ปฐมกาล 19:1; สดุดี 91:11) ผู้ส่งสารที่เป็นมนุษย์ (ปฐมกาล 32:3; เฉลยธรรมบัญญัติ 2:26) หรือทูต (อิสยาห์ 30: 4; เอเสเคียล 17:15) คำนี้มีการใช้ในลักษณะพิเศษที่หมายถึงการสำแดงความเป็นพระเจ้า ซึ่งในพระคัมภีร์เดิมใช้คำว่าทูตของพระเจ้าหรือทูตของพระยาห์เวห์ (2:6; ดู ปฐมกาล 16:7–13; 21:17; 22:15; อพยพ 14:19) ในพระคัมภีร์เดิมพวกผู้เผยพระวจนะ (ฮักกัย 1:13) และปุโรหิต (มาลาคี 2:7) ทำหน้าที่เป็นผู้ส่งสารจากพระเจ้า ในพระธรรมเศคาริยาห์ทูตสวรรค์นำการเปิดเผยเกี่ยวกับอนาคตมาจากพระเจ้า และแปลความหมายของความฝันและนิมิต (1:14; 6:4,5) พระเยซูทรงระบุว่าผู้ส่งสารที่จะเตรียมทางไว้สำหรับวันแห่งพระยาห์เวห์ ตามที่พยากรณ์ไว้ในมาลาคี 3:1 คือยอห์นผู้ให้บัพติศมา (มัทธิว 11:10,11)

พระอังกูร: คำภาษาฮีบรูคือ *เซมาฆ*—3:8; 6:12—แปลว่า "หน่อ" หรือ "กิ่งไม้" นี่เป็นคำเรียกตำแหน่งคำหนึ่งของพระเมสสิยาห์ที่จะเสด็จมา พระองค์ทรงเป็น "กิ่ง" ที่จะ "แตกหน่อ" ขึ้นมาจากเชื้อสายราชวงศ์ดาวิด ราชวงศ์ที่ถูกขัดจังหวะการครองราชย์ด้วยการตกเป็นเชลยในบาบิโลน (อิสยาห์ 11:1) ผู้เผยพระวจนะหลายคนสัญญาว่ากษัตริย์จากเชื้อสายดาวิดจะครอบครองด้วยความชอบธรรม (เยเรมีย์ 23:5,6) และในฐานะปุโรหิต กษัตริย์องค์นั้นจะสถาปนาการนมัสการองค์พระผู้เป็นเจ้าอย่างแท้จริงขึ้นมาอีกครั้ง (6:12,13) ในพระราชกิจของพระเยซูคริสต์ พระองค์ทรงทำให้คำพยากรณ์เหล่านี้สำเร็จ โดยทรงรับบทบาทเป็นทั้งกษัตริย์ (ดู ยอห์น 12:13–15; 1 ทิโมธี 6:13–16) และปุโรหิต (ดู ฮีบรู 4:14)

พระคริสต์ในเศคาริยาห์

พระธรรมเศคาริยาห์เต็มไปด้วยข้อความพยากรณ์ถึงพระเมสสิยาห์ที่จะเสด็จมา พระคริสต์ได้รับการพรรณนาว่าเป็น "ผู้รับใช้ของเรา ... คือพระอังกูร [กิ่ง]" (3:8) "ปุโรหิตบนพระที่นั่งของท่านเอง" (6:13) และเป็น "ผู้ซึ่งเขาเองได้แทง" (12:10) เศคาริยาห์พรรณนาอย่างแม่นยำถึงพระคริสต์ผู้ซึ่งทั้งถ่อมตนและมีชัยชนะ พระคริสต์ทรงเป็นกษัตริย์ผู้ประทานความรอด แต่เสด็จมาอย่าง "อ่อนสุภาพและทรงลา" (9:9)

สรุปเนื้อหาโดยย่อ

I. การทรงเรียกให้กลับใจใหม่ (1:1–6)

II. นิมิตกลางคืนแปดเรื่องของเศคาริยาห์ (1:7–6:15)
- ก. ชายที่อยู่ท่ามกลางต้นน้ำมันเขียว (1:7–17)
- ข. เขาสัตว์สี่เขา และช่างเหล็กสี่คน (1:18–21)
- ค. ชายที่มีเชือกวัด (2:1–13)
- ง. การชำระมหาปุโรหิต (3:1–10)
- จ. เชิงตะเกียงทองคำและต้นมะกอกสองต้น (4:1–14)
- ฉ. หนังสือม้วนที่เหาะไป (5:1–4)
- ช. ผู้หญิงในถังเอฟาห์ (5:5–11)
- ซ. รถรบสี่คัน (6:1–8)
- ฌ. ภาคผนวก การสวมมงกุฎให้โยชูวามหาปุโรหิต (6:9–15)

III. สี่ข้อความของเศคาริยาห์ (7:1–8:23)
- ก. คำถามเกี่ยวกับการอดอาหาร (7:1–3)
- ข. การตอบสนองสี่อย่าง (7:4–8:23)

IV. เรื่องสำคัญสองเรื่องของเศคาริยาห์ (9:1–14:21)
- ก. การปฏิเสธพระเมสสิยาห์ในการเสด็จมาครั้งแรก (9:1–11:17)
- ข. การยอมรับพระเมสสิยาห์ในการเสด็จมาครั้งที่สอง (12:1–14:21)

ขณะเดียวกัน ในพื้นที่ส่วนอื่น ๆ ของโลก . . .

นักปรัชญาที่มีความสำคัญระดับโลกสองคน เกิดถัดจากกันเพียงปีเดียว (ปี 550 และ 551 ก่อน ค.ศ.) และเสียชีวิต ถัดจากกันเพียงปีเดียว (ปี 480 และ 479 ก่อน ค.ศ.) คือ พระพุทธเจ้า ผู้ให้กำเนิดศาสนาพุทธ และขงจื๊อนักปรัชญาชาวจีนผู้มีชื่อเสียง

คำถามที่พบบ่อย

1. ทำไมบางครั้งเศคาริยาห์จึงถูกเรียกว่า "นิมิตวันสิ้นโลกในพระคัมภีร์เดิม"?

ถ้อยคำของเศคาริยาห์ทำหน้าที่คล้ายกับวิวรณ์ (นิมิตวันสิ้นโลกในพระคัมภีร์ใหม่) คำเผยพระวจนะของเขาเกี่ยวข้องกับทั้งผู้ที่ฟังเศคาริยาห์โดยตรงในเวลานั้น และคนรุ่นหลังในอนาคต ข้อสรุปนี้ได้รับการยืนยันในโครงสร้างของคำเผยพระวจนะนั้นเอง ในส่วนหลัก ๆ ทั้งสามส่วน (บทที่ 1–6; 7–8; 9–14) ผู้เผยพระวจนะคนนี้เริ่มต้นเขียนในเชิงประวัติศาสตร์ จากนั้นก็ก้าวไปสู่ช่วงเวลาของการเสด็จมาครั้งที่สอง เมื่อพระเมสสิยาห์เสด็จกลับมาที่พระวิหารของพระองค์ เพื่อสถาปนาอาณาจักรของพระองค์บนแผ่นดินโลก

ผู้เผยพระวจนะคนนี้ย้ำเตือนประชาชนว่า พระเมสสิยาห์ทรงมีคำมั่นสัญญาต่อประชากรของพระองค์ทั้งระยะสั้นและระยะยาว ดังนั้นถ้อยคำของเศคาริยาห์จึง "แสดงความเมตตาและชูใจ" (1:13) ทั้งแก่เชลยในยุคของเขา และแก่คนที่เหลืออยู่คือประชากรที่พระเจ้าทรงเลือกในวันข้างหน้านั้น การทำหน้าที่สองด้านในการพูดกับปัจจุบันและอนาคตนี้เอง ที่ทำให้บางคนเรียกพระธรรมเศคาริยาห์ว่า "นิมิตวันสิ้นโลกในพระคัมภีร์เดิม"

ศึกษาเศคาริยาห์แบบรวบรัด

1. คุณจะประยุกต์ใช้เศคาริยาห์ 4:6 ซึ่งเป็นข้อพระคัมภีร์ที่รู้จักกันดี ในชีวิตของคุณอย่างไร?
2. เศคาริยาห์ 12:10 กล่าวถึงเหตุการณ์ประวัติศาสตร์เหตุการณ์ใด?
3. เศคาริยาห์พูดถึงความหวงแหนของพระเจ้าในลักษณะใดบ้าง?

4. เศคาริยาห์เป็นอีกหนึ่งเสียงที่ช่วยสนับสนุนฮักกัยอย่างไรบ้าง ในการกระตุ้นประชาชนให้สร้างพระวิหารขึ้นมาใหม่?
5. เศคาริยาห์มีอะไรจะบอกเราบ้าง เกี่ยวกับเหตุการณ์ในอนาคตหลังจากสมัยของพระคริสต์?

มาลาคี

คำเผยพระวจนะสุดท้าย

ถ้อยคำส่วนสุดท้ายของพระเจ้าในพระคัมภีร์เดิมมีพระสัญญาข้อหนึ่งคือ "เราจะส่งเอลียาห์ผู้เผยพระวจนะมายังเจ้า" (มาลาคี 4:5)

หลังจากมาลาคี ผู้เผยพระวจนะคนต่อไปจะเกิดมาในอีกกว่า 400 ปี ยอห์นผู้ให้บัพติศมาจะหยิบเสื้อคลุมแห่งการเผยพระวจนะ และเตรียมทางให้พระเยซูคริสต์ การที่พระเจ้าจะทรงนิ่งเงียบเรื่องการเผยพระวจนะเป็นเวลาสี่ศตวรรษ ทำให้ถ้อยคำส่วนสุดท้ายของพระองค์เป็นสิ่งที่เราสมควรให้ความสนใจเป็นอย่างยิ่ง พระเจ้าส่งถ้อยคำนั้นมาทางผู้เผยพระวจนะมาลาคี

ผู้เขียนและปีที่เขียน

เขียนโดยมาลาคีในช่วงที่เขาทำงานรับใช้พระเจ้า ประมาณปี 433 ถึง 424 ก่อน ค.ศ.

เนื่องจากชื่อมาลาคีแปลว่า "ผู้ส่งสารของฉัน" หรือ "ผู้ส่งสารขององค์พระผู้เป็นเจ้า" บางคนจึงให้ความเห็นว่าหนังสือเล่มนี้อาจเขียนโดยไม่เปิดเผยชื่อ ในพระคัมภีร์เดิมวลีนี้ถูกใช้เป็นชื่อบุคคลเฉพาะในพระธรรมเล่มนี้เท่านั้น แต่เนื่องจากหนังสือผู้เผยพระวจนะเล่มอื่น ๆ ทั้งหมดล้วนระบุชื่อผู้เขียนไว้ในคำขึ้นต้นเสมอ ดังนั้นจึงมีเหตุผลที่ดีที่จะระบุว่าผู้เขียนพระธรรมเล่มสุดท้ายนี้คือผู้เผยพระวจนะมาลาคี

เรื่องราวโบราณที่คนยิวเล่าสืบต่อกันมานับมาลาคีเป็นหนึ่งในสมาชิกของมหาสภาที่รวบรวมและเก็บรักษาพระคัมภีร์ พระธรรมเล่มนี้คล้ายกับวิวรณ์บทที่ 2 และ 3 ซึ่งพระคริสต์ทรงเขียนว่าพระองค์คิดอย่างไรต่อสภาพของคริสตจักรต่าง ๆ และในพระธรรมเล่มนี้พระเจ้าก็ทรงเขียนผ่านมาลาคี เพื่อเน้นย้ำแก่อิสราเอลว่าพระองค์คิดอย่างไรต่อชนชาตินี้

บุคคลสำคัญในมาลาคี

มาลาคี—ผู้เผยพระวจนะแก่ยูดาห์ ผู้เผยพระวจนะในพระคัมภีร์เดิมคนสุดท้ายก่อนยอห์นผู้ให้บัพติศมา (1:1–4:6)

พวกปุโรหิต—เผยให้เห็นความไม่สัตย์ซื่อของพวกเขาด้วยการแต่งงานกับภรรยาต่างชาติ และตีความธรรมบัญญัติอย่างผิดเพี้ยน (1:7–8; 2:1–9)

ประชากรยูดาห์—แต่งงานกับภรรยาต่างชาติ และล้มลงสู่การกราบไหว้รูปเคารพ (2:11–17)

ภูมิหลังและสถานที่

ในการกลับมาครั้งแรก มีเชลย 50,000 คนกลับจากบาบิโลนมายังยูดาห์ (ปี 538–536 ก่อน ค.ศ.) เมื่อถึงปี 516 ก่อน ค.ศ. พระวิหารก็ได้รับการสร้างขึ้นใหม่และกลับมาใช้งานได้อีกครั้ง เอสราก็ลับมายังกรุงเยรูซาเล็มในปี 458 ก่อน ค.ศ. ตามด้วยเนหะมีย์ในปี 445 ก่อน ค.ศ. การที่ประชาชนปรารถนาจะกลับสู่มาตุภูมินั้นไม่ได้แปลว่าพวกเขาปรารถนาจะดำเนินกับพระเจ้า เมื่อเวลาผ่านไป ข้อปฏิบัติต่าง ๆ ทางศาสนาก็กลายเป็นกิจวัตรที่ไร้ความหมาย และพวกเขาแทบไม่สนใจธรรมบัญญัติของพระเจ้าเลย ผู้เผยพระวจนะคนสุดท้ายในพระคัมภีร์เดิมก้าวเข้ามาในความสับสนวุ่นวายนี้ มาลาคีตำหนิและกล่าวโทษการกระทำผิดเหล่านี้ โดยตั้งข้อกล่าวหาชนชาตินี้อย่างหนักหน่วง และเรียกพวกเขาให้กลับใจใหม่ หลังจากนั้นเนหะมีย์จะกลับมา หลังจากเขากลับไปอยู่เปอร์เซียเกือบสิบปี และจะช่วยพูดตรง ๆ อย่างแข็งกร้าวเรื่องการใช้พระวิหารในทางที่ผิด การละเมิดวันสะบาโต และการที่ชายชาวยิวหย่าภรรยาชาวยิวอย่างผิดกฎบัญญัติ เพื่อจะแต่งงานกับหญิงต่างชาติ ประชากรของพระเจ้าจมลงสู่สภาพไร้ความแตกต่าง ท่ามกลางชนชาติต่าง ๆ ในโลกที่หลงทางและไม่มีจุดหมาย

เมื่อช่วงเวลากว่า 2,000 ปีของประวัติศาสตร์พระคัมภีร์เดิมนับตั้งแต่อับราฮัมปิดฉากลง ยังไม่มีพระสัญญาอันยิ่งใหญ่ข้อใดในพันธสัญญาอับราฮัม พันธสัญญาดาวิด หรือพันธสัญญาใหม่ สำเร็จเป็นจริงในความหมายขั้นสูงสุด แม้จะมีช่วงเวลาดี ๆ บางช่วงในประวัติศาสตร์ของอิสราเอล เช่น โยชูวา ดาวิด และโยสิยาห์ แต่ดูเหมือนชาวยิวได้ตั้งใจแน่วแน่ที่จะหันออกจากความโปรดปรานของพระเจ้า และไม่ถึงหนึ่งศตวรรษหลังกลับมาจากการเป็นเชลยอันเจ็บปวด พวกเขาก็จมปลักอยู่ในความบาปอีกครั้ง พระเมสสิยาห์ที่พวกเขารอคอยมานานยังมาไม่เสด็จมา และดูเหมือนจะไม่เห็นวี่แวว

มาลาคีเขียนคำเผยพระวจนะส่วนสุดท้ายของพระคัมภีร์เดิม ซึ่งเขาได้ถ่ายทอด (1) ถ้อยคำของพระเจ้าเรื่องการพิพากษาอิสราเอล เพราะพวกเขายังคงทำบาปต่อไป

และ (2) พระสัญญาของพระเจ้าซึ่งกล่าวว่าวันหนึ่งในอนาคต เมื่อชาวยิวกลับใจใหม่ พระเมสสิยาห์จะปรากฏ และพระสัญญาต่าง ๆ ในพันธสัญญาของพระเจ้าจะเป็นจริง

คำศัพท์สำคัญในมาลาคี

วัน: คำภาษาฮีบรูคือ *ยม*— 3:2,17; 4:1,3,5—มีการใช้หลายแบบในพระคัมภีร์เดิม คำนี้อาจหมายถึงช่วงเวลากลางวันซึ่งตรงข้ามกับกลางคืน (อาโมส 5:8) หรือหนึ่งวันที่มี 24 ชั่วโมง เช่น วันใดวันหนึ่งของเดือน (ปฐมกาล 7:11) นอกจากนี้ยังอาจหมายถึงช่วงเวลาหนึ่ง เช่น “ฤดู” ของการเก็บเกี่ยว (สุภาษิต 25:13) หรือแม้กระทั่งหนึ่งปี (2 ซามูเอล 13:23) คำนี้ถูกใช้ในวลีสำคัญคือ “วันแห่งพระยาห์เวห์” (ดู อิสยาห์ 2:12; เอเสเคียล 13:5; โยเอล 1:15; เศฟันยาห์ 1:14) สำหรับผู้เผยพระวจนะ วันแห่งพระยาห์เวห์จะเป็นวันในอนาคตที่พระเจ้าจะทรงมีชัยชนะขั้นเด็ดขาดเหนือศัตรูทั้งหมดของพระองค์ วันนั้นจะเป็นวันแห่งความชื่นชมยินดีและพระพรอันยิ่งใหญ่สำหรับผู้รับใช้ที่สัตย์ซื่อของพระเจ้า (อิสยาห์ 2) แต่จะเป็นวันแห่ง “ความมืด” สำหรับศัตรูของพระเจ้า (อาโมส 5:18)

ลอง: คำภาษาฮีบรูคือ *บาฆาน*—3:10—แปลว่า “ลอง” หรือ “นำมาทดสอบ” (โยบ 23:10; สดุดี 139:23; เศคาริยาห์ 13:9) คำนี้อาจหมายถึง “ทดสอบ” ในแง่ของการแยกหรือแยกแยะสิ่งหนึ่งจากอีกสิ่งหนึ่ง (โยบ 34:3) เวลาใช้คำนี้กล่าวถึงการที่พระเจ้าทรง “ทดสอบ” ผู้คน มันจะหมายถึงการพิสูจน์แต่ละคนในลักษณะที่ความเชื่อของพวกเขาจะมั่นคงยิ่งขึ้น (ดู สดุดี 66:10–12; เยเรมีย์ 17:10; 20:12) การที่มาลาคีท้าทายคนอิสราเอลให้*ทดลอง*พระเจ้าเป็นกรณีที่พบได้น้อยมากที่ผู้คนได้รับการกระตุ้นให้ทดสอบความสัตย์ซื่อของพระเจ้า (3:10) คำที่แปลว่า *ลอง* นี้สามารถเทียบความแตกต่างได้กับคำกริยาภาษาฮีบรูอีกคำหนึ่งที่แปลว่าการทดสอบ คือ *นาซาห์* คำนั้นมักใช้ในความหมายเชิงลบ เพื่อกล่าวถึงการที่อิสราเอลทดลองพระเจ้าด้วยท่าทีไม่เชื่อ (อพยพ 17:7; สดุดี 78:18; 95:9) บัญญัติของโมเสสเตือนคนอิสราเอลไม่ให้ทดลองพระเจ้า (เฉลยธรรมบัญญัติ 6:16; สดุดี 95:9) มันเป็นเครื่องหมายของการล่วงประเวณีฝ่ายจิตวิญญาณ (มัทธิว 12:38–39) ยากอบกล่าวไว้ว่า พระเจ้าทรงทดสอบมนุษย์เพื่อประทานมงกุฎแห่งชีวิตให้พวกเขา แต่พระองค์ไม่ล่อลวงใครเลย (ยากอบ 1:12–14)

หลักคำสอนสำคัญในมาลาคี

พันธสัญญาขององค์พระผู้เป็นเจ้ากับอิสราเอล (2:4–5,8,10,14; 3:1; กันดารวิถี 3:44–48; 18:8–24; 25:12; เฉลยธรรมบัญญัติ 33:8–11; เอเสเคียล 34:25)

ความไม่สัตย์ซื่อของอิสราเอล (1:2–5; โยชูวา 7:1; 1 พงศาวดาร 5:25; เอสรา 9:4; สดุดี 78:8; อิสยาห์ 1:21; เอเสเคียล 44:10; โฮเชยา 1:2; มัทธิว 25:29; ลูกา 12:46; โรม 3:3; 2 ทิโมธี 2:13)

การเสด็จมาขององค์พระผู้เป็นเจ้า (3:1–3; อิสยาห์ 40:3; 63:9; เยเรมีย์ 10:10; โยเอล 2:11; นาฮูม 1:6; ฮาบากุก 2:7; มัทธิว 11:10; มาระโก 1:2; ลูกา 1:76; 7:27; ยอห์น 1:23; 2:14–15)

พระลักษณะของพระเจ้าในมาลาคี

พระเจ้าทรงรัก—1:2–3

พระคริสต์ในมาลาคี

คำเผยพระวจนะสุดท้ายจากพระคัมภีร์เดิมยังคงเผยให้เห็นความหวังในการเสด็จมาของพระคริสต์หรือพระเมสสิยาห์ มาลาคีกล่าวถึงผู้ส่งสารสองคน คือผู้ส่งสารที่จะมาก่อนพระคริสต์ ซึ่งพระคัมภีร์ใหม่ระบุว่าเป็นยอห์นผู้ให้บัพติศมา (ดู มัทธิว 3:3; 11:10,14; 17:12; มาระโก 1:2; ลูกา 1:17; 7 :26,27; ยอห์น 1:23) และพระคริสต์ "ทูตแห่งพันธสัญญา" (3:1) พระธรรมมาลาคีปิดเล่มพระคัมภีร์เดิม และเป็นจุดเริ่มต้นของ 400 ปีแห่งความเงียบที่ไม่มีการเผยพระวจนะ อย่างไรก็ตาม มาลาคีทิ้งท้ายไว้ให้ผู้อ่านด้วยคำประกาศที่น่าตื่นเต้นว่า "ดูซี ท่านกำลังมาแล้ว" (3:1)

สรุปเนื้อหาโดยย่อ

I. ประณามบาปต่าง ๆ ของอิสราเอล (1:1–2:16)
  ก. คำย้ำเตือนเรื่องความรักที่พระเจ้าทรงมีต่ออิสราเอล (1:1–5)
  ข. คำตำหนิพวกปุโรหิต (1:6–2:9)
  ค. การดูหมิ่นแท่นบูชาของพระเจ้า (1:6–14)
  ง. การดูหมิ่นพระสิริของพระเจ้า (2:1–3)
  จ. การดูหมิ่นพระบัญญัติของพระเจ้า (2:4–9)
  ฉ. คำตำหนิประชาชน (2:10–16)
II. ประกาศเรื่องการพิพากษาและพระพรสำหรับอิสราเอล (2:17–4:6)
  ก. การมาของทูต (2:17–3:5)
  ข. คำท้าทายให้กลับใจ (3:6–12)
  ค. คำวิจารณ์ของอิสราเอลต่อองค์พระผู้เป็นเจ้า (3:13–15)
  ง. คำปลอบโยนสำหรับคนสัตย์ซื่อที่เหลืออยู่ (3:16–4:6)

ขณะเดียวกัน ในพื้นที่ส่วนอื่น ๆ ของโลก . . .

ชาวกรีกเริ่มสร้างวิหารของเทพซุสที่เมืองโอลิมเปีย และสร้างวิหารหินอ่อนเพื่อเป็นเกียรติแก่เทพอะพอลโลที่เมืองเดลฟี

คำถามที่พบบ่อย

1. ยอห์นผู้ให้บัพติศมาทำให้คำพยากรณ์สุดท้ายของมาลาคีเป็นจริงอย่างไรบ้าง ในคำพยากรณ์นั้นพระเจ้าทรงสัญญาว่าจะส่งเอลียาห์มา "ก่อนวันแห่งพระยาห์เวห์ คือวันที่ใหญ่ยิ่งและน่าสะพรึงกลัวจะมาถึง" (4:5)?

ตัวตนและความหมายของ "เอลียาห์" ในพระธรรมมาลาคียังเป็นเรื่องที่มีข้อถกเถียง คำพยากรณ์นี้เป็นจริงแล้วในยอห์นผู้ให้บัพติศมา หรือว่ายังไม่เป็นจริง? เป็นไปได้ไหมที่พระเจ้าอาจกำลังประกาศว่าเอลียาห์จะกลับมาเกิดอีกครั้ง? หลักฐานดูเหมือนจะมีน้ำหนักค่อนไปทางที่มองว่าคำพยากรณ์ของมาลาคีเป็นจริงโดยยอห์นผู้ให้บัพติศมา ทูตสวรรค์ไม่เพียงประกาศว่ายอห์นผู้ให้บัพติศมาจะ "นำหน้าพระองค์ด้วยจิตวิญญาณและฤทธิ์เดชของเอลียาห์" (ลูกา 1:17) แต่ยอห์นเองก็กล่าวว่าเขาไม่ใช่เอลียาห์ (ยอห์น 1:21) เราสรุปได้ว่ายอห์นเป็นเหมือนเอลียาห์ในแง่ (1) ภายในในด้าน "จิตวิญญาณและฤทธิ์เดช" (2) ภายนอก ในด้านความเป็นอิสระแบบโผงผางและไม่ยอมอ่อนข้อ สำหรับชาวยิวที่ยอมรับพระเมสสิยาห์ ยอห์นก็คือเอลียาห์ที่ถูกกล่าวถึงนั้น (มัทธิว 11:14; 17:9–13) แต่เนื่องจากชาวยิวโดยรวมปฏิเสธกษัตริย์องค์นี้ ผู้เผยพระวจนะอีกคนที่มีลักษณะเหมือนเอลียาห์จึงจะถูกส่งมาในอนาคต บางทีอาจจะเป็นพยานหนึ่งในสองคนนั้น (วิวรณ์ 11:1–19)

ศึกษามาลาคีแบบรวบรัด

1. อะไรทำให้มาลาคีมีความสำคัญในฐานะผู้เผยพระวจนะคนสุดท้ายในพระคัมภีร์เดิม?
2. เมื่อพระเจ้าตรัสในมาลาคี 3:6 พระเจ้าต้องการให้ผู้คนได้ข้อสรุปอะไร?
3. มาลาคีกล่าวถึงความบาปในแง่มุมใดบ้างในคำเผยพระวจนะของเขา?
4. ในมาลาคีเราเรียนรู้อะไรบ้างเกี่ยวกับความรักของพระเจ้า?
5. ความรักของพระเจ้าทิ้งร่องรอยที่ไม่อาจลบเลือนไว้ในชีวิตของคุณอย่างไรบ้าง?

มัทธิว

พระเยซูคือพระเมสสิยาห์ที่เสด็จมาตามพระสัญญา

มัทธิวมุ่งเน้นที่การสอนพี่น้องชาวยิวของเขาว่า ความหวังของพวกเขาได้รับคำตอบแล้วในพระเยซู

แม้ว่าผู้เขียนพระกิตติคุณทุกคนจะเขียนชีวประวัติบุคคลเดียวกัน กระนั้นแต่ละคนก็มีแนวทางการเขียนเรื่องนี้แตกต่างกัน สำหรับมัทธิว พระเยซูคือกษัตริย์ที่เสด็จมาตามพระสัญญา มัทธิวสนับสนุนคำยืนยันนี้ด้วยการชี้ให้เห็นครั้งแล้วครั้งเล่าว่าพระเยซูทรงกระทำให้คำพยากรณ์ในพระคัมภีร์เดิมเกี่ยวกับพระเมสสิยาห์เป็นจริงอย่างไร

ผู้เขียนและปีที่เขียน

เขียนโดยมัทธิว ระหว่างปี ค.ศ. 50 และ 70

วันหนึ่งใกล้เมืองคาเปอรนาอุม พระเยซูทรงดำเนินผ่านมัทธิวที่โต๊ะคนเก็บภาษี และเรียกเขาให้ติดตามพระองค์ มัทธิวหรืออีกชื่อหนึ่งคือเลวี ละทิ้งทุกสิ่งเพื่อตามพระเยซูไปทันที แต่เขานำลักษณะพิเศษส่วนตัวบางอย่างติดตัวไปด้วย และมันส่งผลต่อพระกิตติคุณที่เขาจะเขียน สาวกคนนี้นำประสบการณ์การเก็บภาษีมาใช้ประโยชน์แบบไม่เหมือนใครในการรวบรวมชีวประวัติเล่มหนึ่งของพระเยซู เมื่อเขาเขียน เขาเขียนด้วยความคิดแบบนักบัญชี เรื่องราวชีวิตของพระคริสต์ฉบับของเขาให้ความสำคัญกับหมวดหมู่มากกว่าลำดับเหตุการณ์ ดังนั้นคำอุปมา การอัศจรรย์ และคำตรัสต่าง ๆ มักจะถูกจัดกลุ่มตามลักษณะที่เหมือนกัน ไม่ใช่ตามเวลาที่เหตุการณ์นั้น ๆ เกิดขึ้น

นอกจากนั้นมัทธิวยังใช้ความพยายามอย่างมากในการอธิบายคำยืนยันของพระคริสต์ เขามักจะสังเกตว่าคำตรัสและการกระทำของพระเยซูทำให้คำพยากรณ์เป็นจริงอย่างไร การใช้ภาษากรีกของมัทธิวสอดคล้องกับภาษากรีกที่ชาวยิวในปาเลสไตน์เขียนไปถึงชาวยิวที่พูดภาษากรีกในที่อื่น ๆ เขาเขียนในฐานะประจักษ์พยานของเหตุการณ์มากมายที่เขาบรรยาย เป็นการให้คำพยานยืนยันจากผู้ที่ได้ยิน

ด้วยหูและได้เห็นด้วยตาโดยตรง ในเรื่องคำตรัสและพระราชกิจของพระเยซูชาวนาซาเร็ธ

บุคคลสำคัญในมัทธิว

พระเยซู—พระเมสสิยาห์และกษัตริย์ของชาวยิว ผู้เสด็จมาตามพระสัญญา (1:1–28:20)

มารีย์—มารดาของพระเยซูผู้ทรงเป็นพระเมสสิยาห์ (1:1–2:23; 13:55)

โยเซฟ—สามีของมารีย์ และเชื้อสายของดาวิด สืบทอดเชื้อสายราชวงศ์มาถึงพระเยซู (1:16–2:23)

ยอห์นผู้ให้บัพติศมา—ผู้เผยพระวจนะและผู้เบิกทาง ซึ่งประกาศการเสด็จมาของพระคริสต์ (3:1–15; 4:12; 9:14; 11:2–19; 14:1–12)

สาวกสิบสองคน—ซีโมนเปโตร อันดรูว์ ยากอบ ยอห์น ฟีลิป บารโธโลมิว โธมัส มัทธิว ยากอบ (บุตรของอัลเฟอัส) ธัดเดอัส ซีโมน ยูดาสอิสคาริโอท ชายสิบสองคนที่พระเยซูทรงเลือก เพื่อให้ช่วยทำพระราชกิจของพระองค์ในโลกนี้ (4:18–22; 5:1; 8:18–27; 9:9–28:20)

พวกผู้นำทางศาสนา—ประกอบด้วยพวกฟาริสีและสะดูสี กลุ่มทางศาสนาสองกลุ่มที่ร่วมมือกันเพราะความเกลียดชังที่พวกเขามีต่อพระเยซู (3:7–10; 5:20; 9:11–34; 12:10–45; 15:1–20; 16:1–12; 19:1–9; 21:23–28:15)

คายาฟาส—มหาปุโรหิตและผู้นำของพวกสะดูสี ดำเนินการพิจารณาคดีอย่างผิดกฎหมาย ซึ่งนำไปสู่การสิ้นพระชนม์ของพระเยซู (26:3–4, 57–68)

ปีลาต—ผู้ว่าราชการโรมันผู้สั่งตรึงพระเยซูบนไม้กางเขนแทนบารับบัส (27:1–65)

มารีย์ชาวมักดาลา—ผู้ที่ติดตามพระเยซูอย่างอุทิศตน บุคคลแรกที่ได้เห็นพระเยซูหลังจากพระองค์คืนพระชนม์ (27:56–28:11)

ภูมิหลังและสถานที่

กลิ่นอายแบบยิวในพระกิตติคุณมัทธิวนั้นเป็นเรื่องที่น่าสังเกต แม้แต่ลำดับพงศ์ในช่วงขึ้นต้นก็ย้อนไล่เรียงเชื้อสายของพระเยซูกลับไปถึงอับราฮัมเท่านั้น ในทางตรงกันข้าม ลูกาผู้มีเป้าหมายที่จะสำแดงว่าพระคริสต์ทรงเป็นพระผู้ไถ่ของมนุษยชาติได้ไล่เรียงลำดับวงศ์ตระกูลของพระเยซูย้อนกลับไปถึงอาดัม จุดมุ่งหมายของมัทธิว

แคบกว่าสักหน่อย คือเขาต้องการแสดงให้เห็นว่าพระคริสต์ทรงเป็นกษัตริย์และพระเมสสิยาห์ของอิสราเอล พระกิตติคุณเล่มนี้ยกข้อความมาจากคำพยากรณ์ในพระคัมภีร์เดิมมากกว่า 60 ครั้ง เพื่อเน้นย้ำว่าพระคริสต์ทรงทำให้พระสัญญาเหล่านั้นเป็นจริงทั้งหมดอย่างไร

ข้อสรุปที่ว่ามัทธิวเขียนให้ผู้อ่านชาวยิวเป็นหลักนั้น ยังมาจากข้อเท็จจริงอื่น ๆ อีกหลายประการ ได้แก่

1. มัทธิวมักจะกล่าวถึงธรรมเนียมของชาวยิวโดยไม่อธิบาย ตรงกันข้ามกับพระกิตติคุณเล่มอื่น ๆ (ดู มาระโก 7:3; ยอห์น 19:40)
2. มัทธิวเรียกพระคริสต์ว่า "บุตรดาวิด" อยู่เสมอ (1:1; 9:27; 12:23; 15:22; 20:30; 21:9,15; 22:42,45)
3. มัทธิวเคารพแม้กระทั่งความรู้สึกของชาวยิวต่อพระนามของพระเจ้า เขาใช้คำว่า "แผ่นดินสวรรค์" ในจุดที่ผู้เขียนพระกิตติคุณเล่มอื่นใช้คำว่า "แผ่นดินของพระเจ้า"
4. หัวข้อหลักทั้งหมดในพระกิตติคุณเล่มนี้มีรากฐานมาจากพระคัมภีร์เดิมและตีความโดยคำนึงถึงความคาดหวังของอิสราเอลที่รอคอยพระเมสสิยาห์

จุดมุ่งหมายของมัทธิวนั้นชัดเจน คือเพื่อแสดงให้เห็นว่าพระเยซูคือพระเมสสิยาห์ที่ชนชาติยิวรอคอยมานาน การที่เขายกข้อความมาจากพระคัมภีร์เดิมบ่อยครั้งคือการเน้นย้ำความเชื่อมโยงระหว่างพระเมสสิยาห์ในพระสัญญากับพระคริสต์ในประวัติศาสตร์ มัทธิวไม่เคยละสายตาไปจากจุดมุ่งหมายนี้ เขาถึงขั้นชี้ให้เห็นรายละเอียดเล็ก ๆ น้อย ๆ จากคำพยากรณ์ในพระคัมภีร์เดิม เพื่อเป็นข้อพิสูจน์คำยืนยันของพระเยซูที่บอกว่าพระองค์คือพระเมสสิยาห์ (2:17–18; 4:13–15; 13:35; 21:4–5; 27:9–10)

หลักคำสอนสำคัญในมัทธิว

พระเยซูคือพระเมสสิยาห์—หรือเรียกอีกอย่างว่าพระคริสต์ ซึ่งในพระคัมภีร์เดิมพยากรณ์ไว้ว่าเป็นผู้ที่คนรอคอย และจะสิ้นพระชนม์ชดใช้บาปของโลกนี้ (2:17–18; 4:13–15; 13:35; 21:4–5; 27:9–10; ปฐมกาล 49:10; เฉลยธรรมบัญญัติ 18:15–18; 2 ซามูเอล 7:12–14; อิสยาห์ 52:13–53:12; ดาเนียล 9:26; มีคาห์ 5:2–5; มาระโก 1:1; ลูกา 23:2–3; ยอห์น 4:26; กิจการ 18:28)

พระลักษณะของพระเจ้าในมัทธิว

พระเจ้าทรงเป็นผู้ที่มนุษย์เข้าถึงได้— 6:6; 27:51
พระเจ้าทรงประเสริฐ—5:45; 19:17
พระเจ้าทรงบริสุทธิ์—13:41
พระเจ้าทรงอดทนนาน—23:37; 24:48–51
พระเจ้าทรงดีพร้อม—5:48
พระเจ้าทรงฤทธิ์อำนาจ— 6:13; 10:28; 19:26; 22:29
พระเจ้าทรงจัดเตรียม—6:26,33–34; 10:9,29–30
พระเจ้าทรงไม่มีใครเสมอเหมือน—19:17
พระเจ้าทรงเป็นหนึ่งเดียว— 4:10; 19:17
พระเจ้าทรงพระปัญญา—6:8,18; 10:29–30; 24:36
พระเจ้าทรงมีพระพิโรธ— 10:28; 25:41

พระคริสต์ในมัทธิว

มัทธิวเขียนถึงชาวยิวเป็นหลัก เพื่อยืนยันว่าพระเยซูทรงเป็นกษัตริย์และพระเมสสิยาห์ของอิสราเอล เขาให้เหตุผลสนับสนุนว่าพระคริสต์ทรงทำให้คำพยากรณ์เป็นจริงในฐานะพระเมสสิยาห์ ด้วยการยกคำพยากรณ์ในพระคัมภีร์เดิมมากกว่า 60 ครั้งในพระกิตติคุณของเขา มัทธิวแสดงให้เห็นความเป็นกษัตริย์ของพระเยซูด้วยการเรียกพระองค์ว่า "บุตรดาวิด" อยู่เสมอ ๆ (1:1; 9:27; 12:23; 15:22; 20:30; 21:9,15; 22:42,45)

หลักคำสอนสำคัญในมัทธิว

เยซู: คำภาษากรีกคือ *เยซูส*—1:1; 4:23; 8:22; 11:4; 19:1; 24:1; 26:52; 27:37—เทียบเท่ากับชื่อภาษาฮีบรู *เยชูวา* (โยชูวา) ซึ่งมีความหมายตามตัวอักษรว่า "พระเจ้าจะทรงช่วยให้รอด" ในสมัยพระคัมภีร์เดิม ชื่อเยซูเป็นชื่อธรรมดาสามัญของชาวยิว (ลูกา 3:29; โคโลสี 4:11) อย่างไรก็ตามความหมายของชื่อนี้แสดงให้เห็นถึงพระราชกิจการไถ่ของพระเยซูในโลกนี้ ทูตสวรรค์ผู้ส่งสารที่พระเจ้าใช้ไปหาโยเซฟ ได้ยืนยันความสำคัญของพระนามเยซู ด้วยการกล่าวว่า "เพราะว่าท่านจะทรงช่วยชนชาติของท่านให้รอดจากบาปของพวกเขา" (1:21) หลังจากพระเยซูทรงสละพระองค์เองเพื่อชดใช้บาปให้ประชากรของพระองค์ และทรงเป็นขึ้นจากความตาย อัครทูตยุคแรกก็ประกาศว่าพระเยซูคือพระผู้ช่วยให้รอดองค์เดียวเท่านั้น (กิจการ 5:31; 13:23)

พระคริสต์: คำภาษากรีกคือ *คริสตอส*—1:1,18; 2:4; 11:2; 16:20; 23:8; 26:68; 27:22—มีความหมายตามตัวอักษรว่า "ผู้ที่ได้รับการเจิม" หลายคนพูดถึงพระเยซูคริสต์ โดยไม่เข้าใจว่า *คริสต์* ซึ่งเป็นคำเรียกตำแหน่งนั้น แท้จริงแล้วเป็นคำกล่าวยอมรับความเชื่อศรัทธา คำว่า *พระเมสสิยาห์* ซึ่งเป็นคำภาษาฮีบรูที่เทียบเท่ากับคำว่าพระคริสต์ ถูกใช้ในพระคัมภีร์เดิมเพื่อกล่าวถึงผู้เผยพระวจนะ (1 พงศ์กษัตริย์ 19:16) ปุโรหิต (เลวีนิติ 4:5,16) และกษัตริย์ (1 ซามูเอล 24:6,10) ในแง่ที่ว่าพวกเขาทั้งหมดได้รับการเจิมด้วยน้ำมัน การเจิมนี้เป็นสัญลักษณ์ของการที่พระเจ้าทรงแยกพวกเขาไว้เป็นพิเศษเพื่อให้ทำงานรับใช้ พระเยซูคริสต์ในฐานะผู้ที่ได้รับการเจิม จะเป็นผู้เผยพระวจนะ ปุโรหิต และกษัตริย์ขั้นสูงสุด (อิสยาห์ 61:1; ยอห์น 3:34) และเมื่อเปโตรกล่าวคำยอมรับอันน่าทึ่งว่า "พระองค์เป็นพระคริสต์ พระบุตรของพระเจ้าผู้ทรงพระชนม์อยู่" (16:16) เขาก็ประกาศว่าเขามีความเชื่อศรัทธาในพระเยซูว่า พระองค์คือพระเมสสิยาห์ผู้เสด็จมาตามพระสัญญา

เป็นสุข: คำภาษากรีกคือ *มาการิออส*—5:3–5,11; 16:17; 24:46—มีความหมายตามตัวอักษรว่า "โชคดี" หรือ "มีความสุข" คำนี้ปรากฏในวรรณกรรมกรีกโบราณ ในพระคัมภีร์ฉบับเซปทัวจินต์ (พระคัมภีร์เดิมฉบับแปลเป็นภาษากรีก) และในพระคัมภีร์ใหม่ เพื่อบรรยายถึงความสุขแบบที่จะมาจากพระเจ้าเท่านั้น ในพระคัมภีร์ใหม่คำว่า *มาการิออส* มักจะเขียนในรูปประโยคที่ประธานเป็นผู้ได้รับ หมายความว่าพระเจ้าคือผู้อวยพระพรหรือโปรดปรานบุคคลนั้น

แผ่นดินสวรรค์: คำภาษากรีกคือ *เฮ บาซิเลอา ทอน อูรานอน*— 3:2; 4:17; 5:3,10; 10:7; 25:1—มีความหมายตามตัวอักษรว่า "อาณาจักรของพระเจ้า" เพื่อแสดงความเคารพและให้เกียรติ ชาวยิวจึงหลีกเลี่ยงที่จะพูดออกเสียงพระนามของพระเจ้า แต่พวกเขามักจะใช้คำว่า*สวรรค์*เป็นทางเลือกหนึ่งในการกล่าวถึงพระเจ้า คำว่า*สวรรค์*ยังชี้ไปที่อาณาจักรของพระเยซูด้วย พระเยซูทรงประกาศว่าอาณาจักรของพระองค์อยู่ในจิตใจของประชากรของพระองค์ อาณาจักรฝ่ายจิตวิญญาณนี้จำเป็นต้องมีการกลับใจใหม่ภายใน ไม่ใช่แค่การยอมเชื่อฟังภายนอก อาณาจักรนี้ให้การปลดปล่อยจากความบาป ไม่ใช่การปลดปล่อยทางการเมืองที่คนยิวจำนวนมากปรารถนา

สรุปเนื้อหาโดยย่อ

I. (อารัมภบท) การเสด็จมาของกษัตริย์ (1:1–4:25)
   ก. การประสูติของพระองค์ (1:1–2:23)
   ข. การเริ่มต้นพระราชกิจต่อสาธารณชน (3:1–4:25)[1]

II. สิทธิอำนาจของกษัตริย์ (5:1–9:38)
   ก. พระดำรัสตอนที่ 1 คำเทศนาบนภูเขา (5:1–7:29)
   ข. เรื่องราวตอนที่ 1 การอัศจรรย์ที่พิสูจน์ว่าพระองค์คือใคร (8:1–9:38)

III. แผนการของกษัตริย์ (10:1–12:50)

ก. พระดำรัสตอนที่ 2 การมอบหมายหน้าที่ให้อัครทูตสิบสองคน (10:1–42)

ข. เรื่องราวตอนที่ 2 ภารกิจของกษัตริย์ (11:1–12:50)

IV. ศัตรูของกษัตริย์ (13:1–17:27)

ก. พระดำรัสตอนที่ 3 คำอุปมาเกี่ยวกับอาณาจักร (13:1–52)

ข. เรื่องราวตอนที่ 3 ความขัดแย้งเกี่ยวกับอาณาจักร (13:53–17:27)

V. การปกครองของกษัตริย์ (18:1–23:39)

ก. พระดำรัสตอนที่ 4 ลักษณะเหมือนเด็ก ๆ ของผู้เชื่อ (18:1–35)

ข. เรื่องราวตอนที่ 4 พระราชกิจที่เยรูซาเล็ม (19:1–23:39)

VI. การลบล้างบาปโดยกษัตริย์ (24:1–28:15)

ก. พระดำรัสตอนที่ 5 คำสอนบนภูเขามะกอกเทศ (24:1–25:46)

ข. เรื่องราวตอนที่ 5 การตรึงกางเขนและการฟื้นคืนพระชนม์ (26:1–28:15)

VII. (ปัจฉิมบท) กษัตริย์มอบหมายงาน (28:16–20)

ขณะเดียวกัน ในพื้นที่ส่วนอื่น ๆ ของโลก . . .

การแข่งขันมวยปล้ำครั้งแรกที่มีการบันทึกไว้ในประวัติศาสตร์เกิดขึ้นในญี่ปุ่น

คำถามที่พบบ่อย

1. พระกิตติคุณสามเล่มแรกมีการใช้คำที่คล้ายคลึงกันมากมาย ใครคัดลอกจากใคร?

จริงอยู่ที่ว่าแม้แต่เวลาเราอ่านผ่าน ๆ พระธรรมมัทธิว มาระโก และลูกาก็แสดงให้เห็นความคล้ายคลึงกันอย่างเด่นชัดหลายจุด ยกตัวอย่างเช่น ลองเปรียบเทียบมัทธิว 9:2–8; มาระโก 2:3–12 และลูกา 5:18–26 แต่ก็มีความแตกต่างกันมากพอสมควรเช่นกัน ในแง่วิธีที่ผู้เขียนแต่ละคนมองชีวิต พระราชกิจ และคำสอนของพระเยซู คำถามเกี่ยวกับวิธีที่จะอธิบายความเหมือนและความแตกต่างเหล่านี้เรียกว่า “ปัญหาเกี่ยวกับมุมมองที่สัมพันธ์กัน” (หรือปัญหาเกี่ยวกับสหทรรศน์ *สห* แปลว่า “ร่วมกัน” และ *ทรรศน์* หมายถึง “การมองเห็น”)

ทางออกสมัยใหม่ แม้แต่ท่ามกลางคริสเตียนอีแวนเจลิคอล คือการสันนิษฐานว่ามีการพึ่งพากันทางวรรณกรรมระหว่างพระกิตติคุณสามเล่มนี้ในบางลักษณะ นี่หมายความว่าระหว่างผู้เขียนพระกิตติคุณมีการคัดลอกข้อความกันบางตอน ทฤษฎีที่ได้รับการยอมรับมากที่สุดในการอธิบายสิ่งที่ว่ากันว่าเป็นการพึ่งพากันทางวรรณกรรมนี้ เรียกว่าทฤษฎี "สองแหล่งข้อมูล" ตามทฤษฎีนี้มาระโกเป็นพระกิตติคุณเล่มแรกที่เขียน จากนั้นมัทธิวกับลูกาก็ใช้มาระโกเป็นแหล่งข้อมูลในการเขียนพระกิตติคุณของพวกเขา ผู้สนับสนุนทัศนะนี้ให้ความเห็นว่ามีแหล่งข้อมูลที่สอง ซึ่งถูกเรียกด้วยสัญลักษณ์ตัว Q (มาจากคำภาษาเยอรมัน *Quelle* ซึ่งแปลว่า "แหล่งที่มา") และให้เหตุผลว่าแหล่งข้อมูลชิ้นนี้ซึ่งปัจจุบันหาไม่พบแล้วคงจะให้เนื้อหาแก่มัทธิวและลูกาในส่วนที่ไม่ปรากฏในมาระโก พวกเขาเสนอหลักฐานต่อไปนี้เพื่อสนับสนุนทฤษฎีของพวกเขา

- ประการแรก เนื้อหาส่วนใหญ่ของมาระโกขนานไปกับมัทธิวและลูกา เนื่องจากมาระโกสั้นกว่ามัทธิวและลูกามาก มัทธิวและลูกาคงจะเป็นการเขียนเพิ่มเติมจากมาระโก
- ประการที่สอง พระกิตติคุณสามเล่มแรกดำเนินเรื่องตามลำดับเหตุการณ์โดยรวมที่เหมือนกัน แต่เมื่อมัทธิวหรือลูกาออกจากลำดับเหตุการณ์ของมาระโก อีกเล่มหนึ่งก็จะพ้องกับมาระโก พูดอีกอย่างก็คือ มัทธิวและลูกาไม่ได้ออกจากลำดับเหตุการณ์ของมาระโกในจุดเดียวกัน จึงมีการให้เหตุผลว่า แบบแผนดังกล่าวแสดงให้เห็นว่ามัทธิวและลูกาใช้มาระโกเป็นกรอบความคิดทางประวัติศาสตร์ของตน
- ประการที่สาม ในข้อความหลายตอนที่ปรากฏในพระกิตติคุณทั้งสามเล่ม การใช้คำของมัทธิวและลูกามักจะไม่ไปในทางเดียวกันเมื่อมันแตกต่างจากการใช้คำของมาระโก ผู้สนับสนุนทฤษฎีสองแหล่งข้อมูลมองว่า นี่เป็นการยืนยันว่ามัทธิวและลูกาใช้พระกิตติคุณของมาระโกเป็นแหล่งข้อมูล

มีคำอธิบายอื่นที่มีเหตุผลฟังขึ้น นอกเหนือจากทฤษฎีสองแหล่งข้อมูลนี้ คำอธิบายนั้นเรียกว่าคำตอบเกี่ยวกับมุมมองที่สัมพันธ์กัน เหตุผลต่าง ๆ ข้างต้นไม่ได้พิสูจน์ว่ามัทธิวและลูกาใช้พระกิตติคุณของมาระโกเป็นแหล่งข้อมูล ความจริงแล้วน้ำหนักของหลักฐานทั้งหมดคัดค้านทฤษฎีเช่นนั้นอย่างมาก เหตุผลก็คือ

- จวบจนถึงศตวรรษที่ 19 คริสตจักรมีคำพยานยืนยันแทบจะเป็นเอกฉันท์ว่า มัทธิวเป็นพระกิตติคุณเล่มแรกที่เขียน การส่งเสียงประสานกันอย่างกลมเกลียวและน่าประทับใจเช่นนี้ไม่อาจถูกมองข้ามได้
- มีเหตุผลอะไรที่มัทธิวซึ่งเป็นอัครทูตและประจักษ์พยานรู้เห็นเหตุการณ์หลายอย่างในชีวิตของพระคริสต์จะต้องพึ่งพามาระโก (ซึ่งไม่ใช่ประจักษ์พยาน) แม้กระทั่งเรื่องราวการมาเป็นสาวกของมัทธิวเอง?
- การวิเคราะห์ทางสถิติอย่างละเอียดเกี่ยวกับพระกิตติคุณสามเล่มนี้ ซึ่งเรียกว่าพระกิตติคุณสัมพันธ์ (หรือพระกิตติคุณสหทรรศน์) ได้แสดงให้เห็นว่า ความคล้ายคลึงกันระหว่างสามเล่มนี้มีน้อยกว่าที่เข้าใจกัน และความแตกต่างก็มีนัยสำคัญมากกว่าที่รับรู้กันโดยทั่วไป โดยเฉพาะอย่างยิ่งความแตกต่างเหล่านั้นเป็นสิ่งที่ให้เหตุผลโต้แย้งทฤษฎีที่ว่าผู้เขียนพระกิตติคุณสามเล่มนี้มีการพึ่งพากันในทางวรรณกรรม
- เนื่องจากพระกิตติคุณสามเล่มนี้บันทึกเหตุการณ์ทางประวัติศาสตร์ที่เกิดขึ้นจริง มันคงจะน่าแปลกใจหากทั้งสามเล่มไม่ดำเนินเรื่องตามลำดับเหตุการณ์โดยรวม ๆ ที่เหมือนกัน ตัวอย่างเช่น การที่หนังสือสามเล่มเกี่ยวกับประวัติศาสตร์อเมริกาล้วนกล่าวถึงสงครามปฏิวัติ สงครามกลางเมือง สงครามโลกครั้งที่ 1 สงครามโลกครั้งที่ 2 สงครามเวียดนาม และสงครามอ่าวเปอร์เซีย ตามลำดับเดียวกัน ไม่ได้เป็นข้อพิสูจน์ว่าผู้เขียนหนังสือเหล่านั้นได้อ่านหนังสือของกันและกัน เนื้อหาที่สอดคล้องกันโดยรวม ๆ ไม่ได้พิสูจน์ว่ามีการพึ่งพากันในทางวรรณกรรม
- ในตอนต่าง ๆ ที่มัทธิวและลูกาแตกต่างจากมาระโกเหมือนกัน (ดูเหตุผลข้อที่สามซึ่งสนับสนุนทฤษฎีสองแหล่งข้อมูลก่อนหน้านี้) ซึ่งเท่ากับประมาณหนึ่งในหกของมัทธิว และหนึ่งในหกของลูกา ถ้าพวกเขาใช้พระกิตติคุณของมาระโกเป็นแหล่งข้อมูล ก็ไม่มีคำอธิบายที่น่าพอใจว่าทำไมทั้งมัทธิวและลูกาจึงมักจะเปลี่ยนการใช้คำของมาระโกในลักษณะเดียวกัน
- ทฤษฎีสองแหล่งข้อมูลไม่สามารถอธิบายตอนสำคัญในพระกิตติคุณมาระโก (6:45–8:26) ที่ลูกาไม่ได้กล่าวถึง การไม่กล่าวถึงนี้บ่งบอกว่าลูกาไม่เคยเห็นพระกิตติคุณของมาระโกในขณะที่เขาเขียน
- ไม่มีหลักฐานทางประวัติศาสตร์หรือสำเนาโบราณที่แสดงว่าเอกสาร Q เคยมีอยู่จริง มันเป็นเรื่องที่ผู้ตั้งแง่สงสัยสมัยใหม่กุขึ้นมาล้วน ๆ และเป็นวิธีหนึ่งที่อาจใช้ปฏิเสธว่าพระกิตติคุณไม่ได้รับการดลใจในทางถ้อยคำ

- ทฤษฎีต่าง ๆ ที่บอกว่าผู้เขียนพระกิตติคุณมีการพึ่งพากันในทางวรรณกรรมนั้นขึ้นชื่อเรื่องการด้อยค่าความสำคัญของการติดต่อสื่อสารส่วนตัว ทั้งมาระโกและลูกาเป็นเพื่อนร่วมเดินทางของเปาโล (ฟีเลโมน 24) มีช่วงหนึ่งที่คริสตจักรยุคแรก (รวมทั้งมัทธิว) ประชุมกันในบ้านมารดาของมาระโก (กิจการ 12:12) ลูกาอาจได้พบมัทธิวระหว่างที่เปาโลถูกจำคุกสองปีในเมืองซีซารียา การติดต่อสื่อสารกันดังกล่าวทำให้ทฤษฎีการพึ่งพากันในทางวรรณกรรมไม่มีความจำเป็น

วิธีแก้ปัญหาที่ง่ายที่สุดสำหรับปัญหามุมมองที่สัมพันธ์กันก็คือ ปัญหาเช่นนั้นไม่เคยมีอยู่เลย เนื่องจากผู้ที่วิพากษ์วิจารณ์ไม่สามารถพิสูจน์ได้ว่าผู้เขียนพระกิตติคุณมีการพึ่งพากันในทางวรรณกรรม ดังนั้นจึงไม่มีความจำเป็นที่จะต้องอธิบาย ทัศนะดั้งเดิมที่มองว่าผู้เขียนพระกิตติคุณได้รับการดลใจจากพระเจ้า และเขียนในลักษณะที่เป็นอิสระจากกัน ยกเว้นเพียงแค่ทั้งสามได้รับการดลใจโดยพระวิญญาณบริสุทธิ์องค์เดียวกัน (2 เปโตร 1:20) นี่ยังคงเป็นทัศนะเดียวที่มีเหตุผลฟังขึ้น

2. ทำไมบางเหตุการณ์ในมัทธิวจึงเรียงลำดับต่างจากในมาระโกและลูกา?

โดยรวม ๆ แล้ว มัทธิวนำเสนอชีวิตของพระคริสต์โดยจัดเรียงตามหัวข้อหรือประเด็น เขาจัดกลุ่มคำสอนของพระเยซูเป็นพระดำรัสห้าตอนหลัก ๆ คือ

- คำเทศนาบนภูเขา (บทที่ 5–7)
- การมอบหมายหน้าที่ให้อัครทูต 12 คน (บทที่ 10)
- คำอุปมาเกี่ยวกับอาณาจักร (บทที่ 13)
- ลักษณะเหมือนเด็ก ๆ ของผู้เชื่อ (บทที่ 18)
- พระดำรัสเรื่องการเสด็จมาครั้งที่สองของพระองค์ (บทที่ 24–25)

มัทธิวไม่ได้พยายามดำเนินเรื่องตามลำดับเหตุการณ์อย่างเคร่งครัด การเปรียบเทียบพระกิตติคุณสัมพันธ์สามเล่มแสดงให้เห็นว่ามัทธิวจัดเรียงสิ่งต่าง ๆ อย่างอิสระโดยไม่เรียงตามลำดับ เขาเขียนตามประเด็นหลัก ๆ และแนวคิดกว้าง ๆ ไม่ใช่เขียนตามลำดับเหตุการณ์ พระกิตติคุณของมาระโกและลูกาดำเนินเรื่องตามลำดับเหตุการณ์อย่างใกล้ชิดมากกว่า

3. ทำไมจึงจำเป็นต้องมีพระกิตติคุณสามเล่มที่คล้ายกัน?

ผู้อ่านที่พิจารณาพระกิตติคุณสามเล่มนี้อย่างละเอียด โดยสังเกตมุมมองของผู้เขียนและรายละเอียดต่าง ๆ ที่พวกเขาใส่ไว้ ได้ค้นพบเรื่องสำคัญสองประการ คือ (1) ความแตกต่างระหว่างพระกิตติคุณเน้นย้ำว่าพวกเขาเขียนเป็นอิสระจากกัน และพระกิตติคุณสามเล่มนี้มีคุณค่าในฐานะเป็นส่วนหนึ่งของภาพที่ครบถ้วน (2) ความคล้ายคลึงกันต่าง ๆ ยืนยันว่าทั้งสามเล่มกล่าวถึงเรื่องเดียวกันและมีสิ่งที่ต้องการจะบอกเหมือนกัน บันทึกเรื่องราวต่าง ๆ ไม่เคยขัดแย้งกัน แต่เสริมกัน และเมื่อพิจารณาร่วมกัน ทั้งสามเล่มก็นำเสนอความเข้าใจที่สมบูรณ์ยิ่งขึ้นเกี่ยวกับพระคริสต์

4. คำพยากรณ์ของพระเยซู ซึ่งหลายตอนอยู่ในมัทธิวบทที่ 24 และ 25 ควรจะตีความอย่างไร?

พระคัมภีร์หลายตอนที่เป็นคำพยากรณ์ได้ให้โจทย์ที่ยากเป็นพิเศษสำหรับผู้ที่พยายามจะเข้าใจและตีความคำตรัสของพระเยซูอย่างถูกต้อง ยกตัวอย่างเช่นพระดำรัสบนภูเขามะกอกเทศ (มัทธิว 24,25) มีรายละเอียดบางอย่างที่ทำให้นึกถึงภาพการทำลายล้างกรุงเยรูซาเล็มอย่างโหดร้ายในปี ค.ศ. 70 คำตรัสของพระเยซูใน 24:34 ทำให้บางคนสรุปว่าสิ่งเหล่านี้ทั้งหมดเป็นจริงไปแล้ว ถึงแม้จะไม่ตามตัวอักษรก็ตาม คือเป็นจริงโดยการยึดครองของโรมันในยุคนั้น ทัศนะนี้เรียกว่า "อดีตนิยม" (เชื่อว่าคำพยากรณ์เป็นจริงไปแล้วในอดีต) แต่มันเป็นความผิดพลาดที่ร้ายแรง ผู้ที่ตีความตามแนวอดีตนิยมจำเป็นต้องมองให้เห็นความหมายเชิงเรื่องราวเปรียบเทียบในพระคัมภีร์ตอนต่าง ๆ เหล่านี้ ที่ไม่สอดคล้องลงตัวกับวิธีศึกษาพระคัมภีร์แบบอรรถาธิบายตามปกติ แนวทางที่ให้เกียรติภาษาและประวัติศาสตร์ที่อยู่เบื้องหลังข้อความในพระคัมภีร์ (เรียกว่าแนวทางการตีความแบบไวยากรณ์-ประวัติศาสตร์) มีความสมเหตุสมผลกว่า และให้ผลการตีความคำพยากรณ์ตอนสำคัญ ๆ ที่มีความคงเส้นคงวา เมื่อมองว่าคำพยากรณ์เหล่านั้นจะเป็นจริงในอนาคต

5. ทำไมลำดับพงศ์ของพระเยซูในมัทธิวจึงแตกต่างจากลำดับพงศ์ในลูกา?

ลำดับพงศ์ของพระเยซูที่มัทธิวและลูกาบันทึกไว้มีความแตกต่างที่สำคัญสองประการ คือ (1) ลำดับพงศ์ในมัทธิวไล่เรียงเชื้อสายทางโยเซฟ ในขณะที่ลำดับพงศ์ในลูกาไล่เรียงรายชื่อบรรพบุรุษของพระเยซูทางมารีย์ และ (2) มัทธิวเริ่มต้นลำดับพงศ์จากอับราฮัม เพราะเรื่องที่เขาใส่ใจนั้นเกี่ยวข้องกับความเชื่อมโยงระหว่างชาวยิว

กับพระคริสต์และแผนการแห่งความรอดของพระเจ้า ส่วนลำดับพงศ์ในลูกาเริ่มต้นจากอาดัม และมองบทบาทของพระคริสต์ในความรอดของมนุษยชาติ

6. มัทธิวบันทึกเนื้อหาที่ไม่พบในพระกิตติคุณเล่มอื่นบ้างหรือไม่?

มัทธิวบันทึกเก้าเหตุการณ์ในชีวิตของพระเยซูที่มีอยู่เฉพาะในพระกิตติคุณของเขา

1. ความฝันของโยเซฟ (1:20–24)
2. การมาเข้าเฝ้าของนักปราชญ์ (2:1–12)
3. การหนีไปอียิปต์ (2:13–15)
4. เฮโรดสังหารเด็ก ๆ (2:16–18)
5. ยูดาสเสียใจ (27:3–10 แต่ดูกิจการ 1:18–19)
6. ความฝันของภรรยาปีลาต (27:19)
7. การเป็นขึ้นจากความตายของคนอื่น ๆ (27:52)
8. การติดสินบนทหาร (28:11–15)
9. พระมหาบัญชา (28:19–20)

ศึกษามัทธิวแบบรวบรัด

1. มัทธิวเลือกขึ้นต้นชีวประวัติของพระเยซูในลักษณะที่พิเศษอย่างไรบ้าง?
2. ให้คุณเลือกคำอุปมาเกี่ยวกับอาณาจักร (แผ่นดินสวรรค์) หนึ่งหรือสองเรื่องจากมัทธิวบทที่ 13 พระเยซูทรงสอนแนวคิดหลักเรื่องใดโดยใช้คำอุปมาเหล่านั้น
3. ในเนื้อหาส่วนที่เรียกว่าคำเทศนาบนภูเขา (มัทธิว 5–7) พระเยซูตรัสถึงหัวข้อต่าง ๆ กี่หัวข้อ?
4. มัทธิวแสดงให้เห็นว่าพระเยซูทรงเป็นกษัตริย์ ในพระกิตติคุณของเขาอย่างไรบ้าง?
5. คุณพอจะคิดเหตุผลอะไรได้บ้าง ว่าทำไมมัทธิวจึงกล่าวถึงพระคัมภีร์เดิมบ่อยมากในพระกิตติคุณของเขา?
6. พระกิตติคุณของมัทธิวบอกลักษณะความสัมพันธ์ระหว่างคุณกับพระเยซูคริสต์ไว้อย่างไร?

[1] โปรดดู “พระราชกิจของพระเยซูคริสต์” ในภาคผนวกตอนท้ายของหนังสือเล่มนี้

มาระโก

พระเยซูคือผู้รับใช้ที่ทนทุกข์

ข่าวประเสริฐสำหรับชาวโรม

ขณะที่เงาอันหนาวเย็นของเวลาโพล้เพล้ทอดยาวไปจนเข้าสู่ค่ำคืน พวกนักเดินทางก็ขยับเข้ามาใกล้กองไฟมากขึ้น นักเล่าเรื่องคนหนึ่งยืนอยู่ท่ามกลางพวกเขา เปลวไฟฉายแสงไปที่เขา เรื่องราวของเขาแจ่มชัด มีสีสัน และเต็มไปด้วยเรื่องน่าตื่นเต้น น้ำเสียงของเขาสื่อถึงความรู้สึกมั่นใจ ผู้ฟังบางคนรู้สึกว่าตนเองประทับใจเรื่องราวของนักเล่าเรื่องคนนี้อย่างมาก เรื่องราวนี้ฟังดูเหมือนเป็นข่าวดีสำหรับพวกเขา และถ้าเรื่องนี้เป็นความจริง มันก็เป็นเรื่องราวที่ดีที่สุดเท่าที่มีคนเคยเล่า เพราะมันกล่าวถึงการที่พระเจ้าเสด็จมาเยือนโลกนี้ด้วยพระองค์เอง มาระโกบันทึกพระกิตติคุณของเขา โดยใช้แนวทางแบบนักเล่าเรื่องที่เล่าชีวิตของพระเยซูอย่างฉับไว กระชับ แต่น่าสนใจ

ผู้เขียนและปีที่เขียน

เขียนโดยมาระโก ระหว่างปี ค.ศ. 50 และ 70

ตรงกันข้ามกับจดหมายฝาก หนังสือพระกิตติคุณไม่ระบุชื่อผู้เขียน อย่างไรก็ตามบรรดาปิตาจารย์แห่งคริสตจักรยุคแรก ๆ ล้วนยืนยันอย่างเป็นเอกฉันท์ว่า มาระโกเขียนพระกิตติคุณเล่มที่สอง พยานเหล่านี้ได้แก่ ปาปีอัส บิชอปแห่งเฮียราโปลิส (ประมาณ ค.ศ. 140) จัสตินผู้พลีชีพ (ประมาณ ค.ศ. 150) และอีเรเนอุส (ประมาณ ค.ศ. 185) จัสตินผู้พลีชีพเรียกพระกิตติคุณมาระโกว่า “บันทึกความทรงจำของเปโตร” อีเรเนอุสเรียกมาระโกว่า “สาวกและล่ามของเปโตร” และปาปีอัสก็สนับสนุนอย่างแข็งขันเช่นกันว่ามาระโกคือผู้เขียน

บุคคลสำคัญในมาระโก

พระเยซู—ผู้รับใช้ซึ่งประทานพระองค์เองเป็นเครื่องบูชาชดใช้บาปของโลกนี้ (1:1–16:19)

สาวกสิบสองคน—ซีโมนเปโตร อันดรูว์ ยากอบ ยอห์น ฟีลิป บารโธโลมิว โธมัส มัทธิว ยากอบ (บุตรของอัลเฟอัส) ธัดเดอัส ซีโมน ยูดาสอิสคาริโอท ชายสิบสองคนที่พระเยซูทรงเลือก เพื่อให้ช่วยทำพระราชกิจของพระองค์ในโลกนี้ (1:16–16:20)

ปีลาต—ผู้ว่าราชการโรมันผู้สั่งตรึงพระเยซูบนไม้กางเขนแทนบารับบัส (15:1–45)

พวกผู้นำทางศาสนาชาวยิว—ประกอบด้วยพวกฟาริสีและสะดูสี กลุ่มทางศาสนาสองกลุ่มที่ร่วมมือกันเพราะความเกลียดชังที่พวกเขามีต่อพระเยซู (3:22; 11:27–15:32)

ภูมิหลังและสถานที่

ตรงกันข้ามกับผู้อ่านชาวยิวของมัทธิว ดูเหมือนมาระโกจะมุ่งเป้าไปที่ผู้เชื่อชาวโรมโดยเฉพาะคนต่างชาติ เวลามาระโกใช้คำภาษาอาราเมค เขาจะแปลคำเหล่านั้นให้ผู้อ่าน (3:17; 5:4; 7:11,34; 10:46; 14:36; 15:22,34) นอกจากนี้ ในบางจุดเขาจะใช้สำนวนภาษาละติน (ภาษาของโรม) แทนสำนวนภาษากรีกที่มีความหมายเทียบเท่ากัน (5:9; 6:27; 12:15,42; 15:16,39) มาระโกยังใช้ระบบแบบโรมเมื่อเขากล่าวถึงเวลา (6:48; 13:35) และเขาใส่ใจเรื่องการอธิบายธรรมเนียมของชาวยิว (7:3–4; 14:12; 15:42)

บางเรื่องที่มาระโกไม่ได้กล่าวถึง (หลัก ๆ คือลำดับพงศ์) ก็เป็นเรื่องที่สมเหตุสมผล ถ้าหากผู้อ่านของเขาสนใจเนื้อหาเช่นนั้นน้อยมาก นอกจากนั้นพระกิตติคุณเล่มนี้ยังอ้างอิงพระคัมภีร์เดิมน้อยกว่า และมีเรื่องที่ผู้อ่านชาวยิวจะให้ความสนใจเป็นพิเศษน้อยกว่า เช่น รายละเอียดของความขัดแย้งระหว่างพระเยซูกับพวกฟาริสีและสะดูสี แต่เมื่อพูดถึงซีโมนชาวไซรีน (15:21) มาระโกระบุว่าเขาเป็นบิดาของรูฟัส สมาชิกคนสำคัญของคริสตจักรในกรุงโรม (โรม 16:13) รายละเอียดเหล่านี้สนับสนุนทัศนะดั้งเดิมที่บอกว่า ทีแรกมาระโกเขียนสำหรับผู้อ่านชาวต่างชาติซึ่งอยู่ในกรุงโรม

หลักคำสอนสำคัญในมาระโก

ความเป็นมนุษย์ของพระคริสต์—พระเยซูทรงถ่อมพระองค์ลง และทรงบังเกิดเป็นมนุษย์ เพื่อให้มนุษย์คืนดีกับพระเจ้า (1:41; 3:5; 4:38; 6:34; 8:12; 9:36; 11:12;

13:32; อิสยาห์ 50:6; 53:7; มีคาห์ 5:2; ลูกา 2:4–7; ยอห์น 1:14; โรม 1:3–4; 8:3; ฟีลิปปี 2:6–11; โคโลสี 2:9; ฮีบรู 4:15; 5:7)

ความเป็นผู้รับใช้—พระเยซูทรงเป็นตัวอย่างที่สมบูรณ์แบบของความเป็นผู้รับใช้ที่แท้จริงแม้กระทั่งต้องเผชิญกับความตาย (8:34–37; 9:35; 10:43–45; เศคาริยาห์ :9; มัทธิว 20:28; 21:5; ลูกา 22:27; ยอห์น 13:5; 2 โครินธ์ 8:9; ฟีลิปปี 2:7)

พระลักษณะของพระเจ้าในมาระโก

พระเจ้าทรงเป็นผู้ที่มนุษย์เข้าถึงได้—15:38

พระเจ้าทรงเป็นหนึ่งเดียว—2:7; 12:29

คำศัพท์สำคัญในมาระโก

ความเชื่อ: คำภาษากรีกคือ *ปิสติส*—2:5; 4:40; 5:34,36; 10:52; 11:22—แปลว่า "ความไว้วางใจ" หรือ "ความเชื่อ" การมีความเชื่อคือการละทิ้งความไว้วางใจในตนเอง และย้ายความไว้วางใจนั้นไปที่บุคคลอื่นหรือสิ่งอื่น ผู้หญิงที่โลหิตตกมานานหลายปีเคยไว้วางใจแพทย์มาก่อน แต่หลังจากนั้นเมื่อเธอเอื้อมมือไปจับเสื้อคลุมของพระเยซู เธอเชื่อและไว้วางใจว่าพระเยซูจะทรงรักษาเธอ หลังจากที่เธอหายโรค พระเยซูทรงประกาศว่าความเชื่อของเธอทำให้เธอหายดี (ดู มัทธิว 8:10; 9:22,29; 15:28; ลูกา 7:50; 8:48) ในจดหมายฝาก บางครั้งคำว่า *ปิสติส* หมายถึงเนื้อหาของความเชื่อที่ใครสักคนมี ซึ่งก็คือสิ่งที่พระเจ้าทรงเปิดเผยในพระคัมภีร์ (ดู กาลาเทีย 1:23)

ข่าวประเสริฐ: คำภาษากรีกคือ *ยูวางเกลิออน*—1:1,14–15; 13:10; 14:9; 16:15—มีความหมายตามตัวอักษรว่า "ข่าวดี" หรือ "สารที่ดี" เดิมทีผู้ส่งสารที่นำข่าวชัยชนะในการรบไปบอกจะใช้คำกรีกคำนี้ ในพระคัมภีร์ใหม่คำนี้ชี้ไปที่ข่าวประเสริฐเรื่องความรอด คือพระเยซูคริสต์เสด็จมายังโลกนี้เพื่อทำลายอำนาจของความบาปในชีวิตประชากรของพระองค์ ด้วยการประทานพระองค์เองเป็นเครื่องบูชาที่สมบูรณ์แบบบนไม้กางเขน พระคริสต์ทรงบัญชาผู้เชื่อให้บอกข่าวประเสริฐนี้แก่คนอื่น ๆ ทั่วโลก ข่าวประเสริฐนี้เป็นถ้อยคำที่ให้ชีวิต ซึ่งพระคริสต์ต้องการบอกแก่โลกที่กำลังจะตาย (16:15)

พวกธรรมาจารย์/หัวหน้าปุโรหิต: คำภาษากรีกคือ *กรัมมาทุส*—2:6; 3:22; 8:31; 9:14; 11:18; 12:38; 15:31—มีความหมายตามตัวอักษรว่า "นักเขียน" เดิมทีธรรมาจารย์ทำหน้าที่เป็นผู้คัดลอกธรรมบัญญัติและผู้อ่านพระคัมภีร์ ต่อมาพวกเขาทำหน้าที่เป็นนักกฎหมายและนักวิชาการศาสนาด้วยการตีความทั้งกฎหมายแพ่งและกฎทางศาสนา คำภาษากรีกที่ใช้เรียก*หัวหน้าปุโรหิต*นั้นแปลว่า "ผู้นำปุโรหิต" คนกลุ่มนี้ประกอบด้วยมหาปุโรหิตและปุโรหิตอื่น ๆ ที่เชี่ยวชาญพระคัมภีร์ น่าประหลาดที่ปุโรหิตเหล่านี้ไม่ได้ตระหนักว่า เมื่อพวกเขาเยาะเย้ยพระเยซู พวกเขาก็กำลังทำให้คำพยากรณ์ซึ่งอิสยาห์กล่าวถึงพระเมสสิยาห์เป็นจริง ในข้อที่ว่า "ท่านถูกดูหมิ่นและถูกทอดทิ้ง เป็นคนที่รับความเจ็บปวด และคุ้นเคยกับความทุกข์ยาก" (อิสยาห์ 53:3)

พระคริสต์ในมาระโก

มาระโกข้ามเรื่องราวทั้งหมดเกี่ยวกับบรรพบุรุษและการประสูติของพระเยซู และเน้นย้ำที่บทบาทของพระเยซูในฐานะผู้รับใช้ที่ทนทุกข์ของพระเจ้า (10:45) มาระโกมุ่งเน้นที่การกระทำอันถ่อมใจของพระเยซูมากกว่าคำสอนของพระองค์ เขาเน้นด้านนี้มากกว่าพระกิตติคุณเล่มอื่น ๆ

สรุปเนื้อหาโดยย่อ

I. อารัมภบท ในถิ่นทุรกันดาร (1:1–13)
  ก. ถ้อยคำของยอห์น (1:1–8)
  ข. พระเยซูรับบัพติศมา (1:9–11)
  ค. พระเยซูถูกทดลอง (1:12–13)
II. การเริ่มต้นพระราชกิจ ในกาลิลีและแคว้นอื่น ๆ รอบข้าง (1:14–7:23)[1]
  ก. พระองค์ประกาศถ้อยคำของพระองค์ (1:14–15)
  ข. พระองค์เรียกสาวก (1:16–20)
  ค. พระองค์ทำพระราชกิจในเมืองคาเปอรนาอุม (1:21–34)
  ง. พระองค์ไปประกาศในแคว้นกาลิลี (1:35–45)
  จ. พระองค์อธิบายพระราชกิจของพระองค์ (2:1–3:6)
  ฉ. พระองค์รับใช้ฝูงชน (3:7–12)
  ช. พระองค์มอบหมายหน้าที่ให้สาวกสิบสองคน (3:13–19)
  ซ. พระองค์ตำหนิพวกธรรมาจารย์และพวกฟาริสี (3:20–30)
  ฌ. พระองค์ระบุว่าใครคือครอบครัวฝ่ายจิตวิญญาณของพระองค์ (3:31–35)
  ญ. พระองค์สั่งสอนเป็นคำอุปมา (4:1–34)
  ฎ. พระองค์สำแดงฤทธิ์อำนาจของพระองค์ (4:35–5:43)
  ฏ. พระองค์กลับไปยังบ้านเดิมของพระองค์ (6:1–6)
  ฐ. พระองค์ใช้สาวกของพระองค์ออกไป (6:7–13)
  ฑ. พระองค์มีศัตรูที่มีอำนาจ (6:14–29)
  ฒ. พระองค์กลับมารวมกลุ่มกับสาวกอีกครั้ง (6:30–32)
  ณ. พระองค์เลี้ยงคนห้าพันคน (6:33–44)

ด. พระองค์ดำเนินบนทะเล (6:45–52)
ต. พระองค์รักษาคนป่วยจำนวนมาก (6:53–56)
ถ. พระองค์ตอบพวกฟาริสี (7:1–23)

III. การขยายขอบเขตพระราชกิจ ในแว่นแคว้นต่าง ๆ ที่มีคนต่างชาติ (7:24–10:52)
ก. ไทระและไซดอน พระองค์ช่วยปลดปล่อยบุตรสาวของหญิงชาวต่างชาติ (7:24–30)
ข. แคว้นทศบุรี พระองค์รักษาคนหูหนวกและพูดติดอ่าง (7:31–37)
ค. ชายฝั่งด้านตะวันออกของกาลิลี พระองค์เลี้ยงคนสี่พันคน (8:1–9)
ง. ดาลมานูธา พระองค์มีข้อถกเถียงกับพวกฟาริสี (8:10–12)
จ. อีกฝั่งหนึ่งของทะเลสาบ พระองค์ตำหนิเหล่าสาวก (8:13–21)
ฉ. เบธไซดา พระองค์รักษาคนตาบอด (8:22–26)
ช. ซีซารียาฟีลิปปีและคาเปอรนาอุม พระองค์สั่งสอนสาวก (8:27–9:50)
ซ. ปิดท้ายพระราชกิจของพระองค์ พระองค์เดินทางไปกรุงเยรูซาเล็ม (10:1–52)

IV. การทำให้พระราชกิจของพระองค์เสร็จสมบูรณ์ กรุงเยรูซาเล็ม (11:1–16:20)
ก. การเสด็จเข้ากรุงเยรูซาเล็มอย่างผู้พิชิต (11:1–11)
ข. การชำระให้บริสุทธิ์ (11:12–19)
ค. การสอนในที่สาธารณะและในที่ส่วนตัว (11:20–13:37)
ง. การวางแผนเพื่อการทรยศ (14:1–2,10–11)
จ. การเจิม อาหารมื้อสุดท้าย การทรยศ การจับกุม การพิจารณาคดี (ส่วนของชาวยิว) (14:3–9; 12–72)
ฉ. การพิจารณาคดี (ส่วนของโรมัน) การตรึงกางเขน (15:1–41)
ช. การฝังพระศพในอุโมงค์ของโยเซฟชาวอาริมาเธีย (15:42–47)
ซ. การฟื้นคืนพระชนม์ (16:1–8)
ฌ. คำลงท้าย (16:9–20)

ขณะเดียวกัน ในพื้นที่ส่วนอื่น ๆ ของโลก . . .

ราชวงศ์ฮั่นเริ่มต้นขึ้นในประเทศจีน ก่อให้เกิดกลุ่มชาติพันธุ์ที่ใหญ่ที่สุดในประเทศ

คำถามที่พบบ่อย

1. มาระโกมาเขียนพระกิตติคุณหนึ่งเล่มได้อย่างไร ในเมื่อเขาไม่ใช่สาวกกลุ่มดั้งเดิม?

แม้ว่ามาระโกไม่ได้เป็นหนึ่งในอัครทูตกลุ่มดั้งเดิมของพระเยซู แต่เขาก็มีส่วนร่วมในเหตุการณ์มากมายที่บันทึกไว้ในพระคัมภีร์ใหม่ เขาเดินทางในฐานะเพื่อนร่วมเดินทางที่ใกล้ชิดของอัครทูตเปโตร และปรากฏครั้งแล้วครั้งเล่าตลอดพระธรรมกิจการซึ่งเรียกเขาว่า "ยอห์นที่มีอีกชื่อหนึ่งว่ามาระโก" (กิจการ 12:12,25; 15:37,39) เมื่อเปโตรได้รับการช่วยเหลือออกจากคุกอย่างอัศจรรย์ สิ่งแรกที่เขาทำก็คือไปบ้านมารดาของยอห์นมาระโกในกรุงเยรูซาเล็ม (กิจการ 12:12)

ยอห์นมาระโกยังเป็นลูกพี่ลูกน้องของบารนาบัสด้วย (โคโลสี 4:10) และเขาร่วมเดินทางไปกับเปาโลและบารนาบัสในการเดินทางประกาศข่าวประเสริฐครั้งแรก (กิจการ 12:25; 13:5) แต่มาระโกละทิ้งคณะผู้ประกาศนี้ระหว่างอยู่ที่เมืองเปอร์กา และกลับไปกรุงเยรูซาเล็ม (กิจการ 13:13) ภายหลัง เมื่อบารนาบัสต้องการให้โอกาสมาระโกอีกครั้งในการเดินทางไปกับคณะผู้ประกาศครั้งที่สองของเปาโล เปาโลปฏิเสธ และความขัดแย้งที่ตามมาระหว่างเปาโลกับบารนาบัสก็ทำให้พวกเขาแยกทางกัน (กิจการ 15:38–40)

ในที่สุด ความรวนเรในวัยเยาว์ของมาระโกก็หลีกทางให้ความเข้มแข็งและความเป็นผู้ใหญ่ เมื่อเวลาผ่านไปเขาได้พิสูจน์ตัวเองแม้กระทั่งกับอัครทูตเปาโลด้วย เมื่อเปาโลเขียนถึงชาวโคโลสี เขาสั่งคนเหล่านั้นว่าถ้ายอห์นมาระโกไปเยือนพวกเขาจะต้องต้อนรับ (โคโลสี 4:10) เปาโลถึงขั้นระบุว่ามาระโกเป็นเพื่อนร่วมงาน (ฟีเลโมน 24) หลังจากนั้นเปาโลบอกทิโมธีให้ "ไปตามมาระโกและพาเขามาด้วย เพราะเขาเป็นประโยชน์ต่อข้าพเจ้าในพันธกิจ" (2 ทิโมธี 4:11)

การช่วยให้ยอห์นมาระโกสามารถกลับมาทำงานรับใช้ที่เป็นประโยชน์ และเตรียมเขาสำหรับการเขียนพระกิตติคุณ ส่วนหนึ่งเป็นเพราะเขามีความสัมพันธ์

ใกล้ชิดกับเปโตรเป็นเวลายาวนาน (1 เปโตร 5:13) ความล้มเหลวไม่ใช่เรื่องแปลกประหลาดสำหรับอัครทูตผู้อาวุโสกว่าคนนี้ และอิทธิพลที่เปโตรมีต่อชายอายุน้อยกว่าคนนี้ก็มีส่วนสำคัญอย่างไม่ต้องสงสัย ในการช่วยให้เขาหลุดพ้นจากความโลเลในวัยเยาว์ มาสู่ความเข้มแข็งและวุฒิภาวะ ซึ่งเขาจำเป็นต้องมีเพื่อจะทำงานที่พระเจ้าทรงเรียกให้เขาทำ และตามที่อธิบายในช่วงเกริ่นนำไปแล้ว พระกิตติคุณของมาระโกแสดงให้เห็นชีวิตของพระเยซูตามการบอกเล่าของเปโตรเป็นหลัก

2. 12 ข้อสุดท้ายของบทที่ 16 เป็นส่วนหนึ่งในพระกิตติคุณของมาระโกตั้งแต่ดั้งเดิมหรือไม่?

หลักฐานภายนอกบ่งบอกอย่างชัดเจนว่า เดิมทีมาระโก 16:9–20 ไม่ได้เป็นส่วนหนึ่งในพระกิตติคุณของมาระโก แม้ว่าสำเนาโบราณภาษากรีกส่วนใหญ่จะมีข้อพระคัมภีร์เหล่านี้ แต่มันไม่มีอยู่ในสำเนาโบราณกลุ่มที่เก่าแก่ที่สุดและเชื่อถือได้มากที่สุด มีตอนจบที่สั้นกว่านั้นด้วย แต่ไม่ได้รวมอยู่ในข้อความนี้ นอกจากนี้สำเนาโบราณบางฉบับที่มีข้อความตอนนี้ ก็มีคำอธิบายว่าข้อความตอนนี้หายไปจากสำเนาภาษากรีกหลายฉบับที่เก่ากว่า ในขณะที่ฉบับอื่น ๆ มีการทำเครื่องหมายของผู้คัดลอกเพื่อระบุว่าข้อความตอนนี้ถูกจัดว่าน่าสงสัย ปิตาจารย์แห่งคริสตจักรในศตวรรษที่สี่ ชื่อยูเซบิอุสและเจอโรม ให้ข้อสังเกตว่าสำเนาโบราณภาษากรีกเกือบทั้งหมดที่พวกเขามีอยู่ไม่มีข้อ 9–20

หลักฐานภายในจากข้อความสั้น ๆ ตอนนี้ก็มีน้ำหนักอย่างมากในการบ่งบอกว่ามาระโกไม่ได้เขียนข้อความตอนนี้ การเปลี่ยนลักษณะไวยากรณ์ระหว่างข้อ 8 กับข้อ 9 มีลักษณะปุบปับและไม่ราบรื่น คำศัพท์ในพระคัมภีร์ตอนนี้ไม่เข้ากันกับส่วนที่เหลือของมาระโก แม้แต่เหตุการณ์และผู้คนที่ถูกกล่าวถึงในพระคัมภีร์ตอนนี้ก็ยังดูประดักประเดิด ยกตัวอย่างเช่น มีการแนะนำตัวมารีย์ชาวมักดาลาราวกับว่าเธอเป็นคนใหม่ในเรื่อง แทนที่จะเป็นคนที่มาระโกเคยพูดถึงแล้วสามครั้ง (ข้อ 1; 15:40,47) เห็นได้ชัดว่ามาระโก 16:9–20 แสดงถึงความพยายามในยุคแรก ที่จะเติมพระกิตติคุณของมาระโกให้สมบูรณ์

แม้ว่าเนื้อหาส่วนใหญ่ของพระคัมภีร์ตอนนี้ได้สรุปความจริงที่สอนไว้ในพระคัมภีร์ตอนอื่นแต่ข้อพระคัมภีร์เหล่านี้ก็ควรเปรียบเทียบกับพระคัมภีร์ตอนอื่น ๆ เสมอ และไม่ควรสร้างหลักคำสอนใดโดยอาศัยพระคัมภีร์ตอนนี้เพียงตอนเดียว นอกจากนั้น ถึงแม้ว่าจะมีการพิจารณาทั้งหมดเหล่านี้ เกี่ยวกับสิ่งที่น่าจะเป็นความ

ไม่น่าเชื่อถือของข้อความตอนนี้ แต่ก็ยังมีความเป็นไปได้ที่เราอาจเข้าใจเรื่องนี้ผิด ดังนั้น ทางที่ดีเราควรจะพิจารณาความหมายของพระคัมภีร์ตอนนี้ และปล่อยมันไว้ในข้อความ เช่นเดียวกับที่เราทำกับข้อความตอนอื่นที่มีประวัติคล้าย ๆ กัน นั่นคือ ยอห์น 7:53–8:11

3. มาระโกมีเนื้อหาตอนใดที่ไม่พบในพระกิตติคุณเล่มอื่นหรือไม่?

มีสามตอนที่พบในมาระโก และถูกบันทึกไว้เฉพาะในพระกิตติคุณของเขา ได้แก่

- คำอุปมาเรื่องเมล็ดพืชที่งอกขึ้น (4:26–29)
- ชายหูหนวกและพูดติดอ่างได้รับการรักษาให้หาย (7:31–37)
- คนตาบอดได้รับการรักษา (8:22–26)

ศึกษามาระโกแบบรวบรัด

1. มาระโกแสดงให้เห็นทัศนคติของพระเยซูเรื่องการเป็นผู้รับใช้ในพระกิตติคุณของเขาอย่างไรบ้าง?
2. พระเยซูทรงคาดหวังคำตอบอะไรเมื่อพระองค์ถามสาวกของพระองค์ว่า "แล้วพวกท่านล่ะคิดว่าเราเป็นใคร" (มาระโก 8:29)?
3. พระเยซูทรงเปิดเผยว่าพระองค์เป็นพระบุตรของพระเจ้าอย่างไรในพระกิตติคุณมาระโก?
4. การอัศจรรย์ต่าง ๆ มีบทบาทอย่างไรในการเปิดเผยฐานะพิเศษของพระเยซูในพระกิตติคุณมาระโก?
5. มาระโกแสดงให้เห็นอย่างชัดเจนในพระกิตติคุณของเขาอย่างไร ว่าผู้ที่เชื่อในพระเยซูมีความรับผิดชอบในการส่งต่อข่าวประเสริฐไปถึงผู้อื่น?

[1] โปรดดู "พระราชกิจของพระเยซูคริสต์" ในภาคผนวกตอนท้ายของหนังสือเล่มนี้

ลูกา

พระเยซูคือบุตรมนุษย์ผู้นั้น

มุมมองของนักประวัติศาสตร์คนหนึ่งเกี่ยวกับพระเยซูองค์เจ้านาย

คนเราเขียนชีวประวัติด้วยเหตุผลที่แตกต่างกัน ตามปกติแล้วพวกเขาเชื่อมั่นว่าตัวเอกในงานเขียนของพวกเขาสมควรได้รับการแนะนำให้ผู้คนรู้จักมากที่สุดเท่าที่จะทำได้ ผู้เขียนชีวประวัติที่มีประสิทธิภาพจะใช้แหล่งข้อมูลที่ดี และสัมภาษณ์ผู้คนที่สามารถเล่าสิ่งที่พวกเขาได้ยินได้เห็นด้วยตัวเอง เกี่ยวกับเหตุการณ์ คำพูด และอุปนิสัย ในชีวิตของตัวเอกคนนั้น ผู้เขียนชีวประวัติที่ดีจะนำเสนอบันทึกที่ซื่อตรงและครบถ้วนเกี่ยวกับอิทธิพลที่ตัวเอกคนนั้นมีต่อผู้อื่น

ลูกาผู้เขียนพระกิตติคุณทำภารกิจของเขาตามวัตถุประสงค์เหล่านี้ทุกข้อ ในพระธรรมลูกาข้อแรก ๆ เขาบรรยายอย่างละเอียดว่าเขารวบรวมเนื้อหาต่าง ๆ อย่างไร และทำไมเขาจึงตัดสินใจเขียนชีวประวัติของพระเยซูคริสต์

ผู้เขียนและปีที่เขียน

เขียนโดยลูกา ประมาณปี ค.ศ. 60

เห็นได้ชัดว่าพระกิตติคุณลูกาและพระธรรมกิจการนั้นเขียนโดยบุคคลเดียวกัน (ลูกา 1:1–4; กิจการ 1:1) แม้ว่าผู้เขียนไม่เคยระบุชื่อตนเองเลย แต่การที่ผู้เขียนใช้คำว่า “เรา” ในพระธรรมกิจการหลายตอนก็บ่งชี้ว่าผู้เขียนเป็นเพื่อนร่วมเดินทางที่ใกล้ชิดกับเปาโล (กิจการ 16:10–17; 20:5–15; 21:1–18; 27:1–28:16) ในบรรดาเพื่อนร่วมงานที่เปาโลกล่าวถึงในจดหมายฝากของเขา (โคโลสี 4:14; 2 ทิโมธี 4:11; ฟีเลโมน 24) มีเพียงลูกาเท่านั้นที่ตรงกับลักษณะของผู้เขียนพระธรรมสองเล่มนี้ และนั่นก็เข้ากันได้อย่างสมบูรณ์กับเรื่องราวยุคแรกที่คริสตจักรเล่าสืบต่อกันมา ซึ่งบอกอย่างเป็นเอกฉันท์ว่าลูกาเขียนพระกิตติคุณเล่มนี้

บุคคลสำคัญในลูกา

พระเยซู—บุตรมนุษย์ผู้ดำเนินชีวิตที่สมบูรณ์แบบเพื่อนำคนบาปทั้งชายและหญิงมาคืนดีกับพระเจ้า (1:26–24:53)

เอลีซาเบธ—ภรรยาที่เดินในทางของพระเจ้าของเศคาริยาห์ และมารดาของยอห์นผู้ให้บัพติศมา (1:5–60)

เศคาริยาห์—ปุโรหิตชาวยิวและบิดาของยอห์นผู้ให้บัพติศมา (1:4–79)

ยอห์นผู้ให้บัพติศมา—ผู้เผยพระวจนะและผู้เบิกทาง ซึ่งประกาศการเสด็จมาของพระคริสต์ (1:13–80; 3:2–9:9)

มารีย์—มารดาพรหมจารีของพระเยซู (1:26–2:51)

สาวกสิบสองคน—ซีโมนเปโตร อันดรูว์ ยากอบ ยอห์น ฟีลิป บารโธโลมิว โธมัส มัทธิว ยากอบ (บุตรของอัลเฟอัส) ธัดเดอัส ซีโมน ยูดาสอิสคาริโอท ชายสิบสองคนที่พระเยซูทรงเลือก เพื่อให้ช่วยทำพระราชกิจของพระองค์ในโลกนี้ (1:2; 5:30–12:55; 16:1–24:53)

กษัตริย์เฮโรด—โอรสของเฮโรดมหาราช สั่งประหารชีวิตยอห์นผู้ให้บัพติศมา และมีส่วนร่วมในการพิจารณาคดีพระเยซู (3:1–20; 9:7–9; 23:6–16)

ปีลาต—ผู้ว่าราชการโรมันผู้สั่งตรึงพระเยซูบนไม้กางเขนแทนบารับบัส (3:1; 13:1; 23:1–52)

มารีย์ชาวมักดาลา—ผู้ที่ติดตามพระเยซูอย่างอุทิศตน บุคคลแรกที่ได้เห็นพระเยซูหลังจากพระองค์คืนพระชนม์ (8:2; 24:10)

ภูมิหลังและสถานที่

ลูกากล่าวอย่างชัดเจนว่าความรู้ของเขาเกี่ยวกับเหตุการณ์ต่าง ๆ ที่บันทึกไว้ในพระกิตติคุณของเขานั้นมาจากรายงานของหลายคนที่เป็นประจักษ์พยาน (1:1–2) ข้อความนี้บอกเป็นนัยอย่างชัดเจนว่าตัวเขาเองไม่ใช่ประจักษ์พยาน อารัมภบทนี้อธิบายชัดเจนว่าเป้าหมายของลูกาคือพยายามเล่าเรื่องราวเหตุการณ์ในชีวิตของพระเยซูตามลำดับ แต่นั่นก็ไม่ได้หมายความว่าเขาจะดำเนินเรื่องตามลำดับเหตุการณ์อย่างเข้มงวดเสมอไปในทุกกรณี

การที่ลูกายอมรับว่าเขารวบรวมเรื่องราวจากแหล่งข้อมูลต่าง ๆ ที่ยังมีอยู่ไม่ได้ทำให้การยืนยันว่างานเขียนของเขาได้รับการดลใจจากพระเจ้าเป็นโมฆะ

กระบวนการดลใจไม่เคยข้ามหรือปิดการทำงานของบุคลิกภาพ คำศัพท์ และสำนวนการเขียนของมนุษย์ที่เขียนพระคัมภีร์ ลักษณะเฉพาะตัวของผู้เขียนที่เป็นมนุษย์จะทิ้งรอยประทับที่ไม่อาจลบเลือนไว้ในหนังสือที่อยู่ในพระคัมภีร์เสมอ การค้นคว้าของลูกาไม่ได้ก่อให้เกิดข้อยกเว้นสำหรับกฎนี้ การค้นคว้านี้ถูกกำหนดโดยการจัดเตรียมของพระเจ้า และที่สำคัญที่สุด เวลาลูกาเขียน เขาได้รับการดลใจโดยพระวิญญาณของพระเจ้า (2 เปโตร 1:21) ดังนั้น บันทึกเรื่องราวที่เขาเขียนจึงเป็นความจริงอย่างไม่มีข้อผิดพลาด

อัครทูตเปาโลเรียกลูกาว่าแพทย์ (โคโลสี 4:14) นี่เป็นภูมิหลังที่เป็นประโยชน์ต่อความสนใจของลูกา ซึ่งเห็นได้ชัดว่าเขาสนใจปรากฏการณ์ต่าง ๆ ที่เกี่ยวกับการแพทย์ เขาเน้นเรื่องพระราชกิจการรักษาโรคของพระเยซูเป็นพิเศษตลอดพระกิตติคุณของเขา (4:38–40; 5:15–25; 6:17–19; 7:11–15; 8:43–47, 49–56; 9:2,6,11; 13:11–13; 14:2–4; 17:12–14; 22:50–51) นอกจากนั้นลูกายังแสดงความอ่อนไหวแบบแพทย์ โดยการบันทึกเรื่องที่พระเยซูทรงมีพระเมตตาต่อคนต่างชาติ ชาวสะมาเรีย ผู้หญิง เด็ก คนเก็บภาษี คนบาป และคนอื่น ๆ ที่มักถูกมองว่าเป็นคนที่สังคมไม่ยอมรับในอิสราเอล

หลักคำสอนสำคัญในลูกา

ความกลัวของมนุษย์เมื่ออยู่ต่อพระพักตร์พระเจ้า—การตอบสนองนี้เป็นเรื่องปกติและเหมาะสม เมื่อมนุษย์เผชิญหน้ากับพระราชกิจอันยิ่งใหญ่ของพระเจ้า (1:30,65; 2:9,10; 5:10,26; 7:16; 8:25,37,50; 9:34,45; 12:5; 23:40; เลวีนิติ 19:14, 32; 25:17,36,43; เฉลยธรรมบัญญัติ 25:18; ผู้วินิจฉัย 6:22; 2 ซามูเอล 23:3; 2 พงศาวดาร 20:29; 26:5; สุภาษิต 1:7; เนหะมีย์ 5:15; 13:22; มาระโก 16:5; กิจการ 9:31; 1 ทิโมธี 5:20)

ความล้ำลึกในความจริงของพระเจ้า—ความอัศจรรย์ใจรายล้อมความล้ำลึกแห่งคำตรัสและพระราชกิจของพระคริสต์ (1:21,63; 2:18–19,33,47–48; 5:9; 8:25; 9:43–45; 11:14; 20:26; 24:12,41; โยบ 11:7; ดาเนียล 2:47; มัทธิว 13:35; มาระโก 4:10–20; โรม 11:25; 1 โครินธ์ 2:7; 4:1; เอเฟซัส 5:32; โคโลสี 1:25–27; 4:3; 1 ทิโมธี 3:16; วิวรณ์ 10:7)

การให้อภัย—บทบาทของมันในชีวิตมนุษย์ (3:3; 5:20–25; 6:37; 7:41–50; 11:4; 12:10; 17:3–4; 23:34; 24:47; ปฐมกาล 50:20–21; สดุดี 7:4; สุภาษิต 19:11;

มัทธิว 6:14–15; 18:22; มาระโก 11:25; 2 โครินธ์ 2:5–11; ยากอบ 2:13; 1 เปโตร 4:8)

บทบาทของพระวิญญาณบริสุทธิ์—พระวิญญาณในชีวิตของเรา (1:15,35,41,67; 2:25–27; 3:16,22; 4:1,14,18; 10:21; 11:13; 12:10,12; ปฐมกาล 1:2; โยบ 26:13; สดุดี 104:30; เอเสเคียล 37:11–14; เศคาริยาห์ 4:6–7; มัทธิว 12:28; ยอห์น 14:16; 15:26; กิจการ 1:8; 8:29; โรม 8:11; 15:19; 1 โครินธ์ 2:4,13; 1 เธสะโลนิกา 1:5; 1 เปโตร 3:18)

การสิ้นพระชนม์ของพระคริสต์บนไม้กางเขน—วัตถุประสงค์สำคัญที่สุดที่พระคริสต์เสด็จมาในโลก (9:22–23; 17:25; 18:31–33; 24:25–26,46; อิสยาห์ 53:7–9; กิจการ 13:29; 1 โครินธ์ 1:18; 5:7; กาลาเทีย 5:11; 6:14; เอเฟซัส 5:2; ฟีลิปปี 2:8; โคโลสี 2:14; ฮีบรู 10:1,11–12)

พระลักษณะของพระเจ้าในลูกา

พระเจ้าทรงเป็นผู้ที่มนุษย์เข้าถึงได้—23:45
พระเจ้าทรงบริสุทธิ์—1:49
พระเจ้าทรงอดทนนาน—13:6–9
พระเจ้าทรงเปี่ยมด้วยพระเมตตา—1:50, 78
พระเจ้าทรงฤทธิ์อำนาจ—11:20; 12:5
พระเจ้าทรงรักษาพระสัญญา—1:38,45,54–55,69–73
พระเจ้าทรงจัดเตรียม—2:1–4; 21:18,32–33; 22:35
พระเจ้าทรงพระปัญญา—16:15

พระคริสต์ในลูกา

ลูกาซึ่งเป็นแพทย์ บรรยายว่าพระเยซูทรงเป็นแพทย์ผู้ยิ่งใหญ่ (5:31,32; 15:4–7,31,32; 19:10) ลูกาพิจารณาว่าพระเยซูทรงมีปฏิสัมพันธ์อย่างไรกับคนเก็บภาษี ผู้หญิง เด็ก คนต่างชาติ และชาวสะมาเรีย โดยแสดงให้เห็นพระราชกิจที่ไม่เหมือนใคร ซึ่งพระองค์ทรงกระทำเพื่อคนที่สังคมไม่ยอมรับ นอกจากนั้นลูกายังบรรยายว่าพระเยซูทรงเป็นบุตรมนุษย์ โดยเน้นเรื่องการที่พระองค์ทรงหยิบยื่นความรอดให้แก่โลกนี้

คำศัพท์สำคัญในลูกา

บัพติศมา: คำภาษากรีกคือ *บัพทิโซ*—3:7,16,12,21; 7:29,30; 12:50—มีความหมายตามตัวอักษรว่า "จุ่ม" หรือ "แช่" ผู้คนมาหายอห์นเพื่อให้ยอห์นจุ่มตัวพวกเขาในแม่น้ำจอร์แดน การรับบัพติศมาของคนต่างชาติที่เปลี่ยนมานับถือศาสนายูดายเป็นเรื่องปกติสำหรับชาวยิว แต่การให้บัพติศมาชาวยิวในลักษณะนี้เป็นเรื่องใหม่และแปลกสำหรับพวกเขา ยอห์นเรียกพวกเขาให้รับบัพติศมา เพื่อเป็นการแสดงตนอย่างเปิดเผยว่าจะละทิ้งวิถีชีวิตเก่า นอกจากนั้นการรับบัพติศมาของพวกเขายังเป็นสัญลักษณ์ของการเตรียมใจพวกเขาให้พร้อมสำหรับการเสด็จมาของพระเมสสิยาห์ด้วย เปาโลเชื่อมโยงบัพติศมากับการที่ผู้เชื่อเข้าสนิทกับพระคริสต์ ผ้าที่แช่ในสีย้อมย่อมดูดซับสีย้อมฉันใด บุคคลที่จุ่มในพระคริสต์ก็ควรได้รับธรรมชาติของพระคริสต์ฉันนั้น

เงินทองอธรรม: คำภาษากรีกคือ *มาโมนาส*—16:9,11,13—มีความหมายตามตัวอักษรว่า "ความมั่งคั่ง" "เงินตรา" หรือ "ทรัพย์สิน" ในลูกาบทที่ 16 คำนี้ถูกใช้กล่าวถึง "ความร่ำรวย" *เงินทองอธรรม*ยังถือเป็นรูปเคารพหรือพระในจิตใจมนุษย์ซึ่งขัดแย้งกับพระเจ้าเที่ยงแท้ พระคัมภีร์ประกาศว่าเป็นไปไม่ได้ที่จะปรนนิบัติพระของโลกองค์นี้และพระเจ้าเที่ยงแท้ไปพร้อมกัน

เมืองบรมสุขเกษม: คำภาษากรีกคือ *พาราเดสอส*—23:43—มีความหมายตามตัวอักษรว่า "สวน" หรือ "อุทยาน" พระคัมภีร์ฉบับเซปทัวจินต์ใช้คำนี้ในความหมายตามตัวอักษรในปัญญาจารย์ 2:5 และเพลงซาโลมอน 4:13 แม้ว่าคำนี้จะหมายถึงสวนเอเดนด้วย (ดู ปฐมกาล 2:8) หลังจากนั้นพระคัมภีร์กล่าวว่าเมืองบรมสุขเกษมเป็นสถานที่สำหรับคนตายที่ชอบธรรมในแดนคนตาย (ลูกา 16:19–31) เมื่อพระเยซูตรัสกับโจรบนไม้กางเขน พระองค์ทรงให้ความมั่นใจแก่เขาว่า ในวันนั้นเขาจะอาศัยอยู่กับพระองค์ในเมืองบรมสุขเกษม (23:42) นี่ดูเหมือนเป็นการบ่งบอกว่าคำนี้หมายถึงสถานที่อันน่ารื่นรมย์สำหรับคนชอบธรรมท่ามกลางผู้ที่ตายไป วิวรณ์ 2:7 กล่าวถึงเมืองบรมสุขเกษมว่าเป็นการรื้อฟื้นสภาพสวนสวรรค์ที่เหมือนสวนเอเดน ซึ่งเป็นบ้านนิรันดร์สำหรับผู้เชื่อ (เปรียบเทียบปฐมกาล 2 กับวิวรณ์ 22)

สรุปเนื้อหาโดยย่อ

I. อารัมภบทสู่พระราชกิจของพระคริสต์ (1:1–4:13)
   - ก. คำนำ (1:1–4)
   - ข. การประสูติของพระเยซู (1:5–2:38)
   - ค. วัยเยาว์ของพระเยซู (2:39–52)
   - ง. พระเยซูรับบัพติศมา (3:1–4:13)

II. พระราชกิจในแคว้นกาลิลี (4:14–9:50)[1]
   - ก. การเริ่มต้นพระราชกิจของพระองค์ (4:14–44)
   - ข. การทรงเรียกสาวกของพระองค์ (5:1–6:16)
   - ค. พระราชกิจของพระองค์ดำเนินต่อไป (6:17–9:50)

III. การเดินทางสู่กรุงเยรูซาเล็ม (9:51–19:27)
   ก. สะมาเรีย (9:51–10:37)
   ข. เบธานีและยูเดีย (10:38–13:35)
   ค. เปเรีย (14:1–19:27)
IV. สัปดาห์แห่งการทนทุกข์ (19:28–23:56)
   ก. วันอาทิตย์ (19:28–44)
   ข. วันจันทร์ (19:45–48)
   ค. วันอังคาร (20:1–21:38)
   ง. วันพุธ (22:1–6)
   จ. วันพฤหัสบดี (22:7–53)
   ฉ. วันศุกร์ (22:54–23:55)
   ช. วันสะบาโต (23:56)
V. พระราชกิจของพระคริสต์เสร็จสมบูรณ์ (24:1–53)
   ก. การฟื้นคืนพระชนม์ (24:1–12)
   ข. การเดินทางไปเอมมาอูส (24:13–45)
   ค. การเสด็จขึ้นสู่สวรรค์ (24:46–53)

ขณะเดียวกัน ในพื้นที่ส่วนอื่น ๆ ของโลก . . .

มาร์ค แอนโทนีและคลีโอพัตรา พ่ายแพ้ออคตาเวียนในการรบที่แอคทิอุม ในปี 30 ก่อน ค.ศ. และฆ่าตัวตาย ส่งผลให้อียิปต์กลายเป็นแคว้นหนึ่งของโรมัน

คำถามที่พบบ่อย

1. เรารู้อะไรบ้างเกี่ยวกับตัวลูกาเอง?

สิ่งที่เรารู้จริง ๆ เกี่ยวกับลูกานั้นมีน้อยมาก ตามเรื่องราวที่เล่าสืบต่อกันมาและหลักฐานภายในที่มีจำกัด ลูกาเป็นคนต่างชาติ ดูเหมือนอัครทูตเปาโลจะยืนยันเรื่องนี้ เพราะเขาแยกชื่อลูกาออกจากกลุ่มคนที่ "เข้าสุหนัต" (โคโลสี 4:11,14) และนั่นจะทำให้ลูกาเป็นคนต่างชาติเพียงคนเดียวที่เขียนพระธรรมในพระคัมภีร์

ลูกาแทบไม่เคยใส่รายละเอียดส่วนตัวเกี่ยวกับตัวเขาเลย ไม่มีสิ่งใดที่เรารู้แน่ชัดเกี่ยวกับภูมิหลังหรือการมาเชื่อของเขา ทั้งยูเซบิอุสและเจอโรมระบุว่าเขาเป็นชาวเมืองอันทิโอก ซึ่งอาจอธิบายได้ว่าทำไมเนื้อหาของพระธรรมกิจการจึงมีศูนย์กลางอยู่ที่เมืองอันทิโอกเยอะมาก (กิจการ 11:19–27; 13:1–3; 14:26; 15:22–23, 30–35; 18:22–23)

ลูกาเป็นเพื่อนร่วมเดินทางซึ่งอยู่กับอัครทูตเปาโลเป็นประจำ จะเห็นได้ว่าพวกเขาไม่แยกจากกันเลยนับตั้งแต่ช่วงที่เปาโลเห็นนิมิตเรื่องชาวมาซิโดเนีย (กิจการ 16:9,10) ไปจนถึงเวลาที่เปาโลพลีชีพเพื่อความเชื่อ (2 ทิโมธี 4:11) เปาโลกล่าวถึงลูกาว่าเขาเป็นแพทย์ (โคโลสี 4:14) เรื่องนี้อธิบายว่าทำไมลูกาจึงสนใจปรากฏการณ์ต่าง ๆ ที่เกี่ยวกับการแพทย์ และทำไมเขาจึงให้พระราชกิจการรักษาโรคของพระเยซูมีความโดดเด่น (สำหรับข้อมูลเพิ่มเติมเกี่ยวกับลูกา โปรดดูเนื้อหาส่วน **ภูมิหลังและสถานที่**)

2. มีข้อความตอนใดบ้างในลูกา ที่มีอยู่เฉพาะในพระกิตติคุณของเขา?

ลูกาบันทึกเหตุการณ์หรือข้อความตอนสำคัญ 12 ตอนที่ไม่พบในพระกิตติคุณเล่มอื่น ได้แก่

- เหตุการณ์ก่อนหน้ากำเนิดของยอห์นผู้ให้บัพติศมาและการประสูติของพระเยซู (1:5–80)
- เหตุการณ์ต่าง ๆ ในวัยเยาว์ของพระเยซู (2:1–52)
- เฮโรดจับยอห์นผู้ให้บัพติศมาขังคุก (3:19–20)
- ชาวนาซาเร็ธปฏิเสธพระเยซู (4:16–30)
- สาวกกลุ่มแรกได้รับการทรงเรียก (5:1–11)
- บุตรชายของหญิงม่ายได้รับการชุบชีวิต (7:11–17)
- ผู้หญิงคนหนึ่งชโลมพระบาทพระเยซู (7:36–50)
- ผู้หญิงบางคนปรนนิบัติพระคริสต์ (8:1–3)
- เหตุการณ์ คำสอน และการอัศจรรย์ ในช่วงไม่กี่เดือนก่อนการสิ้นพระชนม์ของพระคริสต์ (10:1–18:14)
- พระคริสต์พักที่บ้านศักเคียส (19:1–27)
- เฮโรดไต่สวนพระคริสต์ (23:6–12)
- พระดำรัสสุดท้ายบางตอนของพระเยซูก่อนการเสด็จขึ้นสู่สวรรค์ (24:44–49)

3. ลูกาเขียนเพื่อให้ใครอ่าน?

ลูกามีบางอย่างคล้ายคลึงกับมาระโก ซึ่งบ่งชี้ว่าเขาเจตนาจะเขียนพระกิตติคุณสำหรับผู้อ่านที่เป็นคนต่างชาติ เขาใช้ความพยายามในการระบุสถานที่ซึ่งชาวยิวทุกคนน่าจะคุ้นเคย (4:31; 23:51; 24:13) ซึ่งบ่งบอกว่าเขาคำนึงถึงผู้อ่านที่ไม่มีความรู้เรื่องภูมิศาสตร์แถบปาเลสไตน์ ตามปกติเขาจะชอบใช้คำภาษากรีกมากกว่าคำภาษาฮีบรู เช่น "กะโหลกศีรษะ" แทน "กลโกธา" (23:33) ลูกาหลีกเลี่ยงการใช้คำจากภาษาตระกูลเซมิติก เช่น "อับบา" (มาระโก 14:36) "รับบี" (มัทธิว 23:7–8; ยอห์น 1:38,49) และ "โฮซันนา" (มัทธิว 21:9; มาระโก 11 :9–10; ยอห์น 12:13)

ผู้เขียนพระกิตติคุณเล่มที่สามยกข้อความมาจากพระคัมภีร์เดิมน้อยกว่ามัทธิว และเวลาลูกาอ้างอิงข้อความจากพระคัมภีร์เดิม แทบทุกครั้งเขาจะใช้พระคัมภีร์ฉบับเซปทัวจินต์ (LXX) ซึ่งเป็นฉบับแปลกรีกของพระคัมภีร์ภาษาฮีบรู นอกจากนั้นการอ้างอิงพระคัมภีร์เดิมของลูกาส่วนใหญ่เป็นการกล่าวแบบพาดพิงไม่ใช่ยกข้อความมาโดยตรง การอ้างอิงเหล่านั้นปรากฏอยู่ในคำตรัสของพระเยซูไม่ใช่ในส่วนที่เป็นเรื่องราว (2:23–24; 3:4–6; 4:4,8,10–12,18–19; 7:27; 10:27; 18:20 ; 19:46; 20:17–18,37,42–43; 22:37)

4. แล้วหลายคนที่อ้างว่าเห็นความแตกต่างอย่างมากระหว่างศาสนศาสตร์ของลูกากับศาสนศาสตร์ของเปาโลล่ะ?

แม้ว่าลูกาจะเน้นเรื่องขอบเขตที่เป็นสากลของคำเชื้อเชิญแห่งข่าวประเสริฐมากกว่าผู้เขียนพระกิตติคุณคนอื่น ๆ แต่บางคนก็สงสัยว่าทำไมเพื่อนร่วมเดินทางของเปาโลคนนี้จึงใช้ภาษาของเปาโลน้อยมากในการอธิบายกระบวนการแห่งความรอด แต่ความแตกต่างด้านคำศัพท์ไม่จำเป็นต้องบ่งบอกถึงความแตกต่างทางความคิดหรือศาสนศาสตร์ที่รองรับอยู่

แน่นอนว่าลูกาเขียนด้วยสำนวนของเขาเอง เขาเป็นผู้สังเกตที่เฉลียวฉลาดและเป็นนักคิดที่รอบคอบ ในการเขียนพระกิตติคุณเขาระวังที่จะไม่แทรกภาษาของเปาโลกลับเข้าไปในเรื่องราวพระกิตติคุณ ศาสนศาสตร์ในบันทึกของลูกาตรงกับเปาโลทุกประการ ลูกาเล่าเรื่องราวซ้ำแล้วซ้ำอีกเกี่ยวกับคนต่างชาติ ชาวสะมาเรียและคนกลุ่มอื่น ๆ ที่สังคมไม่ยอมรับ ซึ่งได้พบพระคุณในสายพระเนตรของพระเยซู การเน้นนี้ไม่เพียงบันทึกความน่าสนใจของพระเยซูเท่านั้น แต่ยังพิสูจน์ให้เห็นอีก

ด้วยว่า นี่แหละคือสิ่งที่เราคงคาดหวังว่าจะได้อ่านจากเพื่อนร่วมเดินทางคนสนิทของผู้ที่เป็น "อัครทูตมายังพวกต่างชาติ" (โรม 11:13)

ตัวอย่างที่แสดงให้เห็นอย่างหนักแน่นเรื่องศาสนศาสตร์ที่ตรงกันนี้ เกี่ยวพันกับการที่ลูกาเขียนถึงหัวใจสำคัญในหลักคำสอนของเปาโล คือการทำให้เป็นผู้ชอบธรรมโดยความเชื่อ ลูกาเน้นและอธิบายเรื่องการทำให้เป็นผู้ชอบธรรมโดยความเชื่อในเหตุการณ์และคำอุปมามากมายที่เขาเล่าในพระกิตติคุณของเขา ยกตัวอย่างเช่น เรื่องฟาริสีกับคนเก็บภาษี (18:9–14) เรื่องบุตรหลงหายที่เราคุ้นเคยกันดี (15:11–32) เหตุการณ์ที่บ้านของซีโมน (7:36–50) และความรอดของศักเคียส (19:1–10) ทั้งหมดนี้เขียนไว้เพื่อแสดงให้เห็นว่าพระเยซูทรงสอนเรื่องการทำให้เป็นผู้ชอบธรรมโดยความเชื่อมานานแล้ว ก่อนที่เปาโลจะเขียนเรื่องนี้

ศึกษาลูกาแบบรวบรัด

1. คุณจะชี้ไปที่หลักฐานอะไรในพระกิตติคุณลูกาที่บ่งชี้ว่าเขาเป็นแพทย์?
2. คุณสามารถบอกได้อย่างไรว่าผู้เขียนพระกิตติคุณลูกาเป็นนักประวัติศาสตร์?
3. มีรายละเอียดเรื่องใดเกี่ยวกับการประสูติและชีวิตวัยเยาว์ของพระเยซูที่คุณพบว่ามีความสำคัญเป็นพิเศษ? เพราะเหตุใด?
4. พระเยซูสำแดงความเมตตาเป็นพิเศษในพระกิตติคุณลูกาอย่างไร?
5. ลูกาสังเกตและรับรู้ถึงการสถิตอยู่ของพระวิญญาณบริสุทธิ์อย่างไรบ้าง ตลอดพระกิตติคุณของเขา?
6. เรื่องราวการฟื้นคืนพระชนม์ในพระธรรมลูกามีแง่มุมใดบ้างที่ทำให้เราเห็นชัดเจนว่าเขาตระหนักถึงความสำคัญทางประวัติศาสตร์ของเหตุการณ์ต่าง ๆ ที่เขาบันทึก?

---

[1] โปรดดู "พระราชกิจของพระเยซูคริสต์" ในภาคผนวกตอนท้ายของหนังสือเล่มนี้

ยอห์น

พระเยซูคือพระบุตรของพระเจ้า

ข่าวประเสริฐเขียนโดยสาวกที่พระเยซูทรงรัก

เวลามีเหตุการณ์น่าตื่นเต้นเกิดขึ้น บางคนแทบรอไม่ไหวที่จะพูดถึงมัน ส่วนคนอื่น ๆ ชอบใคร่ครวญถึงเหตุผลและรายละเอียดสักพัก ก่อนจะเสนอความคิดเห็นของตน มีชีวประวัติของพระเยซูหนึ่งในสี่ฉบับที่ตรงกับคนประเภทที่สองนี้ ยอห์นคงเคยเล่าประสบการณ์ของเขากับพระเยซูไปหลายครั้ง แต่เขาไม่ได้เขียนพระกิตติคุณของเขาจนกระทั่งผู้เขียนอีกสามคนได้เผยแพร่พระกิตติคุณของพวกเขาไปนานแล้ว กาลเวลาที่ผ่านไปไม่ได้เปลี่ยนแปลงตัวเอกในเรื่องราวที่ยอห์นเขียน แต่มันทำให้เขาสามารถแสดงข้อสรุปบางอย่างเกี่ยวกับพระเยซู ซึ่งเขาสามารถสรุปได้ดีที่สุดหลังจากได้ใคร่ครวญมาตลอดชีวิตเกี่ยวกับความสำคัญของการที่พระเจ้าเสด็จมาเยือนโลกนี้

ผู้เขียนและปีที่เขียน

เขียนโดยอัครทูตยอห์น ประมาณปี ค.ศ. 80 ถึง 90

แม้ว่าชื่อผู้เขียนไม่ได้ปรากฏในพระกิตติคุณเล่มนี้ แต่เรื่องราวที่คริสตจักรยุคแรกเล่าสืบต่อกันมาก็ระบุอย่างหนักแน่นและสอดคล้องกันหมดว่าอัครทูตยอห์นคือผู้เขียน อีเรเนอุส (ประมาณ ค.ศ. 130–200) ซึ่งเป็นสาวกของโพลิคาร์ป (ประมาณ ค.ศ. 70–160) ผู้เป็นสาวกของอัครทูตยอห์น ได้เป็นพยานยืนยันโดยอ้างข้อมูลที่น่าเชื่อถือของโพลิคาร์ปว่ายอห์นเขียนพระกิตติคุณเล่มนี้ (*Against Heresies* 2.22.5; 3.1.1) หลังจากอีเรเนอุส ปิตาจารย์แห่งคริสตจักรทุกคนก็สรุปว่ายอห์นเป็นผู้เขียนพระกิตติคุณเล่มนี้ หนึ่งในนั้นคือ เคลเมนต์แห่งอเล็กซานเดรีย (ประมาณ ค.ศ. 150–215) เขียนไว้ว่า ยอห์นทราบถึงข้อเท็จจริงต่าง ๆ ที่ระบุไว้ในพระกิตติคุณเล่มอื่น ๆ และได้รับการดลใจจากพระวิญญาณบริสุทธิ์ เขาจึงเขียน "พระกิตติคุณฝ่ายจิตวิญญาณ" (ดูงานของยูเซบิอุสเรื่อง *Ecclesiastical History* 6.14.7)

สิ่งที่ช่วยเสริมเรื่องราวที่คริสตจักรยุคแรกเล่าสืบต่อกันมาก็คือ ลักษณะพิเศษที่สำคัญภายในพระกิตติคุณเล่มนี้ แม้ว่าพระกิตติคุณสัมพันธ์ (มัทธิว มาระโก และลูกา) มักจะระบุชื่ออัครทูตยอห์นอยู่บ่อย ๆ แต่เขาไม่เคยถูกเอ่ยชื่อโดยตรงเลยในพระกิตติคุณยอห์น ในทางตรงกันข้ามผู้เขียนเลือกที่จะระบุตนเองว่าเป็นสาวก "ที่พระเยซูทรงรัก" (13:23; 19:26; 20:2; 21:7, 20) การที่ชื่อของยอห์นขาดหายไปนี้เป็นเรื่องน่าสังเกต เมื่อเราพิจารณาถึงบทบาทสำคัญของสาวกคนอื่น ๆ ที่ถูกเอ่ยชื่อในพระกิตติคุณเล่มนี้ ถึงกระนั้น การเรียกตนเองครั้งแล้วครั้งเล่าว่าสาวก "ที่พระเยซูทรงรัก" ซึ่งเป็นวิธีที่ยอห์นจงใจหลีกเลี่ยงการเอ่ยชื่อของตัวเอง ก็สะท้อนให้เห็นความถ่อมใจของเขา และยกย่องความสัมพันธ์ของเขากับพระเยซูองค์พระผู้เป็นเจ้าของเขา สถานะผู้เขียนของยอห์นได้รับการพิสูจน์โดยการที่ชื่อของเขาขาดหายไป ซึ่งเป็นเรื่องที่เห็นได้อย่างเด่นชัด

บุคคลสำคัญในยอห์น

พระเยซู—พระวาทะของพระเจ้าที่เสด็จมาในโลกนี้ ทรงเป็นทั้งพระเจ้าโดยสมบูรณ์และมนุษย์โดยสมบูรณ์ (1:1–21:25)

ยอห์นผู้ให้บัพติศมา—ผู้เผยพระวจนะและผู้เบิกทาง ซึ่งประกาศการเสด็จมาของพระคริสต์ (1:6–42; 3:23–27; 4:1; 5:33; 10:40–41)

เหล่าสาวก—ซีโมนเปโตร อันดรูว์ ยากอบ ยอห์น ฟีลิป บารโธโลมิว โธมัส มัทธิว ยากอบ (บุตรของอัลเฟอัส) ธัดเดอัส ซีโมน ยูดาสอิสคาริโอท ชายสิบสองคนที่พระเยซูทรงเลือก เพื่อให้ช่วยทำพระราชกิจของพระองค์ในโลกนี้ (1:53–21:14)

มารีย์—พี่สาวของลาซารัส เชื่อและเจิมพระเยซูก่อนการสิ้นพระชนม์ของพระองค์ (11:1–12:11)

มารธา—พี่สาวของลาซารัส เป็นที่รู้จักเรื่องการมีน้ำใจต้อนรับแขก เติบโตในความเชื่อเมื่อพระเยซูทรงทำให้น้องชายของเธอเป็นขึ้นจากความตาย (11:17–45)

ลาซารัส—เป็นขึ้นจากความตายโดยพระเยซู ผู้ทรงเป็นสหายของเขา (11:1–12:17)

มารีย์ มารดาของพระเยซู—แสดงความเป็นผู้รับใช้ของเธอต่อพระเยซู ถูกฝากให้อยู่ในการดูแลของยอห์นเมื่อพระเยซูสิ้นพระชนม์ (2:1–12; 19:25–27)

ปีลาต—ผู้ว่าราชการโรมันผู้สั่งตรึงพระเยซูบนไม้กางเขนแทนบารับบัส (18:29–19:38)

มารีย์ชาวมักดาลา—ผู้ที่ติดตามพระเยซูอย่างอุทิศตน บุคคลแรกที่ได้เห็นพระเยซูหลังจากพระองค์คืนพระชนม์ (19:25–20:18)

ภูมิหลังและสถานที่

พระกิตติคุณยอห์นเป็นพระกิตติคุณเพียงเล่มเดียวในสี่เล่มที่มีข้อความระบุชัดเจนเรื่องจุดประสงค์ของผู้เขียน (20:30–31) เขาประกาศว่า "แต่การที่บันทึกเหตุการณ์เหล่านี้ไว้ ก็เพื่อพวกท่านจะได้เชื่อว่าพระเยซูเป็นพระคริสต์พระบุตรของพระเจ้า และเมื่อมีความเชื่อแล้วท่านก็จะมีชีวิตโดยพระนามของพระองค์" (20:31) จุดประสงค์ที่เป็นแรงจูงใจในการเขียนหนังสือเล่มนี้จึงมีสองด้าน คือเพื่อประกาศข่าวประเสริฐและเพื่อปกป้องความเชื่อ

ยอห์นเน้นย้ำวัตถุประสงค์ในการประกาศข่าวประเสริฐของเขาด้วยการใช้คำว่า "เชื่อ" ประมาณร้อยครั้งในพระกิตติคุณเล่มนี้ ซึ่งบ่อยกว่าการใช้คำนี้ในพระกิตติคุณสัมพันธ์สองเท่า เขาประพันธ์พระกิตติคุณเล่มนี้เพื่อให้ผู้อ่านของเขาได้ทราบเหตุผลสำหรับความเชื่อที่นำไปสู่ความรอด และผลที่ตามมาคือ เพื่อให้พวกเขามั่นใจว่าพวกเขาจะได้รับสิ่งที่พระเจ้าประทาน คือชีวิตนิรันดร์ (1:12)

จุดประสงค์ด้านการปกป้องความเชื่อของยอห์นมักจะทับซ้อนกับจุดประสงค์ด้านการประกาศข่าวประเสริฐ เขาเขียนเพื่อให้ผู้อ่านเชื่อเรื่องตัวตนที่แท้จริงของพระเยซู ในฐานะพระเจ้าผู้มารับสภาพเป็นมนุษย์ ซึ่งมีธรรมชาติความเป็นพระเจ้าและมนุษย์รวมกันเป็นหนึ่งเดียวอย่างสมบูรณ์แบบในบุคคลเดียว ผู้ซึ่งเป็นพระคริสต์ตามคำพยากรณ์ ("พระเมสสิยาห์") และพระผู้ช่วยให้รอดของโลก (1:41; 3: 16; 4:25–26; 8:58) ยอห์นจัดเรียงเนื้อหาพระกิตติคุณของเขาตาม "หมายสำคัญ" หรือข้อพิสูจน์แปดประการ (นอกเหนือจากหมายสำคัญหลักคือการฟื้นคืนพระชนม์) หมายสำคัญเหล่านี้เน้นย้ำถึงตัวตนที่แท้จริงของพระเยซู ซึ่งจะนำไปสู่ความเชื่อ การอัศจรรย์ที่เป็นหมายสำคัญเหล่านี้มีเจ็ดประการที่เกิดขึ้นก่อนการฟื้นคืนพระชนม์ และหนึ่งประการเกิดขึ้นหลังจากการฟื้นคืนพระชนม์ ได้แก่

- การทำให้น้ำกลายเป็นเหล้าองุ่น (2:1–11)
- การรักษาบุตรชายของข้าราชการ (4:46–54)
- การรักษาคนง่อย (5:1–18)
- การเลี้ยงอาหารฝูงชน (6:1–15)
- การดำเนินบนน้ำ (6:16–21)

- การรักษาคนตาบอด (9:1–41)
- การชุบชีวิตลาซารัส (11:1–57)
- การจับปลาได้อย่างอัศจรรย์ (21:6–11)

หลักคำสอนสำคัญในยอห์น

ความเป็นพระเจ้าของพระเยซูคริสต์—ตัวตนที่แท้จริงของพระเยซู (6:35; 8:12; 10:7,9; 10:11,14; 11:25; 14:6; 15:1,5; 20:28–31; อิสยาห์ 9:6; 40:9; เยเรมีย์ 23:5–6; เศคาริยาห์ 13:7; มัทธิว 1:23; มาระโก 2:7–10; โรม 9:5; 1 โครินธ์ 1:30; ฟีลิปปี 2:6; โคโลสี 2:9; ทิตัส 2:13; 1 ยอห์น 5:20; วิวรณ์ 22:13)

ความรอดโดยทางพระเยซูคริสต์—ผู้คนควรตอบสนองต่อพระเยซูอย่างไร (1:1–18; 6:35,48; 8:12; 10:7,9; 10:11–14; 11:25; 14:6; 17:3; ปฐมกาล 3:15; สดุดี 3:8; 37:39; อิสยาห์ 45:21–22; 49:6; 59:16; 63:9; ลูกา 1:69; กิจการ 4:12; 16:31; โรม 5:8; 10:9; เอเฟซัส 2:8; 5:23; 2 ทิโมธี 1:10; ฮีบรู 2:10; 5:9; 1 เปโตร 1:5; 1 ยอห์น 1:1–4)

คำศัพท์สำคัญในยอห์น

พระวาทะ: คำภาษากรีกคือ *โฮ โลโกส*—1:1,14; 2:22; 5:24; 8:43; 15:3; 17:14,17—ถูกใช้เพื่อกล่าวถึงพระผู้สร้างจักรวาล รวมถึงพลังงานสร้างสรรค์ที่ก่อให้เกิดจักรวาล ในพระคัมภีร์เดิมคำว่า *โลโกส* อาจเชื่อมโยงกับสติปัญญาในแง่การบรรยายให้ปัญญาเป็นเหมือนบุคคล หรือเป็นพระลักษณะของพระเจ้า (ดู สุภาษิต 8) ในการใช้คำของทั้งชาวยิวและชาวกรีก คำว่า *โลโกส* มีความเกี่ยวข้องกับความคิดเรื่องจุดเริ่มต้น คือโลกเริ่มต้นด้วยพระวาทะ (ปฐมกาล 1:3) ยอห์นเจาะจงใช้คำนี้เพื่อระบุว่าพระบุตรของพระเจ้าทรงเป็นพระเจ้า พระเยซูทรงเป็นพระฉายาของพระเจ้าผู้ซึ่งมนุษย์ไม่อาจมองเห็นได้ (โคโลสี 1:15) และทรงมีแก่นแท้เดียวกับพระเจ้า (ฮีบรู 1:3) ในความเป็นพระเจ้าสามพระภาค พระบุตรทรงทำหน้าที่เป็นการเปิดเผยของพระเจ้า และทรงเป็นพระเจ้าในความเป็นจริง

บังเกิดใหม่: คำภาษากรีกคือ *เกนนาโอ อาโนเธน*—3:3,7—มีความหมายตามตัวอักษรว่า "อีกครั้ง" หรือ "จากเบื้องบน" พระเยซูตรัสถึงการบังเกิดที่เป็นได้ทั้งการบังเกิดใหม่ การบังเกิดจากสวรรค์ หรือทั้งสองอย่าง พระเยซูน่าจะกำลังพูดถึงการบังเกิดจากสวรรค์ เพราะพระองค์บรรยายการบังเกิดนี้โดยใช้คำเปรียบเทียบเรื่องลม ซึ่งมีแหล่งที่มาจากฟ้าสวรรค์ และมนุษย์ไม่รู้ว่ามาจากไหน นิโคเดมัสเข้าใจอย่างชัดเจนว่าพระเยซูกำลังพูดถึงการบังเกิดในธรรมชาติที่สอง คือการบังเกิดใหม่ พระเยซูทรงอธิบายการบังเกิดที่ว่านี้ในยอห์น 3:6–8 โดยทรงเปรียบเทียบความแตกต่างระหว่างการเกิดจากเนื้อหนังกับการเกิดจากพระวิญญาณ

เราเป็น: คำภาษากรีกคือ *เอโก เอมี*—6:36; 8:58; 10:7,14; 15:1; 18:5—มีความหมายตามตัวอักษรว่า "ความเป็นตัวของตัวเองในสภาพที่ไม่ต้องอาศัยผู้อื่น" ด้วยคำตรัสเพียงสั้น ๆ พระเยซูทรงประกาศว่าพระองค์ดำรงอยู่ก่อนสรรพสิ่ง และทรงเป็นพระเจ้าโดยสมบูรณ์ พระเยซูคริสต์ผู้เป็นพระบุตรของพระเจ้าไม่เคยมีจุดเริ่มต้น ไม่เหมือนมนุษย์คนไหน ๆ พระองค์ทรงเป็นพระเจ้านิรันดร์ พระเยซูตรัสถึงความเป็นพระเจ้าของพระองค์อย่างชัดเจนโดยใช้คำว่า "เราเป็น" เพื่อกล่าวถึงพระองค์เอง ในอพยพ 3:14 พระเจ้าทรงเปิดเผยอัตลักษณ์ของพระองค์ว่า "เราเป็นผู้ซึ่งเราเป็น" ดังนั้นพระเยซูจึงยืนยันต่อหน้าคนที่ตัดสินพระองค์ว่า พระองค์ทรงเป็นพระเจ้าผู้ทรงดำรงอยู่เป็นนิตย์และดำรงอยู่ด้วยพระองค์เอง

เชื่อ: คำภาษากรีกคือ *ปิสทิวโอ*—1:7; 5:44; 6:64; 7:5; 10:26; 11:48; 13:19; 20:31—มีความหมายตามตัวอักษรว่า "ให้ความไว้วางใจแก่อีกคนหนึ่ง" ความเชื่อที่แท้จริงในพระเยซูเรียกร้องให้ผู้นั้นไว้วางใจพระองค์อย่างสมบูรณ์เพื่อรับความรอด (3:15–16) ขณะที่พระเยซูทรงดำเนินอยู่ในโลกมีหลายคนเชื่อในฤทธิ์อำนาจอัศจรรย์ของพระองค์ แต่พวกเขาไม่ยอมเชื่อในตัวพระเยซู (6:23–26) ส่วนอีกหลายคนต้องการเชื่อในพระเยซูในฐานะผู้ปกป้องทางการเมืองของอิสราเอลเท่านั้น (มาระโก 15:32) อย่างไรก็ตาม เราต้องระมัดระวังที่จะเชื่อและไว้วางใจในพระเยซูตามที่พระคัมภีร์นำเสนอ คือเชื่อว่าพระองค์เป็นพระบุตรของพระเจ้า ผู้ทรงสละพระองค์เองด้วยความถ่อมใจ เพื่อช่วยเราให้รอดพ้นจากพันธนาการของความบาป (กาลาเทีย 1:3–4; ฟีลิปปี 2:5–8)

พระลักษณะของพระเจ้าในยอห์น

พระเจ้าทรงเป็นผู้ที่มนุษย์เข้าถึงได้—1:51; 10:7,9; 14:6
พระเจ้าทรงเปี่ยมด้วยสง่าราศี—1:14
พระเจ้าทรงเป็นผู้ที่มนุษย์มองไม่เห็น—1:18; 5:37
พระเจ้าทรงรัก—3:16; 15:9–10; 16:27; 17:23, 26
พระเจ้าทรงชอบธรรม—17:25
พระเจ้าทรงเป็นพระวิญญาณ—4:24
พระเจ้าทรงสัตย์จริง—17:3,17
พระเจ้าทรงเป็นหนึ่งเดียว—10:30; 14:9–11; 17:3
พระเจ้าทรงมีพระพิโรธ—3:14–18, 36

พระคริสต์ในยอห์น

ไม่มีข้อสงสัยเลยว่าพระกิตติคุณยอห์นคือการประกาศเรื่องความเป็นพระเจ้าของพระเยซูคริสต์ ยอห์นเปิดเผยธรรมชาติของพระเยซูตั้งแต่ประโยคแรกว่า "ในปฐมกาล

พระวาทะทรงดำรงอยู่ และพระวาทะทรงอยู่กับพระเจ้า และพระวาทะทรงเป็นพระเจ้า” (1:1) ในขณะที่พระกิตติคุณมาระโกมุ่งเน้นที่พระเยซูในฐานะบุตรมนุษย์ สิ่งที่ยอห์นต้องการจะบอกคือ “พระเยซูเป็นพระคริสต์พระบุตรของพระเจ้า” (20:31) ที่น่าสังเกตก็คือ พระเยซูทรงยืนยันว่าพระองค์เองเป็นพระเจ้าในคำแถลงชัดเจนเจ็ดประการ ที่พระองค์ทรงเรียกพระองค์เองว่า “เราเป็น” (6:35; 8:12; 10:7,9; 10:11,14; 11:25; 14:6; 15:1,5)

สรุปเนื้อหาโดยย่อ

I. การมาบังเกิดเป็นมนุษย์ของพระบุตรของพระเจ้า (1:1–18)
   ก. ความเป็นนิรันดร์ของพระองค์ (1:1–2)
   ข. พระราชกิจก่อนพระองค์บังเกิดเป็นมนุษย์ (1:3–5)
   ค. ผู้เบิกทางของพระองค์ (1:6–8)
   ง. การปฏิเสธพระองค์ (1:9–11)
   จ. การยอมรับพระองค์ (1:12–13)
   ฉ. ความเป็นพระเจ้าของพระองค์ (1:14–18)

II. การแนะนำให้รู้จักพระบุตรของพระเจ้า (1:19–4:54)
   ก. การแนะนำให้รู้จักโดยยอห์นผู้ให้บัพติศมา (1:19–34)
   ข. การแนะนำให้สาวกของยอห์นรู้จัก (1:35–51)
   ค. การแนะนำให้รู้จักในกาลิลี (2:1–12)
   ง. การแนะนำให้รู้จักในยูเดีย (2:13–3:36)
   จ. การแนะนำให้รู้จักในสะมาเรีย (4:1–42)
   ฉ. การแนะนำให้รู้จักในกาลิลี (4:43–54)

III. การต่อต้านพระบุตรของพระเจ้า (5:1–12:50)
   ก. การต่อต้านในเทศกาลที่เยรูซาเล็ม (5:1–47)
   ข. การต่อต้านระหว่างเทศกาลปัสกา (6:1–71)
   ค. การต่อต้านในเทศกาลอยู่เพิง (7:1–10:21)
   ง. การต่อต้านในเทศกาลฉลองพระวิหาร (10:22–42)
   จ. การต่อต้านที่เบธานี (11:1–12:11)
   ฉ. การต่อต้านในเยรูซาเล็ม (12:12–50)

IV. การเตรียมเหล่าสาวกโดยพระบุตรของพระเจ้า (13:1–17:26)
ก. ในห้องชั้นบน (13:1–14:31)
ข. ระหว่างทางไปสวนเกทเสมนี (15:1–17:26)
V. การประหารชีวิตพระบุตรของพระเจ้า (18:1–19:37)
ก. การปฏิเสธพระคริสต์ (18:1–19:16)
ข. การตรึงพระคริสต์บนไม้กางเขน (19:17–37)
VI. การฟื้นคืนพระชนม์ของพระบุตรของพระเจ้า (19:38–21:23)
ก. การฝังพระศพพระคริสต์ (19:38–42)
ข. การฟื้นคืนพระชนม์ของพระคริสต์ (20:1–10)
ค. การปรากฏตัวของพระคริสต์ (20:11–21:23)
VII. บทสรุป (21:24–25)[1]

ขณะเดียวกัน ในพื้นที่ส่วนอื่น ๆ ของโลก . . .

ดนตรีพัฒนาขึ้นในทวีปเอเชีย เมื่อเสียงคู่แปดแบบจีนถูกแบ่งย่อยเป็นโน้ตดนตรีที่แตกต่างกันถึง 60 โน้ต

คำถามที่พบบ่อย

1. นักวิชาการสรุปกันด้วยวิธีใดว่า คำว่า "สาวกที่พระเยซูทรงรัก" คือวิธีที่ยอห์นกล่าวถึงตนเองในพระกิตติคุณยอห์น?

มีเบาะแสที่เห็นได้ชัดสามประการเกี่ยวกับพระกิตติคุณยอห์น ที่ช่วยระบุว่าใครคือสาวกที่ไม่ถูกเอ่ยนาม ซึ่งเรียกตนเองว่าสาวก "ที่พระเยซูทรงรัก" (13:23; 19:26; 20:2; 21:7,20)

- ปิตาจารย์แห่งคริสตจักรยุคแรก ๆ ระบุเป็นเสียงเดียวกันว่าอัครทูตยอห์นเป็นผู้เขียนพระกิตติคุณเล่มนี้
- ยอห์นมักจะถูกกล่าวถึงโดยผู้เขียนพระกิตติคุณคนอื่น ๆ ว่าเขาเป็นผู้มีส่วนร่วมอย่างแข็งขันในหมู่สาวกของพระเยซู
- ชื่อของยอห์นขาดหายไปจากพระกิตติคุณเล่มที่สี่

ถ้ามีสี่คนไปเที่ยวด้วยกัน และแต่ละคนถือกล้องคนละตัว ภาพหมู่ที่แต่ละคนถ่ายก็ย่อมไม่มีตัวเขาเองอยู่ในภาพ ความจริงแล้วคนอื่นก็คงจะเดาได้ว่าใครเป็นคนถ่ายรูปไหน ด้วยการดูว่าใครในกลุ่มนั้นไม่อยู่ในภาพ พระกิตติคุณยอห์นก็ทำหน้าที่ในลักษณะนี้ การที่ชื่อของยอห์นหายไป คือเสียงตะโกนว่าเขาอยู่ที่นั่น

สำหรับวลีอันเป็นเอกลักษณ์ของเขา คือ "สาวกที่พระเยซูทรงรัก" คำนี้สื่อถึงทั้งความถ่อมใจของอัครทูตยอห์น และความสัมพันธ์อันลึกซึ้งระหว่างเขากับพระเยซู วลีนี้ไม่ได้หมายความว่ายอห์นคิดว่าตนเองเป็นสาวกคนเดียวที่พระเยซูทรงรัก มันเป็นเพียงการแสดงออกด้วยความจริงใจอย่างหมดเปลือกว่า สาวกคนนี้อัศจรรย์ใจที่องค์พระผู้เป็นเจ้าทรงรักเขา

2. อะไรทำให้พระกิตติคุณยอห์นแตกต่างจากพระกิตติคุณอีกสามเล่มอย่างมาก?

เคลเมนต์แห่งอเล็กซานเดรีย (ประมาณ ค.ศ. 150–215) หนึ่งในปิตาจารย์แห่งคริสตจักรยุคแรก ๆ อาจเป็นคนแรกที่บรรยายว่าชีวประวัติพระเยซูที่เขียนโดยยอห์นเล่มนี้เป็น "พระกิตติคุณฝ่ายจิตวิญญาณ" เห็นได้ชัดว่ายอห์นเขียนพระกิตติคุณของเขาเพื่อช่วยลงเนื้อหาที่ไม่เหมือนใครแก่บันทึกเรื่องราวชีวิตขององค์พระผู้เป็นเจ้าและเพื่อช่วยเสริมและให้ความครบถ้วนแก่พระธรรมมัทธิว มาระโก และลูกา

เนื่องจากยอห์นเขียนด้วยสำนวนที่ชัดเจนและเรียบง่ายมาก บางคนจึงอาจดูแคลนความลึกซึ้งของพระกิตติคุณของเขา อย่างไรก็ตาม ความจริงต่าง ๆ ที่ยอห์นถ่ายทอดนั้นลึกซึ้ง ตรงตามคำบรรยายว่านี่คือ "พระกิตติคุณฝ่ายจิตวิญญาณ" ผู้อ่านต้องสำรวจพระธรรมเล่มนี้ด้วยใจอธิษฐานและสำรวจอย่างละเอียดถี่ถ้วน เพื่อจะค้นพบความล้ำค่ามากมายของขุมทรัพย์ฝ่ายจิตวิญญาณที่อัครทูตผู้นี้ได้ฝากไว้ด้วยความรักในพระกิตติคุณของเขา ภายใต้การทรงนำของพระวิญญาณบริสุทธิ์ (14:26; 16:13)

3. เวลาของเหตุการณ์ในพระกิตติคุณยอห์นบางส่วน ดูเหมือนจะแตกต่างจากพระกิตติคุณเล่มอื่น ๆ เราจะอธิบายสิ่งที่เห็นได้ชัดว่าเป็นความแตกต่างเหล่านี้ได้อย่างไร?

จริงอยู่ที่การเทียบลำดับเวลาระหว่างพระกิตติคุณยอห์นกับพระกิตติคุณสัมพันธ์ ได้ก่อให้เกิดปัญหาท้าทายในเรื่องอาหารมื้อสุดท้าย (13:2) ในขณะที่พระกิตติคุณสัมพันธ์บรรยายว่าเหล่าสาวกและองค์พระผู้เป็นเจ้ารับประทานอาหาร

มื้อสุดท้ายเป็นอาหารปัสกา ในช่วงค่ำวันพฤหัสบดี (วันที่ 14 เดือนนิสาน) และพระเยซูถูกตรึงบนไม้กางเขนในวันศุกร์ ส่วนพระกิตติคุณยอห์นกล่าวว่าพวกยิวไม่ได้เข้าไปในกองบัญชาการปรีโทเรียม "เพื่อไม่ให้เป็นมลทิน และจะได้กินปัสกาได้" (18:28) ดังนั้นเหล่าสาวกได้กินอาหารปัสกาในเย็นวันพฤหัสบดี แต่พวกยิวเหล่านั้นยังไม่ได้กิน อันที่จริงยอห์น (19:14) กล่าวว่าการพิจารณาคดีพระเยซูและการตรึงกางเขนอยู่ในวันเตรียมปัสกา ไม่ใช่หลังจากการรับประทานปัสกา นี่หมายความว่าเนื่องจากการพิจารณาคดีและการตรึงกางเขนเกิดขึ้นในวันศุกร์ พระคริสต์จึงถูกถวายเป็นเครื่องบูชาในเวลาเดียวกันกับที่ลูกแกะปัสกากำลังถูกฆ่า (19:14) ดังนั้นคำถามจึงกลายเป็น "ทำไมเหล่าสาวกจึงรับประทานอาหารปัสกาในวันพฤหัสบดี?"

คำตอบอยู่ในข้อเท็จจริงที่ว่า ชาวยิวในสมัยพระเยซูมีวิธีนับจุดเริ่มต้นและจุดสิ้นสุดของวันอยู่สองวิธี ชาวยิวในปาเลสไตน์ตอนเหนือนับหนึ่งวันตั้งแต่ดวงอาทิตย์ขึ้นจนถึงดวงอาทิตย์ขึ้น และอย่างน้อยมีกลุ่มคนที่อยู่นอกภูมิภาคดังกล่าวกลุ่มหนึ่งที่ใช้ระบบนับเวลาเช่นนั้น คือพวกฟาริสี แต่ชาวยิวทางตอนใต้ของอิสราเอล ซึ่งมีศูนย์กลางอยู่ที่กรุงเยรูซาเล็ม นับหนึ่งวันตั้งแต่ดวงอาทิตย์ตกจนถึงดวงอาทิตย์ตก พวกปุโรหิตและพวกสะดูสีซึ่งส่วนใหญ่อาศัยอยู่รอบ ๆ กรุงเยรูซาเล็มนับตามระบบทางใต้ ตรงกันข้ามกับพวกฟาริสี

แม้ว่าการมีปฏิทินสองแบบนี้จะสร้างความสับสนในบางครั้ง แต่มันก็ยังถูกคงไว้เพื่อเหตุผลในทางปฏิบัติ ยกตัวอย่างเช่น ในช่วงเทศกาลปัสกา มันทำให้พวกเขาสามารถเฉลิมฉลองเทศกาลอย่างถูกต้องตามกฎบัญญัติสองวันติดกัน นอกจากนั้นมันยังทำให้พวกเขาสามารถถวายเครื่องบูชาในพระวิหารภายในเวลารวมเป็นสี่ชั่วโมง แทนที่จะเป็นสองชั่วโมง จำนวนประชากรทำให้เรื่องนี้เป็นงานที่ซับซ้อน การมีปฏิทินสองแบบจึงช่วยลดความขัดแย้งกันระหว่างกลุ่มต่าง ๆ ทั้งความขัดแย้งทางภูมิภาคและทางศาสนา ด้วยการขยายเวลาถวายเครื่องบูชาให้ยาวขึ้น

การมีปฏิทินสองแบบอธิบายสิ่งที่อาจเห็นได้ว่าเป็นความขัดแย้งในเรื่องราวพระกิตติคุณได้อย่างง่ายดาย เนื่องจากเป็นชาวกาลิลี (คนภาคเหนือ) พระเยซูและเหล่าสาวกจึงถือว่าวันปัสกาเริ่มต้นตั้งแต่ดวงอาทิตย์ขึ้นในวันพฤหัสบดี และสิ้นสุดเมื่อดวงอาทิตย์ขึ้นในวันศุกร์ ส่วนผู้นำชาวยิวที่จับกุมและพิจารณาคดีพระเยซูซึ่งส่วนใหญ่เป็นปุโรหิตและพวกสะดูสี ถือว่าวันปัสกาเริ่มต้นตั้งแต่ดวงอาทิตย์ตกในวันพฤหัสบดี และสิ้นสุดเมื่อดวงอาทิตย์ตกในวันศุกร์ เรื่องนี้อธิบายว่าพระเยซู

สามารถเฉลิมฉลองปัสกามื้อสุดท้ายกับเหล่าสาวกได้อย่างถูกต้องตามกฎบัญญัติ แล้วก็ยังถูกถวายเป็นเครื่องบูชาในวันปัสกาได้อย่างไร

ในรายละเอียดที่พิถีพิถันเหล่านี้ เราสามารถเห็นวิธีที่พระเจ้าทรงจัดเตรียมอย่างอัศจรรย์โดยอำนาจสูงสุดของพระองค์ เพื่อให้แผนการไถ่ของพระองค์สำเร็จเป็นจริงอย่างแม่นยำ พระเยซูไม่ใช่เหยื่อแห่งแผนการชั่วร้ายของมนุษย์แต่อย่างใด หรือจะบอกว่าพระองค์เป็นเหยื่อของสถานการณ์ที่ดำเนินไปอย่างมืดบอดก็ยิ่งไม่ใช่ ทุกคำที่พระองค์ตรัสและทุกการกระทำของพระองค์ ล้วนมีพระเจ้าทรงนำและทำให้บรรลุผลสำเร็จ แม้แต่คำพูดและการกระทำของผู้อื่นที่ต่อต้านพระองค์ก็ยังถูกควบคุมโดยพระเจ้า (11:49–52; 19:11)

ศึกษายอห์นแบบรวบรัด

1. คุณจะบรรยายความแตกต่างเรื่องสำนวนและแนวทางการเขียน ระหว่างยอห์นกับพระกิตติคุณอีกสามเล่มอย่างไร?
2. ยอห์นมีจุดประสงค์อะไรในการเขียน 18 ข้อแรกในพระกิตติคุณของเขา?
3. ให้คุณเปรียบเทียบการใช้คำว่า *เชื่อ* ในยอห์น 3:16 กับคำเดียวกันนี้ในข้ออื่น ๆ ของพระธรรมยอห์น พระเจ้าต้องการความเชื่อแบบใด?
4. ให้คุณสรุปคำสอนของพระเยซูเกี่ยวกับพระวิญญาณบริสุทธิ์ในยอห์น 14:15–31 และ 16:5–16
5. คุณได้ตอบสนองต่อคำถามของพระเยซูในยอห์น 11:25–26 อย่างไร?
6. เช่นเดียวกับในพระกิตติคุณเล่มอื่น ๆ การฟื้นคืนพระชนม์ของพระเยซูคือจุดสูงสุดในพระกิตติคุณยอห์น ทำไมเหตุการณ์นี้จึงสำคัญอย่างยิ่งในความเชื่อคริสเตียน?

[1] โปรดดู "พระราชกิจของพระเยซูคริสต์" ในภาคผนวกตอนท้ายของหนังสือเล่มนี้

กิจการ

พระคริสต์ทรงสร้างคริสตจักรของพระองค์

ครึ่งหลังของผลงานชิ้นเอกของลูกาคือพระธรรมกิจการนั้น
บันทึกเรื่องราวของคริสตจักรยุคแรก

ทุกคนประเมินต่ำเกินไปว่าการฟื้นคืนพระชนม์ของพระเยซูคริสต์มีความเป็นไปได้และมีฤทธิ์อำนาจมากแค่ไหน แม้แต่ผู้ที่ได้รับคำเตือนล่วงหน้าก็ยังรู้สึกประหลาดใจ ความจริงแห่งชัยชนะเหนือความตายของพระองค์ได้เปลี่ยนแปลงชีวิตของผู้ที่ติดตามพระองค์ พวกเขากลายเป็นพยานที่มีชีวิต ซึ่งยืนยันเรื่องการฟื้นคืนพระชนม์ของพระเยซู ข่าวดีนั้นแพร่ลามออกไปเหมือนไฟป่า

อย่างไรก็ตาม สาวกรุ่นแรกไม่ได้เต็มเปี่ยมด้วยเรื่องราวเพียงอย่างเดียว พวกเขายังเต็มเปี่ยมด้วยผู้ทรงประทานแรงบันดาลใจด้วย นั่นคือพระวิญญาณบริสุทธิ์ การเดินทาง ความยากลำบาก และชัยชนะของพวกเขาได้เปลี่ยนเส้นทางของประวัติศาสตร์ พวกอัครทูตซึ่งได้รับการทรงนำโดยพระวิญญาณบริสุทธิ์ พากันนำข่าวประเสริฐไปทั่วโลก ความจริงแล้วหนังสือเล่มนี้ ซึ่งบรรยายถึงปีแรก ๆ ของคริสตจักรคริสเตียน อาจมีชื่อเรียกที่เหมาะสมที่สุดว่า "กิจการของพระวิญญาณบริสุทธิ์ผ่านทางอัครทูต" พระราชกิจของพระวิญญาณบริสุทธิ์ในการทรงบัญชาควบคุม และเสริมกำลัง ได้ทำให้คริสตจักรเข้มแข็ง และส่งผลให้คริสตจักรเติบโตด้านจำนวนคน ฤทธิ์เดชฝ่ายจิตวิญญาณ และอิทธิพลต่อผู้อื่น

ผู้เขียนและปีที่เขียน

เขียนโดยลูกา ประมาณปี ค.ศ. 60–62

ข้อแรก ๆ ของลูกาและกิจการบ่งบอกอย่างชัดเจนว่าหนังสือทั้งสองเล่มนี้มีผู้เขียนคนเดียวกัน เพราะทั้งสองเล่มเขียนถึงเธโอฟีลัส และผู้เขียนพระธรรมกิจการได้กล่าวไว้อย่างเฉพาะเจาะจงว่า ก่อนหน้านี้เขาได้เขียนหนังสือเล่มหนึ่งให้แก่บุคคลปริศนาที่ชื่อเธโอฟีลัสคนนี้ (1:1) และหนังสือเล่มนั้นเป็นเรื่องเกี่ยวกับชีวิตและคำสอนของพระเยซู ปิตาจารย์แห่งคริสตจักรยุคแรก ๆ เช่น อีเรเนอุส เคลเมนต์แห่ง

อเล็กซานเดรีย เทอร์ทูลเลียน ออริเจน ยูเซบิอุส และเจอโรม ล้วนยืนยันในงานเขียนของพวกเขาว่า ลูกาคือผู้เขียนพระธรรมกิจการ เช่นเดียวกับเอกสารมูราโทเรียนแคนอน (ประมาณปี ค.ศ. 170) เนื่องจากลูกาเป็นบุคคลที่จัดว่าไม่โดดเด่น และถูกกล่าวถึงในพระคัมภีร์ใหม่เพียงสามครั้งเท่านั้น (โคโลสี 4:14; 2 ทิโมธี 4:11; ฟีเลโมน 24) จึงไม่น่าเป็นไปได้ที่ใครจะปลอมแปลงงานเพื่อให้ดูเหมือนเป็นผลงานของลูกา คนที่สร้างงานปลอมแปลงน่าจะบอกว่างานเขียนของเขาเป็นผลงานของบุคคลที่มีชื่อเสียงมากกว่านั้น เช่น หนึ่งในสาวกดั้งเดิมสิบสองคน หรือเปาโล

บุคคลสำคัญในกิจการ

เปโตร—หนึ่งในสาวกสิบสองคนของพระเยซู ถูกเรียกว่า “ศิลา” (1:13–12:18; 15:7–14)

ยอห์น—หนึ่งในสาวกสิบสองคนของพระเยซู ถูกเรียกว่า “สาวกที่พระเยซูทรงรัก” (1:13; 3:1–4:31; 8:14–25; โปรดดู ยอห์น 21:20)

ยากอบ—หนึ่งในสาวกสิบสองคนของพระเยซู เป็นสาวกคนแรกที่ตายเพื่อความเชื่อในพระคริสต์ (1:13; 12:1–2)

สเทเฟน—ได้รับการแต่งตั้งให้เป็นผู้ดูแลการแจกอาหารในคริสตจักรยุคแรก พลีชีพเพื่อความเชื่อในพระคริสต์ (6:3–8:2; 22:20)

ฟีลิป—ได้รับการแต่งตั้งให้เป็นผู้ดูแลการแจกอาหารในคริสตจักรยุคแรก หนึ่งในมิชชันนารีคนแรก ๆ ที่ไปยังสะมาเรีย (1:13; 6:5; 8:1–40; 21:8)

เปาโล—ผู้เขียนพระธรรมในพระคัมภีร์ใหม่และมิชชันนารี เดิมมีชื่อว่าเซาโล เคยเป็นผู้ข่มเหงคริสเตียนยุคแรกก่อนที่เขาจะมาเชื่อ (7:58–8:3; 9:1–30; 11:25–30; 12:25–28:30)

บารนาบัส—ชื่อของเขาแปลว่า “ลูกแห่งการหนุนน้ำใจ” เดินทางกับเปาโลในฐานะมิชชันนารี และหลังจากนั้นก็เดินทางกับยอห์นมาระโก (4:36; 9:27; 11:22–15:39)

โครเนลิอัส—นายทหารโรมัน หนึ่งในคริสเตียนชาวต่างชาติคนแรก ๆ (10:1–48)

ทิโมธี—ผู้ช่วยของเปาโล ต่อมากลายเป็นศิษยาภิบาลในเมืองเอเฟซัส (16:1–20:4)

ลิเดีย—ผู้เชื่อและเจ้าของบ้านที่ต้อนรับเปาโลกับสิลาส คนขายผ้าสีม่วง (16:13–40)

สิลาส—รับใช้ในฐานะมิชชันนารี มีส่วนร่วมในพันธกิจของเปาโล ทิโมธี และเปโตร (15:22–18:5)

อปอลโล—นักเทศน์ชาวอเล็กซานเดรียซึ่งรับใช้ในแคว้นอาคายา ได้รับการสอนโดยอาควิลลาและปริสสิลลา (18:24–19:1)

เฟลิกส์—ผู้ว่าราชการยูเดียของโรมัน ขังเปาโลไว้ในคุกสองปี (23:24–25:14)

เฟสทัส—รับตำแหน่งผู้ว่าราชการต่อจากเฟลิกส์ ทบทวนคดีของเปาโลร่วมกับกษัตริย์เฮโรดอากริปปาที่ 2 (24:27–26:32)

กษัตริย์เฮโรดอากริปปาที่ 2—ทบทวนคดีของเปาโลร่วมกับเฟสทัส ตอบสนองต่อข่าวประเสริฐด้วยคำพูดถากถาง (25:13—26:32)

ลูกา—แพทย์ที่เดินทางกับเปาโล ผู้เขียนพระธรรมกิจการ (16:10–28:31)

ภูมิหลังและสถานที่

จุดประสงค์ของลูกาในการเขียนพระกิตติคุณลูกาและพระธรรมกิจการของอัครทูตได้ก่อให้เกิดเรื่องราวคู่ขนานอันทรงพลัง ลูกาพยายามเขียน "เรื่องตามลำดับ" (ลูกา 1:3) เกี่ยวกับสิ่งที่พระเยซูได้ทรงกระทำจนสำเร็จระหว่างที่พระองค์ทำพระราชกิจในโลกนี้ พระธรรมกิจการเพียงแค่เล่าเรื่องพระราชกิจนี้ต่อ ด้วยการบอก "เรื่องตามลำดับ" เกี่ยวกับสิ่งที่พระเยซูได้ทรงกระทำจนสำเร็จผ่านทางคริสตจักรยุคแรก

พระธรรมกิจการเริ่มต้นด้วยการเสด็จขึ้นสู่สวรรค์ของพระคริสต์ ตามด้วยการถือกำเนิดของคริสตจักรในวันเพ็นเทคอสต์ และไปจบที่การเทศนาของเปาโลในกรุงโรม กิจการบันทึกลำดับเหตุการณ์การเผยแพร่ข่าวประเสริฐและการเติบโตของคริสตจักร (ดู 1:15; 2: 41,47; 4:4; 5:14; 6:7; 9:31; 12:24; 13:49; 16:5; 19:20) นอกจากนี้กิจการยังเล่าเรื่องการต่อต้านข่าวประเสริฐที่เพิ่มขึ้นด้วย (ดู 2:13; 4:1–22; 5:17–42; 6:9–8:4; 12:1–5; 13:6–12,45– 50; 14:2–6,19–20; 16:19–20; 17:5–9; 19:23–41; 21:27–36; 23:12–21; 28:24)

เช่นเดียวกับพระกิตติคุณลูกา กิจการขึ้นต้นด้วยคำอุทิศให้แก่เธโอฟีลัส ซึ่งชื่อนี้แปลว่า "คนรักของพระเจ้า" ชื่อนี้ไม่มีประวัติอื่นใดนอกเหนือจากที่ลูกาเขียนไว้ในหนังสือสองเล่มของเขา ไม่เป็นที่ทราบแน่ชัดว่าบุคคลนี้เป็นผู้เชื่อที่ลูกากำลังสอน หรือเป็นคนต่างศาสนาที่ลูกากำลังพยายามนำมาเชื่อ คำแสดงความเคารพในแง่บวกของลูกาที่กล่าวว่า "ท่านเธโอฟีลัสที่เคารพยิ่ง" (ลูกา 1:3) บ่งบอกว่าผู้รับหนังสือนี้เป็นข้าราชการโรมันที่มีความสำคัญพอสมควร ตัวอย่างคำแสดงความเคารพประเภทนี้สามารถพบได้ในกิจการ 24:2 และ 26:25

กิจการเริ่มต้นในกรุงเยรูซาเล็มและสิ้นสุดที่กรุงโรม เรื่องราวที่ลูกาเขียนได้บันทึกการเผยแพร่ข่าวประเสริฐไปทั่วจักรวรรดิโรมันในแง่ภูมิศาสตร์ เขาบอกเรื่องราวว่าพระเจ้าทรง “เปิดประตูความเชื่อแก่พวกต่างชาติ” อย่างไร (14:27)

หลักคำสอนสำคัญในกิจการ

การสถาปนาคริสตจักร—ประวัติศาสตร์การเผยแพร่ความเชื่อคริสเตียน (2:1; 4:23–24,32–37; 9:31; มัทธิว 16:18; โรม 12:5; 1 โครินธ์ 10:17; 12:12; กาลาเทีย 3:28; เอเฟซัส 4:15–16; 1 ทิโมธี 3:15; วิวรณ์ 19:8)

พระราชกิจของพระวิญญาณบริสุทธิ์—วิถีการที่พระวิญญาณของพระเจ้าทรงนำคริสตจักรและผู้เชื่อรายบุคคล (1:8; 2:2–4,16–18,38; 4:8; 8:29; 11:12; 13:2; 16:6; 21:11; ปฐมกาล 6:3; กันดารวิถี 11:25–27; เนหะมีย์ 9:30; อิสยาห์ 48:16; เศคาริยาห์ 7:12; ยอห์น 15:26; โรม8:16,26; 1 โครินธ์ 2:4,9–10; ฮีบรู 2:4; 1 ยอห์น 3:24; 4:13; วิวรณ์ 2:7,11,29)

พระลักษณะของพระเจ้าในกิจการ

พระเจ้าทรงเป็นผู้ที่มนุษย์เข้าถึงได้—14:27

พระเจ้าทรงเปี่ยมด้วยสง่าราศี—7:2,55

พระเจ้าทรงประเสริฐ—14:17

พระเจ้าทรงยุติธรรม—17:31

พระเจ้าทรงเป็นองค์ผู้สูงสุด—7:48

พระเจ้าทรงรักษาพระสัญญา—1:4; 2:33,39; 7:17; 13:22–23,32; 26:6–7

พระเจ้าทรงจัดเตรียม—1:26; 3:17–18; 12:5; 17:26; 27:22,31–32

พระเจ้าทรงชอบธรรม—17:31

พระเจ้าทรงพระปัญญา—15:18

พระคริสต์ในกิจการ

พระธรรมกิจการบอกเรื่องราวที่พระราชกิจของพระเยซูถูกส่งต่อให้แก่เหล่าสาวกของพระองค์ ภารกิจของพวกเขาคือการประกาศเรื่องพระคริสต์ผู้ทรงฟื้นคืนพระชนม์และทำให้พระมหาบัญชาสำเร็จตามที่พระเยซูทรงมอบหมายแก่พวกเขา

(มัทธิว 28:19,20) เหล่าสาวกทำหน้าที่เป็นพยานเรื่องความรอดที่พระคริสต์ทรงกระทำให้เกิดขึ้น (4:12; 10:43)

คำศัพท์สำคัญในกิจการ

พระวิญญาณ: คำภาษากรีกคือ *พนิวมา*— 2:4; 5:9; 8:39; 10:19; 11:12; 16:7; 19:21; 23:9—มาจากคำกริยา *พเนโอ* ซึ่งแปลว่า "หายใจ" หรือ "เป่า" บางครั้งคำนี้ก็ถูกใช้เพื่อกล่าวถึงลม และบางครั้งก็หมายถึงชีวิต (ดู ยอห์น 3:8; วิวรณ์ 13:15) คำนี้สามารถหมายถึงชีวิตของทูตสวรรค์ (ฮีบรู 1:14) ผีโสโครก (ลูกา 4:33) และมนุษย์ (7:59) แต่คำนี้ยังใช้กล่าวถึงพระวิญญาณของพระเจ้าด้วย (ดู 1 โครินธ์ 2:11) นั่นคือพระวิญญาณบริสุทธิ์ (มัทธิว 28:19) พระภาคที่สามในตรีเอกานุภาพผู้ทรงสถิตอยู่ภายในผู้เชื่อ (ดู ยากอบ 4:5; 1 ยอห์น 4:13) พระวิญญาณเดียวกันนี้ถูกเรียกว่า "พระวิญญาณของพระเยซูคริสต์" (ฟีลิปปี 1:19) สำเนาโบราณหลายฉบับมีคำว่า *พระวิญญาณของพระเยซู*ในกิจการ 16:7 พระนามนี้เน้นย้ำความเป็นเอกภาพในพระราชกิจของพระเยซูและพระวิญญาณที่ซึมซาบอยู่ในพระธรรมเล่มนี้และในพระกิตติคุณลูกาที่เป็นหนังสือคู่กัน ในช่วงที่พระเยซูทำพระราชกิจอยู่ในโลกนี้ เหล่าสาวกมีพระเยซูเป็นผู้สั่งการ บัดนี้หลังจากพระองค์ฟื้นคืนพระชนม์และเสด็จขึ้นสู่สวรรค์แล้ว พวกเขามีพระวิญญาณของพระเยซูเป็นผู้สั่งการ

พระคุณ: คำภาษากรีกคือ *คาริส*— 4:33; 11:23; 13:43; 14:26; 15:11; 18:27; 20:32—อาจจะเทียบเท่ากับคำภาษาฮีบรู *เฆเสด* ที่แปลว่า "ความรักมั่นคง" ซึ่งเป็นคำที่ผู้แต่งเพลงสดุดีมักจะใช้เพื่อบรรยายถึงพระลักษณะของพระเจ้า ในพระคัมภีร์ใหม่คำว่า *คาริส* มักจะหมายถึงความโปรดปรานหรือความปรารถนาดีจากพระเจ้า แต่คำนี้ก็ยังหมายถึง "สิ่งที่ให้ความชื่นชมยินดี" และ "สิ่งที่เป็นของขวัญโดยไม่คิดมูลค่า" ด้วย นี่เป็นการปรากฏที่น่าสนใจของคำว่า *พระคุณ* เพราะคำนี้เป็นคำหนึ่งที่เปาโลชอบใช้เพื่อกล่าวถึงความรอดซึ่งพระเจ้าประทานให้โดยไม่คิดมูลค่า และในที่นี้เราก็เห็นลูกาใช้คำนี้ในลักษณะเดียวกัน

รวมกัน: คำภาษากรีกคือ *เอพี โท อาวโท*—1:15; 2:1,44—เป็นสำนวนซึ่งแปลว่า "ไปสู่สิ่งเดียวกัน" หรือ "ในที่เดียวกัน" คำนี้สื่อถึงความคิดเรื่องจุดมุ่งหมายเดียวกัน หรือความเป็นเอกภาพของกลุ่มในคริสตจักรยุคแรก คำนี้ได้รับความหมายพิเศษที่บ่งบอกถึงการรวมตัวกันของชุมชนคริสเตียน สมาชิกทุกคนในคริสตจักรไม่เพียงแต่มารวมตัวกันเป็นประจำเท่านั้น พวกเขายังแบ่งปันทุกสิ่งไว้ใช้ร่วมกัน และอุทิศตัวให้กันและกัน และอุทิศตัวเพื่อพระคริสต์ด้วยความกระตือรือร้นเป็นใจเดียวกัน

สรุปเนื้อหาโดยย่อ

I. อารัมภบท (1:1–8)

II. การเป็นพยานในเยรูซาเล็ม (1:9–8:3)

ก. การรอคอยของคริสตจักร (1:9–26)

ข. การก่อตั้งคริสตจักร (2:1–47)
ค. การเติบโตของคริสตจักร (3:1–8:3)

III. การเป็นพยานในแคว้นยูเดียและสะมาเรีย (8:4–12:25)
ก. ข่าวประเสริฐไปถึงชาวสะมาเรีย (8:4–25)
ข. การมาเชื่อของชาวต่างชาติคนหนึ่ง (8:26–40)
ค. การมาเชื่อของเซาโล (9:1–31)
ง. ข่าวประเสริฐไปถึงแคว้นยูเดีย (9:32–43)
จ. ข่าวประเสริฐไปถึงคนต่างชาติ (10:1–11:30)
ฉ. การข่มเหงโดยกษัตริย์เฮโรด (12:1–25)

IV. การเป็นพยานถึงสุดปลายแผ่นดินโลก (13:1–28:31)
ก. การเดินทางประกาศข่าวประเสริฐครั้งแรกของเปาโล (13:1–14:28)
ข. การประชุมหารือในกรุงเยรูซาเล็ม (15:1–35)
ค. การเดินทางประกาศข่าวประเสริฐครั้งที่สองของเปาโล (15:36–18:22)
ง. การเดินทางประกาศข่าวประเสริฐครั้งที่สามของเปาโล (18:23–21:16)
จ. การพิจารณาคดีเปาโลในเยรูซาเล็มและซีซารียา (21:17–26:32)
ฉ. การเดินทางไปกรุงโรมของเปาโล (27:1–28:31)

ขณะเดียวกัน ในพื้นที่ส่วนอื่น ๆ ของโลก . . .

ชาวโรมันเรียนรู้จักการใช้สบู่เพื่อทำความสะอาดจากชาวกอล

คำถามที่พบบ่อย

1. เราจะยืนยันว่าลูกาเป็นผู้เขียนกิจการของอัครทูตได้อย่างไร ในเมื่อชื่อของเขาไม่ได้ถูกกล่าวถึงในพระธรรมเล่มนี้?

การไม่ปรากฏชื่อผู้แต่งไม่ใช่ปัญหาท้าทายผิดปกติวิสัยในการระบุว่าใครเป็นผู้เขียนพระธรรมเล่มใดเล่มหนึ่งในพระคัมภีร์ พระธรรมหลายเล่มในพระคัมภีร์มาถึงเราโดยไม่ปรากฏชื่อมนุษย์ที่เป็นผู้เขียนอย่างชัดเจน อย่างไรก็ตามในกรณีส่วนใหญ่ เบาะแสภายในและภายนอกจะทำให้เรามีความมั่นใจที่สมเหตุสมผลในการ

ระบุว่าใครคือผู้เขียน ประโยชน์ประการหนึ่งที่เกิดจากการไม่ทราบชื่อผู้เขียนตั้งแต่แรกก็คือการตระหนักว่าพระธรรมเล่มต่าง ๆ ในพระคัมภีร์มีต้นกำเนิดมาจากการดลใจของพระวิญญาณบริสุทธิ์ มันอาจต้องใช้ความพยายามอยู่บ้างในการค้นหาว่าพระเจ้าทรงใช้ใครเขียนพระธรรมเหล่านั้นเล่มใดเล่มหนึ่ง แต่ผู้ประพันธ์แรกเริ่มคือพระองค์อย่างไม่มีข้อสงสัย

พระกิตติคุณลูกาและกิจการของอัครทูตมีร่องรอยเหมือนกันหลายอย่างที่บ่งบอกว่าหนังสือสองเล่มนี้มีมนุษย์ที่เป็นผู้เขียนคนเดียวกัน ทั้งสองเล่มเขียนไปถึงบุคคลเดียวกันคือเธโอฟีลัส (ลูกา 1:3; กิจการ 1:1) ทั้งสองเล่มมีสำนวนการเขียนไปในทางเดียวกัน และหนังสือเล่มที่สองบอกว่านี่เป็นส่วนขยายของเล่มแรก

ลูกาอยู่ในสถานะพิเศษในการบันทึกกิจการของอัครทูต เขาเป็นเพื่อนสนิทเพื่อนร่วมเดินทาง และแพทย์ส่วนตัวของเปาโล (โคโลสี 4:14) ผลงานของเขาบ่งบอกว่าเขาเป็นนักค้นคว้าที่รอบคอบ (ลูกา 1:1–4) และเป็นนักประวัติศาสตร์ที่แม่นยำ ซึ่งแสดงให้เห็นความรู้อันลึกซึ้งเกี่ยวกับกฎหมายและธรรมเนียมของโรมัน และบันทึกของเขาเกี่ยวกับภูมิศาสตร์แถบปาเลสไตน์ เอเชียไมเนอร์ และอิตาลี ก็ให้รายละเอียดได้อย่างไม่มีที่ติ

ในการเขียนพระธรรมกิจการ ลูกาใช้แหล่งข้อมูลที่เป็นลายลักษณ์อักษร (15:23–29; 23:26–30) และไม่มีข้อสงสัยเลยว่า เขาได้สัมภาษณ์บุคคลสำคัญ ๆ เช่น เปโตร ยอห์น และคนอื่น ๆ ในคริสตจักรที่เยรูซาเล็มด้วย การจำคุกเปาโลสองปีที่เมืองซีซารียา (24:27) ทำให้ลูกามีโอกาสสัมภาษณ์ฟีลิปและลูกสาวของเขา (แหล่งข้อมูลที่สำคัญเกี่ยวกับช่วงเริ่มแรกของคริสตจักร) ประการสุดท้าย การที่ลูกาใช้สรรพนามพหูพจน์บุรุษที่หนึ่ง คือคำว่า “เรา” อยู่บ่อย ๆ (16:10–17; 20:5–21:18; 27:1–28:16) แสดงให้เห็นว่าเขาเป็นประจักษ์พยานที่เห็นเหตุการณ์มากมายซึ่งบันทึกไว้ในพระธรรมกิจการ

2. จากพระธรรมกิจการ เราสามารถเรียนรู้อะไรได้บ้างเกี่ยวกับบทบาทพิเศษของพระวิญญาณบริสุทธิ์?

ข้อควรระวังประการหนึ่งที่เราต้องระมัดระวังเมื่อเราศึกษาและสอนจากพระธรรมกิจการก็คือ เราต้องเข้าใจความแตกต่างระหว่างคำบรรยายเรื่องราวกับคำสั่งสอน ความแตกต่างนี้มีบทบาทสำคัญในการตีความหนังสือประวัติศาสตร์ในพระคัมภีร์ การที่พระคัมภีร์บรรยายเหตุการณ์หนึ่งไม่ได้หมายความว่าเหตุการณ์

หรือการกระทำนั้น ๆ เราสามารถทำตาม หรือควรจะทำตาม หรือจะมีเหตุการณ์เกิดขึ้นซ้ำตามนั้นอีก

บทบาทของพระวิญญาณบริสุทธิ์เมื่อพระองค์เสด็จมาในฐานะผู้ช่วยเหลือซึ่งมาตามพระสัญญา (ยอห์น 14:17) ซึ่งพระธรรมกิจการบรรยายว่าเป็นเหตุการณ์ที่น่าตกใจทั้งในแง่ภาพและเสียง (2:1–13) ได้เกิดขึ้นซ้ำแบบบางส่วนและเลือกเกิดขึ้นเป็นบางกรณี (8:14–19; 10:44–48; 19:1–7) การเกิดขึ้นซ้ำเหล่านี้เป็นกรณีพิเศษซึ่งมีการบันทึกว่าผู้เชื่อได้รับหรือเต็มเปี่ยมด้วยพระวิญญาณบริสุทธิ์ แต่ในทุก ๆ กรณีเหล่านี้ ไม่ได้มีเสียงและเปลวไฟลักษณะเหมือนลิ้นอย่างที่เคยปรากฏในเหตุการณ์แรก (2:1–13) แต่คนเหล่านั้นพูดภาษาต่าง ๆ ที่พวกเขาไม่รู้จัก (แต่คนอื่นฟังออก) เหตุการณ์เหล่านี้ไม่ควรนำมาเป็นพื้นฐานในการสอนว่า ผู้เชื่อในปัจจุบันควรคาดหวังว่าจะมีหลักฐานเดียวกัน คือมีการพูดภาษาแปลก ๆ ที่จะมาพร้อมกับการเติมให้เต็มเปี่ยมด้วยพระวิญญาณบริสุทธิ์ แม้แต่ในพระธรรมกิจการเอง การมาเชื่อที่แท้จริงก็ไม่จำเป็นต้องนำไปสู่การเติมให้เต็มเปี่ยมด้วยพระวิญญาณบริสุทธิ์ในลักษณะพิเศษ ยกตัวอย่างเช่น ฝูงชน 3,000 คนเชื่อและรับบัพติศมาในวันเพ็นเทคอสต์วันเดียวกันนั้น (2:41) ซึ่งได้เริ่มต้นขึ้นอย่างน่าตื่นเต้นด้วยของประทานการพูดภาษาต่าง ๆ แต่ก็ไม่มีการเอ่ยถึงการพูดภาษาต่าง ๆ ท่ามกลางผู้ที่มาเชื่อใหม่ในวันนั้น แล้วทำไมบางกรณีจึงมีการพูดภาษาต่าง ๆ เกิดขึ้นควบคู่กับการยืนยันความเชื่อ? เป็นไปได้ว่าเรื่องนี้แสดงให้เห็นว่าผู้เชื่อได้ถูกดึงมาจากคนกลุ่มต่าง ๆ และเข้ามาอยู่ในคริสตจักร คนกลุ่มใหม่แต่ละกลุ่มได้รับการต้อนรับเป็นพิเศษจากพระวิญญาณบริสุทธิ์ ดังนั้นชาวสะมาเรีย (8:14–19) คนต่างชาติ (10:44–48) และผู้เชื่อจากพันธสัญญาเดิม (19:1–7) ได้ถูกเพิ่มเข้ามาในคริสตจักร แล้วความเป็นเอกภาพของคริสตจักรก็ได้รับการสถาปนา และเพื่อแสดงให้เห็นเอกภาพนั้นจึงจำเป็นอย่างยิ่งที่ในแต่ละกรณีจะต้องมีการจำลองเหตุการณ์ในวันเพ็นเทคอสต์แบบที่เกิดขึ้นกับชาวยิวที่เชื่อ เช่น มีอัครทูตอยู่ในเหตุการณ์ และมีการเสด็จมาของพระวิญญาณซึ่งสำแดงออกผ่านการพูดภาษาต่าง ๆ เหมือนในวันเพ็นเทคอสต์

3. บัพติศมาด้วยพระวิญญาณบริสุทธิ์ (1 โครินธ์ 12:13) เกี่ยวข้องกับพระราชกิจต่าง ๆ ของพระวิญญาณบริสุทธิ์ในพระธรรมกิจการอย่างไร?

พระธรรมกิจการบรรยายถึงเหตุการณ์จำนวนหนึ่งที่พระวิญญาณบริสุทธิ์ "ลงมาเหนือ" หรือ "เต็มเปี่ยม" หรือ "เสด็จลงมาสถิตกับ" ผู้คน (2:4; 10:44; 19:6)

เปโตรระบุว่าพระราชกิจเหล่านี้คือการที่คำพยากรณ์ของโยเอลเป็นจริง (โยเอล 2:28–32) เมื่อมองจากมุมมองของพระคัมภีร์ใหม่ทั้งเล่ม ประสบการณ์เหล่านี้ทั้งไม่เหมือนและไม่ได้มาแทนสิ่งที่ยอห์นผู้ให้บัพติศมา (มาระโก 1:8) และเปาโลเรียกว่าบัพติศมาด้วยพระวิญญาณบริสุทธิ์ (1 โครินธ์ 12:13) บัพติศมาด้วยพระวิญญาณเป็นสิ่งที่เกิดขึ้นครั้งเดียว ซึ่งโดยบัพติศมานี้พระเจ้าทรงนำผู้เชื่อเข้ามาอยู่ในพระกายของพระองค์ ในทางกลับกัน การเต็มเปี่ยมด้วยพระวิญญาณเป็นสภาวะที่เกิดขึ้นซ้ำแล้วซ้ำอีกของการมีพฤติกรรมที่พระวิญญาณทรงควบคุม ซึ่งเป็นสภาวะที่พระเจ้าทรงบัญชาให้ผู้เชื่อรักษาไว้ (เอเฟซัส 5:18) เปโตรและคนอื่น ๆ ที่มีประสบการณ์เต็มเปี่ยมด้วยพระวิญญาณเป็นพิเศษในวันเพ็นเทคอสต์ (2:4) ก็ได้เต็มเปี่ยมด้วยพระวิญญาณอีก (4:8,31; 6:5; 7:55) พวกเขาจึงกล่าวพระวจนะของพระเจ้าอย่างกล้าหาญ นั่นเป็นเพียงจุดเริ่มต้น การเต็มเปี่ยมด้วยพระวิญญาณจะส่งผลต่อทุกด้านของชีวิต ไม่ใช่แค่การพูดอย่างกล้าหาญ (เอเฟซัส 5:18–33)

ศึกษากิจการแบบรวบรัด

1. เหตุการณ์ใดในพระธรรมกิจการที่คุณอยากอยู่ในเหตุการณ์นั้นมากที่สุด? เพราะอะไร?
2. คริสตจักรเริ่มต้นขึ้นอย่างไร? และเติบโตขึ้นอย่างไร?
3. คริสเตียนยุคแรกเผชิญการต่อต้านในลักษณะใดบ้าง?
4. คริสเตียนเหล่านั้นประกาศความเชื่อด้วยวิธีการต่าง ๆ อย่างไรบ้าง?
5. พระวิญญาณบริสุทธิ์ได้รับการยอมรับและต้อนรับในคริสตจักรยุคแรกอย่างไร?
6. คุณกำลังทำอะไรบ้าง เพื่อจะยังคงนำข่าวประเสริฐไปสู่เยรูซาเล็ม ยูเดีย สะมาเรีย และสุดปลายแผ่นดินโลกของคุณ? (กิจการ 1:8)

โรม

ส รุ ป ห ลั ก คำ ส อ น ข อ ง ค ริ ส เ ตี ย น

"เพราะว่าค่าจ้างของบาปคือความตาย
แต่ของประทานจากพระเจ้าคือชีวิตนิรันดร์
ในพระเยซูคริสต์องค์พระผู้เป็นเจ้าของเรา" (โรม 6:23)

พระธรรมโรมมีความโดดเด่นท่ามกลางพระธรรมหลายเล่มที่เปาโลเขียน ไม่ใช่เพียงเพราะโรมเป็นที่หนึ่งทั้งในแง่การเรียงลำดับและความยาว แต่เป็นเพราะโรมให้บทสรุปความคิดที่สมบูรณ์ที่สุดของเปาโล มันไม่ใช่งานเขียนเก่าแก่ที่สุดหรือใหม่ล่าสุดของเปาโล เขาประพันธ์พระธรรมโรมในฐานะการคิดใคร่ครวญอย่างเป็นผู้ใหญ่ ภายใต้การทรงนำของพระวิญญาณบริสุทธิ์ เกี่ยวกับประเด็นต่าง ๆ ที่เป็นหัวใจสำคัญของข่าวประเสริฐ การศึกษาจดหมายฝากถึงชาวโรมยังคงเป็นวิชาบังคับในโรงเรียนการสร้างสาวกคริสเตียน

ผู้เขียนและปีที่เขียน

เขียนโดยอัครทูตเปาโล ประมาณปี ค.ศ. 56

ไม่มีใครโต้แย้งเรื่องอัครทูตเปาโลเขียนพระธรรมโรม เปาโลได้รับการเลี้ยงดูมาทั้งในฐานะพลเมืองโรมันและชาวยิวที่เคร่งศาสนา เขาจึงได้รับประโยชน์จากการศึกษาชั้นดีที่สุดในยุคของเขา เขาเติบโตมาในฐานะฟาริสี (กิจการ 23:6) ซึ่งหมายถึงสมาชิกในนิกายที่เข้มงวดที่สุดของชาวยิว (ฟีลิปปี 3:5) ในช่วงหลายเดือนหลังจากพระเยซูฟื้นคืนพระชนม์ เปาโลมีกิตติศัพท์เป็นศัตรูที่โหดเหี้ยมของผู้ที่ติดตามพระเยซูคริสต์

แต่หลังจากการมาเชื่ออย่างอัศจรรย์ เปาโลได้ช่วยเผยแพร่ความเชื่อคริสเตียนไปทั่วจักรวรรดิโรมัน เขาเดินทางประกาศข่าวประเสริฐสามครั้ง ผ่านพื้นที่มากมายแถบทะเลเมดิเตอร์เรเนียน พากเพียรอย่างไม่รู้จักเหน็ดเหนื่อยประกาศข่าวประเสริฐที่เขาเคยพยายามจะทำลาย (กิจการ 26:9) ในที่สุดเขาก็สละชีวิตเพื่อความเชื่อที่กรุงโรม

เมื่อประมาณปี ค.ศ. 65–67 (2 ทิโมธี 4:6) สำหรับข้อมูลเพิ่มเติมเกี่ยวกับอัครทูตเปาโล โปรดดูเนื้อหาส่วน **คำถามที่พบบ่อย** “เปาโลคือใคร?”

บุคคลสำคัญในโรม

เปาโล—อัครทูตและผู้เขียนพระธรรมโรม (1:1–16:22)

เฟบี—มัคนายิกาของคริสตจักรที่เมืองเคนเครีย ได้รับความไว้วางใจจากเปาโลให้นำจดหมายของเขา (พระธรรมโรม) ไปส่งให้ผู้เชื่อที่กรุงโรม (16:1–2)

ภูมิหลังและสถานที่

โรมเป็นเมืองหลวงและเมืองสำคัญที่สุดของจักรวรรดิโรมัน เมืองนี้ก่อตั้งขึ้นในปี 753 ก่อน ค.ศ. แต่ไม่ได้ถูกกล่าวถึงในพระคัมภีร์เลยจนกระทั่งถึงยุคพระคัมภีร์ใหม่ ในสมัยของเปาโล เมืองนี้มีประชากรมากกว่าหนึ่งล้านคน ซึ่งมีคนจำนวนมากที่เป็นทาส กรุงโรมมีอาคารสวยงามตระการตา เช่น พระราชวังของจักรพรรดิ สนามกีฬากีร์กุสมักซิมุส และลานประชาคมโรมัน แต่ชุมชนแออัดที่ล้อมรอบและแทรกซึมเข้าไปในตัวเมืองได้ทำให้ความงามของเมืองนี้หม่นหมอง ตามเรื่องราวที่เล่าสืบต่อกันมา เปาโลถูกประหารชีวิตเป็นผู้พลีชีพเพื่อความเชื่อที่นอกกรุงโรม บนถนนออสเตียน ในรัชสมัยของเนโร (ค.ศ. 54 ถึง 68)

บางคนที่มาเชื่อในวันเพ็นเทคอสต์ที่เยรูซาเล็มคงจะกลับมาที่กรุงโรมและก่อตั้งคริสตจักร (กิจการ 2:10) เปาโลต้องการไปเยี่ยมคริสตจักรที่กรุงโรมนานแล้ว แต่มีอุปสรรคที่ทำให้ไปไม่ได้ (1:13) เรื่องนี้เป็นตัวอย่างของการทรงจัดเตรียมของพระเจ้า การที่เปาโลยังไม่สามารถไปเยือนกรุงโรมด้วยตนเอง ได้ทำให้เกิดของขวัญชิ้นนี้ คือผลงานชิ้นเอกที่ได้รับการดลใจ ว่าด้วยหลักคำสอนของข่าวประเสริฐ

จุดประสงค์หลักของเปาโลในการเขียนพระธรรมโรมคือ เพื่อสอนความจริงอันยิ่งใหญ่ของข่าวประเสริฐแห่งพระคุณ แก่ผู้เชื่อที่ไม่เคยได้รับการสอนจากอัครทูต จดหมายฉบับนี้ยังเป็นการแนะนำตัวเขาแก่คริสตจักรแห่งหนึ่งซึ่งยังไม่เคยรู้จักเขาเป็นการส่วนตัวด้วย เปาโลยังคงหวังว่าจะได้ไปเยี่ยมที่นั่น ด้วยเหตุผลสำคัญหลายประการ ได้แก่ เพื่อเสริมสร้างผู้เชื่อ (1:11) เพื่อประกาศข่าวประเสริฐ (1:15) และเพื่อทำความรู้จักกับคริสเตียนชาวโรม นอกจากนั้น เปาโลยังคาดหวังว่าคนเหล่านั้นจะช่วยทำพันธกิจกับเขา ด้วยการหนุนใจ (1:12; 15:32) อธิษฐาน (15:30) และให้ความช่วยเหลือในพันธกิจที่เขาวางแผนว่าจะไปทำในสเปน (15:28)

พระธรรมโรมไม่เหมือนจดหมายฝากฉบับอื่น ๆ บางฉบับของเปาโล จุดมุ่งหมายที่เขาเขียนพระธรรมโรมนั้นไม่ใช่เพื่อแก้ไขศาสนศาสตร์ที่ผิดเพี้ยน หรือตำหนิการดำเนินชีวิตที่ไม่อยู่ในทางของพระเจ้า คริสตจักรโรมมีคำสอนที่ถูกต้อง แต่ก็เช่นเดียวกับคริสตจักรทุกแห่ง พวกเขาจำเป็นต้องได้รับการสอนที่เข้มข้นด้านหลักคำสอนและแนวทางปฏิบัติ อย่างที่จดหมายฉบับนี้มอบให้

หลักคำสอนสำคัญในโรม

ความบาปของมนุษยชาติ—บาปแยกมนุษย์ทุกคนออกจากพระเจ้า พระเยซูคริสต์ผู้เดียวเท่านั้นที่สามารถทำให้พระเจ้ากับมนุษย์คืนดีกัน (3:9–20; ปฐมกาล 3:6–7; 18:20; อพยพ 32:31; เฉลยธรรมบัญญัติ 9:7; 1 พงศ์กษัตริย์ 8:46; 14:16; สดุดี 38:18; สุภาษิต 20:9; ปัญญาจารย์ 7:20; เยเรมีย์ 2:22; โรม 5:12; 2 โครินธ์ 5:21; ฮีบรู 4:15; 7:26)

การทำให้เป็นผู้ชอบธรรมโดยความเชื่อ—การเป็นอิสระอย่างสมบูรณ์จากการพิพากษาและการเป็นทาสของความบาป มาโดยความเชื่อในพระเยซูคริสต์เท่านั้น (1:16–17; 3:21–4:25; 5:1–2,18; เลวีนิติ 18:5; อิสยาห์ 45:25; 50:8; 53:11; เยเรมีย์ 23:6; ฮาบากุก 2:4; ยอห์น 5:24; กิจการ 13:39; 1 โครินธ์ 6:11; กาลาเทีย 2:14–21; 3:11; 5:4; ทิตัส 3:7; ยากอบ 2:10)

การชำระให้บริสุทธิ์—โดยการที่พระคริสต์ทรงลบล้างบาป ผู้เชื่อจึงได้รับศักดิ์ศรีและถูกแยกไว้เพื่อรับใช้พระเจ้า (6:1–8:39; 15:16; สดุดี 4:3; เอเสเคียล 37:28; กิจการ 20:32; 26:18; 2 โครินธ์ 6:17; เอเฟซัส 5:26–27; 1 เธสะโลนิกา 4:3–4; 5:23; 2 เธสะโลนิกา 2:13; 2 ทิโมธี 2:21; ฮีบรู 2:11; 13:12; 1 เปโตร 1:2; ยูดา 1:1)

การกลับคืนดี—การสละพระชนม์เป็นเครื่องบูชาของพระเยซูคริสต์ได้รื้อฟื้นความสัมพันธ์ระหว่างพระเจ้ากับมนุษย์ (5:1,10–11; เลวีนิติ 8:15; 16:20; ดาเนียล 9:24; อิสยาห์ 53:5; มัทธิว 5:24–26; 2 โครินธ์ 5:18–20; เอเฟซัส 2:14–16; โคโลสี 1:20–22; 2:14; ฮีบรู 2:17)

พระลักษณะของพระเจ้าในโรม

พระเจ้าทรงเป็นผู้ที่มนุษย์เข้าถึงได้—5:2

พระเจ้าทรงเป็นนิรันดร์—1:20

พระเจ้าทรงยกโทษ—3:25
พระเจ้าทรงเปี่ยมด้วยสง่าราศี—3:23; 6:4
พระเจ้าทรงประเสริฐ—2:4
พระเจ้าทรงไม่มีวันเสื่อมสลาย—1:23
พระเจ้าทรงยุติธรรม—2:11; 3:4,26
พระเจ้าทรงอดทนนาน—2:4–5; 3:25; 9:22
พระเจ้าทรงรัก—5:5,8; 8:39; 9:11–13
พระเจ้าทรงเปี่ยมด้วยพระเมตตา—9:15,18
พระเจ้าทรงฤทธิ์อำนาจ—1: 16,20; 9:21–22
พระเจ้าทรงรักษาพระสัญญา—1:1–2; 4:13,16,20; 9:4,8; 15:8
พระเจ้าทรงจัดเตรียม—8:28; 11:33
พระเจ้าทรงทำให้กลับคืนดี—5:1,10
พระเจ้าทรงชอบธรรม—2:5; 3:25–26
พระเจ้าทรงเป็นผู้ที่มนุษย์ไม่อาจหยั่งรู้ได้—11:33
พระเจ้าทรงพระปัญญา—11:33; 16:27
พระเจ้าทรงมีพระพิโรธ—1:18; 2:5–6,8; 3:5–6; 5:9; 9:18,20,22

คำศัพท์สำคัญในโรม

การทำให้เป็นผู้ชอบธรรม: คำภาษากรีกคือ *ดิคาโยสิส*—4:25; 5:18—มาจากคำกริยาภาษากรีก *ดิคาโยโอ* ซึ่งแปลว่า “ตัดสินว่าไม่มีความผิด” หรือ “ประกาศว่าเป็นผู้ชอบธรรม” ซึ่งเปาโลใช้ใน 4:2,5; 5:1 มันเป็นศัพท์ทางกฎหมายที่ใช้กล่าวถึงคำตัดสินที่น่าพอใจในการพิจาณาคดี คำนี้วาดภาพบรรยากาศในห้องพิจารณาคดี ซึ่งมีพระเจ้าเป็นประธานในฐานะผู้พิพากษา เพื่อตัดสินความสัตย์ซื่อต่อธรรมบัญญัติของแต่ละคน ในส่วนแรกของพระธรรมโรม เปาโลอธิบายชัดเจนว่าไม่มีใครต้านทานการพิพากษาของพระเจ้าได้ (3:9–20) ธรรมบัญญัติไม่ได้ถูกประทานมาเพื่อทำให้คนบาปเป็นผู้ชอบธรรม แต่ประทานมาเพื่อเปิดเผยความบาปของพวกเขา เพื่อแก้ไขสถานการณ์อันเลวร้ายนี้ พระเจ้าได้ส่งพระบุตรของพระองค์มาเพื่อสิ้นพระชนม์ชดใช้บาปของเราแทนเรา เมื่อเราเชื่อในพระเยซู พระเจ้าประทานความชอบธรรมของพระองค์ให้เป็นของเรา และเราได้รับการประกาศว่าเราเป็นผู้ชอบธรรมจำเพาะพระพักตร์พระเจ้า ด้วยวิธีนี้พระเจ้าทรงสำแดงให้เห็นว่าพระองค์ทรงเป็นทั้งผู้พิพากษาที่ชอบธรรม และผู้ที่ประกาศว่าเราชอบธรรม คือทรงเป็นผู้กระทำให้เราเป็นผู้ชอบธรรม (3:26)

การคืนดี: คำภาษากรีกคือ *คาตาลลาเก*—5:11; 11:15—โดยพื้นฐานแล้วแปลว่า “เปลี่ยน” หรือ “แลกเปลี่ยน” ในบริบทของความสัมพันธ์ระหว่างผู้คน คำนี้หมายถึงการเปลี่ยนแปลงทัศนคติของบุคคลทั้งสอง เป็นการเปลี่ยนแปลงจากความเป็นศัตรูมาเป็นมิตรภาพ เวลาใช้กล่าวถึงความสัมพันธ์ระหว่างพระเจ้ากับบุคคล คำนี้หมายถึงการเปลี่ยนแปลงทัศนคติของทั้งบุคคลและพระเจ้า ความจำเป็นที่มนุษย์จะต้องเปลี่ยนแปลงวิถีทางอันบาปหนานั้นชัดเจน แต่บางคนให้เหตุผลว่าฝ่ายพระเจ้าไม่จำเป็นต้องเปลี่ยนแปลง แต่สิ่งที่ฝังแน่นอยู่ในหลักคำสอนเรื่องการทำให้เป็นผู้ชอบธรรมคือทัศนคติของพระเจ้าต่อคนบาปที่เปลี่ยนแปลงไป พระเจ้าทรงประกาศว่าบุคคลที่เคยเป็นศัตรูของพระองค์กลายเป็นผู้ชอบธรรมจำเพาะพระพักตร์พระองค์

ความหวัง: คำภาษากรีกคือ *เอลปิส*—4:18; 5:2; 8:20,24; 12:12; 15:4,13—หมายถึง “ความคาดหวังอย่างมั่นใจ” หรือ “การรอคอย” ไม่ใช่ “ความคิดฝันอยากให้เป็น” อย่างในคำพูดทั่ว ๆ ไป การใช้คำว่า*ความหวัง*ในบริบทนี้เป็นเรื่องแปลกและพิกล เพราะมันบ่งบอกว่าคนต่างชาติซึ่งไม่รู้อะไรเลยหรือรู้เพียงเล็กน้อยเกี่ยวกับพระเมสสิยาห์กำลังรอคอยการเสด็จมาของพระองค์ อย่างไรก็ตาม เพียงแค่เรานึกถึงโครเนลิอัส (กิจการ 10) เราก็ตระหนักได้ว่าคนต่างชาติบางคนรอคอยการเสด็จมาของพระเมสสิยาห์ชาวยิว พระเยซูถูกส่งมาไม่ใช่เพื่อความรอดของชาวยิวเท่านั้น แต่เพื่อคนต่างชาติด้วย เนื่องจากพระเจ้าทรงเป็นผู้ลิขิตความรอดของเรา เราจึงสามารถเรียกพระองค์ว่าพระเจ้าแห่งความหวังได้ เพราะพระองค์ประทานความหวังแก่เรา (15:13)

ธรรมบัญญัติ/กฎ: คำภาษากรีกคือ *นอมอส*—2:12,27; 3:27; 4:15; 7:1,7,23; 9:31; 13:10—หมายถึงหลักการในใจที่ชี้นำการประพฤติ ไม่ว่าดีหรือชั่ว ซึ่งทำงานโดยระเบียบของกฎบัญญัติ คำนี้ยังหมายถึงมาตรฐานสำหรับชีวิตคนด้วย อัครทูตเปาโลบรรยายกฎเช่นนั้นไว้สามประการ ประการแรกเรียกว่า “กฎแห่งบาป” ซึ่งทำงานผ่านเนื้อหนังของเขา เป็นเหตุให้เขาทำบาป เช่นเดียวกับผู้เชื่อทุกคน เปาโลจำเป็นต้องพึ่งกฎอีกแบบหนึ่งเพื่อจะเอาชนะ “กฎแห่งบาป” นั่นคือ “กฎของพระวิญญาณแห่งชีวิตในพระเยซูคริสต์” ซึ่งทำให้เรา “พ้นจากกฎแห่งบาปและความตาย” (8:2) โดยการดำเนินตามกฎนี้ ผู้เชื่อสามารถบรรลุข้อกำหนดอันชอบธรรมในธรรมบัญญัติของพระเจ้าได้จริง ๆ (8:4) ธรรมบัญญัติของพระเจ้าคือกฎประการที่สามในเนื้อหาส่วนนี้ ธรรมบัญญัติของพระเจ้าเป็นมาตรฐานสำหรับการกระทำของมนุษย์ ซึ่งสอดคล้องกับพระลักษณะอันชอบธรรมของพระเจ้า

พระคริสต์ในโรม

พระธรรมโรมซึ่งมีหน้าที่หลัก ๆ เป็นงานเขียนที่เน้นด้านหลักคำสอน นำเสนอพระคริสต์ในฐานะพระผู้ไถ่ของมนุษยชาติ เปาโลประกาศว่าความเชื่อในพระคริสต์เท่านั้นที่เป็นสะพานเชื่อมหุบเหวระหว่างพระเจ้าผู้ทรงมหิทธิฤทธิ์กับมนุษย์ที่บาปหนา ด้วยเหตุนี้มนุษย์จึงกลายเป็นผู้ชอบธรรมโดยพระราชกิจของพระคริสต์บนไม้กางเขน

สรุปเนื้อหาโดยย่อ

I. คำทักทายและคำนำ (1:1–15)
II. ประเด็นหลัก (1:16–17)
III. การพิพากษาลงโทษ ความจำเป็นที่ต้องมีความชอบธรรมของพระเจ้า (1:18–3:20)
  ก. คนต่างชาติผู้อธรรม (1:18–32)
  ข. ชาวยิวผู้อธรรม (2:1–3:8)
  ค. มนุษยชาติผู้อธรรม (3:9–20)
IV. การทำให้เป็นผู้ชอบธรรม การประทานความชอบธรรมของพระเจ้า (3:21–5:21)
  ก. ที่มาของความชอบธรรม (3:21–31)
  ข. ตัวอย่างของความชอบธรรม (4:1–25)
  ค. พระพรของความชอบธรรม (5:1–11)
  ง. การประทานความชอบธรรมให้เป็นของเรา (5:12–21)
V. การชำระให้บริสุทธิ์ การสำแดงให้เห็นความชอบธรรมของพระเจ้า (6:1–8:39)
VI. การรื้อฟื้น อิสราเอลรับความชอบธรรมของพระเจ้า (9:1–11:36)
VII. การประยุกต์ใช้ พฤติกรรมตามความชอบธรรมของพระเจ้า (12:1–15:13)
VIII. บทสรุป คำทักทาย และคำอวยพร (15:14–16:27)

ขณะเดียวกัน ในพื้นที่ส่วนอื่น ๆ ของโลก . . .

ศาสนาพุทธถูกนำไปเผยแพร่ในประเทศจีนโดยจักรพรรดิฮั่นหมิงตี้

คำถามที่พบบ่อย

1. อัครทูตเปาโลคือใคร และทำไมดูเหมือนเขาจะมีสองชื่อ?

เปาโล (ชื่อกรีก) ผู้เป็นอัครทูต มีอีกชื่อหนึ่งว่าเซาโล ซึ่งเป็นชื่อภาษาฮีบรูของเขา นอกจากมีสองชื่อแล้ว เปาโลยังสามารถใช้สองสัญชาติด้วย เพราะเขาเป็น

ผู้สืบเชื้อสายชาวยิวจากเผ่าเบนยามิน (ฟีลิปปี 3:5) และเป็นพลเมืองโรมัน (กิจการ 16:37; 22:25) เปาโลเกิดที่เมืองทาร์ซัส ประมาณช่วงที่พระคริสต์ประสูติ เมืองทาร์ซัสตั้งอยู่ในประเทศตุรกีปัจจุบัน (กิจการ 9:11)

เซาโลในวัยเยาว์ใช้ชีวิตส่วนใหญ่อยู่ในกรุงเยรูซาเล็มในฐานะศิษย์ของรับบี (อาจารย์) ผู้โด่งดังชื่อกามาลิเอล (กิจการ 22:3) เปาโลเป็นฟาริสีเช่นเดียวกับบิดาของเขา (กิจการ 23:6) คือเป็นสมาชิกของนิกายชาวยิวที่เคร่งครัดที่สุด (ฟีลิปปี 3:5) เขากระตือรือร้นในการต่อต้านผู้ที่ติดตามพระเยซู ในพระคัมภีร์เขาปรากฏตัวครั้งแรกในกิจการ 7:58 เมื่อเขาสังเกตการณ์การพลีชีพเพื่อความเชื่อของสเทเฟน

พระเจ้าทรงนำเปาโลมาเชื่ออย่างอัศจรรย์ ระหว่างที่เขาเดินทางไปดามัสกัส (ประมาณ ค.ศ. 33 ถึง 34) เพื่อข่มเหงคริสเตียน แล้วเขาก็เริ่มประกาศข่าวประเสริฐทันที (กิจการ 9:20) หลังจากหลบหนีจากเมืองดามัสกัสได้อย่างหวุดหวิด (กิจการ 9:23–25; 2 โครินธ์ 11:32–33) เปาโลก็ไปอยู่ในถิ่นทุรกันดารสามปี (กาลาเทีย 1:17–18) ในช่วงนั้น เขาได้รับหลักคำสอนจำนวนมากเป็นการเปิดเผยโดยตรงจากองค์พระผู้เป็นเจ้า (กาลาเทีย 1:11–12)

เปาโลมีส่วนในการเผยแพร่ความเชื่อคริสเตียนไปทั่วจักรวรรดิโรมันมากยิ่งกว่าบุคคลอื่น ๆ เขาเดินทางประกาศข่าวประเสริฐสามครั้งไปตามดินแดนฝั่งเหนือของทะเลเมดิเตอร์เรเนียน ทำงานอย่างไม่รู้จักเหน็ดเหนื่อยเพื่อประกาศข่าวประเสริฐที่เขาเคยพยายามทำลาย (กิจการ 26:9) ในที่สุดเขาก็ถูกจับในกรุงเยรูซาเล็ม (กิจการ 21:27–31) ถวายฎีกาเพื่อขอแก้คดีต่อหน้าซีซาร์ และในที่สุดก็ไปถึงกรุงโรม (บทที่ 27–28) หลังจากนั้นเขาได้รับการปล่อยตัวช่วงสั้น ๆ และได้ทำงานรับใช้ แล้วก็ถูกจับกุมอีกครั้ง และสละชีวิตเพื่อความเชื่อที่กรุงโรมประมาณปี ค.ศ. 65 ถึง 67

แม้ว่ารูปร่างหน้าตาของเปาโลจะดูไม่น่าประทับใจ (2 โครินธ์ 10:10; กาลาเทีย 4:14) แต่เขามีความเข้มแข็งภายในที่พระเจ้าประทานแก่เขาผ่านทางฤทธิ์เดชของพระวิญญาณบริสุทธิ์ (ฟีลิปปี 4:13) พระคุณของพระเจ้าเพียงพอที่จะจัดเตรียมทุกอย่างที่เขาจำเป็นต้องมี (2 โครินธ์ 12:9–10) ซึ่งทำให้ผู้รับใช้ที่ดีเยี่ยมของพระคริสต์คนนี้สามารถวิ่งแข่งฝ่ายจิตวิญญาณได้จนจบอย่างประสบความสำเร็จ (2 ทิโมธี 4:7)

2. เมื่อเปาโลเขียนในโรม 5:12 ว่า "บาปได้เข้ามาในโลกเพราะคน ๆ เดียว และความตายก็เกิดมาเพราะบาปนั้น และความตายก็ได้แผ่ไปถึงมวลมนุษย์ทุกคนเพราะมนุษย์ทุกคนทำบาป" เขาหมายความว่าอย่างไร?

การอภิปรายของเปาโลเรื่องการสืบทอดบาปของอาดัม (5:12–21) เป็นข้อความเชิงศาสนศาสตร์ตอนหนึ่งที่ลึกซึ้งที่สุดและสำคัญที่สุดในพระคัมภีร์ มันสร้างพื้นฐานให้คำสอนของเปาโลที่บอกว่า การตายของคนคนหนึ่ง (ของพระคริสต์) สามารถประทานความรอดแก่คนจำนวนมากได้ และเพื่อพิสูจน์ประเด็นของเขา เขาได้ใช้อาดัมเพื่อสร้างหลักการที่กล่าวว่า มันเป็นไปได้ที่การกระทำของคนคนหนึ่งจะส่งผลกระทบอย่างไม่อาจหยุดยั้งต่อคนอื่น ๆ อีกมากมาย

ในข้อความตอนนี้ คำว่า*บาป*ไม่ได้หมายถึงความบาปอย่างใดอย่างหนึ่ง แต่หมายถึงแนวโน้มโดยธรรมชาติที่จะทำบาป สิ่งนี้รุกรานเข้ามาในเขตแดนของมนุษย์ผ่านทางอาดัม มนุษย์กลายเป็นคนบาปโดยธรรมชาติ อาดัมส่งต่อธรรมชาติบาปโดยกำเนิดที่เขามีไปยังลูกหลานของเขาทุกคน เนื่องจากการไม่เชื่อฟังครั้งแรกของเขา เขาติดเชื้อและพวกเราที่เหลือก็ได้รับเชื้อนั้นเป็นมรดกตกทอด ธรรมชาติบาปนั้นมีอยู่ตั้งแต่เริ่มตั้งครรภ์ (สดุดี 51:5) ทำให้เป็นไปไม่ได้เลยที่ใครก็ตามจะดำเนินชีวิตในทางที่พระเจ้าพอพระทัย

เมื่ออาดัมทำบาป บาปของเขาได้เปลี่ยนธรรมชาติภายในของเขา และนำความตายฝ่ายจิตวิญญาณและความเสื่อมทรามเข้ามา แล้วความตายกับความเสื่อมทรามนี้ก็ถูกส่งต่อไปยังลูกหลานของเขาผ่านทางน้ำเชื้อ เนื่องจากมนุษยชาติทั้งหมดอยู่ในส่วนเอวของอาดัม และได้รับความตกต่ำและความเสื่อมทรามของเขาเป็นมรดกตกทอดผ่านการสืบพันธุ์ จึงกล่าวได้ว่าทุกคนล้วนทำบาปในอาดัม ดังนั้น มนุษย์จึงไม่ใช่คนบาปเพราะพวกเขาทำบาป แต่พวกเขาทำบาปเพราะพวกเขาเป็นคนบาป

3. ในข้อพระคัมภีร์อย่างโรม 5:12 และ 6:23 เปาโลกำลังพูดถึงความตายแบบไหน?

คำว่า *ความตาย* มีการปรากฏที่แตกต่างกันสามแบบในระบบคำศัพท์ของพระคัมภีร์ ได้แก่

- ความตายฝ่ายจิตวิญญาณหรือการแยกจากพระเจ้า (เอเฟซัส 1:1–2,4,18)
- ความตายฝ่ายร่างกาย (ฮีบรู 9:27)
- ความตายนิรันดร์ (หรือเรียกอีกอย่างว่าความตายครั้งที่สอง) ซึ่งไม่ใช่แค่การแยกจากพระเจ้าชั่วนิรันดร์ แต่ยังรวมถึงความทรมานชั่วนิรันดร์ในบึงไฟด้วย (วิวรณ์ 20:11–15)

เมื่อบาปเข้ามาสู่เผ่าพันธุ์มนุษย์โดยทางอาดัม ความตายทั้งสามแง่มุมนี้ก็มาพร้อมกับบาปด้วย เดิมทีอาดัมไม่ต้องตาย แต่เพราะบาปของเขา ความตายจึงกลายเป็นความแน่นอนอันน่าสะพรึงกลัวสำหรับเขาและลูกหลานของเขา ความตายที่กล่าวถึงในโรม 6:23 ครอบคลุมถึงคำอธิบายข้อที่หนึ่งและสามข้างต้น พระคัมภีร์ข้อนี้พิสูจน์ความจริงสัมบูรณ์ที่ไม่มีวันเปลี่ยนแปลงสองประการ คือ (1) ความตายฝ่ายจิตวิญญาณและการแยกจากพระเจ้าชั่วนิรันดร์เป็นค่าตอบแทนแก่ทุกคนสำหรับการเป็นทาสของความบาป และ (2) ชีวิตนิรันดร์เป็นสิ่งที่พระเจ้าประทานให้โดยไม่คิดมูลค่า ซึ่งพระเจ้าประทานแก่คนบาปที่ไม่สมควรได้รับ ซึ่งเชื่อในพระบุตรของพระองค์ (เอเฟซัส 2:8,9)

4. ในโรม 7:7–25 มุมมองที่แท้จริงของเปาโลคืออะไร? เขากำลังบรรยายถึงประสบการณ์ของตัวเองในฐานะผู้เชื่อหรือผู้ไม่เชื่อ หรือสำนวนของเขาเป็นเพียงเครื่องมือในเชิงวรรณกรรม?

เปาโลใช้สรรพนามแทนบุคคลว่า *ข้าพเจ้า* ตลอดข้อความตอนนี้ โดยใช้ประสบการณ์ของเขาเองเป็นตัวอย่างของสิ่งที่เป็นจริงเกี่ยวกับมนุษยชาติที่ไม่ได้รับการไถ่ (7:7–12) และตัวอย่างของคริสเตียนแท้ (7:13–25) บางคนตีความบันทึกเรื่องราวความขัดแย้งภายในของเปาโลในตอนนี้ว่าเป็นการบรรยายถึงชีวิตของเขาก่อนเชื่อพระคริสต์ พวกเขาชี้ว่าเปาโลบรรยายถึงตัวตนนั้นว่า "ถูกขายเป็นทาสให้อยู่ใต้บาป" (7:14) "ไม่มีความดีใดอยู่เลย" ในตัวเขา (7:18) และเป็น "คนน่าสมเพช" ติดอยู่ใน "ร่างกายแห่งความตาย" (7:24) คำบรรยายเหล่านี้ดูเหมือนจะขัดแย้งกับคำบรรยายก่อนหน้านี้ที่เปาโลกล่าวถึงผู้เชื่อ (6:2,6–7,11,17–18,22)

อย่างไรก็ตาม เป็นเรื่องถูกต้องที่จะเข้าใจว่าข้อความตอนนี้เปาโลกำลังพูดถึงผู้เชื่อ เพราะบุคคลนี้ปรารถนาที่จะเชื่อฟังธรรมบัญญัติของพระเจ้าและเกลียดชังบาป (7:15,19,21) เขาถ่อมใจ โดยยอมรับว่าไม่มีสิ่งดีใด ๆ อยู่ในความเป็นมนุษย์ของเขาเลย (7:18) เขามองเห็นบาปในตัวเอง แต่ไม่ได้เห็นว่านั่นคือทั้งหมดในตัวเขา (7:17,20–22) และเขารับใช้พระเยซูคริสต์ด้วยจิตใจของเขา (7:25) เปาโลได้พิสูจน์ไปแล้วว่าทัศนคติเหล่านี้ไม่มีข้อใดเลยที่บรรยายถึงคนที่ยังไม่ได้รับความรอด (1:18–21,32; 3:10–20) และการใช้กริยาในรูปปัจจุบันของเปาโลใน 7:14–25 ก็ให้การสนับสนุนอย่างหนักแน่นแก่ความคิดที่ว่า เขากำลังบรรยายถึงประสบการณ์ปัจจุบันของเขาที่เป็นคริสเตียน

อย่างไรก็ตาม แม้แต่ผู้ที่เห็นตรงกันว่าเปาโลกำลังกล่าวในฐานะผู้เชื่อแท้ ก็ยังมีบางเรื่องที่เห็นไม่ตรงกัน บางคนมองว่านี่คือคริสเตียนฝ่ายเนื้อหนัง ซึ่งอยู่ภายใต้อิทธิพลของนิสัยเก่า ๆ ส่วนคนอื่นๆ มองว่านี่คือคริสเตียนที่เคร่งกฎบัญญัติ ซึ่งหงุดหงิดกับความพยายามอันอ่อนแอโดยกำลังของตนเอง ในการทำให้พระเจ้าพอพระทัยด้วยการรักษาบัญญัติของโมเสส แต่สรรพนามแทนบุคคล *ข้าพเจ้า* นั้นหมายถึงอัครทูตเปาโล ผู้เป็นมาตรฐานแห่งสุขภาพฝ่ายจิตวิญญาณและความเป็นผู้ใหญ่ฝ่ายจิตวิญญาณ เรื่องนี้จึงนำไปสู่ข้อสรุปว่าในโรม 7:7–25 เปาโลกำลังบรรยายถึงคริสเตียนทุกคน แม้กระทั่งผู้ที่อยู่ฝ่ายจิตวิญญาณที่สุดและเป็นผู้ใหญ่ที่สุด เมื่อพวกเขาประเมินตนเองอย่างซื่อสัตย์ โดยเทียบกับมาตรฐานอันชอบธรรมแห่งธรรมบัญญัติของพระเจ้า พวกเขาก็ตระหนักว่าตนเองบกพร่องไปมากแค่ไหน ขอให้สังเกตเป็นพิเศษว่าเปาโลมีความซื่อตรงและโปร่งใสในคำคร่ำครวญทั้งสี่ตอน (7:14–17,18–20,21–25)

5. ขอให้อธิบายกระบวนการที่เปาโลกล่าวถึงในโรม 8:28–30 และ 9:6–29 คำต่าง ๆ อย่างเช่น *ทรงเรียก ทรงเลือกไว้แล้ว ทรงกำหนดไว้ก่อน* และ *ทรงเลือก* บอกอะไรเราบ้างเกี่ยวกับฐานะของเรากับพระเจ้า?

ด้วยถ้อยคำเหล่านี้ พระเจ้าทรงใช้คำศัพท์ของมนุษย์เปิดเผยบทบาทของพระองค์ในกระบวนการแห่งความรอด คำบรรยายของเปาโลทำให้จิตวิญญาณของมนุษย์ไม่พอใจ เพราะมันทำให้บทบาทของเราเหลือน้อยนิด แต่มีเพียงผู้ที่มองเห็นความจนตรอกของตนเองเมื่อต้องเผชิญกับบาปเท่านั้น จึงจะสามารถเห็นได้ว่าพระเจ้าทรงพระกรุณาเพียงใด ที่ได้ทรงทำพระราชกิจและทรงเลือกสรรไว้ล่วงหน้า เราไม่เคยทำอะไรให้พระเจ้าประหลาดพระทัย พระองค์ทรงทราบอยู่แล้วว่าพวกเราจะทำอะไร “แต่พระเจ้าทรงสำแดงความรักของพระองค์แก่เรา คือขณะที่เรายังเป็นคนบาปอยู่นั้น พระคริสต์ทรงสิ้นพระชนม์เพื่อเรา” (โรม 5:8)

คำว่า *ทรงเลือกไว้* หรือ *ทรงรู้ล่วงหน้า* (8:29) ไม่ได้หมายถึงแค่ความสัพพัญญูของพระเจ้าเท่านั้น คือไม่ใช่แค่ในอดีตนิรันดร์พระองค์ทรงทราบว่าใครจะมาหาพระคริสต์ แต่มันพูดถึงการที่พระเจ้าทรงตัดสินพระทัยเลือกไว้ก่อนแล้วว่าจะประทานความรักของพระองค์แก่เรา และสร้างความสัมพันธ์ที่ใกล้ชิด ส่วนคำว่า *การทรงเลือก* (9:11) ก็หมายถึงการกระทำเดียวกันนั้นที่พระเจ้าทรงกระทำ (1 เปโตร

1:1–2,20) ความรอดไม่ได้เริ่มต้นจากการเลือกของมนุษย์ แม้แต่ความเชื่อก็เป็นสิ่งที่พระเจ้าประทาน (โรม 1:16; ยอห์น 6:37; เอเฟซัส 2:8–9)

คำว่า *ทรงกำหนดไว้ก่อน* (8:29) มีความหมายตามตัวอักษรว่า "ทำเครื่องหมายแยกไว้ แต่งตั้ง หรือกำหนดไว้ล่วงหน้า" บรรดาผู้ที่พระเจ้าทรงเลือกนั้น พระองค์ทรงกำหนดไว้สำหรับตอนจบที่ทรงเลือกไว้แล้ว นั่นคือ การเป็นเหมือนพระบุตรของพระองค์ (เอเฟซัส 1:4–5,11) เป้าหมายของพระประสงค์ที่ทรงกำหนดไว้ล่วงหน้าสำหรับประชากรของพระองค์ ก็คือการที่พวกเขาจะถูกสร้างให้เป็นเหมือนพระเยซูคริสต์

ความจริงและความมั่นคงของฐานะที่เรามีอยู่ในพระเจ้านั้น เหนือสิ่งอื่นใดมันขึ้นอยู่กับพระลักษณะและการตัดสินพระทัยของพระองค์ ไม่ใช่ของเรา เปาโลสรุปคำสอนของเขาเกี่ยวกับการที่ผู้เชื่อมีความมั่นคงปลอดภัยในพระคริสต์ ด้วยการร่ายคำถามและคำตอบออกมาดัง ๆ อย่างที่ผู้เชื่อจะไม่ลืมเลือน คำถามคำตอบเหล่านี้ไปถึงจุดสูงสุดที่คำถามว่า "แล้วใครจะทำให้เราขาดจากความรักของพระคริสต์ได้" (8:35)? คำตอบของเปาโลแทบจะเหมือนสำนวนบทกวีสรรเสริญพระคุณของพระเจ้า ในการนำความรอดไปสู่ความสมบูรณ์ สำหรับทุกคนที่ได้รับการทรงเลือกสรรและเชื่อ มันเป็นเพลงนมัสการว่าด้วยความมั่นคงปลอดภัย

ศึกษาโรมแบบรวบรัด

1. เปาโลแนะนำประเด็นหลักอะไรบ้างในโรมบทที่หนึ่ง?
2. เปาโลอภิปรายเรื่องบาปอย่างไรบ้าง ทั้งในแง่ส่วนตัวและเกี่ยวกับโลกโดยรวม?
3. ข้อพระคัมภีร์ต่อไปนี้ (3:23; 5:8; 6:23; 10:9–10) สรุปส่วนสำคัญของข่าวประเสริฐที่ถูกกล่าวถึงในโรม 1:16 อย่างไรบ้าง?
4. 5 บทสุดท้ายของโรมแตกต่างจาก 11 บทแรกอย่างไร?
5. มีคำสำคัญคำใดบ้างที่คุณต้องใช้เวลาทำความเข้าใจในการศึกษาพระธรรมโรม?
6. ให้คุณสรุปสิ่งที่เปาโลเขียนเกี่ยวกับพระลักษณะและพระราชกิจของพระเจ้าในพระธรรมโรม
7. สิ่งที่พระธรรมโรมต้องการบอก ก่อให้เกิดความเปลี่ยนแปลงในชีวิตของคุณในลักษณะใดบ้าง?

1 โครินธ์

วินัยสำหรับคริสตจักรที่ไร้วินัย

1 โครินธ์ 13 ที่มาของบทซึ่งกล่าวถึงความรักไว้
อย่างหาที่เปรียบไม่ได้

ใครจะเป็นคนยุติข้อถกเถียง? เมื่อหลายคนไม่สามารถเห็นพ้องกันเรื่องคำตอบ บางครั้งพวกเขาจะเห็นด้วยกับผู้ไกล่เกลี่ย คริสตจักรแห่งหนึ่งในพระคัมภีร์ใหม่มีชื่อเสียงเรื่องความขัดแย้งและคำถามต่าง ๆ นั่นคือ คริสตจักรในเมืองโครินธ์ ยังดีที่พวกเขามีอัครทูตเปาโลเป็นผู้ไกล่เกลี่ย พระธรรม 1 โครินธ์เป็นหนึ่งในจดหมายหลายฉบับที่เปาโลเขียนเพื่อสั่งสอนคริสตจักรที่กำลังมีปัญหาแห่งนี้

ผู้เขียนและปีที่เขียน

เขียนโดยอัครทูตเปาโล ประมาณปี ค.ศ. 55

ข้อแรกของจดหมายฉบับนี้กล่าวว่าอัครทูตเปาโลเป็นผู้เขียน นี่เป็นเรื่องที่ไม่มีใครสามารถตั้งข้อสงสัยอย่างจริงจังได้เลย และคริสตจักรก็รักษาจุดยืนนี้มาตั้งแต่ศตวรรษแรก จดหมายฉบับนี้ระบุไว้ซ้ำแล้วซ้ำอีกว่าใครเป็นผู้เขียน (1:1,13; 3:4–6; 4:15; 16:21) หลักฐานภายนอกที่บอกว่าเปาโลเป็นผู้เขียนได้แก่คำพยานของเคลเมนต์แห่งโรม (ค.ศ. 95) ในจดหมายฉบับหนึ่งที่เขาเขียนไปถึงคริสตจักรโครินธ์แห่งเดียวกันนี้ และผู้นำคริสเตียนยุคแรกคนอื่น ๆ ก็รับรองว่าเปาโลเป็นผู้เขียนเช่นกัน อาทิ อิกเนเชียส (ประมาณปี ค.ศ. 110) โพลิคาร์ป (ประมาณปี ค.ศ. 135) และเทอร์ทูลเลียน (ประมาณปี ค.ศ. 200)

บุคคลสำคัญใน 1 โครินธ์

เปาโล—ผู้เขียนจดหมายหลายฉบับไปถึงคริสตจักรโครินธ์ (1:1–16:24)

ทิโมธี—มิชชันนารีเพื่อนร่วมงานที่เปาโลส่งไปช่วยเหลือคริสตจักรโครินธ์ (4:17; 16:10–11)

คนของนางคะโลเอ—แจ้งให้เปาโลทราบถึงความแตกแยกท่ามกลางคริสเตียนชาวโครินธ์ (1:11)

ภูมิหลังและสถานที่

เมืองโครินธ์ตั้งอยู่ทางตอนใต้ของกรีซ ในดินแดนที่เรียกว่าแคว้นอาคายาของโรมัน ห่างจากกรุงเอเธนส์ไปทางตะวันตกประมาณ 72 กิโลเมตร เมืองโครินธ์ตั้งอยู่บนคอคอดแคบ ๆ ซึ่งไม่เพียงบีบการสัญจรทางบกให้ต้องผ่านประตูเมืองนี้เท่านั้น แต่ยังควบคุมการขนส่งให้แก่เรือที่ขนสินค้าขึ้นบกจากอ่าวโครินธ์ทางตะวันตกไปยังอ่าวซาโรนิกทางตะวันออก เมืองนี้เจริญรุ่งเรืองจากเส้นทางการค้าทั้งหมดนี้

แม้ว่าจะมีชื่อเสียงอย่างเป็นทางการในฐานะเมืองเจ้าภาพของการแข่งขันกีฬาอิสธ์เมียน (ซึ่งมีเพียงกีฬาโอลิมปิกโบราณเท่านั้นที่ทัดเทียมกันในสมัยนั้น) แต่เมืองโครินธ์ก็ขึ้นชื่อเรื่องความเสื่อมทรามด้วย แม้กระทั่งตามมาตรฐานของคนต่างศาสนาในสมัยนั้น เมืองโครินธ์ก็มีศีลธรรมเสื่อมโทรมมาก จนทำให้ชื่อของเมืองนี้มีความหมายเท่ากับความเสเพลและความเสื่อมทรามทางศีลธรรม ใน 6:9–10 เปาโลแจกแจงบาปบางประการที่เมืองนี้ขึ้นชื่อ และแต่ก่อนเคยเป็นลักษณะเด่นของผู้เชื่อหลายคนในคริสตจักรที่นั่น น่าเศร้าที่บาปเลวร้ายที่สุดบางประการยังคงมีอยู่ท่ามกลางสมาชิกคริสตจักร หนึ่งในบาปเหล่านั้นคือการร่วมประเวณีกับบุคคลในครอบครัว เป็นสิ่งที่แม้กระทั่งคนต่างชาติส่วนใหญ่ที่นับถือศาสนาอื่นก็ยังประณาม (5:1)

เช่นเดียวกับเมืองกรีกโบราณส่วนใหญ่ เมืองโครินธ์ก็มีอัครปุระ (เมืองบนที่สูง) ซึ่งตั้งอยู่บนภูเขาสูงประมาณ 600 เมตร และถูกใช้ทั้งในการป้องกันข้าศึกและการนมัสการของคนต่างชาติ เมืองโครินธ์มีสิ่งเชิดหน้าชูตาเป็นวิหารของอโฟรไดท์เทพีแห่งความรักของกรีก วิหารแห่งนี้และเมืองนี้มีนักบวชหญิงมากกว่าหนึ่งพันคนซึ่งเป็นโสเภณี “ทางศาสนา” การทำผิดศีลธรรมทางเพศแพร่ลามไปทั่วเมืองโครินธ์

เปาโลก่อตั้งคริสตจักรในเมืองโครินธ์ระหว่างการเดินทางประกาศข่าวประเสริฐครั้งที่สองของเขา (กิจการ 18) เช่นเคยพันธกิจของเขาเริ่มต้นท่ามกลางชาวยิวในธรรมศาลา แต่หลังจากนั้นก็เปลี่ยนไปสู่คนต่างชาติ หลังจากที่เพื่อนร่วมชาติของเขาปฏิเสธข่าวประเสริฐ ในช่วงหนึ่งปีครึ่งที่เปาโลทำงานในเมืองโครินธ์ เขาได้รับความช่วยเหลือจากปริสสิลลาและอาควิลลา ผู้เชื่อชาวยิวสองคน และจากสิลาสกับทิโมธี เพื่อนร่วมงานของเขา

ปัญหาร้ายแรงที่สุดของคริสตจักรโครินธ์คือการฝักใฝ่ทางโลก หรือการไม่เต็มใจที่จะแยกทางจากวัฒนธรรมที่อยู่รอบตัวพวกเขา ผู้เชื่อส่วนใหญ่ไม่มีความเสมอต้นเสมอปลายในการแยกตนเองออกจากวิถีทางเก่าที่เห็นแก่ตัว ผิดศีลธรรม และเหมือนศาสนาของคนต่างชาติ เปาโลเห็นว่าเขาจำเป็นต้องเขียนจดหมายเพื่อแก้ไขรูปแบบความประพฤติเหล่านี้ด้วยคำสั่งสอนตักเตือนเรื่องวินัย (5:9–13)

ก่อนที่จะเขียนจดหมายซึ่งได้รับการดลใจฉบับนี้ เปาโลเคยเขียนจดหมายโต้ตอบฉบับอื่นกับคริสตจักรแห่งนี้ (5:9) ซึ่งมีลักษณะในเชิงตำหนิเช่นกัน แต่ไม่เคยมีใครค้นพบสำเนาของจดหมายโต้ตอบดังกล่าว มันจึงถูกเรียกว่า "จดหมายฝากที่สูญหาย" จดหมายที่ไม่อยู่ในสารบบพระคัมภีร์อีกฉบับหนึ่งเขียนขึ้นหลังจาก 1 โครินธ์ และมักจะถูกเรียกว่า "จดหมายที่รุนแรง" (2 โครินธ์ 2:4)

หลักคำสอนสำคัญใน 1 โครินธ์

บาปเรื่องเพศ—การไม่เชื่อฟังแผนการของพระเจ้าสำหรับชีวิตสมรสและครอบครัว (6:13,18; 7:1–40; 2 ซามูเอล 11:1–4; สุภาษิต 2:16–19; มัทธิว 5:32; 19:9; มาระโก 7:21; กิจการ 15:20; โรม 13:13; กาลาเทีย 5:19; เอเฟซัส 5:5; โคโลสี 3:5; ฮีบรู 12:16; ยูดา 1:4,7)

การนมัสการที่เหมาะสม—พระเจ้าทรงสมควรได้รับการนมัสการและการสรรเสริญอย่างสุดหัวใจของเรา การนมัสการที่เหมาะสมต้องมีการยอมรับพระลักษณะอันบริสุทธิ์ของพระเจ้า (3:17) การร่วมพิธีมหาสนิทอย่างบริสุทธิ์ (11:17–34) และการเป็นหนึ่งเดียวกับคริสตจักรในฝ่ายจิตวิญญาณ (12:12–27; มัทธิว 2:1–2; 2:11; 28:16–17; ยอห์น 4:20–24; 9:30–38; โรม 1:25; ฮีบรู 1:6; วิวรณ์ 4:10–11)

ของประทานฝ่ายจิตวิญญาณ—การที่พระเจ้าประทานความสามารถสำหรับการทำพันธกิจ ซึ่งพระวิญญาณบริสุทธิ์ประทานแก่ผู้เชื่อทุกคนในระดับหนึ่ง (12:1–14:40; อิสยาห์ 35:4–6; โยเอล 2:28–29; มัทธิว 7:22–23; 12:28; 24:24; กิจการ 2:1–4; 8:17–20; 10:44–46; 19:6; 1 เธสะโลนิกา 5:20; 2 เธสะโลนิกา 2:9; 1 ทิโมธี 4:14; 2 ทิโมธี 1:6; วิวรณ์ 13:13–14)

การฟื้นคืนพระชนม์ของพระเยซู—เป็นหัวใจสำคัญในความหวังของคริสเตียน หากไม่มีการฟื้นคืนพระชนม์ ความเชื่อในพระคริสต์ก็จะไร้ประโยชน์ (15:4,12–28; สดุดี 2:7; 16:10; อิสยาห์ 26:19; มัทธิว 20:19; มาระโก 9:9; 14:28; ลูกา

24:45–46; ยอห์น 2:19–22; 10:18; กิจการ 1:3; 2:24; 3:15; 13:33–35; โรม 1:4; 4:25; 6:4; 8:11,34; เอเฟซัส 1:20; ฟีลิปปี 3:10; โคโลสี 2:12; 2 ทิโมธี 2:8; 1 เปโตร 1:3,21; 3:18; วิวรณ์ 1:18)

คำศัพท์สำคัญใน 1 โครินธ์

การเป็นขึ้นจากความตาย: คำภาษากรีกคือ *อะนาสตาสิส* 15:12,13,21,42—มีความหมายตามตัวอักษรว่า "การทำให้เป็นขึ้นมาจากท่ามกลางคนตาย" นี่คือคำที่ใช้ในครึ่งแรกของ 15:12 และในข้ออื่น ๆ (ดู กิจการ 17:31; 1 เปโตร 1:3) เมื่อพระคัมภีร์พูดถึงการเป็นขึ้นจากความตายโดยทั่วไป วลีนี้มักจะกล่าวว่า "การเป็นขึ้นมาของคนตาย" นี่คือคำที่ใช้ในครึ่งหลังของ 15:12 (ดู 15:13,42 ด้วย) ในโรม 1:4 การฟื้นคืนพระชนม์ของพระคริสต์ถูกเรียกว่า "การเป็นขึ้นมาของคนตาย" มีการใช้คำศัพท์แบบเดียวกันนี้ใน 15:21 ซึ่งข้อความภาษากรีกอ่านได้ตามตัวอักษรว่า "เพราะเนื่องจากความตายมาทางหนึ่งคน ดังนั้นการเป็นขึ้นมาของคนตายก็มาโดยทางหนึ่งคน" นี่แสดงให้เห็นว่าการฟื้นคืนพระชนม์ของพระคริสต์ได้ส่งผลไปถึงการเป็นขึ้นจากความตายของผู้เชื่อซึ่งจะไปสู่ชีวิตนิรันดร์ด้วย เมื่อพระองค์ทรงเป็นขึ้นมา มีคนมากมายเป็นขึ้นมากับพระองค์ เพราะพวกเขาเป็นหนึ่งเดียวกันกับพระองค์ในการฟื้นคืนพระชนม์ของพระองค์ (ดู โรม 6:4–5; เอเฟซัส 2:6; โคโลสี 3:1)

ของประทานฝ่ายจิตวิญญาณ: คำภาษากรีกคือ *คาริสมา*—12:4,9,28,30–31—เกี่ยวพันอย่างใกล้ชิดกับคำว่า *คาริส* ซึ่งแปลว่า "พระคุณ" หรือ "ความโปรดปราน" *คาริสมา*หมายถึง "สิ่งที่ประทานให้โดยพระคุณ" เปาโลใช้คำว่า *คาริสมา* ในความหมายเดียวกันกับคำภาษากรีก *ทา พนิวมาติกา* ซึ่งมีความหมายตามตัวอักษรว่า "สิ่งที่อยู่ฝ่ายจิตวิญญาณ" เพราะว่าสิ่งที่ประทานให้โดยพระคุณนั้นเป็นของประทานฝ่ายจิตวิญญาณ ของประทานเหล่านี้องค์พระผู้เป็นเจ้าประทานแก่หลาย ๆ คนในคริสตจักร เพื่อทำให้การประชุมมีชีวิตชีวาและเสริมสร้างผู้เชื่อในคริสตจักร สมาชิกแต่ละคนและทุก ๆ คนได้รับ *คาริสมา* อย่างน้อยหนึ่งอย่าง ไม่ว่าจะเป็นของประทานในการสอน การเผยพระวจนะ การใช้ความเชื่อ การรักษาโรค การทำการอัศจรรย์ การสังเกตวิญญาณ การพูดภาษาแปลก ๆ การแปลภาษาแปลก ๆ หรือของประทานอื่น ๆ

พระลักษณะของพระเจ้าใน 1 โครินธ์

พระเจ้าทรงสัตย์ซื่อ—1:9; 10:13

พระเจ้าทรงเปี่ยมด้วยสง่าราศี—11:7

พระเจ้าทรงบริสุทธิ์—6:9–10

พระเจ้าทรงฤทธิ์อำนาจ—1:18,24; 2:5; 3:6–8; 6:14

พระเจ้าทรงเป็นหนึ่งเดียว—8:4,6

พระเจ้าทรงพระปัญญา—1:24; 2:7

พระเจ้าทรงมีพระพิโรธ—10:22

พระคริสต์ใน 1 โครินธ์

จดหมายที่เปาโลเขียนถึงชาวโครินธ์ช่วยให้ผู้เชื่อเติบโตเป็นผู้ใหญ่ในความเข้าใจเรื่องพระคริสต์ และแก้ไขคำสอนผิดบางอย่างที่แพร่หลาย เปาโลเน้นเรื่องความจริงแห่งการสิ้นพระชนม์และการฟื้นคืนพระชนม์ของพระคริสต์ แก่หลายคนที่เริ่มปฏิเสธเรื่องการเป็นขึ้นจากความตาย (15:12–28) นอกจากนั้น การชำระให้บริสุทธิ์โดยพระคริสต์ยังถูกพรรณนาว่าเป็นกระบวนการต่อเนื่องที่ผู้เชื่อเพียรพยายามที่จะดำเนินในทางของพระเจ้าในชีวิตประจำวันของพวกเขา (1:2,30)

สรุปเนื้อหาโดยย่อ

I. บทนำ การทรงเรียกและประโยชน์ของการเป็นธรรมมิกชน (1:1–9)
II. ความแตกแยกในคริสตจักร (1:10–4:21)
   ก. ความจำเป็นที่ต้องมีเอกภาพ (1:10–3:23)
   ข. ความจำเป็นที่ต้องมีความเป็นผู้รับใช้ (4:1–21)
III. การทำผิดศีลธรรมในคริสตจักร (5:1–6:20)
IV. การแต่งงานในคริสตจักร (7:1–40)
V. เสรีภาพในคริสตจักร (8:1–11:1)
VI. การนมัสการในคริสตจักร (11:2–14:40)
   ก. บทบาทของชายและหญิงในคริสตจักร (11:2–16)
   ข. พิธีมหาสนิท (11:17–34)
   ค. ของประทานฝ่ายจิตวิญญาณ (12:1–14:40)
VII. ความหวังของคริสตจักร การเป็นขึ้นมาจากความตาย (15:1–58)
VIII. คำสั่งสำหรับคริสตจักร (16:1–24)
   ก. การอารักขา (16:1–4)
   ข. แผนการส่วนตัวและคำทักทาย (16:5–24)

ขณะเดียวกัน ในพื้นที่ส่วนอื่น ๆ ของโลก . . .

จักรพรรดิโรมัน คลาวดิอัสที่ 1 ถูกวางยาพิษโดยอากริพพินา มเหสีคนที่สี่ จากนั้นเนโรซึ่งเป็นโอรสของอากริพพินาจากการสมรสครั้งอื่น ก็สืบทอดตำแหน่งจักรพรรดิต่อจากคลาวดิอัส

คำถามที่พบบ่อย

1. มีปัจจัยอะไรบ้างที่ทำให้ข่าวประเสริฐหยั่งรากในทางที่เสริมสร้างได้ยากในเมืองโครินธ์?

ทัศนคติที่ฝังแน่นของชาวโครินธ์ทำให้แทบจะเป็นไปไม่ได้เลยที่คริสตจักรจะแยกตัวจากวัฒนธรรมรอบข้างได้อย่างเด็ดขาด ชุมชนคริสเตียนที่นั่นประพฤติตัวในลักษณะแบ่งฝักแบ่งฝ่ายอยู่ตลอด แสดงให้เห็นถึงการอยู่ฝ่ายเนื้อหนังและความไม่เป็นผู้ใหญ่ หลังจากอปอลโลผู้มีของประทานได้รับใช้ในคริสตจักรแห่งนี้ระยะหนึ่ง บางคนที่ชื่นชอบเขาก็ได้ตั้งกลุ่มของตน ซึ่งแทบไม่ยุ่งเกี่ยวกับคนอื่น ๆ ในคริสตจักร และอีกกลุ่มหนึ่งที่ภักดีต่อเปาโลก็เกิดขึ้น ส่วนอีกกลุ่มก็อ้างว่าพวกเขาภักดีต่อเปโตร (เคฟาส) เป็นพิเศษ และยังมีอีกกลุ่มที่ภักดีต่อพระคริสต์ผู้เดียว (1:10–13; 3:1–9) แทนที่คริสตจักรจะมีอิทธิพลต่อเมืองนี้อย่างมาก เมืองนี้กลับมีอิทธิพลต่อคริสตจักรมากเกินไป

เปาโลรู้ว่าคริสตจักรนี้จะไม่มีวันเป็นพยานที่สัตย์ซื่อของพระคริสต์ได้ จนกว่าพวกเขาจะเข้าใจว่าบรรดาผู้ที่อ้างว่าตัวเองเข้าร่วมกับคริสตจักร แต่ยังคงไม่เชื่อฟังและไม่กลับใจใหม่ต่อพระพักตร์พระเจ้า จะต้องถูกขับออกจากคริสตจักรท้องถิ่น (5:9–13) ดูเหมือนชาวโครินธ์ไม่เต็มใจจะสละบางสิ่งเพื่อที่จะเชื่อฟัง

2. คำสอนของเปาโลใน 1 โครินธ์ช่วยแก้ไขข้อขัดแย้งเรื่องของประทาน ตามที่อภิปรายในบทที่ 12–14 อย่างไร?

สามบทในจดหมายฉบับนี้กล่าวถึงเรื่องของประทานฝ่ายจิตวิญญาณในคริสตจักร เปาโลรู้ว่าเรื่องนี้เป็นเรื่องที่มีข้อถกเถียง แต่ก็มีความสำคัญอย่างยิ่งสำหรับคริสตจักรที่สุขภาพดี เมืองโครินธ์เต็มไปด้วยบรรยากาศของศาสนาเทียมเท็จ ซึ่งทำให้เกิด

ปรากฏการณ์ฝ่ายจิตวิญญาณปลอม ๆ ที่ต้องจัดการตรง ๆ เปาโลแจ้งให้คริสตจักรทราบ และท้าทายผู้เชื่อในเมืองโครินธ์ให้ควบคุมพฤติกรรมของคนเหล่านั้นด้วยความจริงและพระวิญญาณ

ของประทานประเภทต่าง ๆ ในพระคัมภีร์ตอนนี้ไม่ได้หมายถึงพรสวรรค์ทักษะ หรือความสามารถโดยธรรมชาติ ผู้เชื่อและผู้ไม่เชื่อต่างก็มีทรัพยากรแบบนั้นเหมือน ๆ กัน แต่ของประทานเหล่านี้พระวิญญาณบริสุทธิ์เป็นผู้ประทานโดยอำนาจสูงสุดของพระองค์ และประทานอย่างเหนือธรรมชาติแก่ผู้เชื่อทุกคน (12:7,11) ซึ่งทำให้พวกเขาสามารถเสริมสร้างกันและกันฝ่ายจิตวิญญาณ และนั่นจะเป็นการถวายเกียรติแด่พระเจ้า

ของประทานฝ่ายจิตวิญญาณต่าง ๆ นั้นแบ่งคร่าว ๆ ได้เป็นสองประเภทกว้าง ๆ คือ (1) ของประทานเกี่ยวกับการพูด และ (2) ของประทานเกี่ยวกับการปรนนิบัติ (12:8–10; โรม 12:6–8; 1 เปโตร 4:10–11) ของประทานเกี่ยวกับการพูดหรือด้านวาจา (การเผยพระวจนะ ความรู้ สติปัญญา การสอน และการตักเตือน) และของประทานเกี่ยวกับการปรนนิบัติหรือด้านที่ไม่ใช่วาจา (ความเป็นผู้นำ การช่วยเหลือ การให้ ความเมตตา ความเชื่อ และการสังเกต) ล้วนเป็นสิ่งที่มีอยู่ถาวร และจะทำหน้าที่ตลอดยุคคริสตจักร จุดประสงค์ของสิ่งเหล่านี้ก็เพื่อเสริมสร้างคริสตจักรและถวายเกียรติแด่พระเจ้า เราควรมองว่ารายการของประทานในพระคัมภีร์ตอนนี้และในโรม 12:3–8 เป็นตัวแทนของประทานประเภทต่าง ๆ ซึ่งพระวิญญาณบริสุทธิ์ทรงนำมาประทานแก่ผู้เชื่อแต่ละคน ไม่ว่าพระองค์จะทรงเลือกให้เขาได้รับของประทานชนิดไหนหรือมากกว่าหนึ่งชนิดควบคู่กัน (12:11) ผู้เชื่อบางคนอาจได้รับของประทานในลักษณะคล้ายกับคนอื่น ทว่าแต่ละคนก็จะมีเอกลักษณ์เฉพาะตัวเพราะพระวิญญาณทรงจัดสรรของประทานแต่ละอย่างให้เหมาะสมกับแต่ละบุคคล

ของประทานประเภทพิเศษซึ่งประกอบด้วยการอัศจรรย์ การรักษาโรค การพูดภาษาต่าง ๆ และการแปลภาษาต่าง ๆ ของประทานประเภทนี้ทำหน้าที่เป็นของประทานชั่วคราวชุดหนึ่งเพื่อเป็นหมายสำคัญ ซึ่งจำกัดอยู่เฉพาะยุคอัครทูต ดังนั้นจึงยุติไปแล้ว จุดประสงค์สำหรับของประทานเหล่านี้คือเพื่อรับรองอัครทูตและถ้อยคำของพวกเขาว่าเป็นพระวจนะที่แท้จริงของพระเจ้า เมื่อพระวจนะของพระเจ้าเสร็จสมบูรณ์ และรับรองตนเองได้แล้ว ของประทานเหล่านั้นก็ไม่จำเป็นอีกต่อไป

3. เปาโลอธิบายเรื่องการหย่าร้างแก่คริสตจักรโครินธ์อย่างไร?

เปาโลสอนเกี่ยวกับการหย่าร้างในบริบทของการตอบคำถามหลายข้อที่คริสตจักรนี้ส่งไปถึงเขา คำถามแรกเกี่ยวกับการแต่งงาน ซึ่งเป็นเรื่องที่มีปัญหาเนื่องจากความเสื่อมทรามทางศีลธรรมของวัฒนธรรมรอบข้าง ซึ่งยอมให้มีการล่วงประเวณี การมีชู้ การรักร่วมเพศ การมีสามีภรรยาหลายคน และการอยู่กินกันโดยไม่ได้สมรส

อัครทูตเปาโลย้ำเตือนผู้เชื่อว่า คำสอนของเขาอาศัยสิ่งที่พระเยซูได้ทรงตรัสไว้อย่างชัดเจนระหว่างที่พระองค์ทำพระราชกิจในโลกนี้ (มัทธิว 5:31–32; 19:5–8) และพระเยซูเองก็ทรงให้คำสอนของพระองค์อาศัยพระวจนะของพระเจ้าที่ได้รับการเปิดเผยก่อนหน้านั้น (ปฐมกาล 2:24; มาลาคี 2:16)

จุดเริ่มต้นคำสอนของเปาโลยืนยันว่าพระเจ้าทรงห้ามการหย่าร้าง เขาเขียนว่า ยกเว้นกรณีที่มีการล่วงประเวณี ถ้าหากคริสเตียนหย่ากับคริสเตียนอีกคนแล้ว (7:10–11) ไม่มีคู่สมรสฝ่ายใดมีอิสระที่จะแต่งงานกับบุคคลอื่นอีก พวกเขาควรจะกลับคืนดีกัน หรืออย่างน้อยก็รักษาสถานภาพไม่แต่งงานกับใครอีก

จากนั้นเปาโลก็เพิ่มเติมคำสั่งสอนที่เป็นประโยชน์บางประการเกี่ยวกับปัญหาความขัดแย้งในชีวิตสมรสที่เกิดขึ้นในกรณีที่คู่สมรสฝ่ายหนึ่งมาเป็นผู้เชื่อ (7:12–16) ประการแรก ให้คู่สมรสฝ่ายที่เชื่อดำเนินชีวิตอยู่ในกรอบเพื่อทำให้ชีวิตสมรสดีที่สุด เพื่อพยายามนำคู่สมรสของตนมาหาพระคริสต์ แต่ถ้าฝ่ายที่ไม่เชื่อตัดสินใจยุติชีวิตสมรส คำตอบของเปาโลคือ “ก็ให้เขาแยกจากไปเถิด” (7:15) คำนี้หมายถึงการหย่าร้าง (7:10–11) เมื่อคู่สมรสฝ่ายที่ไม่เชื่อไม่สามารถทนต่อความเชื่อของคู่ครองและต้องการหย่าร้าง ทางที่ดีที่สุดก็คือปล่อยให้มันเป็นไป เพื่อรักษาความสงบสุขในครอบครัว (โรม 12:18) ดังนั้น พันธะแห่งการแต่งงานจึงถูกตัดขาดได้โดยความตาย (โรม 7:2) การล่วงประเวณี (มัทธิว 19:9) หรือการแยกทางของผู้ไม่เชื่อเท่านั้น

เมื่อพันธะแห่งการแต่งงานถูกตัดขาดเพราะเหตุใดเหตุหนึ่งข้างต้น คริสเตียนก็มีอิสระที่จะแต่งงานกับผู้เชื่ออีกคน (7:15) ตลอดพระคัมภีร์ทั้งเล่ม เมื่อใดก็ตามที่มีการหย่าร้างด้วยสาเหตุอันชอบธรรม การแต่งงานใหม่ก็เป็นทางเลือกที่สันนิษฐานได้ว่าจะเกิดขึ้น เมื่อมีกรณีที่อนุญาตให้หย่าร้าง การแต่งงานใหม่ก็เป็นเรื่องที่อนุญาตเช่นกัน

โดยทั่วไป การมาเชื่อและการเชื่อฟังพระคริสต์ควรนำเราให้มีความสัตย์ซื่อและอุทิศตนมากยิ่งขึ้นในความสัมพันธ์ทุกอย่าง ข้อความยาว ๆ ตอนนี้ (7:1–24)

ทบทวนหลักการพื้นฐานไว้อย่างชัดเจนว่า คริสเตียนควรเต็มใจยอมรับเงื่อนไขของการสมรส และสถานการณ์ทางสังคมที่พระเจ้าทรงให้พวกเขาอยู่ และควรพึงพอใจที่จะรับใช้พระองค์ในสถานการณ์นั้น จนกว่าพระองค์จะนำพวกเขาไปที่อื่น

4. จะเกิดความแตกต่างอย่างไร หากการฟื้นคืนพระชนม์ของพระเยซูไม่เคยเกิดขึ้นจริง ๆ?

ในความเชื่อของคริสเตียน การฟื้นคืนพระชนม์ของพระเยซูเป็นส่วนที่ขาดไม่ได้เลยแม้แต่น้อย มันเป็นสาระสำคัญอันดับแรกในบรรดาความเชื่อหลัก ๆ ที่คริสเตียนยึดถือ อัครทูตเปาโลระบุผลร้ายแรงอย่างน้อยหกประการที่จะตามมาซึ่งจะหลีกเลี่ยงไม่ได้หากการฟื้นคืนพระชนม์ของพระเยซูถูกพิสูจน์ว่าเป็นเรื่องหลอกลวง

- การประกาศเรื่องพระคริสต์จะเป็นเรื่องไร้สาระและไร้ความหมาย (15:14)
- ความเชื่อในพระคริสต์จะไม่มีประโยชน์ เพราะพระองค์ยังคงสิ้นพระชนม์อยู่ (15:14)
- พยานและผู้ประกาศเรื่องการฟื้นคืนพระชนม์ทุกคนจะเป็นคนโกหก (15:15)
- จะไม่มีใครได้รับการไถ่ (ช่วยให้รอด) จากบาป (15:17)
- ผู้เชื่อรุ่นก่อนทุกคนจะตายไปในฐานะคนโง่ (15:18)
- คริสเตียนจะเป็นคนที่น่าเวทนาที่สุดในโลก (15:19)

ที่ศูนย์กลางของความเชื่อคริสเตียน มีพระคริสต์ผู้ทรงฟื้นคืนพระชนม์ มีชัยชนะและจะเสด็จมาอีกครั้ง

5. พระธรรม 1 โครินธ์ 15:22 สอนเรื่องความรอดสากลจริง ๆ หรือ? (แนวคิดที่ว่าในที่สุดแล้วทุกคนก็จะได้รับความรอด)

บางคนได้รับอิทธิพลจากแนวคิดเรื่องความยุติธรรมแบบหลงประเด็น และมุมมองเกี่ยวกับพระเจ้าที่ไม่ลึกมากพอ พวกเขาจึงพยายามมองว่าพระคัมภีร์ข้อนี้เป็นเหตุผลรองรับความเชื่อแบบความรอดสากลของพวกเขา (ทุกคนจะได้รับความรอดโดยไม่คำนึงถึงความเชื่อ) คำว่า "ทุกคน" ทั้งสองคำใน 15:22 นั้นเหมือนกันเฉพาะในความหมายที่ว่าทั้งสองคำนี้พูดถึงคนที่เป็นเชื้อสาย ส่วนคำว่า "ทุกคน" ครั้งที่สองนั้นหมายถึงผู้เชื่อเท่านั้น บริบทที่อยู่ติดกัน (ข้อ 23) จำกัดขอบเขตคำว่า "ทุกคน" คำที่สองไว้เฉพาะ "คนทั้งหลายที่เป็นของพระคริสต์" พระคัมภีร์อีกหลายตอน

สอนตรงข้ามกับแนวคิดความรอดสากลอย่างชัดเจน ด้วยการยืนยันว่าจะมีการลงโทษนิรันดร์สำหรับผู้ที่ไม่เชื่อ (มัทธิว 5:29; 10:28; 25:41,46; ลูกา 16:23; 2 เธสะโลนิกา 1:9; วิวรณ์ 20:15)

ศึกษา 1 โครินธ์ แบบรวบรัด

1. ขณะที่คนกำลังเลือกข้างและเลือกว่าจะภักดีกับใครในคริสตจักรโครินธ์ เปาโลตอบสนองอย่างไร?
2. ในการตอบคำถามเกี่ยวกับความเชื่อเรื่อง "เนื้อสัตว์ที่บูชารูปเคารพ" เปาโลอธิบายและประยุกต์ใช้หลักการใดบ้างเกี่ยวกับความประพฤติของคริสเตียน?
3. การทำผิดศีลธรรมแบบไหนที่เปาโลต้องตักเตือนตรง ๆ ในคริสตจักรโครินธ์ และเขาตักเตือนอย่างไร?
4. บทที่ 11–14 กล่าวถึงหลายเรื่องที่ส่งผลต่อการนมัสการร่วมกัน คำสอนหลัก ๆ ในสี่บทนี้คืออะไร และคุณเคยเห็นคริสตจักรของคุณนำคำสอนเหล่านี้ไปใช้หรือเพิกเฉยต่อคำสอนเหล่านี้อย่างไรบ้าง?
5. คำบรรยายของของเปาโลเกี่ยวกับการฟื้นคืนพระชนม์ของพระเยซู และคำอธิบายของเขาเรื่องความสำคัญของการฟื้นคืนพระชนม์ แตกต่างจากคำอธิบายในพระกิตติคุณสี่เล่มอย่างไรบ้าง?
6. การฟื้นคืนพระชนม์ของพระเยซูคริสต์ส่งผลต่อชีวิตคุณอย่างไรบ้าง?

2 โครินธ์

ถ้อยคำจากผู้เลี้ยงแกะที่ห่วงใย

ความเข้าใจอันน่าทึ่งเกี่ยวกับพันธกิจ
และการเปิดเผยให้เห็นภาพคร่าว ๆ ของหัวใจผู้รับใช้

ในสมัยโบราณจดหมายมีความสำคัญ จดหมายแทบจะเป็นการสื่อสารทางไกลรูปแบบเดียวเท่านั้น ในโลกที่ไม่มีอุปกรณ์อิเล็กทรอนิกส์หรือแม้กระทั่งการพิมพ์ จดหมายที่เขียนด้วยลายมือคือเครื่องมืออันทรงพลัง และมีเพียงบุคคลนั้นหรือผู้แทนส่วนตัวของเขาเท่านั้นที่มีสิทธิอำนาจมากกว่าตัวจดหมาย เมื่อพระเจ้าทรงเปิดเผยพระองค์เองในรูปแบบลายลักษณ์อักษร พระองค์ทรงเลือกใช้จดหมายเป็นเครื่องมืออย่างหนึ่งของพระองค์

จดหมายต่าง ๆ ที่อัครทูตเปาโลเขียนเป็นผลที่เกิดจากการดลใจของพระวิญญาณบริสุทธิ์ ด้วยเหตุนี้ จดหมายเหล่านั้นจึงเป็นพระวจนะของพระเจ้า นอกจากนั้นมันยังเปิดเผยให้เรารู้อะไรมากมายเกี่ยวกับมนุษย์ที่เป็นผู้เขียนด้วย ความห่วงใยและความเห็นอกเห็นใจของเปาโลกลายเป็นส่วนหนึ่งของบันทึกถาวรฉบับนี้ จดหมายฉบับสุดท้ายที่เขาเขียนถึงชาวโครินธ์ถ่ายทอดให้เราเห็นหัวใจของเปาโลและพระวจนะของพระเจ้าที่ประทานแก่คริสตจักรซึ่งกำลังต่อสู้ดิ้นรน

ผู้เขียนและปีที่เขียน

เขียนโดยเปาโล ประมาณปี ค.ศ. 55 ถึง 56

ข้อเท็จจริงที่ว่าอัครทูตเปาโลเขียน 2 โครินธ์นั้นไม่มีใครโต้แย้ง เนื่องจากไม่มีแรงจูงใจใด ๆ ที่ผู้ปลอมแปลงจะเขียนจดหมายฝากที่มีลักษณะเป็นส่วนตัวและให้ข้อมูลเชิงชีวประวัติมากเช่นนี้ ด้วยเหตุผลดังกล่าวแม้แต่นักวิชาการที่ตั้งข้อวิพากษ์วิจารณ์มากที่สุดก็ยังยืนยันว่าเปาโลเป็นผู้เขียน

บุคคลสำคัญใน 2 โครินธ์

เปาโล—ผู้เขียนจดหมายหลายฉบับไปถึงคริสตจักรโครินธ์ (1:1–13:14)

ทิโมธี—มิชชันนารีเพื่อนร่วมงานที่เปาโลส่งไปช่วยเหลือคริสตจักรโครินธ์ (1:1–19)

ทิตัส—ชายชาวต่างชาติที่ช่วยรวบรวมเงินสำหรับคริสตจักรในเยรูซาเล็ม ได้รับความไว้วางใจจากเปาโลให้นำจดหมายของเขาไปยังเมืองโครินธ์ (2:13; 7:6–8:24; 12:18)

อัครทูตปลอม—ผู้สอนเท็จในคริสตจักรโครินธ์ที่ทำตัวเหมือนเป็นผู้เชื่อ (11:13–15)

ภูมิหลังและสถานที่

ความสัมพันธ์ระหว่างเปาโลกับเมืองสำคัญอย่างโครินธ์ (ดู **ภูมิหลังและสถานที่** ของ 1 โครินธ์) เริ่มขึ้นระหว่างการเดินทางประกาศข่าวประเสริฐครั้งที่สองของเขา (กิจการ 18:1–18) เขาใช้เวลา 18 เดือนในเมืองโครินธ์เพื่อเริ่มต้นและดูแลคริสตจักรใหม่ในช่วงหลายปีต่อมาเปาโลเขียนจดหมายอย่างน้อยสี่ฉบับและไปเยี่ยมคริสตจักรแห่งนี้สองครั้ง พระธรรม 2 โครินธ์เป็นจดหมายฉบับที่สี่ซึ่งเปาโลเขียนไปถึงคริสเตียนชาวโครินธ์

คริสตจักรในเมืองโครินธ์ประสบปัญหาฝ่ายจิตวิญญาณแทบจะต่อเนื่อง ทั้งปัญหาภายในและภายนอก เปาโลจำเป็นต้องจัดการกับการทำผิดศีลธรรมที่ลุกลามรวมทั้งท่าทีแบ่งพรรคแบ่งพวกภายในคริสตจักรเอง นอกจากนั้นเขายังต้องเผชิญหน้ากับอิทธิพลจากภายนอก ซึ่งมาในรูปแบบของอัครทูตปลอมที่แต่งตั้งตัวเองขึ้นมา (11:5–15)

เพื่อเตรียมการสำหรับการสอนข่าวประเสริฐเทียมเท็จ ผู้เผยพระวจนะปลอมเหล่านี้เริ่มโจมตีลักษณะตัวบุคคลของเปาโล พวกเขาต้องการใช้ประโยชน์จากความตึงเครียดระหว่างอัครทูตผู้นี้กับคริสตจักรแห่งนี้ หากพวกเขาสามารถโน้มน้าวคนเหล่านี้ให้ทิ้งเปาโลได้ ชุมชนคริสเตียนแห่งนี้ก็จะเปราะบางไม่สามารถป้องกันตัวจากคำสอนฝ่ายมารร้ายของพวกเขา สถานการณ์เริ่มวิกฤตมากจนเปาโลต้องเข้ามาแทรกแซงด้วยตัวเอง เขาเรียกเหตุการณ์นั้นว่า "การมาทำให้เกิดความทุกข์โศก" (2:1) ความตึงเครียดในคริสตจักรปะทุออกมาเป็นการโจมตีกันในที่สาธารณะและในที่ส่วนตัว (2:5–8,10; 7:12) เปาโลตระหนักดีว่าตนเองได้ทำเท่าที่สามารถทำได้แล้ว เขาจึงเดินทางไปจากเมืองนี้ แต่ก็ยังติดตามผลของการไปเยี่ยม ด้วยสิ่งที่

เขาเรียกว่า "จดหมายที่รุนแรง" (2:4) ซึ่งทิตัสนำไปส่งที่เมืองโครินธ์ในนามของเปาโล (7:5–16)

หลังจากนั้นระยะหนึ่ง เปาโลร้อนใจอยากทราบข่าวเกี่ยวกับเมืองโครินธ์ เขาจึงเดินทางไปพบทิตัส (2:13) เพื่อนร่วมงานรุ่นน้องของเปาโลแจ้งข่าวแก่เขาว่าชาวโครินธ์ส่วนใหญ่กลับใจจากการกบฏต่อเขาแล้ว (7:7) เมื่อเปาโลเขียนจดหมายฉบับนี้ (2 โครินธ์) เขาตั้งใจที่จะชื่นชมยินดีเรื่องคริสตจักรนี้ (7:8–16) พร้อมกับเตือนพวกเขาเรื่องอันตรายที่รออยู่ข้างหน้า ด้วยการประณามอัครทูตปลอม (บทที่ 10–13) และโดยเฉพาะอย่างยิ่ง พยายามกอบกู้ชื่อเสียงและสิทธิอำนาจของเขาท่ามกลางชาวโครินธ์ โดยการกล่าวปกป้องความเป็นอัครทูตของเขา (บทที่ 1–7) นอกจากนั้นเปาโลยังกระตุ้นชาวโครินธ์ให้กลับมาเตรียมรวบรวมเงินสำหรับคนยากจนที่กรุงเยรูซาเล็มอีกครั้ง (บทที่ 8–9) ซึ่งเขาวางแผนจะไปรับเงินนั้นในการไปเยือนครั้งต่อไป (12:14; 13:1–2) การที่ชาวโครินธ์มีส่วนร่วมในการมอบเงินไปที่กรุงเยรูซาเล็ม (โรม 15:26) คือสิ่งที่บอกเป็นนัยว่าการไปเยือนครั้งที่สามของเปาโลประสบความสำเร็จ

หลักคำสอนสำคัญใน 2 โครินธ์

การคืนดีกับพระเจ้า—การสละพระชนม์เป็นเครื่องบูชาของพระเยซูคริสต์ฟื้นคืนความสัมพันธ์ระหว่างพระเจ้ากับมนุษย์ (5:17–21; โรม 5:1,10–11; เลวีนิติ 8:15; 16:20; ดาเนียล 9:24; อิสยาห์ 53:5; มัทธิว 5:24–26; เอเฟซัส 2:14–16; โคโลสี 1:20–22; 2:14; ฮีบรู 2:17)

การลบล้างบาปโดยการที่พระคริสต์สิ้นพระชนม์แทน—พระราชกิจของพระคริสต์บนไม้กางเขนชดใช้โทษทัณฑ์ความบาป (5:21; อิสยาห์ 53; ดาเนียล 9:24–27; เศคาริยาห์ 13:1,7; ยอห์น 1:29,36; 11:50–51; กิจการ 4:10; โรม 3:25; 5:8–11; กาลาเทีย 1:4; 1 เธสะโลนิกา 1:10; 1 ทิโมธี 2:5–6; 1 เปโตร 1:11; 1 ยอห์น 2:2; 4:10; วิวรณ์ 13:8)

การรับประกันความรอดของผู้เชื่อ—พระเจ้าทรงรับผู้เชื่อที่สัตย์ซื่อมาเป็นบุตรของพระองค์เอง (1:22; 5:5; สดุดี 3:8; 37:39; อิสยาห์ 45:21–22; 59:16; 63:9; เยเรมีย์ 3: 23; มาระโก 16:16; กิจการ 4:12; 16:31; โรม 10:9; เอเฟซัส 2:8; 1 เธสะโลนิกา 5:9; 1 ทิโมธี 2:4; ฮีบรู 5:9; 1 เปโตร 1:5)

ธรรมชาติของซาตาน—กบฏรายแรกท่ามกลางสรรพสิ่งที่พระเจ้าทรงสร้าง (4:4; 11:14–15; ปฐมกาล 3:1,14; โยบ 1:6; เศคาริยาห์ 3:1; มัทธิว 4:3–10;13:19; ลูกา 10:18; เอเฟซัส 2:2; 6 :11–12; 1 เธสะโลนิกา 2:18; 2 เธสะโลนิกา 2:9; 1 ทิโมธี 3:6; 1 เปโตร 5:8; 2 เปโตร 2:4; 1 ยอห์น 3:8; 5:19)

การพิพากษา—การตอบสนองอันชอบธรรมของพระเจ้าต่อความบาป (5:9–11; ปฐมกาล 19:29; เฉลยธรรมบัญญัติ 32:39; อิสยาห์ 1:9; มัทธิว 12:36–37; โรม 1:18–2:16; 2 เปโตร 2:5–6)

พระลักษณะของพระเจ้าใน 2 โครินธ์

พระเจ้าทรงหนุนใจ—1:3; 7:6

พระเจ้าทรงเปี่ยมด้วยสง่าราศี—4:6

พระเจ้าทรงรัก—9:7; 13:11

พระเจ้าทรงเปี่ยมด้วยพระเมตตา—1:3

พระเจ้าทรงฤทธิ์อำนาจ—6:7; 9:8; 13:4

พระเจ้าทรงรักษาพระสัญญา—1:20; 6:18; 7:1

พระเจ้าทรงนำการกลับคืนดี—5:18–19

พระเจ้าทรงเป็นพระวิญญาณ—3:17

พระเจ้าทรงสัตย์จริง—1:20

พระคริสต์ใน 2 โครินธ์

จดหมายฉบับที่สองซึ่งเปาโลเขียนไปถึงชาวโครินธ์เปิดเผยพระเยซูคริสต์ในฐานะพระองค์ผู้ทรงหนุนใจผู้ถูกข่มเหง (1:5; 12:9) ทรงทำให้พระสัญญาต่าง ๆ ของพระเจ้าเป็นจริง (1:20) พระองค์ยังคงเป็นองค์พระผู้เป็นเจ้าเหนือมนุษยชาติ (4:5) และนำผู้เชื่อกลับคืนดีกับพระเจ้าอย่างสมบูรณ์ (5:19) เปาโลประกาศว่าผู้เชื่อเป็นผู้ที่ถูกสร้างใหม่ ซึ่งได้กลับคืนดีกับพระเจ้าโดยการที่คริสต์ทรงลบล้างบาป “เพื่อเราจะได้เป็นคนชอบธรรมของพระเจ้าทางพระองค์” (5:21)

คำศัพท์สำคัญใน 2 โครินธ์

การรับใช้: คำภาษากรีกคือ *เลทัวร์เกีย*—9:12—หมายถึง "งานบริการสาธารณะ" หรือ "หน้าที่ราชการ" คำที่เกี่ยวข้องกันคือ *เลทัวร์กอส* ถูกใช้บ่อย ๆ ในวรรณคดีกรีกเพื่อเรียกผู้ชายซึ่งทำงานบริการสาธารณะ (ดู โรม 13:6) โดยทั่วไปคำนี้หมายถึงข้าราชการหรือผู้บริหาร เปาโลใช้คำว่า *เลทัวร์เกีย* ในความหมายที่สัมพันธ์กับการรับใช้ของคนที่เพียรทำงานเพื่อประโยชน์ของคริสตจักร

อัครทูต: คำภาษากรีกคือ *อพอสโตลอส*—1:1; 11:5,13; 12:11–12—มีความหมายง่าย ๆ ว่า "ผู้ที่ถูกส่งไป" ในบรรดาสาวกจำนวนมากของพระเยซู พระองค์ทรงเลือก 12 คนเป็นอัครทูตของพระองค์ คนเหล่านี้คือคนที่พระเยซูส่งไปเพื่อนำถ้อยคำของพระองค์ไปบอกแก่โลก แล้วก่อตั้งคริสตจักรขึ้น เปาโลก็กลายเป็นอัครทูตโดยการแต่งตั้งของพระคริสต์ผู้ทรงฟื้นคืนพระชนม์ ซึ่งมาพบเปาโลบนถนนไปเมืองดามัสกัส (ดู กิจการ 9) การเป็นอัครทูตของเปาโลมาพร้อมกับความทุกข์ยากมากมาย มิหนำซ้ำยังมีผู้สอนเท็จบางคนในคริสตจักรโครินธ์สงสัยเรื่องสิทธิอำนาจของเขา ดังนั้นใน 2 โครินธ์ เปาโลจึงกล่าวซ้ำแล้วซ้ำอีกเพื่อยืนยันว่าฐานะอัครทูตของเขาเป็นของแท้

สรุปเนื้อหาโดยย่อ

I. คำทักทายของเปาโล (1:1–11)

II. พันธกิจของเปาโล (1:12–7:16)
- ก. แผนการของเปาโล (1:12–2:4)
- ข. การลงโทษผู้กระทำผิด (2:5–11)
- ค. ช่วงที่ทิตัสไม่อยู่ (2:12–13)
- ง. ธรรมชาติของพันธกิจ (2:14–6:10)
- จ. ชาวโครินธ์ได้รับคำกำชับ (6:11–7:16)

III. การรวบรวมของบริจาคโดยเปาโล (8:1–9:15)
- ก. แบบแผนของการให้ (8:1–9)
- ข. จุดประสงค์ของการให้ (8:10–15)
- ค. กระบวนการของการให้ (8:16–9:5)
- ง. พระสัญญาเรื่องการให้ (9:6–15)

IV. ความเป็นอัครทูตของเปาโล (10:1–12:13)
- ก. สิทธิอำนาจของอัครทูต (10:1–18)
- ข. ความประพฤติของอัครทูต (11:1–15)
- ค. การทนทุกข์ในฐานะอัครทูต (11:16–33)
- ง. หลักฐานรับรองความเป็นอัครทูต (12:1–13)

V. การมาเยือนของเปาโล (12:14–13:10)
  ก. ความไม่เห็นแก่ตัวของเปาโล (12:14–18)
  ข. คำเตือนของเปาโล (12:19–13:10)
VI. คำอวยพรของเปาโล (13:11–14)

ขณะเดียวกัน ในพื้นที่ส่วนอื่น ๆ ของโลก . . .

เนโรได้รับการประกาศเป็นจักรพรรดิโรมันเมื่ออายุ 17 ปี ในรัชสมัยของเนโร พื้นที่สองในสามของกรุงโรมถูกเผาราบเป็นหน้ากลอง

คำถามที่พบบ่อย

1. เปาโลหมายความว่าอย่างไร เมื่อเขาเขียนเกี่ยวกับการอยู่ "ในพระคริสต์" และการที่ใครสักคนเป็น "คนที่ถูกสร้างใหม่" (5:17)?

เปาโลใช้วลี *ในพระคริสต์* เมื่อเขาเขียนเกี่ยวกับแง่มุมต่าง ๆ ในความสัมพันธ์ของเรากับพระเยซูคริสต์ในฐานะที่ทรงเป็นองค์พระผู้เป็นเจ้าและพระผู้ช่วยให้รอด สองคำนี้ประกอบกันเป็นข้อความสั้น ๆ แต่ลึกซึ้ง กล่าวถึงความสำคัญอย่างไม่มีที่สิ้นสุดของการไถ่ผู้เชื่อ (ความรอด) ซึ่งมีความหมายดังต่อไปนี้

- ผู้เชื่อมีความมั่นคงปลอดภัยในพระคริสต์ ผู้ทรงแบกรับการพิพากษาโทษบาปจากพระเจ้าในพระกายของพระองค์
- ผู้เชื่อเป็นที่ยอมรับใน (โดยทาง) พระคริสต์ ซึ่งเป็นผู้เดียวที่พระเจ้าทรงชอบพระทัยมาก
- ผู้เชื่อมีความมั่นใจในอนาคตในพระองค์ผู้ทรงเป็นขึ้นจากตายเข้าสู่ชีวิตนิรันดร์ และทรงเป็นผู้รับประกันมรดกในสวรรค์ของผู้เชื่อแต่เพียงผู้เดียว
- ผู้เชื่อมีส่วนร่วมในพระลักษณะความเป็นพระเจ้าของพระคริสต์ ผู้ทรงเป็นพระวาทะนิรันดร์ (2 เปโตร 1:4)

การเปลี่ยนแปลงทั้งหมดที่พระคริสต์นำมาสู่ชีวิตของผู้เชื่อ ส่งผลให้เกิดสภาวะที่สามารถเรียกได้อย่างถูกต้องว่า "คนที่ถูกสร้างใหม่" คำนี้หมายถึงสิ่งที่ถูกสร้างขึ้นให้มีระดับความเป็นเลิศอีกระดับในเชิงคุณภาพ คำนี้เทียบเท่ากับแนวคิดอื่น ๆ ใน

พระคัมภีร์ เช่น การบังเกิดใหม่และการสร้างใหม่ (ยอห์น 3:3; เอเฟซัส 2:1–3; ทิตัส 3:5; 1 เปโตร 1:23; 1 ยอห์น 2:29; 3:9; 5:4) สำนวนนี้ยังหมายถึงการที่คริสเตียนได้รับการยกโทษความผิดบาป ซึ่งได้รับการชดใช้แล้วโดยการที่พระคริสต์ทรงสิ้นพระชนม์แทน (กาลาเทีย 6:15; เอเฟซัส 4:24)

2. เหตุใดน้ำเสียงใน 2 โครินธ์จึงเปลี่ยนไปแบบปุบปับมาก ระหว่าง 9:15 ถึง 10:1?

แม้แต่คนที่อ่านผ่าน ๆ ก็มักจะสังเกตเห็นน้ำเสียงที่เปลี่ยนไปอย่างกะทันหันระหว่างบทที่ 9 กับบทที่ 10 ของ 2 โครินธ์ สิ่งที่เห็นได้ว่าเป็นความแตกต่างนี้ทำให้เกิดคำอธิบายหลายแบบเกี่ยวกับความสัมพันธ์ระหว่างบทที่ 1–9 กับบทที่ 10–13

บางคนให้เหตุผลว่า จริง ๆ แล้วบทที่ 10–13 เป็นส่วนหนึ่งของ "จดหมายที่รุนแรง" ซึ่งเปาโลกล่าวถึงใน 2:4 ถ้าตามทฤษฎีนี้ โดยลำดับเวลาแล้วสี่บทนี้ก็ควรจะมาก่อนบทที่ 1–9 อย่างไรก็ตามบทที่ 10–13 ไม่สามารถเขียนขึ้นก่อนบทที่ 1–9 ได้ เพราะในนั้นบอกว่าการมาเยี่ยมของทิตัสเป็นเหตุการณ์ในอดีต (ดู 8:6; 12:18) นอกจากนี้ ผู้กระทำความผิดซึ่งทำตัวท้าทาย จนเป็นเหตุให้เปาโลเขียน "จดหมายที่รุนแรง" (2:5–8) ก็ไม่ได้ถูกกล่าวถึงในบทที่ 10–13 เลย

คนอื่น ๆ เห็นพ้องกันว่าบทที่ 10–13 อยู่หลังบทที่ 1–9 แต่เสนอว่าสองส่วนนี้เป็นจดหมายคนละฉบับ พวกเขาสันนิษฐานว่าหลังจากส่งบทที่ 1–9 ไปให้ชาวโครินธ์แล้ว เปาโลก็ได้รับรายงานเรื่องปัญหาใหม่ในเมืองโครินธ์ และเขียนบทที่ 10–13 เป็นการตอบกลับ มีทัศนะแนวนี้ที่ต่างออกไปเล็กน้อยเสนอว่า เปาโลหยุดเขียนสักพักหนึ่งหลังจากเขียนบทที่ 1–9 จากนั้นก็ได้ยินข่าวร้ายจากโครินธ์ แล้วเขาจึงกลับมาเขียนบทที่ 10–13 ต่อ แม้ว่าทัศนะนี้จะรักษาความเป็นเอกภาพของ 2 โครินธ์ไว้ แต่เปาโลไม่ได้ให้ข้อบ่งชี้อะไรในสี่บทสุดท้ายเลยว่า เขาได้ยินข่าวใหม่จากเมืองโครินธ์

การตีความที่ดีที่สุดมองว่า 2 โครินธ์เป็นจดหมายฉบับเดียว แต่มีสองตอนที่ต่างกัน บทที่ 1–9 พูดกับคนส่วนใหญ่ที่กลับใจใหม่ (ดู 2:6) และบทที่ 10–13 พูดกับคนส่วนน้อยที่ยังคงได้รับอิทธิพลจากผู้สอนเทียมเท็จ และข้อเท็จจริงต่อไปนี้ก็สนับสนุนมุมมองนี้ คือ (1) ไม่มีหลักฐานที่น่าเชื่อถือใด ๆ ในสมัยโบราณ (สำเนาโบราณภาษากรีก ปิตาจารย์แห่งคริสตจักรยุคแรก หรือฉบับแปลในยุคแรก) บ่งชี้ว่าบทที่ 10–13 เคยเผยแพร่เป็นจดหมายอีกฉบับ (2) ความแตกต่างโดยรวมของน้ำเสียงระหว่างสองส่วนนี้ถูกพูดให้เป็นเรื่องใหญ่เกินกว่าความเป็นจริง (เปรียบเทียบ

6:11; 7:2 กับ 11:11; 12:14) และ (3) บทที่ 10–13 ให้บทสรุปที่สมเหตุสมผลของบทที่ 1–9 เพราะเปาโลเตรียมชาวโครินธ์ให้พร้อมสำหรับการที่เขาจะไปเยี่ยมตามสัญญา (1:15–16; 2:1–3)

3. เปาโลหมายถึงอะไร เมื่อเขาใช้วลี *หนามในเนื้อ* (12:7)?

เปาโลเริ่มเล่าเรื่องเกี่ยวกับหนามในเนื้อ ด้วยการระบุเหตุผลที่ทรงให้เขามีหนามนั้น คือ "เพื่อไม่ให้ข้าพเจ้ายกตัวเกินไป" หรือพูดอีกอย่างหนึ่งคือ เพื่อให้เขาถ่อมใจอยู่เสมอ เช่นเดียวกับโยบ ซาตานเป็นต้นเหตุโดยตรง แต่พระเจ้าคือเหตุผลสูงสุดที่อยู่เบื้องหลังหนามของเปาโล และนี่คือเหตุผลที่หนามนั้นไม่ได้ถูกถอนออกไปทั้ง ๆ ที่เปาโลวิงวอน (12:8) พระเจ้าทรงมีจุดประสงค์ในการอนุญาตให้เปาโลทนทุกข์ในลักษณะนี้ คือเพื่อแสดงให้เขาเห็นว่า "พระคุณของเราก็เพียงพอกับเจ้า" (12:9)

การที่เปาโลใช้คำว่า *ทูต* (คำภาษากรีก *อังเกลอส* หรือทูตสวรรค์) ของซาตานเป็นการบ่งบอกว่าหนามในเนื้อ (ความหมายตามตัวอักษรคือ "หลักไม้ปักในเนื้อ") นั้นเป็นมารร้าย ไม่ใช่ความเจ็บป่วยทางกาย ในการใช้คำภาษากรีก *อังเกลอส* 188 ครั้งในพระคัมภีร์ใหม่ อย่างน้อย 180 ครั้งหมายถึงทูตสวรรค์ ทูตนี้มาจากซาตานเป็นมารที่ทำให้เปาโลทุกข์ทรมาน

บางทีคำอธิบายที่ดีที่สุดในเรื่องมารร้ายนี้ก็คือ มันอยู่ในใจหัวโจกของกลุ่มกบฏชาวโครินธ์ ซึ่งก็คือผู้นำของพวกอัครทูตปลอม มันใช้คนเหล่านั้นฉีกทึ้งคริสตจักรที่เปาโลรัก ซึ่งเท่ากับทิ่มหลักไม้อันเจ็บปวดใส่เปาโล เหตุผลสนับสนุนเพิ่มเติมสำหรับทัศนะนี้มาจากบริบทของบทที่ 10–13 ซึ่งเปาโลกำลังต่อสู้กับศัตรูของเขา (พวกผู้เผยพระวจนะเท็จ) คำกริยาที่ถูกแปลว่า "โบยตี" มักจะหมายถึงการปฏิบัติที่โหดร้ายจากผู้อื่น (มัทธิว 26:67; มาระโก 14:65; 1 โครินธ์ 4:11; 1 เปโตร 2:20) ประการสุดท้าย พระคัมภีร์เดิมมักจะเรียกศัตรูของอิสราเอลว่าหนาม (กันดารวิถี 33:55; โยชูวา 23:13; ผู้วินิจฉัย 2:3; เอเสเคียล 28:24)

ศึกษา 1 โครินธ์ แบบรวบรัด

1. จากความเห็นต่าง ๆ ของเปาโลตลอดจดหมายฉบับนี้ เขามีความสัมพันธ์อย่างไรกับคริสตจักรในเมืองโครินธ์?
2. ในจดหมายฉบับนี้ เปาโลอธิบายและประยุกต์ใช้หลักการอะไรบ้างเกี่ยวกับวินัยของคริสตจักร?

3. ในจดหมายฉบับนี้ เปาโลเขียนถึงการต่อสู้และการเติบโตฝ่ายจิตวิญญาณของเขาเองในแง่มุมใดบ้าง?
4. ใน 2 โครินธ์บทที่ 4 เปาโลอธิบายอธิบายเรื่องขอบเขตจำกัดของพันธกิจ และเหตุผลที่อยู่เบื้องหลังการเกิดผลของข่าวประเสริฐอย่างไรบ้าง?
5. ความเห็นของเปาโลเกี่ยวกับการรวบรวมของบริจาคจากคริสตจักรในเอเชียเพื่อนำไปให้คริสตจักรในกรุงเยรูซาเล็ม ช่วยให้คุณเข้าใจหลักการเรื่องการให้ท่ามกลางคริสเตียนอย่างไร?
6. ในการตอบสนองต่อผู้ที่ท้าทายสิทธิอำนาจอัครทูตของเขา เปาโลกังวลเรื่องอะไรมากที่สุด?
7. คุณอาจเป็นเหมือนบทเรียนเรื่อง*หนามในเนื้อ*ของเปาโลได้ในลักษณะใดบ้าง (บทที่ 12)?

กาลาเทีย

ได้รับการปลดปล่อยและถูกนับเป็นผู้ชอบธรรม
โดยความเชื่อ

งานแรกที่เปาโลเขียนภายใต้การดลใจของพระวิญญาณบริสุทธิ์

จดหมายฝากซึ่งเปาโลเขียนถึงชาวกาลาเทียมีความโดดเด่นที่สำคัญสองประการ ประการแรก นี่เป็นจดหมายฉบับแรกสุดในบรรดาจดหมายหลายฉบับที่เขาเขียนโดยได้รับการดลใจจากพระวิญญาณบริสุทธิ์ ประการที่สอง กาลาเทียเป็นสารฉบับเดียวของเปาโลที่มีเป้าหมายอยู่ที่แคว้นหนึ่ง หรือคริสตจักรกลุ่มหนึ่ง แทนที่จะเป็นคริสตจักรท้องถิ่นเฉพาะเจาะจงแห่งหนึ่ง อันดับแรกและที่เปาโลทำอยู่เสมอก็คือ เขาประกาศว่าข่าวประเสริฐคือเสรีภาพสูงสุดที่พบในพระคริสต์ โดยการทำให้เป็นผู้ชอบธรรมโดยความเชื่อ

ผู้เขียนและปีที่เขียน

เขียนโดยเปาโล ประมาณปี ค.ศ. 50

ไม่มีเหตุผลที่น่าเชื่อถือใด ๆ ในการตั้งข้อสงสัยต่อคำยืนยันภายในจดหมายฉบับนี้ ที่บอกว่าอัครทูตเปาโลเขียนพระธรรมกาลาเทีย (1:1; 5:2) นอกจากนั้นเปาโลยังคุ้นเคยกับแคว้นนี้ดี เพราะเขาเกิดที่ทาร์ซัส เมืองหนึ่งในแคว้นซีลีเซียซึ่งอยู่ติดกับแคว้นกาลาเทีย นอกจากนั้นเขายังเคยไปเยือนพื้นที่ตอนใต้ของแคว้นกาลาเทีย และเริ่มต้นคริสตจักรหลายแห่งที่นั่นระหว่างการเดินทางประกาศข่าวประเสริฐครั้งแรกของเขา เขาคงจะมีเหตุผลดี ๆ หลายอย่างในการใช้จดหมายติดตามผลการไปเยือนเมืองเหล่านั้น โดยเฉพาะอย่างยิ่งเมื่อคำนึงถึงข่าวที่ว่าคริสตจักรใหม่ ๆ ซึ่งกำลังประสบปัญหาจำเป็นต้องได้ยินเรื่องเกี่ยวกับการประชุมในกรุงเยรูซาเล็ม (กิจการ 15) สำหรับข้อมูลเพิ่มเติมเกี่ยวกับเปาโล ขอให้ดูในบทที่อธิบายพระธรรมโรม และเนื้อหาส่วน**คำถามที่พบบ่อย** “เปาโลคือใคร?”

บุคคลสำคัญในกาลาเทีย

เปาโล—กระตุ้นให้ชาวกาลาเทียจดจำว่าพวกเขามีเสรีภาพจากธรรมบัญญัติโดยทางพระเยซูคริสต์ (1:1–6:18)

เปโตร—ผู้นำคริสตจักรในเยรูซาเล็ม ถูกเปาโลตำหนิตรง ๆ เนื่องจากหวังพึ่งธรรมบัญญัติเพื่อคนจะรับความรอด (1:18–2:21)

บารนาบัส—เดินทางกับเปาโลในฐานะมิชชันนารี อนุญาตให้เปาโลแก้ไขความเชื่อที่ผิดเพี้ยนของตนเองหลายประการ (2:1–13)

ทิตัส—ผู้เชื่อชาวต่างชาติและเพื่อนสนิทของเปาโล ต่อมารับใช้บนเกาะครีต (2:1–3)

อับราฮัม—เปาโลใช้ชีวิตของอับราฮัมเพื่อเป็นตัวอย่างว่า ความรอดของพระเจ้ามาโดยทางความเชื่อเท่านั้น (3:6–4:22)

พวกผู้สอนเท็จ—อาจารย์ที่โน้มน้าวเก่ง ซึ่งพยายามล่อลวงคนให้ละทิ้งคำสอนของเปาโล (4:17–20)

ภูมิหลังและสถานที่

ในสมัยของเปาโล คำว่า *กาลาเทีย* มีความหมายที่แตกต่างกันสองอย่าง ความหมายหนึ่งเป็นเรื่องชาติพันธุ์ ส่วนอีกความหมายหนึ่งเป็นเรื่องการเมือง สำหรับความหมายทางชาติพันธุ์แบบเคร่งครัด กาลาเทียเป็นภูมิภาคที่อยู่ตอนกลางของดินแดนเอเชียไมเนอร์ (ประเทศตุรกีในปัจจุบัน) ซึ่งมีผู้อยู่อาศัยเป็นกลุ่มคนที่ถูกโยกย้ายมาจากที่อื่น คนกลุ่มนี้เรียกว่าชาวกาลาเทีย พวกเขาเป็นชาวเซลติกที่อพยพจากดินแดนกอล (ฝรั่งเศสในปัจจุบัน) มายังภูมิภาคนี้ในศตวรรษที่สามก่อน ค.ศ. ชาวโรมันยึดครองแคว้นกาลาเทียได้ในปี 189 ก่อน ค.ศ. แต่อนุญาตให้พวกเขามีอิสระในระดับหนึ่งจนกระทั่งปี 25 ก่อน ค.ศ. ซึ่งกาลาเทียกลายเป็นแคว้นหนึ่งของโรมัน

ในช่วงที่โรมันกำหนดขอบเขตของแคว้นกาลาเทีย พวกเขาได้ผนวกดินแดนบางส่วนที่ไม่มีคนชาติพันธุ์กาลาเทียอาศัยอยู่เข้ามาด้วย ความหมายที่กว้างกว่านี้คือความหมายหลักในสมัยพระคัมภีร์ใหม่

เปาโลก่อตั้งคริสตจักรในหลายเมืองซึ่งอยู่ทางตอนใต้ของแคว้นกาลาเทีย ได้แก่ อันทิโอก อิโคนียูม ลิสตรา และเดอร์บี (กิจการ 13:14–14:23) เมืองเหล่านี้อยู่ในแคว้นกาลาเทียของโรมัน แต่ไม่มีคนชาติพันธุ์กาลาเทียอาศัยอยู่ แม้ว่าพระธรรมกิจการได้บันทึกว่าเปาโลเคยไปเยือนแคว้นกาลาเทียส่วนที่มีคนชาติพันธุ์กาลาเทีย

อาศัยอยู่สองครั้งเป็นเวลาสั้น ๆ (กิจการ 16:6; 18:23) แต่ก็ไม่ได้กล่าวถึงคริสตจักรใด ๆ ที่ก่อตั้งขึ้นในแถบนั้น

แม้จะมีคนเสนอว่าเปาโลอาจเขียนจดหมายถึงดินแดนทางเหนือที่เขาไม่เคยไปเยือน แต่ความกังวลและความต้องการของคริสตจักรต่าง ๆ ที่อยู่ทางตอนใต้ของแคว้นกาลาเทีย ทำให้พวกเขามีแนวโน้มจะเป็นผู้รับจดหมายฉบับนี้มากกว่า อัครทูตเปาโลได้ทราบข่าวว่าคริสตจักรต่าง ๆ ที่เขาเพิ่งก่อตั้งนั้น กำลังถูกจู่โจมโดยผู้สอนเท็จที่พยายามนำคนเข้าสู่ศาสนายิว และกำลังบ่อนทำลายหลักคำสอนที่เป็นหัวใจสำคัญในพระคัมภีร์ใหม่เรื่องการทำให้เป็นผู้ชอบธรรมโดยความเชื่อ ผู้สอนเหล่านี้เพิกเฉยต่อคำสั่งที่ชัดเจนของที่ประชุมใหญ่ในเยรูซาเล็ม (กิจการ 15:23–29) และยืนกรานว่าคนต่างชาติจะต้องมาเป็นผู้เข้าจารีตในศาสนายิว และยอมอยู่ใต้ธรรมบัญญัติทั้งหมดของโมเสสก่อน จึงจะเป็นคริสเตียนได้ (1:7; 4:17,21 ; 5:2–12; 6:12–13) ด้วยความตกใจที่ชาวกาลาเทียเปิดใจรับฟังคำสอนผิดอันร้ายแรงนั้น (1:6) เปาโลจึงเขียนจดหมายฉบับนี้เพื่อปกป้องคำสอนเรื่องการทำให้เป็นผู้ชอบธรรมโดยความเชื่อ และเพื่อเตือนคริสตจักรเหล่านั้นถึงผลที่ตามมาอันเลวร้าย หากพวกเขาละทิ้งหลักคำสอนสำคัญที่สุดนี้ กาลาเทียเป็นจดหมายของเปาโลเพียงฉบับเดียวที่ไม่มีคำชมเชยผู้อ่านในตอนเริ่มต้น การขาดหายไปที่เห็นได้ชัดนี้สะท้อนถึงความเร่งด่วนที่เขารู้สึกว่าต้องจัดการกับความความเสี่ยงที่จะมีการละทิ้งความเชื่อ และต้องปกป้องหลักคำสอนสำคัญที่สุดเรื่องการทำให้เป็นผู้ชอบธรรม

หลักคำสอนสำคัญในกาลาเทีย

การทำให้เป็นผู้ชอบธรรมโดยความเชื่อ—การเป็นอิสระอย่างสมบูรณ์จากการพิพากษาและการเป็นทาสของความบาป มาโดยความเชื่อในพระเยซูคริสต์เท่านั้น (2:14–21; 3:11; 5:4; เลวีนิติ 18:5; อิสยาห์ 45:25; 50:8; 53:11; เยเรมีย์ 23:6; ฮาบากุก 2:4; ยอห์น 5:24; กิจการ 13:39; โรม 1:16–17; 3:21–4:25; 5:1–2,18; 1 โครินธ์ 6:11; ทิตัส 3:7; ยากอบ 2:10)

ธรรมบัญญัติ—ผู้เชื่อได้รับการปลดปล่อยจากพันธะของธรรมบัญญัติ (2:20–21; 5:1; เยเรมีย์ 31:33; โรม 2:12; 6:14; 7:4–6; กาลาเทีย 3:10–13; ฮีบรู 8:10)

บทบาทของพระวิญญาณบริสุทธิ์—พระวิญญาณยังคงต่อสู้กับความปรารถนาของเนื้อหนังอยู่เสมอ (5:16–17; ยอห์น 14:16; โรม 5:3–5; 7:23,25; 8:4–6; ฟีลิปปี 3:3; 1 เปโตร 3:18)

พระลักษณะของพระเจ้าในกาลาเทีย

พระเจ้าทรงเปี่ยมด้วยพระเมตตา—6:16

พระเจ้าทรงฤทธิ์อำนาจ—2:8

พระเจ้าทรงรักษาพระสัญญา—3:16–19,21–22,29; 4:4

พระคริสต์ในกาลาเทีย

พระธรรมกาลาเทียกล่าวถึงเสรีภาพที่พระคริสต์ประทานแก่ผู้เชื่อ ชาวกาลาเทียถูกล่อลวงโดยพวกเคร่งกฎบัญญัติชาวยิวให้แลกเสรีภาพนั้นไป และหวนกลับไปสู่ความเป็นทาสภายใต้ธรรมบัญญัติ (2:4) จดหมายของเปาโลกระตุ้นเตือนผู้เชื่อว่า "อย่าเข้าเทียมแอกของการเป็นทาสอีกเลย" แต่ให้ยึดมั่นในสถานะที่มีเสรีภาพในพระเยซูคริสต์ (5:1)

คำศัพท์สำคัญในกาลาเทีย

ภูตผี: คำภาษากรีกคือ *สตอยเคอา*—4:3,9—อาจหมายถึง (1) "หลักการขั้นต้นหรือหลักการพื้นฐาน" หรือ (2) "วิญญาณภูตผี" คำนี้มีความหมายตามตัวอักษรว่า สิ่งที่วางเป็นแนวหรือเป็นแถวเหมือนตัวอักษร มันเป็นคำที่ใช้พูดถึงหลักธรรมเบื้องต้น (ฮีบรู 5:12) หรือองค์ประกอบพื้นฐานของจักรวาล ไม่ว่าจะเป็นทางกายภาพ (2 เปโตร 3:10) หรือฝ่ายจิตวิญญาณ ถ้าเปาโลกำลังนึกถึงหลักธรรมเบื้องต้น เขาหมายความว่าผู้คนกำลังตกเป็นทาสขององค์ประกอบพื้นฐานในศาสนา (ดู โคโลสี 2:20) แต่ถ้าเขาหมายถึงวิญญาณต่าง ๆ เขากำลังบอกว่าผู้คนตกเป็นทาสของ "ภูตผี" ซึ่งหมายถึงเทพเจ้าหรือวิญญาณชั่วบางอย่าง ความหมายในแง่*หลักธรรม*นั้นเข้ากับบริบทโดยรวมของกาลาเทีย ในขณะที่ความหมายในแง่*วิญญาณ*สอดคล้องกับ 4:8–10 ไม่ว่าในกรณีใด เปาโลก็กำลังบอกว่าผู้คนตกเป็นทาสจนกระทั่งพระคริสต์เสด็จมา

เนื้อหนัง: คำภาษากรีกคือ *ซาร์กซ์*—1:16; 2:20; 4:13–14; 5:17; 6:12–13—ในวรรณกรรมกรีกคำว่า *ซาร์กซ์* มักจะมีความหมายไม่มากเกินไปกว่าร่างกายมนุษย์ และในพระคัมภีร์ใหม่ก็ใช้คำนี้ในลักษณะนี้เช่นกัน (ดู ยอห์น 1:14; วิวรณ์ 17:16; 19:18,21) อย่างไรก็ตาม เปาโลมักจะใช้คำนี้เพื่อหมายถึงตัวตนทั้งหมดของมนุษย์ที่ล้มลงในความบาป คือไม่ใช่แค่ร่างกายที่มีบาป แต่หมายถึงตัวตนทั้งหมด ซึ่งรวมถึงจิตวิญญาณและจิตใจ ล้วนได้รับผลจากบาป ด้วยเหตุนี้เปาโลจึงมักจะบอกว่า *เนื้อหนัง*ต่อสู้กับ*พระวิญญาณ* เป็นพลังสองฝ่ายที่ต่อต้านกันโดยตรง คนที่ไม่เชื่อมีชีวิตอยู่ได้แต่ในเนื้อหนังเท่านั้น แต่ผู้เชื่อสามารถมีชีวิตอยู่ในเนื้อหนังหรือในพระวิญญาณก็ได้ เปาโลหนุนใจผู้เชื่อซ้ำแล้วซ้ำอีกให้เอาชนะการงานของเนื้อหนัง ด้วยการดำเนินชีวิตในพระวิญญาณ

สรุปเนื้อหาโดยย่อ

I. เรื่องบุคคล ผู้ประกาศเรื่องการทำให้เป็นผู้ชอบธรรม (1:1–2:21)
  ก. คำว่ากล่าวของอัครทูต (1:1–9)
  ข. หลักฐานยืนยันการเป็นอัครทูต (1:10–2:10)
  ค. ความมั่นใจของอัครทูต (2:11–21)
II. เรื่องหลักคำสอน หลักการเรื่องการทำให้เป็นผู้ชอบธรรม (3:1–4:31)
  ก. ประสบการณ์ของชาวกาลาเทีย (3:1–5)
  ข. พรของอับราฮัม (3:6–9)
  ค. คำสาปแช่งของธรรมบัญญัติ (3:10–14)
  ง. พระสัญญาในพันธสัญญา (3:15–18)
  จ. จุดประสงค์ของธรรมบัญญัติ (3:19–29)
  ฉ. ความเป็นบุตรของผู้เชื่อ (4:1–7)
  ช. ความไร้ประโยชน์ของการเคร่งพิธีกรรม (4:8–20)
  ซ. ตัวอย่างจากพระคัมภีร์ (4:21–31)
III. เรื่องการปฏิบัติ สิทธิพิเศษของการทำให้เป็นผู้ชอบธรรม (5:1–6:18)
  ก. เสรีภาพจากพิธีกรรม (5:1–6)
  ข. เสรีภาพจากพวกเคร่งกฎบัญญัติ (5:7–12)
  ค. เสรีภาพในพระวิญญาณ (5:13–26)
  ง. เสรีภาพจากพันธนาการฝ่ายจิตวิญญาณ (6:1–10)
  จ. บทสรุป (6:11–18)

ขณะเดียวกัน ในพื้นที่ส่วนอื่น ๆ ของโลก . . .

ชาวกอธ ซึ่งเดินทางจากดินแดนที่ปัจจุบันคือสวีเดน ก่อตั้งอาณาจักรตามแนวลุ่มแม่น้ำวิสตูลา ซึ่งเป็นแม่น้ำสายยาวที่สุดในโปแลนด์

คำถามที่พบบ่อย

1. เหตุการณ์ต่าง ๆ ที่ถูกกล่าวถึงในกาลาเทียตรงกับลำดับเหตุการณ์ในกิจการอย่างไร?

การเปรียบเทียบระหว่างข้อพระคัมภีร์ในกิจการ (11:27–30; 15:2,12,22,35) และในกาลาเทีย (1:18; 2:1–10) ดูเหมือนจะบ่งชี้ถึงอย่างน้อยสามเหตุการณ์ที่เปาโลไปเยือนกรุงเยรูซาเล็ม ซึ่งรวมถึงการเดินทางไปเข้าร่วมการประชุมใหญ่ที่เยรูซาเล็ม การไปเยือนครั้งอื่น ๆ เกิดขึ้นหลังการประชุมครั้งนั้น (กิจการ 18:18–22; 21:15–17) การไปเยือนที่ถูกกล่าวถึงในกาลาเทีย 1:18 บันทึกว่าเปาโลได้ติดต่อกับอัครทูตในเยรูซาเล็มโดยตรงเป็นครั้งแรกหลังจากที่เขามาเชื่อ บทที่ 2:1 กล่าวถึงช่องว่าง 14 ปี ซึ่งหลังจากนั้นเปาโลได้กลับไปที่เยรูซาเล็มอีกครั้ง ซึ่งน่าจะไปในฐานะผู้เข้าร่วมการประชุมใหญ่ในเยรูซาเล็ม (กิจการ 15) ที่ถูกเรียกไปเพื่อแก้ปัญหาเรื่องความรอดของคนต่างชาติ

ในทางภาษาศาสตร์ คำว่า *อีก* (2:1) ไม่จำเป็นต้องหมายถึงการไปเยือนครั้งถัดไป มันอาจแปลง่าย ๆ ว่า “อีกครั้ง” หรือ “ครั้งอื่น” โดยไม่คำนึงถึงจำนวนครั้งของการไปเยือนที่เกิดขึ้นในระหว่างนั้น และอันที่จริง เปาโลได้ไปเยือนกรุงเยรูซาเล็มอย่างน้อยหนึ่งครั้งในระหว่าง 14 ปีนั้น เพื่อนำสิ่งบรรเทาทุกข์ไปให้คริสตจักรที่นั่นซึ่งกำลังเผชิญการกันดารอาหาร (กิจการ 11:27–30; 12:24–25) ในพระธรรมกาลาเทียเขาแค่ไม่ได้กล่าวถึงการไปเยือนที่แทรกอยู่ในช่วงเวลานั้น ซึ่งอาจเป็นเพราะมันไม่ได้มีความสำคัญต่อการปกป้องสิทธิอำนาจอัครทูตของเขา

2. กาลาเทีย 3:27 ดูเหมือนจะพูดราวกับว่าการรับบัพติศมาจำเป็นสำหรับความรอด เปาโลหมายถึงอะไรในข้อนั้น?

การใช้คำว่า *ได้รับบัพติศมา* ในข้อนี้ เปาโลไม่ได้หมายถึงบัพติศมาด้วยน้ำ ซึ่งไม่สามารถช่วยให้รอดได้ ในข้อนี้เปาโลใช้คำนี้ในเชิงเปรียบเทียบ เพื่อพูดถึงการ “ถูกจุ่มลง” หรือ “ถูกวางไว้” ในพระคริสต์ บริบทที่กว้างกว่านั้นในที่นี้กำลังพูดถึงความเชื่อและการอัศจรรย์ฝ่ายจิตวิญญาณที่เราได้เป็นหนึ่งเดียวกับพระองค์ในการสิ้นพระชนม์และการฟื้นคืนพระชนม์ของพระองค์ ไม่ใช่พูดถึงพิธีกรรมภายนอก และวลีที่อยู่ติดกันคือ “ได้สวมชีวิตของพระคริสต์” ก็ทำให้เห็นภาพของผลที่เกิดจากการที่ผู้เชื่อกลายเป็นหนึ่งเดียวกับพระคริสต์ในฝ่ายจิตวิญญาณ เปาโลเน้นย้ำ

ความจริงที่ว่าเราได้เป็นหนึ่งเดียวกับพระคริสต์โดยทางความรอด ในเรื่องตำแหน่งของเราต่อพระพักตร์พระเจ้า เราได้สวมพระคริสต์ การสิ้นพระชนม์ การฟื้นคืนพระชนม์ และความชอบธรรมของพระองค์ และในทางปฏิบัติ เราจำเป็นต้อง "สวมชีวิตของพระคริสต์" ต่อหน้าครอบครัว เพื่อนฝูง เพื่อนบ้าน และเพื่อนร่วมงาน ด้วยความประพฤติของเรา (โรม 13:14)

3. คำกล่าวของเปาโลเกี่ยวกับความเท่าเทียมทางเพศ เชื้อชาติ และสถานะใน 3:28 ส่งผลต่อคำสอนอื่น ๆ ในพระคัมภีร์ที่กล่าวถึงบทบาทต่าง ๆ อย่างไร?

บางครั้งพระคัมภีร์ตอนนี้ก็ถูกอ้างโดยผู้ที่ต้องการท้าทายแนวคิดดั้งเดิมเรื่องสิทธิอำนาจและการยอมเชื่อฟัง โดยเฉพาะอย่างยิ่งเมื่อมันมีผลต่อชีวิตสมรส พระคัมภีร์ข้อนี้ไม่ได้ปฏิเสธเรื่องที่ว่า แผนการของพระเจ้าได้รวมเอาความแตกต่างบางอย่างไว้ท่ามกลางคริสเตียน คือความแตกต่างทางเชื้อชาติ สังคม และเพศ แต่มันยืนยันว่าสิ่งเหล่านั้นไม่ได้หมายถึงความไม่เท่าเทียมกันฝ่ายจิตวิญญาณต่อพระพักตร์พระเจ้า พูดอีกอย่างก็คือ หลักคำสอนอันยิ่งใหญ่เรื่องความเสมอภาคฝ่ายจิตวิญญาณนี้ ไม่ได้ขัดแย้งกับบทบาทต่าง ๆ ที่พระเจ้าทรงแต่งตั้งไว้ในเรื่องการเป็นผู้นำและการยอมเชื่อฟัง ทั้งในคริสตจักร สังคม และครอบครัว แม้แต่พระเยซูคริสต์ซึ่งเท่าเทียมกับพระบิดาโดยสมบูรณ์ ก็ยังทรงรับบทบาทที่ยอมเชื่อฟังในระหว่างที่พระองค์ทรงอยู่ในสภาพมนุษย์ (ฟีลิปปี 2:5–8)

4. วลี *หล่นจากพระคุณไปเสียแล้ว* (5:4) แปลว่าอะไร เมื่อพูดถึงหลักคำสอนเรื่องความปลอดภัยชั่วนิรันดร์?

เปาโลใช้สองคำในข้อนี้ที่หมายถึงการแยกจากกัน การสูญเสีย และการแตกสลาย คือคำว่า "ถูกตัดขาดจากพระคริสต์" และ "หล่นจากพระคุณ" คำภาษากรีกที่ถูกแปลว่า *ถูกตัดขาด* นี้หมายถึง "แยกจากกัน" หรือ "ถูกตัดขาด" ส่วนคำที่ถูกแปลว่า *หล่น* หมายถึง "หลุดมือจากสิ่งที่จับไว้" บริบททำให้เห็นความหมายของเปาโลชัดเจนขึ้น ความพยายามทุกอย่างที่จะเป็นผู้ชอบธรรมโดยธรรมบัญญัติ ก็เท่ากับการปฏิเสธความรอดโดยพระคุณเพียงอย่างเดียว ผ่านทางความเชื่อเพียงอย่างเดียว ผู้ที่เคยสัมผัสกับความจริงที่เปี่ยมด้วยพระคุณของข่าวประเสริฐ แต่ต่อมาหันหลังให้พระคริสต์ (ฮีบรู 6:4–6) และพยายามจะเป็นผู้ชอบธรรมโดยธรรมบัญญัติ ก็ถูกแยกจากพระคริสต์ และสูญเสียโอกาสทั้งหมดที่จะได้รับความรอดอันเปี่ยมด้วยพระคุณ

ของพระเจ้า การที่พวกเขาละทิ้งพระคริสต์และข่าวประเสริฐเพียงแค่พิสูจน์ว่าความเชื่อของพวกเขาไม่เคยเป็นของแท้มาตั้งแต่แรก (ลูกา 8:13–14; 1 ยอห์น 2:19)

ศึกษากาลาเทียแบบรวบรัด

1. เปาโลอธิบายความสัมพันธ์ระหว่างธรรมบัญญัติกับการประพฤติที่ชอบธรรมไว้อย่างไรในพระธรรมกาลาเทีย?
2. ทำไมเปาโลจึงเรียกชาวกาลาเทียว่า "คนเขลา"?
3. เปาโลสอนชาวกาลาเทียอย่างไรเกี่ยวกับความเชื่อ? คำอธิบายนั้นสอดคล้องกับความเข้าใจเรื่องความเชื่อของคุณในความสัมพันธ์ระหว่างคุณกับพระเจ้าอย่างไร?
4. เมื่อเปาโลอภิปรายแนวคิดเรื่อง "เสรีภาพ" กับชาวกาลาเทีย เขากำลังพูดถึงอะไร?
5. เปาโลอภิปรายยาวเหยียดเรื่องผลที่เกิดจากการมีพระวิญญาณบริสุทธิ์สถิตอยู่ในชีวิตคริสเตียน (5:16–26) ผลเหล่านั้นมีอะไรบ้าง และคุณมีประสบการณ์กับมันมากระดับไหน?

เอเฟซัส

พ ร ะ ก า ย ข อ ง พ ร ะ ค ริ ส ต์ ไ ด้ รั บ พ ร ะ พ ร

พระธรรมเอเฟซัสให้พิมพ์เขียวแบบเป็นเรื่องราว
สำหรับคริสตจักรของพระเยซูคริสต์

คริสตจักรในเมืองเอเฟซัสได้รับจดหมายสองฉบับที่ถูกบันทึกไว้ในพระคัมภีร์ ฉบับหนึ่งมาจากอัครทูตเปาโล อีกฉบับมาจากพระเยซู (วิวรณ์ 2:1–6) เมื่อพระเยซูปรากฏพระองค์แก่ยอห์น และตรัสสั่งให้เขาเขียนจดหมายถึงคริสตจักรเจ็ดแห่ง เขาเริ่มต้นด้วยเมืองเอเฟซัส ทั้งพระเยซูและเปาโลใช้คริสตจักรในเมืองเอเฟซัสเป็นตัวอย่างเรื่องปัญหาท้าทายและประโยชน์ ของการเติบโตขึ้นเป็นพระกายของพระคริสต์ที่มีชีวิตและมีความรักอย่างแท้จริงในโลกนี้

ผู้เขียนและปีที่เขียน

เขียนโดยเปาโล ระหว่างปี ค.ศ. 60 ถึง 62

ไม่มีหลักฐานที่น่าเชื่อถือชิ้นใดที่บ่งบอกว่าสถานะผู้เขียนของเปาโลสมควรถูกตั้งคำถาม ชื่อของเขาปรากฏในคำขึ้นต้นจดหมาย (1:1; 3:1) การมีประเด็นสำคัญบริบท และน้ำเสียงที่คล้ายกันทำให้เอเฟซัสถูกจัดเป็นใน “จดหมายจากเรือนจำ” ฉบับหนึ่ง (ควบคู่ไปกับพระธรรมฟีลิปปี โคโลสี และฟีเลโมน) จดหมายกลุ่มนี้ถูกเขียนขึ้นในระหว่างที่เปาโลรอการพิจารณาคดีอยู่ในกรุงโรม (กิจการ 28:16–31)

บุคคลสำคัญในเอเฟซัส

เปาโล—สอนคริสตจักรในเอเฟซัสเรื่องตำแหน่งของพวกเขาในฐานะพระกายของพระคริสต์ และความสัมพันธ์ระหว่างพวกเขากับพระเจ้า (1:1–6:24)

ทีคิกัส—ผู้ที่เปาโลส่งไปหนุนใจบรรดาผู้เชื่อที่เมืองเอเฟซัส (6:21–22)

ภูมิหลังและสถานที่

คริสตจักรในเอเฟซัสน่าจะเริ่มขึ้นจากพันธกิจของปริสสิลลาและอาควิลลา (กิจการ 18:26) คู่สมรสที่มีของประทานมากเป็นพิเศษ ซึ่งเปาโลละไว้ที่เมืองนั้นระหว่างการเดินทางประกาศข่าวประเสริฐครั้งที่สองของเขา (กิจการ 18:18–19) หลังจากนั้นเปาโลได้ไปเยือนเมืองเอเฟซัสระหว่างการเดินทางประกาศข่าวประเสริฐครั้งที่สาม (กิจการ 19) และใช้เวลาสามปีสร้างคริสตจักรวัยหัดบินแห่งนี้ให้มั่นคง หลังจากเปาโลเดินทางไปที่อื่น ทิโมธีก็ดูแลอภิบาลชุมชนผู้เชื่อที่นี่ราวหนึ่งปีครึ่ง และได้สอนคำสอนที่ถูกต้องเพื่อแก้ไขคำสอนผิดของบางคนที่มีอิทธิพล ซึ่งอาจเคยเป็นผู้ปกครองในชุมชนผู้เชื่อแห่งนี้

เมืองเอเฟซัสตั้งอยู่ที่ปากแม่น้ำเคย์สเตอร์ บนชายฝั่งตะวันออกของทะเลอีเจียน และอาจจะมีชื่อเสียงมากที่สุดเรื่องวิหารอารเทมิสหรือไดอานา สิ่งก่อสร้างยิ่งใหญ่อลังการแห่งนี้เป็นหนึ่งในเจ็ดสิ่งมหัศจรรย์ของโลกยุคโบราณ นอกจากนี้เอเฟซัสยังทำหน้าที่เป็นศูนย์กลางทางการเมือง การศึกษา และการพาณิชย์ที่สำคัญ คือเป็นนครยิ่งใหญ่แห่งหนึ่งในสมัยนั้น

หลักคำสอนสำคัญในเอเฟซัส

ความล้ำลึกของคริสตจักร พระกายของพระคริสต์—ผู้เชื่อในพระเยซูคริสต์ทุกคนเท่าเทียมกันจำเพาะพระพักตร์องค์พระผู้เป็นเจ้า ในฐานะบุตรของพระองค์และพลเมืองแห่งอาณาจักรนิรันดร์ของพระองค์ (1:22–23; 3:6; 5:32; โคโลสี 1:24; วิวรณ์ 21:9)

พระพรของพระเยซูคริสต์—ผู้เชื่อทุกคนได้รับความบริบูรณ์ในพระคริสต์ที่สุดจะหยั่งถึงได้ โดยทางพระคุณและมรดกของพระองค์ (1:2,5–9; 2:7; 3:8,16,19; 4:13; 5:18; 6:10–13; ปฐมกาล 24:31; 26:29; สดุดี 36:8; 63:5; 91:5–10; อิสยาห์ 12:2; 40:11; มัทธิว 25:34; ยอห์น 17:21; เอเฟซัส 3:12; 2 เปโตร 1:4; วิวรณ์ 13:8)

พระลักษณะของพระเจ้าในเอเฟซัส

พระเจ้าทรงเป็นผู้ที่มนุษย์เข้าถึงได้— 2:13,18; 3:12

พระเจ้าทรงเปี่ยมด้วยสง่าราศี— 1:12; 3:16

พระเจ้าทรงพระกรุณา— 2:7
พระเจ้าทรงรัก— 2:4–5
พระเจ้าทรงเปี่ยมด้วยพระเมตตา—2:4
พระเจ้าทรงฤทธิ์อำนาจ— 1:19; 3:7,20; 6:10
พระเจ้าทรงรักษาพระสัญญา—1: 13; 2:12; 3:6
พระเจ้าทรงทำให้กลับคืนดี— 2:14,17
พระเจ้าทรงเป็นหนึ่งเดียว—4:6
พระเจ้าทรงพระปัญญา— 1:8; 3:10
พระเจ้าทรงมีพระพิโรธ—5:6

คำศัพท์สำคัญในเอเฟซัส

พระเจตนารมณ์ พระดำริ พระทัย: คำภาษากรีก *โปรเธสิส*—1:9,11; 3:11; คำภาษากรีก *บูเล*—1:11; คำภาษากรีก *เธเลมา*—1:1,5,9,11; 5:17; 6:6—เป็นสามคำสำคัญ ซึ่งทั้งหมดเชื่อมโยงกันในเชิงแนวคิด และปรากฏอยู่ใน 1:11 หนึ่งในสามคำนี้ (*เธเลมา*) เปาโลเคยใช้ก่อนหน้านี้สองครั้ง (1:1,9) คำนี้สื่อถึงแนวคิดเรื่องความปรารถนา (แม้แต่ความปรารถนาในใจ) เพราะคำนี้แสดงถึงอารมณ์ความรู้สึกเป็นหลัก มากกว่าแสดงถึงความตั้งใจ ดังนั้นพระประสงค์ของพระเจ้าจึงเป็นเรื่องความปรารถนาในพระทัยของพระองค์ มากกว่าความตั้งพระทัยของพระองค์ ส่วนคำว่า *โปรเธสิส* หมายถึงความตั้งใจหรือแผนการ มีความหมายตามตัวอักษรว่า "การวางแผนไว้ล่วงหน้า" เหมือนกับพิมพ์เขียว แผนการนี้ถูกสร้างขึ้นในพระดำริของพระเจ้า ซึ่งเป็นคำแปลของคำว่า *บูเล* ในภาษากรีก ซึ่งหมายถึงผลลัพธ์ของความตั้งใจที่คิดมาอย่างรอบคอบ แต่เบื้องหลังแผนการและพระดำรินี้มิได้มีเพียงผู้วางแผน แต่ยังมีพระทัยที่มีความรักด้วย

คนใหม่: คำภาษากรีกคือ *ไคนอส อันโธรปอส*—2:15; 4:24—คำที่แปลว่า *ใหม่* นี้ไม่ได้หมายถึงสิ่งที่เพิ่งมีไม่นาน แต่หมายถึงสิ่งที่มีคุณภาพหรือธรรมชาติไม่เหมือนเดิม ดังนั้นคำว่า *คนใหม่* นี้จึงหมายถึงความเป็นมนุษย์แบบใหม่ที่ถูกสร้างขึ้นในพระคริสต์ และผู้เชื่อทุกคนได้เข้ามามีส่วนร่วมทั้งในแง่ส่วนตัวและส่วนรวม เนื่องจากเปาโลเคยกล่าวไปแล้วถึงการเป็นคนใหม่ที่ถูกสร้างขึ้นในพระคริสต์ ในความหมายของความเป็นมนุษย์แบบใหม่ที่รวมกันเป็นหนึ่งเดียวในแง่ส่วนรวม (2:14–15) ดังนั้นเราก็ต้องมองคำว่าคนใหม่ในพระคัมภีร์ข้อนี้ในแง่ส่วนรวม (ดู โคโลสี 3:9–11) ในบริบทที่อยู่ติดกันนั้น เปาโลกำลังกำชับผู้เชื่อแต่ละคนให้สวมสภาพมนุษย์ใหม่ของตน

พระคริสต์ในเอเฟซัส

ในพระธรรมเอเฟซัสเปาโลอธิบายความสัมพันธ์พิเศษระหว่างพระเยซูกับคริสตจักรซึ่งเป็นพระกายของพระองค์ พระคริสต์ทรงเป็นศีรษะของคริสตจักร ซึ่งนำผู้เชื่อ

มารวมเป็นหนึ่ง และเสริมสร้างพระกายนั้นให้เข้มแข็ง (4:15–16) นอกจากนี้เปาโลยังเน้นเรื่องฐานะของผู้เชื่อเมื่อพวกเขาอยู่ "ในพระคริสต์" (1:1,3–7,11–13; 2:5–6,10,13,21; 3:6,12)

สรุปเนื้อหาโดยย่อ

I. คำขึ้นต้นจดหมาย (1:1–2)

II. พระประสงค์ของพระเจ้าสำหรับคริสตจักร (1:3–3:13)

ก. การกำหนดไว้ล่วงหน้าในพระคริสต์ (1:3–6ก)

ข. การไถ่ในพระคริสต์ (1:6ข–10)

ค. มรดกในพระคริสต์ (1:11–14)

ง. สิ่งต่าง ๆ ที่มีอยู่ในพระคริสต์ (1:15–23)

จ. ชีวิตใหม่ในพระคริสต์ (2:1–10)

ฉ. ความเป็นหนึ่งเดียวกันในพระคริสต์ (2:11–3:13)

III. ความบริบูรณ์ของพระเจ้าสำหรับคริสตจักร (3:14–21)

IV. แผนการของพระเจ้าสำหรับการดำเนินชีวิตอย่างสัตย์ซื่อในคริสตจักร (4:1–6)

V. พระบุตรของพระเจ้าประทานของประทาน และสร้างคริสตจักร (4:7–16)

VI. แบบแผนและหลักการต่าง ๆ ของพระเจ้าสำหรับสมาชิกในคริสตจักร (4:17–32)

VII. มาตรฐานของพระเจ้าสำหรับความสัตย์ซื่อในคริสตจักร (5:1–21)

ก. การดำเนินในความรัก (5:1–7)

ข. การใช้ชีวิตในความสว่าง (5:8–14)

ค. การดำเนินในสติปัญญาและสติสัมปชัญญะ (5:15–18ก)

ง. การเต็มเปี่ยมด้วยพระวิญญาณของพระเจ้า (5:18ข–21)

VIII. มาตรฐานของพระเจ้าสำหรับสิทธิอำนาจและการยอมเชื่อฟังในคริสตจักร (5:22–6:9)

ก. สามีและภรรยา (5:22–33)

ข. บิดามารดาและบุตร (6:1–4)

ค. นายจ้างและลูกจ้าง (6:5–9)

IX. การจัดเตรียมของพระเจ้าสำหรับลูก ๆ ของพระองค์ในการต่อสู้ฝ่ายจิตวิญญาณ (6:10–17)
    ก. การต่อสู้ของผู้เชื่อ (6:10–13)
    ข. ยุทธภัณฑ์ของผู้เชื่อ (6:14–17)
X. คำสั่งของพระเจ้าสำหรับการอธิษฐานในคริสตจักร (6:18–20)
XI. คำอวยพร (6:21–24)

ขณะเดียวกัน ในพื้นที่ส่วนอื่น ๆ ของโลก . . .

นักประวัติศาสตร์ชาวยิวชื่อโจซีฟัส กำลังเรียนรู้เพื่อจะกลายเป็นทรัพยากรอันล้ำค่า ด้านภูมิหลังทางประวัติศาสตร์ของเนื้อหาหลายส่วนในพระคัมภีร์

คำถามที่พบบ่อย

1. เหตุใดเปาโลจึงใช้คำว่า *ความล้ำลึก* บ่อยมากในจดหมายที่เขาเขียนถึงชาวเอเฟซัส?

เปาโลใช้คำว่า *ความล้ำลึก* หกครั้งในจดหมายฉบับนี้จริง ๆ (1:9; 3:3–4, 9; 5:32; 6:19) เมื่อเปรียบเทียบกันแล้วคำนี้ปรากฏสองครั้งในพระธรรมโรม หนึ่งครั้งใน 1 โครินธ์ สี่ครั้งในโคโลสี หนึ่งครั้งใน 1 ทิโมธี และไม่ปรากฏในที่อื่น ๆ อีก การใช้คำนี้ของเปาโลตรงกันข้ามกับการใช้คำนี้ในภาษาอังกฤษ (mystery) ที่ใช้ในความหมายของเงื่อนงำหลาย ๆ อย่างซึ่งเราต้องหาคำตอบ เปาโลใช้คำนี้เพื่อชี้ให้เห็นว่าความล้ำลึกนี้เป็นความจริงซึ่งก่อนหน้านี้ยังไม่ถูกเปิดเผย แต่บัดนี้ได้ถูกทำให้กระจ่างชัดเจน คำว่า *ความล้ำลึก* ให้ความรู้สึกว่าความจริงที่ได้รับการเปิดเผยนี้ช่างมีความหมายที่ยอดเยี่ยมมาก จนมันยังคงทำให้ผู้ที่ยอมรับความจริงนี้รู้สึกประหลาดใจและถ่อมใจ

พระธรรมเอเฟซัสนำเสนอหลายแง่มุมเกี่ยวกับ "ความล้ำลึก" เปาโลอธิบายการใช้คำนี้ของเขาใน 3:4–6 โดยกล่าวว่า "คนต่างชาติได้เป็นผู้ร่วมรับมรดก เป็นอวัยวะของกายเดียวกัน และเป็นผู้มีส่วนร่วมในพระสัญญาในพระเยซูคริสต์โดยทางข่าวประเสริฐ" เมื่อความบริบูรณ์ของพระคริสต์ที่สุดจะหยั่งถึงได้ถูก

ประกาศท่ามกลางคนต่างชาติ ผลอย่างหนึ่งที่เกิดขึ้นก็คือความเข้าใจในเรื่อง "แผนงานของความล้ำลึก" (3:9) และเมื่อแผนการของพระเจ้าสำหรับการสมรสของมนุษย์ได้ถูกใช้เพื่ออธิบายความสัมพันธ์พิเศษระหว่างพระคริสต์และคริสตจักรซึ่งเป็นเจ้าสาวของพระองค์ เปาโลก็ย้ำเตือนผู้อ่านของเขาว่า ประเด็นที่แท้จริงคือความล้ำลึกอันยิ่งใหญ่ (5:32) และท้ายที่สุดเปาโลได้ขอให้ชาวเอเฟซัสอธิษฐานเพื่อเขา ที่เขาจะสามารถ "สำแดงความล้ำลึกของข่าวประเสริฐอย่างกล้าหาญ" (6:19) ข่าวประเสริฐไม่ได้ล้ำลึกเพราะมันยากที่จะเข้าใจ แต่มันล้ำลึกเพราะมันเป็นเรื่องไม่คาดคิด ไม่สมควรได้รับ และประทานให้โดยไม่คิดมูลค่า แม้ว่าเปาโลไม่ได้ใช้คำนี้ในพระคัมภีร์ตอนนี้ แต่ข้อความที่เขาสรุปเรื่องความล้ำลึกให้ชาวเอเฟซัสฟังนั้นสามารถพบได้ใน 2:8–9 คือ "เพราะว่าท่านทั้งหลายได้รับความรอดแล้วด้วยพระคุณโดยทางความเชื่อ ความรอดนี้ไม่ใช่มาจากตัวท่าน แต่เป็นของประทานจากพระเจ้าไม่ใช่มาจากการกระทำ เพื่อไม่ให้ใครอวดได้"

2. พระคุณ ความเชื่อ และการกระทำ ประกอบกันในกระบวนการแห่งความรอดตามที่เปาโลบรรยายไว้ใน 2:8–10 อย่างไร?

เปาโลบรรยายว่ากระบวนการแห่งความรอดที่บรรลุผลนั้น เป็นสิ่งที่พระเจ้าทรงกระทำให้สำเร็จโดยพระคุณผ่านทางความเชื่อ คำว่า *ความรอดนี้* ในข้อ 8 ตรงที่กล่าวว่า "ความรอดนี้ไม่ใช่มาจากตัวท่าน" หมายถึงข้อความก่อนหน้านี้ทั้งหมดที่พูดถึงความรอด ไม่ใช่แค่พระคุณ แต่รวมถึงความเชื่อด้วย แม้ว่าแต่ละคนจำเป็นต้องเชื่อเพื่อรับความรอด แต่แม้กระทั่งความเชื่อนั้นก็เป็นส่วนหนึ่งของสิ่งที่พระเจ้าประทานเพื่อช่วยให้รอด และไม่สามารถกระทำได้โดยกำลังของเราเอง พระคุณของพระเจ้าทำให้ขั้นตอนสำคัญนั้นสำเร็จในทุกแง่มุมของความรอด

แม้กระทั่ง*การกระทำ*ซึ่งไม่สามารถส่งผลให้เกิดความรอด ก็เป็นส่วนหนึ่งของสิ่งที่พระเจ้าประทานเช่นกัน เช่นเดียวกับความรอด การชำระผู้เชื่อให้บริสุทธิ์และการกระทำดีของผู้เชื่อล้วนถูกกำหนดไว้ล่วงหน้า ทั้งโอกาส ความเข้มแข็ง และความตั้งใจที่จะกระทำสิ่งดี ล้วนเกิดขึ้นทีหลังและเป็นผลที่ตามมา สิ่งเหล่านี้เป็นผลที่พระเจ้าประทานความสามารถให้เกิดขึ้น และเป็นหลักฐานว่าพระคุณได้ทำให้ความรอดบรรลุผลผ่านทางความเชื่อ (ดู ยอห์น 15:8; ฟีลิปปี 2:12–13; 2 ทิโมธี 3:17; ทิตัส 2:14; ยากอบ 2:16–26)

3. เปาโลบรรยายถึงบทบาทผู้นำแบบต่าง ๆ ใน 4:11 เราเข้าใจบทบาทเหล่านี้อย่างไรในคริสตจักรปัจจุบัน?

พระคริสต์ทรงมีสิทธิอำนาจและอำนาจสูงสุดในการประทานของประทานฝ่ายจิตวิญญาณ (4:7–8) แก่บรรดาผู้ที่พระองค์ทรงเรียกให้ทำงานรับใช้ในคริสตจักรของพระองค์ พระองค์ไม่ได้ประทานเพียงแค่ของประทาน แต่พระองค์ประทานคนที่มีของประทานด้วย พระคัมภีร์ตอนนี้ใช้คำศัพท์ห้าคำเพื่อบรรยายบทบาทผู้นำเหล่านี้ คือ อัครทูต ผู้เผยพระวจนะ ผู้ประกาศข่าวประเสริฐ ศิษยาภิบาล และอาจารย์

อัครทูต เป็นคำศัพท์ของพระคัมภีร์ใหม่ ซึ่งเจาะจงใช้กล่าวถึงสาวก 12 คนที่ได้เห็นพระคริสต์หลังจากฟื้นคืนพระชนม์ (กิจการ 1:22) รวมถึงมัทธีอัสผู้มาแทนยูดาส ต่อมาเปาโลถูกเลือกสรรไว้เป็นพิเศษเพื่อเป็นอัครทูตไปหาคนต่างชาติ (กาลาเทีย 1:15–17) อัครทูตเหล่านี้พระคริสต์ทรงเลือกพวกเขาโดยตรง เพื่อพวกเขาจะถูกเรียกว่า “อัครทูตของพระคริสต์” (กาลาเทีย 1:1; 1 เปโตร 1:1) พวกเขาได้รับมอบหมายให้มีความรับผิดชอบพื้นฐานสามประการ คือ

- วางรากฐานของคริสตจักร (2:20)
- รับมอบ ประกาศ และเขียนพระวจนะของพระเจ้า (3:5; กิจการ 11:28; 21:10–11)
- ยืนยันพระวจนะนั้นด้วยหมายสำคัญ การอัศจรรย์ และการอิทธิฤทธิ์ต่าง ๆ (2 โครินธ์ 12:12; กิจการ 8:6–7; ฮีบรู 2:3–4)

คำว่า *อัครทูต* ถูกใช้ในความหมายที่กว้างขึ้น เพื่อกล่าวถึงบุคคลอื่น ๆ ในคริสตจักรยุคแรก ได้แก่ บารนาบัส (กิจการ 14:4) สิลาสและทิโมธี (1 เธสะโลนิกา 2:6) และคนอื่น ๆ (โรม 16:7; ฟีลิปปี 2:25)

ผู้เผยพระวจนะ ไม่ใช่แค่ผู้เชื่อธรรมดาที่มีของประทานด้านการเผยพระวจนะ แต่หมายถึงผู้ที่ได้รับการแต่งตั้งเป็นพิเศษโดยคริสตจักรยุคแรก ตำแหน่งผู้เผยพระวจนะดูเหมือนจะตั้งไว้สำหรับการทำงานภายในชุมชนผู้เชื่อท้องถิ่นโดยเฉพาะ บางครั้งพวกเขาจะกล่าวสิ่งที่เป็นการเปิดเผยโดยตรงเกี่ยวกับพระเจ้าสำหรับคริสตจักร ซึ่งเป็นเรื่องในทางปฏิบัติ (กิจการ 11:21–28) หรือพวกเขาอาจอธิบายการเปิดเผยที่ประทานไว้แล้ว (บอกเป็นนัยในกิจการ 13:1) ตั้งแต่ตำแหน่งอัครทูตและผู้เผยพระวจนะยุติลงเมื่อพระคัมภีร์ใหม่เขียนเสร็จสมบูรณ์ ความต้องการผู้นำของคริสตจักรก็ได้รับการตอบสนองโดยตำแหน่งอื่น ๆ

ผู้ประกาศข่าวประเสริฐ ประกาศข่าวดีเรื่องความรอดในพระเยซูคริสต์แก่ผู้ไม่เชื่อ (กิจการ 21:8; 2 ทิโมธี 4:5) ในพระคัมภีร์ใหม่ คำกริยาที่เกี่ยวข้องซึ่งถูกแปลว่า “ประกาศข่าวประเสริฐ” ถูกใช้ 54 ครั้ง และคำนามที่เกี่ยวข้องซึ่งถูกแปลว่า “ข่าวประเสริฐ” ถูกใช้ 76 ครั้ง

คำว่า *ศิษยาภิบาล* และ *อาจารย์* นั้นในบริบทนี้ควรเข้าใจว่าเป็นตำแหน่งผู้นำตำแหน่งเดียวกันในคริสตจักร คำภาษากรีกที่ถูกแปลว่า “และ” ในที่นี้อาจหมายความว่า “โดยเฉพาะอย่างยิ่ง” (1 ทิโมธี 5:17) ศิษยาภิบาลนั้นเทียบเท่ากับ “ผู้เลี้ยงแกะ” และคำว่าศิษยาภิบาลกับอาจารย์ก็เหมือนกัน และสองหน้าที่นี้รวมกันก็เป็นคำนิยามของผู้เลี้ยงแกะที่สั่งสอน บุคคลนี้ถูกระบุว่าเป็นผู้ที่ทำงานภายใต้ “พระผู้เลี้ยงแกะยิ่งใหญ่” นั่นคือพระเยซู (ฮีบรู 13:20–21; 1 เปโตร 2:25) คนที่อยู่ในตำแหน่งนี้ยังถูกเรียกอีกอย่างว่า “ผู้อาวุโส” และ “ผู้ปกครองดูแล” (กิจการ 20:28; 1 ทิโมธี 3:1–7; ทิตัส 1:5–9; 1 เปโตร 5:1–2)

4. หลักการต่าง ๆ ที่เกี่ยวกับการยอมเชื่อฟังและความรัก แสดงให้เห็นว่าพระเจ้าทรงคาดหวังอะไรจากชีวิตแต่งงานของคริสเตียน ตามที่บรรยายไว้ใน 5:21–23?

เนื้อหาตอนนี้ ซึ่งเริ่มต้นด้วยการเรียกให้ใช้ชีวิตอย่างคนมีปัญญา (5:15) ได้นำไปสู่คำแนะนำกว้าง ๆ ของเปาโลเรื่องการยอมเชื่อฟัง (5:21) และข้อสุดท้ายนี้ก็ช่วยนำเข้าสู่เนื้อหาส่วนถัดไป (5:22–6:9) ซึ่งอธิบายชัดเจนเรื่องความคาดหวังในทางของพระเจ้าสำหรับความสัมพันธ์ต่าง ๆ ในตอนนี้เปาโลกล่าวอย่างชัดเจนแจ่มแจ้งว่า คริสเตียนที่เต็มเปี่ยมด้วยพระวิญญาณทุกคนจะต้องเป็นคริสเตียนที่ถ่อมใจและยอมเชื่อฟัง นี่เป็นรากฐานสำคัญของความสัมพันธ์ทุกรูปแบบในเนื้อหาตอนนี้ ไม่มีผู้เชื่อคนไหนสูงส่งกว่าผู้เชื่อคนอื่น ๆ โดยตัวเอง ผู้เชื่อทุกคนล้วนเท่าเทียมกันทุกอย่างในเรื่องฐานะของพวกเขาจำเพาะพระพักตร์พระเจ้า (3:28)

เมื่อได้วางหลักการพื้นฐานสำคัญเรื่องการยอมเชื่อฟังแล้ว (5:21) อันดับแรกเปาโลก็ประยุกต์ใช้หลักการนี้กับผู้ที่เป็นภรรยาก่อน คำสั่งนี้ไม่มีเงื่อนไขและใช้กับภรรยาที่เป็นคริสเตียนทุกคน ไม่ว่าเธอจะมีความสามารถ ระดับการศึกษา ความรู้พระคัมภีร์ ความเป็นผู้ใหญ่ฝ่ายจิตวิญญาณ หรือคุณสมบัติอื่นใดอยู่ในระดับไหนเมื่อเทียบกับสามี การยอมเชื่อฟังไม่ใช่สิ่งที่สามีจะออกคำสั่ง แต่เป็นฝ่ายภรรยา

ที่ยินยอมด้วยความเต็มใจและด้วยความรัก วลีที่ว่า*สามีของตน*ก็จำกัดขอบเขตการยอมเชื่อฟังของภรรยาไว้กับชายคนเดียวที่พระเจ้าทรงแต่งตั้งไว้เหนือเธอ

ภรรยาที่เต็มเปี่ยมด้วยพระวิญญาณยอมรับว่า บทบาทของสามีเธอในการเป็นผู้นำนั้น ไม่ได้เป็นเพียงสิ่งที่พระเจ้ากำหนด แต่ยังเป็นภาพสะท้อนของการที่พระคริสต์ทรงเป็นศีรษะที่มีความรักและมีสิทธิอำนาจของคริสตจักร องค์พระผู้เป็นเจ้าทรงช่วยคริสตจักรของพระองค์ให้รอดพ้นจากอันตรายของความบาป ความตาย และนรกฉันใด ผู้เป็นสามีก็หาเลี้ยง ปกป้อง ทะนุถนอม และรักภรรยาของเขาฉันนั้น และนำเธอสู่พระพรเมื่อเธอยอมเชื่อฟัง (ทิตัส 1:4; 2:13; 3:6)

เปาโลยังมีอีกหลายอย่างที่จะพูดกับผู้ชาย ที่ได้รับการแต่งตั้งให้อยู่ในบทบาทที่มีสิทธิอำนาจในชีวิตแต่งงาน สิทธิอำนาจนั้นมาพร้อมกับความรับผิดชอบสูงสุดสำหรับสามีในเรื่องเกี่ยวกับภรรยา สามีจะต้องรักภรรยาของพวกตนด้วยความรักที่ยอมเสียสละแบบเดียวกับที่พระคริสต์ทรงรักคริสตจักร พระคริสต์ได้ประทานทุกอย่างที่พระองค์มี รวมถึงพระชนม์ชีพของพระองค์ เพื่อประโยชน์ของคริสตจักร และนั่นคือมาตรฐานความเสียสละสำหรับความรักที่สามีพึงมีต่อภรรยา

ความชัดเจนของแนวทางที่พระเจ้าทรงวางไว้ ทำให้แน่ใจว่าปัญหาต่าง ๆ ที่เจอในชีวิตแต่งงานจะต้องสืบหาสาเหตุไปทั้งสองทางเสมอ เพื่อคู่ชีวิตแต่ละฝ่ายจะเข้าใจอย่างชัดเจนถึงบทบาทและความรับผิดชอบของตน การไม่รักมักจะเป็นต้นตอของปัญหาชีวิตสมรสได้มากพอ ๆ กับการไม่ยอมเชื่อฟัง

5. ทำไมเปาโลจึงยืนยันใน 6:10–17 ว่าคริสเตียนจะต้องเตรียมพร้อมสำหรับการต่อสู้ฝ่ายจิตวิญญาณ?

ผู้เชื่อแท้ตามที่บรรยายไว้ในบทที่ 1 ถึง 3 ซึ่งดำเนินชีวิตที่มีพระวิญญาณควบคุมตามที่บรรยายไว้ใน 4:1–6:9 สามารถแน่ใจได้ว่าต้องเผชิญกับสงครามฝ่ายจิตวิญญาณ ดังนั้นเปาโลจึงปิดท้ายจดหมายของเขาด้วยคำเตือนเกี่ยวกับการสู้รบที่กำลังจะมาถึง และคำสอนเรื่องการใช้ชีวิตที่มีชัยชนะ องค์พระผู้เป็นเจ้าทรงจัดเตรียมยุทธภัณฑ์ที่เพียงพอไว้ เพื่อธรรมิกชนของพระองค์จะต่อสู้และเอาชนะศัตรู เอเฟซัส 6:10–13 บรรยายแบบสั้น ๆ ถึงความจริงพื้นฐานเกี่ยวกับการเตรียมตัวฝ่ายจิตวิญญาณที่จำเป็นสำหรับผู้เชื่อ รวมทั้งความจริงต่าง ๆ เกี่ยวกับศัตรู การต่อสู้ และชัยชนะ ข้อ 14–17 ระบุถึงยุทธภัณฑ์ฝ่ายจิตวิญญาณที่จำเป็นที่สุดหกชิ้น ซึ่ง

พระเจ้าทรงเตรียมไว้ให้ลูก ๆ ของพระองค์ เพื่อจะต้านทานและเอาชนะการโจมตีของซาตาน ยุทธภัณฑ์ฝ่ายจิตวิญญาณเหล่านี้คล้ายกับยุทธภัณฑ์มาตรฐานซึ่งทหารในยุคของเปาโลใช้

- สายคาดเอวแห่งความจริง—ทหารสวมใส่เสื้อคลุมที่เป็นเสื้อผ้าหลวม ๆ เนื่องจากการต่อสู้สมัยโบราณส่วนใหญ่เป็นแบบประชิดตัว เสื้อคลุมจึงอาจเป็นอุปสรรคและอันตรายได้ สายคาดเอวจะรัดผ้าหลวม ๆ ให้กระชับขึ้น สายคาดเอวที่รวบเสื้อผ้าฝ่ายจิตวิญญาณหลวม ๆ ทั้งหมดเข้าด้วยกันคือ "ความจริง" หรือพูดให้ชัดกว่านั้นก็คือ "ความสัตย์จริง"
- เกราะป้องกันอกแห่งความชอบธรรม—แผ่นหนังสัตว์หรือวัสดุหนัก ๆ แผ่นหนึ่งที่แข็งแกร่งและไม่มีส่วนแขน ใช้ปกปิดส่วนลำตัวทั้งหมดของทหาร ช่วยปกป้องหัวใจและอวัยวะสำคัญอื่น ๆ เนื่องจากความชอบธรรม หรือความบริสุทธิ์ เป็นพระลักษณะเด่นชัดอย่างหนึ่งของพระเจ้า นี่จึงเป็นเรื่องที่เข้าใจได้ง่ายๆ ว่าทำไมความชอบธรรมจึงเป็นเครื่องป้องกันหลักของคริสเตียนไม่ให้ถูกซาตานและกลอุบายของมันเล่นงาน
- รองเท้าบูทแห่งข่าวประเสริฐ—ทหารโรมันสวมรองเท้าบูทที่มีตะปู เพื่อให้รองเท้าเกาะพื้นในระหว่างการต่อสู้ ข่าวประเสริฐแห่งสันติสุขนั้นเกี่ยวข้องกับข่าวดีที่ว่า โดยทางพระคริสต์ ผู้เชื่อได้มีสันติภาพกับพระเจ้า และพระองค์ทรงอยู่ฝ่ายพวกเขา (โรม 5:6–10)
- โล่แห่งความเชื่อ—คำภาษากรีกคำนี้ตามปกติหมายถึงโล่ขนาดใหญ่ที่ปกป้องทั้งตัว การที่ผู้เชื่อไว้วางใจในพระวจนะและพระสัญญาของพระเจ้าอย่างต่อเนื่องนั้น เปาโลใช้คำว่า "พร้อมกับสิ่งทั้งหมดนี้" หรือแปลอีกอย่างว่า "เหนือสิ่งอื่นใด" คือเป็นเรื่องจำเป็นอย่างที่สุดในการปกป้องเขาจากการล่อลวงไปหาความบาปทุกชนิด
- หมวกเหล็กแห่งความรอด—หมวกเหล็กช่วยปกป้องศีรษะ ซึ่งเป็นเป้าหมายหลักในการสู้รบเสมอ ข้อความตอนนี้กำลังพูดกับคนที่ได้รับความรอดแล้ว ดังนั้นมันไม่ได้หมายถึงการรับความรอด แต่เนื่องจากซาตานพยายามจะทำลายความมั่นใจในความรอดของผู้เชื่อ โดยใช้อาวุธคือความสงสัยและความท้อแท้ใจ ผู้เชื่อจึงต้องรู้ตัวว่าตนมีสถานะที่แน่นอนในพระคริสต์เหมือนกับที่เขารู้ตัวว่ามีหมวกเหล็กสวมอยู่บนหัว

- พระแสงของพระวิญญาณ—ดาบเป็นอาวุธเพียงชิ้นเดียวของทหาร ในทำนองเดียวกัน พระวจนะของพระเจ้าก็เป็นอาวุธเพียงชิ้นเดียวที่ผู้เชื่อจำเป็นต้องมี และดาบนี้ทรงพลังอย่างไร้ขีดจำกัด มากยิ่งกว่าเครื่องมือใด ๆ ของซาตาน

ศึกษาเอเฟซัสแบบรวบรัด

1. เปาโลอธิบายคำบรรยายของเขาในลักษณะใดบ้าง จากที่เขาบรรยายในพระธรรมเอเฟซัสว่าคริสตจักรเป็นความล้ำลึก?
2. เมื่อเปาโลบรรยายว่าคริสตจักรเป็นพระกายของพระคริสต์ในบทที่ 4 กระบวนการและความสัมพันธ์ใดบ้างที่เขาเน้นเป็นพิเศษ?
3. ในบทที่ 5 เปาโลใช้เรื่องชีวิตแต่งงานเป็นตัวอย่างอย่างไร ในการทำความเข้าใจความสัมพันธ์ระหว่างพระคริสต์และคริสตจักร?
4. ส่วนประกอบของยุทธภัณฑ์ของพระเจ้าที่เปาโลบรรยายไว้ในบทที่ 6 มีอะไรบ้าง? คุณใช้ยุทธภัณฑ์เหล่านั้นในชีวิตฝ่ายจิตวิญญาณของคุณอย่างไร?
5. แนวทางที่เปาโลให้ไว้สำหรับการใช้ชีวิตในครอบครัว และความสัมพันธ์ในการทำงาน ส่งผลต่อวิถีชีวิตของคุณอย่างไรบ้าง?
6. พระธรรมเอเฟซัส 2:8–10 แสดงให้เห็นความสัมพันธ์ระหว่างตัวคุณเองกับพระคริสต์มากแค่ไหน?

ฟีลิปปี

พระคริสต์เป็นที่มาของความชื่นชมยินดีและกำลัง

คริสตจักรในฟีลิปปีเป็นคริสตจักรแห่งแรกในทวีปยุโรป

ถ้าคนแสวงหาความชื่นชมยินดี พวกเขาคงไม่คิดจะไปหาในคุก แต่นั่นคือที่ซึ่งเปาโลเขียนจดหมายอันน่าอัศจรรย์ฉบับนี้ที่กล่าวถึงความชื่นชมยินดี พระวิญญาณบริสุทธิ์ทรงสอนผ่านทางเปาโลว่า สถานการณ์ไม่ได้กำหนดคุณภาพของความชื่นชมยินดีที่ผู้เชื่อมีในพระคริสต์ เปาโลพบความชื่นชมยินดีในคุกได้อย่างไร? เขาไม่ได้พบมันในคุก แต่เขานำความชื่นชมยินดีในพระคริสต์เข้าไปในคุกกับเขาต่างหาก ความชื่นชมยินดีจึงเป็นเพื่อนที่อยู่กับเขาตลอด

ผู้เขียนและปีที่เขียน

เขียนโดยเปาโล ประมาณปี ค.ศ. 61

คำพยานยืนยันอย่างเป็นเอกฉันท์ของคริสตจักรยุคแรกก็คือ อัครทูตเปาโลเขียนพระธรรมฟีลิปปี คำถามว่าจดหมายฉบับนี้เขียนเมื่อไรไม่สามารถแยกออกจากคำถามว่าเขียนที่ไหน ทัศนะดั้งเดิมคือพระธรรมฟีลิปปี พร้อมด้วยจดหมายฝากจากเรือนจำฉบับอื่น ๆ (เอเฟซัส โคโลสี ฟีเลโมน) เขียนขึ้นระหว่างที่เปาโลถูกคุมขังในกรุงโรมครั้งแรก ประมาณ ค.ศ. 60–62 ความเข้าใจที่เป็นธรรมชาติที่สุดเกี่ยวกับการกล่าวถึง “ผู้คุมประจำกองบัญชาการ” (1:13) และ “พวกธรรมิกชน . . . ที่อยู่ในราชสำนักของจักรพรรดิซีซาร์” (4:22) ก็คือเปาโลอยู่ในกรุงโรม นครที่จักรพรรดิพำนักอยู่ ความเชื่อที่เปาโลกล่าวออกมาว่าคดีของเขาคงจะได้รับการตัดสินในไม่ช้า (2:23–24) ชี้ไปที่เวลาที่เขียน ว่าอยู่ในช่วงที่อัครทูตผู้นี้ถูกจำคุกในกรุงโรมใกล้จะครบสองปี (ประมาณปี ค.ศ. 61)

บุคคลสำคัญในฟีลิปปี

เปาโล—เขียนจดหมายถึงชาวฟีลิปปีเกี่ยวกับความชื่นชมยินดีและกำลังที่พบได้ในพระคริสต์ (1:1–4:23)

ทิโมธี—มิชชันนารีซึ่งมีเชื้อสายมาจากทั้งชาวยิวและชาวต่างชาติ เปาโลเตรียมทิโมธีให้ทำพันธกิจต่อจากเขาในเมืองฟีลิปปี (1:1–2:23)

เอปาโฟรดิทัส—คนงานผู้สัตย์ซื่อจากเมืองฟีลิปปี ถูกส่งไปหาเปาโลพร้อมกับเงินสนับสนุน (2:25–30; 4:18)

ยูโอเดีย—คนงานผู้สัตย์ซื่อที่เปาโลตำหนิเรื่องความสัมพันธ์ที่ไม่ยอมคืนดีกับนางสินทิเค ซึ่งเป็นพี่น้องในคริสตจักร (4:2–3)

สินทิเค—คนงานผู้สัตย์ซื่อที่เปาโลตำหนิเรื่องความสัมพันธ์ที่ไม่ยอมคืนดีกับนางยูโอเดีย ซึ่งเป็นพี่น้องในคริสตจักร (4:2–3)

ภูมิหลังและสถานที่

ในยุคพระคัมภีร์ใหม่ เรื่องหลัก ๆ ที่ทำให้เมืองฟีลิปปีเป็นที่รู้จักก็คือ นี่เป็นสถานที่ซึ่งเหตุการณ์ที่มีชื่อเสียงที่สุดเหตุการณ์หนึ่งในประวัติศาสตร์โรมันเกิดขึ้น เมื่อปี 42 ก่อน ค.ศ. กองกำลังของแอนโทนีและคลีโอพัตราเอาชนะกองกำลังของบรูตัสและแคสเซียสในการรบที่ฟีลิปปี ส่งผลให้สาธารณรัฐโรมันสิ้นสุดลง และนำไปสู่ยุคจักรวรรดิ หลังจากการสู้รบครั้งนั้น ฟีลิปปีก็กลายเป็นอาณานิคมของโรมัน (กิจการ 16:12) และมีทหารผ่านศึกจากกองทัพโรมันจำนวนมากมาตั้งรกรากอยู่ที่นั่น

ในฐานะอาณานิคม ฟีลิปปีมีอำนาจปกครองตนเอง ไม่ต้องขึ้นกับรัฐบาลแคว้น และได้รับสิทธิต่าง ๆ แบบเดียวกับเมืองต่าง ๆ ในอิตาลี อันได้แก่ การใช้กฎหมายโรมัน การยกเว้นภาษีบางอย่าง และชาวเมืองมีฐานะเป็นพลเมืองโรมัน (กิจการ 16:21) การรับรองฐานะเป็นอาณานิคมทำให้ชาวฟีลิปปีมีความภาคภูมิใจในเมืองของตน พวกเขาใช้ภาษาละตินเป็นภาษาราชการ รับเอาธรรมเนียมต่าง ๆ ของโรมัน และจัดรูปแบบการปกครองเมืองของพวกเขาตามอย่างเมืองต่าง ๆ ในอิตาลี

คริสตจักรที่เมืองฟีลิปปี ซึ่งเป็นคริสตจักรแรกที่เปาโลก่อตั้งในทวีปยุโรป มีขึ้นตั้งแต่การเดินทางประกาศข่าวประเสริฐครั้งที่สองของอัครทูตผู้นี้ (กิจการ 16:12–40) ผู้มาเชื่อรุ่นแรกที่นั่นได้แก่ ลิเดีย แม่ค้าผู้มั่งมีซึ่งค้าขายผ้าย้อมสีม่วงราคาแพง (กิจการ 16:14) และนายคุกซึ่งเคยดูแลคุกที่ขังเปาโลและสิลาส จนกระทั่งเกิดแผ่นดินไหวทำให้พวกเขาเป็นอิสระ และเปิดใจนายคุกให้เชื่อข่าวประเสริฐ

ทั้งพระธรรมกิจการและจดหมายถึงชาวฟีลิปปีได้สะท้อนภาพให้เห็นสถานะของเมืองฟีลิปปีที่เป็นอาณานิคมของโรมัน คำบรรยายของเปาโลที่บอกว่าคริสเตียนเป็นพลเมืองแห่งสวรรค์ (3:20) น่าจะมีความหมายเป็นพิเศษต่อความภาคภูมิใจของ

ชาวฟีลิปปี ที่ภูมิใจในการเป็นพลเมืองของกรุงโรม (กิจการ 16:21) ทหารผ่านศึกปลดเกษียณบางคนในฟีลิปปีอาจเคยเป็นสมาชิกในหน่วยรักษาความปลอดภัยชั้นสูงของพระราชวัง (1:13) และเป็นคนที่อยู่ในราชสำนักของซีซาร์ (4:22)

หลักคำสอนสำคัญในฟีลิปปี

ความถ่อมใจของพระคริสต์—พระคริสต์เสด็จมาในโลกเพื่อปรนนิบัติรับใช้ และสละพระองค์เองเพื่อมนุษยชาติ (2:5–8; สดุดี 22:6; 69:9; อิสยาห์ 50:6; 53:3,7; เศคาริยาห์ 9:9; มัทธิว 11:29; 13:55; ลูกา 2:4–7,51; 9:58; ยอห์น 5:41; 13:14–15; โรม 15:3; 2 โครินธ์ 8:9; ฮีบรู 2:16; 4:15; 5:7)

การยอมเชื่อฟังพระคริสต์—ผู้เชื่อควรมุ่งแสวงหาการเป็นเหมือนพระคริสต์ (1:21; 3:7–14; ปฐมกาล 43:14; ผู้วินิจฉัย 10:15; 1 ซามูเอล 3:18; 2 ซามูเอล 15:26; โยบ 2:10; สดุดี 37:7; 46:10; มัทธิว 6:10; กิจการ 7:59; ฮีบรู 12:6; 2 เปโตร 1:14)

การจัดเตรียมของพระคริสต์สำหรับผู้เชื่อ—พระเจ้าทรงจัดเตรียมสิ่งที่จำเป็นให้แก่ลูก ๆ ของพระองค์ (4:13,19; เนหะมีย์ 9:19; สดุดี 146:7–9; มัทธิว 9:36; ยอห์น 7:37; 2 โครินธ์ 9:12; 12:9–10; ฮีบรู 4 :16)

พระลักษณะของพระเจ้าในฟีลิปปี

พระเจ้าทรงเปี่ยมด้วยสง่าราศี—2:11
พระเจ้าทรงเปี่ยมด้วยพระเมตตา—2:27
พระเจ้าทรงจัดเตรียม—1:12

พระคริสต์ในฟีลิปปี

พระธรรมฟีลิปปีนำเสนอหนึ่งในคำพยานที่น่าซาบซึ้งใจที่สุดเกี่ยวกับชีวิตที่ดำเนินในพระคริสต์ เปาโลบรรยายความสัมพันธ์ของเขากับองค์พระผู้เป็นเจ้าของเขาอย่างใกล้ชิดด้วยคำว่า "การมีชีวิตอยู่ก็เพื่อพระคริสต์ และการตายก็ได้กำไร" (1:21) ความไม่เห็นแก่ประโยชน์ส่วนตัวของเปาโลไม่ได้ทำให้เกิดความรู้สึกสูญเสีย มันมีแต่ทำให้เกิดความชื่นชมยินดีและสันติสุขในพระเยซูคริสต์ (4:4–7) ดังนั้นเขาจึงหนุนใจผู้เชื่อให้แสวงหาการเป็นเหมือนพระคริสต์ (2:5)

คำศัพท์สำคัญในฟีลิปปี

การช่วยเหลือ: คำภาษากรีก *เอปิคอเรเกีย* —1:19—ถูกใช้กล่าวถึงสิ่งที่ผู้จัดการคณะนักร้องประสานเสียงจะจัดเตรียมให้สมาชิกทุกคนในคณะนักร้องกรีกที่แสดงในละครกรีก พูดสั้น ๆ ก็คือ เขาดูแลค่าครองชีพทั้งหมดของคนเหล่านั้น คำนี้ได้กลายความหมายเป็น ความช่วยเหลือครบถ้วนไม่ว่าจะในรูปแบบใด ๆ คำอธิษฐานของชาวฟีลิปปีจะก่อให้เกิด*การช่วยเหลือ*ของพระวิญญาณ เปาโลตั้งตาคอยที่จะได้รับการช่วยเหลือครบถ้วนจากพระวิญญาณของพระเยซูคริสต์ อันเป็นผลมาจากคำอธิษฐานของชาวฟีลิปปี

สภาพพระเจ้า: คำภาษากรีกคือ *มอร์เฟ เธอู*—2:6—*มอร์เฟ* คำที่ถูกแปลว่า *สภาพ* คำนี้โดยทั่วไปแล้วใช้เพื่อแสดงถึงลักษณะที่สิ่งหนึ่งเป็นอยู่และปรากฏ ตามที่สิ่งนั้นเป็นในตัวของมันเอง ดังนั้นความหมายที่ถูกต้องของคำว่า *สภาพพระเจ้า* อาจหมายถึงธรรมชาติและพระลักษณะที่เป็นแก่นแท้ของพระเจ้า ดังนั้นการกล่าวว่าพระคริสต์ทรง*สภาพเป็นพระเจ้า* ก็คือการกล่าวว่า นอกเหนือจากสภาพมนุษย์แล้ว พระคริสต์ยังมีพระลักษณะและคุณสมบัติทั้งหมดที่เป็นของพระเจ้า เพราะว่าแท้จริงแล้วพระองค์ทรงเป็นพระเจ้า

คุณธรรม/สิ่งที่ยอดเยี่ยม: คำภาษากรีกคือ *อาเรเต*—4:8—เป็นคำที่พบน้อยมากในพระคัมภีร์ใหม่ แต่ใช้อย่างแพร่หลายในงานเขียนภาษากรีก เพื่อสื่อถึงความเป็นเลิศทางศีลธรรม เปโตรใช้คำนี้ในจดหมายฉบับแรกของเขาเพื่อบรรยายถึงพระลักษณะที่เลิศประเสริฐ หรือ “พระเกียรติคุณ” ของพระเจ้า (ดู 1 เปโตร 2:9 ซึ่งคำนี้ถูกแปลว่า *พระเกียรติคุณ*) กล่าวกันว่าหลายคนมีความดีเลิศแบบนั้น แต่มันเป็นคุณสมบัติที่มาจากพระเจ้า มีเพียงผู้ที่ได้รับฤทธิ์เดชจากเบื้องบนเท่านั้น ที่เป็นคนดีเลิศทางศีลธรรมในโลกนี้ได้ (2 เปโตร 1:3)

สรุปเนื้อหาโดยย่อ

I. คำทักทายของเปาโล (1:1–11)

II. สถานการณ์ต่าง ๆ ของเปาโล (1:12–26)

III. คำกำชับของเปาโล (1:27–2:18)
- ก. ให้ยืนหยัดท่ามกลางการข่มเหง (1:27–30)
- ข. ให้เป็นหนึ่งเดียวกันด้วยความถ่อมใจ (2:1–4)
- ค. ให้ระลึกถึงแบบอย่างของพระคริสต์ (2:5–11)
- ง. ให้เป็นแสงสว่างในโลกที่มืดมน (2:12–18)

IV. เพื่อนร่วมงานของเปาโล (2:19–30)
- ก. ทิโมธี (2:19–24)
- ข. เอปาโฟรดิทัส (2:25–30)

V. คำเตือนของเปาโล (3:1–4:1)
    ก. ให้ระวังคำสอนแบบเคร่งกฎบัญญัติ (3:1–16)
    ข. ให้ระวังการออกนอกลู่นอกทาง (3:17–4:1)
VI. คำตักเตือนของเปาโล (4:2–9)
VII. ความซาบซึ้งใจของเปาโล (4:10–20)
VIII. คำอำลาของเปาโล (4:21–23)

ขณะเดียวกัน ในพื้นที่ส่วนอื่น ๆ ของโลก . . .

พระภิกษุเดินทางจากอินเดียไปยังจีน โดยนำบทสวดติดตัวไปด้วย ต่อมาได้รวมบทสวดเหล่านี้เข้ากับดนตรีจีน

คำถามที่พบบ่อย

1. เราสามารถเรียนรู้อะไรได้บ้างเกี่ยวกับพระเยซู จากบทสรรเสริญอันยิ่งใหญ่ใน 2:6–11?

นี่คือพระคัมภีร์ใหม่ตอนที่กล่าวถึงศาสนศาสตร์เรื่องพระคริสต์ไว้ในแบบดั้งเดิม พระคัมภีร์ตอนนี้สรุปเรื่องความเป็นพระเจ้า พระอุปนิสัย และการรับสภาพเป็นมนุษย์ของพระเยซูคริสต์ มันมีความเป็นเอกภาพต่อเนื่องกันชัดเจนมาก จนเป็นไปได้ว่ามันอาจใช้ร้องเป็นเพลงสรรเสริญในคริสตจักรยุคแรก

การใคร่ครวญภาวนานี้เริ่มต้นด้วยการมุ่งความสนใจไปที่ความเป็นนิรันดร์ของพระคริสต์ (2:6) คำภาษากรีกธรรมดา ๆ ที่แปลว่า *เป็น* ไม่ได้ถูกใช้ในที่นี้ แต่เปาโลเลือกใช้อีกคำที่เน้นถึงแก่นแท้แห่งธรรมชาติของผู้นั้น คือสภาพหรือสภาวะที่ผู้นั้นเป็นอยู่อย่างต่อเนื่อง นอกจากนี้ภาษากรีกมีสองคำที่แปลว่า *สภาพ* และเปาโลก็เลือกใช้คำที่สื่อความหมายอย่างเจาะจงถึงลักษณะสำคัญที่เป็นแก่นแท้และไม่เปลี่ยนแปลงของบางสิ่ง คือเป็นสิ่งที่อยู่ภายในและมาจากตัวสิ่งนั้นเอง หลักคำสอนพื้นฐานเรื่องความเป็นพระเจ้าของพระคริสต์ประกอบด้วยลักษณะสำคัญเหล่านี้เสมอ (ดู ยอห์น 1:1,3–4,14; 8:58; โคโลสี 1:15–17; ฮีบรู 1:3 ด้วย) แม้ว่าพระคริสต์จะทรงมีสิทธิ อภิสิทธิ์ และพระเกียรติทั้งหมดของความเป็นพระเจ้า ซึ่ง

เป็นสิ่งที่สมควรเป็นของพระองค์ชั่วนิรันดร์และโดยตลอด แต่ท่าทีของพระองค์ก็ไม่ได้ยึดติดกับฐานะของพระองค์ แต่ทรงเต็มพระทัยสละฐานะนั้นชั่วระยะเวลาหนึ่ง

จากนั้นพระคัมภีร์ตอนนี้ก็อธิบายกระบวนการที่พระคริสต์ทรงกระทำเพื่อจะรับสภาพเป็นมนุษย์ ประการแรก พระองค์ "ทรงสละพระองค์เอง" หรือพูดให้ชัดกว่านั้นคือ "สละความเป็นพระองค์เอง" (2:7) รากศัพท์ภาษากรีกที่ใช้ในที่นี้คือ *เคโนสิส* ปัจจุบันถูกใช้เป็นคำศัพท์ศาสนศาสตร์สำหรับหลักคำสอนเรื่องพระคริสต์ทรงสละความเป็นพระองค์เองเมื่อพระองค์รับสภาพเป็นมนุษย์ ขั้นตอนนี้ไม่ได้หมายความว่าพระเยซูทรงสละความเป็นพระเจ้า อย่างไรก็ตาม พระเยซูทรงสละหรือละอภิสิทธิ์ของพระองค์ในหลาย ๆ ด้าน ได้แก่

- สง่าราศีในสวรรค์ (ยอห์น 17:5)
- สิทธิอำนาจที่ไม่ต้องขึ้นกับใคร—ระหว่างที่ทรงรับสภาพเป็นมนุษย์พระคริสต์ทรงยอมอยู่ภายใต้พระประสงค์ของพระบิดาอย่างสมบูรณ์ (มัทธิว 26:39; ยอห์น 5:30; ฮีบรู 5:8)
- สิทธิพิเศษในฐานะพระเจ้า—พระคริสต์ทรงสละการสำแดงพระลักษณะของพระเจ้าตามความสมัครใจ และยอมอยู่ภายใต้การทรงนำของพระวิญญาณ (มัทธิว 24:36; ยอห์น 1:45–49)
- ความมั่งคั่งนิรันดร์ (2 โครินธ์ 8:9)
- ความสัมพันธ์ที่ได้รับความโปรดปรานจากพระเจ้า—พระคริสต์ต้องสัมผัสพระพิโรธที่พระบิดาทรงมีต่อความบาปของมนุษย์ ระหว่างที่พระองค์ทรงอยู่บนไม้กางเขน (มัทธิว 27:46)

จากนั้นพระคริสต์ทรงรับ "สภาพทาส" และ "สภาพมนุษย์" (2:7) คำภาษากรีกคำเดียวกันที่แปลว่า *สภาพ* ปรากฏอยู่ในข้อนี้เหมือนกับในข้อ 6 พระคริสต์ทรงเป็นมากกว่าพระเจ้าในร่างกายมนุษย์ พระองค์ทรงรับเอาลักษณะสำคัญทั้งหมดของความเป็นมนุษย์ (ลูกา 2:52; กาลาเทีย 4:4; โคโลสี 1:22) จนถึงขั้นที่พระองค์ทรงมีความต้องการและความอ่อนแอขั้นพื้นฐานเหมือนกับมนุษย์ (ฮีบรู 2:14,17; 4:15) พระองค์ทรงกลายเป็นพระเจ้าและมนุษย์ คือเป็นพระเจ้าโดยสมบูรณ์และเป็นมนุษย์โดยสมบูรณ์

จากนั้นพระคริสต์ทรงดำเนินการตามจุดประสงค์และความมุ่งหมายทั้งหมดของพระราชกิจศักดิ์สิทธิ์ของพระองค์ พระองค์ทรงสัมผัสทุกแง่มุมของชีวิต

มนุษย์ และนั่นรวมถึงการเชื่อฟังขั้นสูงสุดโดยการสิ้นพระชนม์อย่างอาชญากร ตามแผนการของพระเจ้าสำหรับพระองค์ (มัทธิว 26:39; กิจการ 2:23)

ความอัปยศอดสูอย่างที่สุดที่พระคริสต์ได้รับ (2:5–8) กับการที่พระเจ้าทรงยกชูพระองค์ขึ้นนั้น เชื่อมโยงกันในลักษณะเป็นเหตุเป็นผลกัน และไม่อาจแยกจากกันได้ (2:9–11) พระเยซูทรงได้รับการเชิดชูเกียรติอย่างน้อยหกลักษณะ คือ (1) การฟื้นคืนพระชนม์ของพระองค์ (2) การขึ้นครองราชย์ของพระองค์ (ตำแหน่งของพระองค์ที่เบื้องขวาพระหัตถ์ของพระเจ้า) (3) บทบาทของพระองค์ในฐานะผู้วิงวอนเพื่อผู้เชื่อ (กิจการ 2:32–33; 5:30–31; เอเฟซัส 1:20–21; ฮีบรู 4:15; 7:25–26) (4) การเสด็จขึ้นสู่สวรรค์ของพระองค์ (ฮีบรู 4:14) (5) บทบาทอันเป็นที่ยอมรับของพระองค์ในฐานะผู้รับโทษบาปแทนอย่างสมบูรณ์แบบในขั้นสูงสุด (6) การที่พระองค์ได้รับตำแหน่งและพระนามว่าองค์พระผู้เป็นเจ้า ซึ่งเป็นการระบุอย่างสมบูรณ์ว่าพระองค์คือผู้ครอบครองที่เป็นพระเจ้าและมีอำนาจสูงสุด (อิสยาห์ 45:21–23; มาระโก 15:2; ลูกา 2:11; ยอห์น 13:13; 18:37; 20: 28; กิจการ 2:36; 10:36; โรม 14:9–11; 1 โครินธ์ 8:6; 15:57; วิวรณ์ 17:14; 19:16) พระคัมภีร์ยืนยันครั้งแล้วครั้งเล่าว่า ฐานะพระเจ้าและมนุษย์คือตำแหน่งที่ถูกต้องของพระเยซู

2. เปาโลหมายถึงใคร เมื่อเขาใช้คำว่า "ศัตรูต่อกางเขน" ใน 3:18?

ดังที่เปาโลเคยทำในการติดต่อกับคริสตจักรต่าง ๆ ที่เขาก่อตั้ง (กิจการ 20:28–31) เปาโลเตือนชาวฟีลิปปีเรื่องอันตรายของผู้สอนเท็จ ภาษาของเปาโลบอกเป็นนัยว่าอาจารย์เหล่านี้ไม่ได้พูดอย่างเปิดเผยว่าพวกเขาต่อต้านพระคริสต์ หรือต่อต้านพระราชกิจของพระองค์บนไม้กางเขน หรือต่อต้านความรอดโดยพระคุณเท่านั้นผ่านทางความเชื่อเท่านั้น แต่พวกเขาไม่ได้แสวงหาการเป็นเหมือนพระคริสต์โดยการดำเนินชีวิตตามทางของพระเจ้า ความเชื่อของพวกเขาเป็นของปลอม และจะเห็นได้ว่าพวกเขาแสร้งทำเป็นมิตรสหายของพระคริสต์ และอาจถึงขั้นได้เป็นผู้นำในคริสตจักรด้วยซ้ำ แต่ชีวิตของพวกเขาแสดงให้เห็นว่าแท้จริงแล้วพวกเขาภักดีต่อใคร

3. คำว่า *ความยินดี* และ *ชื่นชมยินดี* สรุปใจความสำคัญที่เปาโลต้องการบอกผู้เชื่อกลุ่มนี้อย่างไร?

เปาโลใช้คำว่า *ความยินดี* สี่ครั้งในจดหมายฉบับนี้ (1:4,25; 2:2; 4:1) คำว่า *ยินดี* ปรากฏในข้อความเก้าครั้ง (1:18 สองครั้ง, 26; 2:17–18; 3:1; 4:4 สองครั้ง, 10) ใน

บทแรก ๆ สองคำนี้ถูกใช้เพื่อบรรยายประสบการณ์ชีวิตของเปาโลในพระคริสต์เป็นหลัก อย่างไรก็ตาม จุดเริ่มต้นของบทที่ 3 เป็นจุดเปลี่ยน นำเข้าสู่เนื้อหาส่วนที่เป็นคำสั่งสอนฝ่ายจิตวิญญาณ สำนวนของเปาโลที่บอกว่า "จงชื่นชมยินดีในองค์พระผู้เป็นเจ้า" (3:1) เป็นครั้งแรกที่วลี "ในองค์พระผู้เป็นเจ้า" ปรากฏในจดหมายฉบับนี้ วลีนี้บอกเหตุผลที่ผู้เชื่อมีความยินดี และบอกว่าความยินดีของผู้เชื่ออยู่ในอะไร มันไม่เกี่ยวข้องกับสถานการณ์ต่าง ๆ ในชีวิต แต่ความยินดีของผู้เชื่อหลั่งไหลมาจากความสัมพันธ์ที่มั่นคงและไม่เปลี่ยนแปลงกับองค์พระผู้เป็นเจ้าผู้ทรงมีอำนาจสูงสุด

หัวข้อความยินดีมาถึงจุดสูงสุดใน 4:4 ด้วยคำสั่งที่ย้ำติดกันสองครั้งว่า "จงชื่นชมยินดีในองค์พระผู้เป็นเจ้าทุกเวลา ข้าพเจ้าขอย้ำอีกครั้งว่าจงชื่นชมยินดีเถิด" ข้อพระคัมภีร์ที่ตามมาบรรยายอย่างชัดเจนถึงพฤติกรรมภายนอกและท่าทีภายในที่เป็นลักษณะพิเศษของบุคคลซึ่งความชื่นชมยินดีของเขาเป็นของแท้ นอกจากนั้นเปาโลยังเขียนถึงพระสัญญาของพระเจ้า ที่จะประทานทั้งการทรงสถิตอยู่ด้วยและสันติสุขของพระองค์ แก่ผู้ที่ดำเนินชีวิตด้วยความชื่นชมยินดีในองค์พระผู้เป็นเจ้า

ศึกษาฟีลิปปีแบบรวบรัด

1. อ่านฟีลิปปี 2:5–11 แล้วเรียบเรียงเป็นคำพูดของคุณเอง โดยอธิบายว่าการกระทำของพระคริสต์ส่งผลต่อชีวิตคุณอย่างไร
2. ในฟีลิปปีบทที่ 3 เปาโลเปรียบเทียบความสำเร็จทั้งหมดของเขากับอะไร เมื่อเทียบกับความหมายของการรู้จักพระคริสต์?
3. คุณระบุได้ไหมว่าเปาโลเน้นเรื่องความชื่นชมยินดีในจดหมายฉบับนี้กี่ลักษณะ?
4. เปาโลให้แนวทางอะไรบ้างในบทที่ 4 ซึ่งเกี่ยวข้องกับชีวิตด้านการอธิษฐานและการใช้ความคิดของคุณ? คุณปฏิบัติตามแนวทางเหล่านี้กี่อย่าง?
5. เปาโลหมายถึงอะไรในฟีลิปปี 4:13 และคุณมีประสบการณ์กับความจริงที่เขาได้ค้นพบมากน้อยแค่ไหน?

โคโลสี

มนุษย์จะครบบริบูรณ์โดยทางพระเจ้าพระบุตร

พระธรรมโคโลสีนำเสนอเหตุผลที่ทรงพลัง
เรื่องความเป็นพระเจ้าของพระเยซูคริสต์

ความเชื่อคริสเตียนแพร่กระจายและเติบโตได้อย่างไร? คริสตจักรของพระเยซูในเมืองโคโลสีเริ่มต้นขึ้นในฐานะคริสตจักรรุ่นที่สอง เปาโลและเพื่อนร่วมงานของเขาเริ่มต้นคริสตจักรในเมืองเอเฟซัส แล้วเอปาฟรัสซึ่งน่าจะมาเป็นคริสเตียนในเมืองเอเฟซัส ได้นำข่าวประเสริฐไปยังเมืองโคโลสี และเริ่มต้นคริสตจักรใหม่ขึ้น หลังจากนั้นเมื่อเปาโลได้ยินว่าผู้เชื่อชาวโคโลสีกำลังประสบปัญหาหลายอย่าง เขาจึงเขียนจดหมายฉบับนี้ไปถึงคนเหล่านั้น เป็นเหมือนคู่มือฉบับย่อเกี่ยวกับความเชื่อของคริสเตียน

ผู้เขียนและปีที่เขียน

เขียนโดยเปาโล ประมาณปี ค.ศ. 60 ถึง 62

ข้อพระคัมภีร์ขึ้นต้นจดหมายระบุว่าเปาโลเป็นผู้เขียนจดหมายฉบับนี้ (1:1,23; 4:18) คริสตจักรยุคแรกซึ่งมีตัวแทนอย่าง อีเรเนอุส เคลเมนต์แห่งอเล็กซานเดรีย เทอร์ทูลเลียน ออริเจน และยูเซบิอุส ยืนยันว่าเปาโลเป็นผู้เขียนโดยแท้จริง และมีหลักฐานเพิ่มเติมจากความคล้ายคลึงกันอย่างมากระหว่างพระธรรมเล่มนี้กับฟีเลโมน ซึ่งเป็นที่ยอมรับกันโดยทั่วไปว่าเขียนโดยเปาโล

เช่นเดียวกับพระธรรมฟีเลโมนและจดหมายฝากจากเรือนจำฉบับอื่น ๆ (เอเฟซัสและฟีลิปปี) โคโลสีเขียนระหว่าง ค.ศ. 60 ถึง 62 ในช่วงที่เปาโลเป็นนักโทษอยู่ในกรุงโรม (ดูเนื้อหาส่วน **คำถามที่พบบ่อย** เรื่องจดหมายฝากจากเรือนจำ)

บุคคลสำคัญในโคโลสี

เปาโล—กระตุ้นคริสตจักรในเมืองโคโลสีให้หลีกหนีจากหลักคำสอนเท็จ ซึ่งปฏิเสธความเป็นพระเจ้าของพระคริสต์ (1:1–4:18)

ทิโมธี—เพื่อนมิชชันนารีที่เดินทางกับเปาโล (1:1)
ทีคิกัส—ถูกส่งไปหาคริสตจักรที่โคโลสี เพื่อนำจดหมายและข่าวจากเปาโลไปให้ (4:7–9)
โอเนสิมัส—รับใช้อย่างซื่อสัตย์กับเปาโล ก่อนจะกลับไปเมืองโคโลสีเพื่อคืนดีกับฟีเลโมน อดีตเจ้านายของเขา (ดูพระธรรมฟีเลโมน) (4:9)
อาริสทาร์คัส—ชาวเธสะโลนิกาที่เดินทางไปกับเปาโลในการเดินทางประกาศข่าวประเสริฐครั้งที่สาม (4:10)
มาระโก—ลูกพี่ลูกน้องของบารนาบัส ซึ่งเดินทางไปกับเปาโลและบารนาบัสในการเดินทางประกาศข่าวประเสริฐครั้งแรก (4:10)
เอปาฟรัส—ผู้ก่อตั้งคริสตจักรโคโลสี (1:7–8; 4:12–13)

ภูมิหลังและสถานที่

โคโลสีเป็นเมืองหนึ่งในแว่นแคว้นฟรีเจีย ซึ่งอยู่ในแคว้นเอเชียของโรมัน (ส่วนหนึ่งของประเทศตุรกีในปัจจุบัน) และอยู่ห่างจากเมืองเอเฟซัสไปทางทิศตะวันออกประมาณ 160 กิโลเมตร โคโลสีเป็นเมืองเก่าแก่เมืองหนึ่งที่เจริญรุ่งเรืองด้วยการค้าขายขนแกะสีดำและสีย้อมผ้า ก่อนสมัยพระคัมภีร์ใหม่เมืองนี้เคยทำหน้าที่เป็นชุมทางที่สำคัญของภูมิภาค แต่เมื่อถึงสมัยของเปาโล ถนนสายหลักได้ถูกเปลี่ยนเส้นทางไปผ่านเมืองเลาดีเซียที่อยู่ใกล้ ๆ ทำให้โคโลสีค่อย ๆ ลดความสำคัญลง แม้ว่าประชากรเมืองโคโลสีประกอบด้วยคนต่างชาติเป็นส่วนใหญ่ แต่ก็มีชุมชนชาวยิวขนาดใหญ่พอสมควรอยู่ที่นั่นมานานหลายร้อยปีแล้ว

คริสตจักรที่เมืองโคโลสีเริ่มต้นขึ้นในช่วงที่เปาโลทำพันธกิจอยู่ในเมืองเอเฟซัสสามปี (กิจการ 19) เอปาฟรัสซึ่งน่าจะได้รับความรอดในช่วงที่เขาไปเมืองเอเฟซัสได้กลับไปบ้านแล้วก็มีข่าวดีเหลือเกินว่า มีคริสตจักรใหม่เกิดขึ้นจากคำพยานของเขา หลายปีหลังจากการก่อตั้งคริสตจักรโคโลสี ลัทธิสอนผิดที่เป็นอันตรายได้เริ่มจู่โจมคริสตจักรแห่งนี้ ภัยคุกคามคริสตจักรคราวนี้เป็นของจริง เพราะคำสอนเท็จดังกล่าวมีองค์ประกอบที่ดึงดูดความสนใจของสมาชิกคริสตจักร ทั้งคนที่มีภูมิหลังมาจากศาสนาอื่นและมาจากศาสนายิว เอปาฟรัสกังวลเรื่องลัทธิสอนผิดนี้มากจนเขาต้องเดินทางไกลจากโคโลสีไปกรุงโรม (4:12–13) เพื่อปรึกษาเปาโลซึ่งเป็นนักโทษที่นั่น ด้วยเหตุนี้เปาโลจึงเขียนจดหมายฉบับนี้เพื่อเตือนชาวโคโลสีให้ระวัง

ลัทธิสอนผิด เอปาฟรัสอยู่กับเปาโลต่อในกรุงโรม ผู้ที่นำจดหมายฉบับนี้ไปส่งคือทีคิกัส ซึ่งเดินทางไปพร้อมกับโอเนสิมัส อดีตทาสหลบหนีซึ่งกลับไปหาฟีเลโมนเจ้านายของเขา ซึ่งเป็นสมาชิกของคริสตจักรโคโลสี (4:7–9; ฟีเลโมน 23)

หลักคำสอนสำคัญในโคโลสี

ความเป็นพระเจ้าของพระคริสต์—พระเยซูไม่เพียงแค่มาจากพระเจ้า แต่พระองค์ทรงเป็นพระเจ้าเที่ยงแท้องค์เดียวและพระเมสสิยาห์ (1:15–20; 2:2–10; สดุดี 24:7,10; 45:6–7; อิสยาห์ 7:14; 8:13–14; 9:6; 40:3,11; เยเรมีย์ 23:5–6; เศคาริยาห์ 13:7; มัทธิว 1:23; 3:3; 12:8; 26:63–67; มาระโก 2:7,10; ยอห์น 1:1,14,18; 3:16; กิจการ 10:36; โรม 9:5; ทิตัส 2:13; ฮีบรู 13:20; 1 เปโตร 2:8)

การกลับคืนดี—การสละพระชนม์เป็นเครื่องบูชาของพระเยซูคริสต์ได้รื้อฟื้นความสัมพันธ์ระหว่างพระเจ้ากับมนุษย์ (1:20–22; 2:14; เลวีนิติ 8:15; 16:20; ดาเนียล 9:24; อิสยาห์ 53:5; มัทธิว 5:24–26; โรม 5:1,10–11; 2 โครินธ์ 5:18–20; เอเฟซัส 2:14–16; ฮีบรู 2:17)

การไถ่—พระเยซูคริสต์ทรงซื้อความรอดของเราด้วยราคาที่พระองค์ทรงจ่าย คือการสิ้นพระชนม์ของพระองค์บนไม้กางเขน (1:13–14; 2:13–14; 3:9–11; อิสยาห์ 43:1; 44:21–23; มัทธิว 20:28; ลูกา 1:68; กิจการ 20:28; 1 โครินธ์ 1:30; 6:20; 7:23; กาลาเทีย 3:13; 4:4–5; ฮีบรู 9:12; 1 เปโตร 1:19; วิวรณ์ 5:9)

การทรงเลือก—ชีวิตและอนาคตของผู้เชื่อแต่ละคนเป็นสิ่งที่พระเจ้าทรงทราบอย่างละเอียดก่อนที่กาลเวลาจะเริ่มขึ้น (3:12; มัทธิว 20:16; ยอห์น 6:44; 13:18; 15:16; กิจการ 22:14; โรม 8:29; 9:11,15–16; 1 โครินธ์ 1:27; เอเฟซัส 1:4–5,11; 1 เธสะโลนิกา 1:4; 2 เธสะโลนิกา 2:13; ทิตัส 1:1; 1 เปโตร 1:2)

การให้อภัย—เราต้องให้อภัยผู้อื่นอย่างมีเมตตา ในลักษณะเดียวกับที่พระเจ้าทรงให้อภัยเรา (3:13; สดุดี 7:4; สุภาษิต 19:11; มัทธิว 18:22; มาระโก 11:25; ลูกา 6:36; 17:4; 23:34; โรม 12:19; เอเฟซัส 4:32; 1 เปโตร 4:8)

ธรรมชาติของคริสตจักรในฐานะพระกายของพระคริสต์—ผู้เชื่อในพระเยซูคริสต์ทุกคนมีความเท่าเทียมกันต่อพระพักตร์พระเจ้า ในฐานะบุตรของพระองค์และพลเมืองแห่งอาณาจักรนิรันดร์ของพระองค์ (1:18,24–25; 2:19; 3:11,15; เอเฟซัส 1:22–23; 3:6; 5:32; วิวรณ์ 21:9)

คำศัพท์สำคัญในโคโลสี

พระเยซูคริสต์: คำภาษากรีกคือ *เยซูส คริสตอส*—1:1–4,28; 2:6; 3:17 หลายคนเชื่อว่า *เยซูคริสต์* เป็นชื่อและนามสกุลของพระเยซู อย่างไรก็ตาม *เยซู*เป็นชื่อมนุษย์ซึ่งแปลว่า "พระเจ้าทรงช่วยให้รอด" (ดูมัทธิว 1:21) คำเรียกตำแหน่งว่า *พระคริสต์* หรือ *คริสต์* หมายถึงตำแหน่งพิเศษที่เป็นของพระองค์แต่เพียงผู้เดียว นั่นคือ พระเยซูทรงเป็น "ผู้ที่ถูกเจิมไว้" พระองค์ทรงทำหน้าที่เป็นกษัตริย์ ผู้เผยพระวจนะ และมหาปุโรหิตที่สมบูรณ์แบบของมนุษยชาติ พระนาม*เยซูคริสต์*ถูกใช้อย่างแพร่หลายหลังจากที่พระเยซูทรงเปิดเผยพระองค์เองว่าพระองค์คือพระเมสสิยาห์ที่มาตามพระสัญญา เปาโลชี้ให้เห็นความยิ่งใหญ่สูงสุดของพระเยซูคริสต์ ด้วยการใช้พระนามที่รวมสองชื่อนี้เข้าด้วยกันเพื่อขึ้นต้นจดหมายที่เขาเขียนถึงชาวโคโลสี

บุตรหัวปี: คำภาษากรีกคือ *โพรโตโตคอส*—1:15,18—มีความหมายตามตัวอักษรว่า "ที่หนึ่งในแง่เวลา" หรือ "ที่หนึ่งในแง่ตำแหน่ง" ในบริบทนี้ *โพรโตโตคอส* ควรแปลว่าเหนือกว่า หรือ "ที่หนึ่งในแง่ตำแหน่ง" ดังนั้นพระเยซูคริสต์จึงเป็น "บุตรหัวปี" ผู้ทรงครอบครองเหนือสรรพสิ่งทั้งปวง (ดูอพยพ 4:22; เฉลยธรรมบัญญัติ 21:16–17; สดุดี 89:23) คำเรียกตำแหน่งนี้แสดงให้เห็นความเป็นมนุษย์ของพระบุตร ในฐานะสิ่งมีชีวิตที่สำคัญที่สุดในบรรดาสรรพสิ่งทั้งหมด อย่างไรก็ตาม คำเรียกตำแหน่งนี้ไม่ได้บ่งบอกว่าพระคริสต์ทรงถูกสร้างโดยพระเจ้า พระคัมภีร์ข้อถัดไปประกาศชัดเจนว่าพระคริสต์ทรงเป็นพระผู้สร้างทุกสิ่ง ดังนั้นพระคริสต์จึงไม่สามารถเป็นสิ่งที่ถูกสร้างได้ แต่พระองค์ทรงเป็นพระบุตรนิรันดร์ของพระเจ้า และเป็นพระภาคที่สองของพระเจ้า

เป็นผู้ใหญ่: คำภาษากรีกคือ *เทเลออส*—1:28; 4:12—มีความหมายตามตัวอักษรว่า "จุดจบ" "ขีดจำกัด" หรือ "การบรรลุเป้าหมาย" เปาโลใช้คำว่า *เทเลออส* เพื่อบรรยายถึงความครบถ้วนหรือความเป็นผู้ใหญ่ของผู้เชื่อในพระคริสต์ (โคโลสี 1:28; 4:12) คริสเตียนมุ่งไปสู่ "ความสมบูรณ์" และลักษณะอย่างพระเจ้าเมื่อความเชื่อของพวกเขาเติบโตเป็นผู้ใหญ่ผ่านการทดสอบ (ยากอบ 1:4) คริสเตียนถูกสร้างให้มีความสมบูรณ์มากขึ้น ด้วยการสำแดงความรักของพระเจ้าต่อผู้อื่น (3:14; 1 ยอห์น 4:12) และเช่นเดียวกับที่เปาโลบากบั่นไปสู่เป้าหมายคือความสมบูรณ์ในการดำเนินชีวิตคริสเตียน (ฟีลิปปี 3:12–14) เราเองก็ควรให้ความเป็นผู้ใหญ่อย่างสมบูรณ์ในพระคริสต์เป็นเป้าหมายของเราเช่นกัน สำหรับมนุษยชาติ เป้าหมายของความสมบูรณ์จะสำเร็จครบถ้วนเมื่อ "ความสมบูรณ์" มาถึง (1 โครินธ์ 13:10)

พระลักษณะของพระเจ้าในโคโลสี

พระเจ้าทรงเป็นผู้ที่มนุษย์เข้าถึงได้—1:21–22

พระเจ้าทรงเป็นผู้ที่มนุษย์มองไม่เห็น—1:15

พระเจ้าทรงยุติธรรม—3:25

พระเจ้าทรงฤทธิ์อำนาจ—1:11; 2:12

พระเจ้าทรงนำการกลับคืนดี—1:20

พระเจ้าทรงมีพระพิโรธ—3:6

พระคริสต์ในโคโลสี

ถ้อยคำในโคโลสียืนยันว่าผู้เชื่อมีความบริบูรณ์ครบถ้วนในพระคริสต์ (1:28) เปาโลเน้นย้ำความเป็นพระเจ้าของพระเยซู ต่อผู้ที่โจมตีตัวตนของพระคริสต์ด้วย "หลักปรัชญา และคำหลอกลวงที่เหลวไหล" (2:8–9) การยอมรับความบริบูรณ์ของพระคริสต์ในฐานะที่ทรงเป็นพระเจ้า จะทำให้ผู้เชื่อสามารถมาสู่ความบริบูรณ์ของชีวิตในพระองค์ได้ (2:10)

สรุปเนื้อหาโดยย่อ

I. เรื่องส่วนตัว (1:1–14)
- ก. คำทักทายของเปาโล (1:1–2)
- ข. การขอบพระคุณของเปาโล (1:3–8)
- ค. คำอธิษฐานของเปาโล (1:9–14)

II. คำสั่งสอนเกี่ยวกับหลักคำสอน (1:15–2:23)
- ก. เกี่ยวกับความเป็นพระเจ้าของพระคริสต์ (1:15–23)
- ข. เกี่ยวกับพันธกิจของเปาโล (1:24–2:7)
- ค. เกี่ยวกับปรัชญาเทียมเท็จ (2:8–23)

III. คำกำชับเกี่ยวกับการปฏิบัติ (3:1–4:18)
- ก. การประพฤติตนของคริสเตียน (3:1–17)
- ข. ครอบครัวของคริสเตียน (3:18–4:1)
- ค. คำพูดของคริสเตียน (4:2–6)
- ง. เพื่อน ๆ คริสเตียน (4:7–18)

ขณะเดียวกัน ในพื้นที่ส่วนอื่น ๆ ของโลก . . .

ราชทูตจากกษัตริย์แห่งนะ รัฐที่เคยตั้งอยู่บนเกาะหนึ่งของญี่ปุ่นในปัจจุบัน เดินทางมาถึงจีนเพื่อถวายความเคารพต่อจักรพรรดิกวงอู่ตี้ แห่งราชวงศ์ฮั่น

คำถามที่พบบ่อย

1. ข้อพระคัมภีร์อย่างโคโลสี 1:15–20 ซึ่งบรรยายว่าพระคริสต์ทรงเป็น "บุตรหัวปีเหนือทุกสิ่งที่ทรงสร้าง" สอดคล้องกับหลักคำสอนในพระคัมภีร์เรื่องความเป็นพระเจ้าของพระคริสต์อย่างไร?

พระคัมภีร์ตอนนี้ (1:15–20) มีข้อความที่ปกป้องความเป็นพระเจ้าของพระคริสต์ไว้อย่างหนักแน่น เห็นได้ชัดว่าองค์ประกอบหลักของลัทธิสอนผิดที่คุกคามคริสตจักรโคโลสีคือ การปฏิเสธความเป็นพระเจ้าของพระคริสต์ แต่น่าประหลาดที่ตลอดหลายศตวรรษที่ผ่านมา บางลัทธิได้ใช้วลี "บุตรหัวปีเหนือทุกสิ่งที่ทรงสร้าง" (1:15) เพื่อบ่อนทำลายความเป็นพระเจ้าของพระคริสต์ ข้อสมมติฐานก็คือ หากพระเยซูประสูติ ณ การทรงสร้าง พระองค์ก็ทรงเป็นเหมือนเรามากกว่าทรงเป็นพระเจ้า

อย่างไรก็ตาม คำภาษากรีกที่แปลว่าบุตรหัวปีนี้สามารถหมายถึงผู้ที่เกิดเป็นอันดับแรกในแง่ลำดับเวลาก็ได้ แต่ส่วนใหญ่แล้วมักจะหมายถึงความเหนือกว่าในแง่ตำแหน่งหรือยศ (ฮีบรู 1:6; โรม 8:9) *บุตรหัวปี*ในบริบทนี้ชัดเจนว่าหมายถึงตำแหน่งสูงสุด ไม่ใช่ถูกสร้างเป็นอันดับแรก (สดุดี 89:27; วิวรณ์ 1:5) เนื่องจากเหตุผลหลายประการ ได้แก่

- พระคริสต์ไม่สามารถเป็นทั้ง "พระบุตรองค์แรก" และ "พระบุตรองค์เดียว" (ดู ยอห์น 1:14,18; 3:16,18; 1 ยอห์น 4:9) และเมื่อบุตรหัวปีเป็นส่วนหนึ่งในกลุ่มหนึ่งกลุ่มใด คำที่กล่าวถึงกลุ่มนั้นจะอยู่ในรูปพหูพจน์ (1:18; โรม 8:29) แต่คำว่า "สิ่งที่ทรงสร้าง" ในข้อนี้อยู่ในรูปแบบเอกพจน์
- ถ้าเปาโลกำลังสอนว่าพระคริสต์เป็นผู้ที่ถูกสร้าง เขาก็คงจะเห็นด้วยกับลัทธิสอนผิดที่เขากำลังเขียนจดหมายมาเพื่อหักล้าง
- เป็นไปไม่ได้ที่พระคริสต์จะเป็นทั้งผู้ที่ถูกสร้างและพระผู้สร้างทุกสิ่ง (1:16) ดังนั้น พระเยซูจึงเป็นบุตรหัวปีในแง่ที่ว่า พระองค์มีความเหนือกว่า (1:18) และทรงครอบครองสิทธิในการเป็นทายาทรับ "สิ่งทั้งปวง" (ฮีบรู 1:2; วิวรณ์ 5:1–7,13)

2. ข้อความแบบมีเงื่อนไข ที่กล่าวว่า "ท่านทั้งหลายต้องดำรงอยู่ในความเชื่อ" (1:22,23) เกี่ยวข้องอย่างไรกับประเด็นที่ว่า ผู้เชื่อสามารถสูญเสียความรอดหรือไม่?

หลักคำสอนของคริสเตียนที่พูดถึงคำถามนี้มักจะถูกเรียกว่า "ความพากเพียร

บากบั่นของธรรมิกชน” บางครั้งพระคัมภีร์ (เช่นในตอนนี้) ก็เรียกเราให้ยึดมั่นในความเชื่อของเรา (ฮีบรู 10:23; วิวรณ์ 3:11) หรือเตือนเราไม่ให้ละทิ้งความเชื่อ (ฮีบรู 10:26–29) คำตักเตือนเช่นนี้ไม่ได้ลบล้างพระสัญญามากมายที่บอกว่า ผู้เชื่อที่แท้จริงจะพากเพียรบากบั่น (ยอห์น 10:28–29; โรม 8:38–39; 1 โครินธ์ 1:8–9; ฟีลิปปี 1:6) ตรงกันข้าม คำเตือนและคำวิงวอนเหล่านี้เป็นวิธีหนึ่งที่พระเจ้าใช้พิทักษ์รักษาความเพียรบากบั่นในความเชื่อของเรา ข้อความที่มีเงื่อนไขอย่างเช่นใน 1:22 และ 23 เพียงแค่เน้นย้ำประเด็นที่ว่า คนที่ละทิ้งพระคริสต์ได้ให้ข้อพิสูจน์ที่สรุปได้ว่า พวกเขาไม่เคยเป็นผู้เชื่อที่แท้จริงเลยตั้งแต่แรก (1 ยอห์น 2:19) อย่างไรก็ตาม การบอกว่าพระเจ้าทรงพิทักษ์รักษาความพากเพียรบากบั่นของเรานั้น ไม่ได้หมายความว่าเราอยู่เฉย ๆ ในกระบวนการนี้ พระเจ้าทรงคุ้มครองเรา “ทางความเชื่อ” (1 เปโตร 1:5) คือความเชื่อของเรา

3. จดหมายฝากจากเรือนจำคืออะไร และเปาโลอยู่ในเรือนจำไหนเมื่อเขาเขียนจดหมายเหล่านี้?

จดหมายสี่ฉบับของเปาโลถูกจัดกลุ่มเป็นจดหมายฝากจากเรือนจำ คือ เอเฟซัส ฟีลิปปี โคโลสี และฟีเลโมน แต่ละฉบับมีข้อความภายในจดหมายที่กล่าวถึงสภาพแวดล้อมในเรือนจำของผู้เขียนอย่างชัดเจน (เอเฟซัส 3:1; 4:1; 6:20; ฟีลิปปี 1:7, 13 14,17; โคโลสี 4:3,10,18; ฟีเลโมน 1,9–10,13,23) ความคล้ายคลึงกันระหว่างรายละเอียดต่าง ๆ ในการจำคุกของเปาโลในพระธรรมกิจการและในจดหมายฝากจากเรือนจำ สนับสนุนจุดยืนดั้งเดิมที่ว่าจดหมายเหล่านี้เขียนจากกรุงโรม รายละเอียดเหล่านี้ได้แก่

- เปาโลมีทหารคุมอยู่ (กิจการ 28:16; ฟีลิปปี 1:13–14)
- เปาโลได้รับอนุญาตให้ต้อนรับคนที่มาหา (กิจการ 28:30; ฟีลิปปี 4:18)
- เปาโลมีโอกาสประกาศข่าวประเสริฐ (กิจการ 28:31; เอเฟซัส 6:18–20; ฟีลิปปี 1:12–14; โคโลสี 4:2–4)

ซีซารียาและเอเฟซัสก็เป็นเมืองที่มีคนเสนอว่าอาจเป็นสถานที่ซึ่งเปาโลอยู่ขณะที่เขาเขียนจดหมายเหล่านี้อย่างน้อยบางฉบับ เปาโลถูกจำคุกในเมืองซีซารียาสองปี (กิจการ 24:27) แต่โอกาสที่เขาจะต้อนรับคนที่มาเยี่ยมและประกาศข่าวประเสริฐนั้นมีอยู่จำกัดมากในช่วงเวลานั้น (กิจการ 23:35) จดหมายฝากจากเรือนจำแสดงให้เห็นความหวังของเปาโลที่จะได้รับคำตัดสินที่น่าพอใจ (ฟีลิปปี

1:25; 2:24; ฟีเลโมน 23) แต่ในเมืองซีซารียา ความหวังเดียวที่เปาโลจะได้รับการปล่อยตัวก็คือการติดสินบนเฟลิกส์ (กิจการ 24:26) หรือตกลงที่จะรับการพิจารณาคดีที่กรุงเยรูซาเล็มภายใต้เฟสทัส (กิจการ 25:9) ในจดหมายฝากจากเรือนจำ เปาโลคาดหวังว่าการตัดสินคดีของเขาจะเป็นที่สิ้นสุด (ฟีลิปปี 1:20–23; 2:17,23) เรื่องนี้ไม่อาจเกิดขึ้นได้ที่เมืองซีซารียา เนื่องจากเปาโลสามารถถวายฎีกาคดีของเขาต่อจักรพรรดิ และเขาก็ได้ทำเช่นนั้น

เมืองเอเฟซัสเป็นอีกสถานที่หนึ่งที่มีคนเสนอความเห็น แต่ผู้ที่สนับสนุนว่าเป็นเมืองเอเฟซัสก็ต้องพบกับปัญหาส่วนใหญ่แบบเดียวกับความเห็นที่เสนอว่าเป็นเมืองซีซารียา อย่างไรก็ตามข้อโต้แย้งที่ชัดเจนที่สุดในการปฏิเสธว่าเมืองเอเฟซัสเป็นสถานที่เขียนจดหมายฝากจากเรือนจำก็คือ ไม่มีหลักฐานใด ๆ ที่บอกว่าเปาโลเคยถูกจำคุกที่เมืองเอเฟซัส

เมื่อพิจารณาถึงอุปสรรคหนักหนาที่คัดค้านทั้งทัศนะที่เสนอว่าเป็นเมืองซีซารียาและเมืองเอเฟซัส ก็ไม่เหลือเหตุผลใด ๆ ที่จะปฏิเสธทัศนะดั้งเดิมที่บอกว่าเปาโลเขียนจดหมายฝากจากเรือนจำจากกรุงโรม ระหว่างที่รอการพิจารณาคดีต่อหน้าจักรพรรดิ ตามที่เขาถวายฎีกาขอความยุติธรรมในฐานะพลเมืองโรมันคนหนึ่ง

ศึกษาโคโลสีแบบรวบรัด

1. เมื่อดูจากข้อโต้แย้งต่าง ๆ ของเปาโล คำสอนเท็จอะไรที่เปาโลกำลังหักล้างในพระธรรมโคโลสี?
2. ในพระธรรมโคโลสี เปาโลเน้นหัวข้อใดเป็นพิเศษเกี่ยวกับพระลักษณะของพระเยซูคริสต์?
3. เปาโลระบุเงื่อนไขต่าง ๆ ในการเป็นสาวกแท้ของพระคริสต์ไว้อย่างไรในพระธรรมโคโลสี?
4. ในบทสุดท้ายของโคโลสี เปาโลขอความช่วยเหลือแบบใดจากคริสเตียนชาวโคโลสี?
5. คุณพึ่งพาคริสเตียนคนอื่น ๆ อย่างไรบ้าง ในการให้กำลังใจคุณเพื่อจะพยายามติดตามพระคริสต์?

1 เธสะโลนิกา

พระคริสต์จะเสด็จมาอีกครั้ง

1 เธสะโลนิกากล่าวถึงการเสด็จกลับมาของพระเยซู ในทุก ๆ บท

คริสเตียนกำลังล้มตาย และพระคริสต์ยังไม่เสด็จกลับมา เมื่อข่าวประเสริฐประกาศแก่ชาวเธสะโลนิกาเป็นครั้งแรก เนื้อหาส่วนที่เน้นหนักนั้นมุ่งไปที่ความคาดหวังว่าพระคริสต์จะเสด็จกลับมา หลายปีต่อมาการเสียชีวิตของผู้เชื่อบางคนทำให้เกิดคำถามในคริสตจักร พระคริสต์จะทรงรอเวลาอีกนานแค่ไหน? แล้วคนที่ตายไประหว่างนั้นล่ะ? คริสเตียนควรดำเนินชีวิตอย่างไร? เพื่อตอบคำถามเหล่านี้ รวมทั้งข้อกังวลอื่น ๆ เปาโลจึงส่งจดหมายฉบับหนึ่งไปถึงชาวเมืองเธสะโลนิกา

ผู้เขียนและปีที่เขียน

เขียนโดยเปาโล ประมาณปี ค.ศ. 51

ดังที่เปาโลปฏิบัติเป็นธรรมเนียม เขาระบุว่าตัวเองเป็นผู้เขียนจดหมายฉบับนี้ (1:1; 2:18) เรื่องนี้ไม่เคยถูกตั้งคำถาม จนกระทั่งนักวิจารณ์สายสุดโต่งตั้งคำถามขึ้นเมื่อไม่นานมานี้ แต่ความพยายามของพวกเขาที่จะหักล้างสถานะผู้เขียนของเปาโลก็ล้มเหลว เมื่อคำนึงถึงน้ำหนักของหลักฐานต่าง ๆ ที่ร่วมกันสนับสนุนทัศนะแบบดั้งเดิม เช่น (1) คำยืนยันโดยตรงว่าเปาโลเป็นผู้เขียน (2) จดหมายฉบับนี้สัมพันธ์กันพอดิบพอดีกับการเดินทางของเปาโลในกิจการบทที่ 16–18 (3) รายละเอียดส่วนตัวมากมายเกี่ยวกับเปาโล (4) การยืนยันโดยพยานทางประวัติศาสตร์หลายรายในยุคแรก ๆ เริ่มตั้งแต่รายชื่อหนังสือในสารบบพระคัมภีร์ของมาร์ซิออนในปี ค.ศ. 140

ด้วยเหตุผลส่วนหนึ่งคือหลักฐานทางโบราณคดีที่ยืนยันว่า ช่วงเวลาที่กัลลิโอรับหน้าที่เป็นผู้สำเร็จราชการในแคว้นอาคายาคือระหว่างปี ค.ศ. 51 ถึง 52 (กิจการ 18:12–17) จดหมายฉบับแรกถึงชาวเธสะโลนิกาจึงถูกระบุเวลาเขียนไว้ประมาณปี ค.ศ. 51 และนั่นทำให้ 1 เธสะโลนิกาอยู่ในลำดับที่สองรองจากกาลาเทียเท่านั้น ในลำดับเวลาการเขียนจดหมายฉบับต่าง ๆ ของเปาโล

บุคคลสำคัญใน 1 เธสะโลนิกา

เปาโล—เขียนจดหมายถึงคริสตจักรที่เมืองเธสะโลนิกา เพื่อยืนยันเรื่องการเสด็จมาครั้งที่สองของพระคริสต์ และชมเชยความสัตย์ซื่อของพวกเขา (1:1–5:28)

ทิโมธี—ยืนยันความสัตย์ซื่อของคริสตจักรที่เมืองเธสะโลนิกา (1:1–3:10)

สิลาส—ร่วมเดินทางกับเปาโลในฐานะมิชชันนารี (1:1)

ภูมิหลังและสถานที่

เธสะโลนิกา (เมืองซาโลนิกาในปัจจุบัน) ตั้งอยู่ทางตอนเหนือสุดของอ่าวเธอร์เมอิกในทะเลอีเจียน เมืองนี้กลายเป็นเมืองหลวงของมาซิโดเนีย (ประมาณปี 168 ก่อน ค.ศ.) และมีสถานะเป็น "เมืองเสรี" (เมืองที่ปกครองโดยพลเมืองของตนเอง) ภายใต้จักรวรรดิโรมัน (กิจการ 17:6) เธสะโลนิกาเป็นศูนย์กลางการค้าและการเมืองที่สำคัญบนถนนเวีย เอกนาเทีย ซึ่งเป็นทางหลวงสายหลักของโรมันที่เชื่อมฝั่งตะวันออกกับตะวันตกของภูมิภาคนั้น จำนวนประชากรในสมัยเปาโลมีประมาณสองแสนคน

เปาโลไปเยือนเมืองเธสะโลนิกาครั้งแรกระหว่างการเดินทางประกาศข่าวประเสริฐครั้งที่สองของเขา (ค.ศ. 50—กิจการ 16:1–18:22) เป็นการเยือนที่สั้นแต่เกิดผล มีการเริ่มคริสตจักรที่นั่นก่อนที่อัครทูตเปาโล และเพื่อน ๆ จะถูกขับไล่ (กิจการ 17:1–9) หลังจากนั้นไม่ถึงหนึ่งปี เปาโลส่งทิโมธีกลับเข้าไปในแคว้นนั้นเพื่อรับรายงานเกี่ยวกับคริสตจักรใหม่ที่เมืองเบโรอาและเธสะโลนิกา ข่าวดีจากทิโมธีกระตุ้นให้เปาโลเขียนจดหมายฉบับแรก ในเวลานั้นอัครทูตเปาโลอยู่ที่เมืองโครินธ์ และเขาอยู่ที่นั่นนานพอที่จะเขียนจดหมายฉบับที่สองถึงคริสตจักรแห่งนี้

รายงานของทิโมธีเกี่ยวกับเมืองเธสะโลนิกาคงมีรายละเอียดบางอย่างที่น่ายินดีและมีบางอย่างที่ทำให้เปาโลกังวลใจ บางส่วนของรายละเอียดเหล่านี้กลายเป็นจุดประสงค์ที่อยู่เบื้องหลังจดหมายของเขา ได้แก่

- เพื่อให้กำลังใจคริสตจักรที่นั่น (1:2–10)
- เพื่อตอบข้อกล่าวหาที่เป็นเท็จ (2:1–12)
- เพื่อปลอบโยนฝูงแกะที่ถูกข่มเหง (2:13–16)
- เพื่อแสดงความชื่นชมยินดีกับความเชื่อของพวกเขา (2:17–3:13)
- เพื่อย้ำเตือนพวกเขาเรื่องความสำคัญของความบริสุทธิ์ทางศีลธรรม (4:1–8)
- เพื่อประณามวิถีชีวิตที่เกียจคร้าน (4:9–12)

- เพื่อแก้ไขความเข้าใจที่ผิดเกี่ยวกับเหตุการณ์ตามคำพยากรณ์ (4:13–5:11)
- เพื่อคลี่คลายความตึงเครียดภายในคริสตจักร (5:12–15)
- เพื่อกำชับคริสตจักรเรื่องหลักพื้นฐานของการดำเนินชีวิตคริสเตียน (5:16–22)

หลักคำสอนสำคัญใน 1 เธสะโลนิกา

การชำระให้บริสุทธิ์—โดยการที่พระคริสต์ทรงลบล้างบาป พระเจ้าทรงทำให้ผู้เชื่อมีสง่าราศี และถูกแยกไว้ต่างหากเพื่อรับใช้พระเจ้า (3:12–13; 4:3–4,16–18; 5:23; สดุดี 4:3; เอเสเคียล 37:28; กิจการ 20:32; 26:18; โรม 6:1–8:39; 15:16; 2 โครินธ์ 6:17; เอเฟซัส 5:26–27; 2 เธสะโลนิกา 2:13; 2 ทิโมธี 2:21; ฮีบรู 2:11; 13:12; 1 เปโตร 1:2; ยูดา 1:1)

การเสด็จมาครั้งที่สองของพระคริสต์—การเสด็จกลับมาของพระคริสต์จะหมายถึงการพิพากษามนุษยชาติทั้งหมด (1:10; 2:19; 3:13; 4:16; 5:23; สดุดี 50:3–4; ดาเนียล 7:13; มัทธิว 24:36; 25:31; มาระโก 13:32; ยอห์น 14:3; 1 โครินธ์ 1:8; ทิตัส 2:13; 2 เปโตร 3:12; ยูดา 1:14; วิวรณ์ 1:7)

พระลักษณะของพระเจ้าใน 1 เธสะโลนิกา

พระเจ้าทรงสัตย์ซื่อ— 5:24

พระเจ้าทรงมีพระพิโรธ— 1:10; 2:16

พระคริสต์ใน 1 เธสะโลนิกา

1 เธสะโลนิกาอธิบายความหวังในพระคริสต์ของผู้เชื่อ โดยเฉพาะอย่างยิ่งเรื่องการเสด็จมาครั้งที่สองของพระองค์ (1:10; 2:19; 3:13; 4:16; 5:23) เปาโลสอนผู้เชื่อให้เตรียมตัวสำหรับวันขององค์พระผู้เป็นเจ้า เพราะวันนั้นจะมา "อย่างขโมยที่มาในเวลากลางคืน" (5:2) อย่างไรก็ตาม ผู้เชื่อไม่ควรกลัววันนั้น เพราะว่าพระคริสต์ทรงครอบครองความรอดของเราไว้แล้ว และทรงปกป้องจากพระพิโรธของพระเจ้า

คำศัพท์สำคัญใน 1 เธสะโลนิกา

การชำระให้บริสุทธิ์: คำภาษากรีกคือ *ฮากีอาสมอส*—4:3-4—มีความหมายตามตัวอักษรว่า "แยกไว้ต่างหาก" หมายถึงกระบวนการที่พระเจ้าทรงแยกสิ่งที่บริสุทธิ์ไว้ต่างหาก อย่างไรก็ตาม การชำระให้บริสุทธิ์นั้นเสร็จสมบูรณ์แล้วในแง่หลักการเท่านั้น มนุษยชาติยังไปไม่ถึงจุดนั้น แต่ถึงแม้ว่าเรายังอยู่ในโลกที่ล้มลงในความบาป เราก็ยืนอยู่ในความสัมพันธ์กับพระเจ้าเสมือนกับว่าเราถูกทำให้สมบูรณ์แล้ว (ฮีบรู 10:10) การที่พระคริสต์ทรงสละพระองค์เป็นเครื่องบูชาเพียงครั้งเดียวได้ชำระเราให้บริสุทธิ์แล้ว และการชำระให้บริสุทธิ์นั้นมีผลถาวรที่ยังคงทำงานอยู่ในเรา ซึ่งทำให้เราบริสุทธิ์ (ฮีบรู 10:14)

วิญญาณ จิตใจ ร่างกาย: คำภาษากรีก *พนิวมา*—4:8; 5:19,23—มีความหมายตามตัวอักษรว่า "วิญญาณ" คำภาษากรีก *พซูเค*—5:23—มีความหมายตามตัวอักษรว่า "ชีวิต" คำภาษากรีก *โซมา*—5:23—มีความหมายตามตัวอักษรว่า "ร่างกาย" 1 เธสะโลนิกา 5:23 เป็นข้อเดียวในพระคัมภีร์ใหม่ที่ตัวตนของบุคคลถูกบรรยายเป็นสามส่วน แต่ในพระคัมภีร์ตอนนี้ทั้งสามส่วนก็ประกอบกันเป็นบุคคลเดียว *วิญญาณ*ช่วยให้คนสามารถติดต่อกับพระเจ้า และรับการบังเกิดใหม่โดยพระวิญญาณของพระเจ้า (ยอห์น 3:6; โรม 8:16) *พซูเค* ซึ่งถูกแปลว่า *จิตใจ* หมายถึงบุคลิกภาพหรือแก่นแท้ของบุคคล ประการสุดท้าย บรรดาผู้เขียนพระคัมภีร์ใหม่ระบุว่า*ร่างกาย*เป็นสิ่งที่อยู่ฝ่ายวัตถุ แยกจากจิตใจหรือวิญญาณของคน และดังที่พระคัมภีร์ข้อนี้บ่งชี้ พระเจ้าทรงทำงานจากภายในสู่ภายนอก ในการชำระตัวตนทั้งหมดของเราให้บริสุทธิ์เพื่อชีวิตนิรันดร์

การเสด็จมา: คำภาษากรีกคือ *ปารูเซีย*—2:19; 3:13; 4:15; 5:23—มีความหมายตามตัวอักษรว่า "การปรากฏตัว" ถูกใช้บ่อย ๆ ในพระคัมภีร์ใหม่ เพื่อกล่าวถึงการมาเยือนของบุคคลสำคัญ เช่น เชื้อพระวงศ์ ดังนั้นคำนี้จึงชี้ไปที่ "การมา" ที่พิเศษและโดดเด่น คำนี้ถูกใช้ในพระคัมภีร์ใหม่เพื่อกล่าวถึงการเสด็จมาครั้งที่สองของพระคริสต์ การเสด็จมาอย่างมีสง่าราศีครั้งนี้จะสำแดงให้เห็นพระคริสต์ในฐานะกษัตริย์เหนือทุกสิ่ง

สรุปเนื้อหาโดยย่อ

I. คำทักทายของเปาโล (1:1)

II. ความคิดส่วนตัวของเปาโล (1:2–3:13)
- ก. การขอบพระคุณพระเจ้าสำหรับคริสตจักร (1:2–10)
- ข. ข้อเตือนใจสำหรับคริสตจักร (2:1–16)
- ค. ข้อกังวลสำหรับคริสตจักร (2:17–3:13)

III. คำสอนเชิงปฏิบัติของเปาโล (4:1–5:22)
- ก. เรื่องความบริสุทธิ์ทางศีลธรรม (4:1–8)
- ข. เรื่องการดำเนินชีวิตที่มีวินัย (4:9–12)

ค. เรื่องความตายและและการรับขึ้นไป (4:13–18)
ง. เรื่องการดำเนินชีวิตที่บริสุทธิ์และวันขององค์พระผู้เป็นเจ้า (5:1–11)
จ. เรื่องความสัมพันธ์ในคริสตจักร (5:12–15)
ฉ. เรื่องหลักพื้นฐานของการดำเนินชีวิตคริสเตียน (5:16–22)

IV. คำอวยพรของเปาโล (5:23–24)
V. คำกล่าวสุดท้ายของเปาโล (5:25–28)

ขณะเดียวกัน ในพื้นที่ส่วนอื่น ๆ ของโลก . . .

คาแรคทาคัส หัวหน้าเผ่าชาวเวลส์ ถูกจับโดยผู้รุกรานชาวโรมัน หลังจากถูกหักหลังโดยคาร์ติแมนดัว ราชินีของชนเผ่าบริแกนทีสในยอร์กเชอร์

คำถามที่พบบ่อย

1. เปาโลตอบข้อกังวลของชาวเธสะโลนิกา เกี่ยวกับชะตากรรมของคริสเตียนที่เสียชีวิตไปแล้วอย่างไร?

คำกล่าวใน 4:13–18 ให้คำตอบที่ยืนยงและทรงพลังแก่คำถามบางข้อที่เกิดขึ้นซ้ำ ๆ และสร้างปัญหาแก่คริสเตียนเมื่อพวกเขาเผชิญกับความตายของบุคคลผู้เป็นที่รักซึ่งอยู่ในพระคริสต์ ชาวเธสะโลนิกาก็มีความกังวลจริงจังในเรื่องเดียวกันนี้ แม้ว่าพันธกิจของเปาโลในเมืองเธสะโลนิกาจะมีเวลาสั้น แต่ก็เห็นได้ชัดว่าคนเหล่านั้นมาเชื่อและมีความหวังใจว่าการเสด็จกลับมาของพระผู้ช่วยให้รอดของพวกเขาจะเกิดขึ้นจริง (1:3,9–10; 2:19; 5:1–2; 2 เธสะโลนิกา 2 :1,5) พวกเขาดำเนินชีวิตในความคาดหวังเรื่องการเสด็จมานั้น และรอคอยพระคริสต์อย่างใจจดใจจ่อ พวกเขารู้ว่าการเสด็จกลับมาของพระองค์คือเหตุการณ์ที่เป็นจุดสูงสุดในประวัติศาสตร์การไถ่ และพวกเขาเฝ้าคอยที่จะมีส่วนร่วมในเหตุการณ์นั้น ข้อ 13 (ดู 2 เธสะโลนิกา 2:1–3 ด้วย) บ่งบอกว่าผู้เชื่อเหล่านั้นกังวลใจเกี่ยวกับคนที่อาจพลาดการเสด็จกลับมาของพระคริสต์ เมื่อดูจากคำตอบของเปาโล คำถามหลักของพวกเขาดูเหมือนจะเป็น "จะเกิดอะไรขึ้นกับคริสเตียนที่ตายก่อนพระองค์เสด็จมา? พวกเขาพลาดการเสด็จกลับมาของพระองค์หรือเปล่า?"

เห็นได้ชัดว่าชาวเธสะโลนิกามองว่าการเสด็จกลับมาของพระคริสต์ใกล้เข้ามาแล้ว เป็นที่แน่ชัดว่าพวกเขาตีความคำสอนของเปาโลว่า พระคริสต์จะเสด็จกลับมาเร็วๆ นี้อย่างแน่นอน ภายในช่วงชีวิตของพวกเขาและค่อนข้างเป็นธรรมดาที่พวกเขาจะรู้สึกสับสน เพราะพวกเขากำลังถูกข่มเหง ซึ่งเป็นประสบการณ์ที่พวกเขาเข้าใจว่า พวกเขาจะได้รับการช่วยให้รอดพ้นโดยการเสด็จกลับมาขององค์พระผู้เป็นเจ้า

คำตอบของเปาโลเริ่มต้นด้วยข้อความเกี่ยวกับความโศกเศร้า ข้อความนี้ไม่ได้บอกว่าคริสเตียนไม่ควร “เสียใจ” เพราะการตายของคริสเตียนอีกคน แต่ประเด็นของเปาโลก็คือความโศกเศร้าสำหรับคริสเตียนนั้นมีความหวัง ไม่ใช่สิ้นหวัง แล้วจดหมายฉบับนี้ก็ให้คำสัญญาชุดหนึ่งที่มีผลต่อผู้ที่ “ล่วงหลับไปในพระคริสต์” หรือผู้เชื่อที่ตายไป คือเช่นเดียวกับที่พระเยซูสิ้นพระชนม์และฟื้นคืนพระชนม์อีกครั้ง คนเหล่านั้นที่ตายไปในพระคริสต์ก็จะเป็นขึ้นมาอีกครั้งเช่นกัน (4:14 และยอห์น 14:1–3) ; 1 โครินธ์ 15:51–58) ข้อความเหล่านี้บรรยายถึงการรับคริสตจักรขึ้นไป (รวมถึงคริสเตียนที่ตายไปแล้ว) ซึ่งจะเกิดขึ้นเมื่อพระเยซูเสด็จมารวบรวมผู้ที่พระองค์ทรงไถ่ไว้แล้ว และนำพวกเขากลับสู่สวรรค์

ผู้ที่ยังมีชีวิตอยู่และผู้ที่ตายไปแล้วจะได้สัมผัสกับการเสด็จกลับมาขององค์พระผู้เป็นเจ้าในเวลาเดียวกัน (4:15) เห็นได้ว่าชาวเธสะโลนิกาได้รับข้อมูลอย่างครบถ้วน เกี่ยวกับการพิพากษาในวันขององค์พระผู้เป็นเจ้า (5:1–2) แต่พวกเขาไม่ได้รับข้อมูลเกี่ยวกับเหตุการณ์ก่อนหน้านั้น คือการรับคริสตจักรขึ้นไป เรื่องนี้เคยเป็นความลับ ก่อนที่เปาโลจะเปิดเผยว่ามันเป็นสิ่งที่พระเจ้าทรงเปิดเผยแก่เขา ข้อความเดียวที่กล่าวถึงเรื่องนี้ก่อนหน้านั้นก็คือคำสอนของพระเยซูในยอห์น 14:1–3 เนื่องจากเปาโลไม่ทราบกำหนดเวลาของพระเจ้า เขาจึงดำเนินชีวิตและพูดราวกับว่าเหตุการณ์นี้อาจเกิดขึ้นในช่วงชีวิตของเขา เช่นเดียวกับคริสเตียนยุคแรกทุกคน เขาเชื่อว่าเหตุการณ์นี้ใกล้เข้ามาแล้ว (โรม 13:11; 1 โครินธ์ 6:14; 10:11; 16:22; ฟีลิปปี 3:20–21; 1 ทิโมธี 6:14; ทิตัส 2:13)

“องค์พระผู้เป็นเจ้าจะเสด็จมา” (4:16) ข้อนี้จะทำให้คำปฏิญาณของพระเยซูในยอห์น 14:1–3 สำเร็จเป็นจริง ก่อนจะถึงเวลานั้นพระองค์ยังคงสถิตอยู่ในสวรรค์ (1:10; ฮีบรู 1:1–3) ผู้เชื่อที่ตายไปแล้วจะเป็นขึ้นมาก่อน คือทันเวลาที่จะมีส่วนร่วมในการเสด็จกลับมาของพระคริสต์ (4:16; 1 โครินธ์ 15:52) ผู้ที่ยังมีชีวิตอยู่ ณ เวลาของการรับขึ้นไป จะได้ไปกับคนตายที่เป็นขึ้นมาก่อน (4:17) และ “พบองค์พระผู้เป็นเจ้าในฟ้าอากาศ”

เปาโลรับรองแก่ชาวเธสะโลนิกาและผู้เชื่อทุกคนว่า พระเยซูจะไม่ให้ประชากรของพระองค์คนไหนตกหล่นไปเมื่อพระองค์เสด็จกลับมา ข้อสุดท้ายของบทนี้แสดงให้เห็นเจตนาหลักของเปาโลในข้อความตอนนี้ คือเพื่อหนุนใจคริสเตียนซึ่งมีบุคคลผู้เป็นที่รักเสียชีวิตไป การปลอบประโลมใจในที่นี้ขึ้นอยู่กับความจริงต่อไปนี้

- คนตายจะถูกทำให้เป็นขึ้นมา และจะมีส่วนร่วมในการที่องค์พระผู้เป็นเจ้าเสด็จมาเพื่อรับคนของพระองค์
- เมื่อพระคริสต์เสด็จมา คนที่ยังมีชีวิตอยู่จะได้อยู่กับบุคคลผู้เป็นที่รักอีกครั้งตลอดไป
- ผู้เชื่อทุกคน ทั้งที่ยังมีชีวิตอยู่และตายไปแล้ว จะอยู่กับองค์พระผู้เป็นเจ้าตลอดไปเป็นนิตย์ (4:17–18)

2. เปาโลหมายถึงอะไรเมื่อเขาใช้คำว่า "วันและเวลา" (5:1) และทำไมเขาจึงไม่จำเป็นต้องเขียนบอกคริสตจักรเธสะโลนิกาเกี่ยวกับเรื่องนี้?

บทที่ 5 ขึ้นต้นด้วยการที่เปาโลเปลี่ยนหัวข้อเฉพาะเจาะจงที่กำลังอธิบาย จากการอธิบายเรื่องพระพรในการรับผู้เชื่อขึ้นไป (4:13–18) ไปสู่เรื่องการพิพากษาผู้ที่ไม่เชื่อ (5:1–11) คำว่า*วัน*และ*เวลา*สองคำนี้หมายถึงการนับเวลาและลักษณะของเวลาตามลำดับ (ดาเนียล 2:21; กิจการ 1:7) แทนที่จะเขียนบอกพวกเขาเกี่ยวกับเรื่องนี้ เปาโลเพียงแค่ต้องย้ำเตือนพวกเขาถึงสิ่งที่พวกเขาเคยได้รับการสอนมาแล้ว

เห็นได้ว่าชาวเธสะโลนิการู้ว่าพระเจ้าประสงค์ให้ผู้เชื่อรู้เรื่องการพิพากษาที่กำลังจะมาถึง และเนื่องจากเปาโลได้สอนพวกเขาแล้วถึงสิ่งที่พวกเขาจำเป็นต้องรู้เกี่ยวกับการรับขึ้นไป (4:13–18) หน้าที่ที่เหลือของเปาโลก็คือการให้กำลังใจ เปาโลกำชับพวกเขาให้ดำเนินชีวิตในทางของพระเจ้า โดยคำนึงถึงการพิพากษาโลกซึ่งกำลังจะเกิดขึ้น แทนที่จะไขว้เขวไปเพราะการพยายามหาคำตอบเรื่องกำหนดเวลาในคำพยากรณ์ พวกเขาไม่อาจรู้กำหนดเวลาที่การพิพากษาครั้งสุดท้ายของพระเจ้าจะเกิดขึ้น แต่พวกเขารู้ดีว่ามันจะเกิดขึ้นอย่างไม่คาดฝัน (5:2)

3. เปาโลเติมเสียงของเขาลงไปในส่วนที่เหลือของพระคัมภีร์อย่างไร เมื่อเขาใช้คำว่า *วันขององค์พระผู้เป็นเจ้า* (5:2)?

คำว่า *วันขององค์พระผู้เป็นเจ้า* ถูกใช้อย่างชัดเจนปราศจากข้อโต้แย้งในพระคัมภีร์เดิม 19 ครั้ง และในพระคัมภีร์ใหม่ 4 ครั้ง (กิจการ 2:20; 1 เธสะโลนิกา

5:2; 2 เธสะโลนิกา 2:2; 2 เปโตร 3:10) ผู้เผยพระวจนะในพระคัมภีร์เดิมใช้คำว่า *วันแห่งพระยาห์เวห์* เพื่อบรรยายถึง

- การพิพากษาในประวัติศาสตร์อันใกล้ (อิสยาห์ 13:6–12; เอเสเคียล 30:2–19; โยเอล 1:15; 3:14; อาโมส 5:18–20; เศฟันยาห์ 1:14–18)
- การพิพากษาของพระเจ้าในวาระสุดท้ายที่ห่างไกล (โยเอล 2:30–32; เศคาริยาห์ 14:1; มาลาคี 4:1,5) มี 6 ครั้งที่เรียกว่า “วันแห่งความหายนะ” และ 4 ครั้งเรียกว่า “วันแห่งการแก้แค้น”

พระคัมภีร์ใหม่เรียกวันนั้นว่า วันแห่ง “พระพิโรธ” วันที่พระองค์ “เสด็จมาเยี่ยม” และ “วันยิ่งใหญ่ของพระเจ้าผู้ทรงฤทธานุภาพสูงสุด” (วิวรณ์ 16:14)

คำเหล่านี้หมายถึงการพิพากษาที่น่าสะพรึงกลัวของพระเจ้า (โยเอล 2:30–31; 2 เธสะโลนิกา 1:7) ต่อความบาปท่วมท้นของโลกนี้ วันขององค์พระผู้เป็นเจ้าในอนาคต ซึ่งจะเป็นการปลดปล่อยพระพิโรธของพระเจ้า จะแบ่งเป็นสองส่วน คือ การสิ้นสุดช่วงเวลาทุกข์ลำบากยิ่งใหญ่เจ็ดปี (วิวรณ์ 19:11–21) กับการสิ้นสุดยุคพันปี สองเหตุการณ์นี้ห่างกันหนึ่งพันปีจริง ๆ เปโตรกล่าวถึงการสิ้นสุดของช่วงเวลาหนึ่งพันปี โดยเชื่อมโยงกับวันขององค์พระผู้เป็นเจ้าครั้งสุดท้าย (2 เปโตร 3:10; วิวรณ์ 20:7–15)

ส่วนในที่นี้ การกล่าวถึงวันขององค์พระผู้เป็นเจ้าหมายถึงการสิ้นสุดช่วงเวลาทุกข์ลำบากยิ่งใหญ่ วลีเชิงพรรณนาที่ว่า “ขโมยที่มาในเวลากลางคืน” ไม่เคยถูกใช้ในพระคัมภีร์เพื่อกล่าวถึงการรับคริสตจักรขึ้นไป คำนี้ถูกใช้กล่าวถึงการเสด็จมาของพระคริสต์เพื่อพิพากษาในวันขององค์พระผู้เป็นเจ้า เมื่อสิ้นสุดช่วงเวลาทุกข์ลำบากยิ่งใหญ่เจ็ดปี ซึ่งแตกต่างจากการรับคริสตจักรขึ้นไป (4:15) ซึ่งจะเกิดขึ้นก่อนเจ็ดปีที่ว่านี้เริ่มขึ้น นอกจากนั้นมันยังถูกใช้เพื่อกล่าวถึงการพิพากษาที่ปิดท้ายยุคพันปีด้วย (2 เปโตร 3:10) เช่นเดียวกับที่ขโมยมาอย่างไม่คาดคิดและไม่มีการเตือน วันขององค์พระผู้เป็นเจ้าก็จะมาถึงช่วงสุดท้ายทั้งสองช่วงในลักษณะนั้น

ศึกษา 1 เธสะโลนิกาแบบรวบรัด

1. ใน 1 เธสะโลนิกาเปาโลสอนอะไรเกี่ยวกับการเสด็จมาครั้งที่สองของพระคริสต์?
2. เปาโลใช้ประสบการณ์ของตนเองให้กำลังใจชาวเธสะโลนิกาอย่างไร?
3. เปาโลบันทึกความคิดเห็นและคำแนะนำอะไรบ้าง เกี่ยวกับการข่มเหงผู้เชื่อชาวเธสะโลนิกา?

4. เปาโลจำเป็นต้องกล่าวคำหนุนใจอะไรบ้าง เกี่ยวกับความเชื่อของชาวเธสะโลนิกา?
5. มีหลักฐานอะไรจากชีวิตของคุณ ที่แสดงให้เห็นว่าคุณพร้อมแล้วสำหรับการเสด็จมาครั้งที่สองของพระคริสต์?

2 เธสะโลนิกา

การปลอบประโลม การตักเตือน
และการตำหนิตรง ๆ

*ใน 2 เธสะโลนิกา คริสเตียนเรียนรู้ว่าการเสด็จมาของพระคริสต์
ไม่ใช่ข้ออ้างที่จะนิ่งนอนใจ*

ไม่มีใครกล่าวหาอัครทูตเปาโลว่าเขาขาดความเพียรพยายามได้ หากจดหมายฉบับหนึ่งของเขายังไม่บรรลุเป้าหมาย เขาก็จะเขียนจดหมายไปอีกฉบับหนึ่ง ภายในช่วงเวลาสั้น ๆ หลังจากเขียนจดหมายฉบับแรกไปถึงคริสตจักรในเมืองเธสะโลนิกา เปาโลก็เขียนไปอีกเป็นครั้งที่สอง เช่นเดียวกับครั้งก่อนจุดประสงค์หลักของเขาคือเพื่อหนุนใจผู้เชื่อเหล่านั้น เขามองเห็นว่าคนเหล่านั้นจำเป็นต้องได้รับการหนุนใจอย่างต่อเนื่อง ซึ่งก็เหมาะเจาะกับตัวเขาเองที่จำเป็นต้องทำงานรับใช้อย่างต่อเนื่อง

ผู้เขียนและปีที่เขียน

เขียนโดยเปาโล ประมาณปลายปี ค.ศ. 51 หรือต้นปี ค.ศ. 52

เช่นเดียวกับ 1 เธสะโลนิกาและจดหมายส่วนใหญ่ของเขา เปาโลระบุตัวเองสองครั้งว่าเขาเป็นผู้เขียนจดหมายฉบับนี้ (1:1; 3:17) ทั้งหลักฐานภายในจดหมายฉบับนี้ และหลักฐานเกี่ยวกับคำศัพท์ สำนวน และเนื้อหาหลักคำสอน ล้วนสนับสนุนว่าเปาโลคือผู้เขียน

เห็นได้ชัดว่าช่วงเวลาที่เขียนจดหมายฉบับนี้คือไม่กี่เดือนหลังจากเขียนจดหมายฝากฉบับแรก ในช่วงที่เปาโลยังอยู่ในเมืองโครินธ์กับสิลาสและทิโมธี (1:1; กิจการ 18:5) ในช่วงปลายปี ค.ศ. 51 หรือต้นปี ค.ศ. 52

บุคคลสำคัญใน 2 เธสะโลนิกา

เปาโล—เขียนจดหมายเพื่อบอกแนวทางที่จะดูแลรักษาคริสตจักรให้แข็งแรง และมีคำพยานที่มีประสิทธิภาพ (1:1–3:18)

สิลาส—ร่วมเดินทางกับเปาโลในฐานะมิชชันนารี (1:1)
ทิโมธี—ร่วมเดินทางกับเปาโลในฐานะมิชชันนารี (1:1)

ภูมิหลังและสถานที่

สำหรับข้อมูลเกี่ยวกับภูมิหลังของเมืองเธสะโลนิกา ขอให้ดูเนื้อหาส่วน **ภูมิหลังและสถานที่** ของ 1 เธสะโลนิกา บางคนเสนอว่าเปาโลเขียนจดหมายฉบับนี้จากเมืองเอเฟซัส (กิจการ 18:18–21) แต่การที่เขาอยู่ในเมืองโครินธ์ 18 เดือน ทำให้เขามีเวลาเหลือเฟือที่จะเขียนจดหมายเธสะโลนิกาทั้งสองฉบับ

เห็นได้ชัดว่าเปาโลสามารถทราบข่าวคราวสิ่งต่าง ๆ ที่เกิดขึ้นในเมืองเธสะโลนิกาได้ บางทีผู้ถือจดหมายฉบับแรกอาจกลับมาพร้อมกับข่าวคราวความคืบหน้าเกี่ยวกับสถานการณ์ของคริสตจักร เปาโลตระหนักถึงความเป็นผู้ใหญ่และการขยายตัวของคริสตจักรนั้น (1:3) แต่เขายังทราบด้วยว่าคนเหล่านั้นประสบความทุกข์ยากเพราะถูกกดดันและข่มเหง มีสัญญาณอันตรายหลายอย่างจากการหว่านเมล็ดพันธุ์แห่งคำสอนเท็จเกี่ยวกับองค์พระผู้เป็นเจ้า รวมทั้งพฤติกรรมนอกลู่นอกทางของบางคน

ขณะที่เปาโลหยิบปากกาขึ้นมา เขามีภาพของคริสตจักรเธสะโลนิกาอยู่ในใจดังต่อไปนี้ (1) ท้อแท้ใจเพราะถูกข่มเหง และต้องการแรงจูงใจที่จะพากเพียรบากบั่น (2) ถูกหลอกโดยผู้สอนเท็จซึ่งทำให้พวกเขาสับสนเรื่องการเสด็จกลับมาขององค์พระผู้เป็นเจ้า (3) ไม่เชื่อฟังพระบัญชาของพระเจ้า โดยเฉพาะการไม่ยอมทำงาน สำหรับสถานการณ์เหล่านี้แต่ละข้อ เปาโลมีบางสิ่งที่จะให้พวกเขา คือ (1) การปลอบโยนสำหรับผู้เชื่อที่ถูกข่มเหง (1:3–12) (2) การให้ความเข้าใจที่ถูกแก่ผู้เชื่อที่ได้รับคำสอนผิด ๆ และหวาดกลัว (2:1–15) (3) การตำหนิตรง ๆ สำหรับผู้เชื่อที่ไม่เชื่อฟังและไม่มีวินัย (3:6–15)

หลักคำสอนสำคัญใน 2 เธสะโลนิกา

วินัยคริสตจักร—แนวทางที่ชัดเจนเกี่ยวกับความประพฤติในทางของพระเจ้าเป็นสิ่งจำเป็นสำหรับคริสตจักรที่เข้มแข็ง (3:6–15; มัทธิว 18:15–20; 1 โครินธ์ 5:1–13; กาลาเทีย 6:1–5; 1 ทิโมธี 5:19–20)

บำเหน็จและการลงโทษชั่วนิรันดร์—หลังจากตายแล้ว มนุษย์แต่ละคนจะอยู่กับพระเจ้าตลอดไป (บำเหน็จชั่วนิรันดร์) หรือไม่ก็หายไปจากพระพักตร์พระเจ้าและพระสิริของพระองค์ตลอดไป (การลงโทษชั่วนิรันดร์) (1:5–12; มัทธิว

8:12; 22:13; 25:30; ลูกา 16:24–26; โรม 2:7; 2 โครินธ์ 5:10; โคโลสี 3:24; ฮีบรู 11:6; วิวรณ์ 20:14–15; 22:5)

พระลักษณะของพระเจ้าใน 2 เธสะโลนิกา

พระเจ้าทรงประเสริฐ—1:11
พระเจ้าทรงรัก—2:16
พระเจ้าทรงชอบธรรม—1:6
พระเจ้าทรงมีพระพิโรธ— 1:8

พระคริสต์ใน 2 เธสะโลนิกา

จดหมายฉบับที่สองซึ่งเปาโลเขียนถึงชาวเธสะโลนิกาบรรยายถึงผลที่จะเกิดจากการเสด็จมาครั้งที่สองของพระคริสต์ ในขณะที่ 1 เธสะโลนิกาแสดงให้เห็นความคาดหวังว่าพระคริสต์จะเสด็จกลับมา 2 เธสะโลนิกาก็บรรยายถึงการทำให้ผู้เชื่อมีสง่าราศีในวันนั้น และการพิพากษาของพระเจ้าต่อผู้ไม่เชื่อ (1:10,12; 2:8–12)

คำศัพท์สำคัญใน 2 เธสะโลนิกา

ความพินาศ: คำภาษากรีกคือ *โอเลธรอส*—1:9—ไม่ได้หมายถึงการทำลายล้างหรือการดับสูญ ซึ่งใครสักคนจะไม่มีอยู่อีกต่อไป แต่มันหมายถึงการสูญเสียทุกสิ่งที่ดีและคุ้มค่า ใน 1 โครินธ์ เปาโลใช้คำนี้เพื่อพูดถึงผลที่ตามมาทันทีของความบาป (1 โครินธ์ 5:5) แต่ใน 2 เธสะโลนิกา 1:9 เขาใช้คำเดียวกันนี้เพื่อบรรยายถึงผลสืบเนื่องชั่วนิรันดร์ของความบาป (ดู 1 ทิโมธี 6:9 ด้วย) บทลงโทษสำหรับความบาปไม่ใช่การทำลายล้าง แต่เป็นการถูกตัดขาดจากความรักของพระคริสต์ไปชั่วนิรันดร์ ชีวิตนิรันดร์เป็นของผู้เชื่อฉันใด ความทุกข์ทรมานชั่วนิรันดร์ก็กำลังรอผู้ที่กบฏต่อพระคริสต์อยู่ฉันนั้น

คนนอกกฎหมาย: คำภาษากรีกคือ *โฮ อาโนมอส*—2:8—มีความหมายตามตัวอักษรว่า "ไร้กฎหมาย" คำนี้ชี้ไปที่คนซึ่งหมกมุ่นอยู่กับการกบฏ บุคคลชั่วร้ายคนนี้มีชื่อเรียกอีกอย่างว่า "ศัตรูของพระคริสต์" (1 ยอห์น 4:2–3) และ "สัตว์ร้าย" (วิวรณ์ 13:1) เขาแสดงท่าทีชัดเจนว่าเขาท้าทายพระเยซูคริสต์ ผู้ทรงเป็นการปรากฏเป็นตัวเป็นตนของความชอบธรรม แต่ในตอนจบ คนผู้นี้จะถูกปราบโดยพระองค์ผู้ทรงครอบครองซึ่งมีอำนาจสูงสุดในจักรวาล

สรุปเนื้อหาโดยย่อ

I. คำทักทายของเปาโล (1:1–2)

II. คำปลอบประโลมสำหรับความทุกข์ยาก (1:3–12)

ก. โดยการหนุนใจ (1:3–4)

ข. โดยคำกำชับ (1:5–12)

III. การแก้ไขความเข้าใจที่ผิดเกี่ยวกับคำพยากรณ์ (2:1–17)

ก. วิกฤตเกี่ยวกับคำพยากรณ์ (2:1–2)

ข. การแก้ไขของอัครทูต (2:3–12)

ค. การปลอบประโลมอย่างศิษยาภิบาล (2:13–17)

IV. ข้อกังวลใจที่เปาโลมีต่อคริสตจักร (3:1–15)

ก. เกี่ยวกับการอธิษฐาน (3:1–5)

ข. เกี่ยวกับการดำเนินชีวิตที่ไม่มีวินัย (3:6–15)

V. คำอวยพรของเปาโล (3:16–18)

ขณะเดียวกัน ในพื้นที่ส่วนอื่น ๆ ของโลก . . .

ทะเลสาบฟูชีโนซึ่งอยู่ในภาคกลางของอิตาลีถูกระบายน้ำออกเพื่อทำการเพาะปลูก ตามคำสั่งของจักรพรรดิคลาวดิอัส

คำถามที่พบบ่อย

1. เปาโลขยายความคำสอนบางส่วนของเขาเกี่ยวกับวันขององค์พระผู้เป็นเจ้าใน 2:1–5 อย่างไร?

คริสเตียนในเมืองเธสะโลนิกามีปัญหาเรื้อรังเรื่องความตึงเครียดระหว่างทัศนคติที่คาดหวังว่าองค์พระผู้เป็นเจ้าจะเสด็จกลับมาในไม่ช้า กับความเป็นจริงของการดำเนินชีวิตประจำวันที่ต้องทำงานหนักและเอาจริงเอาจัง พวกผู้สอนเท็จกำลังกระพือไฟแห่งความสับสน ความคิดที่ว่าวันขององค์พระผู้เป็นเจ้ามาถึงแล้วขัดแย้งกับสิ่งที่เปาโลเคยสอนพวกเขาก่อนหน้านี้เกี่ยวกับการรับขึ้นไป ใครก็ตามที่มาบอกพวกเขาว่าพวกเขาอยู่ในวันขององค์พระผู้เป็นเจ้าเรียบร้อยแล้ว ได้อ้างว่า

คำสอนนั้นมาจากเปาโล ดังนั้นคำโกหกนี้จึงถูกทึกทักว่าเป็นคำสอนที่ได้รับสิทธิอำนาจจากอัครทูต ผลลัพธ์ก็คือความตกใจ ความกลัว และความตื่นตระหนก ความเข้าใจผิดนี้ซึ่งทำให้ชาวเธสะโลนิกาวุ่นวายใจมาก ได้ถูกแก้ไขโดยเปาโลใน 2:1–12 เขาแสดงให้เห็นว่าวันขององค์พระผู้เป็นเจ้ายังมาไม่ถึง และยังมาถึงไม่ได้จนกว่าความเป็นจริงบางอย่างจะเกิดขึ้น โดยเฉพาะอย่างยิ่งเรื่อง “คนนอกกฎหมาย” (ข้อ 3)

พระคัมภีร์ข้อเดียวกันนี้กล่าวถึง “การกบฏ” สำนวนนี้บ่งบอกถึงเหตุการณ์หนึ่งที่เฉพาะเจาะจง ไม่ใช่การละทิ้งความเชื่อทั่ว ๆ ไป ซึ่งมีอยู่ในปัจจุบันและจะมีอยู่เสมอไป แต่เปาโลนึกถึงการละทิ้งความเชื่อครั้งใหญ่ นี่เป็นเหตุการณ์พิเศษที่จะสามารถระบุได้อย่างชัดเจนและเฉพาะเจาะจง เป็นการแสดงออกขั้นสูงสุดของการกบฏ เป็นเหตุการณ์ใหญ่โตขั้นสุดท้าย กุญแจสำคัญในการระบุเหตุการณ์นี้จะขึ้นอยู่กับตัวตนของบุคคลหลักที่เกี่ยวข้อง เปาโลเรียกบุคคลนี้ว่า “คนนอกกฎหมาย” และบุคคลนี้ยังมีชื่อเรียกอีกอย่างว่า “ประมุขผู้ที่จะมา” (ดาเนียล 9:26) และ “เขาเล็ก ๆ” (ดาเนียล 7:8) ยอห์นเรียกเขาว่า “สัตว์ร้าย” (วิวรณ์ 13:2–10,18) แต่คนส่วนใหญ่รู้จักเขาในชื่อศัตรูของพระคริสต์

ข้อความนี้กำลังกล่าวถึงการละทิ้งความเชื่อขั้นสูงสุดที่จะเปิดเผยให้เห็นศัตรูของพระคริสต์รายสุดท้าย และปูทางให้เหตุการณ์ต่าง ๆ ที่จะนำมาซึ่งวันขององค์พระผู้เป็นเจ้า เห็นได้ชัดว่าบุคคลนี้จะถูกมองว่าเป็นผู้ให้การสนับสนุนศาสนา เพื่อพระเจ้าและพระคริสต์จะยังไม่ดูเหมือนเป็นศัตรูกับเขา จนกว่าจะเกิดการละทิ้งความเชื่อครั้งใหญ่ เขาจะยกตัวเองและต่อต้านพระเจ้าด้วยการเข้าไปในพระวิหารซึ่งเป็นสถานที่สำหรับนมัสการพระเจ้า และประกาศว่าตัวเองเป็นพระเจ้า และเรียกร้องให้โลกนมัสการ (ข้อ 4) ในการยกตัวเองเป็นพระเจ้าเหมือนอย่างซาตานนี้ เขาจะทำสิ่งที่เป็นการละทิ้งความเชื่อครั้งใหญ่ด้วยการท้าทายพระเจ้า และช่วงเวลาทุกข์ลำบากยิ่งใหญ่เจ็ดปีหลังจากนั้นจะมีศัตรูของพระคริสต์ครองอำนาจ (ดาเนียล 7:25; 11:36–39; มัทธิว 24:15–21; วิวรณ์ 13:1–8) และจะจบลงด้วยวันขององค์พระผู้เป็นเจ้า

จดหมายของเปาโลตอนนี้ยังคงเน้นย้ำว่า ชาวเธสะโลนิกาไม่จำเป็นต้องกระวนกระวายใจหรือวุ่นวายใจ เพราะคิดว่าพวกเขาพลาดการรับขึ้นไปแล้ว ดังนั้นจึงตกอยู่ในวันพิพากษา พวกเขาถูกกำหนดไว้เพื่อให้รับสง่าราศี ไม่ใช่เพื่อให้ถูกพิพากษาและพวกเขาจะไม่ถูกรวมไว้กับคนที่ถูกหลอกลวงและถูกพิพากษาในวันนั้น

2. คำสอนของเปาโลเรื่องวินัยคริสตจักรใน 3:6–15 สอดคล้องกับพระคัมภีร์ตอนหลัก ๆ ตอนอื่นที่กล่าวถึงเรื่องนี้อย่างไรบ้าง?

เปาโลกล่าวถึงประเด็นที่เฉพาะเจาะจง คือเรื่องวินัยคริสตจักร แก่ชาวเธสะโลนิกาใน 3:6–15 พระคัมภีร์บางตอนที่คล้ายกัน และเป็นประโยชน์สมควรที่จะดูประกอบในการศึกษาพระคัมภีร์ตอนนี้ ได้แก่ มัทธิว 18:15–20; 1 โครินธ์ 5:1–13; กาลาเทีย 6:1–5; และ 1 ทิโมธี 5:19–20

ข้อความตอนนี้ (3:6–15) ให้แนวทางที่เฉพาะเจาะจงเกี่ยวกับลักษณะการตอบสนองของคริสตจักรต่อคนที่จงใจไม่ยอมปฏิบัติตามพระวจนะของพระเจ้า พวกเขาคาดหวังที่จะได้ประโยชน์จากการสามัคคีธรรมกับประชากรของพระเจ้า แต่ขณะเดียวกันก็ไม่เต็มใจที่จะมีส่วนร่วมในลักษณะที่มีความหมาย เปาโลบอกว่า “ถ้าใครไม่ยอมทำงาน ก็อย่าให้เขากิน” (3:10) คนเหล่านี้คือเพื่อนพ้องผู้เชื่อที่ประพฤติตนเหมือนเป็นกาฝาก ดูดกินน้ำเลี้ยงจากความโอบอ้อมอารีของผู้เชื่อคนอื่น ๆ เปาโลเคยกล่าวถึงพฤติกรรมแบบนี้แล้วในจดหมายฉบับแรกของเขา (1 เธสะโลนิกา 4:11)

ข้อความตอนนี้ให้คำสั่งที่หนักแน่น คำตำหนิตรง ๆ ส่วนตัว และคำเตือนอย่างเห็นอกเห็นใจ ประการแรก ข้อ 6 และ 14 สั่งให้คนอื่น ๆ ในคริสตจักร “ปลีกตัว” และ “อย่าสมาคม” กับบุคคลเช่นนั้น พูดอีกอย่างก็คือ เปาโลกำลังสั่งให้คริสตจักรงดสามัคคีธรรมกับคริสเตียนที่ไม่เชื่อฟังอย่างโจ่งแจ้ง เพื่อให้เขารู้สึกอาย (ข้อ 14) และหวังว่าเขาจะกลับใจใหม่ ประการที่สอง เปาโลออกคำสั่งตรง ๆ แก่คนเกียจคร้านให้ “ทำงานด้วยใจสงบและหาเลี้ยงชีพเอง” (ข้อ 12) เพื่อไม่ให้มีข้ออ้างใด ๆ ทั้งสิ้นว่าพวกเขายังไม่ได้รับคำเตือนเรื่องวินัย ประการที่สาม เปาโลเพิ่มคำเตือนที่สำคัญมาก ๆ สองเรื่อง เขาเตือนผู้เชื่อเหล่านั้นว่าคนที่ขัดสนอย่างแท้จริงสมควรได้รับความช่วยเหลือ เขากำชับคนเหล่านั้นว่า “อย่าอ่อนใจที่จะทำความดีเลย” (ข้อ 13) นอกจากนี้เขายังเตือนคนเหล่านั้นให้มีขอบเขตในการปลีกตัวจากบางคนเพื่อลงวินัย คือ “อย่าถือว่าเขาเป็นศัตรู แต่จงเตือนเขาในฐานะพี่น้อง” (ข้อ 15) แม้ว่าการทำบาปซ้ำซากโดยไม่กลับใจใหม่เป็นเรื่องที่ควรจัดการอย่างเด็ดขาด แต่พวกเขาก็ควรจำไว้เสมอว่า ผู้ที่ถูกลงวินัยก็เป็นพี่น้องในองค์พระผู้เป็นเจ้า คำเตือนอื่น ๆ ทั้งหมดที่จะเตือนบุคคลนี้เรื่องบาปของเขา ควรจะกล่าวด้วยความรักและความห่วงใย โดยอธิษฐานขอให้เพื่อนร่วมความเชื่อคนนี้ได้กลับมาดำเนินชีวิตอย่างถูกต้อง

ศึกษา 2 เธสะโลนิกา แบบรวบรัด

1. ถ้อยคำใน 2 เธสะโลนิกาเหมือนและแตกต่างจากถ้อยคำของเปาโลใน 1 เธสะโลนิกาอย่างไรบ้าง?
2. ให้คุณสรุปคำอธิบายของเปาโลเกี่ยวกับเหตุการณ์ต่าง ๆ ในวาระสุดท้าย
3. เปาโลคาดหวังให้คริสเตียนมีมุมมองและทัศนคติอย่างไร เมื่อคำนึงถึงการเสด็จมาของพระคริสต์?
4. คุณมีท่าทีอย่างไรต่อความเป็นไปได้ที่จะถูกข่มเหงเพราะเป็นคริสเตียน?

1 ทิโมธี

ผู้รับใช้วัยหนุ่ม

1 ทิโมธีให้หลักพื้นฐานสำหรับการจัดระเบียบคริสตจักร

อัครทูตเปาโลมีเพื่อนที่น่าทึ่งอยู่กับเขาเสมอเปาโลทิโมธีลูกามาระโกทิตัสและฟีเลโมน พวกเขาเขียนหรือได้รับพระธรรม 16 เล่มจากทั้งหมด 27 เล่มในพระคัมภีร์ใหม่ มีเพื่อนสามคนที่เปาโลเรียกว่า "บุตรในความเชื่อ" คือ ทิโมธี ทิตัส และโอเนสิมัส เปาโลให้เกียรติเพื่อน ๆ ของเขาด้วยการเขียนจดหมายที่ทรงพลังไปถึงพวกเขา จดหมายถึงทิโมธีในวัยหนุ่มฉบับนี้สะท้อนให้เห็นความรับผิดชอบและมิตรภาพพิเศษ ซึ่งเติบโตขึ้นระหว่างเปาโลกับศิษย์รักของเขา

ผู้เขียนและปีที่เขียน

เขียนโดยเปาโล ประมาณปี ค.ศ. 62 ถึง 64

นักวิจารณ์ผู้ยึดแนวคิดสมัยใหม่หลายคนไม่ยอมรับว่าเปาโลเขียนจดหมายฝากเรื่องการอภิบาล (1 ทิโมธี 2 ทิโมธี และทิตัส) แต่ถ้าจะยืนยันเช่นนั้น พวกเขาจะต้องมองข้ามคำพยานยืนยันในจดหมายเหล่านั้นเอง (1:1; 2 ทิโมธี 1:1; ทิตัส 1:1) นอกจากนั้นพวกเขาต้องไม่สนใจคำพยานยืนยันของคริสตจักรในยุคแรก ซึ่งสนับสนุนอย่างหนักแน่นว่าเปาโลเป็นผู้เขียนจดหมายฝากเรื่องการอภิบาล เหมือนกับจดหมายฝากฉบับอื่น ๆ ยกเว้นโรมและ 1 โครินธ์ (ซึ่งได้รับการสนับสนุนอย่างแน่นหนาจนไม่มีใครหักล้างได้) นักวิจารณ์เหล่านี้ยืนยันว่า สาวกที่ร้อนรนของเปาโลเป็นผู้เขียนจดหมายฝากเรื่องการอภิบาลในศตวรรษที่สอง พวกเขาให้เหตุผลสนับสนุนมากมาย แต่ก็เป็นเหตุผลที่ถูกหักล้างได้ และเนื่องจาก "หลักฐานล่าสุด" มักจะกลายเป็นหลักฐานที่มีข้อบกพร่อง และพระคัมภีร์มักจะปรากฏว่าเป็นฝ่ายถูกครั้งแล้วครั้งเล่า ในกรณีนี้จึงเป็นการดีที่สุดที่จะคงไว้ตามคำยืนยันตรง ๆ ในพระคัมภีร์ที่บอกว่า เปาโลเป็นผู้เขียนจดหมายฝากเรื่องการอภิบาล

บุคคลสำคัญใน 1 ทิโมธี

เปาโล—ให้กำลังใจทิโมธีในการทำพันธกิจที่เมืองเอเฟซัส (1:1–6:21)

ทิโมธี—ชื่อนี้มีความหมายว่า "บุคคลผู้ถวายเกียรติแด่พระเจ้า" รับใช้ในฐานะศิษยาภิบาลของคริสตจักรที่เมืองเอเฟซัส (1:2–6:21)

ภูมิหลังและสถานที่

ทิโมธีมาจากเมืองลิสตรา (กิจการ 16:1–3) เมืองหนึ่งในแคว้นกาลาเทียของโรมัน เปาโลนำทิโมธีมาหาพระคริสต์ (1:2,18; 1 โครินธ์ 4:17; 2 ทิโมธี 1:2) ไม่มีข้อสงสัยเลยว่าเหตุการณ์นั้นเกิดขึ้นในช่วงที่เขาทำพันธกิจในเมืองลิสตรา ในการเดินทางประกาศข่าวประเสริฐครั้งแรก (กิจการ 14:6–23) ทิโมธีจะเป็นสาวก เพื่อน และผู้ร่วมงานของเปาโลไปตลอดชีวิตที่เหลือของเปาโล และร่วมทำพันธกิจกับเขาที่เมืองเบโรอา (กิจการ 17:4) เอเธนส์ (กิจการ 17:15) และโครินธ์ (กิจการ 18:5; 2 โครินธ์ 1: 19) และร่วมเดินทางไปกรุงเยรูซาเล็มด้วย (กิจการ 20:4) เขาอยู่กับเปาโลในการจำคุกที่กรุงโรมครั้งแรก แล้วเขาก็เดินทางไปเมืองฟีลิปปี (ฟีลิปปี 2:19–23) หลังจากเปาโลได้รับการปล่อยตัว นอกจากนี้ จดหมายฝากของเปาโลมักจะกล่าวถึงทิโมธีอยู่บ่อย ๆ (โรม 16:21; 2 โครินธ์ 1:1; ฟีลิปปี 1:1; โคโลสี 1:1; 1 เธสะโลนิกา 1:1; 2 เธสะโลนิกา 1:1; ฟีเลโมน 1) เปาโลมักจะส่งทิโมธีไปยังคริสตจักรต่าง ๆ ในฐานะตัวแทนของเขา (1 โครินธ์ 4:17; 16:10; ฟีลิปปี 2:19; 1 เธสะโลนิกา 3:2) ดังนั้น จดหมายฉบับนี้จึงมาถึงทิโมธีในขณะที่เขาได้รับมอบหมายหน้าที่อีกอย่างหนึ่งคือการรับใช้ในฐานะศิษยาภิบาลของคริสตจักรที่เมืองเอเฟซัส (1:3)

หลังจากได้รับการปล่อยตัวจากการจำคุกที่กรุงโรมครั้งแรก (กิจการ 28:30) เปาโลกลับไปเยี่ยมหลายเมืองที่เขาเคยไปทำพันธกิจก่อนหน้านั้น รวมทั้งเมืองเอเฟซัส เขาให้ทิโมธีอยู่ที่เมืองเอเฟซัสเพื่อจัดการปัญหาที่เกิดขึ้นในคริสตจักรที่นั่น เช่น หลักคำสอนเท็จ (1:3–7; 4:1–3; 6:3–5) ความไม่มีระเบียบในการนมัสการ (2:1–15) การขาดผู้นำที่มีคุณสมบัติเหมาะสม (3:1–14) และความคิดแบบวัตถุนิยม (6:6–19) เปาโลเดินทางต่อไปยังแคว้นมาซิโดเนีย และเขาเขียนจดหมายถึงทิโมธีฉบับนี้จากที่นั่น เพื่อช่วยให้ทิโมธีทำภารกิจในคริสตจักรแห่งนั้นให้สำเร็จ (3:14–15)

หลักคำสอนสำคัญใน 1 ทิโมธี

ความรอด—มาโดยทางพระเยซูคริสต์เท่านั้น (1:14–16; 2:4–6; ปฐมกาล 3:15; สดุดี 3:8; 37:39; อิสยาห์ 45:21–22; 49:6; 59:16; 63:9; ลูกา 1:69; ยอห์น 1:1–18; 6:35,48; 8:12; 10:7,9; 10:11–14; 11:25; 14:6; 17:3; กิจการ 4:12; 16:31; โรม 5:8; 10:9; เอเฟซัส 2:8; 5:23; 2 ทิโมธี 1:10; ฮีบรู 2:10; 5:9; 1 เปโตร 1:5; 1 ยอห์น 1:1–4)

การล้มลงในความบาป—ความบาปเข้ามาสู่มนุษยชาติทั้งหมดโดยการไม่เชื่อฟังของมนุษย์สองคนแรก (2:13–14; ปฐมกาล 3:6,11–12; 6:5; โยบ 15:14; 25:4; สดุดี 51:5; อิสยาห์ 48:8; เยเรมีย์ 16:12; มัทธิว 15:19; โรม 5:12,15,19; 2 โครินธ์ 11:3)

ตัวตนของพระคริสต์—พระคริสต์ทรงเป็นพระเจ้าโดยสมบูรณ์และมนุษย์โดยสมบูรณ์ (3:16; 6:15–16; อิสยาห์ 7:14; มัทธิว 4:11; ยอห์น 1:14; โรม 1:3–4; กิจการ 1:9; 1 ยอห์น 4:2–3; 5:6)

การทรงเลือก—ก่อนกาลเวลาจะเริ่มขึ้น พระเจ้าทรงทราบอย่างละเอียดเกี่ยวกับชีวิตและอนาคตของลูก ๆ ของพระองค์ (6:12; เฉลยธรรมบัญญัติ 7:6; มัทธิว 20:16; ยอห์น 6:44; 13:18; 15:16; กิจการ 22:14; เอเฟซัส 1:4; 1 เธสะโลนิกา 1:4; ทิตัส 1:1)

การเสด็จมาครั้งที่สองของพระคริสต์—การเสด็จกลับมาของพระคริสต์จะหมายถึงการพิพากษามนุษยชาติทั้งหมด (6:14–15; สดุดี 50:3–4; ดาเนียล 7:13; มัทธิว 24:36; 25:31; มาระโก 13:32; ยอห์น 14:3; 1 โครินธ์ 1:8; 1 เธสะโลนิกา 1:10; 2:19; 3:13; 4:16; 5:23; ทิตัส 2:13; 2 เปโตร 3:12; ยูดา 1:14; วิวรณ์ 1:7)

พระลักษณะของพระเจ้าใน 1 ทิโมธี

พระเจ้าทรงเป็นนิรันดร์—1:17

พระเจ้าทรงเป็นอมตะ—1:17; 6:16

พระเจ้าทรงเป็นผู้ที่มนุษย์มองไม่เห็น—1:17

พระเจ้าทรงอดทนนาน—1:16

พระเจ้าทรงเปี่ยมด้วยพระเมตตา—1:2,13

พระเจ้าทรงรักษาพระสัญญา—4:8

พระเจ้าทรงเป็นหนึ่งเดียว—2:5

พระเจ้าทรงพระปัญญา—1:17

พระคริสต์ใน 1 ทิโมธี

จดหมายที่เปาโลเขียนถึงทิโมธีบรรยายตัวตนของพระคริสต์ว่า "ทรงปรากฏเป็นมนุษย์ ทรงได้รับการพิสูจน์ว่าชอบธรรมโดยพระวิญญาณ ทรงปรากฏต่อเหล่าทูตสวรรค์ ทรงได้รับการประกาศออกไปยังบรรดาประชาชาติ ทรงได้รับการเชื่อวางใจจากคนมากมายในโลก และทรงถูกรับขึ้นไปด้วยพระสิริ" (3:16) นอกจากนั้นเปาโลยังพูดถึงพระราชกิจของพระคริสต์ ที่ทรงเป็นค่าไถ่และพระผู้ช่วยให้รอดของมนุษยชาติ (2:6; 4:10) เปาโลย้ำเตือนทิโมธีให้รักษาความเชื่อในพระคริสต์ (1:14) และให้ "ต่อสู้อย่างเต็มที่เพื่อความเชื่อ" (6:12)

คำศัพท์สำคัญใน 1 ทิโมธี

ค่าไถ่: คำภาษากรีกคือ *อานติลูทรอน*—2:6—มีความหมายตามตัวอักษรว่า "ค่าไถ่" อันที่จริงประกอบด้วยสองคำ คือ *อานติ* ซึ่งแปลว่า การแทนที่ และ *ลูทรอน* แปลว่าค่าไถ่ของทาสหรือนักโทษ *อานติลูทรอน* คือการชำระเงินเพื่อแลกกับทาส เจ้าของทาสยอมรับการชำระเงินนั้นเพื่อแลกกับการปล่อยตัวทาสของเขา กาลาเทีย 3:13 แสดงให้เห็นว่าพระคริสต์ทรงชำระค่าไถ่สำหรับคนบาปที่อยู่ภายใต้คำสาปแช่งของธรรมบัญญัติอย่างไร การสละพระชนม์ของพระคริสต์บนไม้กางเขนไถ่เราจากการเป็นทาสของความบาป

ผู้ปกครองดูแล: คำภาษากรีกคือ *เอปิสโคปอส*—3:1–2—มีความหมายตามตัวอักษรว่า "ผู้ซึ่งดูแล" ในพระคัมภีร์ใหม่ ผู้ปกครองดูแลทำหน้าที่เป็นผู้ดูแลชุมชนของพวกเขา (กิจการ 20:17,28) ผู้ปกครองดูแลมีหน้าที่รับผิดชอบดูแลกิจการภายในของคริสตจักร เพื่อให้ภารกิจนี้สำเร็จ ทุก ๆ ชุมชนผู้เชื่อจะมีผู้ปกครองดูแลหลายคนดำรงตำแหน่งที่มีความรับผิดชอบ (ดู กิจการ 14:23; ทิตัส 1:5–7) หลังจากสมัยพระคัมภีร์ใหม่ คำว่า*ผู้ปกครองดูแล*ถูกแทนที่ด้วยคำว่า*บิชอป* และกลายเป็นธรรมเนียมที่จะมีบิชอปเพียงคนเดียวดูแลแต่ละชุมชน

คำพูดที่โง่เขลา: คำภาษากรีกคือ *เคโนโฟเนีย*—6:20—มีความหมายตามตัวอักษรว่า "คำพูดที่ว่างเปล่า" เปาโลใช้คำนี้เพื่อแสดงถึงลักษณะที่ไร้ความหมายฝ่ายจิตวิญญาณโดยสิ้นเชิง พูดอีกอย่างก็คือ ความสำเร็จของมนุษย์ไม่มีค่าอะไรเลย ถ้ามันไม่ได้มาจากพระประสงค์ของพระเจ้า ในสมัยของเปาโล ผู้ที่อยากนำคนเข้าสู่ศาสนายิวพยายามล่อลวงผู้เชื่อโดยใช้ปรัชญาที่ฟังดูฉลาด เปาโลเรียกคำพูดไร้สาระของพวกเขาว่า *คำพูดที่โง่เขลา* (ดู 6:20; เอเฟซัส 5:6; โคโลสี 2:8; 2 ทิโมธี 2:16) ในทางกลับกัน คำสอนของเปาโลและบรรดาอัครทูตไม่ได้ไร้ประโยชน์ มันจะคงอยู่ชั่วนิรันดร์ เพราะมันมีจุดเริ่มต้นมาจากพระประสงค์ที่ไม่เปลี่ยนแปลงของพระเจ้า (มัทธิว 5:18; 1 โครินธ์ 15:12–15)

สรุปเนื้อหาโดยย่อ

I. คำทักทาย (1:1–2)
II. คำสั่งสอนเกี่ยวกับหลักคำสอนเท็จ (1:3–20)
  ก. หลักคำสอนเท็จที่เมืองเอเฟซัส (1:3–11)
  ข. หลักคำสอนที่ถูกต้องของเปาโล (1:12–17)
  ค. คำกำชับสำหรับทิโมธี (1:18–20)
III. คำสั่งสอนเกี่ยวกับคริสตจักร (2:1–3:16)
  ก. ความสำคัญของการอธิษฐาน (2:1–8)
  ข. บทบาทของผู้หญิง (2:9–15)
  ค. คุณสมบัติของผู้นำ (3:1–13)
  ง. เหตุผลที่เปาโลเขียนจดหมาย (3:14–16)
IV. คำสั่งสอนเกี่ยวกับผู้สอนเท็จ (4:1–16)
  ก. คำบรรยายลักษณะของผู้สอนเท็จ (4:1–5)
  ข. คำบรรยายลักษณะของผู้สอนแท้ (4:6–16)
V. คำสั่งสอนเกี่ยวกับความรับผิดชอบของศิษยาภิบาล (5:1–6:2)
  ก. ความรับผิดชอบต่อสมาชิกที่ทำบาป (5:1–2)
  ข. ความรับผิดชอบต่อหญิงม่าย (5:3–16)
  ค. ความรับผิดชอบต่อผู้ปกครองดูแล (5:17–25)
  ง. ความรับผิดชอบต่อผู้ที่เป็นทาส (6:1–2)
VI. คำสั่งสอนเกี่ยวกับคนของพระเจ้า (6:3–21)
  ก. พิษภัยของคำสอนเท็จ (6:3–5)
  ข. พิษภัยของการรักเงินทอง (6:6–10)
  ค. อุปนิสัยและแรงจูงใจที่ถูกต้องของคนของพระเจ้า (6:11–16)
  ง. การดูแลทรัพย์อย่างถูกต้อง (6:17–19)
  จ. การดูแลความจริงอย่างถูกต้อง (6:20–21)

ขณะเดียวกัน ในพื้นที่ส่วนอื่น ๆ ของโลก . . .

บ้านหลุม ซึ่งเป็นที่อยู่อาศัยรูปวงกลม ทำด้วยดินเหนียว ถูกสร้างขึ้นโดยชนเผ่าโมกอลลอนในดินแดนทางตะวันออกเฉียงใต้ของสหรัฐอเมริกาในปัจจุบัน

คำถามที่พบบ่อย

1. เมื่อเปาโลเขียนว่า "คำกล่าวนี้สัตย์จริง" เขากำลังอ้างพระคัมภีร์ข้ออื่นหรือเปล่า?

เปาโลใช้วลีนี้หลายครั้งในจดหมายฝากเรื่องการอภิบาล (1:15; 3:1; 4:9; 2 ทิโมธี 2:11; ทิตัส 3:8) และในแต่ละครั้ง ข้อความที่ตามมาจะเป็นการสรุปหลักคำสอนที่สำคัญ วลีเพิ่มเติมที่บอกว่า *สมควรแก่การรับไว้อย่างยิ่ง* เป็นการเน้นย้ำข้อความนั้นมากยิ่งขึ้น เห็นได้ชัดว่าคำกล่าวเหล่านี้เป็นที่รู้จักดีในคริสตจักรต่าง ๆ โดยเป็นคำสรุปแบบสั้นกระชับเกี่ยวกับความจริงที่สำคัญที่สุดในข่าวประเสริฐ ระหว่างที่เดินทางด้วยกันทิโมธีและทิตัสคงเคยได้ยินเปาโลขยายความข้อความเหล่านี้หลายครั้ง

คำกล่าวเหล่านี้ไม่ได้ยกข้อความมาจากพระคัมภีร์ข้ออื่นโดยตรง แต่เป็นการสรุปคำสอนจากพระคัมภีร์ ตัวอย่างเช่น คำกล่าวใน 1:15 ที่ว่า "พระเยซูคริสต์เสด็จมาในโลก เพื่อทรงช่วยคนบาปให้รอด" มาจากคำตรัสของพระเยซูที่บันทึกไว้ในมัทธิว 9:13 และลูกา 19:10 เป็นธรรมดาที่การใช้คำกล่าวเหล่านี้โดยเปาโลภายใต้การดลใจของพระวิญญาณบริสุทธิ์ จะยืนยันว่าคำกล่าวเหล่านี้เป็นพระวจนะของพระเจ้า

2. ถ้า 2:4–6 กล่าวว่าพระเจ้า "ทรงประสงค์ให้ทุกคนได้รับความรอด" เหตุใดทุกคนถึงไม่ได้รับความรอด? ความรอดเผื่อแผ่ออกไปไกลแค่ไหน?

คำภาษากรีกที่ถูกแปลว่า *ทรงประสงค์* ไม่ใช่คำที่ใช้โดยทั่วไปเพื่อกล่าวถึงพระประสงค์ที่ทรงบัญชาให้เกิดขึ้น (พระประสงค์นิรันดร์ตามอำนาจสูงสุดของพระองค์) แต่คำนี้แสดงถึงพระประสงค์ที่ทรงปรารถนา มีความแตกต่างระหว่างความปรารถนาของพระเจ้า กับพระประสงค์ของพระองค์ในการช่วยให้รอดชั่วนิรันดร์ซึ่งต้องอยู่เหนือความปรารถนาของพระองค์ พระเจ้าไม่ต้องการให้มนุษย์ทำบาป

พระองค์เกลียดชังบาปเป็นที่สุด (ดู สดุดี 5:4; 45:7) ด้วยเหตุนี้พระองค์จึงเกลียดผลที่ตามมาของมัน คือความชั่วร้ายนิรันดร์ในนรก พระเจ้าไม่ต้องการให้มนุษย์คงความชั่วร้ายไปตลอดกาล ในสภาพที่เสียใจและเกลียดชังพระองค์ไปตลอดชั่วนิรันดร์ แต่ทว่าเพื่อพระสิริของพระองค์เอง และเพื่อสำแดงพระสิรินั้นด้วยพระพิโรธ พระเจ้าจึงเลือกที่จะอดทนต่อ "ภาชนะ ... ซึ่งเตรียมไว้สำหรับความพินาศ" เพื่อให้บรรลุผลสำเร็จขั้นสูงสุดตามพระประสงค์ของพระองค์ (ดู โรม 9:22) ในพระประสงค์นิรันดร์ของพระองค์ พระองค์ทรงเลือกเฉพาะผู้ที่ทรงเลือกสรรออกมาจากโลก (ดู ยอห์น 17:6) และผ่านคนที่เหลือไป โดยทรงปล่อยพวกเขาไว้กับผลที่ตามมาจากความบาป ความไม่เชื่อ และการปฏิเสธพระคริสต์ (ดู โรม 1:18–32) ในที่สุดแล้ว การตัดสินพระทัยและการกระทำต่าง ๆ ของพระเจ้าล้วนถูกกำหนดโดยพระประสงค์นิรันดร์ตามอำนาจสูงสุดของพระองค์ ไม่ใช่โดยความปรารถนาของพระองค์

เปาโลบรรยายถึงบทบาทของพระคริสต์ในการช่วยให้รอดด้วยวลีที่ว่า *ค่าไถ่สำหรับทุกคน* (ข้อ 6) พระเยซูเองก็ทรงใช้คำที่คล้ายกัน เมื่อพระองค์บรรยายถึงพระประสงค์ของพระองค์ที่จะเป็น "ค่าไถ่คนจำนวนมาก" (มัทธิว 20:28) คำว่า *ทุกคน*ถูกกำหนดความหมายโดยคำว่า*คนจำนวนมาก* ไม่ใช่ทุกคนจะได้รับการไถ่ (แม้ว่าการสิ้นพระชนม์ของพระองค์จะเพียงพอ) แต่เฉพาะคนจำนวนมากที่เชื่อโดยพระราชกิจของพระวิญญาณบริสุทธิ์เท่านั้นที่ได้รับ และการลบล้างบาปจริง ๆ ได้กระทำเพื่อคนเหล่านี้เท่านั้น คำว่า *สำหรับทุกคน* นี้เราควรเข้าใจในสองนัยยะ ได้แก่

- ผลประโยชน์ชั่วคราวจากการลบล้างบาป ที่เพิ่มขึ้นแก่ผู้คนทั่วโลก (ตัวอย่างเช่น ประสบการณ์ในชีวิตประจำวันเกี่ยวกับพระเมตตาและพระคุณของพระเจ้า)
- การสิ้นพระชนม์ของพระคริสต์เพียงพอที่จะครอบคลุมความบาปของทุกคน แต่ในแง่ของการชดใช้แทน การสิ้นพระชนม์ของพระองค์มีผลต่อคนที่ทรงเลือกสรรเท่านั้น ดังนั้น การสิ้นพระชนม์ของพระคริสต์จึงมีความเพียงพอที่ไม่จำกัด แต่มีผลต่อคนจำนวนจำกัด ความจริงที่ว่าไม่ใช่ทุกคนจะได้รับความรอด ไม่ได้เกี่ยวข้องอะไรกับความสามารถของพระคริสต์ในการช่วยให้รอด แต่เป็นเพราะความบาปอันหนักหนาของมนุษยชาติ และแผนการตามอำนาจสูงสุดของพระเจ้า

3. ในคำสั่งสอนที่เปาโลให้แก่ทิโมธี มีคำสั่งสอนเฉพาะเจาะจงเรื่องใดบ้างที่ใช้ได้กับคนหนุ่มสาว?

คนหนุ่มสาวที่พยายามจะดำเนินชีวิตในฐานะสาวกของพระเยซูคริสต์สามารถพบแนวทางสำคัญ ๆ ใน 4:12–16 ซึ่งเปาโลระบุไว้ห้าด้าน (ข้อ 12) ที่ทิโมธีจะต้องเป็นแบบอย่างแก่คริสตจักร

- ในด้าน "วาจา" หรือคำพูด—ดู มัทธิว 12:34–37; เอเฟซัส 4:25,29,31
- ในด้าน "การประพฤติ" หรือการดำเนินชีวิตที่ชอบธรรม—ดู ทิตัส 2:10; 1 เปโตร 1:15; 2:12; 3:16
- ในด้าน "ความรัก" หรือการรับใช้ผู้อื่นโดยยอมเสียสละตนเอง—ดู ยอห์น 15:13
- ในด้าน "ความเชื่อ" หรือความสัตย์ซื่อหรือการเอาจริงเอาจัง ไม่ใช่แค่เชื่อ—ดู 1 โครินธ์ 4:2
- ใน "ความบริสุทธิ์" และโดยเฉพาะอย่างยิ่งความบริสุทธิ์ทางเพศ—ดู 4:2

ข้อพระคัมภีร์หลายข้อที่ตามมาบอกองค์ประกอบสำคัญอีกหลายประการของชีวิตการเป็นสาวก

- ทิโมธีต้องมีส่วนในการอ่าน ศึกษาและประยุกต์ใช้พระคัมภีร์ในที่สาธารณะ (ข้อ 13)
- ทิโมธีต้องขยันใช้ของประทานฝ่ายจิตวิญญาณที่ผู้อื่นได้ยืนยันและรับรองให้แล้วในที่สาธารณะ (ข้อ 14)
- ทิโมธีจะต้องเอาจริงเอาจังกับกระบวนการพัฒนาไปข้างหน้าในการดำเนินชีวิตกับพระคริสต์ (ข้อ 15)
- ทิโมธีต้อง "เอาใจใส่" เพื่อจะระมัดระวัง "ทั้งตัวท่านและคำสอนของท่าน" (ข้อ 16)

สิ่งที่มีความสำคัญเป็นอันดับแรก ๆ ของผู้นำที่อยู่ในทางของพระเจ้าควรสรุปออกมาเป็นความบริสุทธิ์ส่วนตัวและคำสอนในที่สาธารณะของทิโมธี คำกำชับทั้งหมดของเปาโลในข้อ 6–16 ล้วนจัดอยู่ในประเภทใดประเภทหนึ่งในสองประเภทดังกล่าว เมื่อทิโมธีระมัดระวังเอาใจใส่ชีวิตของเขาเองให้อยู่ในทางของพระเจ้าและเทศนาพระวจนะอย่างสัตย์ซื่อ เขาก็จะยังคงเป็นเครื่องมือที่พระเจ้าทรงใช้เพื่อนำข่าวประเสริฐ และช่วยบางคนที่ฟังเขาให้ได้รับความรอด แม้ว่าความรอดเป็นพระราชกิจของพระเจ้า แต่พระองค์ก็พอพระทัยที่จะทำการนี้ผ่านเครื่องมือที่เป็นมนุษย์

4. ลักษณะของผู้สอนเท็จมีอะไรบ้าง?

เปาโลให้ข้อมูลที่เป็นประโยชน์แก่ทิโมธีเกี่ยวกับลักษณะของผู้สอนเท็จ โดยการระบุลักษณะเด่นสามประการไว้ใน 6:3 ผู้สอนเท็จจะเปิดเผยตัวเองโดยลักษณะเหล่านี้ คือ (1) พวกเขา "สอนผิดแปลกไป" ซึ่งหมายถึงหลักคำสอนที่แตกต่าง หรือคำสอนใด ๆ ก็ตามที่ขัดแย้งกับการเปิดเผยของพระเจ้าในพระคัมภีร์ (ดู กาลาเทีย 1:6–9) (2) พวกเขา "ไม่ยอมเห็นด้วยกับบรรดาพระวจนะที่ถูกต้อง" ซึ่งหมายถึงไม่เห็นด้วยกับคำสอนที่ถูกต้องและเป็นประโยชน์ โดยเฉพาะคำสอนที่อยู่ในพระคัมภีร์ (ดู 2 เปโตร 3:16) (3) พวกเขาไม่ยอมรับ "คำสอนที่สมกับทางพระเจ้า" คำสอนที่ไม่ยึดตามพระคัมภีร์จะส่งผลเป็นชีวิตที่ไม่บริสุทธิ์เสมอ แทนที่จะอยู่ในทางของพระเจ้า ชีวิตของผู้สอนเท็จจะมีความบาปเป็นลักษณะเด่น (ดู 2 เปโตร 2:10–22; ยูดา 4,8–16)

5. เปาโลให้คำสั่งอะไรแก่ทิโมธี เกี่ยวกับการปฏิบัติต่อคนที่มั่งมี?

เปาโลแนะนำทิโมธี (6:17–19) เกี่ยวกับสิ่งที่เขาต้องสอนคนที่ร่ำรวยทรัพย์สมบัติ ซึ่งหมายถึงผู้ที่มีมากกว่าสิ่งจำเป็น อันได้แก่อาหาร เสื้อผ้า และที่อยู่อาศัย เปาโลได้ให้เหตุผลไปแล้ว (6:6–8) ว่าคริสเตียนควรมีความพึงพอใจและมีความพอเพียง และไม่แสวงหามากไปกว่าสิ่งที่พระเจ้าได้ประทานแก่พวกเขาแล้ว เพราะพระองค์คือบ่อเกิดของความพึงพอใจที่แท้จริง แทนที่จะประณามคนมั่งมีหรือสั่งให้พวกเขากำจัดทรัพย์สมบัติของตน เปาโลเรียกพวกเขาให้เป็นผู้อารักขาที่ดีของทรัพยากรที่พระเจ้าประทานให้ (โปรดดู เฉลยธรรมบัญญัติ 8:18; 1 ซามูเอล 2:7; 1 พงศาวดาร 29:12; 2 โครินธ์ 3:5; 9:8; ฟีลิปปี 4:11–13,19)

คนที่มีทรัพย์สมบัติมากมายจะเผชิญกับการล่อลวงอยู่เสมอที่จะดูถูกคนอื่นและทำตัวเหนือกว่า หรือเย่อหยิ่ง (6:17) เปาโลย้ำเตือนทิโมธีว่า ความร่ำรวยและความเย่อหยิ่งมักจะไปด้วยกัน ด้วยเหตุนี้ เมื่อคนเรายิ่งร่ำรวย เขาก็จะยิ่งถูกล่อลวงให้เย่อหยิ่ง (ดู สุภาษิต 18:23; 28:11; ยากอบ 2:1–4) ที่จริงแล้ว คนที่มีมากก็มักจะวางใจในความมั่งคั่งของตน (ดู สุภาษิต 23:4–5) แต่พระเจ้าทรงจัดเตรียมความมั่นคงที่ยิ่งใหญ่กว่าที่การลงทุนใด ๆ ในโลกนี้จะให้เราได้ (ดู ปัญญาจารย์ 5:18–20; มัทธิว 6:19–21)

ศึกษา 1 ทิโมธี แบบรวบรัด

1. ในจดหมายฉบับนี้ คุณเห็นเบาะแสอะไรบ้างเกี่ยวกับความหนุ่มแน่นของทิโมธี และความสัมพันธ์ของเขากับเปาโล?
2. เปาโลมอบหน้าที่อะไรบ้างให้แก่ทิโมธี?
3. เปาโลบรรยายลักษณะของผู้นำแบบที่ทิโมธีควรพยายามแต่งตั้งในคริสตจักรไว้อย่างไรบ้าง?
4. ในบทที่ 4 เปาโลบอกแนวทางหลายประการแก่ทิโมธีในเรื่องวินัยส่วนตัว แนวทางเหล่านี้มีอะไรบ้าง?
5. เปาโลเน้นเรื่องความสัมพันธ์ใดบ้าง เมื่อเขาบรรยายว่าคริสตจักรควรมีบทบาทอย่างไรภายในชุมชน?
6. คุณรู้สึกเหมือนทิโมธีในเรื่องใดบ้าง?

2 ทิโมธี

ถ้อยคำสุดท้าย

2 ทิโมธี แสดงถึงความประสงค์และพินัยกรรมสุดท้าย ของอัครทูตผู้ยิ่งใหญ่แห่งข่าวประเสริฐ

ถ้อยคำสุดท้ายมักจะมีความสำคัญเป็นพิเศษ อัครทูตเปาโลเห็นว่าจุดจบของชีวิตใกล้เข้ามาแล้ว เขาจึงเขียนจดหมายเพื่อบอกข้อคิดสุดท้ายบางประการแก่ทิโมธี "บุตรในความเชื่อ" ของเขา ถ้อยคำของเปาโลอยู่ในรูปของความประสงค์สุดท้ายและพินัยกรรมสุดท้ายที่ทรงพลังและได้รับการดลใจจากพระวิญญาณ นอกจากนั้นจดหมายฉบับนี้ยังแสดงการยกย่องพระเยซูคริสต์องค์พระผู้เป็นเจ้า ผู้ที่เปาโลสามารถกล่าวถึงพระองค์ว่า "ข้าพเจ้ารู้จักพระองค์ที่ข้าพเจ้าเชื่อ และข้าพเจ้าเชื่อมั่นว่า พระองค์ทรงสามารถรักษาสิ่งที่ข้าพเจ้ามอบไว้กับพระองค์จนถึงวันนั้น" (2 ทิโมธี 1:12)

ผู้เขียนและปีที่เขียน

เขียนโดยเปาโล ประมาณปี ค.ศ. 66 ถึง 67

สถานะผู้เขียนของเปาโลได้รับการยืนยันโดยคำแรกในข้อแรกของจดหมายฉบับนี้ เรื่องข้อเสนอในทางตรงกันข้ามจะมีการอภิปรายในเนื้อหาส่วน **คำถามที่พบบ่อย** เรื่อง "เปาโลเขียนจดหมายฝากเรื่องการอภิบาลหรือไม่?" พระคัมภีร์และเรื่องราวที่เล่าสืบต่อกันมาล้วนยืนยันว่าเปาโลเขียน 2 ทิโมธี ซึ่งเป็นจดหมายที่ได้รับการดลใจฉบับสุดท้ายของเขา ไม่นานก่อนที่เขาจะพลีชีพเพื่อความเชื่อประมาณปี ค.ศ. 66–67 สำหรับข้อมูลชีวประวัติเพิ่มเติมเกี่ยวกับทิโมธี โปรดดูที่ 1 ทิโมธี ในเนื้อหาส่วน **ภูมิหลังและสถานที่**

บุคคลสำคัญใน 2 ทิโมธี

เปาโล—เขียนจดหมายเพื่อให้กำลังใจและสอนทิโมธีในการทำงานอภิบาลที่เมืองเอเฟซัส (1:1–4:22)

ทิโมธี—ชื่อนี้มีความหมายว่า "บุคคลผู้ถวายเกียรติแด่พระเจ้า" รับใช้ในฐานะศิษยาภิบาลของคริสตจักรที่เมืองเอเฟซัส (1:2–4:22)

ลูกา—เพื่อนร่วมเดินทางของเปาโล บุคคลเดียวที่อยู่กับเปาโลตลอดช่วงที่เขาถูกจำคุก (4:11)

มาระโก—เดินทางไปกับเปาโลและบารนาบัสในการเดินทางประกาศข่าวประเสริฐครั้งแรก (4:11)

ภูมิหลังและสถานที่

เปาโลได้รับการปล่อยตัวจากการจำคุกที่กรุงโรมครั้งแรก และได้ออกไปทำพันธกิจเป็นเวลาสั้น ๆ ในระหว่างนั้น เขาเขียนจดหมายฝาก 1 ทิโมธีและทิตัส แต่ในเวลาที่เขาเขียนจดหมายฉบับนี้ เขาถูกจำคุกอีกครั้ง (1:16; 2:9) การถูกจับกุมอีกครั้งของเขาอาจเกิดขึ้นในช่วงที่จักรพรรดิเนโรข่มเหงคริสเตียน การจำคุกครั้งนี้ไม่เหมือนกับครั้งก่อนที่เปาโลมีความหวังอย่างมั่นใจว่าจะได้รับการปล่อยตัว (ฟีลิปปี 1:19,25–26; 2:24; ฟีเลโมน 22) แต่ครั้งนี้เขาไม่มีความหวังเช่นนั้น (4:6–8) ในการจำคุกที่กรุงโรมครั้งแรก (ประมาณ ค.ศ. 60–62) ก่อนที่เนโรจะเริ่มข่มเหงผู้เชื่ออย่างรุนแรง (ค.ศ. 64) เปาโลเพียงแค่ถูกกักบริเวณในบ้าน และสามารถพบปะและทำพันธกิจกับผู้คนมากมาย (กิจการ 28:16–31) อย่างไรก็ตาม อีกห้าหรือหกปีต่อมา เมื่อเขาเขียน 2 ทิโมธี (ประมาณ ค.ศ. 66–67) อัครทูตเปาโลอยู่ในห้องขังหนาวเย็น (4:13) ถูกล่ามโซ่ (2:9) และไม่มีความหวังว่าจะได้รับการปลดปล่อย (4:6) ด้วยความกลัวว่าตัวเองจะพลอยถูกข่มเหง คนใกล้ชิดเปาโลเกือบทั้งหมดจึงละทิ้งเขาไป (1:15; 4:9–12,16) เมื่อต้องเผชิญกับการประหารชีวิตที่กำลังใกล้เข้ามา เปาโลจึงเขียนจดหมายถึงทิโมธี เร่งเร้าให้ทิโมธีรีบมาเยี่ยมเขาที่กรุงโรมเป็นครั้งสุดท้าย (4:9,21) ประวัติศาสตร์ไม่ได้บันทึกว่าทิโมธีไปถึงที่นั่นทันก่อนเปาโลจะเสียชีวิตหรือไม่ ตามเรื่องราวที่เล่าสืบต่อกันมา เปาโลยังคงถูกโรมันควบคุมตัว จนกระทั่งเขาพลีชีพเพื่อความเชื่อ ตามที่เขาคาดการณ์ไว้ล่วงหน้า (4:6)

ในจดหมายฉบับนี้ เปาโลซึ่งตระหนักว่าจุดจบใกล้เข้ามาแล้ว ได้ส่งต่อเสื้อคลุมแห่งพันธกิจให้แก่ทิโมธี (2:2) สาวกที่อาวุโสกว่าคนนี้ท้าทายสาวกรุ่นน้องในด้านต่าง ๆ ดังต่อไปนี้ เขากำชับทิโมธีให้ (1) สัตย์ซื่อในการปฏิบัติหน้าที่ต่อไป (1:6) (2) ยึดมั่นในหลักคำสอนที่ถูกต้อง (1:13–14) (3) หลีกเลี่ยงคำสอนผิด (2:15–18)

(4) ยอมรับการข่มเหงเพื่อข่าวประเสริฐ (2:3–4; 3:10–12) และ (5) มีความมั่นใจในพระคัมภีร์ และประกาศสั่งสอนพระวจนะอย่างไม่ลดละ (3:15–4:5)

หลักคำสอนสำคัญใน 2 ทิโมธี

ความรอดโดยพระคุณตามอำนาจสูงสุดของพระเจ้า—มาโดยทางพระเยซูคริสต์เท่านั้น (1:9–10; 2:10; ปฐมกาล 3:15; สดุดี 3:8; 37:39; อิสยาห์ 45:21–22; 49:6; 59:16; 63:9; ลูกา 1:69; ยอห์น 1:1–18; 6:35,48; 8:12; 10:7,9; 10:11–14; 11:25; 14:6; 17:3; กิจการ 4:12; 16:31; โรม 5:8; 10:9; เอเฟซัส 2:8; 5:23; 1 ทิโมธี 1:14–16; 2:4–6; ฮีบรู 2:10; 5:9; 1 เปโตร 1:5; 1 ยอห์น 1:1–4)

ตัวตนของพระคริสต์—ทรงเป็นทั้งผู้พิพากษาที่จะพิพากษาโลก และพระเมสสิยาห์ที่สืบเชื้อสายมาจากพงศ์พันธุ์ของดาวิด (2:8; 4:1,8; อิสยาห์ 7:14; มัทธิว 4:11; ยอห์น 1:14; โรม 1:3–4; กิจการ 1:9; 1 ทิโมธี 3:16; 6:15–16; 1 ยอห์น 4:2–3; 5:6)

การพากเพียรบากบั่น—ผู้เชื่อที่พากเพียรบากบั่นได้ให้หลักฐานยืนยันว่าความเชื่อของพวกเขาเป็นของแท้ (2:11–13; โยบ 17:9; สดุดี 37:24; สุภาษิต 4:18; ยอห์น 8:31; 1 โครินธ์ 15:58; กาลาเทีย 6:9; ฟีลิปปี 1:6; โคโลสี 1:21–23; ฮีบรู 3:6,14)

การดลใจให้เขียนพระคัมภีร์—พระเจ้าทรงใช้ความคิด คำศัพท์ และประสบการณ์ของบรรดาผู้เขียนพระคัมภีร์ เพื่อสร้างพระวจนะของพระองค์ที่ไม่มีทางผิดพลาดและไม่มีข้อผิดพลาด (3:16–17; กิจการ 1:16; โรม 3:2; 9:17; กาลาเทีย 3:8; ฮีบรู 3:7; 1 เปโตร 4:11; 2 เปโตร 1:21)

พระลักษณะของพระเจ้าใน 2 ทิโมธี

พระเจ้าทรงฤทธิ์อำนาจ—1:8

พระเจ้าทรงรักษาพระสัญญา—1:1

พระเจ้าทรงพระปัญญา—2:19

พระคริสต์ใน 2 ทิโมธี

จดหมายฉบับที่สองของเปาโลหนุนใจทิโมธีให้พยายามใกล้ชิดกับ "คำสอนที่ถูกต้องที่ท่านได้ยินจากข้าพเจ้า ด้วยความเชื่อและความรักซึ่งมีอยู่ในพระเยซูคริสต์" (1:13) ทิโมธีซึ่งถูกละไว้เพื่อให้สืบสานพันธกิจของเปาโล ได้รับคำย้ำเตือนให้นึกถึงตัวตน

ของพระคริสต์ (2:8; 4:1,8) และการทรงเรียกตัวเขาให้ "ประกาศพระวจนะ" (4:2) ทิโมธีได้รับคำสัญญาว่าจะถูกข่มเหงเพราะการติดตามพระคริสต์ (3:12) แต่เขาก็ได้รับการกระตุ้นให้เข้มแข็งในความเชื่อ "ในพระเยซูคริสต์" (3:15)

คำศัพท์สำคัญใน 2 ทิโมธี

การเสด็จมา/การมาปรากฏ: คำภาษากรีกคือ *เอปิฟาเนอา*—1:10; 4:1,8—มีความหมายตามตัวอักษรว่า "การส่องแสงออกไป" และถูกใช้ในวรรณกรรมกรีกเพื่อสื่อถึงการปรากฏของเทพเจ้า คำภาษาอังกฤษ *epiphany (การสำแดงพระองค์)* ก็มีความหมายใกล้เคียงกัน ผู้เขียนพระคัมภีร์ใหม่หลายคนใช้คำนี้เพื่อกล่าวถึงการเสด็จมาครั้งแรกของพระเยซู เมื่อพระองค์เสด็จเข้ามาในโลกนี้ในสภาพมนุษย์ (ดู 1:10) พวกเขายังใช้คำนี้เพื่อกล่าวถึงการเสด็จมาครั้งที่สองของพระเยซูด้วย โดยเฉพาะการปรากฏพระองค์แก่คนทั้งโลก (ดู มัทธิว 24:27)

หนังสือ กับ **แผ่นหนัง:** คำภาษากรีกคือ *บิบลีออน*—4:13 และ *เมมบรานา*—4:13 คำว่า *บิบลีออน* พบได้ทั่วไปในพระคัมภีร์ใหม่ แต่ไม่ใช่คำว่า *เมมบรานา* ซึ่งปรากฏเฉพาะในพระคัมภีร์ข้อนี้ คำนี้เป็นคำที่มาจากภาษาละติน แปลว่าหนังสัตว์สำหรับใช้เขียน สองคำที่อยู่ในพระคัมภีร์ตอนนี้มีการตีความสามแนวทาง ได้แก่ (1) *หนังสือ*หมายถึงสำเนาของพระธรรมเล่มต่าง ๆ ในพระคัมภีร์เดิม และ*แผ่นหนัง*คือสำเนาของพระธรรมหลายเล่มในพระคัมภีร์ใหม่ (2) *หนังสือ*คือสำเนาของพระธรรมหลายเล่มทั้งในพระคัมภีร์เดิมและพระคัมภีร์ใหม่ และ*แผ่นหนัง*คือแผ่นหนังเปล่าหรือสมุดบันทึกที่มีข้อความร่างไว้คร่าว ๆ หรือ (3) สองคำนี้หมายถึงสิ่งเดียวกัน คือ *หนังสือ* ซึ่งหมายถึง*แผ่นหนังที่เป็นสมุดจด* ถ้าการตีความแนวทางที่สามถูกต้อง ก็แสดงว่าเปาโลร้อนใจที่จะเอาร่างคร่าว ๆ ที่เขาทิ้งไว้ตอนถูกจับกุมกลับมาเขียนต่อ

การดลใจจากพระเจ้า: คำภาษากรีกคือ *เธอ๊อพนิวตอส*—3:16—แปลว่า "จากลมหายใจของพระเจ้า" มาจากคำว่า *เธออส* (พระเจ้า) และ *พเนโอ* (หายใจ) แม้จะเป็นเรื่องยากที่จะถ่ายทอดความคิดในสำนวนภาษากรีกนี้ออกมาเป็นภาษาไทยได้อย่างครบถ้วน แต่เราแน่ใจว่าเปาโลเจตนาจะบอกว่า พระคัมภีร์ทั้งเล่มเป็นสิ่งที่พระเจ้าหายใจออกมา คำนิยามนี้ยืนยันว่าพระคัมภีร์มีต้นกำเนิดมาจากพระเจ้า ดังนั้นพระเจ้าจึงไม่เพียงดลใจผู้เขียนที่เขียนถ้อยคำในพระคัมภีร์เท่านั้น แต่พระองค์ยังดลใจผู้ที่อ่านพระคัมภีร์ด้วยหัวใจที่มีความเชื่อด้วย

สรุปเนื้อหาโดยย่อ

I. คำทักทายและการขอบพระคุณ (1:1–5)

II. การพากเพียรบากบั่นของคนของพระเจ้า (1:6–18)

ก. คำกำชับ (1:6–11)

ข. ตัวอย่างต่าง ๆ (1:12–18)

III. แบบอย่างต่าง ๆ ของคนของพระเจ้า (2:1–26)
ก. เปาโล (2:1–2)
ข. ทหาร (2:3–4)
ค. นักกีฬา (2:5)
ง. กสิกร (2:6–7)
จ. พระเยซู (2:8–13)
ฉ. คนงาน (2:14–19)
ช. ภาชนะ (2:20–23)
ซ. ผู้รับใช้ (2:24–26)
IV. ภยันตรายของคนของพระเจ้า (3:1–17)
ก. การเผชิญหน้ากับการละทิ้งความเชื่อ (3:1–9)
ข. การเอาชนะการละทิ้งความเชื่อ (3:10–17)
V. การประกาศสั่งสอนของคนของพระเจ้า (4:1–5)
ก. คำสั่งให้ประกาศสั่งสอน (4:1–2)
ข. ความจำเป็นที่จะต้องประกาศสั่งสอน (4:3–5)
VI. คำกล่าวปิดท้าย (4:6–18)
ก. ชัยชนะของเปาโล (4:6–8)
ข. ความต้องการของเปาโล (4:9–18)
VII. คำอำลาของเปาโล (4:19–22)

ขณะเดียวกัน ในพื้นที่ส่วนอื่น ๆ ของโลก . . .

เหตุการณ์ต่าง ๆ ในอิสราเอลที่จะนำไปสู่การทำลายกรุงเยรูซาเล็มในปี ค.ศ. 70 ได้เริ่มต้นขึ้น

คำถามที่พบบ่อย

1. ใน 1:7 คำว่า *ใจ* หมายถึงอะไร หรือหมายถึงใคร?

ข้อความนี้กำลังเปรียบเทียบท่าทีสองแบบ ไม่ใช่บรรยายถึงพระวิญญาณบริสุทธิ์ซึ่งการสถิตอยู่ด้วยของพระองค์(1:14)ก่อให้เกิด “ใจ” แบบที่สองในสองแบบ

ที่ถูกกล่าวถึงตรงนี้ ใจที่ขลาดกลัวซึ่งอาจแปลได้ว่า “ความขี้ขลาด” หมายถึงความกลัวแบบใจเสาะ เต็มไปด้วยความอับอาย ซึ่งเกิดจากอุปนิสัยที่อ่อนแอและเห็นแก่ตัว เนื่องจากใจแบบนี้ไม่ใช่ผลพลอยได้จากการสถิตอยู่ด้วยของพระเจ้า มันย่อมต้องมาจากแหล่งอื่น

ภัยคุกคามจากการข่มเหงของโรมัน ซึ่งทวีความรุนแรงขึ้นภายใต้การปกครองของจักรพรรดิเนโร ความเป็นปรปักษ์ของคนในคริสตจักรเอเฟซัสที่ไม่พอใจการเป็นผู้นำของทิโมธี และการจู่โจมของผู้สอนเท็จที่ใช้ระบบการหลอกลวงอันแยบยล สิ่งเหล่านี้อาจทำให้ทิโมธีรู้สึกรับมือไม่ไหว แต่ถ้าเขารู้สึกกลัว ความกลัวของเขาไม่ได้มาจากพระเจ้า

เพื่อเป็นยาแก้ความกลัว เปาโลย้ำเตือนทิโมธีถึงทรัพยากรต่าง ๆ ที่พระเจ้าประทานให้ พระเจ้าได้ประทานทรัพยากรฝ่ายจิตวิญญาณทั้งหมดแก่ผู้เชื่อแล้วตามที่พวกเขาจำต้องมีเพื่อจะเผชิญความยากลำบากและภัยคุกคามทุกอย่าง (ดู มัทธิว 10:19,20) ประการแรกคือ “ฤทธานุภาพ” ของพระเจ้า ซึ่งหมายถึงพลังฝ่ายจิตวิญญาณที่มีประสิทธิภาพและก่อให้เกิดผล ฤทธานุภาพนี้เป็นของผู้เชื่อ (ดู เศคาริยาห์ 4:6; เอเฟซัส 1:18–20; 3:20) ประการที่สอง พระเจ้าทรงจัดเตรียม “ความรัก” ความรักนี้มีศูนย์กลางอยู่ที่การทำให้พระเจ้าพอพระทัย และแสวงหาสวัสดิภาพของผู้อื่นก่อนตนเอง (ดู โรม 14:8; กาลาเทีย 5:22,25; เอเฟซัส 3:19; 1 เปโตร 1:22; 1 ยอห์น 4:18) ประการที่สาม พระเจ้าทรงเพิ่มพูน “การบังคับตนเอง” คำนี้หมายถึงจิตใจที่มีวินัย ควบคุมตนเองได้ และจัดลำดับความสำคัญอย่างถูกต้อง ลักษณะเช่นนี้ตรงกันข้ามกับความกลัวและความขี้ขลาดที่ก่อให้เกิดความวุ่นวายและความสับสน การจดจ่อที่พระลักษณะของพระเจ้านิรันดร์ของเรา ในฐานะผู้มีอำนาจสูงสุดและมีพระประสงค์ที่สมบูรณ์แบบ จะทำให้ผู้เชื่อสามารถควบคุมชีวิตของตนด้วยสติปัญญาในทางของพระเจ้า และมีความมั่นใจในทุกสถานการณ์ (ดู โรม 12:3; 1 ทิโมธี 3:2; ทิตัส 1:8; 2:2)

2. มีการสร้างสาวกกี่รุ่นใน 2:2?

ขณะที่เปาโลสอนทิโมธีเรื่องกระบวนการถ่ายทอดถ้อยคำแห่งข่าวประเสริฐ เขากล่าวถึงชีวิตคนสี่รุ่นที่ได้รับการเปลี่ยนแปลงโดยพระคุณของพระคริสต์ คนรุ่นแรกที่เขากล่าวถึงคือคนรุ่นของเขาเอง เขาย้ำเตือนทิโมธีว่า ที่มาของถ้อยคำที่ทิโมธีกล่าวแก่คนอื่น ๆ คือการประกาศและสั่งสอนนับชั่วโมงไม่ถ้วน ซึ่งเขาเคย

ได้ยินอัครทูตเปาโลกล่าว "ต่อหน้าพยานหลาย ๆ คน" คนรุ่นต่อไปคือรุ่นของทิโมธี สิ่งที่เขาได้ยินนั้น เขามีหน้าที่ส่งต่อไปถึงผู้อื่น ผู้อื่นที่ว่านี้คือคนรุ่นต่อไป พวกเขาต้องไม่ใช่ผู้ฟังทั่ว ๆ ไป แต่ต้องเป็นผู้เชื่อที่ "ซื่อสัตย์" และมีความสามารถในการสอน จากนั้นคนเหล่านี้ก็จะสอนคนรุ่นต่อไปเกี่ยวกับ "พระคุณซึ่งมีอยู่ในพระเยซูคริสต์" กระบวนการสืบทอดเชื้อสายฝ่ายจิตวิญญาณซึ่งเริ่มต้นในคริสตจักรยุคแรกจะต้องดำเนินต่อไปจนกว่าองค์พระผู้เป็นเจ้าเสด็จกลับมา

3. เปาโลเป็นผู้เขียนจดหมายฝากเรื่องการอภิบาล (1 ทิโมธี 2 ทิโมธี และทิตัส) หรือไม่?

คำถามนี้บอกเป็นนัยว่ามีการถกเถียงกันเรื่องสถานะผู้เขียนของเปาโล มีการถกเถียงเช่นนั้นจริง ๆ นักวิจารณ์ที่ยึดแนวคิดสมัยใหม่หลายคน ซึ่งดูเหมือนจะมีความสุขกับการโจมตีข้อความที่ไม่ซับซ้อนในพระคัมภีร์ พวกเขาปฏิเสธว่าเปาโลไม่ได้เขียนจดหมายสามฉบับนี้ ที่เรียกว่าจดหมายฝากเรื่องการอภิบาล แม้จะมีหลักฐานภายในจดหมายเหล่านั้น (1:1; 2 ทิโมธี 1:1; ทิตัส 1:1) และคำพยานยืนยันสมัยโบราณของคริสตจักรยุคแรก แต่นักวิจารณ์เหล่านี้ก็ยังยืนยันว่า สาวกที่ร้อนรนของเปาโลคนหนึ่งเขียนจดหมายเหล่านี้ในศตวรรษที่สอง

เพื่อเป็นข้อพิสูจน์คำยืนยันต่าง ๆ ของพวกเขา นักวิจารณ์เหล่านี้เสนอสิ่งที่เชื่อว่าเป็นหลักฐานห้าประการที่บอกว่าเปาโลไม่ได้เป็นผู้เขียน

1. ข้อมูลทางประวัติศาสตร์ที่ถูกกล่าวถึงในจดหมายฝากเรื่องการอภิบาลไม่สามารถทำให้สอดคล้องกับลำดับเหตุการณ์ในชีวิตของเปาโลตามที่บันทึกไว้ในกิจการได้
2. ลัทธิสอนผิดที่บรรยายไว้ในจดหมายฝากเรื่องการอภิบาลคือลัทธินอสติกที่พัฒนาเต็มที่แล้ว ซึ่งเป็นลัทธิในศตวรรษที่สอง
3. โครงสร้างการจัดระเบียบคริสตจักรในจดหมายฝากเรื่องการอภิบาลเป็นโครงสร้างแบบศตวรรษที่สอง และพัฒนาไปเกินยุคสมัยของเปาโล
4. จดหมายฝากเรื่องการอภิบาลไม่มีหัวข้อสำคัญ ๆ ในศาสนศาสตร์ของเปาโล
5. คำศัพท์ภาษากรีกในจดหมายฝากเรื่องการอภิบาลมีหลายคำที่ไม่พบในจดหมายฉบับอื่น ๆ ของเปาโล และไม่พบในส่วนอื่น ๆ ของพระคัมภีร์ใหม่

ในการให้คำตอบแก่เหตุผลของนักวิจารณ์เหล่านั้น ข้อเท็จจริงต่อไปนี้หักล้างหลักฐานของพวกเขาแต่ละข้อ

1. ข้อเสนอเรื่องความไม่ลงรอยกันทางประวัติศาสตร์จะพิสูจน์ได้ว่าถูกต้องก็ต่อเมื่อเปาโลไม่เคยออกจากการจำคุกที่กรุงโรมซึ่งบันทึกไว้ในกิจการ แต่ว่าเขาได้รับการปล่อยตัว กิจการไม่ได้บันทึกการประหารชีวิตเปาโล และเปาโลเองก็คาดหวังว่าจะได้รับการปล่อยตัว (ดู ฟีลิปปี 1:19,25–26; 2:24; ฟีเลโมน 22) เหตุการณ์ประวัติศาสตร์ต่าง ๆ ที่กล่าวถึงในจดหมายเหล่านี้เกิดขึ้นหลังจากปิดเล่มพระธรรมกิจการไปแล้ว
2. แม้จะมีความคล้ายคลึงกันระหว่างลัทธิสอนผิดที่ถูกกล่าวถึงในจดหมายฝากเรื่องการอภิบาล กับลัทธินอสติกในศตวรรษที่สอง แต่ก็มีความแตกต่างที่สำคัญ ๆ เช่นกัน ส่วนที่แตกต่างจากลัทธินอสติกในศตวรรษที่สองก็คือ ผู้สอนเท็จที่ทิโมธีเผชิญหน้านั้นยังอยู่ในคริสตจักร (1:3–7) และคำสอนของพวกเขามีพื้นฐานมาจากคำสอนแบบเคร่งกฎบัญญัติในศาสนายิว (1:7; ทิตัส 1:10,14; 3:9)
3. ความจริงแล้วโครงสร้างการจัดระเบียบคริสตจักรที่กล่าวถึงในจดหมายฝากเรื่องการอภิบาลนั้นสอดคล้องกับโครงสร้างที่เปาโลสถาปนาไว้ในที่อื่น ๆ (ดู กิจการ 14:23; ฟีลิปปี 1:1)
4. จดหมายฝากเกี่ยวกับการอภิบาลกล่าวถึงหัวข้อสำคัญ ๆ ในศาสนศาสตร์ของเปาโล ได้แก่ การทรงดลใจให้เขียนพระคัมภีร์ (3:15–17) การทรงเลือก (1:9; ทิตัส 1:1–2) ความรอด (ทิตัส 3:5–7) ความเป็นพระเจ้าของพระคริสต์ (ทิตัส 2:13) พระราชกิจของพระคริสต์ในฐานะคนกลาง (1 ทิโมธี 2:5) และการลบล้างบาปด้วยการเป็นตัวแทน (2:6)
5. จดหมายฝากเรื่องการอภิบาลพูดถึงสาระสำคัญที่แตกต่าง จึงต้องใช้คำศัพท์ที่แตกต่างจากจดหมายฝากฉบับอื่น ๆ ของเปาโล

ความคิดที่ว่ามี “นักปลอมแปลงผู้ร้อนรน” เขียนจดหมายฝากเรื่องการอภิบาลยังต้องเผชิญกับปัญหายาก ๆ อีกหลายประการ ได้แก่

- คริสตจักรยุคแรกไม่เห็นด้วยกับวิธีปฏิบัติดังกล่าว
- เหตุใดจึงต้องสร้างจดหมายปลอมสามฉบับที่มีเนื้อหาคล้ายกันและมีหลักคำสอนที่แปลกออกไป?
- หากเป็นของปลอม ทำไมไม่แต่งข้อมูลการเดินทางของเปาโลให้สอดคล้องกับพระธรรมกิจการ?

- สาวกที่ร้อนรนของเปาโลจะเอาถ้อยคำใน 1:13,15 ใส่ปากอาจารย์ของเขาได้หรือ?
- เหตุใดเขาจึงใส่คำเตือนให้ระวังผู้ล่อลวงเอาไว้ด้วย (3:13; ทิตัส 1:10) ถ้าตัวเขาเองเป็นหนึ่งในนั้น?

ทัศนะที่ว่าเปาโลคือผู้เขียนจดหมายฝากเรื่องการอภิบาล ยังคงเป็นทัศนะที่สมเหตุสมผลที่สุด มีคำตอบให้แก่ข้อโต้แย้งได้ดีที่สุด และแน่นอนว่าเป็นไปตามคำสอนในพระคัมภีร์มากที่สุด

4. *ถ้อยคำอำลา*คืออะไร และทำไมเปาโลจึงใส่สิ่งนี้ไว้ในจดหมายฉบับที่สองถึงทิโมธี?

ถ้อยคำอำลาคือคำพูดหรือการกระทำที่เกิดขึ้นในการลาจากกัน มันเป็นข้อความอำลา แม้ว่าจะมีการบอกเป็นนัยถึงอารมณ์ของเปาโลอยู่โดยตลอดในจดหมายฉบับนี้ แต่ 4:6–8 มีใจความสำคัญอยู่ที่การประเมินตนเองของเปาโล เมื่อใกล้ถึงจุดจบของชีวิต เปาโลสามารถมองย้อนกลับไปได้โดยไม่ต้องเสียใจหรือสำนึกผิด ในข้อพระคัมภีร์ตอนนี้ เขาสำรวจชีวิตของเขาจากสามมุมมอง คือ (1) ความเป็นจริงในปัจจุบันที่จุดจบของชีวิตเขากำลังใกล้เข้ามา ซึ่งเขาพร้อมแล้ว (ข้อ 6) (2) อดีต ที่เขาได้รักษาความสัตย์ซื่อ (ข้อ 7) (3) อนาคต ที่เขารอคอยบำเหน็จจากสวรรค์ (ข้อ 8)

ศึกษา 2 ทิโมธีแบบรวบรัด

1. เปาโลให้คำแนะนำเฉพาะเจาะจงอะไรแก่ทิโมธีบ้าง เกี่ยวกับท่าทีของผู้รับใช้แห่งข่าวประเสริฐ?
2. เปาโลกล่าวเรื่องใดซ้ำอีกครั้งใน 2 ทิโมธี ซึ่งเขาเคยเน้นในจดหมายฉบับแรก?
3. บทที่ 2 บรรยายกระบวนการเผยแพร่ข่าวประเสริฐไว้อย่างไร?
4. ข้อความของเปาโลใน 2 ทิโมธี 3:16 สอดคล้องกับข้อความที่เหลือในจดหมายฉบับนี้อย่างไร?
5. เปาโลชี้ให้สาวกหนุ่มของเขาเห็นอันตรายอะไรบ้างเกี่ยวกับการทำพันธกิจในช่วงเวลาที่ยากลำบาก?
6. ใครหนุนใจคุณมากที่สุดในการดำเนินชีวิตคริสเตียน และคุณตอบสนองต่อพวกเขาอย่างไร?

ทิตัส

ผู้ส่งสารคนสำคัญ

ในโลกที่มืดลงอย่างรวดเร็ว เปาโลหนุนใจทิตัสให้สอนคริสเตียน ให้ดำเนินชีวิตอย่างสัตย์ซื่อเพื่อพระคริสต์

อัครทูตเปาโลมักจะแผ่ขยายพันธกิจของเขาโดยการส่งจดหมาย นอกจากนั้นเขายังส่งคนไปด้วย ทิตัสทำหน้าที่เป็นผู้ส่งสารคนหนึ่งที่เปาโลไว้วางใจ เขาไปยังที่ซึ่งเปาโลไปไม่ได้ เมื่อเปาโลถูกจำคุก คนอย่างทิตัสและทิโมธียังคงสืบสานพันธกิจของเขาต่อ แม้แต่ในช่วงที่เปาโลเป็นอิสระ เขาก็เห็นว่างานนี้เกินความสามารถส่วนตัวของเขาไปมาก เปาโลขยายอิทธิพลของเขาโดยการใช้ทิตัส จากนั้นเปาโลก็ใช้จดหมายฉบับนี้เพื่อสอนและให้กำลังใจทิตัส เกี่ยวกับภารกิจที่เขาต้องทำเพื่อข่าวประเสริฐ

ผู้เขียนและปีที่เขียน

เขียนโดยเปาโล ประมาณปี ค.ศ. 62 ถึง 64

จดหมายถึงทิตัส (รวมทั้ง 1 และ 2 ทิโมธี) เป็นจดหมายฉบับที่สามในกลุ่มจดหมายฝากเรื่องการอภิบาล ไม่มีใครโต้แย้งได้อย่างแท้จริงในเรื่องที่ว่าอัครทูตเปาโลเป็นผู้เขียนจดหมายฉบับนี้ (1:1) เปาโลเขียนพระธรรมทิตัสในช่วงระหว่างปี ค.ศ. 62–64 ขณะที่เขาทำพันธกิจในมาซิโดเนีย หลังจากการจำคุกที่กรุงโรมครั้งแรก และก่อนการจำคุกที่กรุงโรมครั้งที่สอง

บุคคลสำคัญในทิตัส

เปาโล—เขียนจดหมายเพื่อให้กำลังใจและให้คำแนะนำแก่ทิตัสเกี่ยวกับตำแหน่งผู้นำของเขาในคริสตจักร (1:1–3:15)

ทิตัส—ผู้เชื่อชาวกรีกที่เปาโลส่งไปเพื่ออภิบาลคริสตจักรบนเกาะครีต (1:4–3:15)

ภูมิหลังและสถานที่

แม้ว่าทิตัสไม่ได้ถูกเอ่ยชื่อในพระธรรมกิจการ แต่ดูเหมือนเป็นไปได้ว่าเขาซึ่งเป็นคนต่างชาติ (กาลาเทีย 2:3) ได้รับการนำมาสู่ความเชื่อในพระคริสต์โดยเปาโล (1:4) อาจจะก่อนหรือระหว่างการเดินทางประกาศข่าวประเสริฐครั้งแรกของอัครทูตผู้นี้ จากนั้นทิตัสก็ร่วมเดินทางไปกับเปาโลและบารนาบัส เมื่อพวกเขาไปร่วมการประชุมใหญ่ที่กรุงเยรูซาเล็ม (กิจการ 15; กาลาเทีย 2:1–5) ซึ่งเขาได้เห็นการถกเถียงเรื่องวิธีที่ผู้เชื่อใหม่ชาวต่างชาติจะได้รับการปฏิบัติและต้อนรับเข้าสู่คริสตจักร ในฐานะคนต่างชาติ ทิตัสคงมีความรู้สึกมากเป็นพิเศษต่อผลกระทบของพวกที่พยายามนำคนเข้าสู่ศาสนายิว ซึ่งเป็นพวกผู้สอนเท็จในคริสตจักร เรื่องหนึ่งที่คนเหล่านั้นยืนกรานก็คือ คริสเตียนทุกคน ทั้งคนต่างชาติและคนยิว ล้วนถูกผูกมัดให้ต้องทำตามธรรมบัญญัติของโมเสส

ทิตัสเดินทางไปกับเปาโลระหว่างการเดินทางประกาศข่าวประเสริฐครั้งที่สาม ซึ่งทำให้ตัวตนของเขาเป็นที่รับรู้ โดยเฉพาะอย่างยิ่งในเมืองโครินธ์ หลังจากนั้นเปาโลกล่าวถึงเขาเก้าครั้งใน 2 โครินธ์ (2:13; 7:6,13–14; 8:6,16,23; 12:18) เปาโลถือว่าทิตัสเป็น “น้อง” (2 โครินธ์ 2:13) “หุ้นส่วนและผู้ร่วมงานของข้าพเจ้า” (2 โครินธ์ 8:23) และ “บุตรที่แท้จริง” (ทิตัส 1:4)

ต่อมา ทิตัสรับใช้ร่วมกับเปาโลบนเกาะครีตอยู่ระยะหนึ่ง และถูกละไว้ให้อยู่ที่นั่นเพื่อสานต่อและสนับสนุนงาน (1:5) ในลักษณะคล้ายกับที่เปาโลละทิโมธีไว้ที่เมืองเอเฟซัส (1 ทิโมธี 1:3) เปาโลชี้ให้เห็นว่าเขาตั้งใจจะส่งอารเทมาสหรือทีคิกัส (3:12) ไปแบ่งเบางานรับใช้ของทิตัสที่เกาะครีต อัครทูตผู้นี้ต้องการให้ทิตัสไปสมทบกับเขาที่เมืองนิโคบุรีในแคว้นอาคายาที่กรีซในช่วงเดือนฤดูหนาว (3:12) จดหมายของเปาโลแจ้งให้ทิตัสทราบถึงแผนการที่กำลังจะทำ และให้คำแนะนำแก่เขาสำหรับงานรับใช้ที่เขากำลังทำอยู่บนเกาะครีต

หลักคำสอนสำคัญในทิตัส

การทรงเลือกผู้เชื่อโดยอำนาจอธิปไตยของพระเจ้า—ก่อนกาลเวลาจะเริ่มขึ้นพระเจ้าทรงทราบอย่างละเอียดเกี่ยวกับชีวิตและอนาคตของลูก ๆ ของพระองค์ (1:1–2; เฉลยธรรมบัญญัติ 7:6; มัทธิว 20:16; ยอห์น 6:44; 13:18; 15:16; กิจการ 22:14; เอเฟซัส 1:4; 1 เธสะโลนิกา 1:4; 1 ทิโมธี 6:12)

พระคุณที่ช่วยให้รอดของพระเจ้า—สิ่งที่พระเจ้าประทานให้โดยพระคุณแก่มนุษยชาติที่ล้มลงในความบาป คือพระเยซูคริสต์ (2:11; 3:5; สดุดี 84:11; ยอห์น 1:14; 3:16–18; โรม 5:15,17; เอเฟซัส 1:6; 1 ทิโมธี 2:5–6; 4:10; ฮีบรู 4:16; ยากอบ 1:17; 1 เปโตร 5:10; 1 ยอห์น 2:2)

ความเป็นพระเจ้าของพระคริสต์ และการเสด็จมาครั้งที่สอง—การเสด็จมาครั้งที่สองของพระเยซูคริสต์จะเผยให้เห็นพระสิริของพระองค์ในฐานะพระเจ้าอย่างครบถ้วน (2:13; โรม 8:22–23; 1 โครินธ์ 15:51–58; ฟีลิปปี 3:20–21; 1 เธสะโลนิกา 4:13–18; 2 เปโตร 1:1; 1 ยอห์น 3:2–3)

การลบล้างบาปโดยการตายแทนของพระคริสต์—พระคริสต์ทรงสละพระองค์เองเป็นเครื่องบูชา เพื่อผู้ที่เชื่อในพระองค์จะได้รับการยกโทษบาป (2:14; อิสยาห์ 53:4–12; ยอห์น 15:13; กิจการ 4:12; โรม 5:8–11; 8:32; 2 โครินธ์ 5:18–19; กาลาเทีย 1:4; ฮีบรู 10:14; 1 เปโตร 3:18; 1 ยอห์น 2:2; 4:10)

การทำให้บังเกิดใหม่และสร้างผู้เชื่อขึ้นใหม่ของพระวิญญาณบริสุทธิ์—ความรอดนำสิ่งที่พระเจ้าประทาน คือชีวิตใหม่ซึ่งบังเกิดใหม่โดยพระวิญญาณ รับฤทธิ์เดชจากพระวิญญาณ และรับการปกป้องโดยพระวิญญาณ ในฐานะบุตรและทายาทของพระเจ้า (3:5; เอเสเคียล 36:25–29; โยเอล 2:28; ยอห์น 3:3–6; โรม 5:5; 8:2; เอเฟซัส 5:26; ยากอบ 1:18; 1 เปโตร 1:23; 1 ยอห์น 2:29; 3:9; 4:7; 5:1)

พระลักษณะของพระเจ้าในทิตัส

พระเจ้าทรงพระกรุณา—3:4–6
พระเจ้าทรงรัก—3:4–7
พระเจ้าทรงเปี่ยมด้วยพระเมตตา—1:18; 3:5
พระเจ้าทรงรักษาพระสัญญา—1:2
พระเจ้าทรงสัตย์จริง—1:2

พระคริสต์ในทิตัส

ความเป็นพระเจ้าของพระคริสต์ได้รับการยืนยันอย่างหนักแน่นในพระธรรมทิตัสว่า "ในขณะที่เรากำลังรอคอยความหวังอันน่ายินดี และการมาปรากฏของพระสิริของพระเจ้ายิ่งใหญ่คือพระเยซูคริสต์พระผู้ช่วยให้รอดของเรา" (2:13) เปาโลกล่าวถึงพระเจ้าและพระคริสต์ในฐานะพระผู้ช่วยให้รอดตลอดพระธรรมเล่มนี้ โดยเน้น

เรื่องตัวตนของพระคริสต์ในฐานะพระเจ้า รวมทั้งเน้นเรื่องแผนการแห่งความรอด (1:3–4; 2:10,13; 3:4,6)

คำศัพท์สำคัญในทิตัส

พระเจ้าพระผู้ช่วยให้รอดของเรา: คำภาษากรีกคือ *ทู โซเตรอส เฮมอน เธอู*—1:3; 2:10; 3:4—ในจดหมายฝากเรื่องการอภิบาล สำนวนนี้หรือสำนวนที่คล้ายกันปรากฏอยู่บ่อยครั้ง ในแต่ละข้อเหล่านี้ พระนามนี้หมายถึงพระเจ้าพระบิดา บรรดาผู้เขียนพระคัมภีร์เดิมพูดถึงพระเจ้าในฐานะพระผู้ช่วยให้รอด (ดู สดุดี 24:5; อิสยาห์ 12:2; 45:15,21) และผู้เขียนพระคัมภีร์ใหม่อีกสองสามคนก็เช่นกัน (ลูกา 1:47; ยูดา 25) พระบุตรถูกเรียกว่าพระผู้ช่วยให้รอดในจดหมายฝากเรื่องการอภิบาล (1:4; 2:13; 3:6; 2 ทิโมธี 1:10) และใน 2:13 พระบุตรถูกเรียกว่า "พระเจ้าและพระผู้ช่วยให้รอดของเรา" ดังนั้นจึงเป็นการระบุชัดเจนว่าพระเยซูทรงเป็นพระเจ้า

การชำระให้บังเกิดใหม่: คำภาษากรีกคือ *ลูตรอน พาลิงเกเนซีอัส*—3:5—คำที่ถูกแปลว่า*การชำระ*นี้สามารถหมายถึงตัวภาชนะสำหรับล้าง สำหรับในเอเฟซัส 5:26 ซึ่งเป็นอีกที่เดียวเท่านั้นที่คำนี้ปรากฏในพระคัมภีร์ใหม่ ความหมายตามธรรมดาในข้อนั้นก็คือการชำระ ในทิตัสข้อนี้การชำระที่เป็นการกระทำก็ถูกสื่อออกมาเช่นกัน เรื่องนี้เข้าใจได้ค่อนข้างง่าย คือข้อความนี้บอกว่าการบังเกิดใหม่มีพระราชกิจการชำระเป็นลักษณะบ่งบอก หรือการบังเกิดใหม่มาพร้อมกับพระราชกิจการชำระ ในพระคัมภีร์ตอนอื่น ๆ พระราชกิจการทำให้บังเกิดใหม่ของพระวิญญาณบริสุทธิ์ก็มีการชำระล้างและการทำให้บริสุทธิ์เป็นลักษณะบ่งบอก (ดู เอเสเคียล 36:25–27; ยอห์น 3:5) คำว่า*การบังเกิดใหม่*ในภาษากรีกมีความหมายตามตัวอักษรว่า "การเกิดอีกครั้ง" ซึ่งบ่งชี้ถึงการบังเกิดใหม่ที่พระวิญญาณบริสุทธิ์ทรงกระทำให้เกิดขึ้น (ดู ยอห์น 3:6; โรม 8:16; กาลาเทีย 4:6) ดังนั้น พระเจ้าทรงช่วยเราให้รอดด้วยกระบวนการเดียวซึ่งมีสองด้าน คือ การชำระให้บังเกิดใหม่และการสร้างใหม่ของพระวิญญาณบริสุทธิ์

สรุปเนื้อหาโดยย่อ

I. คำทักทาย (1:1–4)

II. สิ่งจำเป็นสำหรับการประกาศข่าวประเสริฐที่มีประสิทธิภาพ (1:5–3:11)

  ก. ท่ามกลางพวกผู้นำ (1:5–16)

  ข. ในคริสตจักร (2:1–15)

  ค. ในโลก (3:1–11)

III. สรุป (3:12–14)

IV. คำอวยพร (3:15)

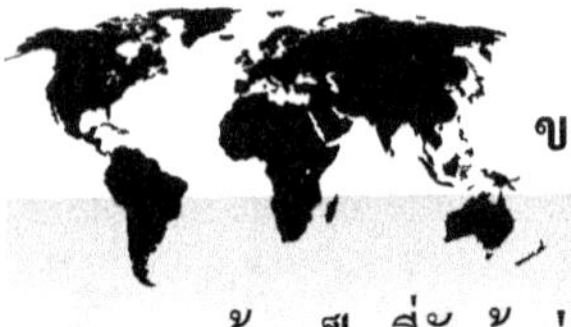

ขณะเดียวกัน ในพื้นที่ส่วนอื่น ๆ ของโลก . . .

ไฟไหม้กรุงโรมและพวกคริสเตียนถูกกล่าวหา แม้จะเป็นที่รับรู้อย่างกว้างขวางว่าจักรพรรดิเนโรเป็นผู้วางเพลิง

คำถามที่พบบ่อย

1. จดหมายที่เปาโลเขียนถึงทิตัสสาวกของเขาบ่งบอกอย่างไรบ้างว่าข้อความนี้มีเจตนาจะให้คนอื่น ๆ รับรู้ด้วย นอกเหนือจากทิตัสและคริสเตียนบนเกาะครีต?

ทิตัส 2:11–13 นำเสนอหัวใจของจดหมายที่เปาโลเขียนถึงทิตัส อัครทูตเปาโลได้เน้นย้ำไปแล้วถึงจุดประสงค์ตามอำนาจสูงสุดของพระเจ้า ในการทรงเรียกพวกผู้ปกครองมาเป็นผู้นำ (1:5) และในการบัญชาประชากรของพระองค์ให้ดำเนินชีวิตอย่างชอบธรรม (2:1–10) พระประสงค์นั้นคือเพื่อให้มีพยานที่จะทำให้แผนการและพระประสงค์แห่งความรอดของพระเจ้าบรรลุผลสำเร็จ เช่นเคยอัครทูตเปาโลนึกถึงผู้ฟังกลุ่มใหญ่กว่านั้น ข่าวประเสริฐมีขอบเขตที่เป็นสากล และในที่นี้เปาโลได้สรุปแผนการช่วยให้รอดของพระเจ้าออกเป็นความจริงสามประการ คือ (1) ความรอดจากโทษทัณฑ์ของบาป (ข้อ 11) (2) ความรอดจากอำนาจของบาป (ข้อ 12) และ (3) ความรอดจากการมีอยู่ของบาป (ข้อ 13)

เมื่อเปาโลบรรยายถึง “พระคุณของพระเจ้าปรากฏแล้วเพื่อช่วยทุกคนให้รอด” (ข้อ 11) เขาไม่เพียงกล่าวถึงคุณสมบัติของพระคุณในแง่สิ่งที่มาจากพระเจ้าเท่านั้น แต่เขายังกล่าวถึงพระเยซูคริสต์ พระคุณที่บังเกิดเป็นมนุษย์ ซึ่งเป็นผู้ที่พระเจ้าประทานมาโดยพระคุณอย่างสูงที่สุด แก่มนุษยชาติที่ล้มลงในความบาป (ดู ยอห์น 1:14) สำหรับคำว่า “ทุกคน” (ข้อ 11) แม้จะมีความพยายามทำให้คำนี้กลายเป็นข้อความยืนยันแนวคิดเรื่องความรอดสากล แต่คำนี้ก็ไม่ได้ให้การสนับสนุนความเข้าใจผิดนั้น คำว่า “มนุษยชาติ” ถูกแปลว่า “มนุษย์” ใน 3:4 เพื่อหมายถึงมนุษย์โดยทั่วไป เป็นคำบอกประเภท แต่ไม่ได้หมายถึงทุก ๆ คน พระเยซูคริสต์ได้ถวายเครื่องบูชาที่เพียงพอ เพื่อครอบคลุมบาปของทุกคนที่เชื่อ (ดู ยอห์น 3:16–18; 1 ทิโมธี 2:5–6; 4:10; 1 ยอห์น 2:2) ถ้อยคำขึ้นต้นในจดหมายถึงทิตัสแสดงให้เห็นชัดเจนว่าความรอดจะบรรลุผลผ่านทาง “ความเชื่อของคนที่พระเจ้าทรงเลือก” เท่านั้น (1:1) เปาโลตระหนักดีว่าข่าวประเสริฐมีผลเกี่ยวพันเป็นสากล แต่จากมวลมนุษย์ทั้งหมด

เฉพาะผู้ที่เชื่อเท่านั้นที่จะได้รับความรอด (ดู ยอห์น 1:12; 3:16; 5:24,38,40; 6:40; 10:9; โรม 10:9–17)

2. ทิตัส 3:1–11 ให้เหตุผลสนับสนุนคุณค่าของการประกาศข่าวประเสริฐไว้อย่างไร?

ตลอดจดหมายฉบับนี้ เปาโลกล่าวไว้อย่างชัดเจนว่าทิตัสมีบทบาทที่ใหญ่กว่าเพียงแค่การดูแลรักษาคริสตจักรที่มีอยู่แล้วบนเกาะครีต จุดประสงค์ของเปาโลคือการประกาศข่าวประเสริฐ เขาต้องการให้งานของทิตัสนำคนมาสู่ความเชื่อในพระคริสต์มากขึ้น และเพื่อให้สิ่งนี้เกิดขึ้น คำสั่งของเปาโลจึงมุ่งเน้นที่การเตรียมคริสตจักรต่าง ๆ บนเกาะครีตให้สามารถประกาศข่าวประเสริฐได้อย่างมีประสิทธิภาพ แม้แต่มาตรฐานสำหรับผู้นำที่เปาโลระบุไว้ ก็ต้องการผู้นำที่อยู่ในทางของพระเจ้า ซึ่งไม่เพียงแค่เลี้ยงดูผู้เชื่อที่อยู่ในความดูแลของพวกเขาเท่านั้น (1:5–9) แต่ยังต้องเตรียมคริสเตียนเหล่านั้นให้สามารถประกาศกับเพื่อนบ้านที่นับถือศาสนาอื่นด้วย แบบแผนที่เปาโลใช้อย่างคงเส้นคงวานั้นได้รับการบรรยายไว้อย่างดีที่สุดใน 2 ทิโมธี 2:2

คำกล่าวปิดท้ายของเปาโลกำชับทิตัสให้ย้ำเตือนผู้เชื่อที่อยู่ในความดูแลของเขาเรื่อง (1) ความสำคัญของการมีทัศนคติที่ดีต่อผู้ปกครองบ้านเมืองที่ยังไม่ได้รับความรอด (3:1) และต่อผู้คนทั่วไป (3:2) (2) สถานะเดิมของพวกเขาในฐานะผู้ไม่เชื่อที่หลงทางอยู่ในความบาป (3:3) (3) ความรอดที่พระเจ้าทรงกรุณาพวกเขาผ่านทางพระเยซูคริสต์ (3:4–7) (4) คำพยานอันชอบธรรมของพวกเขาต่อโลกที่ยังไม่ได้รับความรอด (3:8) และ (5) ความรับผิดชอบของพวกเขาในการต่อต้านผู้สอนเท็จ และสมาชิกที่สร้างความแตกแยกภายในคริสตจักร (3:9–11) เรื่องทั้งหมดนี้มีความสำคัญต่อการประกาศข่าวประเสริฐที่มีประสิทธิภาพ คำพยานที่ถ่อมใจและมีความเห็นอกเห็นใจโดยกลุ่มผู้เชื่อที่เป็นระเบียบเรียบร้อย จะเป็นถ้อยคำแห่งข่าวประเสริฐที่มีพลังดึงดูดความสนใจมากที่สุด

ศึกษาทิตัสแบบรวบรัด

1. ขณะที่คุณศึกษาทิตัส ให้คุณทบทวนว่าเกาะครีตอยู่ที่ไหน
2. ให้คุณเปรียบเทียบทิตัสกับ 1 ทิโมธี คุณสังเกตเห็นจุดคล้ายคลึงกันจุดไหนบ้างระหว่างจดหมายสองฉบับนี้?

3. เปาโลสรุปข่าวประเสริฐให้ทิตัสอย่างไร?
4. บทบาทผู้นำหลัก ๆ ของคริสตจักรตามแนวทางที่เปาโลให้ไว้กับทิตัสมีอะไรบ้าง?
5. เปาโลเห็นว่าลักษณะของผู้นำคริสตจักรมีความสำคัญมากน้อยแค่ไหน?
6. คุณเป็นตัวแทนของคริสเตียนกลุ่มใด และคุณจริงจังกับความรับผิดชอบนั้นมากแค่ไหน?

ฟีเลโมน

ค ว า ม เ ส ม อ ภ า ค ฝ่ า ย จิ ต วิ ญ ญ า ณ
แ ล ะ ก า ร ใ ห้ อ ภั ย อ ย่ า ง แ ท้ จ ริ ง

เปาโลเขียนจดหมายรับรองให้แก่ทาสที่หลบหนี

ฟีเลโมนมีทาสคนหนึ่งที่หลบหนีไป แต่ในที่สุดโอเนสิมัสทาสของเขาได้พบกับอัครทูตเปาโลและกลายเป็นคริสเตียน เปาโลส่งโอเนสิมัสกลับไปหาฟีเลโมนพร้อมกับจดหมายอธิบายฉบับนี้ จดหมายฉบับนี้ให้มุมมองที่ลึกซึ้งเกี่ยวกับความเป็นจริงของการมีทาสในโลกยุคโบราณ และแสดงให้เห็นว่าพระคริสต์ทรงยกระดับคุณค่าของทาสจากการเป็นทรัพย์สินมาเป็น "พี่น้องที่รัก" ได้อย่างไร (ข้อ 16)

ผู้เขียนและปีที่เขียน

เขียนโดยเปาโลระหว่างถูกจำคุก ประมาณปี ค.ศ. 60 ถึง 62

จดหมายถึงฟีเลโมนฉบับนี้ พร้อมด้วยจดหมายฝากถึงชาวเอเฟซัส ฟีลิปปี และโคโลสี ได้รวมกันเป็นกลุ่มจดหมายที่เรียกว่าจดหมายฝากจากเรือนจำ (สำหรับข้อมูลเพิ่มเติมเรื่องนี้ โปรดดูส่วน **คำถามที่พบบ่อย** "จดหมายฝากจากเรือนจำคืออะไร" ในหน้า 379) สถานะผู้เขียนของเปาโลนั้นเห็นได้จากหลักฐานภายในจดหมายฉบับนี้ (ข้อ 1,9,19) รวมถึงคำพยานยืนยันของปิตาจารย์แห่งคริสตจักรยุคแรก ๆ (เจอโรม คริสซอสโตม และ ธีโอดอร์แห่งมอปซูเอสเทีย) และเอกสารมูราโทเรียนแคนอน (ประมาณปี ค.ศ. 170) สำหรับข้อมูลชีวประวัติของเปาโล โปรดดูเนื้อหาส่วน **คำถามที่พบบ่อย** "เปาโลคือใคร" (ในบทที่อธิบายพระธรรมโรม)

บุคคลสำคัญในฟีเลโมน

เปาโล—เขียนจดหมายเพื่อขอให้ฟีเลโมนให้อภัยและยอมรับโอเนสิมัสในฐานะพี่น้อง (ข้อ 1–25)

ฟีเลโมน—สมาชิกคนสำคัญของคริสตจักรที่เมืองโคโลสี อดีตเจ้านายของโอเนสิมัส (ข้อ 1–25)

โอเนสิมัส—ทาสหลบหนีของฟีเลโมน มาเป็นคริสเตียนหลังจากพบกับเปาโลใน กรุงโรม (ข้อ 10–22)

ภูมิหลังและสถานที่

ฟีเลโมนเป็นสมาชิกคนสำคัญของคริสตจักรโคโลสี เขาได้รับความรอดผ่านทางพันธกิจของเปาโล อาจจะที่เมืองเอเฟซัส (ข้อ 19) ฟีเลโมนร่ำรวยพอที่จะมีบ้านหลังใหญ่ (ข้อ 2) นอกจากนั้นยังมีทาสอย่างน้อยหนึ่งคน คือชายชื่อโอเนสิมัส

โอเนสิมัสยังไม่เป็นผู้เชื่อตอนที่เขาขโมยเงิน (ข้อ 18) จากฟีเลโมนแล้วหนีไป เช่นเดียวกับทาสอื่น ๆ อีกหลายพันคนที่หลบหนี โอเนสิมัสก็หนีไปกรุงโรม เพื่อพยายามจะแฝงตัวไปกับประชากรอันคับคั่งในเมืองหลวง แต่เพราะสถานการณ์หลายอย่างที่ไม่ได้บันทึกไว้ในพระคัมภีร์ โอเนสิมัสได้พบกับเปาโลในกรุงโรมและมาเป็นคริสเตียน

อัครทูตผู้นี้เริ่มรักทาสหลบหนีคนนี้มากขึ้นเรื่อย ๆ (ข้อ 12,16) และคิดที่จะให้โอเนสิมัสอยู่กับเขาในกรุงโรมต่อไป (ข้อ 11,13) แต่เนื่องจากโอเนสิมัสขโมยและหลบหนีมาจากฟีเลโมน เขาได้ละเมิดกฎหมายโรมัน และฉ้อโกงเจ้านายของเขา เปาโลรู้ว่าปัญหาเหล่านี้ต้องได้รับการแก้ไข และเขาตัดสินใจส่งโอเนสิมัสกลับไปที่โคโลสี เป็นเรื่องอันตรายเกินไปที่โอเนสิมัสจะเดินทางตามลำพัง (เพราะอันตรายจากคนจับทาส) เปาโลจึงส่งเขากลับไปพร้อมกับทีคิกัส พวกเขาทั้งสองนำจดหมายของเปาโลไปให้ฟีเลโมนและคริสตจักรที่เมืองโคโลสี (โคโลสี 4:7–9) จดหมายฝากอันงดงามที่เปาโลเขียนถึงฟีเลโมนได้กระตุ้นให้นายทาสคนนี้ให้อภัยทาส และต้อนรับเขากลับไปรับใช้ในฐานะพี่น้องในพระคริสต์ (ข้อ 15–17)

หลักคำสอนสำคัญในฟีเลโมน

การให้อภัย—พระคริสต์ประทานตัวอย่างที่สมบูรณ์แบบของการให้อภัย (ข้อ 16–17 ; มัทธิว 6:12–15; 18:21–35; เอเฟซัส 4:32; โคโลสี 3:13)

ความเสมอภาค—ความเชื่อคริสเตียนค่อย ๆ ทำลายความชั่วร้ายของระบบทาส โดยการเปลี่ยนใจทั้งทาสและเจ้านาย และเน้นย้ำถึงความเสมอภาคฝ่ายจิตวิญญาณของเจ้านายและทาส (ข้อ 16; มัทธิว 20:1–16; มาระโก 10:31; กาลาเทีย 3:28; เอเฟซัส 6:9; โคโลสี 4:1; 1 ทิโมธี 6:1–2)

พระลักษณะของพระเจ้าในฟีเลโมน

พระเจ้าทรงให้อภัย—ข้อ 16–17

พระเจ้าทรงไม่เลือกปฏิบัติ—ข้อ 16

พระคริสต์ในฟีเลโมน

ความสัมพันธ์ระหว่างเปาโล โอเนสิมัส และฟีเลโมนแสดงให้เห็นตัวอย่างที่สวยงามของการที่พระคริสต์ทรงเป็นคนกลางระหว่างพระบิดากับมนุษยชาติ เปาโลสมัครใจยอมรับโทษของโอเนสิมัสเพื่อรื้อฟื้นความสัมพันธ์ระหว่างโอเนสิมัสกับฟีเลโมน อดีตเจ้านายของเขา การที่เปาโลกระทำการเพื่อให้มีการอภัยยังแสดงให้เห็นถึงความเข้มแข็งที่พระเจ้าประทานแก่คริสเตียน เพื่อคริสเตียนจะแสดงความเห็นอกเห็นใจและความเมตตา

สรุปเนื้อหาโดยย่อ

I. คำทักทาย (1–3)

II. อุปนิสัยของผู้ที่ให้อภัย (4–7)

III. การกระทำของผู้ที่ให้อภัย (8–18)

IV. แรงจูงใจของผู้ที่ให้อภัย (19–25)

ขณะเดียวกัน ในพื้นที่ส่วนอื่น ๆ ของโลก . . .

ชาวโรมันเริ่มผลิตทองเหลือง และพัฒนาระบบการสกัดทองคำจากแร่

คำถามที่พบบ่อย

1. โอเนสิมัสคือใคร และทำไมเปาโลจึงเขียนจดหมายถึงฟีเลโมนเกี่ยวกับเขา?

โอเนสิมัสเป็นทาสของฟีเลโมน ซึ่งเป็นสมาชิกคนสำคัญของคริสตจักรที่โคโลสี หลังจากโอเนสิมัสหนีมาจากฟีเลโมน เขาได้พบกับเปาโลด้วยความบังเอิญอันน่ายินดีที่พระเจ้าทรงนำให้เกิดขึ้น เวลานั้นโอเนสิมัสเป็นผู้ฝ่าฝืนกฎหมายสอง

กระทง กำลังหลบหนีในฐานะขโมยและทาสที่หนีจากเจ้านาย หลังจากได้พบเปาโลไม่นาน โอเนสิมัสก็มาเป็นคริสเตียน

แม้ว่าโอเนสิมัสได้ให้การปรนนิบัติที่เป็นประโยชน์แก่เปาโล แต่อัครทูตผู้นี้ตัดสินใจส่งเขากลับไปหาฟีเลโมน เขาส่งทีคิกัสไปเป็นเพื่อนโอเนสิมัส พร้อมด้วยจดหมายแนะนำส่วนตัวเพื่อให้คำอธิบายแก่ฟีเลโมน ชาวโคโลสีผู้มั่งมีคนนี้เป็นหนี้เปาโลอย่างมาก เพราะเปาโลเป็นผู้ส่งข่าวที่นำข่าวประเสริฐมาให้เขา เปาโลไม่ลังเลที่จะพูดถึงหนี้นั้น เพื่อกระตุ้นให้ฟีเลโมนตระหนักถึงความสำคัญของการต้อนรับและให้อภัยทาสพเนจรของเขา

จดหมายที่เปาโลเขียนถึงฟีเลโมนให้ภาพสั้น ๆ แต่ลึกซึ้งเกี่ยวกับการจัดการเรื่องทาสในพระคัมภีร์ใหม่ แทนที่จะโจมตีการปฏิบัติอันเลวร้ายนี้ตรง ๆ ความเชื่อคริสเตียนได้ปลดอาวุธระบบเก่าแก่นี้จากภายใน ด้วยการเปลี่ยนแปลงความสัมพันธ์ระหว่างทาสกับนายทาสแบบถอนรากถอนโคน สำหรับข้อมูลเพิ่มเติมเกี่ยวกับเรื่องนี้ ขอให้ดูคำอธิบายช่วงแรกที่แนะนำให้รู้จักจดหมายฉบับนี้

2. เปาโลเข้ามาแทรกแซงฟีเลโมน ในลักษณะที่เป็นตัวแทนของโอเนสิมัสได้อย่างไร?

เปาโลแนะนำโอเนสิมัสผู้เป็นทาสให้ฟีเลโมนผู้เป็นเจ้านายรู้จักอีกครั้ง ในฐานะลูกชายในความเชื่อของเขา (ข้อ 10) เปาโลนำทาสคนนี้มาหาพระคริสต์ระหว่างที่ถูกจำคุกอยู่ในกรุงโรม เนื่องจากโอเนสิมัสเป็นชื่อทาสทั่ว ๆ ไปที่มีความหมายว่า “มีประโยชน์” เปาโลจึงเล่นคำเพื่อเชิดชูชีวิตใหม่ของโอเนสิมัสในพระคริสต์ โดยหลัก ๆ แล้วคำบรรยายของเปาโล (ข้อ 11) แปลว่า “มีประโยชน์ เมื่อก่อนไม่มีประโยชน์ แต่เดี๋ยวนี้มีประโยชน์จริง ๆ” โอเนสิมัสได้รับการเปลี่ยนแปลงแบบถอนรากถอนโคนโดยพระคุณของพระเจ้า

แม้ว่าเปาโลไม่ได้ท้าทายสถานะทางกฎหมายที่มีอยู่เดิมของโอเนสิมัส ซึ่งมีฐานะเป็นทาสของฟีเลโมน (ข้อ 16) แต่เขาท้าทายฟีเลโมนให้มีความสัมพันธ์ใหม่กับโอเนสิมัส เปาโลไม่ได้เรียกร้องให้ปล่อยทาสคนนี้เป็นอิสระ (1 โครินธ์ 7:20–22) แต่เรียกร้องให้เจ้านายรับทาสของเขาในฐานะพี่น้องผู้เชื่อในพระคริสต์ (ดูเอเฟซัส 6:9; โคโลสี 4:1; 1 ทิโมธี 6:2) เปาโลไม่ได้พยายามยกเลิกระบบทาส แต่เขาพยายามทำให้ความสัมพันธ์ภายในระบบเก่าแก่นี้ยุติธรรมและมีความกรุณา นายทาสและ

ทาสจะต้องมีความเป็นหนึ่งเดียวกันฝ่ายจิตวิญญาณและมีการสามัคคีธรรมฝ่ายจิตวิญญาณในขณะที่พวกเขานมัสการและรับใช้พระเจ้าร่วมกัน

เปาโลยังตระหนักด้วยว่าการให้อภัยของฟีเลโมนจะมีราคาที่ต้องชดใช้ การขโมยในตอนแรกรวมทั้งความสูญเสียเนื่องจากโอเนสิมัสไม่อยู่ ล้วนเป็นข้อกังวลที่มีเหตุผล ซึ่งเปาโลก็เต็มใจจะแก้ไข หากฟีเลโมนรู้สึกว่าจำเป็นต้องมีการชดใช้ เปาโลก็ประกาศว่าเขาจะชดใช้หนี้ของโอเนสิมัสให้ นอกจากนี้ เขายังบอกเป็นนัยอย่างนุ่มนวลว่า ฟีเลโมนอาจพิจารณาสิ่งที่เขาเป็นหนี้เปาโล ในขณะที่เขากำลังคำนวณความสูญเสียของเขา

ศึกษาฟีเลโมนแบบรวบรัด

1. เปาโลจัดการปัญหาเรื่องทาสอย่างไรในการเขียนจดหมายถึงฟีเลโมน?
2. เปาโลหนุนใจให้ฟีเลโมนให้อภัยโอเนสิมัสโดยอาศัยหลักการอะไรบ้าง?
3. จดหมายของเปาโลมีน้ำเสียงอย่างไร?
4. คุณจะแก้ไขความตึงเครียดระหว่างโอเนสิมัส ฟีเลโมน และเปาโล ในลักษณะที่ทำให้ทุกคนพึงพอใจได้อย่างไร?

ฮีบรู

พระคริสต์ทรงเป็นมหาปุโรหิตของเรา

ฮีบรูนำความมั่งคั่งจากภูมิหลังของพระคัมภีร์เดิม
มาสู่โลกของคริสตจักรในพระคัมภีร์ใหม่

เดิมทีพระธรรมทั้ง 39 เล่มในพระคัมภีร์เดิมถูกมอบให้ชาวยิว ในพระคัมภีร์ใหม่มีพระธรรมเพียงเล่มเดียวที่มุ่งตอบสนองความต้องการของพวกเขาโดยเฉพาะ จดหมายฝากฉบับเดียวนั้นคือพระธรรมฮีบรู แน่นอนนี่ไม่ได้หมายความว่าพระเจ้าทรงลืมชาวยิวไปแล้ว พระธรรมเล่มอื่น ๆ เช่น มัทธิว โรม และกาลาเทีย ก็คำนึงถึงผู้เชื่อที่เป็นชาวยิวอยู่มากพอสมควร และพระธรรมทั้งหมดในพระคัมภีร์ใหม่ยกเว้นลูกาและกิจการ ก็ประทานมาโดยการดลใจของพระวิญญาณบริสุทธิ์ผ่านทางชาวยิว

ผู้เขียนและปีที่เขียน

เขียนโดยผู้เขียนนิรนาม ประมาณปี ค.ศ. 67 ถึง 69

ไม่เป็นที่ทราบว่าใครเขียนพระธรรมฮีบรู นักวิชาการหลายคนเสนอชื่อเปาโล บารนาบัส สิลาส อปอลโล ลูกา ฟีลิป ปริสสิลลา อาควิลลา และเคลเมนต์แห่งโรม อย่างไรก็ตาม ประวัติศาสตร์ การใช้คำศัพท์ สำนวนการเขียน และลักษณะทางวรรณกรรมหลายอย่างของจดหมายฝากฉบับนี้ไม่ได้ให้การสนับสนุนที่ชัดเจนแก่คำกล่าวอ้างใด ๆ ในเรื่องใครเป็นผู้เขียน สิ่งที่มีนัยสำคัญคือผู้เขียนบอกว่าตนเองเป็นหนึ่งในคนเหล่านั้นที่ได้ฟังการรับรองถ้อยคำของพระคริสต์จากผู้อื่น (2:3) นั่นดูเหมือนจะตัดคนอย่างเปาโลที่ยืนยันว่าเขาได้รับการรับรองเช่นนั้นจากพระเจ้าโดยตรง ไม่ใช่จากมนุษย์คนใด (กาลาเทีย 1:12) ไม่ว่าเขาจะเป็นใครก็ตาม ผู้เขียนคนนี้ชอบยกข้อพระคัมภีร์เดิมจากพระคัมภีร์เดิมฉบับแปลเป็นภาษากรีก (LXX) มากกว่าจากข้อความภาษาฮีบรู

แม้แต่คริสตจักรยุคแรกก็ยังแสดงความคิดเห็นแตกต่างกันหลายแบบเกี่ยวกับผู้เขียนพระธรรมฮีบรู แวดวงวิชาการปัจจุบันยอมรับว่าปริศนานี้ยังไม่มีคำตอบ ดังนั้น

ดูเหมือนจะเป็นการดีที่สุดที่จะยอมรับว่าเราไม่ทราบชื่อผู้เขียนจดหมายฝากฉบับนี้ แต่แน่นอนว่าผู้เขียนสูงสุดก็คือพระวิญญาณบริสุทธิ์

บุคคลสำคัญในฮีบรู

อาเบล—บุตรชายของอาดัมและเอวา ถวายเครื่องบูชาซึ่งพระเจ้าพอพระทัยมากกว่าการถวายเครื่องบูชาของพี่ชายเขา (11:4; 12:24)

เอโนค—ดำเนินชีวิตที่มีการสามัคคีธรรมใกล้ชิดกับพระเจ้า ถูกรับขึ้นสู่สวรรค์โดยที่ไม่ตาย (11:5)

โนอาห์—เชื่อฟังพระเจ้าและต่อเรือใหญ่ (11:7)

อับราฮัม—ติดตามพระเจ้าเพื่อจะกลายเป็นบิดาของชนชาติยิว (2:16; 6:13–11:19)

ซาราห์—ไว้วางใจพระเจ้าว่าพระองค์จะประทานบุตรแก่เธอในวัยชรา (11:11)

อิสอัค—บุตรชายของอับราฮัมและซาราห์ อวยพรบุตรชายของเขา คือยาโคบและเอซาว ตามพระประสงค์ของพระเจ้า (11:9–20)

ยาโคบ—บุตรชายของอิสอัค อวยพรและรับบุตรชายของโยเซฟเป็นบุตรบุญธรรมก่อนเขาเสียชีวิต (11:9,20–21)

โยเซฟ—เชื่อว่าพระเจ้าจะทรงปลดปล่อยชนชาติอิสราเอลออกจากอียิปต์ (11:22)

โมเสส—รับใช้พระเจ้าอย่างกล้าหาญ และนำอิสราเอลออกจากอียิปต์ (3:2–16; 7:14–12:25)

ราหับ—เชื่อฟังพระเจ้าด้วยการให้ที่หลบซ่อนแก่คนสอดแนมชาวอิสราเอลในบ้านของเธอ (11:31)

บรรดาคนที่มีความเชื่อในพระคัมภีร์เดิม—สามารถสร้างวีรกรรมอันยิ่งใหญ่เพื่อพระเจ้า แต่ก็ถูกข่มเหงอย่างหนักหนาสาหัสเช่นกัน (11:32–40)

ภูมิหลังและสถานที่

การใช้พระคัมภีร์เดิมเยอะมาก การเน้นเรื่องระบบปุโรหิตของคนเลวีและการถวายเครื่องบูชา รวมทั้งการไม่กล่าวถึงคนต่างชาติ สิ่งเหล่านี้สนับสนุนข้อสรุปที่ว่าชุมชนชาวฮีบรูแห่งหนึ่งเป็นผู้รับดั้งเดิมของจดหมายฝากฉบับนี้ แม้ว่าโดยหลัก ๆ แล้วชาวยิวเหล่านี้เป็นผู้ที่มาเชื่อในพระคริสต์ แต่อาจมีผู้ไม่เชื่อจำนวนหนึ่งอยู่ท่ามกลางพวกเขา ซึ่งสนใจถ้อยคำแห่งความรอดมากบ้างน้อยบ้าง แต่ยังไม่ได้อุทิศตัวเต็มที่ต่อความเชื่อในพระคริสต์

เนื้อหาของจดหมายฝากฉบับนี้กล่าวชัดเจนว่า ชุมชนชาวฮีบรูแห่งนี้กำลังเผชิญกับความเป็นไปได้ที่การข่มเหงจะรุนแรงขึ้น (10:32–39; 12:4) ภายใต้แรงกดดันนี้ ชาวฮีบรูเหล่านี้ถูกล่อลวงให้ละทิ้งการสำแดงตนอยู่ฝ่ายเดียวกับพระคริสต์ พวกเขาอาจคิดที่จะลดระดับพระคริสต์จากพระบุตรของพระเจ้าลงมาเป็นเพียงทูตสวรรค์ แน่นอนว่าคนอื่น ๆ ได้ทำแบบนั้นไปแล้ว ความเบี่ยงเบนของหลักคำสอนในลักษณะนี้สามารถอธิบายเหตุผลที่พระธรรมฮีบรูเน้นย้ำว่าพระคริสต์ทรงมีสถานะสูงส่งกว่าทูตสวรรค์

หลักคำสอนสำคัญในฮีบรู

พันธสัญญาใหม่—บัดนี้ผู้เชื่อทุกคนสามารถเข้าเฝ้าพระเจ้าได้โดยตรง และสามารถเข้าใกล้พระบัลลังก์ของพระเจ้าได้โดยไม่ต้องกลัว (4:16; 6:19–20; 9:8; 10:19–22; เฉลยธรรมบัญญัติ 4:7; สดุดี 65:4; ยอห์น 10:7,9; 14:6; โรม 5:2; เอเฟซัส 2:18; 3:12; โคโลสี 1:21–22; 1 เปโตร 3:18)

พระคริสต์ในฐานะมหาปุโรหิต—(3:1–2; 4:14; 5:5–11; 6:20; 7:15–17,26; 9:11; เศคาริยาห์ 6:13; สดุดี 110:4)

พระลักษณะของพระเจ้าในฮีบรู

พระเจ้าทรงเป็นผู้ที่มนุษย์เข้าถึงได้—4:16; 7:25; 9:6–15; 10:19–22; 11:16

พระเจ้าทรงเป็นเพลิงที่เผาผลาญ—12:29

พระเจ้าทรงเปี่ยมด้วยสง่าราศี—1:3

พระเจ้าทรงรัก—12:6

พระเจ้าทรงรักษาพระสัญญา—4:1; 6:12,15,17; 8:6,10,12; 10:23,36; 11:9,11,33

พระเจ้าทรงมีพระพิโรธ—3:17–19; 10:26–27

พระคริสต์ในฮีบรู

พระธรรมเล่มนี้มุ่งไปที่ผู้อ่านชาวยิว และเป็นงานเขียนที่เทียบให้เห็นความแตกต่าง ผู้เชื่อชาวยิวเหล่านี้กำลังตกอยู่ในความเสี่ยงที่จะหวนกลับไปสู่พิธีกรรมตามธรรมบัญญัติ แต่พระธรรมฮีบรูกระตุ้นให้ผู้อ่านระลึกถึงการที่พระเจ้าทรงจัดเตรียมให้มีปุโรหิตและเครื่องบูชาที่สมบูรณ์แบบในพระคริสต์ เพื่อปลดปล่อยผู้ที่อยู่ใต้ธรรมบัญญัติ พระธรรมฮีบรูแสดงให้เห็นว่าพระคริสต์ทรงเป็นเครื่องบูชาที่สมบูรณ์แบบ

เหนือกว่าเครื่องบูชาที่ไม่เพียงพอของชาวยิว (9:9,12–15) นอกจากนี้ พระคริสต์ยังทรงเหนือกว่าในฐานะมหาปุโรหิต ผู้เผยพระวจนะ และกษัตริย์ เหนือกว่าทุกคนที่มาก่อนพระองค์ (4:14–16; 12:1–2)

คำศัพท์สำคัญในฮีบรู

พันธสัญญา: คำภาษากรีกคือ *ดีอาเธเค*—8:6,8–10; 9:4; 10:16,29; 12:24—มีความหมายตามตัวอักษรว่า "ข้อตกลง" "พินัยกรรม" หรือ "พันธสัญญา" ใน 9:15–20 ผู้เขียนพระธรรมฮีบรูอธิบายว่าทำไมพันธสัญญาใหม่ (8:7) จึงทำให้พันธสัญญาแรกซึ่งกระทำที่ภูเขาซีนายสำเร็จครบถ้วน ผู้เขียนใช้คำว่า *ดีอาเธเค* ตลอดเนื้อหาตอนนั้นเพื่อเปรียบเทียบกับ "พินัยกรรม" เนื้อหาในพินัยกรรมมีผลเมื่อบุคคลเสียชีวิตฉันใด การสิ้นพระชนม์ของพระคริสต์ก็ได้เริ่มพันธสัญญาใหม่ที่ช่วยปลดปล่อยเราให้เป็นอิสระจากการถูกผูกมัดไว้กับพันธสัญญาแรกฉันนั้น

คนกลาง: คำภาษากรีกคือ *เมซีเทส*—8:6; 9:15; 12:24—มีความหมายตามตัวอักษรว่า "คนกลาง" หรือ "ผู้ไกล่เกลี่ย" เปาโลกล่าวว่าโมเสสมีบทบาทเป็นคนกลางของพันธสัญญาที่ภูเขาซีนาย โมเสสทำหน้าที่เป็นผู้เชื่อมโยงการสื่อสารระหว่างพระเจ้ากับคนอิสราเอล เขาแจ้งให้คนอิสราเอลทราบถึงพันธะหน้าที่ตามพันธสัญญาซึ่งพวกเขาจะต้องกระทำ และเขายังวิงวอนพระเจ้าในนามของอิสราเอลด้วย (ดู กาลาเทีย 3:19–20) พระเยซูก็ทรงทำพระราชกิจในตำแหน่งเดียวกัน พระองค์ทรงเป็นคนกลางแห่งพันธสัญญาใหม่ พระองค์ทรงทำให้พันธสัญญานี้เริ่มมีผลบังคับใช้ โดยการสละพระองค์เองเป็นเครื่องบูชาบนไม้กางเขน เวลานี้พระองค์ประทับที่เบื้องขวาพระหัตถ์ของพระบิดาและวิงวอนเพื่อเรา (7:25)

การไถ่: คำภาษากรีกคือ *อโปลูโทรสิส*—9:15—มีความหมายตามตัวอักษรว่า "การไถ่" เมื่อผู้เขียนพระคัมภีร์ใหม่ใช้คำนี้และคำที่เกี่ยวข้องคือ *ลูโทรสิส* สองคำนี้จะหมายถึงการไถ่ คำว่า*การไถ่*สะท้อนถึงการกระทำที่ทำให้เป็นอิสระ ปล่อย หรือซื้อคืนโดยการจ่ายค่าไถ่ ราคาค่าไถ่สำหรับความบาปของมนุษยชาติคือความตาย แต่พระคริสต์ทรงจ่ายค่าไถ่นี้โดยการสละพระองค์เองเป็นเครื่องบูชา (1 เปโตร 1:18–19) และด้วยเหตุนี้พระองค์จึงปลดปล่อยเราจากการเป็นทาสของความบาป เพื่อนำเรากลับเข้าสู่ครอบครัวของพระเจ้า (กาลาเทีย 3:13; 4:5)

สรุปเนื้อหาโดยย่อ

I. ตำแหน่งของพระเยซูคริสต์สูงส่งกว่า (1:1–4:13)
  - ก. พระนามที่ประเสริฐกว่า (1:1–3)
  - ข. ทรงประเสริฐกว่าทูตสวรรค์ (1:4–2:18)
  - ค. ทรงประเสริฐกว่าโมเสส (3:1–19)
  - ง. การหยุดพักที่ประเสริฐกว่า (4:1–13)

II. ฐานะปุโรหิตของพระเยซูคริสต์สูงส่งกว่า (4:14–7:28)
   ก. พระคริสต์ในฐานะมหาปุโรหิต (4:14–5:10)
   ข. คำกำชับให้ยึดมั่นในพระคริสต์อย่างเต็มที่ (5:11–6:20)
   ค. ฐานะปุโรหิตของพระคริสต์เหมือนของเมลคีเซเดค (7:1–28)
III. พระราชกิจการเป็นปุโรหิตของพระเยซูคริสต์สูงส่งกว่า (8:1–10:18)
   ก. โดยพันธสัญญาที่ประเสริฐกว่า (8:1–13)
   ข. ในสถานนมัสการที่ประเสริฐกว่า (9:1–12)
   ค. โดยเครื่องบูชาที่ประเสริฐกว่า (9:13–10:18)
IV. สิทธิพิเศษของผู้เชื่อสูงส่งกว่า (10:19–12:29)
   ก. ความเชื่อที่นำสู่ความรอด (10:19–25)
   ข. ความเชื่อปลอม (10:26–39)
   ค. ความเชื่อแท้ (11:1–3)
   ง. วีรชนแห่งความเชื่อ (11:4–40)
   จ. ความเชื่อที่พากเพียรบากบั่น (12:1–29)
V. ความประพฤติของคริสเตียนสูงส่งกว่า (13:1–21)
   ก. ในความสัมพันธ์กับผู้อื่น (13:1–3)
   ข. ในความสัมพันธ์กับพวกเราเอง (13:4–9)
   ค. ในความสัมพันธ์กับพระเจ้า (13:10–21)
VI. คำลงท้าย (13:22–25)

ขณะเดียวกัน ในพื้นที่ส่วนอื่น ๆ ของโลก . . .

ในแอฟริกาตะวันออก ศิลปะเครื่องปั้นดินเผาซึ่งพัฒนาขึ้นในแทนซาเนียและเคนยา โยกย้ายไปยังโมซัมบิก

คำถามที่พบบ่อย

1. พระธรรมเล่มนี้เขียนเพื่อส่งถึงชาวฮีบรูกลุ่มไหน?

ถึงแม้จะไม่ทราบชื่อผู้เขียนและผู้รับดั้งเดิมของจดหมายฉบับนี้ แต่ชื่อพระธรรมเล่มนี้ ซึ่งระบุเวลาได้ว่ามีการเรียกชื่อนี้มาเนิ่นนานตั้งแต่คริสตศตวรรษที่ 2 คือชื่อ

"ถึงชาวฮีบรู" ชื่อนี้เข้ากับเนื้อหาอย่างแน่นอน จดหมายฝากฉบับนี้เต็มไปด้วยวิธีคิดแบบยิว มีการกล่าวถึงประวัติศาสตร์และศาสนาของชาวฮีบรูอยู่มากมาย และเนื่องจากไม่มีวิถีปฏิบัติใด ๆ ของคนต่างชาติหรือคนศาสนาอื่นที่พระธรรมเล่มนี้ให้ความสนใจ คริสตจักรจึงยังคงชื่อเก่าแก่นี้ไว้

อย่างไรก็ตาม ในการตีความพระธรรมฮีบรูอย่างถูกต้อง เราจำเป็นต้องรับรู้ว่าพระธรรมเล่มนี้พูดกับคนยิวสามกลุ่มที่แตกต่างกัน คือ

- คริสเตียนชาวฮีบรูเป็นผู้รับกลุ่มหลัก คนเหล่านี้ถูกพี่น้องชาวยิวปฏิเสธและข่มเหงมาแล้ว (10:23–34) แม้จะยังไม่มีใครพลีชีพเพื่อความเชื่อก็ตาม (12:4) พวกเขาเป็นกลุ่มผู้เชื่อที่ยังไม่เป็นผู้ใหญ่ ซึ่งถูกล่อลวงให้ยึดมั่นในพิธีกรรมและธรรมเนียมของศาสนายิว สิ่งเหล่านั้นเป็นเรื่องเชิงสัญลักษณ์และไม่มีฤทธิ์อำนาจฝ่ายจิตวิญญาณ จดหมายฉบับนี้เขียนเพื่อให้พวกเขามีกำลังใจและมีความมั่นใจในพระคริสต์ พระเมสสิยาห์และมหาปุโรหิตของพวกเขา
- ผู้ไม่เชื่อชาวยิว ซึ่งแน่ใจในข่าวประเสริฐในแง่สติปัญญา ก็เป็นกลุ่มที่จดหมายฉบับนี้เขียนถึงเช่นกัน ในทางความคิดพวกเขาเห็นด้วยกับความจริงของข่าวประเสริฐ แต่พวกเขาไม่ได้เชื่อศรัทธาในพระเยซูคริสต์ในฐานะพระผู้ช่วยให้รอดและองค์พระผู้เป็นเจ้าของพวกเขา พวกเขาถูกชักจูงในแง่สติปัญญาแต่ไม่ได้ยึดมั่นในฝ่ายจิตวิญญาณ ข้อความที่เขียนถึงผู้ไม่เชื่อเหล่านี้อยู่ในตอนต่าง ๆ เช่น 2:1–3; 6:4–6; 10:26–29; 12:15–17
- ผู้ไม่เชื่อชาวยิวที่สนใจข่าวประเสริฐและตัวตนของพระคริสต์ แต่ไม่มีความเชื่อมั่นขั้นสุดท้ายเกี่ยวกับพระองค์ ฮีบรูบทที่ 9 พูดกับคนกลุ่มนี้โดยเฉพาะ (โดยเฉพาะข้อ 11,14–15,27–28)

การไม่ยอมรับว่ามีกลุ่มต่าง ๆ เหล่านี้จะนำไปสู่การตีความที่ไม่สอดคล้องกับส่วนที่เหลือของพระคัมภีร์

2. ฮีบรู 4:14–16 สอนอะไรเกี่ยวกับการอธิษฐาน?

พระคัมภีร์ตอนนี้ให้ประโยชน์ที่เป็นเรื่องส่วนตัวมาก ๆ สองประการ ซึ่งจะเกิดขึ้นกับผู้ที่วางใจในพระเยซูพระบุตรของพระเจ้าในฐานะมหาปุโรหิตผู้ยิ่งใหญ่ ประการแรก เรามีผู้ที่สามารถ "เห็นใจในความอ่อนแอของเรา" (ข้อ 15) เพราะว่าพระองค์ "ทรงเคยถูกทดลองใจเหมือนเราทุกอย่าง ถึงกระนั้นพระองค์ก็ยังปราศจากบาป" (ข้อ 15) ประการที่สอง เรามั่นใจได้ว่าเราสามารถเข้ามาถึง "พระที่นั่งแห่ง

พระคุณ” (ข้อ 16) เพราะมีผู้ที่ทราบความต้องการของเรา คำอธิษฐานของคริสเตียนคือการยอมรับคำเชิญของพระเจ้าให้มาเข้าเฝ้าพระองค์ โดยสิทธิที่พระองค์ประทานผ่านทางพระคริสต์

การเข้าเฝ้าพระเจ้าแบบพิเศษของคริสเตียนนั้นเป็นแนวคิดที่แตกต่างจากความเชื่ออื่นมากในโลกยุคโบราณ ผู้มีอำนาจปกครองสมัยโบราณส่วนใหญ่ไม่มีใครเข้าถึงได้ นอกจากที่ปรึกษาระดับสูงสุดของพวกเขา แต่ในทางตรงกันข้าม พระวิญญาณบริสุทธิ์ทรงเรียกให้ทุกคนมาเข้าเฝ้าหน้าพระที่นั่งของพระเจ้าด้วยความมั่นใจ เพื่อรับพระเมตตาและพระคุณผ่านทางพระเยซูคริสต์ (ดู 7:25; 10:22; มัทธิว 27:51) ที่พระที่นั่งของพระเจ้านี้เองที่พระคริสต์ทรงทำการลบล้างบาป และที่นี่เองที่พระคุณได้ถูกประทานแก่ผู้เชื่อสำหรับทุกเรื่องในชีวิต (ดู 2 โครินธ์ 4:15; 9:8; 12:9; เอเฟซัส 1:7; 2:7)

3. ฮีบรู 6:4–6 เขียนถึงใคร โดยเฉพาะวลีที่บอกว่า *ได้รับความสว่างมาครั้งหนึ่งแล้ว*?

วลีที่ว่า *ได้รับความสว่างมาครั้งหนึ่งแล้ว* มักจะถูกเข้าใจว่าหมายถึงคริสเตียน แล้วคำเตือนที่มาด้วยกันก็เลยถูกเข้าใจว่า มันบ่งบอกถึงความเสี่ยงที่พวกเขาจะสูญเสียความรอด ถ้าพวกเขา “หลงไป” และ “พวกเขาเองได้ตรึงพระบุตรของพระเจ้าอีก” แต่บริบทที่อยู่ติดกันไม่มีข้อความใดกล่าวว่าพวกเขาได้รับความรอดแล้ว พวกเขาไม่ได้ถูกกล่าวถึงโดยใช้คำใด ๆ ที่ใช้กับผู้เชื่อเท่านั้น (เช่น *บริสุทธิ์ บังเกิดใหม่ ชอบธรรม* หรือ *ธรรมิกชน*)

ปัญหาการตีความนี้เกิดจากการระบุสภาพจิตวิญญาณของผู้ที่ถูกกล่าวถึงอย่างไม่ถูกต้อง ในกรณีนี้พวกเขาเป็นผู้ไม่เชื่อที่ได้รับฟังความจริงเรื่องการไถ่ของพระเจ้า และบางทีอาจได้ประกาศยืนยันความเชื่อแล้ว แต่ยังไม่ได้สำแดงความเชื่อแท้ที่นำสู่ความรอด ข้อความอีกตอนหนึ่ง (10:26) กล่าวถึงปัญหาเดียวกัน ประธานในข้อนี้คือคนที่ได้สัมผัสกับข่าวประเสริฐ แต่ไม่มีการเปลี่ยนแปลงฝ่ายจิตวิญญาณโดยข่าวประเสริฐ ผู้ละทิ้งความเชื่อเหล่านี้เป็นเพียงคริสเตียนแต่ในนาม และไม่เคยเป็นผู้เชื่อที่แท้จริง ซึ่งมักจะมีคนเข้าใจผิด ๆ ว่าพวกเขาสูญเสียความรอดเนื่องจากบาปของพวกเขา

ไม่มีความเป็นไปได้ที่ข้อพระคัมภีร์เหล่านี้จะกล่าวถึงคนที่สูญเสียความรอด พระคัมภีร์หลายตอนกล่าวไว้อย่างชัดเจนจนไม่อาจเข้าใจเป็นอื่นว่า ความรอดนั้น

เป็นนิรันดร์ (ดูตัวอย่าง ยอห์น 10:27–29; โรม 8:35,38–39; ฟีลิปปี 1:6; 1 เปโตร 1:4–5) ผู้ที่ต้องการให้พระคัมภีร์ตอนนี้หมายความว่าผู้เชื่อสามารถสูญเสียความรอดได้ จะต้องยอมรับว่าการตีความแบบนั้นย่อมหมายความเช่นกันว่า บุคคลนั้นจะไม่มีทางได้รับความรอดกลับมาอีกเลย

4. เมลคีเซเดคคือใคร และทำไมเขาจึงสำคัญมาก?

เมลคีเซเดคปรากฏตัวขึ้นแบบปุบปับและสั้น ๆ ในพระคัมภีร์เดิม แต่บทบาทพิเศษของเขาในชีวิตของอับราฮัมทำให้เขากลายเป็นบุคคลสำคัญ เขาถูกกล่าวถึงอีกครั้งในสดุดี 110:4 ซึ่งเป็นข้อความที่มีการพิจารณาในฮีบรู 4:14–7:28 ในฐานะกษัตริย์เมืองซาเลมและปุโรหิตของพระเจ้าผู้สูงสุดในสมัยของอับราฮัม เมลคีเซเดคเป็นแบบอย่างในประวัติศาสตร์สำหรับบทบาทกษัตริย์ที่เป็นปุโรหิต (ปฐมกาล 14:18–20) ซึ่งต่อมาพระเยซูคริสต์ทรงรับบทบาทนี้อย่างสมบูรณ์แบบ

ผู้เขียนใช้พระคัมภีร์เดิมสองตอนที่กล่าวถึงเมลคีเซเดค (7:1–28) เพื่ออธิบายว่าฐานะปุโรหิตของพระคริสต์นั้นเหนือกว่า ด้วยการย้อนทบทวนบทบาทพิเศษของเมลคีเซเดคว่าเป็นภาพเล็งถึงพระคริสต์ และพระองค์มีฐานะเหนือกว่าฐานะมหาปุโรหิตของคนเลวี ฐานะปุโรหิตของคนเลวีสืบทอดทางสายเลือด แต่ฐานะปุโรหิตของเมลคีเซเดคไม่ใช่และด้วยเกียรติของอับราฮัม บทบาทโดยชอบธรรมของเมลคีเซเดคจึงเป็นที่ยอมรับ ฐานะปุโรหิตของเมลคีเซเดคเหนือกว่าฐานะปุโรหิตของคนเลวีในเรื่องสำคัญ ๆ ดังต่อไปนี้

- การรับทศางค์ (7:2–10) ดังที่เห็นเมื่ออับราฮัมบรรพบุรุษของคนเลวีมอบทศางค์จากของที่ริบมาให้แก่เมลคีเซเดค
- การให้พร (7:1,6–7) ดังที่เห็นเมื่ออับราฮัมรับพรจากเมลคีเซเดค
- การที่ฐานะปุโรหิตของคนเลวีต้องมีการทดแทนอย่างต่อเนื่อง (7:11–19) ด้วยการส่งต่อตำแหน่งจากพ่อสู่ลูก ซึ่งเป็นการส่งต่อความยั่งยืนตลอดกาลของฐานะปุโรหิตแบบเมลคีเซเดค (7:3,8,16–17,20–28) เนื่องจากบันทึกเกี่ยวกับฐานะปุโรหิตของเมลคีเซเดคไม่ได้บันทึกเรื่องการเสียชีวิตของเขา

5. เราเห็นความหมายอะไรบ้าง จากข้อความที่ว่า "ตามที่มีข้อกำหนดสำหรับมนุษย์ไว้แล้วว่าจะตายครั้งเดียว และหลังจากนั้นก็จะมีการพิพากษา" (9:27)?

ประการแรก ข้อความนี้ให้คำตอบตรง ๆ แก่ผู้ที่นึกอยากลองครุ่นคิดเรื่องการ

กลับชาติมาเกิด ไม่ว่าจะในรูปแบบไหน ประการที่สอง ข้อความนี้กล่าวถึงกฎทั่วไปสำหรับมนุษยชาติทั้งหมด โดยมีข้อยกเว้นเพียงบางส่วนที่หายากมาก ลาซารัสและคนมากมายที่ได้รับการชุบชีวิตเมื่อพระคริสต์ฟื้นคืนพระชนม์จะต้องตายอีกครั้ง (ดู มัทธิว 27:51–53; ยอห์น 14:43–44) เช่นเดียวกับลาซารัส คนเหล่านั้นที่ได้รับการชุบชีวิตโดยการอัศจรรย์ขององค์พระผู้เป็นเจ้าของเรา ก็ไม่ได้เป็นขึ้นมาโดยมีร่างกายที่มีสง่าราศีและมีชีวิตที่ไม่มีวันสิ้นสุด พวกเขามีประสบการณ์กับการถูกชุบชีวิตเท่านั้น ข้อยกเว้นอีกประการหนึ่งก็คือ ผู้ที่ไม่ตายแม้แต่ครั้งเดียว แต่จะถูก "รับขึ้นไป . . . และจะได้พบองค์พระผู้เป็นเจ้าในฟ้าอากาศ" (1 เธสะโลนิกา 4:17) เอโนค (ปฐมกาล 5:24) และเอลียาห์ (2 พงศ์กษัตริย์ 2:11) ก็เป็นส่วนหนึ่งของกลุ่มสุดท้ายนี้ด้วย

กฎทั่วไปสำหรับมนุษย์ทุกคนในเรื่องนี้ยังรวมถึงอีกหนึ่งเหตุการณ์ที่เกี่ยวข้องกับทุกคน นั่นคือ การพิพากษา การพิพากษาที่ระบุไว้ในที่นี้หมายถึงการพิพากษามนุษย์ทุกคน ทั้งผู้เชื่อ (2 โครินธ์ 5:10) และผู้ไม่เชื่อ (วิวรณ์ 20:11–15)

ศึกษาฮีบรูแบบรวบรัด

1. ในการอธิบายเอกลักษณ์และความเป็นเลิศของพระคริสต์ ผู้เขียนพระธรรมฮีบรูใช้อะไรเพื่อเปรียบเทียบ?
2. ในพระธรรมฮีบรู คุณพบตัวอย่างที่เฉพาะเจาะจงอะไรบ้าง เกี่ยวกับคำสอนที่นำไปปฏิบัติได้จริง?
3. ผู้เขียนพระธรรมฮีบรูคิดจริง ๆ หรือเปล่าว่าคริสเตียนบางคนอาจได้ต้อนรับทูตสวรรค์ (13:2)?
4. อะไรคือบทบาทของธรรมิกชนในพระคัมภีร์เดิม โดยเฉพาะอย่างยิ่งในบทที่ 11?
5. ฮีบรูอธิบายบทบาทสองส่วนของพระคริสต์ในการเป็นปุโรหิตและเครื่องบูชาไว้อย่างไรบ้าง?
6. คุณได้รับความเข้าใจอะไรบ้างจากพระธรรมฮีบรู เกี่ยวกับชีวิตการอธิษฐานของคุณ?

ยากอบ

ความเชื่อที่ส่งผลเป็นการปฏิบัติ

พระธรรมยากอบให้คู่มือภาคปฏิบัติที่เป็นรูปธรรมของความเชื่อคริสเตียน

พระเยซูทรงมีพี่น้องร่วมมารดาสี่คน ได้แก่ ยากอบ โยเสส ยูดาส และซีโมน พระคัมภีร์กล่าวไว้ชัดเจนว่าหลังจากพระเยซูประสูติอย่างอัศจรรย์ มารีย์และโยเซฟมีลูกอีกหลายคน (มาระโก 6:3) ในที่สุดยูดาส (ซึ่งเรารู้จักในชื่อยูดา) และยากอบก็กลายเป็นผู้เชื่อในพระเยซูพี่ชายของพวกเขา คือเชื่อว่าพระองค์เป็นองค์พระผู้เป็นเจ้า แต่ทั้งยากอบ (มาระโก 6:3) และยูดา (มัทธิว 13:55) ไม่ใช่สาวกรุ่นแรก ในตอนแรกยากอบไม่ยอมรับว่าพระเยซูเป็นพระเมสสิยาห์ (ยอห์น 7:5) แต่ต่อมาเขาเชื่อ (1 โครินธ์ 15:7) เขากลายเป็นผู้นำคนหนึ่งในคริสตจักรเยรูซาเล็ม และเขียนคู่มือการดำเนินชีวิตคริสเตียนที่นำไปปฏิบัติได้จริง ซึ่งมีชื่อของเขา

ผู้เขียนและปีที่เขียน

เขียนโดยยากอบ น้องชายร่วมมารดาของพระเยซู ประมาณปี ค.ศ. 44 ถึง 49

ยากอบเป็นชื่อที่พบได้บ่อยในสมัยพระคัมภีร์ใหม่ มีคนชื่อนี้อย่างน้อยสี่คนที่มีส่วนร่วมอย่างแข็งขันในพระราชกิจของพระเยซูและในช่วงปีแรก ๆ ของคริสตจักร แม้จะมีบางคนเสนอว่ายากอบบุตรของเศเบดีและพี่ชายของยอห์น เป็นตัวเลือกที่น่าจะเป็นผู้เขียนพระธรรมเล่มนี้ แต่เขาพลีชีพเพื่อความเชื่อเร็วเกินกว่าจะได้เขียนพระธรรมเล่มนี้ (กิจการ 12:2) มีแต่ยากอบน้องชายร่วมมารดาของพระเยซูเท่านั้นที่มีคุณสมบัติตรงกับลักษณะของผู้เขียนพระธรรมที่ใช้ชื่อนี้ หลังจากยากอบเชื่อในพระคริสต์ (1 โครินธ์ 15:7) เขากลายเป็นผู้นำคนสำคัญในคริสตจักรที่เยรูซาเล็ม (กิจการ 12:17; 15:13; 21:18; กาลาเทีย 3:12) เขาถูกเรียกว่าเป็น "เสาหลัก" คนหนึ่งของคริสตจักร (กาลาเทีย 2:9)

หลักฐานข้อความที่ได้จากการเปรียบเทียบคำศัพท์ของยากอบในจดหมายที่เขาเขียนหลังจากการประชุมใหญ่ที่เยรูซาเล็ม (กิจการ 15) กับในจดหมายฉบับนี้ช่วยยืนยันมากขึ้นว่าเขาเป็นผู้เขียน ยากอบเขียนด้วยสิทธิอำนาจของผู้ที่ได้เห็น

พระคริสต์ภายหลังการฟื้นคืนพระชนม์ด้วยตัวเอง (1 โครินธ์ 15:7) และเป็นเพื่อนร่วมงานซึ่งเป็นที่ยอมรับของพวกอัครทูต (กาลาเทีย 1:19) และเป็นผู้นำคริสตจักรในกรุงเยรูซาเล็ม

บุคคลสำคัญในยากอบ

ผู้เชื่อ—ผู้เชื่อชาวยิวที่ถูกข่มเหง ซึ่งกระจัดกระจายไปทั่วจักรวรรดิโรมัน (1:1–5:20)

ภูมิหลังและสถานที่

ผู้รับจดหมายฉบับนี้คือผู้เชื่อชาวยิวที่กระจัดกระจายไป (1:1) ซึ่งอาจเป็นเพราะการพลีชีพเพื่อความเชื่อของสเทเฟน (กิจการ 7; ค.ศ. 31–34) แต่มีความเป็นไปได้มากกว่าที่จะเป็นเพราะการข่มเหงของเฮโรดอากริปปาที่ 1 (กิจการ 12; ประมาณ ค.ศ. 44) ผู้เขียนคนนี้เรียกผู้อ่านของเขาว่า "พี่น้อง" 15 ครั้ง (1:2,16,19; 2:1,5,14; 3:1,10,12; 4:11; 5:7,9–10,12,19) ซึ่งเป็นคำเรียกทั่วไปท่ามกลางชาวยิวในศตวรรษที่หนึ่ง จึงไม่น่าแปลกใจเลยที่ยากอบแสดงกลิ่นอายชาวยิวอย่างเด่นชัดทั้งในสำนวนการเขียนและเนื้อหา จดหมายของเขามีการกล่าวพาดพิงถึงพระคัมภีร์เดิมมากกว่า 40 ครั้ง และคำเทศนาบนภูเขา (มัทธิว 5–7) มากกว่า 20 ครั้ง

หลักคำสอนสำคัญในยากอบ

การกระทำ—ความรอดถูกกำหนดโดยความเชื่อเท่านั้น และสำแดงออกโดยความสัตย์ซื่อที่จะเชื่อฟังพระประสงค์ของพระเจ้า (2:14–26; มัทธิว 7:16–17,21–23,26; 21:28–32; โรม 3:28; 11:6; กาลาเทีย 5:6; เอเฟซัส 2:8–10; 2 ทิโมธี 1:9; ทิตัส 3:5; 2 เปโตร 1:3–11)

ความประพฤติในทางของพระเจ้า—การดำเนินชีวิตอย่างมีปัญญาโดยการเชื่อฟังพระวจนะของพระเจ้าอย่างแน่วแน่ (1:22; 3:13,17; 4:7–11; 5:7–12; โยบ 9:4,28; สดุดี 104:24; 111:10; สุภาษิต 1:7; 2:1–7; 3:19–20; 9:10; เยเรมีย์ 10:7,12; ดาเนียล 1:17; 2:20–23; มัทธิว 7:21,26; ลูกา 6:46–49; โรม 2:13)

พระลักษณะของพระเจ้าในยากอบ

พระเจ้าทรงเป็นผู้ที่มนุษย์เข้าถึงได้—4:8

พระเจ้าทรงไม่เปลี่ยนแปลง—1:17
พระเจ้าทรงเป็นความสว่าง—1:17
พระเจ้าทรงรักษาพระสัญญา—1:12; 2:5
พระเจ้าทรงเป็นหนึ่งเดียว—2:19–20

พระคริสต์ในยากอบ

ยากอบกล่าวถึงพระคริสต์ตรง ๆ เพียงสองครั้ง (1:1; 2:1) แต่จดหมายของเขาเต็มไปด้วยการอ้างถึงคำสอนของพระคริสต์ โดยเฉพาะคำเทศนาบนภูเขา (สำหรับ 1:2 ดูมัทธิว 5:10–12; สำหรับ 1:4 ดูมัทธิว 5:48; สำหรับ 2:13 ดูมัทธิว 6:14–15; สำหรับ 4:11 ดูมัทธิว 7:1–2; สำหรับ 5:2 ดูมัทธิว 6:19) วิธีที่ยากอบประยุกต์ใช้ความจริงกับชีวิตของผู้อ่าน ได้ช่วยให้ผู้เชื่อมีความเข้าใจชัดเจนยิ่งขึ้นเกี่ยวกับพระปัญญาของพระคริสต์

คำศัพท์สำคัญในยากอบ

การเจิม/การชโลม: คำภาษากรีก *อเลโฟ*—5:14—มีความหมายตามตัวอักษรว่า "แต้ม" หรือ "ทา" และคำภาษากรีก *ครีโอ*—5:14—มีความหมายตามตัวอักษรว่า "เจิม" คำว่า *อเลโฟ* ถูกใช้ทั่ว ๆ ไปเพื่อกล่าวถึงการทายารักษาโรค คำภาษากรีกที่คล้ายกันคือ *ครีโอ* ถูกใช้เพื่อกล่าวถึงการเจิมในพิธีศักดิ์สิทธิ์ ในสมัยพระคัมภีร์ น้ำมันถูกใช้เป็นยาโดยทั่วไป (ลูกา 10:30–37) แต่น้ำมันก็เป็นสัญลักษณ์เล็งถึงพระวิญญาณของพระเจ้าด้วย (1 ซามูเอล 16:1–13)

ของประทานที่ดี และ **ของประทานที่เลิศ:** คำภาษากรีก *ดอสสิส อากาเธ*—1:17—มีความหมายตามตัวอักษรว่า "การกระทำที่เป็นการให้" และ "ที่ดี" ส่วนคำภาษากรีก *โดเรมา เทเลออน*—1:17—มีความหมายตามตัวอักษรว่า "ของขวัญจริง ๆ" และ "ที่สมบูรณ์แบบ" ข้อความในภาษากรีกใช้สองคำที่แตกต่างกันนี้เพื่อกล่าวถึงสิ่งที่พระเจ้าประทาน คำแรก *ของประทานที่ดี* แสดงให้เห็นคุณค่าของการรับบางสิ่งจากพระเจ้า ในขณะที่คำว่า *ของประทานที่เลิศ* แสดงถึงคุณภาพที่ไร้ตำหนิของสิ่งที่พระเจ้าประทาน การให้ของพระเจ้านั้นดีอย่างต่อเนื่อง และสิ่งที่พระเจ้าประทานก็เหมาะสมอย่างสมบูรณ์แบบสำหรับลูก ๆ ของพระองค์เสมอ

สรุปเนื้อหาโดยย่อ

I. คำนำ (1:1)
II. การทดสอบเรื่องการพากเพียรบากบั่นในความทุกข์ยาก (1:2–12)
III. การทดสอบเรื่องการกล่าวโทษพระเจ้าเมื่อถูกล่อลวง (1:13–18)

IV. การทดสอบเรื่องการตอบสนองต่อพระวจนะ (1:19–27)
V. การทดสอบเรื่องความรักที่ไม่ลำเอียง (2:1–13)
VI. การทดสอบเรื่องการประพฤติที่ชอบธรรม (2:14–26)
VII. การทดสอบเรื่องลิ้น (3:1–12)
VIII.การทดสอบเรื่องปัญญาที่สุภาพอ่อนโยน (3:13–18)
IX. การทดสอบเรื่องการเป็นมิตรกับโลก (4:1–12)
X. การทดสอบเรื่องการพึ่งพาพระเจ้า (4:13–17)
XI. การทดสอบเรื่องความทรหดอดทน (5:1–11)
XII. การทดสอบเรื่องความสัตย์จริง (5:12)
XIII.การทดสอบเรื่องการอธิษฐานอย่างสม่ำเสมอ (5:13–18)
XIV.การทดสอบเรื่องความเชื่อแท้ (5:19–20)

ขณะเดียวกัน ในพื้นที่ส่วนอื่น ๆ ของโลก . . .

เส้นทางเดินเรือที่ใช้สำหรับการค้าระหว่างอินเดียกับอียิปต์ เริ่มมีความสำคัญมากกว่าเส้นทางบกผ่านเปอร์เซียที่เคยเป็นเส้นทางหลัก

คำถามที่พบบ่อย

1. ยากอบคาดหวังให้คริสเตียน "ถือว่าเป็นเรื่องน่ายินดียิ่ง" ได้อย่างไร เวลาพวกเขาเผชิญกับความยากลำบากและการทดลองใจ (1:2)?

คำภาษากรีกที่แปลว่า *ถือว่า* อาจแปลได้อีกอย่างว่า "พิจารณา" หรือ "ประเมิน" ตามธรรมชาติของมนุษย์ เราแทบจะไม่ตอบสนองต่อความทุกข์ยากและความลำบากด้วยการชื่นชมยินดี ดังนั้นผู้เชื่อจะต้องตั้งปณิธานอย่างมีสติที่จะเผชิญกับการทดลองด้วยความยินดี ดังนั้นการทดลองต่าง ๆ จึงเป็นเครื่องเตือนใจให้ชื่นชมยินดี (ฟีลิปปี 3:1)

คำว่า *การทดลองใจ* แปลมาจากคำภาษากรีกที่สื่อถึงปัญหา หรือสิ่งที่ทำลายความต่อเนื่องของความสงบสุข ความสบายใจ ความชื่นชมยินดี และความสุขในชีวิตของใครบางคน รูปคำกริยาของคำนี้หมายถึง "ทดสอบใครบางคนหรือบางสิ่ง

บางอย่าง" โดยมีจุดประสงค์เพื่อค้นหาธรรมชาติของบุคคลนั้น หรือคุณภาพของสิ่งนั้น พระเจ้าทรงนำการทดสอบเช่นนั้นมาเพื่อพิสูจน์ รวมทั้งเพื่อเพิ่ม ความเข้มแข็งและคุณภาพของความเชื่อของบุคคลนั้น ๆ และเพื่อแสดงให้เห็นว่าความเชื่อนั้นใช้การได้จริง (ข้อ 2–12) การทดลองใจทุกครั้งกลายเป็นการทดสอบความเชื่อ โดยมีจุดมุ่งหมายเพื่อเสริมสร้างความเข้มแข็ง คือถ้าผู้เชื่อคนนั้นล้มเหลวในการทดสอบ ด้วยการตอบสนองอย่างผิด ๆ การทดสอบนั้นก็จะกลายเป็นการล่อลวง หรือการชักชวนให้ทำชั่ว การเลือกที่จะชื่นชมยินดีจะช่วยหลีกเลี่ยงปัญหาที่ใหญ่กว่าในภายหลัง

2. เมื่อยากอบเขียนเกี่ยวกับ "ธรรมบัญญัติแห่งเสรีภาพอันสมบูรณ์แบบ" เขาใช้คำว่า ***ธรรมบัญญัติ*** **และ*เสรีภาพ* ซึ่งดูเหมือนจะเป็นคำที่ขัดแย้งกันอย่างไร (1:25)?**

ทั้งในพระคัมภีร์เดิมและพระคัมภีร์ใหม่ พระวจนะของพระเจ้าที่ได้รับการเปิดเผย ไม่มีผิดพลาด เพียงพอ และครอบคลุม ได้ถูกเรียกว่า "ธรรมบัญญัติ" (สดุดี 19:7) การมีพระคุณของพระเจ้าไม่ได้หมายความว่าจะไม่มีกฎศีลธรรมหรือหลักความประพฤติที่ผู้เชื่อสมควรจะเชื่อฟัง ผู้เชื่อได้รับความสามารถจากพระวิญญาณเพื่อจะรักษามาตรฐานของพระเจ้า

เสรีภาพที่แท้จริงไม่ใช่ใบอนุญาตให้ทำสิ่งที่เราต้องการ แต่เป็นความช่วยเหลือให้ทำสิ่งที่เราควรทำ ธรรมบัญญัติแห่งเสรีภาพปลดปล่อยเราจากบาป (2:12–13) มันปลดปล่อยเราเมื่อเราทำบาป โดยการสำแดงให้เราเห็นพระเจ้าผู้ทรงพระกรุณา และมันนำเราออกห่างจากบาปเมื่อเราเชื่อฟังพระองค์ เมื่อพระวิญญาณบริสุทธิ์ทรงนำหลักการของพระคัมภีร์มาใช้ในจิตใจของผู้เชื่อ พวกเขาก็ได้รับการปลดปล่อยจากพันธนาการของความบาป และได้รับความสามารถที่จะดำเนินชีวิตในเสรีภาพที่แท้จริง (ยอห์น 8:34–36)

3. ***ธรรมบัญญัติของพระเจ้า*คืออะไร (2:8)?**

วลี *ธรรมบัญญัติของพระเจ้า* สามารถแปลให้ชัดเจนกว่านั้นได้ว่า "ธรรมบัญญัติที่ทรงอำนาจสูงสุด" ความคิดที่อยู่ในคำนี้ก็คือ กฎหมายนี้เป็นกฎหมายสูงสุดหรือมีผลผูกพัน ยากอบอ้างอิงถึงครึ่งหลังของสิ่งที่พระเยซูทรงสอนว่าเป็นเนื้อหาทั้งหมดของธรรมบัญญัติที่ทรงอำนาจสูงสุด คือ "จงรักเพื่อนบ้านเหมือนรักตนเอง" ซึ่งยากอบยกมาจากเลวีนิติ 19:18 และจากมาระโก 12:31 เมื่อรวมกับพระบัญชา

ให้รักพระเจ้า (เฉลยธรรมบัญญัติ 6:4–5) ก็เป็นการสรุปธรรมบัญญัติและผู้เผยพระวจนะทั้งหมด (มัทธิว 22:36–40; โรม 13:8–10)

ยากอบได้กล่าวพาดพิงถึงส่วนแรกของพระมหาบัญญัติไปก่อนหน้านี้แล้ว (2:5) ในข้อนี้เขาเน้นที่ประเด็นหลักของเนื้อหาส่วนนี้ ซึ่งก็คือความสัมพันธ์ระหว่างมนุษย์ ยากอบไม่ได้สนับสนุนการแสดงความรักใคร่ทางอารมณ์ต่อตนเอง การเห็นแก่ตัวนั้นเป็นบาปอย่างชัดเจน (2 ทิโมธี 3:2) ตรงกันข้าม พระบัญชานี้บอกให้เราพยายามตอบสนองความต้องการฝ่ายร่างกายและจิตวิญญาณของเพื่อนบ้าน ด้วยความจริงจังและห่วงใยแบบเดียวกับที่เรากระทำเพื่อตนเองตามธรรมชาติ (ฟีลิปปี 2:3–4) ในขณะเดียวกันก็อย่าลืมว่าเราทำเช่นนั้นเพราะเราอยู่ภายใต้ธรรมบัญญัติของพระเจ้า

4. ถ้าความรอดมาโดยความเชื่อในพระคริสต์ ยากอบเขียนได้อย่างไรว่า "ความเชื่อ ถ้าไม่มีการปฏิบัติ ก็เป็นสิ่งที่ตายแล้ว" (ยากอบ 2:14–26)?

ข้อความตอนนี้อยู่ในเนื้อหาส่วนที่ยาวกว่านั้น ซึ่งยากอบให้การทดสอบชุดหนึ่งแก่ผู้อ่าน ซึ่งพวกเขาสามารถใช้ประเมินว่าความเชื่อของพวกเขามีชีวิตอยู่หรือตายแล้ว นี่คือการทดสอบหลัก การทดสอบที่ดึงคนอื่น ๆ มารวมกัน คือการทดสอบการประพฤติ หรือพฤติกรรมที่ชอบธรรม ยากอบนิยามพฤติกรรมนี้ว่าเป็นการประพฤติที่เชื่อฟังพระวจนะของพระเจ้า และแสดงออกถึงธรรมชาติในทางของพระเจ้า (1:22–25)

ประเด็นที่ยากอบต้องการบอกไม่ใช่คนเราจะรอดได้ด้วยการกระทำ เขาได้ยืนยันอย่างชัดเจนและหนักแน่นไปแล้วว่าความรอดเป็นสิ่งที่พระเจ้าประทานโดยพระคุณ (1:17–18) แต่เรื่องที่เขากังวลก็คือ เขาต้องการแสดงให้เห็นว่ามีความเชื่อที่เห็นได้ชัดว่าตายแล้ว และไม่ได้ช่วยให้รอด (2:14,17,20,24,26) คำสอนของเขาสอดคล้องกับส่วนที่เหลือของพระคัมภีร์ (มัทธิว 3:7–8; 5:16; 7:21; 13:18–23; ยอห์น 8:30–31; 15:6) เป็นไปได้ว่ายากอบกำลังเขียนถึงคนยิวที่ได้ละทิ้งการแสวงหาความชอบธรรมโดยการประพฤติตามศาสนายิว แต่กลับไปยอมรับความคิดผิด ๆ ที่ว่า ในเมื่อการประพฤติที่ชอบธรรมและการเชื่อฟังพระประสงค์ของพระเจ้าไม่มีผลต่อความรอด สิ่งเหล่านี้จึงไม่มีความจำเป็นเลย ด้วยเหตุนี้ พวกเขาจึงลดความหมายของความเชื่อลงมา จนเหลือแค่การเห็นด้วยกับข้อเท็จจริงเกี่ยวกับพระคริสต์ ซึ่งยากอบได้ประกาศอย่างถูกต้องว่า แท้จริงแล้วความเชื่อเช่นนั้นเป็นสิ่งที่ตายแล้ว

5. ยากอบหมายความว่าอย่างไรในถ้อยคำปิดท้ายจดหมายของเขา ที่กล่าวว่า "ผู้ที่นำคนบาปกลับจากทางผิดของเขา จะช่วยวิญญาณจิตของคนบาปนั้นให้รอดจากความตาย และจะทำให้บาปมากมายได้รับการอภัย" (5:20)?

สำนวนภาษาที่ยากอบใช้แสดงให้เห็นชัดเจนว่า "คนบาป" ที่เขานึกถึงในตอนนี้คือคนที่ความเชื่อของเขาตายไปแล้ว (2:14–26) ไม่ใช่ผู้เชื่อที่ทำบาป คำนี้ถูกใช้ตลอดพระคัมภีร์ทั้งเล่มเพื่อกล่าวถึงผู้ที่อยู่นอกพระคริสต์ และไม่ได้บังเกิดใหม่ (สุภาษิต 11:31; 13:6,22; มัทธิว 9:13; ลูกา 7:37,39; 15:7,10; 18:13; โรม 5:8; 1 ทิโมธี 1:9,15; 1 เปโตร 4:18)

บุคคลที่หลงไปจากความจริง และไม่เคยยอมให้ความจริงเปลี่ยนแปลงเขา ก็ทำให้จิตวิญญาณของเขาตกอยู่ในอันตราย "ความตาย" นี้ไม่ใช่ความตายฝ่ายร่างกาย แต่เป็นความตายนิรันดร์ คือการแยกจากพระเจ้าชั่วนิรันดร์ และการลงโทษชั่วนิรันดร์ในนรก (อิสยาห์ 66:24; ดาเนียล 12:2; มัทธิว 13:40,42,50; 25:41,46; มาระโก 9:43–49; 2 เธสะโลนิกา 1:8–9; โรม 6:23; วิวรณ์ 20:11–15; 21:8) การรู้ว่าเดิมพันเรื่องนี้สูงแค่ไหนควรจะกระตุ้นคริสเตียนให้พยายามช่วยคนเช่นนั้นอย่างกระตือรือร้น

เนื่องจากความบาปแม้แต่ครั้งเดียวก็เพียงพอที่จะทำให้บุคคลหนึ่งต้องรับโทษในนรก การที่ยากอบใช้คำว่า*มากมาย*จึงเน้นย้ำถึงสภาพที่สิ้นหวังของคนบาปที่หลงทางและไม่ได้บังเกิดใหม่ ข่าวดีในข่าวประเสริฐก็คือพระคุณของพระเจ้าในการอภัยโทษบาป (พระคุณซึ่งยิ่งใหญ่กว่าบาปทุกอย่าง โรม 5:20) มีให้แก่ผู้ที่หันหลังให้ความบาปของตน และสำแดงความเชื่อในพระเยซูคริสต์องค์พระผู้เป็นเจ้า (เอเฟซัส 2:8–9)

ศึกษายากอบแบบรวบรัด

1. ให้คุณอธิบายมุมมองของยากอบเกี่ยวกับประโยชน์ของความยากลำบากและความทุกข์ยาก
2. ยากอบมองอย่างไร เรื่องการเลือกปฏิบัติระหว่างคริสเตียน ซึ่งก่อให้เกิดผลร้าย?
3. ยากอบอธิบายความสัมพันธ์ที่สมดุลระหว่างความเชื่อกับการประพฤติไว้อย่างไร?
4. คำสั่งสิบข้อที่อยู่ในยากอบ 4:7–10 เกี่ยวข้องกับพระคุณอย่างไร?
5. ยากอบอธิบายความแตกต่างระหว่างปัญญาสองแบบในโลกนี้อย่างไร (3:13–18)?
6. คำสั่งใดในยากอบที่คุณรู้สึกว่าเป็นเรื่องท้าทายที่สุดในการปฏิบัติตาม?

1 เปโตร

การข่มเหงคริสตจักร

จดหมายในพระคัมภีร์ใหม่ที่ระบุพื้นที่ทางภูมิศาสตร์
ของผู้รับไว้กว้างที่สุด (1 เปโตร 1:1)

ในบรรดาสาวกของพระเยซู เปโตรยังคงเป็นชื่อที่คนรู้จักมากที่สุด เขาอาจเป็นคนแรกที่พระเยซูทรงเจาะจงเรียกให้ติดตามพระองค์ (มาระโก 1:16–17) และคำตรัสสุดท้ายที่พระเยซูตรัสแก่เปโตรเท่าที่มีบันทึกไว้ก็มีสาระสำคัญเดียวกันคือ "จงตามเรามาเถิด" (ยอห์น 21:22) ระหว่างเส้นทางนั้น พระคริสต์ทรงเปลี่ยนชื่อของเขาจากซีโมนเป็นเปโตร (ภาษากรีก) หรือเคฟาส (ภาษาอาราเมค) ซึ่งทั้งสองชื่อนี้แปลว่า "หิน" หรือ "ศิลา"

ตลอดเรื่องราวในพระกิตติคุณ เห็นได้ชัดว่าองค์พระผู้เป็นเจ้าทรงเลือกเปโตรไว้สำหรับบทเรียนพิเศษ ๆ โดยเฉพาะ (มัทธิว 10; 16:13–21; 17:1–9; 24:1–7; 26:31–33; ยอห์น 6:6; 21:3–7 ; 15–17) เขาเป็นโฆษกของสาวกสิบสองคน เป็นผู้กล่าวความคิดและคำถามของพวกเขา รวมทั้งของตัวเองออกมา เขาอาจเป็นแหล่งข้อมูลหลักสำหรับพระกิตติคุณมาระโก ในที่สุดเขาเขียนจดหมายสองฉบับที่อยู่ในสารบบพระคัมภีร์ (โดยได้รับการดลใจ) และนี่เป็นจดหมายฉบับแรก

ผู้เขียนและปีที่เขียน

เขียนโดยเปโตร ประมาณปี ค.ศ. 64 ถึง 65

ข้อแรกของจดหมายฝากฉบับนี้ยืนยันว่าเปโตรเป็นผู้เขียน เห็นได้ชัดว่าเขาเป็นผู้นำในหมู่อัครทูต บรรดาผู้เขียนพระกิตติคุณเน้นเรื่องนี้ด้วยการเขียนชื่อของเขาไว้เป็นชื่อแรกในทุก ๆ ครั้งที่พวกเขาเขียนรายชื่ออัครทูต (มัทธิว 10; มาระโก 3; ลูกา 6; กิจการ 1) และลงข้อมูลเกี่ยวกับเขาไว้ในพระกิตติคุณทั้งสี่เล่มมากกว่าบุคคลอื่นที่ไม่ใช่พระคริสต์

เนื่องจากเขามีความโดดเด่นไม่เหมือนใคร คริสตจักรยุคแรก ๆ จึงไม่เคยขาดแคลนเอกสารที่แอบอ้างว่าเปโตรเป็นผู้เขียน อย่างไรก็ตาม เป็นที่แน่นอนว่า

อัครทูตเปโตรเป็นผู้เขียน 1 เปโตร เนื้อหาในจดหมายฉบับนี้มีความคล้ายคลึงกับถ้อยคำของเปโตรในพระธรรมกิจการอย่างชัดเจน ขอให้เปรียบเทียบ 1 เปโตร 2:7–8 กับกิจการ 4:10–11 ซึ่งทั้งสองตอนมีเปโตรสอนว่าพระคริสต์ทรงเป็นศิลาที่ช่างก่อสร้างปฏิเสธ ในทำนองเดียวกัน 1 เปโตร 1:17 และกิจการ 10:34 ก็ชี้ให้เห็นว่าพระคริสต์ไม่ทรงเลือกที่รักมักที่ชัง นอกเหนือจากหลักฐานเหล่านี้และหลักฐานภายในอื่น ๆ แล้ว ยังเป็นที่น่าสังเกตด้วยว่า คริสเตียนยุคแรกยอมรับกันโดยทั่วไปว่าจดหมายฉบับนี้เป็นผลงานของเปโตร

บุคคลสำคัญใน 1 เปโตร

เปโตร—หนึ่งในสาวกสิบสองคนของพระเยซู เขียนเพื่อให้กำลังใจผู้เชื่อที่ถูกข่มเหง (1:1–5:14)

สิลาส—มิชชันนารีที่เดินทางกับเปาโล ช่วยเปโตรเขียนจดหมายของเขา (5:12)

มาระโก—ผู้นำในคริสตจักร ใช้คำพยานของเปโตรเขียนพระกิตติคุณมาระโก (5:13)

ภูมิหลังและสถานที่

ผู้เชื่อที่เป็นผู้รับจดหมายของเปโตรกำลังเผชิญกับสัญญาณที่บ่งบอกมากขึ้นเรื่อย ๆ ว่ามีการข่มเหงทั่วจักรวรรดิโรมัน สถานการณ์ต่าง ๆ สุกงอมสำหรับกลยุทธ์ที่จักรพรรดิเนโรใช้เพื่อโยนความผิดเรื่องการเผากรุงโรมจากตัวเองไปให้คริสเตียน เมื่อเนโรประโคมข่าวว่าคริสเตียนเป็นผู้จุดไฟ ข้อกล่าวหานั้นก็ติดตัวพวกเขาอยู่นาน เพราะว่าคริสเตียนถูกเกลียดชังอยู่ก่อนแล้ว ในฐานะผู้ที่เกี่ยวข้องกับชาวยิวและเป็นศัตรูกับวัฒนธรรมโรมัน การข่มเหงอันโหดร้ายที่เกิดขึ้นตามมาได้ลามไปถึงส่วนที่ไกลโพ้นของจักรวรรดิ ไปถึงสถานที่ต่าง ๆ ที่เปโตรกล่าวถึงในคำทักทาย (1:1)

การที่จดหมายฉบับนี้เขียนถึงผู้รับแบบกว้าง ๆ และบอกที่อยู่ผู้เขียนแบบคลุมเครือ (บาบิโลน-5:13) คือสิ่งที่เน้นย้ำถึงความตึงเครียดในยุคนั้น ผู้เชื่อได้จัดตั้งเครือข่ายใต้ดินที่จะนำจดหมายของเปโตรและผู้ส่งข่าวของเขาไปยังสถานที่ต่าง ๆ ที่จำเป็น เป็นไปได้ว่าบาบิโลนคือนามแฝงของกรุงโรม เมื่อดูจากวิธีที่เขาระบุที่อยู่ของตัวเอง ก็เห็นได้ชัดว่าเปโตรกำลังปกป้องมิตรสหายของเขา อย่างไรก็ตาม อัครทูตผู้นี้ตระหนักว่าคริสเตียนที่กระจัดกระจายและถูกทารุณเหล่านี้จำเป็นต้องได้รับการเสริมกำลังฝ่ายจิตวิญญาณเนื่องจากความทุกข์ยากลำบากเหล่านั้น โดยการดลใจของพระวิญญาณบริสุทธิ์ เปโตรจึงเขียนจดหมายฉบับนี้เพื่อให้กำลังใจพวกเขา

หลักคำสอนสำคัญใน 1 เปโตร

การข่มเหง—คริสเตียนสามารถร่วมทุกข์ยากเหมือนกับพระคริสต์ เมื่อพวกเขาถูกข่มเหงเพราะความเชื่อ (1:6; 2:12,19–21; 3:9,13–18; 4:1, 12–16,19; สดุดี 69:26; อิสยาห์ 50:6; 53:7; เยเรมีย์ 15:15; ดาเนียล 3:28; เศคาริยาห์ 2:8; มาระโก 10:30; ลูกา 21:12; ยอห์น 5:16; 15:20; โรม 8:35; 2 โครินธ์ 1:10; 4:9; 2 ทิโมธี 3:12)

คำศัพท์สำคัญใน 1 เปโตร

พระวจนะ: คำภาษากรีกคือ *โลโกส*—1:23; 2:8; 3:1—มีความหมายตามตัวอักษรว่า "ถ้อยคำ" หรือ "ความคิด" นอกจากนั้นยังมีคำภาษากรีกอีกคำคือ *เรมา*—1:25 คำว่า "พระวจนะของพระเจ้า" (1:23) คือถ้อยคำแห่งข่าวประเสริฐเกี่ยวกับพระเยซูคริสต์องค์พระผู้เป็นเจ้า พระวิญญาณทรงใช้พระวจนะเพื่อก่อให้เกิดชีวิต มันคือความจริงของข่าวประเสริฐที่ช่วยให้รอดและทำให้ชายและหญิงบังเกิดใหม่ เปโตรใช้อิสยาห์ 40:6–8 ซึ่งกล่าวว่า "พระวจนะพระเจ้าของเรา" ในบริบทของพระคัมภีร์ใหม่

แบบอย่าง: คำภาษากรีกคือ *ฮูโปกรามมอส*—2:21—มีความหมายตามตัวอักษรว่า "แผ่นจารึกสำหรับเขียนตาม" ในสมัยพระคัมภีร์ คำนี้หมายถึงแผ่นจารึกที่มีอักษรกรีกทุกตัว นักเรียนจะฝึกเขียนตามรอยตัวอักษรแต่ละตัวบนแผ่นหินเหล่านี้ เมื่อผู้เชื่อใช้ชีวิตของพระเยซูเป็นแบบอย่าง ชีวิตแห่งความทุกข์ยากของพระองค์จะกลายเป็นแผ่นจารึกสำหรับเขียนตามของพวกเขา คริสเตียนที่ตามรอยชีวิตของพระเยซูจะเรียนรู้การเดินในทางของพระเจ้า และเรียนรู้สติปัญญาเมื่อต้องเผชิญกับการข่มเหง

ความรัก: คำภาษากรีกคือ *อากาเป*—4:8—มีความหมายตามตัวอักษรว่า "ความรัก" การปรากฏในสมัยโบราณของคำภาษากรีกคำนี้ส่วนใหญ่อยู่ในพระคัมภีร์ใหม่ *อากาเป* บรรยายถึงความรักของผู้ที่แสดงความกรุณาต่อคนแปลกหน้า ให้การต้อนรับแบบเจ้าบ้าน และกระทำสิ่งต่าง ๆ อย่างเอื้อเฟื้อเผื่อแผ่ ในพระคัมภีร์ใหม่ คำว่า *อากาเป* มีความหมายพิเศษคือ มันหมายถึงความรักที่เป็นการกระทำซึ่งตรงกันข้ามกับความรักที่เป็นอารมณ์ล้วน ๆ ความรักแบบ *อากาเป* คือความรักแบบเสียสละตนเองซึ่งพระเจ้าทรงสำแดงให้เห็นอย่างเป็นธรรมชาติ

พระลักษณะของพระเจ้าใน 1 เปโตร

พระเจ้าทรงเป็นผู้ที่มนุษย์เข้าถึงได้—1:17; 3:18

พระเจ้าทรงสัตย์ซื่อ—4:19

พระเจ้าทรงบริสุทธิ์—1:15–16

พระเจ้าทรงยุติธรรม—1:17
พระเจ้าทรงอดทนนาน—3:20
พระเจ้าทรงเปี่ยมด้วยพระเมตตา—1:3
พระเจ้าทรงชอบธรรม—2:23

พระคริสต์ใน 1 เปโตร

เนื่องจากคริสเตียนที่ 1 เปโตรเขียนไปถึงกำลังมีชีวิตอยู่ท่ามกลางการข่มเหงครั้งใหญ่ เปโตรจึงสอนให้พวกเขาร่วมทุกข์ยากเหมือนกับพระคริสต์ (1:10–12; 2:24; 4:12–13) หนึ่งเปโตรทำให้คำสอนนี้มีความสมดุลด้วยการย้ำเตือนเรื่องพระพรมากมายที่ประทานแก่คริสเตียนสำหรับความพากเพียรบากบั่นของพวกเขา (1:13–16) พระคริสต์ยังคงเป็น “ความหวังที่ยั่งยืน” ของผู้เชื่อ ในโลกที่เป็นศัตรู (1:3–4)

สรุปเนื้อหาโดยย่อ

I. คำทักทาย (1:1–2)
II. ระลึกถึงความรอดอันยิ่งใหญ่ของเรา (1:3–2:10)
    ก. ความแน่นอนที่เราจะได้รับมรดกในอนาคต (1:3–12)
    ข. ผลที่ตามมาของมรดกในอนาคตของเรา (1:13–2:10)
III. ระลึกถึงแบบอย่างของเราต่อหน้ามนุษย์ (2:11–4:6)
    ก. การดำเนินชีวิตอย่างน่านับถือต่อหน้าผู้ที่ไม่เชื่อ (2:11–3:7)
    ข. การดำเนินชีวิตอย่างน่านับถือต่อหน้าผู้เชื่อ (3:8–12)
    ค. การดำเนินชีวิตอย่างน่านับถือท่ามกลางความทุกข์ยาก (3:13–4:6)
IV. ระลึกว่าองค์พระผู้เป็นเจ้าของเราจะเสด็จกลับมา (4:7–5:11)
    ก. ความรับผิดชอบของการดำเนินชีวิตคริสเตียน (4:7–11)
    ข. บำเหน็จแห่งการทนทุกข์ของคริสเตียน (4:12–19)
    ค. ข้อกำหนดสำหรับผู้นำคริสเตียน (5:1–4)
    ง. การบรรลุถึงชัยชนะของคริสเตียน (5:5–11)
V. คำลงท้าย (5:12–14)

ขณะเดียวกัน ในพื้นที่ส่วนอื่น ๆ ของโลก . . .

เพลิงไหม้ทำลายกรุงโรมไปเยอะมาก เนโรโทษคริสเตียนว่าเป็นผู้วางเพลิง ซึ่งทำให้เกิดการข่มเหงผู้เชื่อทั้งหมดทั่วจักรวรรดิโรมัน

คำถามที่พบบ่อย

1. ชาวประมงอย่างเปโตรเขียนผลงานชิ้นเอกอย่าง 1 เปโตรได้อย่างไร?

บางคนแย้งว่า เปโตรซึ่งเป็นชาวประมงที่ "ขาดการศึกษา" (กิจการ 4:13) คงไม่สามารถเขียนโดยใช้สำนวนภาษากรีกที่ซับซ้อนอย่างที่ใช้ในการเขียน 1 เปโตรได้ จากนั้นก็นำภาษากรีกใน 2 เปโตรที่มีลักษณะเป็นทางการน้อยกว่า มาใช้เป็นหลักฐานเพื่อพิสูจน์ว่าบุคคลคนเดียวกันคงไม่สามารถเขียนจดหมายทั้งสองฉบับนี้ได้

แม้ว่าข้อโต้แย้งเหล่านี้เมื่อมองผิวเผินจะดูมีน้ำหนัก แต่มันก็ไม่สามารถยืนหยัดอยู่ได้เมื่อมีการพิจารณาอย่างละเอียดถี่ถ้วน ประการแรก ข้อเท็จจริงที่ว่าเปโตร "ขาดการศึกษา" (ซึ่งเป็นข้อสรุปของผู้ที่มีเจตนาแอบแฝงอยากจะลดทอนสิทธิอำนาจของอัครทูตผู้นี้) ไม่ได้หมายความว่าเขาไม่รู้หนังสือ แต่หมายความเพียงแค่เขาไม่ได้ร่ำเรียนพระคัมภีร์แบบรับบีอย่างเป็นทางการ ยิ่งกว่านั้น ถึงแม้ภาษาอาราเมคอาจเป็นภาษาหลักของเปโตร แต่ก็ไม่มีเหตุผลเฉพาะเจาะจงใด ๆ ที่จะเชื่อว่าเขาไม่สามารถพูดภาษากรีก ซึ่งเป็นภาษาที่สองที่พูดกันอย่างแพร่หลายในปาเลสไตน์ นอกจากนั้นยังเห็นได้ชัดว่าอย่างน้อยผู้เขียนพระคัมภีร์ใหม่บางคน แม้จะไม่มีการศึกษาสูง แต่ก็สามารถอ่านภาษากรีกของพระคัมภีร์เดิมฉบับเซปทัวจินต์ได้ (กิจการ 15:14–18 บันทึกว่ายากอบยกข้อความจากฉบับดังกล่าว)

นอกเหนือจากหลักฐานเหล่านี้ที่แสดงถึงความสามารถด้านภาษากรีกของเปโตรแล้ว ก็ยังมีปัจจัยทางภาษาศาสตร์อีกประการหนึ่งที่เน้นย้ำว่าเปโตรเป็นผู้เขียนจดหมายฉบับนี้ เขาบันทึกไว้ใน 5:12 ว่าเขาเขียนจดหมายฉบับนี้ "ผ่านทางสิลวานัส" หรือที่เรียกอีกชื่อว่าสิลาส ความหมายของข้อความนี้คือ สิลวานัสทำหน้าที่เป็นเลขานุการ หรือ*ผู้เขียนตามคำบอก*ของเขา การเขียนตามคำบอกเป็นเรื่องปกติในโลกโรมันสมัยโบราณ และเลขานุการมักจะช่วยเรื่องโครงสร้างประโยคและไวยากรณ์ มีหลักฐานว่าเปาโลก็ใช้วิธีการที่คล้ายกัน (โรม 16:22) คริสเตียนยึดถือ

มานานแล้วว่า ภายใต้การควบคุมของพระวิญญาณของพระเจ้า เปโตรได้ให้สิลวานัสเขียนจดหมายฉบับนี้ตามคำบอกของเขา และทางด้านสิลวานัสซึ่งเป็นผู้เผยพระวจนะด้วย (กิจการ 15:32) ก็อาจช่วยเรียบเรียงการประพันธ์บ้าง เพื่อให้เป็นภาษากรีกโบราณที่สละสลวยขึ้น

2. ทำไมเปโตรจึงเรียกผู้อ่านว่าผู้ที่ "ทรงกำหนดไว้ล่วงหน้า" (1:2)?

เปโตรใช้คำหนึ่งในประโยคนี้ ซึ่งในภาษากรีกสามารถหมายความได้อีกอย่างว่า "ผู้ที่ถูกเรียกออกมา" คำนี้แปลว่า "เลือกเฟ้น" หรือ "เลือก" ในพระคัมภีร์เดิมคำนี้ใช้กล่าวถึงอิสราเอล (เฉลยธรรมบัญญัติ 7:6) ซึ่งบ่งชี้ว่า โดยอำนาจสูงสุดพระเจ้าทรงเลือกอิสราเอลจากบรรดาประชาชาติทั่วโลก เพื่อให้อิสราเอลเชื่อในพระองค์และเป็นของพระองค์ (เฉลยธรรมบัญญัติ 14:12; สดุดี 105:43; 135:4) ใน 1 เปโตร คำนี้ใช้กล่าวถึงคริสเตียน ผู้ที่พระเจ้าทรงเลือกเพื่อให้ได้รับความรอด (โรม 8:33; โคโลสี 3:12; 2 ทิโมธี 2:10) คำนี้ยังใช้กล่าวถึงผู้ที่ยอมรับพระคริสต์ในช่วงเวลาที่เกิดความทุกข์ลำบากยิ่งใหญ่ (มัทธิว 24:22,24) และทูตสวรรค์ผู้บริสุทธิ์และไม่ได้ล้มลงในความบาป (1 ทิโมธี 5:21) การได้ฟังคำย้ำเตือนว่าพระเจ้าทรงเลือกพวกเขาคือการปลอบโยนอันยิ่งใหญ่สำหรับคริสเตียนเหล่านั้นที่ถูกข่มเหง

ในการใช้คำนี้และคำอื่น ๆ ที่พูดถึงการเป็นเจ้าของ เปโตรกำลังวางรากฐานที่มั่นคง เพื่อเขาจะให้กำลังใจคนเหล่านั้นว่าอย่ามองความทุกข์ยากของพวกเขาเป็นหลักฐานว่าเขายืนอยู่คนละฝั่งกับพระเจ้า ความปลอดภัยสูงสุดของพวกเขาอยู่ในพระหัตถ์ของพระเจ้า แม้แต่ในขณะที่ต้องเผชิญกับการข่มเหงและความทุกข์ยากลำบาก

3. "น้ำนมฝ่ายวิญญาณที่ไร้สิ่งเจือปน" คืออะไร (2:2)?

บ่อยครั้งพระคัมภีร์ใช้สำนวนเปรียบเทียบที่น่าตกใจแต่ชัดเจนเพื่อสอนความจริงฝ่ายจิตวิญญาณ ชีวิตประจำวันมักจะสะท้อนความเป็นจริงของสวรรค์ พระวจนะของพระเจ้าให้อาหารที่บริสุทธิ์สำหรับบำรุงเลี้ยงจิตวิญญาณ การเติบโตฝ่ายจิตวิญญาณนั้นมีลักษณะเด่นคือความหิวกระหายและความปีติยินดีในพระวจนะของพระเจ้าอย่างมาก เหมือนกับที่ทารกหิวกระหายน้ำนม (โยบ 23:12; สดุดี 1:1–2; 19:7–11; 119:16,24,35,47–48,72,92,97,103,111,113,127,159,167,174;

เยเรมีย์ 15:16) ผลพลอยได้ขั้นแรกของการบังเกิดใหม่ฝ่ายจิตวิญญาณนี้ ควรเป็นส่วนประกอบที่คงเส้นคงวาในชีวิตคริสเตียน

คริสเตียนพัฒนาและรักษาความปรารถนาอยากรู้ความจริงในพระวจนะของพระเจ้า โดยการระลึกถึงแหล่งที่มาของชีวิตของพวกเขา (1:25; อิสยาห์ 55:10–11; ยอห์น 15:3; ฮีบรู 4:12) ขจัดบาปออกจากชีวิตของพวกเขา (2:1) ยอมรับว่าพวกเขาจำเป็นต้องเรียนรู้ความจริงของพระเจ้า (2:2 "เช่นเดียวกับทารกแรกเกิด"; มัทธิว 4:4) แสวงหาการเติบโตฝ่ายจิตวิญญาณ (2:2 "เพื่อโดยน้ำนมนั้นพวกท่านจะเติบโต") และพิจารณาพระพรของพวกเขา (2:3 "องค์พระผู้เป็นเจ้าทรงดีเลิศ")

4. คริสเตียนจำเป็นต้องมีปุโรหิตมาวิงวอนต่อพระเจ้าเพื่อพวกเขาหรือไม่ (2:9)?

นอกเหนือจากฐานะ "ปุโรหิตหลวง" เปโตรยังใช้แนวคิดจากพระคัมภีร์เดิมอีกหลายอย่างเพื่อเน้นย้ำถึงสิทธิพิเศษต่าง ๆ ของคริสเตียนในพระคัมภีร์ใหม่ (เฉลยธรรมบัญญัติ 7:6–8) วลีนี้ทำให้เกิดสำนวนเชิงศาสนศาสตร์ว่า "ฐานะปุโรหิตของผู้เชื่อ" สำหรับผู้เชื่อ ความจำเป็นที่ต้องมีปุโรหิตผู้เป็นตัวแทนนั้นได้รับการตอบสนองแล้วโดยพระเยซูคริสต์ ผู้ทรงเป็นปุโรหิตหลวงสูงสุด (ฮีบรู 4:14–9:15) บทบาทของปุโรหิตไม่ได้ถูกกำจัดไป แต่ได้ถูกเปลี่ยนแปลง พระคัมภีร์ข้อนี้ชี้ให้เห็นว่าบทบาทสำคัญของการที่ผู้เชื่อทุกคนมีฐานะเป็นปุโรหิตก็คือ การ "ประกาศพระเกียรติคุณของพระองค์ ผู้ได้ทรงเรียกพวกท่านให้ออกมาจากความมืด เข้าไปสู่ความสว่างอันมหัศจรรย์ของพระองค์"

แนวคิดเรื่องการเป็นปุโรหิตของกษัตริย์นั้นมาจากอพยพ 19:6 อิสราเอลสูญเสียสิทธิพิเศษนี้ชั่วคราวเนื่องจากพวกเขาละทิ้งความเชื่อ และเนื่องจากผู้นำที่ชั่วร้ายของพวกเขาประหารพระเมสสิยาห์ ในเวลาปัจจุบัน คริสตจักรเป็นปุโรหิตหลวงที่ผูกพันเป็นหนึ่งเดียวกับปุโรหิตหลวงคือพระเยซูคริสต์ ฐานะปุโรหิตหลวงไม่ใช่แค่เป็นปุโรหิตที่เป็นของกษัตริย์และรับใช้กษัตริย์เท่านั้น แต่ยังเป็นปุโรหิตที่ใช้อำนาจปกครองด้วย ในที่สุดสิ่งนี้จะเป็นจริงในอาณาจักรของพระคริสต์ในอนาคต (1 โครินธ์ 6:1–4; วิวรณ์ 5:10; 20:6)

5. เปโตรใช้คำที่คุ้นเคยเช่น *วิญญาณ คุก น้ำ*และ*บัพติศมา*ใน **1 เปโตร 3:18–22 อย่างไร?**

พระคัมภีร์ตอนนี้ปรากฏว่าเป็นข้อความที่แปลและตีความยากที่สุดตอนหนึ่งในพระคัมภีร์ใหม่ เส้นแบ่งระหว่างการกล่าวพาดพิงถึงพระคัมภีร์เดิมและการประยุกต์ใช้ในพระคัมภีร์ใหม่ดูคลุมเครือ แต่สิ่งที่เราต้องระลึกถึงอยู่เสมอในขณะที่เราตีความก็คือ จุดประสงค์โดยรวมของเปโตรในพระคัมภีร์ตอนนี้ ซึ่งก็คือเพื่อให้กำลังใจผู้อ่านของเขาในความทุกข์ยาก อัครทูตผู้นี้ย้ำเตือนผู้อ่านครั้งแล้วครั้งเล่า และแสดงให้เห็นว่า แม้แต่พระคริสต์ก็ทรงทนทุกข์อย่างไม่ยุติธรรมเพราะเป็นพระประสงค์ของพระเจ้า (ข้อ 11) และเวลานั้นพระองค์กำลังทำให้พระประสงค์ของพระเจ้าสำเร็จ

ดังนั้น แม้ว่าพระเยซูทรงถูกประหารชีวิตฝ่ายร่างกายอย่างโหดร้าย ซึ่งทำให้ชีวิตในโลกนี้ของพระองค์สิ้นสุดลง เมื่อพระองค์ “สิ้นพระชนม์ [ฝ่ายกาย]” (ข้อ 18; ฮีบรู 5:7) ถึงกระนั้นพระองค์ “ทรงคืนพระชนม์ [ฝ่ายจิตวิญญาณ]” (ข้อ 18) นี่ไม่ใช่การกล่าวถึงพระวิญญาณบริสุทธิ์ แต่เป็นการกล่าวถึงชีวิตภายในที่แท้จริงของพระเยซู หรือจิตวิญญาณของพระองค์เอง ตรงกันข้ามกับพระกายของพระองค์ (ความเป็นมนุษย์) ซึ่งสิ้นพระชนม์ไปสามวัน แต่จิตวิญญาณของพระองค์ (ความเป็นพระเจ้า) ยังทรงพระชนม์อยู่ คือทรงพระชนม์อยู่ “ฝ่ายจิตวิญญาณ” ในความหมายตามตัวอักษร (ลูกา 23:46)

พระประสงค์ส่วนหนึ่งของพระเจ้าในการสิ้นพระชนม์ของพระคริสต์นั้นเกี่ยวข้องกับพระราชกิจของพระองค์ในช่วงระหว่างการสิ้นพระชนม์และการฟื้นคืนพระชนม์ จิตวิญญาณที่ทรงพระชนม์อยู่ของพระองค์เสด็จไปหาวิญญาณชั่วที่ติดคุกอยู่ และประกาศชัยชนะแม้กระทั่งในความตาย เปโตรอธิบายเพิ่มเติมว่าคุกนั้นเป็นที่อยู่ของวิญญาณชั่วที่ถูกมัดไว้และอยู่ที่นั่นมาตั้งแต่สมัยโนอาห์ พวกมันถูกส่งไปที่นั่นเพราะพวกมันล้ำเส้นความอดทนของพระเจ้าต่อความชั่วร้ายของพวกมัน แม้ว่าโนอาห์เป็นแบบอย่างและประกาศอยู่ 120 ปี แต่นั่นก็ไม่สามารถหยุดยั้งกระแสแห่งความชั่วร้ายในยุคของเขาได้ (ปฐมกาล 6:1–8) พระเจ้าจึงมัดวิญญาณชั่วเหล่านี้ไว้อย่างถาวรในคุก จนกระทั่งพวกมันจะถูกพิพากษาครั้งสุดท้าย

การเปรียบเทียบของเปโตรเน้นถึงพระราชกิจของพระเยซูคริสต์ที่ทรงช่วยพวกเราให้รอดได้อย่างแน่นอนเหมือนกับที่เรือใหญ่ช่วยครอบครัวของโนอาห์

ให้รอด ตรงนี้เขาไม่ได้หมายถึงการรับบัพติศมาในน้ำ แต่เป็นสำนวนเปรียบเทียบหมายถึงการจุ่มลงในพระคริสต์ ที่ช่วยให้เราปลอดภัยจากน้ำท่วม ซึ่งหมายถึงการพิพากษาของพระเจ้าซึ่งจะมาถึงอย่างแน่นอน การฟื้นคืนพระชนม์ของพระคริสต์แสดงให้เห็นว่าพระเจ้าทรงยอมรับการสิ้นพระชนม์แทนของพระคริสต์ เพื่อชดใช้บาปของบรรดาผู้ที่เชื่อ (กิจการ 2:30–31; โรม 1:4) การพิพากษาของพระเจ้าลงมาที่พระคริสต์ เช่นเดียวกับการพิพากษาด้วยน้ำท่วมเกิดขึ้นกับเรือใหญ่ ดังนั้นผู้เชื่อที่อยู่ในพระคริสต์จึงอยู่ในเรือใหญ่ที่ปลอดภัย ซึ่งจะแล่นข้ามน่านน้ำแห่งการพิพากษาไปสู่สง่าราศีนิรันดร์ (โรม 6:1–4)

ศึกษา 1 เปโตร แบบรวบรัด

1. เห็นได้ชัดว่าเปโตรต้องการให้ผู้อ่านของเขามีความมั่นคงในความสัมพันธ์กับพระคริสต์ เขาชี้ให้เห็นประเด็นใดบ้างเกี่ยวกับความรอด?
2. เปโตรกล่าวถึงพระคริสต์โดยใช้คำเรียกตำแหน่ง พระนาม และบทบาทพิเศษอะไรบ้างในจดหมายฉบับนี้?
3. ใน 1 เปโตร 2:21–25 พระเยซูทรงเป็นแบบอย่างแก่ผู้ที่เผชิญความทุกข์ยากเพราะความเชื่ออย่างไรบ้าง?
4. ให้คุณเปรียบเทียบเจ็ดข้อแรกของบทที่ 3 กับเอเฟซัส 5:21–33 คำสอนเรื่องชีวิตสมรสของอัครทูตสองคนนี้มีเนื้อหาที่คาบเกี่ยวกันอย่างไรบ้าง และมีจุดใดที่เน้นต่างกัน?
5. เปโตรต้องการบอกอะไรบ้าง เกี่ยวกับความประพฤติในความสัมพันธ์ต่าง ๆ ท่ามกลางคริสเตียนโดยทั่วไป?
6. ใน 1 เปโตร 1:14–25 อัครทูตผู้นี้เขียนข้อความส่วนสำคัญ ที่เน้นความสำคัญของการดำเนินชีวิตที่บริสุทธิ์ ชีวิตคุณตรงกับแบบแผนที่เปโตรกล่าวไว้มากน้อยแค่ไหน?

2 เปโตร

ผู้สอนเท็จท่ามกลางประชากรของพระเจ้า

*พระธรรม 2 เปโตร เป็นจดหมายฉบับสุดท้าย
จากผู้นำของบรรดาอัครทูต*

ข้อความที่เป็นลายลักษณ์อักษรชุดสุดท้ายของเปโตรนั้นเต็มไปด้วยความอบอุ่น ความห่วงใยและความปรารถนาแรงกล้า แบบเดียวกับที่ปรากฏอยู่เต็มหน้ากระดาษในจดหมายฉบับสุดท้ายของเปาโล (2 ทิโมธี) บุรุษผู้ยิ่งใหญ่แห่งความเชื่อสองคนนี้รู้ว่าวันเวลาของพวกเขาใกล้หมดลงแล้ว เปโตรตระหนักดีว่าสงครามระหว่างความดีกับความชั่วจะดำเนินไปนานกว่าชีวิตของเขา (1:12–15) เขาต้องการฝากกำลังใจขนานใหญ่ไว้ให้ผู้เชื่อเหล่านั้นที่ยังมีชีวิตอยู่ ความหวังเรื่องการเสด็จมาของพระคริสต์ยังคงส่องสว่างอยู่ที่ฉากหลังของจดหมายของเขาอยู่เสมอ และในบรรดาข้อคิดส่งท้ายของเขา ก็มีถ้อยคำเหล่านี้คือ “เพราะฉะนั้น ท่านที่รักทั้งหลาย เมื่อพวกท่านกำลังคอยและเร่งสิ่งเหล่านี้อยู่ ก็จงให้พระองค์ทรงพบพวกท่านมีใจสงบ ปราศจากมลทินและข้อตำหนิ” (3:14)

ผู้เขียนและปีที่เขียน

เขียนโดยเปโตร ประมาณปี ค.ศ. 67 ถึง 68

มีข้อความภายในจดหมายฉบับนี้จำนวนหนึ่งที่ชี้ว่าอัครทูตเปโตรเป็นผู้เขียนจดหมายฉบับนี้ ข้อแรกของจดหมายฝากฉบับนี้กล่าวยืนยันเช่นนั้น และใน 1:14 เขากล่าวถึงคำพยากรณ์พิเศษขององค์พระผู้เป็นเจ้า เกี่ยวกับความตายของเขาเอง (ยอห์น 21:18–19) ใน 1:16–18 ผู้เขียนบอกว่าเขาอยู่ที่นั่นเมื่อพระคริสต์ทรงจำแลงพระกาย (มัทธิว 17:1–4) หลังจากนั้น ใน 3:1 เปโตรกล่าวถึงจดหมายฉบับก่อนหน้านั้นของเขา (1 เปโตร)

อย่างไรก็ตาม เราจำเป็นต้องสังเกตว่านักวิจารณ์หลายคนได้ก่อให้เกิดข้อถกเถียงเรื่องผู้เขียน 2 เปโตรและตำแหน่งที่สมควรอยู่ในสารบบพระคัมภีร์ของพระธรรมเล่มนี้มากยิ่งกว่าพระธรรมเล่มอื่น ๆ ในพระคัมภีร์ใหม่ จริงอยู่ที่บรรดาปิตาจารย์

แห่งคริสตจักรใช้เวลานานกว่าจะให้การยอมรับจดหมายฉบับนี้ ไม่มีปิตาจารย์แห่งคริสตจักรคนไหนเอ่ยชื่อพระธรรม 2 เปโตร จนกระทั่งมีออริเจนใกล้ต้นศตวรรษที่สาม ยูเซบิอุสนักประวัติศาสตร์คริสตจักรในสมัยโบราณจัด 2 เปโตรไว้ในกลุ่มเดียวกับพระธรรมอีกหลายเล่มที่มีข้อถกเถียง ได้แก่ ยากอบ ยูดา 2 ยอห์น และ 3 ยอห์น สำหรับเรื่องนี้จำเป็นต้องตอบว่า 2 เปโตรไม่ได้ถูกตั้งคำถามว่าเนื้อหามีหลักคำสอนที่ถูกต้องหรือไม่ แต่ในคริสตจักรยุคแรกมีเอกสารหลายชิ้นที่แอบอ้างว่าเปโตรเป็นผู้เขียน ดังนั้นจึงไม่น่าแปลกใจที่แม้แต่จดหมายฝากของแท้จากอัครทูตผู้นี้ก็ยังถูกตรวจสอบเพิ่มเติมอย่างละเอียด

เนโรสิ้นพระชนม์ในปี ค.ศ. 68 และเรื่องราวที่เล่าสืบต่อกันมาก็กล่าวว่าเปโตรเสียชีวิตระหว่างการข่มเหงของเนโร จดหมายฉบับนี้อาจถูกเขียนไว้ไม่นานก่อนที่เขาจะเสียชีวิต (1:14; ประมาณ ค.ศ. 67–68)

บุคคลสำคัญใน 2 เปโตร

เปโตร—หนึ่งในสาวกสิบสองคนของพระเยซู เขียนจดหมายฉบับที่สองเพื่อเตือนให้ระวังพวกผู้สอนเท็จในคริสตจักร (1:1–3:18)

เปาโล—มิชชันนารีและอัครทูตผู้ยิ่งใหญ่ ซึ่งงานเขียนของเขาถูกบิดเบือนโดยพวกผู้สอนเท็จในคริสตจักร (3:15–16)

ภูมิหลังและสถานที่

นับตั้งแต่เปโตรเขียนและส่งจดหมายฉบับแรก เขาก็มีความกังวลมากขึ้นเรื่องผู้สอนเท็จที่แทรกซึมเข้ามาในคริสตจักรต่าง ๆ ในดินแดนเอเชียไมเนอร์ ถึงแม้ว่าผู้สอนเท็จเหล่านี้ได้สร้างปัญหาไปแล้ว แต่เปโตรคาดการณ์ว่าหลักคำสอนนอกรีตและวิถีชีวิตที่ผิดศีลธรรมของพวกเขาจะส่งผลให้เกิดความเสียหายมากขึ้นในอนาคต ด้วยเหตุนี้เปโตรจึงเขียนสิ่งที่แทบจะเป็นพินัยกรรมและคำสั่งเสียสุดท้าย (1:13–15) เพื่อเตือนบรรดาผู้เชื่อที่รักในพระคริสต์เกี่ยวกับอันตรายด้านหลักคำสอนที่พวกเขาจะเผชิญ แม้ว่าเปโตรไม่ได้กล่าวถึงผู้รับไว้อย่างเจาะจงในคำทักทายของจดหมายฉบับนี้ แต่ข้อความตอนหลังที่เขากล่าวถึงจดหมายฉบับก่อนหน้านั้น (3:2) ก็บ่งชี้ว่าเขากำลังเขียนถึงคนกลุ่มเดิมที่ได้รับจดหมายของเขาฉบับก่อนหน้านั้น

เปโตรไม่ได้พูดอย่างชัดเจนว่าเขาอยู่ที่ไหนเมื่อเขาเขียนจดหมายฉบับนี้ไม่เหมือนกับที่เขาบอกใน 1 เปโตร (1 เปโตร 5:13) แต่ความเห็นที่เป็นเอกฉันท์ดูเหมือนจะบอกว่าเขาเขียนจดหมายฉบับนี้จากเรือนจำในกรุงโรม ซึ่งเขากำลังเผชิญกับความตายที่ใกล้เข้ามา หลังจากเขียนจดหมายฉบับนี้ไม่นาน เปโตรก็พลีชีพเพื่อความเชื่อ โดยการถูกตรึงกางเขนแบบเอาหัวลง ทั้งนี้ตามเรื่องราวที่เชื่อถือได้ซึ่งเล่าสืบต่อกันมา

หลักคำสอนสำคัญใน 2 เปโตร

ผู้สอนเท็จ—คำสอนของพวกเขาปฏิเสธพระคริสต์ และบิดเบือนพระคัมภีร์ (บทที่ 2; เฉลยธรรมบัญญัติ 13:1–18; 18:20; เยเรมีย์ 23; เอเสเคียล 13; มัทธิว 7:15; 23:1–36; 24:4–5; โรม 16:17; 2 โครินธ์ 11:13–14; กาลาเทีย 3:1–2; 2 ทิโมธี 4:3–4)

พระคัมภีร์—พระวิญญาณบริสุทธิ์ในฐานะผู้เขียนและผู้ให้กำเนิดพระคัมภีร์ทั้งหมดทรงทำงานผ่านมนุษย์เพื่อถ่ายทอดพระวจนะของพระเจ้า (1:20–21; เยเรมีย์ 1:4; 3:2; ยอห์น 10:34–35; 17:17; โรม 3:2; 1 โครินธ์ 2:10; 1 เธสะโลนิกา 2:13; 2 ทิโมธี 3:16; ทิตัส 1:2; 1 เปโตร 1:10–11)

ลักษณะของคริสเตียน—พระเจ้าประทานฤทธิ์เดชให้ผู้เชื่อทุกคนเติบโตในความเชื่อ คุณธรรม ความรู้ การควบคุมตนเอง ความทรหดอดทน ความยำเกรงพระเจ้า ความรักฉันพี่น้อง และความรัก (1:5–11; สดุดี 4:3; สุภาษิต 28:1; 1 โครินธ์ 9:27; กาลาเทีย 5:23; โคโลสี 1:4; 1 เธสะโลนิกา 4:9; 1 เปโตร 4:8; 1 ยอห์น 4:20 ; วิวรณ์ 17:14)

การเสด็จมาครั้งที่สองของพระคริสต์—พระเจ้าทรงอดทนอย่างต่อเนื่องเพื่อให้ผู้คนกลับใจใหม่ก่อนที่พระคริสต์จะกลับมา (3:1–13; ดาเนียล 7:13; มัทธิว 24:30; 25:31; ยอห์น 14:3; 1 เธสะโลนิกา 4:16; 2 เธสะโลนิกา 1:10; 1 ทิโมธี 6:14; ฮีบรู 9:28; ยูดา 14; วิวรณ์ 1:7)

พระลักษณะของพระเจ้าใน 2 เปโตร

พระเจ้าทรงอดทนนาน—3:9,15

พระเจ้าทรงรักษาพระสัญญา—1:4; 3:3–4,13

พระคริสต์ใน 2 เปโตร

ในจดหมายฉบับที่สอง เปโตรบอกล่วงหน้าว่าการเสด็จมาครั้งที่สองของพระเยซูคริสต์องค์พระผู้เป็นเจ้า "จะมาถึงเหมือนอย่างขโมย" (3:10) นอกจากนั้นเขายังกล่าวย้ำหลายครั้ง เรื่องการรู้จักพระคริสต์ซึ่งก่อให้เกิดสันติสุข พระคุณ และฤทธิ์เดชสำหรับผู้เชื่อ (1:2–3,8; 3:18)

คำศัพท์สำคัญใน 2 เปโตร

ความรู้: คำภาษากรีกคือ *กโนสิส*—1:5–6; 3:18—มีความหมายตามตัวอักษรว่า "ความรู้" คำภาษากรีกคำนี้แสดงถึงความรู้ที่เติบโตและก้าวหน้า ในฐานะคริสเตียนเราจำต้องเติบโตในความรู้ส่วนตัวเกี่ยวกับพระเยซูคริสต์ สิ่งที่ช่วยป้องกันคำสอนเท็จได้ดีที่สุดนั้นมาจากรากฐานที่มั่นคงในพระวจนะของพระเจ้า จดหมายฝากของเปโตรหนุนใจผู้เชื่อให้แสวงหาความรู้ที่ครบถ้วนและละเอียดถี่ถ้วนยิ่งขึ้นเกี่ยวกับพระเยซูคริสต์องค์พระผู้เป็นเจ้าของพวกเขา (1:8; 2:20; 3:18)

ดาวรุ่ง: คำภาษากรีกคือ *โฟสฟอรอส*—1:19—มีความหมายตามตัวอักษรว่า "ผู้ถือแสงสว่าง" หรือ "ผู้นำความสว่าง" ใน 1 เปโตร พระคริสต์ถูกเรียกว่าดาวรุ่ง นอกจากนั้นพระองค์ยังถูกเรียกว่าดาวประจำรุ่งอันสุกใสในวิวรณ์ 22:16 และแสงอรุณในลูกา 1:78 คริสเตียนในปัจจุบันมีแสงสว่างของพระคริสต์อยู่ในใจ และเมื่อพระเยซูเสด็จกลับมายังโลกนี้ พระองค์จะนำผู้เชื่อทั้งหมดเข้าสู่กลางวันที่สมบูรณ์แบบ การเสด็จมาของพระองค์ที่ปรากฏให้เห็นภายนอกจะนำแสงสว่างมาสู่คนทั้งปวง ในวันนั้น วิญญาณของผู้ที่เดินในทางของพระเจ้าจะรับ "การเปลี่ยนแปลงให้สว่างไสว" เมื่อแสงสว่างของพระคริสต์เติมเต็มพวกเขา

สรุปเนื้อหาโดยย่อ

I. คำทักทาย (1:1–2)

II. จงรู้จักความรอดของคุณ (1:3–11)
- ก. ได้รับการธำรงรักษาไว้โดยฤทธิ์เดชของพระเจ้า (1:3–4)
- ข. ได้รับการยืนยันโดยพระคุณแบบคริสเตียน (1:5–7)
- ค. ได้รับเกียรติโดยบำเหน็จมากมาย (1:8–11)

III. จงรู้จักพระคัมภีร์ของคุณ (1:12–21)
- ก. ได้รับการรับรองโดยการเป็นพยานของอัครทูต (1:12–18)
- ข. ได้รับการดลใจโดยพระวิญญาณบริสุทธิ์ (1:19–21)

IV. จงรู้จักศัตรูของคุณ (2:1–22)
- ก. แยบยลในการแทรกซึมเข้ามา (2:1–3)

ข. ถึงความพินาศเพราะความชั่วช้าของพวกเขาเอง (2:4–10ก)
ค. โอหังบังอาจในความไม่บริสุทธิ์ของพวกเขา (2:10ข–17)
ง. ผลกระทบของพวกเขาสร้างความเสียหายร้ายแรง (2:18–22)

V. จงรู้จักคำพยากรณ์ของคุณ (3:1–18)
ก. ความแน่นอนของวันขององค์พระผู้เป็นเจ้า (3:1–10)
ข. การชำระประชากรของพระเจ้าให้บริสุทธิ์ (3:11–18)

ขณะเดียวกัน ในพื้นที่ส่วนอื่น ๆ ของโลก . . .

จักรพรรดิเนโรฆ่าตัวตายในปี ค.ศ. 68 และจักรพรรดิกัลบาสืบราชสมบัติต่อ

คำถามที่พบบ่อย

1. จดหมายสองฉบับ (1 และ 2 เปโตร) จากผู้เขียนคนเดียวกัน จะมีสำนวนการเขียนแตกต่างกันมากขนาดนั้นได้อย่างไร?

ความแตกต่างระหว่าง 1 เปโตรและ 2 เปโตรมีอยู่สามด้านคือ สำนวนการเขียน การใช้คำศัพท์ และประเด็นสำคัญ ความแตกต่างเหล่านี้ต้องหาคำตอบในบริบทของการที่ผู้เขียน 2 เปโตรบอกอย่างชัดเจนว่าเขาเป็นผู้เขียน 1 เปโตร (2 เปโตร 3:2)

คำถามเกี่ยวกับความแตกต่างของสำนวนการเขียนภาษากรีกระหว่างจดหมายสองฉบับนี้สามารถพบคำตอบที่น่าพอใจได้ เปโตรบอกว่าเขาใช้เลขานุการ (ผู้เขียนตามคำบอก) คือสิลวานัสในการเขียน 1 เปโตร (5:12) เมื่อเขาเขียน 2 เปโตร อัครทูตผู้นี้อาจใช้คนอื่นเป็นเลขานุการ หรือไม่ก็หยิบปากกามาเขียนเอง วิธีเขียนหนังสือสองแบบนี้ไม่ใช่เรื่องแปลกในสมัยโบราณ เปาโลก็ใช้*ผู้เขียนตามคำบอก*เป็นครั้งคราว (โรม 16:22) บทบาทของเลขานุการหรืออาลักษณ์ไม่ได้ก่อให้เกิดข้อสงสัยเกี่ยวกับที่มาของเนื้อหาในการเขียน

2. ใครคือผู้สอนเท็จในคริสตจักรยุคแรกที่เปโตรกล่าวถึงใน 2 เปโตร?

พระธรรม 2 เปโตรเปิดโปงผู้สอนเท็จไว้อย่างชัดเจนและแหลมคมที่สุดในพระคัมภีร์ โดยมีพระธรรมยูดาเท่านั้นที่เทียบได้ เปโตรไม่ได้ระบุเจาะจงว่าคำสอน

เท็จนั้นเป็นศาสนา ลัทธิ หรือระบบการสอนแบบใด สิ่งที่เขาสนใจมากกว่าคือหลักการกว้าง ๆ ในการสังเกตและต่อต้านคำสอนเท็จในคริสตจักร

ในการบรรยายลักษณะของผู้สอนเท็จไว้แบบกว้างที่สุด เปโตรชี้ให้เห็นว่าคนเหล่านั้นสอนคำสอนนอกรีตที่สร้างความเสียหาย พวกเขาปฏิเสธพระคริสต์และบิดเบือนพระคัมภีร์ พวกเขาทำให้ความเชื่อแท้เสื่อมเสียชื่อเสียง พวกเขาเยาะเย้ยการเสด็จมาครั้งที่สองของพระคริสต์ ไม่ใช่การพูดเกินเลยที่จะยืนยันว่าวิธีหลักของเปโตรในการตอบสนองต่อคำสอนเท็จก็คือการรู้จักหลักคำสอนแท้ ความเท็จอาจมาได้หลายระดับ แต่มันก็จะถูกเปิดเผยว่าเป็นสิ่งผิดเมื่อเปรียบเทียบกับความจริง

นอกจากเปิดโปงคำสอนของผู้สอนเท็จแล้ว เปโตรยังสนใจมากพอ ๆ กันที่จะแสดงให้เห็นลักษณะที่ผิดศีลธรรมของคนเหล่านั้น เขาบรรยายลักษณะของคนเหล่านั้นอย่างละเอียดยิ่งกว่าที่เขาอธิบายหลักคำสอนของคนเหล่านั้น เขารู้ว่าคุณภาพของผลไม้จะเผยให้เห็นว่าต้นไม้นั้นดีหรือไม่ ความชั่วร้ายไม่ใช่ผลของหลักคำสอนที่ถูกต้อง แต่เป็นผลของ "ลัทธินอกรีตอันจะให้ถึงความพินาศ" (2:1) เปโตรกระตุ้นให้คริสเตียนพยายามดำเนินตามแผนการเติบโตฝ่ายจิตวิญญาณที่วางแผนไว้อย่างรอบคอบ (1:5–9) โดยยอมให้ชีวิตที่ซื่อตรงเปิดเผยสิ่งที่เป็นเท็จ

3. เปโตรหมายถึงอะไรในคำแนะนำที่ว่า "จงพยายามมากขึ้นที่จะยืนยันการทรงเรียกและการทรงเลือกพวกท่านนั้น" (1:10)?

วลีนี้ยิงโดนกลางเป้าหมายทางศาสนศาสตร์ที่เปโตรเล็งไว้ใน 1:5–9 แม้ว่าพระเจ้าทรง "แน่ใจ" ว่าผู้ที่พระองค์ทรงเลือกเป็นใคร และพระองค์ประทานความรอดที่มั่นคงปลอดภัยชั่วนิรันดร์แก่พวกเขา (1 เปโตร 1:1–5; โรม 8:31–39) แต่คริสเตียนอาจไม่ได้มีความมั่นใจในความรอดอยู่ในใจเสมอไป ความมั่นคงปลอดภัยก็คือความจริงที่พระวิญญาณบริสุทธิ์ทรงเปิดเผยว่าความรอดนั้นดำรงอยู่ตลอดไป ความมั่นใจคือการที่บุคคลหนึ่งแน่ใจว่าเขาหรือเธอเป็นเจ้าของความรอดนิรันดร์นั้น พูดอีกอย่างก็คือ ผู้เชื่อที่แสวงหาคุณสมบัติฝ่ายจิตวิญญาณที่กล่าวถึงในบริบทของวลีนี้ จะรับประกันให้ตนเองมั่นใจ ด้วยผลฝ่ายจิตวิญญาณตามที่พวกเขาได้รับการทรงเรียก (โรม 8:30; 1 เปโตร 2:21) และได้รับการทรงเลือก (1 เปโตร 1:2) โดยพระเจ้าเพื่อรับความรอด

4. เปโตรอธิบายหลักคำสอนเรื่องการทรงดลใจให้เขียนพระคัมภีร์อย่างไร (1:19–21)?

2 เปโตรตอนนี้ให้ความเข้าใจที่สำคัญมากเกี่ยวกับธรรมชาติของพระคัมภีร์และความเป็นของแท้ของพระคัมภีร์ แม้แต่อัครทูตผู้นี้ก็คาดหวังว่าผู้อ่านของเขาจะสามารถให้คำตอบที่มีเหตุผลว่าทำไมพวกเขามั่นใจในพระคัมภีร์ เขาตระหนักว่าพวกผู้สอนเท็จจะพยายามทำลายความน่าเชื่อถือของจดหมายของเขา รวมทั้งงานรับใช้ในอดีตของเขา ดังนั้นเขาจึงโต้ตอบเหตุผลของคนเหล่านั้น เขารู้ว่าคนเหล่านั้นจะกล่าวหาว่าเขาปรุงแต่งนิทานและตำนานปรัมปราเพื่อหลอกผู้ฟัง (ข้อกล่าวหาของพวกผู้สอนเท็จในเรื่องนี้ ที่จริงแล้วแสดงให้เห็นแนวทางและจุดมุ่งหมายของพวกเขาเอง) ดังนั้นเปโตรจึงให้หลักฐานในข้อความตอนนี้ เพื่อพิสูจน์ว่าเขาเขียนความจริงของพระเจ้าในฐานะผู้เขียนที่ได้รับการดลใจอย่างแท้จริง

เปโตรให้รายละเอียดเกี่ยวกับกระบวนการที่พระเจ้าทรงดลใจ เปโตรยืนยันว่าพระคัมภีร์ไม่ได้เกิดจากมนุษย์ และพระคัมภีร์ไม่ได้มาจากความประสงค์ของมนุษย์ (1:21) สิ่งที่เน้นในวลีนี้คือไม่มีส่วนใดของพระคัมภีร์ที่เขียนขึ้นเพียงเพราะมนุษย์ต้องการให้เป็นเช่นนั้น พระคัมภีร์ไม่ใช่ผลจากความพยายามของมนุษย์โดยลำพัง อันที่จริงผู้เผยพระวจนะมักเขียนสิ่งที่พวกเขาไม่เข้าใจ (1 เปโตร 1:10–11) แต่ถึงกระนั้นพวกเขาก็สัตย์ซื่อในการเขียนสิ่งที่พระเจ้าทรงเปิดเผยแก่พวกเขา

แทนที่จะพึ่งพาอาศัยจุดประสงค์ของตนเอง มนุษย์ได้เขียน "ตามที่พระวิญญาณบริสุทธิ์ทรงดลใจเขา" (1:21) ตามไวยากรณ์แล้ว นี่หมายความว่าพระวิญญาณของพระเจ้าทรงโอบอุ้มหรือนำพาพวกเขาไปอย่างต่อเนื่อง (ลูกา 1:70; กิจการ 27:15,17) ดังนั้น พระวิญญาณบริสุทธิ์จึงเป็นผู้เขียนและผู้ริเริ่มจากเบื้องบน หรือเป็นผู้บันดาลให้เกิดพระคัมภีร์ เฉพาะในพระคัมภีร์เดิม ผู้เขียนที่เป็นมนุษย์ได้กล่าวถึงงานเขียนของพวกเขาว่าเป็นพระวจนะของพระเจ้ามากกว่า 3,800 ครั้ง (เยเรมีย์ 1:4; 3:2; โรม 3:2; 1 โครินธ์ 2:10) แม้ว่าผู้เขียนที่เป็นมนุษย์จะลงมือเขียน ไม่ใช่อยู่เฉย ๆ ในกระบวนการเขียนพระคัมภีร์ แต่พระเจ้าพระวิญญาณบริสุทธิ์ทรงกำกับดูแลพวกเขาโดยการใช้บุคลิกภาพ กระบวนการคิด และการใช้คำศัพท์ของพวกเขาแต่ละคน เพื่อพวกเขาจะเขียนและบันทึกถ้อยคำตามที่พระเจ้าต้องการให้เขียนโดยไม่มีข้อผิดพลาด ดังนั้นเอกสารต้นฉบับของพระคัมภีร์จึงได้รับการดลใจ (มาจากลมหายใจของพระเจ้า - 2 ทิโมธี 3:16) และไม่มีข้อผิดพลาด (ไม่มีความผิดพลาด – ยอห์น

10:34–35; 17:17; ทิตัส 1:2) ในข้อความตอนนี้เปโตรได้บรรยายถึงกระบวนการของการดลใจที่สร้างข้อความต้นฉบับซึ่งไม่มีข้อผิดพลาด (สุภาษิต 30:5; 1 โครินธ์ 14:36; 1 เธสะโลนิกา 2:13)

5. ประโยคที่ว่า "วันเดียวของพระเจ้าเป็นเหมือนกับพันปี และพันปีก็เป็นเหมือนกับวันเดียว" (3:8) มีผลต่อความเข้าใจของเราเกี่ยวกับแผนการของพระเจ้าอย่างไร?

พระเจ้าทรงเข้าใจเรื่องเวลาแตกต่างจากเรามาก จากมุมมองของมนุษย์ การเสด็จมาของพระคริสต์ดูเหมือนจะยังอีกยาวไกล (สดุดี 90:4) แต่จากมุมมองของพระเจ้า มันจะอีกไม่นาน เปโตรย้ำเตือนผู้อ่านถึงข้อเท็จจริงนี้ ก่อนที่จะชี้ให้เห็นว่าความล่าช้าในการเสด็จกลับมาของพระคริสต์จากมุมมองของมนุษย์ ไม่ควรถูกมองเป็นข้อบ่งชี้ว่าพระเจ้ากำลังเถลไถลหรือมาสาย เวลาที่ผ่านไปนั้นแท้จริงแล้วเป็นสัญญาณที่ชัดเจนยิ่งขึ้นว่าพระเจ้าทรงมีความสามารถอันใหญ่หลวงที่จะอดทนก่อนที่พระองค์จะลงมือพิพากษา (โยเอล 2:13; ลูกา 15:20; โรม 9:22; 1 เปโตร 3:15)

นอกเหนือจากกรอบอ้างอิงกว้าง ๆ ดังกล่าว ข้อความนี้อาจเป็นข้อบ่งชี้เฉพาะเจาะจงถึงความจริงที่ว่า จริง ๆ แล้วมีระยะเวลาหนึ่งพันปีระหว่างช่วงแรกของวันขององค์พระผู้เป็นเจ้า เมื่อสิ้นสุดความยากลำบากครั้งยิ่งใหญ่ (วิวรณ์ 6:17) กับระยะที่สอง เมื่อสิ้นสุดอาณาจักรพันปี และองค์พระผู้เป็นเจ้าทรงสร้างฟ้าสวรรค์ใหม่และแผ่นดินโลกใหม่

6. หากองค์พระผู้เป็นเจ้า "ไม่ทรงประสงค์ให้ใครพินาศเลย" (3:9) ทำไมจึงดูเหมือนคนจำนวนมากจะพบจุดจบแบบนั้น?

คำว่า*ใคร*ในข้อนี้ต้องหมายถึงผู้ที่พระเจ้าทรงเลือก และจะทรงเรียกเพื่อให้การไถ่สำเร็จครบถ้วน ซึ่งก็คือ*พวกท่าน*ที่ถูกกล่าวถึงก่อนหน้านี้ในข้อเดียวกัน เนื่องจากพระคัมภีร์ตอนนี้ทั้งหมดเป็นเรื่องที่พระเจ้าทรงทำลายคนชั่ว ความอดทนของพระองค์จึงไม่ใช่เพื่อช่วยพวกเขาทั้งหมดให้รอด แต่เพื่อพระองค์จะสามารถรับคนของพระองค์ทั้งหมด เป็นไปไม่ได้ที่พระองค์กำลังรอให้ทุกคนรอด เพราะเรื่องที่เน้นในตอนนี้ก็คือพระองค์จะทำลายโลกและคนอธรรม บรรดาคนที่พินาศและตกนรกนั้นเป็นเพราะพวกเขาเสื่อมทรามและเหมาะสมกับนรกเพียงอย่างเดียว ไม่ใช่เพราะพวกเขาถูกสร้างไว้สำหรับนรกและถูกกำหนดไว้ล่วงหน้าให้ไปที่นั่น แต่เพราะ

พวกเขาปฏิเสธยาชนิดเดียวที่รักษาได้ นั่นคือพระเยซูคริสต์ หนทางสู่ความพินาศคือหนทางของหัวใจที่ไม่กลับใจใหม่ มันคือหนทางของผู้ที่ปฏิเสธตัวตนของพระเยซูคริสต์และการจัดเตรียมของพระเยซูคริสต์ และยังยึดมั่นในความบาป (อิสยาห์ 55:1; เยเรมีย์ 13:17; เอเสเคียล 18:32; มัทธิว 11:28; 13:37; ลูกา 13:3; ยอห์น 3:16; 8:21,24; 1 ทิโมธี 2:3–4; วิวรณ์ 22:17)

คำว่า*ทุกคน*ซึ่งอยู่ในวลีถัดไปที่กล่าวว่า "แต่ประสงค์ให้ทุกคนกลับใจใหม่" ต้องหมายถึงทุกคนที่เป็นประชากรของพระเจ้า ซึ่งจะมาหาพระคริสต์เพื่อให้ประชากรของพระเจ้าครบจำนวน สาเหตุที่ทำให้การเสด็จมาของพระคริสต์และการพิพากษาที่มาควบคู่กันนั้นล่าช้า ไม่ใช่เพราะพระองค์เฉื่อยช้าในการรักษาพระสัญญา หรือเพราะพระองค์ต้องการพิพากษาคนชั่วมากขึ้น หรือเพราะพระองค์ไม่มีความสามารถเมื่อพระองค์เผชิญกับความชั่วร้าย พระองค์ชะลอการเสด็จมาเพราะพระองค์ทรงอดทน และปรารถนาเวลาที่ประชากรของพระองค์จะกลับใจใหม่

ศึกษา 2 เปโตร แบบรวบรัด

1. คำอธิบายของเปโตรเกี่ยวกับจดหมายของเปาโลหมายความว่าอย่างไร (3:15)?
2. คุณพบข้อบ่งชี้อะไรบ้างในจดหมายฉบับนี้ที่บ่งบอกว่านี่อาจเป็นจดหมายฉบับสุดท้ายของเปโตร?
3. เปโตรอธิบายสิ่งที่ดูเหมือนเป็นความล่าช้าในการเสด็จกลับมาของพระคริสต์อย่างไร?
4. เปโตรโจมตีและทำลายสิทธิอำนาจจอมปลอมของผู้สอนเท็จด้วยวิธีใดบ้าง?
5. ในจดหมายฉบับนี้ เปโตรบอกขั้นตอนการปฏิบัติไว้อย่างไรบ้าง สำหรับการเติบโตฝ่ายจิตวิญญาณ?

1 ยอห์น

หลักพื้นฐานของความเชื่อ

1 ยอห์นทำหน้าที่เหมือนจดหมายแนะนำสำหรับพระกิตติคุณยอห์น ซึ่งเต็มไปด้วยแนวทางปฏิบัติต่าง ๆ ในการสำแดงชีวิตคริสเตียน ที่เริ่มต้นโดยการเชื่อในพระเยซู

อัครทูตยอห์นได้ให้คุณูปการที่สำคัญแก่พระคัมภีร์ใหม่ด้วยการเขียนพระธรรมห้าเล่ม (พระกิตติคุณยอห์น พระธรรม 1, 2 และ 3 ยอห์น และวิวรณ์) งานเขียนของเขามีความหลากหลายกว่าผู้เขียนคนอื่น ๆ เขาเขียนพระกิตติคุณหนึ่งเล่ม จดหมายสามฉบับ และหนังสือคำพยากรณ์เล่มยาวหนึ่งเล่ม

ผู้เขียนและปีที่เขียน

เขียนโดยยอห์น ประมาณปี ค.ศ. 90 ถึง 95

จดหมายฝากฉบับนี้ไม่ได้ระบุชื่อผู้เขียน แต่คำพยานที่หนักแน่น คงเส้นคงวาและเก่าแก่ที่สุดของคริสตจักรกล่าวว่าจดหมายฉบับนี้เขียนโดยยอห์นผู้เป็นสาวกและอัครทูต (ลูกา 6:13–14) การไม่ปรากฏชื่อผู้เขียนนี้เป็นการยืนยันอย่างหนักแน่นตามที่คริสตจักรยุคแรกระบุว่าจดหมายฝากฉบับนี้เป็นของยอห์น เพราะมีแต่คนที่มีสถานภาพเป็นอัครทูตผู้มีชื่อเสียงและโดดเด่นเท่านั้น จึงจะสามารถเขียนด้วยสิทธิอำนาจที่ชัดเจนแน่ชัดเช่นนี้ ผู้เขียนคาดหวังให้ผู้อ่านเชื่อฟังอย่างครบถ้วน แม้ว่าเขาไม่ได้ระบุตัวตนของเขาอย่างชัดเจน (4:6) ตัวเขาและถ้อยคำของเขาเป็นที่รู้จักดีในหมู่ผู้อ่านเหล่านั้น จนเขาไม่จำเป็นต้องเอ่ยชื่อตนเอง

ยอห์นและยากอบพี่ชายของเขา (กิจการ 12:2) เป็นที่รู้จักในนาม "บุตรชายของเศเบดี" (มัทธิว 10:2–4) และพระเยซูทรงเรียกพวกเขาว่า "ลูกฟ้าร้อง" ด้วย (มาระโก 3:17) ยอห์นเป็นหนึ่งในสามคนที่ใกล้ชิดพระเยซูมากที่สุด (พร้อมกับเปโตรและยากอบ—มัทธิว 17:1; 26:37) เขาเป็นประจักษ์พยานและผู้มีส่วนร่วมในพระราชกิจของพระเยซูในโลกนี้ตั้งแต่ต้น ซึ่งช่วยอธิบายน้ำเสียงที่ใกล้ชิดในข้อความขึ้นต้นจดหมายฉบับนี้ (1:1–4) นอกจากจดหมายฝากสามฉบับแล้ว ยอห์นยังเขียน

พระกิตติคุณเล่มที่สี่ด้วย ในพระกิตติคุณเล่มนั้นเขาเรียกตัวเองว่าสาวก "ที่พระเยซูทรงรัก" และเป็นคนที่เอนกายอยู่ใกล้พระทรวงของพระเยซูระหว่างรับประทานอาหารค่ำมื้อสุดท้าย (ยอห์น 13:23; 19:26 ; 20:2; 21:7,20) นอกจากนั้นเขายังเขียนพระธรรมวิวรณ์ด้วย (วิวรณ์ 1:1)

บุคคลสำคัญใน 1 ยอห์น

ยอห์น—เขียนเพื่อย้ำความมั่นใจแก่ผู้เชื่อ เกี่ยวกับความจริงพื้นฐานของความเชื่อคริสเตียน (1:1–5:21)

พระเยซู—พระคริสต์ทรงเป็นพระวจนะแห่งชีวิต ผู้ทรงสละพระองค์เองและทรงเป็นขึ้นจากความตายเพื่อประทานชีวิตนิรันดร์แก่ทุกคนที่เชื่อ (1:1–5:20)

ภูมิหลังและสถานที่

แม้ว่ายอห์นอายุมากแล้วเมื่อเขาเขียนจดหมายฝากฉบับนี้ แต่เขายังคงรับใช้คริสตจักรต่าง ๆ ในเมืองเอเฟซัสและรอบ ๆ เมืองเอเฟซัสในดินแดนเอเชียไมเนอร์อย่างแข็งขัน ในเวลานั้นเขาเป็นอัครทูตที่ยังรอดชีวิตอยู่เพียงคนเดียว ซึ่งเคยมีความสัมพันธ์ใกล้ชิดและเป็นประจักษ์พยานกับพระเยซูตลอดช่วงที่พระองค์ทำพระราชกิจในโลกนี้ ไปจนถึงการสิ้นพระชนม์ การฟื้นคืนพระชนม์ และการเสด็จขึ้นสู่สวรรค์ของพระองค์ บรรดาปิตาจารย์แห่งคริสตจักรระบุว่า ในที่สุดยอห์นก็ปักหลักอยู่ในเมืองเอเฟซัส ที่นั่นเขาให้การดูแลคริสตจักรหลายแห่ง ดำเนินโครงการประกาศข่าวประเสริฐอย่างกว้างขวาง และเขียนเนื้อหามากมายที่เป็นคุณูปการแก่พระคัมภีร์ใหม่ ปิตาจารย์แห่งคริสตจักรคนหนึ่ง (ปาปิอัส) ซึ่งได้ติดต่อกับยอห์นโดยตรง กล่าวถึงยอห์นว่าเขาเป็น "เสียงที่มีชีวิตและดำรงอยู่" ในฐานะอัครทูตคนสุดท้ายที่เหลืออยู่ คำพยานของยอห์นมีสิทธิอำนาจสูงมากท่ามกลางคริสเตียนในปลายศตวรรษแรก

เมืองเอเฟซัส (กิจการ 19:10) ตั้งอยู่ภายในศูนย์กลางทางปัญญาของดินแดนเอเชียไมเนอร์ มีผู้สอนเท็จเกิดขึ้นจากภายในกลุ่มคนของคริสตจักรเอง ดังที่อัครทูตเปาโลบอกล่วงหน้าไว้เมื่อหลายปีก่อน (กิจการ 20:28–31) ผู้นำเหล่านี้ได้ซึมซาบเอาบรรยากาศที่ปกคลุมไปทั่วของแนวปรัชญาที่ได้รับความนิยม และเริ่มแพร่เชื้อหลักคำสอนเท็จให้คริสตจักร โดยบิดเบือนคำสอนพื้นฐานของอัครทูต ผู้สอนเท็จเหล่านี้

สนับสนุนแนวคิดใหม่ ๆ ซึ่งในที่สุดจะถูกเรียกว่า "ลัทธินอสติก" (มาจากคำภาษากรีกที่แปลว่า "ความรู้") ลัทธินอสติกคือลัทธิสอนผิดที่อันตรายที่สุด ซึ่งคุกคามคริสตจักรในช่วงสามศตวรรษแรก โดยเป็นรองเพียงแค่การต่อสู้กับอิทธิพลของศาสนายิวแบบเคร่งกฎบัญญัติในคริสตจักรยุคแรก มีความเป็นไปได้มากว่ายอห์นกำลังต่อสู้กับสายพันธุ์แรก ๆ ของลัทธิสอนผิดที่มีพิษร้ายนี้ เพราะแม้แต่รูปแบบดั้งเดิมของคำสอนเท็จนี้ก็ยังเป็นอันตรายร้ายแรงต่อชีวิตฝ่ายจิตวิญญาณ ยอห์นจึงต้องทำบางสิ่งบางอย่าง เขาทำด้วยความอ่อนโยนและความรัก แต่ใช้สิทธิอำนาจของอัครทูตที่ไร้ข้อกังขา ยอห์นส่งจดหมายฉบับนี้ไปถึงคริสตจักรต่าง ๆ ในขอบเขตอิทธิพลของเขา เพื่อหยุดยั้งคำสอนเท็จชนิดนี้ซึ่งเป็นโรคระบาดที่กำลังแพร่กระจายออกไป

หลักคำสอนสำคัญใน 1 ยอห์น

หลักพื้นฐานของความเชื่อ—ความเชื่อที่ถูกต้อง การเชื่อฟัง และความรัก ทำงานร่วมกันเพื่อก่อให้เกิดความสุข ความบริสุทธิ์ และความมั่นใจในชีวิตของผู้เชื่อ (1:4,9; 2:1,3,15; 4:4–6; 5:13; สดุดี 32: 3–5; สุภาษิต 28:13; ยอห์น 14:30; 16:11; โรม 6:12–14; 8:12–13; 1 โครินธ์ 15:34; เอเฟซัส 4:32; โคโลสี 2:13)

คำสอนของมาร—ผู้สอนเท็จปฏิเสธความเป็นมนุษย์ของพระเยซูคริสต์ (2:18, 26; 3:7; 4:1–7; อิสยาห์ 53:3–4; มัทธิว 1:18; ลูกา 1:31; 1 โครินธ์ 15:21; กาลาเทีย 4 :4; ฮีบรู 2:14–17; 2 ยอห์น 1:7)

พระลักษณะของพระเจ้าใน 1 ยอห์น

พระเจ้าทรงสัตย์ซื่อ—1:9

พระเจ้าทรงยุติธรรม—1:9

พระเจ้าทรงเป็นความสว่าง—1:5

พระเจ้าทรงรัก—2:5; 3:1; 4:8–10,12,16,19

พระเจ้าทรงรักษาพระสัญญา—2:25

พระเจ้าทรงสัตย์จริง—1:10; 5:10

พระเจ้าทรงเป็นหนึ่งเดียว—5:7

พระคริสต์ใน 1 ยอห์น

ในจดหมายฝากฉบับนี้ ยอห์นต่อสู้กับคำสอนของลัทธินอสติกที่ปฏิเสธความเป็นมนุษย์ของพระเยซูคริสต์ ยอห์นประกาศถึงตัวตนของพระเยซูคริสต์ว่า พระองค์คือพระเจ้าพระบุตรที่ทรงบังเกิดเป็นมนุษย์ เขากล่าวว่า “นี่แหละคือผู้ที่ได้มาด้วยน้ำและพระโลหิต” (5:6) พระคัมภีร์ข้อนี้บรรยายว่าพระคริสต์ทรงดำเนินชีวิตและสิ้นพระชนม์ในฐานะบุตรมนุษย์โดยแท้จริง

คำศัพท์สำคัญใน 1 ยอห์น

บาป: คำภาษากรีกคือ *ฮามาร์ทีอา*—1:7–8; 3:4–5,8–9; 5:16–17—มีความหมายตามตัวอักษรว่า “พลาดเป้า” ยอห์นพูดถึงความบาปประเภทหนึ่งที่เราสามารถแก้ไขได้ กับบาปอีกประเภทหนึ่งซึ่งเราแก้ไขไม่ได้ ผู้อ่านของยอห์นไม่เหมือนผู้อ่านในปัจจุบัน เห็นได้ชัดว่าพวกเขาเข้าใจความแตกต่างระหว่างบาปสองประเภทนี้ คำสอนโดยรวมของจดหมายฝากฉบับนี้บอกเป็นนัยว่า ผู้ที่ปฏิเสธชุมชนคริสเตียน (2:18–19) และไปติดตามคำสอนนอกรีตของ “ศัตรูของพระคริสต์” นั้นไม่สามารถแก้ไขได้ การที่พวกเขากบฏและปฏิเสธตัวตนที่แท้จริงของพระเยซู (4:1–3) นำไปสู่บาปที่ไม่กลับใจใหม่ในท้ายที่สุด ความบาปของพวกเขาก่อให้เกิดความตายฝ่ายจิตวิญญาณ

ผู้ช่วยทูลขอ: คำภาษากรีกคือ *ปาราเคลตอส*—2:1—มีความหมายตามตัวอักษรว่า “ผู้ที่ถูกเรียกมาอยู่ฝ่ายเรา” คำภาษากรีกคำนี้หมายถึงตำแหน่งของผู้ปลอบประโลม ผู้ปลอบใจ หรือทนายฝ่ายจำเลย ในยอห์น 14:26 และ 15:26 พระวิญญาณบริสุทธิ์ถูกเรียกว่าผู้ช่วยสนับสนุนผู้เชื่อ พระวิญญาณบริสุทธิ์ทรงทำงานภายในเราเพื่อปลอบประโลมและช่วยเหลือเรา และยังวิงวอนเรื่องคดีของเราต่อพระบิดาในสวรรค์ด้วย (โรม 8:26–27,34)

สรุปเนื้อหาโดยย่อ

I. การทดสอบพื้นฐานเรื่องสามัคคีธรรมแท้—เกลียวที่ 1 (1:1–2:17)
  - ก. การทดสอบพื้นฐานเรื่องหลักคำสอน (1:1–2:2)
  - ข. การทดสอบพื้นฐานเรื่องศีลธรรม (2:3–17)

II. การทดสอบพื้นฐานเรื่องสามัคคีธรรมแท้—เกลียวที่ 2 (2:18–3:24)
  - ก. ส่วนที่ 2 ของการทดสอบเรื่องหลักคำสอน (2:18–27)
  - ข. ส่วนที่ 2 ของการทดสอบเรื่องศีลธรรม (2:28–3:24)

III. การทดสอบพื้นฐานเรื่องสามัคคีธรรมแท้—เกลียวที่ 3 (4:1–21)
  - ก. ส่วนที่ 3 ของการทดสอบเรื่องหลักคำสอน (4:1–6)
  - ข. ส่วนที่ 3 ของการทดสอบเรื่องศีลธรรม (4:7–21)

IV. การทดสอบพื้นฐานเรื่องสามัคคีธรรมแท้—เกลียวที่ 4 (5:1–21)
ก. ชีวิตที่มีชัยชนะในพระคริสต์ (5:1–5)
ข. พยานของพระเจ้าเพื่อพระคริสต์ (5:6–12)
ค. ความมั่นใจของคริสเตียนเนื่องจากพระคริสต์ (5:13–21)

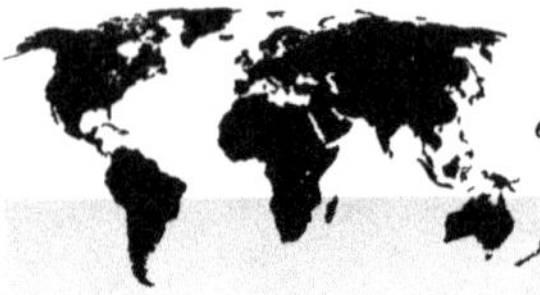

ขณะเดียวกัน ในพื้นที่ส่วนอื่น ๆ ของโลก . . .

อาณาจักรโรมันและจีนขยายเข้าหากัน และถูกแบ่งแยกจากกันโดยเทือกเขาอาร์เมเนียและทะเลแคสเปียนเท่านั้น

คำถามที่พบบ่อย

1. พระธรรม 1 ยอห์นช่วยให้เรามีความเข้าใจอย่างไร เกี่ยวกับคำสอนอันตรายซึ่งจู่โจมความเชื่อคริสเตียนในศตวรรษแรก?

เปาโลเปโตรและยอห์นล้วนเคยเผชิญกับรูปแบบแรกๆ ของระบบคำสอนเท็จซึ่งต่อมาจะถูกเรียกว่าลัทธินอสติก คำดังกล่าว (มาจากคำภาษากรีกที่แปลว่า “ความรู้”) หมายถึงการที่พวกนอสติกอ้างว่าพวกเขามีความรู้อันสูงส่ง หรือความจริงที่สูงส่งกว่าซึ่งรู้ได้เฉพาะผู้ที่เข้าถึงสิ่งที่ลึกซึ้งเท่านั้น ผู้ที่ได้รับการสอนเรื่องความรู้ลึกลับนี้มีสิทธิอำนาจภายในที่สูงกว่าพระคัมภีร์ เรื่องนี้ส่งผลให้เกิดสถานการณ์ยุ่งเหยิง ซึ่งแทนที่จะให้การเปิดเผยของพระเจ้ามีฐานะเป็นผู้ตัดสินความคิดของมนุษย์ พวกเขากลับให้ความคิดของมนุษย์ตัดสินการเปิดเผยของพระเจ้า (1 ยอห์น 2:15–17)

ในทางปรัชญาแล้ว ลัทธิสอนผิดนี้อาศัยการบิดเบือนคำสอนปรัชญาของเพลโต มันสนับสนุนแนวคิดแบบทวินิยม ซึ่งเชื่อว่าวัตถุมีความชั่วร้ายในตัวและจิตวิญญาณเป็นสิ่งดี ความเข้าใจผิดโดยตรงประการหนึ่งของลัทธิสอนผิดนี้เกี่ยวข้องกับการบอกว่าพระคริสต์มีความเป็นพระเจ้าในบางรูปแบบ แต่ปฏิเสธความเป็นมนุษย์โดยแท้จริงของพระองค์ เพราะคิดว่านั่นจะเป็นการปกป้องพระองค์จากความชั่วร้าย (เนื่องจากพวกเขาสรุปว่าพระองค์จะเป็นสิ่งชั่วร้าย ถ้าพระองค์เสด็จมารับสภาพเนื้อหนังจริง ๆ) ทัศนะเช่นนี้ไม่เพียงทำลายความเป็นมนุษย์โดยแท้จริงของพระเยซูเท่านั้น แต่ยังทำลายพระราชกิจการลบล้างบาปของพระคริสต์ด้วย พระเยซูต้องไม่เพียงเป็นพระเจ้าโดยแท้จริงเท่านั้น แต่พระองค์ต้องเป็นมนุษย์โดยแท้จริงด้วย

(จริงในทางกายภาพ) คือเป็นมนุษย์ที่ได้ทนทุกข์และสิ้นพระชนม์บนไม้กางเขนจริง ๆ เพื่อเป็นเครื่องบูชารับโทษบาปแทน ซึ่งพระเจ้าทรงยอมรับ (ฮีบรู 2:14–17) มุมมองในพระคัมภีร์เกี่ยวกับพระเยซูนั้นยืนยันความเป็นมนุษย์โดยสมบูรณ์ของพระองค์ รวมทั้งความเป็นพระเจ้าโดยสมบูรณ์ของพระองค์ด้วย

แม้แต่ในสมัยของยอห์น ลัทธินอกรีตนอสติกก็มีรูปแบบพื้นฐานอยู่สองรูปแบบ ได้แก่ ลัทธิโดซีทิสม์กับคำสอนผิดของเครินธอส ลัทธิโดซีทิสม์ (มาจากคำภาษากรีกที่แปลว่า "ปรากฏ") ยืนยันว่าพระกายของพระเยซูไม่มีอยู่จริง แต่เพียงแค่ "ดูเหมือน" มีสภาพร่างกายเท่านั้น ยอห์นยืนยันอย่างหนักแน่นและซ้ำแล้วซ้ำอีกถึงความเป็นจริงฝ่ายร่างกายของพระเยซู เขาย้ำเตือนผู้อ่านว่าเขาเป็นประจักษ์พยานเรื่องพระองค์ ("ได้ยิน" "ได้เห็น" "จับต้องด้วยมือ" "พระเยซูคริสต์ได้เสด็จมาเป็นมนุษย์"; 1 ยอห์น 1:1–4; 4:2–3) ลัทธินอสติกยุคแรกอีกรูปแบบหนึ่งนั้น อีเรเนอุส นักปกป้องความเชื่อในคริสตจักรยุคแรกบอกว่ามันมีที่มาจากคนชื่อเครินธอส เครินธอสสอนว่า "พระวิญญาณ" ของพระคริสต์เสด็จลงมาประทับบนพระเยซูที่เป็นมนุษย์เมื่อพระองค์รับบัพติศมา แต่เสด็จไปจากพระองค์ก่อนที่พระองค์จะถูกตรึงกางเขน ยอห์นยืนยันว่าพระเยซูผู้ทรงรับบัพติศมาเมื่อพระองค์เริ่มต้นทำพระราชกิจ ก็คือบุคคลเดียวกับที่ถูกตรึงบนไม้กางเขน (1 ยอห์น 5:6)

ยอห์นไม่ได้ระบุตรง ๆ เรื่องความเชื่อแบบนอสติกยุคแรก แต่ข้อโต้แย้งของเขาก็ให้เบาะแสที่ชัดเจนเกี่ยวกับเป้าหมายของเขา นอกจากนั้น ยอห์นมีสติปัญญาในการหลีกเลี่ยงไม่ใช้วิธีโจมตีโดยตรงต่อลัทธิสอนผิดที่เปลี่ยนแปลงอย่างรวดเร็ว แต่เขาใช้วิธีกล่าวย้ำในแง่บวกอย่างเหมาะสมกับเวลา ในเรื่องหลักพื้นฐานของความเชื่อซึ่งจะให้ความจริงและคำตอบที่เป็นอมตะแก่คริสเตียนรุ่นต่อ ๆ ไป

2. มีอะไรบ้างที่เป็นหลักพื้นฐานที่ลดหย่อนไม่ได้ของความเชื่อ ซึ่งยอห์นได้อธิบายไว้อย่างชัดเจนใน 1 ยอห์น?

ยอห์นอธิบายส่วนสำคัญหรือหลักพื้นฐานของชีวิตคริสเตียน ด้วยคำศัพท์ที่ครอบคลุมทุกสถานการณ์และไม่ขึ้นอยู่กับเงื่อนไข ยอห์นไม่เหมือนกับเปาโลที่มักจะรวมข้อยกเว้นเอาไว้ด้วย เวลาเขาอธิบายหลักการฝ่ายจิตวิญญาณ ยอห์นไม่พูดถึงประเด็นที่ว่า "แล้วถ้าฉันล้มเหลวล่ะ" ยอห์นตระหนักดีถึงความสำคัญของการยกโทษ และบทบาทของพระคริสต์ในฐานะผู้ช่วยทูลขอเพื่อเราเมื่อเราล้มเหลว (1:8–9; 2:1) แต่เนื้อหาส่วนใหญ่ในจดหมายของเขานำเสนอความจริงแบบขาวกับดำ

ไม่ใช่แบบเทา ๆ การเปรียบเทียบความแตกต่างอย่างชัดเจนของเขาทำให้เหลือพื้นที่น้อยมากสำหรับการประนีประนอม ไม่ว่าจะเป็น “ความสว่าง” กับ “ความมืด” (1:5,7; 2:8–11) ความจริงกับคำมุสา (2:21–22; 4:1) ลูกของพระเจ้ากับลูกของมาร (3:10)

ผู้ที่อ้างว่าตนเป็นคริสเตียนจะต้องแสดงลักษณะพิเศษของคริสเตียนแท้ออกมาอย่างแน่นอน ไม่ว่าจะเป็นหลักคำสอนที่ถูกต้อง การเชื่อฟัง และความรัก ผู้ที่บังเกิดใหม่อย่างแท้จริงได้รับธรรมชาติใหม่ ซึ่งจะแสดงหลักฐานยืนยันตัวเอง ผู้ที่ไม่แสดงลักษณะพิเศษของธรรมชาติใหม่ก็ไม่มีธรรมชาติใหม่ ดังนั้นเขาจึงไม่เคยบังเกิดใหม่อย่างแท้จริง ประเด็นต่าง ๆ ไม่ได้มุ่งเน้น (อย่างที่งานเขียนส่วนใหญ่ของเปาโลเน้น) ที่การดูแลรักษาการสามัคคีธรรมชั่วคราวหรือการสามัคคีธรรมประจำวันกับพระเจ้า แต่มุ่งเน้นที่การประยุกต์ใช้บททดสอบพื้นฐานในชีวิตของเรา เพื่อยืนยันว่าความรอดได้เกิดขึ้นแล้วจริง ๆ และความแตกต่างอย่างสิ้นเชิงเช่นนี้ก็เป็นลักษณะพิเศษของพระกิตติคุณยอห์นเช่นกัน

3. เหตุใดจึงดูเหมือนมีความคิดซ้ำ ๆ มากมายใน 1 ยอห์น?

ด้วยรูปแบบการเขียนที่ไม่เหมือนใคร ยอห์นท้าทายผู้อ่านและนักตีความด้วยการย้ำหัวข้อที่คล้ายกันซ้ำแล้วซ้ำอีก เพื่อเน้นย้ำความจริงพื้นฐานเกี่ยวกับความเชื่อคริสเตียนที่แท้จริง บางคนเปรียบลีลาการเขียนซ้ำ ๆ ของยอห์นกับเกลียวก้นหอยที่ขยายออกไป และมีขนาดใหญ่ขึ้นเรื่อย ๆ แต่ละวงกระจายความจริงเดียวกันออกไปสู่อาณาเขตที่กว้างขึ้น และครอบคลุมพื้นที่ในชีวิตที่กว้างขึ้น ส่วนคนอื่น ๆ เห็นเกลียวเหล่านี้หมุนเข้าด้านใน เจาะลึกลงไปมากขึ้นเรื่อย ๆ ในหัวข้อเดียวกันพร้อมกับขยายความความคิดของเขา ไม่ว่าใครจะมองรูปแบบเกลียวก้นหอยนี้อย่างไร มันก็ชัดเจนว่ายอห์นใช้การย้ำความจริงพื้นฐานต่าง ๆ เพื่อเป็นวิธีที่จะเน้นย้ำความสำคัญของความจริงเหล่านี้ และช่วยให้ผู้อ่านของเขาเข้าใจและจดจำพวกมัน

4. การสารภาพบาปเกี่ยวข้องอย่างไรกับการได้รับการยกโทษใน 1 ยอห์น 1:9?

ผู้สอนเท็จที่ยอห์นต่อต้านมีลักษณะเด่นแบบเดียวกับคนสมัยใหม่จำนวนมาก พวกเขาเดินในความมืดฝ่ายจิตวิญญาณ (ความบาป) แต่ไปไกลถึงขั้นปฏิเสธว่าในชีวิตของพวกเขาไม่มีธรรมชาติบาปอยู่เลย ถ้าใครสักคนไม่เคยยอมรับว่าตัวเองเป็นคนบาป ความรอดก็จะเป็นผลที่ตามมาไม่ได้ (ดู มัทธิว 19:16–22 ที่เล่าเรื่องราวของ

ชายหนุ่มผู้ไม่ยอมรับว่าเขามีบาป) การสารภาพบาป (การยอมรับว่ามีบาป) ก็เหมือนการแบมือเพื่อปล่อยสิ่งของ พอแบมือแล้ว ก็สามารถรับการยกโทษได้

การสารภาพบาปเป็นประจำคือสิ่งที่บ่งบอกถึงความรอดแท้ ในขณะที่ผู้สอนเท็จจะไม่ยอมรับบาปของตนเอง แต่คริสเตียนแท้จะยอมรับและละทิ้งบาปของเขา (สดุดี 32:3–5; สุภาษิต 28:13) คำว่า*สารภาพ*หมายถึงการพูดถึงความบาปแบบเดียวกับที่พระเจ้าตรัส หรือการยอมรับมุมมองของพระองค์เกี่ยวกับความบาป การสารภาพบาปเป็นลักษณะพิเศษของคริสเตียนแท้ และผู้ที่สารภาพบาป พระเจ้าก็ทรงชำระพวกเขาอย่างต่อเนื่อง ในที่นี้ยอห์นไม่ได้มุ่งเน้นว่าเราจำเป็นต้องสารภาพบาปให้ครบทุกอย่าง แต่สิ่งที่เขาต้องการบอกเป็นพิเศษก็คือ การสำนึกและยอมรับอย่างไม่มีข้อสงสัยว่าตนเองเป็นคนบาปที่จำเป็นต้องได้รับการชำระและการยกโทษ (เอเฟซัส 4:32; โคโลสี 2:13)

5. เหตุใดเราจึงต้องไม่รักโลก (2:15)?

แม้ว่ายอห์นมักจะย้ำความสำคัญของความรัก และย้ำว่าพระเจ้าทรงเป็นความรัก (4:7–8) แต่เขาก็เปิดเผยด้วยว่าพระเจ้าทรงเกลียดความรักประเภทหนึ่ง นั่นคือ ความรักโลก (ยอห์น 15:18–20) การไม่มีความรักต่อโลกจะต้องเป็นลักษณะเด่นที่ปรากฏเป็นนิสัยในชีวิตด้านความรักของผู้ที่จะถูกนับว่าบังเกิดใหม่แล้ว ในทางกลับกันคริสเตียนรักพระเจ้าและรักพี่น้องคริสเตียน

*ความรัก*ในที่นี้หมายถึงความเสน่หาและความจงรักภักดี สำหรับคริสเตียนพระเจ้าต้องเป็นที่หนึ่งในชีวิต ไม่ใช่โลกเป็นที่หนึ่ง (มัทธิว 10:37–39; ฟีลิปปี 3:20) คำว่า*โลก*ไม่ได้หมายถึงโลกทางกายภาพหรือทางวัตถุ แต่หมายถึงระบบฝ่ายจิตวิญญาณแห่งความชั่วร้ายที่เรามองไม่เห็น ซึ่งถูกครอบงำโดยซาตาน และทุกสิ่งที่มันหยิบยื่นให้ ซึ่งเป็นการต่อต้านพระเจ้า ต่อต้านพระวจนะของพระองค์ และต่อต้านประชากรของพระองค์ (5:19; ยอห์น 12:31; 1 โครินธ์ 1:21; 2 โครินธ์ 4:4; ยากอบ 4:4; 2 เปโตร 1:4)

ศึกษา 1 ยอห์น แบบรวบรัด

1. ในบทที่หนึ่ง ยอห์นสอนอะไรบ้างเกี่ยวกับการสารภาพและการยกโทษ?
2. อะไรคือเหตุผลสี่ประการ ที่ยอห์นบอกว่าคริสเตียนแท้ไม่สามารถทำบาปเป็นนิสัย (3:4–10)?

3. จดหมายของยอห์นบอกเหตุผลห้าประการที่คริสเตียนมีความรัก (4:7–21) เหตุผลเหล่านั้นคืออะไรบ้าง?
4. ยอห์นใช้คาอินเป็นตัวอย่างในจดหมายของเขาอย่างไร?
5. ตามคำกล่าวของยอห์น ทำไมจึงเป็นไปไม่ได้ที่เราจะรักพระเจ้าและเกลียดชังเพื่อนบ้านของเรา?
6. คุณจะใช้ข้อความ "เรารัก ก็เพราะพระองค์ทรงรักเราก่อน" ในชีวิตของคุณอย่างไร?

2 ยอห์น

บทเรียนเรื่องการต้อนรับ

2 ยอห์น เป็นจดหมายฉบับเดียวในพระคัมภีร์ใหม่
ที่ส่งถึงสตรีคนหนึ่งโดยเฉพาะ

แม้แต่บันทึกสั้น ๆ ของหนึ่งในสาวกดั้งเดิมก็เป็นสิ่งที่มีคุณค่าอย่างมาก โดยเฉพาะอย่างยิ่งเมื่อบันทึกนั้นได้รับการดลใจจากพระวิญญาณบริสุทธิ์ พระธรรมเล่มสั้นที่สุดในพระคัมภีร์ใหม่เล่มนี้สามารถเขียนลงบนกระดาษปาปิรุสหนึ่งแผ่นพอดี ในพระธรรมเล่มนี้ยอห์นเขียนไว้เฉพาะคำให้กำลังใจและคำเตือนที่สำคัญมาก ๆ ยังมีอะไรอีกมากมายที่เขาจะกล่าว แต่เขาหวังว่าจะได้ไปเยี่ยมในอีกไม่ช้า (ข้อ 12)

ผู้เขียนและปีที่เขียน

เขียนโดยอัครทูตยอห์นเมื่อประมาณปี ค.ศ. 90 ถึง 95

ผู้เขียนเรียกตัวเองใน 2 ยอห์น 1 ว่า "ผู้ปกครอง" การเรียกตัวเองเช่นนี้สอดคล้องกับแบบแผนของอัครทูตผู้นี้ที่ไม่ใช้ชื่อของตนในงานเขียนของเขา ในพระกิตติคุณยอห์นเขาเรียกตัวเองว่าสาวก "ที่พระเยซูทรงรัก" (ยอห์น 13:23; 19:26; 20:2; 21:7,20) คำว่า "ผู้ปกครอง" สื่อถึงความอาวุโสของอัครทูตผู้นี้ รวมทั้งสิทธิอำนาจและสถานภาพของเขาในยุคที่ความเชื่อคริสเตียนกำลังวางรากฐาน

บุคคลสำคัญใน 2 ยอห์น

ยอห์น—อัครทูตของพระเยซู เขียนจดหมายเพื่อเน้นย้ำเรื่องการสามัคคีธรรมและการต้อนรับของคริสเตียน (ข้อ 1–13)

สุภาพสตรีที่ทรงเลือกไว้—บุคคลหนึ่งที่รู้จักกับยอห์นเป็นส่วนตัว และเป็นผู้เชื่อ (ข้อ 1)

ลูก ๆ ของสุภาพสตรีคนนั้น—หมายถึงบุตรชายและบุตรสาวของสุภาพสตรีที่ทรงเลือกไว้ (ข้อ 1)

ภูมิหลังและสถานที่

ความแตกต่างหลักระหว่าง 1 ยอห์นกับ 2 ยอห์นเป็นเรื่องของผู้รับสาร 1 ยอห์นพูดเรื่องทั่วไปแก่คริสเตียน ขณะที่ 2 ยอห์นเขียนไปถึงบุคคลหนึ่งและคริสตจักรหนึ่งโดยเฉพาะ (ข้อ 1) จดหมายทั้งสองฉบับเตือนให้ระวังอันตรายของพวกผู้สอนเท็จซึ่งได้รับอิทธิพลจากความคิดแบบนอสติกยุคเริ่มแรก และกำลังคุกคามคริสตจักรในเวลานั้น

ตามหลักฐานภายในจดหมายฉบับนี้ ยอห์นเป็นห่วงว่าบุคคลที่เขากล่าวถึงในคำทักทาย (ข้อ 1) อาจให้การต้อนรับผู้เผยพระวจนะเท็จเหล่านั้นโดยไม่ตั้งใจหรือโดยขาดสติปัญญา (ข้อ 10–11) เห็นได้ชัดว่าผู้สอนเท็จกำลังทำงานแบบสัญจรท่ามกลางชุมชนผู้เชื่อของยอห์น โดยพยายามทำให้คนหันไปเชื่อพวกเขา และฉวยโอกาสจากความมีน้ำใจต้อนรับแขกของคริสเตียนเพื่อทำให้อุดมการณ์ของพวกเขารุดหน้าไป อัครทูตผู้นี้เตือนผู้อ่านอย่างเร่งด่วนว่า อย่าให้การต้อนรับคนหลอกลวงประเภทนั้น (ข้อ 10–11) แม้ว่าคำเตือนของเขาอาจดูเผิน ๆ เหมือนแข็งกร้าวหรือไม่มีความรัก แต่ลักษณะที่เป็นอันตรายร้ายแรงของคำสอนเท็จนี้ทำให้คำเตือนดังกล่าวมีเหตุผลอันชอบธรรม โดยเฉพาะอย่างยิ่งเมื่อคำสอนเท็จนี้มีทีท่าว่าจะทำลายถึงรากฐานของความเชื่อ (ข้อ 9)

หลักคำสอนสำคัญใน 2 ยอห์น

การสามัคคีธรรมของคริสเตียน—หลักคำสอนที่ถูกต้องต้องทำหน้าที่เป็นบททดสอบการสามัคคีธรรม และเป็นพื้นฐานของการแยกแยะระหว่างผู้ที่อ้างว่าเป็นคริสเตียนกับผู้ที่เป็นคริสเตียนจริง ๆ (ข้อ 9–11; โรม 16:17; กาลาเทีย 1:8–9; 2 เธสะโลนิกา 3:6, 14; ทิตัส 3:10)

หลักพื้นฐานของความเชื่อ—หลักพื้นฐานของความเชื่อคริสเตียนสรุปได้เป็นการยึดมั่นในความจริง ความรัก และการเชื่อฟัง (ข้อ 4–6; ยอห์น 13:34–35; 14:15,21; 15:10,12,17; 1 เธสะโลนิกา 2:19–20 ; 1 ยอห์น 2:7–11; 3:11; 4:7–12)

พระลักษณะของพระเจ้าใน 2 ยอห์น

พระเจ้าทรงรัก—1:6

พระเจ้าทรงเป็นความจริง—1:1–2

พระคริสต์ใน 2 ยอห์น

คล้ายกับจดหมายฉบับแรกของยอห์น อัครทูตผู้นี้เน้นเรื่องความจริงพื้นฐานเกี่ยวกับตัวตนของพระคริสต์ (ข้อ 7–11) การปฏิเสธความเป็นมนุษย์ของพระคริสต์คือการปฏิเสธการทนทุกข์และการเสียสละฝ่ายร่างกายที่พระคริสต์ทรงยอมทนเพื่อไถ่โลกแห่งความบาป "มีผู้ล่อลวงจำนวนมากออกมาในโลก เป็นพวกที่ไม่ยอมรับว่าพระเยซูคริสต์เสด็จมาเป็นมนุษย์ คนประเภทนั้นแหละเป็นผู้ล่อลวงและเป็นศัตรูของพระคริสต์" (ข้อ 7–8)

สรุปเนื้อหาโดยย่อ

I. พื้นฐานของการต้อนรับแบบคริสเตียน (1–3)
II. พฤติกรรมของการต้อนรับแบบคริสเตียน (4–6)
III. ขอบเขตของการต้อนรับแบบคริสเตียน (7–11)
IV. พระพรของการต้อนรับแบบคริสเตียน (12–13)

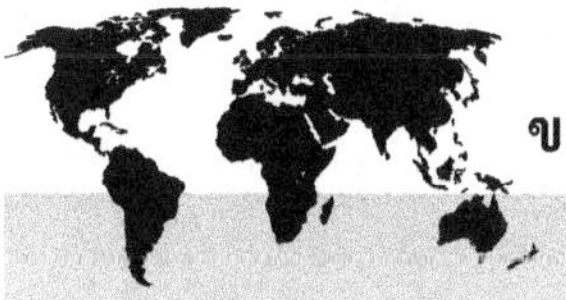

ขณะเดียวกัน ในพื้นที่ส่วนอื่น ๆ ของโลก . . .

พื้นที่ส่วนใหญ่ของเยอรมนีตอนเหนือยังคงถูกครอบครองโดยคนป่าเถื่อน อย่างไรก็ตาม โรมันได้รุกรานและยึดครองพื้นที่บางส่วนของป่าดำ ซึ่งตั้งอยู่ระหว่างแม่น้ำไรน์กับแม่น้ำดานูบ

คำถามที่พบบ่อย

1. ทำไมยอห์นจึงเห็นว่าสำคัญมากที่ต้อง "ยอมรับว่าพระเยซูคริสต์เสด็จมาเป็นมนุษย์" (ข้อ 7)?

จุดประสงค์ของยอห์นคือเพื่อเสริมสร้างคริสเตียนให้เข้มแข็งเพื่อจะต่อต้านกระแสของลัทธิสอนผิดซึ่งกำลังเอ่อล้นมาคุกคามคริสตจักร คำสอนเท็จนี้ส่วนใหญ่แล้วเป็นรูปแบบแรกเริ่มของลัทธินอสติก สำหรับข้อมูลเพิ่มเติมเกี่ยวกับลัทธิสอนผิดนี้ โปรดดูเนื้อหาส่วน**คำถามที่พบบ่อย**ในหัวข้อ "พระธรรม 1 ยอห์นช่วยให้เรามีความเข้าใจอย่างไร เกี่ยวกับคำสอนอันตรายซึ่งจู่โจมความเชื่อคริสเตียนในศตวรรษแรก?"

ความคิดของพวกนอสติกที่บอกว่าวัตถุเป็นสิ่งชั่วร้าย และวิญญาณเท่านั้นเป็นสิ่งดี ได้นำไปสู่ความคิดที่ว่าควรมีการทรมานร่างกาย ซึ่งเป็นการบำเพ็ญตบะรูปแบบหนึ่ง (โคโลสี 2:21–23) หรือไม่ก็คิดว่าความบาปที่ทำในร่างกายไม่มีความเกี่ยวข้องหรือผลกระทบต่อจิตวิญญาณของใคร พูดอีกอย่างก็คือ คำสอนเท็จนี้พยายามตอกลิ่มแบ่งแยกร่างกายกับจิตวิญญาณ นี่คือเหตุผลที่มันมักจะยืนยันว่าพระเยซูไม่สามารถเป็นพระเจ้าและมนุษย์ในเวลาเดียวกันได้

ผลของความเข้าใจผิดในคำสอนนี้ทวีความรุนแรงขึ้นเมื่อบางคน ซึ่งรวมถึงฝ่ายตรงข้ามของยอห์น ได้สรุปว่าบาปที่กระทำในร่างกายนั้นไม่สำคัญ การปล่อยตัวทำสิ่งผิดศีลธรรมอย่างเต็มที่เป็นสิ่งที่ยอมรับได้ บางคนอาจถึงขั้นบอกว่าบาปไม่มีอยู่จริง (1 ยอห์น 1:8–10) และไม่สนใจพระบัญญัติของพระเจ้า (1 ยอห์น 3:4)

ในฐานะป้อมปราการต้านทานลัทธิสอนผิดนี้ ยอห์นยกชูคำกล่าวยอมรับว่าพระเยซูคริสต์เสด็จมา "เป็นมนุษย์" (ข้อ 7) สิ่งที่คริสเตียนทำในชีวิตฝ่ายร่างกายนั้นเชื่อมโยงโดยตรงกับสิ่งที่พวกเขาทำในชีวิตฝ่ายจิตวิญญาณ ยอห์นเน้นย้ำถึงความจำเป็นที่จะต้องเชื่อฟังพระบัญญัติของพระเจ้า เพราะเขานิยามว่าความรักแท้ต่อพระเจ้าคือการเชื่อฟังพระบัญญัติของพระองค์ (1 ยอห์น 5:3) ในการดำเนินชีวิตเป็นมนุษย์ พระเยซูทรงให้ตัวอย่างที่สมบูรณ์แบบของความรักแบบนั้น

2. คำสอนของยอห์นเกี่ยวกับความจริงและความรักส่งผลอย่างไรต่อการอภิปรายเรื่องความเป็นอันหนึ่งอันเดียวกันของคริสเตียนในปัจจุบัน (ข้อ 4–6)?

คำสอนของยอห์นขัดแย้งโดยตรงกับเสียงเรียกร้องซึ่งได้ยินกันอยู่บ่อยครั้ง ที่ต้องการให้มีกระบวนการเอกสัมพันธ์ (การรวมกันของคณะนิกายต่าง ๆ ในคริสต์ศาสนา หรืออาจรวมไปถึงความร่วมมือระหว่างศาสนาต่าง ๆ) และให้คริสเตียนมีความเป็นอันหนึ่งอันเดียวกันในหมู่ผู้เชื่อ ความรักกับความจริงนั้นแยกจากกันไม่ได้ในความเชื่อคริสเตียน ความจริงต้องเป็นฝ่ายนำทางการแสดงความรักเสมอ (เอเฟซัส 4:5) ความรักต้องผ่านบททดสอบเรื่องความจริง บทเรียนหลักในจดหมายฉบับที่สองของยอห์นก็คือ ความจริงกำหนดขอบเขตของความรัก และผลที่ตามมาก็คือมันกำหนดขอบเขตของความเป็นอันหนึ่งอันเดียวกัน ดังนั้นต้องมีความจริงก่อน แล้วความรักจึงจะทำให้รวมกันเป็นหนึ่งได้ เพราะความจริงก่อให้เกิดความรัก (1 เปโตร 1:22) เมื่อมีคนประนีประนอมความจริง ความรักและความเป็นอันหนึ่ง

อันเดียวกันที่แท้จริงของคริสเตียนก็ถูกทำลาย เมื่อความจริงไม่ใช่รากฐานของความเป็นอันหนึ่งอันเดียวกัน สิ่งที่มีอยู่ก็เป็นเพียงแค่อารมณ์อ่อนไหวอันตื้นเขิน

ศึกษา 2 ยอห์นแบบรวบรัด

1. ยอห์นเน้นประเด็นหลักเรื่องความรักไว้อย่างเสมอต้นเสมอปลายในจดหมายสั้น ๆ ของเขาอย่างไร?
2. ยอห์นเน้นความสำคัญของความจริงอย่างไร?
3. อะไรคือสาเหตุที่ยอห์นกล่าวคำเตือนต่าง ๆ ในจดหมายสั้นๆ ฉบับนี้?
4. ยอห์นให้คำแนะนำแง่บวกไว้อย่างไรบ้างเกี่ยวกับความสัมพันธ์ของคริสเตียน?

3 ยอห์น

การรับใช้ผู้รับใช้ขององค์พระผู้เป็นเจ้า

3 ยอห์นบันทึกถ้อยคำที่ยอห์นยกย่องแนวทางปฏิบัติในการต้อนรับ

เช่นเดียวกับ 2 ยอห์น พระธรรม 3 ยอห์นก็มีลักษณะเด่นคือความสั้น มันสามารถเขียนลงบนกระดาษปาปิรุสหนึ่งแผ่นพอดี ในพระธรรมเล่มนี้อัครทูตยอห์นได้ประกาศความตั้งใจที่จะไปหาในไม่ช้า ข้อความที่ยอห์นเขียนถึงผู้นำชื่อกายอัสนั้นท้าทายและให้กำลังใจเขา โดยใช้พฤติกรรมของผู้นำอีกสองคนเป็นตัวอย่างในแง่ลบและแง่บวกของการเป็นผู้นำฝ่ายจิตวิญญาณที่มีประสิทธิภาพ ยอห์นหวังว่าจะเพิ่มเติมคำสอนอีกมากมายเมื่อเขาเดินทางไปถึง

ผู้เขียนและปีที่เขียน

เขียนโดยอัครทูตยอห์นเมื่อประมาณปี ค.ศ. 90 ถึง 95

ยอห์นใช้คำเรียกตัวเองคำเดียวกับที่เขาใช้ใน 2 ยอห์น ในจดหมายทั้งสองฉบับนี้เขาเรียกตัวเองว่า “ผู้ปกครอง” คำนี้สื่อถึงความอาวุโสของอัครทูตผู้นี้ รวมถึงสิทธิอำนาจของเขาและบทบาทพิเศษของเขาในฐานะหนึ่งในประจักษ์พยานที่ยังเหลืออยู่ผู้เคยเห็นพระราชกิจของพระเยซู

เราไม่สามารถระบุได้อย่างแน่ชัดว่าจดหมายฝากฉบับนี้เขียนในปีใด แต่เนื่องจากโครงสร้าง สำนวนการเขียน และการใช้คำศัพท์มีความใกล้เคียงกับ 2 ยอห์น จึงเป็นไปได้มากว่ายอห์นเขียนจดหมายสองฉบับนี้ในช่วงเวลาเดียวกัน คือประมาณ ค.ศ. 90 ถึง 95 ขอให้เปรียบเทียบข้อความต่อไปนี้เพื่อดูความคล้ายคลึงกันเหล่านั้น คือเปรียบเทียบข้อ 1 กับ 2 ยอห์น 2, ข้อ 4 กับ 2 ยอห์น 4, ข้อ 13 กับ 2 ยอห์น 12, ข้อ 14 กับ 2 ยอห์น 12 และเช่นเดียวกับ 1 และ 2 ยอห์น อัครทูตยอห์นน่าจะเขียนจดหมายฉบับนี้ระหว่างที่เขาทำงานรับใช้ในเมืองเอเฟซัสในช่วงใกล้วาระสุดท้ายของชีวิต

บุคคลสำคัญใน 3 ยอห์น

ยอห์น—เขียนเพื่อชมเชยกายอัสเรื่องการต้อนรับด้วยใจเอื้อเฟื้อ (ข้อ 1–14)

กายอัส—ผู้รับจดหมายของยอห์นฉบับนี้แต่เพียงผู้เดียว เป็นสมาชิกของคริสตจักรแห่งหนึ่งซึ่งอยู่ภายใต้การดูแลฝ่ายจิตวิญญาณของยอห์น (ข้อ 1)

ดิโอเตรเฟส—สมาชิกคริสตจักรที่เอาแต่ใจตัวเองและชอบใช้อำนาจ (ข้อ 9–10)

เดเมตริอัส—ผู้รับใช้ที่สัตย์ซื่อและเป็นแบบอย่างที่ยอดเยี่ยมในคริสตจักร (ข้อ 12)

ภูมิหลังและสถานที่

3 ยอห์นอาจมีลักษณะเป็นจดหมายส่วนตัวมากที่สุดในจดหมายฝากสามฉบับของยอห์น ในขณะที่ 1 ยอห์นดูเหมือนจะเป็นจดหมายทั่วไปที่ส่งถึงชุมชนผู้เชื่อต่าง ๆ ซึ่งกระจายอยู่ทั่วดินแดนเอเชียไมเนอร์ และ 2 ยอห์นถูกส่งไปถึงสตรีผู้หนึ่งและครอบครัวของเธอ (2 ยอห์น 1) ส่วนใน 3 ยอห์น อัครทูตผู้นี้ระบุชื่อผู้รับเพียงคนเดียวไว้อย่างชัดเจนว่า "กายอัสที่รัก" (ข้อ 1) ชื่อกายอัสนั้นพบได้ทั่วไปในศตวรรษแรก และมีผู้ชายที่ใช้ชื่อนี้ปรากฏอยู่ในพระคัมภีร์ใหม่หลายตอน (กิจการ 19:29; 20:4; โรม 16:23; 1 โครินธ์ 1:14) อย่างไรก็ตาม นอกเหนือจากจดหมายฉบับนี้แล้ว เราไม่พบข้อมูลอื่นที่กล่าวถึงตัวตนของกายอัสอย่างเฉพาะเจาะจง

การเขียนจดหมายฉบับนี้ได้รับแรงจูงใจจากคนที่ไปพบกายอัสแล้วกลับมาพร้อมกับรายงานว่า พวกเขาได้รับการต้อนรับและการสนับสนุนจากพี่น้องคนนี้ ในระหว่างนั้น คนอื่น ๆ อย่างดิโอเตรเฟส (ข้อ 9) ไม่ยอมให้การต้อนรับอาจารย์ที่ยอห์นส่งไปเยี่ยม อัครทูตผู้นี้ติดตามผลรายงานเหล่านั้นด้วยจดหมายสั้น ๆ ฉบับนี้ที่แสดงความขอบคุณและให้กำลังใจกายอัส

หลักคำสอนสำคัญใน 3 ยอห์น

การต้อนรับ—เป็นสิ่งที่ควรให้แก่ผู้รับใช้ที่สอนพระวจนะอย่างสัตย์ซื่อ (ข้อ 9–10; ปฐมกาล 14:18; 18:3–8; อพยพ 2:20; 1 ซามูเอล 9:22; 2 พงศ์กษัตริย์ 6:22–23; โยบ 31:32; อิสยาห์ 58:7; ลูกา 14:13–14; โรม 12:13,20; 1 ทิโมธี 3:2; 5:10; ทิตัส 1:8; ฮีบรู 13:2; 1 เปโตร 4:9)

พระลักษณะของพระเจ้าใน 3 ยอห์น

พระเจ้าทรงประเสริฐ—ข้อ 11

พระคริสต์ใน 3 ยอห์น

ที่ต่างจาก 1 และ 2 ยอห์นก็คือ 3 ยอห์นไม่ได้กล่าวถึงพระนามของพระเยซูคริสต์โดยตรง อย่างไรก็ตาม ในข้อ 7 ยอห์นบรรยายถึงมิชชันนารีเหล่านั้นว่า พวกเขาเดินทาง "ไปเพื่อรับใช้พระนามนั้น" (ดู โรม 1:5) ความจริงเรื่องพระคริสต์สละพระชนม์เป็นเครื่องบูชาบนไม้กางเขนยังคงเป็นพื้นฐานของการเผยแพร่ข่าวประเสริฐไปสู่ทุกคน

คำศัพท์สำคัญใน 3 ยอห์น

คริสตจักร: คำภาษากรีก *เอคเคลเซีย*—ข้อ 6,9–10—มีความหมายตามตัวอักษรว่า "การประชุม" ในวรรณกรรมทางโลกของกรีก คำนี้หมายถึงการชุมนุมอะไรก็ได้ของผู้คน ไปจนถึงงานหรือการประชุมที่สำคัญ ผู้เขียนพระคัมภีร์ใหม่หลายคนใช้คำนี้เพื่อหมายถึงการประชุมท้องถิ่นของผู้เชื่อหรือบรรดาผู้เชื่อที่เป็นกลุ่มคนกระจายกันอยู่ทั่วโลก ยอห์นใช้คำว่า *เอคเคลเซีย* ในสองลักษณะคือ "คริสตจักร" ในข้อ 6 หมายถึงกลุ่มผู้เชื่อโดยทั่วไป ในขณะที่ "คริสตจักร" ในข้อ 9 และ 10 จะต้องเป็นคริสตจักรท้องถิ่นแห่งหนึ่งโดยเฉพาะ ในสมัยพระคัมภีร์ คริสเตียนในแต่ละเมืองถูกจัดระเบียบให้อยู่ภายใต้ผู้ปกครองดูแลกลุ่มเดียว (ดู กิจการ 14:23; 15:2,4; 20:17–18; ทิตัส 1:5) "การประชุม" ของผู้เชื่อหลาย ๆ กลุ่ม ซึ่งจัดขึ้นในหลาย ๆ บ้าน ประกอบกันเป็นคริสตจักรท้องถิ่นในแต่ละเมือง

สรุปเนื้อหาโดยย่อ

I. คำชมเชยเรื่องการต้อนรับแบบคริสเตียน (1–8)
II. คำประณามเรื่องการละเมิดแนวทางการต้อนรับแบบคริสเตียน (9–11)
III. คำสรุปเรื่องการต้อนรับแบบคริสเตียน (12–14)

ขณะเดียวกัน ในพื้นที่ส่วนอื่น ๆ ของโลก . . .

สาวกของยอห์นชื่อโพลิคาร์ปอาจเริ่มรับใช้พระเจ้าแล้วในเมืองสเมอร์นา

คำถามที่พบบ่อย

1. ใน 3 ยอห์น เราพบแนวทางอะไรบ้างเกี่ยวกับการต้อนรับแบบคริสเตียน?

ยอห์นให้ทั้งกำลังใจและคำแนะนำเกี่ยวกับการต้อนรับ เขาเชื่ออย่างแน่นอนว่าคริสเตียนควรให้การต้อนรับในลักษณะที่พิจารณาได้ว่า "สมกับที่พระเจ้าทรงใช้" (ข้อ 6) ประการแรก คริสเตียนต้องแสดงน้ำใจต้อนรับผู้ที่มีเจตนาบริสุทธิ์ ยอห์นบรรยายว่าคนเหล่านี้เป็นมิชชันนารีสัญจรที่เดินทางไป "เพื่อรับใช้พระนามนั้น" (ข้อ 7; โรม 1:5) พวกเขาต้องทำพันธกิจเพื่อพระเกียรติของพระเจ้า ไม่ใช่เพื่อเกียรติของพวกเขาเอง ประการที่สอง คริสเตียนต้องแสดงน้ำใจต้อนรับผู้ที่ไม่ได้ทำพันธกิจเพื่อเงิน เนื่องจากมิชชันนารีเหล่านี้ "ไม่ได้รับสิ่งใดจากคนนอกเลย" (ข้อ 7) คริสตจักรจึงเป็นช่องทางเดียวที่พวกเขาได้รับการสนับสนุน ประการที่สาม เมื่อคริสเตียนมีน้ำใจต้อนรับแขก พวกเขาก็กลายเป็นผู้มีส่วนร่วมในพันธกิจของผู้ที่พวกเขาให้การต้อนรับ (ข้อ 8)

2. ทำไมยอห์นจึงไม่พอใจมาก ๆ ต่อบุคคลที่ชื่อดิโอเตรเฟสคนนี้ ในจดหมายฉบับที่สามของเขา?

ยอห์นกล่าวถึงดิโอเตรเฟสให้กายอัสฟัง เพื่อเป็นตัวอย่างของผลกระทบด้านลบที่เกิดจากผู้นำซึ่งประพฤติตนขัดแย้งกับคำสอนของพระเยซูเรื่องการเป็นผู้นำแบบผู้รับใช้ในคริสตจักร (มัทธิว 20:20–28; ฟีลิปปี 2:5–11; 1 ทิโมธี 3:3; 1 เปโตร 5:3) และละเมิดมาตรฐานการให้การต้อนรับที่คริสเตียนพึงปฏิบัติ ยอห์นสังเกตเห็นข้อผิดพลาดอย่างน้อยหกประการในพฤติกรรมของดิโอเตรเฟส ซึ่งก่อให้เกิดคำเตือนที่เป็นประโยชน์ต่อผู้อื่น ดังต่อไปนี้

- เขาชอบมีฐานะเหนือกว่าคนอื่น (ความปรารถนาอยากเป็นที่หนึ่ง - ข้อ 9)
- เขาปฏิเสธสิทธิอำนาจของยอห์น ดังนั้นจึงเท่ากับปฏิเสธสิทธิอำนาจแห่งพระวจนะของพระเจ้าด้วย โดยการไม่ยอมรับจดหมายของยอห์น (ข้อ 9)
- ยอห์นตั้งข้อกล่าวหาดิโอเตรเฟสว่า "ใส่ความเรา" (คำที่สื่อถึงความคิดที่ว่ามีบางคนพูดจาไร้สาระ - ข้อ 10)
- ดิโอเตรเฟสกระทำการ "ด้วยถ้อยคำเลวทราม" (เรื่องที่เขากล่าวหายอห์นเป็นความเท็จนั้นเป็นเรื่องชั่วร้ายด้วย - ข้อ 10)
- เขา "ไม่ยอมรับรองพี่น้องเหล่านั้น" (ความเป็นปฏิปักษ์ของเขาขยายไปถึงคริสเตียนคนอื่น ๆ - ข้อ 10)

- เขาถึงขั้น “ไล่ [พวกเขา] ออกจากคริสตจักร” (คนที่ต่อต้านอำนาจของเขา เขาขับออกจากการเป็นส่วนหนึ่งของคริสตจักร - ข้อ 10)

ศึกษา 3 ยอห์น แบบรวบรัด

1. จดหมายฉบับที่สามของยอห์นมีอะไรบ้างที่เป็นเรื่องดี ๆ และเรื่องแย่ ๆ?
2. การต้อนรับแบบคริสเตียนมีความสำคัญอย่างไรบ้าง?
3. อุปนิสัยแบบไหนบ้างที่กำลังสร้างปัญหาในคริสตจักรที่ยอห์นเขียนถึง?
4. กายอัสและเดเมตริอัสได้รับคำชมเชยเพราะการกระทำและอุปนิสัยแบบไหนบ้าง?
5. เหตุการณ์ใดเป็นประสบการณ์ที่น่าจดจำที่สุดของคุณ ที่คุณได้ให้หรือได้รับการต้อนรับแบบคริสเตียน?

ยูดา

ลักษณะของผู้ละทิ้งความเชื่อ

พระธรรมยูดาเป็นเสียงร้องเตือนครั้งใหญ่
จากน้องชายขององค์พระผู้เป็นเจ้าเพื่อให้ยืนหยัดมั่นคง

ยูดาเป็นน้องชายร่วมมารดาของพระเยซูคนที่สองที่เขียนจดหมายในพระคัมภีร์ใหม่ (มัทธิว 13:55; มาระโก 6:3) แม้ว่าก่อนหน้านั้นยูดาเคยไม่ยอมรับว่าพระเยซูเป็นพระเมสสิยาห์ (ยอห์น 7:1–9) แต่เขา รวมทั้งน้องชายร่วมมารดาคนอื่น ๆ ขององค์พระผู้เป็นเจ้าของเรา ได้มาเชื่อหลังจากการฟื้นคืนพระชนม์ของพระคริสต์ (กิจการ 1:14) เช่นเดียวกับยากอบพี่ชายของเขา ยูดากลายเป็นผู้นำคนสำคัญในคริสตจักรที่เยรูซาเล็ม ภายหลังการสิ้นพระชนม์ การฟื้นคืนพระชนม์ และการเสด็จขึ้นสู่สวรรค์ของพระเยซู นอกจากนี้เขายังกระตือรือร้นในการเดินทางประกาศข่าวประเสริฐร่วมกับพี่น้องคนอื่น ๆ ด้วย (1 โครินธ์ 9:5)

ผู้เขียนและปีที่เขียน

เขียนโดยยูดาเมื่อประมาณปี ค.ศ. 68 ถึง 70

แม้ว่ายูดา (ยูดาส) จะเป็นชื่อที่พบได้ทั่วไปในปาเลสไตน์ (มีคนชื่อนี้อย่างน้อยแปดคนในพระคัมภีร์ใหม่) แต่โดยทั่วไปแล้ว เป็นที่ยอมรับว่าผู้เขียนพระธรรมยูดาคือยูดา น้องชายร่วมมารดาของพระคริสต์ มีเบาะแสภายในจดหมายฉบับนี้สามประการที่สนับสนุนข้อสรุปนี้

- คำกล่าวอ้างอิงของยูดาที่บอกว่าเขาเป็น “น้องชายของยากอบ” ผู้นำในการประชุมใหญ่ที่กรุงเยรูซาเล็ม (กิจการ 15) และน้องชายร่วมมารดาของพระเยซู (ข้อ 1; กาลาเทีย 1:19)
- ความคล้ายคลึงกันระหว่างคำทักทายของยูดาและยากอบ (ข้อ 1; ยากอบ 1:1)
- ยูดาไม่ได้ระบุว่าตัวเองเป็นอัครทูต (ข้อ 1) แต่แยกตนเองออกจากคนเหล่านั้น (ข้อ 17) เบาะแสเหล่านี้ตัดความเป็นไปได้ของตัวเลือกหลักอีกคน

หนึ่งที่มีคนเสนอว่าเป็นผู้เขียน นั่นคืออัครทูตยูดาส (ไม่ใช่ยูดาส อิสคาริโอท) บุตรของยากอบ (ลูกา 6:16; กิจการ 1:13) หรือที่รู้จักในชื่อธัดเดอัส

คำถามแรก ๆ เกี่ยวกับฐานะในสารบบพระคัมภีร์ของพระธรรมยูดานั้นเกี่ยวข้องกับความสัมพันธ์ระหว่างพระธรรมเล่มนี้กับ 2 เปโตร ยูดายกข้อความมาจาก 2 เปโตร 3:3 โดยตรง และยอมรับว่าข้อความนั้นมาจากอัครทูตคนหนึ่ง (ข้อ 17–18) ถ้าเปโตรยกข้อความไปจากยูดา ก็คงจะไม่มีคำถามใด ๆ เกี่ยวกับฐานะในสารบบพระคัมภีร์ เพราะนั่นจะเท่ากับเปโตรให้การรับรองของอัครทูตแก่พระธรรมยูดาด้วยการทำเช่นนั้น อย่างไรก็ตาม ความเป็นของแท้ของพระธรรมยูดาได้รับการยืนยันโดยเคลเมนต์แห่งโรม (ประมาณปี ค.ศ. 96) และเคลเมนต์แห่งอเล็กซานเดรีย (ประมาณปี ค.ศ. 200)

เนื่องจากยูดาไม่ได้กล่าวถึงการทำลายกรุงเยรูซาเล็มในปี ค.ศ. 70 เลย และถึงแม้พระธรรมยูดาน่าจะเขียนหลังจาก 2 เปโตร (ค.ศ. 67–68) พระธรรมยูดาจึงมีความลงตัวที่จะอยู่ในกรอบเวลาแคบ ๆ ช่วงเดียวกับ 2 เปโตร ยูดาน่าจะเขียนประมาณปี ค.ศ. 68 ถึง 70

บุคคลสำคัญในยูดา

ยูดา—น้องชายร่วมมารดาของพระคริสต์ ซึ่งก่อนหน้านี้เคยไม่ยอมรับว่าพระเยซูเป็นพระเมสสิยาห์ หลังจากนั้นเขามาเชื่อหลังจากการฟื้นคืนพระชนม์ (1:1–25)

ยากอบ—พี่ชายของยูดา ผู้นำที่มีชื่อเสียงของคริสตจักรเยรูซาเล็ม และผู้เขียนพระธรรมยากอบ (1:1)

ภูมิหลังและสถานที่

ยูดามีชีวิตอยู่ในช่วงเวลาที่ความเชื่อคริสเตียนตกอยู่ภายใต้แรงกดดันทางการเมืองอย่างหนักหน่วงจากกรุงโรม และมีการแทรกซึมฝ่ายจิตวิญญาณอย่างแข็งขันจากผู้ละทิ้งความเชื่อที่มีลักษณะคล้ายพวกนอสติก ซึ่งหว่านเมล็ดพืชไว้มากมายเพื่อจะทำการเก็บเกี่ยวครั้งมโหฬารจากหลักคำสอนผิด ๆ เราไม่ทราบแน่ชัดว่ากลุ่มผู้เชื่อที่ยูดาเขียนจดหมายไปถึงนี้เป็นใคร แต่ดูเหมือนจะเป็นชาวยิวเมื่อพิจารณาจากการยกตัวอย่างต่าง ๆ ของยูดา ไม่ต้องสงสัยเลยว่าเขาเขียนไปถึงภูมิภาคหนึ่งที่เพิ่งถูกผู้สอนเท็จรังควาน

นอกจากยอห์นซึ่งมีชีวิตอยู่จนสิ้นสุดศตวรรษแรก อัครทูตคนอื่น ๆ ทั้งหมดน่าจะพลีชีวิตเพื่อความเชื่อไปหมดแล้วในเวลาที่ยูดาเขียน มีคนคิดว่าความเชื่อคริสเตียนกำลังเปราะบางอย่างยิ่ง ด้วยเหตุนี้ ยูดาจึงเรียกคริสตจักรให้ต่อสู้เพื่อความจริง ท่ามกลางสงครามฝ่ายจิตวิญญาณอันหนักหน่วง

หลักคำสอนสำคัญในยูดา

การละทิ้งความเชื่อ—การละทิ้งความเชื่อที่แท้จริงตามพระคัมภีร์ (ข้อ 3–4,8,10, 16–19; 2 เธสะโลนิกา 2:10; ฮีบรู 10:29; 2 เปโตร 2:1–22; 1 ยอห์น 2:18–23)

พระลักษณะของพระเจ้าในยูดา

พระเจ้าทรงเปี่ยมด้วยสง่าราศี—ข้อ 24–25
พระเจ้าทรงเปี่ยมด้วยพระคุณ—ข้อ 4
พระเจ้าทรงพิพากษา—ข้อ 5–6,14–15
พระเจ้าทรงเป็นองค์พระผู้เป็นเจ้า—ข้อ 4
พระเจ้าทรงรัก—ข้อ 1–3,21
พระเจ้าทรงพระปัญญา—ข้อ 25

พระคริสต์ในยูดา

ยูดาเปิดฉากโจมตีการละทิ้งความเชื่อ ด้วยการพูดกับผู้เชื่อก่อนเป็นอันดับแรกว่า "เรียน คนทั้งหลายที่ได้รับการทรงเรียก ผู้เป็นที่รักของพระเจ้าพระบิดา และได้รับการคุ้มครองรักษาไว้เพื่อพระเยซูคริสต์" (ข้อ 1) ตรงกันข้ามกับผู้ละทิ้งความเชื่อที่ถูกพิพากษา พระคริสต์ทรงพิทักษ์รักษาผู้เชื่อให้ปลอดภัยสำหรับชีวิตนิรันดร์ ยูดาลงท้ายจดหมายฝากของเขา ด้วยการหนุนใจให้ผู้เชื่อมีความกล้าหาญมากยิ่งขึ้นโดยฤทธิ์เดชของพระคริสต์ ยูดาประกาศว่าพระเยซูทรงเป็น "พระองค์ผู้ทรงสามารถปกป้องพวกท่านไม่ให้สะดุดล้ม และทรงตั้งพวกท่านอยู่เบื้องหน้าพระสิริของพระองค์ โดยปราศจากตำหนิ" (ข้อ 24)

สรุปเนื้อหาโดยย่อ

I. ความปรารถนาของยูดา (1–2)
II. การประกาศสงครามกับผู้ละทิ้งความเชื่อ (3–4)
III. ผลลัพธ์อันน่าสยดสยองของการละทิ้งความเชื่อ (5–7)
IV. การกล่าวโทษผู้ละทิ้งความเชื่อ (8–16)
V. การป้องกันภัยจากผู้ละทิ้งความเชื่อ (17–23)
VI. คำถวายพระพรของยูดา (24–25)

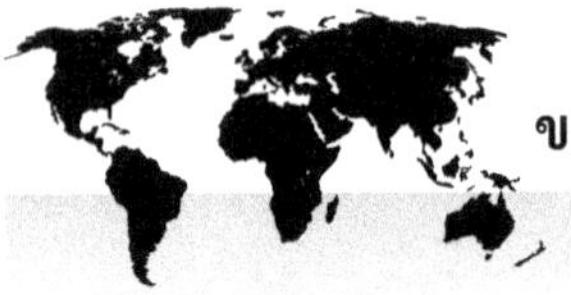

ขณะเดียวกัน ในพื้นที่ส่วนอื่น ๆ ของโลก . . .

เวสปาเซียนเข้าสู่กรุงโรมอย่างผู้มีชัย และได้รับการยอมรับจากวุฒิสภาให้เป็นจักรพรรดิองค์ใหม่

คำถามที่พบบ่อย

1. เนื่องจากพระธรรมยูดายกข้อความมาจากหนังสือต่าง ๆ ที่ไม่ได้อยู่ในพระคัมภีร์ การทำเช่นนี้ทำให้หนังสือเหล่านั้นมีคุณค่าพิเศษหรือไม่?

ยูดายกข้อความมาจากหนังสือนอกพระคัมภีร์สองเล่มอย่างเฉพาะเจาะจง คือ "1 เอโนค" (ข้อ 14) และ "การถูกรับขึ้นไปของโมเสส" (ข้อ 9) ไม่เป็นที่ทราบว่าผู้เขียนหนังสือสองเล่มนี้คือใคร ยูดาอ้างถึงหนังสือสองเล่มนี้เพื่อสนับสนุนและยกตัวอย่างประกอบประเด็นของเขา

คริสเตียนยึดถือว่ายูดาเขียนภายใต้การดลใจของพระวิญญาณบริสุทธิ์ (2 ทิโมธี 3:16; 2 เปโตร 1:20–21) และได้ใส่เนื้อหาที่ถูกต้องและเป็นความจริงในการยืนยันเรื่องนั้น การใช้เอกสารนอกพระคัมภีร์ของเขาเป็นการเลือกมาบางส่วน และไม่มีเจตนาที่จะขยายสิทธิอำนาจพิเศษใด ๆ ไปถึงข้อความเหล่านั้น เปาโลทำตามแนวทางเดียวกันเมื่อเขายกข้อความหรืออ้างอิงผู้เขียนที่ไม่อยู่ในพระคัมภีร์ (กิจการ 17:28; 1 โครินธ์ 15:33; ทิตัส 1:12)

2. ยูดาหมายถึงอะไร เมื่อเขากล่าวว่า *หลักความเชื่อที่ได้ทรงมอบให้กับพวกธรรมิกชนครั้งเดียวสำหรับตลอดไป* **(ข้อ 3)?**

ยูดากำลังพูดถึงความจริงเรื่องความรอดทั้งหมดที่ได้รับการเปิดเผย ซึ่งมีอยู่ในพระคัมภีร์ (กาลาเทีย 1:23; เอเฟซัส 4:5,13; ฟีลิปปี 1:27; 1 ทิโมธี 4:1) ในข้อนี้และหลังจากนี้ในข้อ 20 ยูดากำลังบรรยายถึงการเปิดเผยฝ่ายจิตวิญญาณที่มีเนื้อหาตายตัว ซึ่งสามารถเรียกได้ว่าเป็นหลักคำสอนที่ถูกต้อง (เอเฟซัส 4:14; โคโลสี 3:16; 1 เปโตร 2:2; 1 ยอห์น 2:12–14) สำหรับใช้สังเกตและแยกแยะความจริงจากความเชื่อที่ผิด (1 เธสะโลนิกา 5:20–22) และมีประสิทธิภาพในการเผชิญหน้าและโจมตีความเชื่อที่ผิด (2 โครินธ์ 10:3–5; ฟีลิปปี 1:17,27; 1 ทิโมธี 1:18; 6:12; 2 ทิโมธี 1:13; 4:7–8; ทิตัส 1:13)

การเปิดเผยของพระเจ้าได้รับการส่งมอบเป็นหน่วยเดียวเพียงครั้งเดียว เมื่อพระคัมภีร์เขียนเสร็จสมบูรณ์ และจะต้องไม่ถูกแก้ไข ไม่ว่าโดยการลบหรือเพิ่ม (เฉลยธรรมบัญญัติ 4:2; 12:32; สุภาษิต 30:6; วิวรณ์ 22:18–19) พระคัมภีร์นั้นครบถ้วน เพียงพอ และเสร็จสมบูรณ์แล้ว ดังนั้นจึงเป็นเนื้อหาที่ตายตัวไปตลอดกาล จะต้องไม่มีอะไรเพิ่มเติมเข้ามาในเนื้อหาของพระวจนะที่ได้รับการดลใจ (2 ทิโมธี 3:16–17; 2 เปโตร 1:19–21) เพราะไม่มีสิ่งใดจำเป็นต้องเพิ่มเติมเข้ามาอีก

3. ทำไมข้อพระคัมภีร์ข้อท้าย ๆ ของยูดาจึงถูกเรียกว่า "คำถวายพระพร"?

คำนี้โดยตัวมันเองไม่มีอยู่ในพระคัมภีร์ แต่เป็นคำโบราณที่หมายถึงข้อความพิเศษซึ่งแสดงถึงการยกย่องสรรเสริญพระเจ้าอย่างสูง ส่วนแรกของคำนี้มาจากคำภาษากรีก *ด็อกซา* ซึ่งแปลว่า "สง่าราศี" ส่วนที่สองของคำนี้มาจากคำภาษากรีก *โลโกส* ซึ่งแปลว่า "คำ" ข้อความในยูดาตอนนี้กล่าวถึงสง่าราศีของพระเจ้าด้วยคำที่สูงส่งที่สุด คำเหล่านี้เทียบได้กับตัวอย่างอันไพเราะงดงามตอนอื่น ๆ ในพระคัมภีร์ใหม่ (โรม 11:33–36; 16:25–27; 2 โครินธ์ 13:14; ฮีบรู 13:20–21)

คำถวายพระพรของยูดารวมคริสเตียนไว้ในข้อความนี้ในลักษณะที่ทรงพลัง โดยเน้นถึงสิ่งที่พระเจ้าสามารถกระทำเพื่อพวกเขา ซึ่งไม่มีใครอื่นสามารถกระทำได้ ยูดาย้ำประเด็นหลักเรื่องความรอด และหนุนใจให้ผู้เชื่อมีความกล้าหาญมากยิ่งขึ้น เพื่อพวกเขาจะรู้ว่าพระคริสต์จะทรงปกป้องพวกเขาจากการละทิ้งความเชื่อซึ่งกำลังเกิดขึ้นในปัจจุบัน

ศึกษายูดาแบบรวบรัด

1. ยูดาบรรยายถึงตนเองโดยกล่าวถึงความสัมพันธ์กับยากอบพี่ชายของเขาและพระเยซูพี่ชายร่วมมารดาของเขาอย่างไร? ทำไมเรื่องนี้จึงมีความสำคัญ?
2. ยูดายกตัวอย่างบุคคลใดและเหตุการณ์ใดจากประวัติศาสตร์พระคัมภีร์บ้าง เพื่อเป็นเหตุผลรองรับคำเตือนของเขา?
3. เขาบรรยายลักษณะของผู้สอนเท็จไว้อย่างไรบ้าง?
4. คำว่า *การละทิ้งความเชื่อ* หมายถึงอะไร และยูดาบรรยายลักษณะของผู้ละทิ้งความเชื่อไว้อย่างไร?
5. มีแง่มุมใดในความสัมพันธ์ระหว่างเรากับพระเจ้าโดยทางพระคริสต์ ที่ได้รับการเชิดชูในคำถวายพระพรข้อ 24–25?

วิวรณ์

การพิพากษาครั้งสุดท้าย

ไม่เหมือนพระธรรมส่วนใหญ่ในพระคัมภีร์ วิวรณ์บอกชื่อของตัวเองเอาไว้ คือ "วิวรณ์ของพระเยซูคริสต์" (1:1)

พระเจ้าทรงรับประกันว่าพระวจนะของพระองค์จะมีตอนจบที่ยิ่งใหญ่ สิ่งที่เปิดฉากด้วยบทโหมโรงในปฐมกาล ได้มาถึงตอนจบอันน่าตื่นเต้นในวิวรณ์ ในการใช้คำว่า *วิวรณ์*ทุกครั้ง คำนี้จะหมายถึงบางสิ่งหรือบางคนที่เคยถูกซ่อนไว้ จากนั้นจึงปรากฏให้เห็น สิ่งที่พระธรรมเล่มนี้เปิดเผยหรือเผยให้เห็นคือพระเยซูคริสต์ทรงมีสง่าราศีความจริงเกี่ยวกับพระองค์และชัยชนะครั้งสุดท้ายของพระองค์ซึ่งพระคัมภีร์เล่มอื่น ๆ เพียงแค่บอกเป็นนัย สิ่งเหล่านี้ยอห์นได้บรรยายไว้ในวิวรณ์เล่มยาวเล่มนี้ที่เป็นเรื่องเกี่ยวกับพระเยซูคริสต์

ผู้เขียนและปีที่เขียน

เขียนโดยอัครทูตยอห์นเมื่อประมาณปี ค.ศ. 94 ถึง 96

มีสี่ครั้งที่ผู้เขียนระบุว่าตัวเองคือยอห์น (1:1,4,9; 22:8) เรื่องราวที่เล่าสืบต่อกันมาในยุคแรกระบุไว้อย่างเป็นเอกฉันท์ว่ายอห์นผู้นี้คืออัครทูตยอห์น ผู้เขียนพระกิตติคุณเล่มที่สี่และจดหมายฝากสามฉบับ พยานคนสำคัญ ๆ ในศตวรรษที่สองที่ยืนยันว่าอัครทูตยอห์นเป็นผู้เขียนได้แก่ จัสตินผู้พลีชีพ อีเรเนอุส เคลเมนต์แห่งอเล็กซานเดรีย และเทอร์ทูลเลียน ผู้ที่ได้อ่านต้นฉบับดั้งเดิมของพระธรรมเล่มนี้หลายคนยังมีชีวิตอยู่ในช่วงชีวิตของจัสตินผู้พลีชีพและอีเรเนอุส ซึ่งทั้งสองคนยืนยันว่าพระธรรมเล่มนี้เขียนโดยอัครทูต

วิวรณ์และงานเขียนชิ้นอื่น ๆ ของยอห์นมีความแตกต่างกันเรื่องสำนวนการเขียน แต่ความแตกต่างเหล่านี้ไม่มีนัยสำคัญเมื่อพิจารณาถึงความแตกต่างอย่างสิ้นเชิงในด้านสาระสำคัญและสถานที่ อย่างไรก็ตาม มีความคล้ายคลึงกันอย่างเด่นชัดระหว่างวิวรณ์กับผลงานชิ้นอื่น ๆ ของยอห์น ในพระคัมภีร์ใหม่มีเพียงพระกิตติคุณยอห์นและวิวรณ์เท่านั้นที่กล่าวถึงพระเยซูคริสต์ว่าเป็นพระวาทะ

(19:13; ยอห์น 1:1) พระธรรมวิวรณ์ (1:7) และพระกิตติคุณยอห์น (19:37) แปลเศคาริยาห์ 12:10 แตกต่างจากพระคัมภีร์ฉบับเซปทัวจินต์ (พระคัมภีร์เดิมฉบับแปลเป็นภาษากรีก) แต่ทั้งสองเล่มแปลสอดคล้องกัน นอกจากนั้นมีเพียงวิวรณ์และพระกิตติคุณยอห์นเท่านั้นที่เรียกพระเยซูว่า "พระเมษโปดก" (5:6,8; ยอห์น 1:29) และ "พยาน" (1:5; ยอห์น 5:31–32)

วิวรณ์เขียนในทศวรรษสุดท้ายของศตวรรษแรก (ประมาณ ค.ศ. 94–96) ใกล้สิ้นสุดรัชสมัยของจักรพรรดิโดมิเชียน (ค.ศ. 81–96) แม้จะมีบางคนระบุปีที่เขียนว่าอยู่ในรัชสมัยของเนโร (ค.ศ. 54–68) แต่ข้อโต้แย้งของพวกเขาไม่น่าเชื่อถือ และขัดแย้งกับทัศนะของคริสตจักรยุคแรก อีเรเนอุสซึ่งเขียนในศตวรรษที่สอง ประกาศว่าวิวรณ์ถูกเขียนในช่วงปลายรัชสมัยของโดมิเชียน นักเขียนยุคแรกคนอื่น ๆ ได้แก่ เคลเมนต์แห่งอเล็กซานเดรีย ออริเจน วิคโตรินุส (ผู้เขียนหนังสืออธิบายวิวรณ์ที่เก่าแก่ที่สุดเล่มหนึ่ง) ยูเซบิอุส และเจอโรม ล้วนยืนยันว่าวิวรณ์เขียนในสมัยโดมิเชียน

ความเสื่อมถอยฝ่ายจิตวิญญาณของคริสตจักรทั้งเจ็ด (บทที่ 2–3) ก็เป็นเหตุผลสนับสนุนว่าวิวรณ์เขียนหลังจากสมัยเนโร คริสตจักรเหล่านั้นเข้มแข็งและมีสุขภาพดีฝ่ายจิตวิญญาณในช่วงกลางทศวรรษ ค.ศ. 60 เมื่อเปาโลไปทำพันธกิจในดินแดนเอเชียไมเนอร์ครั้งสุดท้าย ระยะเวลาสั้น ๆ ระหว่างการทำพันธกิจที่นั่นของเปาโลกับปลายรัชสมัยของเนโรนั้นสั้นเกินกว่าที่ความเสื่อมถอยดังกล่าวจะเกิดขึ้น ช่องว่างระหว่างเวลาที่ยาวนานขึ้นยังเป็นคำอธิบายเรื่องการเกิดขึ้นของลัทธิสอนผิดที่เรียกว่าพวกนิโคเลาส์ (2:6,15) ซึ่งไม่เคยถูกกล่าวถึงในจดหมายของเปาโล ประการสุดท้ายการระบุปีที่เขียนพระธรรมวิวรณ์ว่าอยู่ในรัชสมัยของเนโรให้เวลาได้ไม่มากพอที่ยอห์นจะทำพันธกิจในเอเชียไมเนอร์ได้จนถึงขั้นที่ผู้มีอำนาจจะรู้สึกว่าจำเป็นต้องเนรเทศเขา

บุคคลสำคัญในวิวรณ์

ยอห์น—อัครทูตของพระเยซูคริสต์ที่ได้รับวิวรณ์ของพระเยซูคริสต์จากทูตสวรรค์ (1:1,4,9; 22:8)

พระเยซู—พระบุตรของพระเจ้าที่ได้รับการเปิดเผย ผู้ซึ่งจะเสด็จมาอีกครั้งเพื่อรับประชากรของพระองค์ (1:1–22:21)

ภูมิหลังและสถานที่

วิวรณ์เริ่มต้นด้วยยอห์น อัครทูตคนสุดท้ายที่ยังรอดชีวิต และเป็นชายชรา ถูกเนรเทศไปอยู่บนเกาะเล็ก ๆ ที่แห้งแล้งชื่อเกาะปัทมอส ซึ่งอยู่ในทะเลอีเจียน ห่างจากเมืองเอเฟซัสไปทางตะวันตกเฉียงใต้ เจ้าหน้าที่โรมันเนรเทศเขาไปที่นั่นเนื่องจากเขาประกาศข่าวประเสริฐอย่างสัตย์ซื่อ (1:9) ระหว่างที่อยู่บนเกาะปัทมอส ยอห์นได้รับนิมิตชุดหนึ่งซึ่งบรรยายประวัติศาสตร์ในอนาคตของโลกนี้

ตอนที่ยอห์นถูกจับกุม เขาอยู่ที่เมืองเอเฟซัส รับใช้คริสตจักรที่นั่นและในเมืองรอบ ๆ แม้ว่ายอห์นไม่สามารถรับใช้ชุมชนผู้เชื่อเหล่านั้นด้วยตัวเองอีกต่อไป แต่เขาได้รับพระบัญชาจากพระเจ้าให้ส่งพระธรรมวิวรณ์ไปถึงคนเหล่านั้น (1:4,11) คริสตจักรเหล่านั้นเริ่มรู้สึกถึงผลกระทบของการข่มเหงอย่างรุนแรงแล้ว อย่างน้อยมีชายคนหนึ่ง ซึ่งน่าจะเป็นศิษยาภิบาล ได้พลีชีพเพื่อความเชื่อไปแล้ว (2:13) ยอห์นเองก็ถูกเนรเทศ แต่พายุแห่งการข่มเหงกำลังจะทวีความเดือดดาลเต็มกำลังใส่คริสตจักรเจ็ดแห่งที่จิตใจของอัครทูตผู้นี้รักเหลือเกิน (2:10) วิวรณ์ให้ถ้อยคำแห่งความหวังแก่คริสตจักรเหล่านั้น คือพระเจ้าทรงควบคุมเหตุการณ์ทั้งหมดในประวัติศาสตร์ของมนุษย์ และถึงแม้ความชั่วร้ายมักจะดูเหมือนแพร่หลาย และคนชั่วร้ายดูเหมือนมีอำนาจมากมาย แต่ความหายนะขั้นสุดท้ายของพวกเขาจะเกิดขึ้นแน่นอน พระคริสต์จะเสด็จมาด้วยสง่าราศีเพื่อพิพากษาและปกครอง

หลักคำสอนสำคัญในวิวรณ์

วิวรณ์—ตัวตนที่แท้จริงของพระเยซูคริสต์และพระราชกิจของการช่วยให้รอดของพระองค์ได้รับการเปิดเผยแล้ว (1:1–22:21; อิสยาห์ 11:5; 53:1–11; เศคาริยาห์ 9:9; ลูกา 1:35; ยอห์น 1:1–14; 7:18; กิจการ 4:27; 2 โครินธ์ 8:9; ฟีลิปปี 2:8; 1 เธสะโลนิกา 5:24; ฮีบรู 1:9; 1 ยอห์น 5:20)

ความบริสุทธิ์—คริสตจักรถูกตักเตือนเรื่องความบาป และได้รับคำกำชับให้มีความบริสุทธิ์ (22:11; เลวีนิติ 11:45; 19:2; 20:7; สดุดี 24:3–4; โรม 8:29; 12:1; เอเฟซัส 5:1,8; โคโลสี 3:12; ฮีบรู 12:14; 1 เปโตร 1:15–16; 1 ยอห์น 2:6)

การนมัสการ—พระเจ้าทรงสมควรได้รับการนมัสการและการสรรเสริญจากมนุษย์ (4:10–11; 5:12; 2 ซามูเอล 22:44; สดุดี 22:23; 50:23; 96:2; 145:3; เอเสเคียล 3:12; ดาเนียล 2:20; มัทธิว 2:1–2,11; 28:16–17; ยอห์น 4:20–24; 9:30–38; ลูกา 1:68–69; ฮีบรู 1:6; ยูดา 1:25)

ศาสนศาสตร์เรื่องวาระสุดท้าย—หลักคำสอนเกี่ยวกับสิ่งต่าง ๆ ที่จะเกิดขึ้นสุดท้าย (4:1–22:21)

คำศัพท์สำคัญในวิวรณ์

แดนคนตาย: คำภาษากรีกคือ *ฮาเดส*—1:18; 6:8; 20:13–14—มีความหมายตามตัวอักษรว่า "สถานที่ของสิ่งที่มองไม่เห็น" คำกรีกคำนี้ ซึ่งแปลมาจากคำว่า *เชโอล* ในภาษาฮีบรู บรรยายถึงโลกที่มองไม่เห็นของคนตาย ทุกคนที่ตายจะไปสู่แดนคนตายในแง่ที่ว่า ความตายนำคนจากโลกที่มองเห็นไปสู่โลกที่มองไม่เห็น ดังนั้นคำว่าความตายและแดนคนตายจึงสามารถใช้สลับแทนกันได้ น่าเสียดายที่หลายคนเข้าใจผิดและเชื่อมโยงแดนคนตายกับนรก ซึ่งเป็นสถานที่สำหรับการลงโทษนิรันดร์ แต่คำภาษากรีกที่แปลว่านรกคือ *เกเฮนนา* (ดู มาระโก 9:43–45) แม้ว่าวันหนึ่งเราทุกคนจะไปที่แดนคนตาย แต่เราสามารถหลีกเลี่ยงนรกได้โดยการเชื่อในพระราชกิจแห่งความรอดของพระเยซูคริสต์

ผู้ทรงฤทธานุภาพสูงสุด: คำภาษากรีกคือ *พันโตคราตอร์*—1:8; 4:8; 11:17; 15:3; 16:7,14; 19:15; 21:22—มีความหมายตามตัวอักษรว่า "ผู้มีอำนาจเหนือทุกสิ่ง" หรือพูดอีกอย่างคือ ผู้มีอำนาจควบคุมเบ็ดเสร็จ พระเจ้าทรงบัญชาเหล่าผู้มีอำนาจทั้งหมดในสวรรค์และแผ่นดินโลก และพระองค์สามารถเอาชนะศัตรูทั้งหมดของพระองค์ คำเรียกตำแหน่ง *ผู้ทรงฤทธานุภาพสูงสุด* ปรากฏบ่อยครั้งในวิวรณ์ เมื่อพระธรรมเล่มนี้เผยให้เห็นการควบคุมอันน่าเกรงขามของพระเจ้าเหนือจักรวาลทั้งหมด และตลอดประวัติศาสตร์ทั้งหมด

มาร, ซาตาน: คำภาษากรีกคือ *ดีอาโบลอส*—2:10; 12:9,12; 20:2,10—มีความหมายตามตัวอักษรว่า "ผู้ใส่ร้าย" และคำภาษากรีกคือ *ซาตานาส*—20:2,7—มีความหมายตามตัวอักษรว่า "ปรปักษ์" คำว่า *ดีอาโบลอส* หมายถึงผู้ที่กล่าวหาผู้อื่น มันจึงได้รับอีกสมญานามหนึ่งว่า "ผู้กล่าวหาพี่น้องของเรา" (ดู 12:10) ชื่อซาตานหมายถึง ผู้ที่ซุ่มรอคอยหรือตั้งตนเองเป็นศัตรูกับอีกผู้หนึ่ง ชื่อเหล่านี้และชื่ออื่น ๆ ของวิญญาณเดียวกันนี้ที่หล่นจากสวรรค์ ล้วนเป็นชื่อที่ชี้ให้เห็นลักษณะต่าง ๆ ของอุปนิสัยชั่วร้ายและการทำงานหลอกลวงของมัน

นครเยรูซาเล็มใหม่: คำภาษากรีกคือ *เยรูซาเลม ไคเน*—3:12; 21:2,10 นครเยรูซาเล็มใหม่ที่ลงมาจากสวรรค์นั้นแตกต่างอย่างชัดเจนจากกรุงเยรูซาเล็มในโลกนี้ ซึ่งเป็นเมืองหลวงเก่าของอิสราเอล นี่คือเมืองที่อับราฮัมเฝ้าคอย คือเมืองที่พระเจ้าทรงเป็นสถาปนิกและผู้สร้าง (ฮีบรู 11:10) นี่คือนครที่อยู่ในสวรรค์แม้กระทั่งในขณะนี้ เพราะเปาโลเรียกเมืองนี้ว่าเยรูซาเล็มซึ่งอยู่เบื้องบน (กาลาเทีย 4:26)

อัลฟาและโอเมกา: คำภาษากรีก โท *อัลฟา ไค โท โอเมกา*—1:8,11; 21:6; 22:13 อัลฟาและโอเมกาคืออักษรตัวแรกและตัวสุดท้ายของพยัญชนะกรีก วลีนี้ใช้กล่าวถึงทั้งพระเจ้าพระบิดาและพระเจ้าพระบุตร พระเจ้าในพระคริสต์ประกอบด้วยทุกสิ่ง คือทุกสิ่งที่อยู่ระหว่างอัลฟาและโอเมกา รวมทั้งทรงเป็นปฐมและอวสาน ข้อความนี้แสดงให้เห็นถึงความบริบูรณ์ ความครบถ้วนสมบูรณ์ และความครอบคลุมทุกประการของพระเจ้า พระองค์ทรงเป็นแหล่งกำเนิดของทุกสิ่ง และจะทรงนำทุกสิ่งไปสู่จุดจบที่กำหนดไว้

พระลักษณะของพระเจ้าในวิวรณ์

พระเจ้าทรงเป็นนิรันดร์—4:8–10; 16:5
พระเจ้าทรงเปี่ยมด้วยสง่าราศี—21:11,23
พระเจ้าทรงบริสุทธิ์—4:8; 15:4; 21:27
พระเจ้าทรงยุติธรรม—19:2
พระเจ้าทรงฤทธิ์อำนาจ—4:11; 5:13; 11:17
พระเจ้าทรงชอบธรรม—16:5,7; 19:2
พระเจ้าทรงสัตย์จริง—15:3; 16:7
พระเจ้าทรงมีพระพิโรธ—6:17; 11:18; 16:6–7; 19:15

พระคริสต์ในวิวรณ์

ในพระธรรมเล่มสุดท้ายของพระคัมภีร์ พระเยซูทรงเปิดเผยพระองค์เองอย่างมีชัยชนะในฐานะผู้ทรงฤทธานุภาพสูงสุด (1:8) อัลฟาและโอเมกา (1:8; 21:6) ปฐมและอวสาน (1:8; 21:6) เสียงอื่น ๆ ในพระธรรมวิวรณ์ประกาศว่าพระเยซูคริสต์ทรงเป็นสิงโตแห่งเผ่ายูดาห์ (5:5) รากเหง้าของดาวิด (5:5) พระเมษโปดก (5:6–22:3) พระวาทะของพระเจ้า (19:13) กษัตริย์เหนือกษัตริย์ทั้งหลายและเจ้านายเหนือเจ้านายทั้งหลาย (19:16)

สรุปเนื้อหาโดยย่อ

I. สิ่งต่าง ๆ ที่ท่านได้เห็น (1:1–20)
  ก. อารัมภบท (1:1–8)
  ข. นิมิตเกี่ยวกับพระคริสต์ผู้ทรงมีสง่าราศี (1:9–18)
  ค. พระบัญชาให้อัครทูตผู้นี้เขียน (1:19–20)
II. สิ่งต่าง ๆ ที่เป็นอยู่ (2:1–3:22)
  ก. จดหมายถึงคริสตจักรที่เมืองเอเฟซัส (2:1–7)
  ข. จดหมายถึงคริสตจักรที่เมืองสเมอร์นา (2:8–11)
  ค. จดหมายถึงคริสตจักรที่เมืองเปอร์กามัม (2:12–17)
  ง. จดหมายถึงคริสตจักรที่เมืองธิยาทิรา (2:18–29)
  จ. จดหมายถึงคริสตจักรที่เมืองซาร์ดิส (3:1–6)

ฉ. จดหมายถึงคริสตจักรที่เมืองฟีลาเดลเฟีย (3:7–13)

ช. จดหมายถึงคริสตจักรที่เมืองเลาดีเซีย (3:14–22)

III. สิ่งต่าง ๆ ที่จะเกิดขึ้นหลังจากนี้ (4:1–22:21)

ก. การนมัสการในสวรรค์ (4:1–5:14)

ข. ความยากลำบากครั้งยิ่งใหญ่ (6:1–18:24)

ค. การเสด็จกลับมาของกษัตริย์ (19:1–21)

ง. ยุคพันปี (20:1–10)

จ. การพิพากษา ณ พระที่นั่งใหญ่สีขาว (20:11–15)

ฉ. สภาพนิรันดร์ (21:1–22:21)

ขณะเดียวกัน ในพื้นที่ส่วนอื่น ๆ ของโลก . . .

เคลเมนต์ที่ 1 กลายเป็นบิชอปแห่งโรม (ค.ศ. 88–97) จักรพรรดิทราจันขยายจักรวรรดิโรมันจนเป็นรัฐที่ใหญ่ที่สุด (ค.ศ. 98–117)

คำถามที่พบบ่อย

1. พระธรรมวิวรณ์สามารถตีความได้ในแนวทางใดบ้าง?

ไม่มีพระธรรมเล่มใดในพระคัมภีร์ใหม่ที่สร้างความท้าทายในการตีความมากกว่าพระธรรมวิวรณ์ ภาพที่มีชีวิตชีวาและการใช้สัญลักษณ์ที่โดดเด่นของพระธรรมเล่มนี้ก่อให้เกิดแนวทางหลัก ๆ ในการตีความอยู่สี่แนวทาง ได้แก่

- แนวทาง*อดีตนิยม (Preterist)* ตีความว่าวิวรณ์เป็นการบรรยายเหตุการณ์ต่าง ๆ ในศตวรรษแรกภายในจักรวรรดิโรมัน ทัศนะนี้ขัดแย้งกับสิ่งที่พระธรรมเล่มนี้ยืนยันครั้งแล้วครั้งเล่าว่าถ้อยคำในนี้เป็นคำพยากรณ์ (1:3; 22:7,10,18–19) เป็นไปไม่ได้ที่จะมองว่าเหตุการณ์ทั้งหมดในวิวรณ์เป็นจริงไปแล้ว ยกตัวอย่างเช่น การเสด็จมาครั้งที่สองของพระคริสต์นั้นเห็นได้ชัดว่าไม่ได้เกิดขึ้นในศตวรรษแรก
- แนวทาง*ประวัติศาสตร์นิยม (Historicist)* มองว่าวิวรณ์เป็นคำบรรยายภาพกว้าง ๆ ของประวัติศาสตร์คริสตจักร ตั้งแต่ยุคอัครทูตจนถึงปัจจุบัน โดยมองว่ามีเหตุการณ์ต่าง ๆ อยู่ในการใช้สัญลักษณ์ของพระธรรมเล่มนี้ เช่น คนป่าเถื่อน

รุกรานกรุงโรม การถือกำเนิดของคริสตจักรนิกายโรมันคาทอลิก การเกิดขึ้นของศาสนาอิสลาม และการปฏิวัติฝรั่งเศส อย่างไรก็ตาม วิธีการตีความแบบนี้ได้ปล้นเอาความหมายทุกอย่างที่วิวรณ์ต้องการจะบอกแก่กลุ่มคนดั้งเดิมที่ได้รับพระธรรมเล่มนี้ นอกจากนั้นมันยังละเลยขอบเขตของเวลาตามที่พระธรรมวิวรณ์เองได้บอกไว้สำหรับเหตุการณ์ต่าง ๆ ที่จะเกิดขึ้น (11:2; 12:6,14; 13:5) แนวทางประวัติศาสตร์นิยมได้ก่อให้เกิดการตีความต่าง ๆ หลายแบบที่มักจะขัดแย้งกันเอง เกี่ยวกับเหตุการณ์ในประวัติศาสตร์ที่เกิดขึ้นจริงซึ่งมีอยู่ในพระธรรมวิวรณ์

- แนวทาง*อุดมคตินิยม (Idealist)*ตีความว่าวิวรณ์เป็นคำพรรณนาแบบเหนือกาลเวลา เกี่ยวกับการต่อสู้ในจักรวาลระหว่างพลังแห่งความดีกับความชั่ว ในทัศนะนี้ พระธรรมเล่มนี้ไม่มีทั้งคำกล่าวพาดพิงถึงประวัติศาสตร์หรือคำเผยพระวจนะเชิงพยากรณ์ อย่างไรก็ตามเนื่องจากทัศนะนี้ละเลยลักษณะเชิงพยากรณ์ที่กล่าวไว้ในวิวรณ์ มันจึงมีแนวโน้มที่จะตัดพระธรรมเล่มนี้ไม่ให้มีความเกี่ยวข้องใด ๆ กับเหตุการณ์ประวัติศาสตร์ที่เกิดขึ้นจริง วิวรณ์จึงกลายเป็นเพียงเรื่องราวชุดหนึ่งที่มีจุดมุ่งหมายเพื่อสอนความจริงฝ่ายจิตวิญญาณ
- แนวทาง*อนาคตนิยม (Futurist)* ยืนยันว่าเหตุการณ์ต่าง ๆ ที่บันทึกไว้ในบทที่ 6–22 เป็นเหตุการณ์ในอนาคต และบทเหล่านี้บรรยายตามตัวอักษรและในเชิงสัญลักษณ์ ถึงผู้คนจริงและเหตุการณ์จริงที่ยังไม่ปรากฏในฉากเหตุการณ์ของโลกนี้ บทต่าง ๆ เหล่านี้บรรยายเหตุการณ์ต่าง ๆ ที่แวดล้อมการเสด็จมาครั้งที่สองของพระเยซูคริสต์ (บทที่ 6–19) รวมทั้งยุคพันปีและการพิพากษาครั้งสุดท้าย (บทที่ 20) และสภาพนิรันดร์ (บทที่ 21–22) มีเพียงทัศนะนี้เท่านั้นที่ให้ความเป็นธรรมต่อคำยืนยันของวิวรณ์ที่กล่าวว่าถ้อยคำเหล่านี้เป็นคำพยากรณ์ และตีความพระธรรมเล่มนี้ทั้งเล่มด้วยวิธีการเชิงไวยากรณ์-ประวัติศาสตร์ที่คงเส้นคงวา เหมือนกับที่ใช้กับส่วนอื่น ๆ ของพระคัมภีร์

2. เรารู้อะไรบ้างเกี่ยวกับคริสตจักรทั้งเจ็ดที่ยอห์นเขียนจดหมายถึง?

วิวรณ์ 2:1–3:22 มีจดหมายเจ็ดฉบับที่พระเยซูองค์พระผู้เป็นเจ้าทรงบัญชาให้ยอห์นเขียนตามที่พระองค์บอก คริสตจักรเหล่านี้แต่ละแห่งแสดงลักษณะสำคัญหนึ่งอย่างที่องค์พระผู้เป็นเจ้าพอพระทัยหรือไม่พอพระทัย คริสตจักรเหล่านี้ถูกเรียกชื่อตามเมืองที่คริสตจักรนั้น ๆ ตั้งอยู่ ได้แก่

- เอเฟซัส คริสตจักรที่ขาดความรัก
- สเมอร์นา คริสตจักรที่ถูกข่มเหง
- เปอร์กามัม คริสตจักรที่ประนีประนอมความเชื่อ
- ธิยาทิรา คริสตจักรที่เสื่อมทราม
- ซาร์ดิส คริสตจักรที่ตายแล้ว
- ฟีลาเดลเฟีย คริสตจักรที่สัตย์ซื่อ
- เลาดีเซีย คริสตจักรที่มีสภาพอุ่น ๆ

แม้ว่าคริสตจักรทั้งเจ็ดนี้เป็นคริสตจักรจริง ๆ ในประวัติศาสตร์ซึ่งอยู่ในดินแดนเอเชียไมเนอร์ แต่คริสตจักรเหล่านี้ก็เป็นตัวแทนของคริสตจักรประเภทต่าง ๆ ที่มีมาตลอดยุคคริสตจักรด้วย สิ่งที่พระคริสต์ตรัสกับคริสตจักรเหล่านี้แต่ละแห่งยังคงเกี่ยวข้องกับทุกยุคสมัย

3. วิวรณ์ 3:20 หมายความว่าพระคริสต์ทรงยืนอยู่หน้าชีวิตของแต่ละคน และเคาะประตูเพื่อจะเข้าไปใช่หรือไม่?

แทนที่จะยอมรับการตีความทั่วไปที่บอกว่าพระคริสต์กำลังเคาะประตูใจของใครสักคน บริบทนี้ทำให้เราต้องบอกว่าพระคริสต์กำลังพยายามเข้าไปในคริสตจักรแห่งนี้ ซึ่งใช้พระนามของพระองค์ แต่ไม่มีผู้เชื่อแท้จริงแม้แต่คนเดียว จดหมายแทงใจดำถึงคริสตจักรในเมืองเลาดีเซียคือการเคาะประตูของพระคริสต์ หากสมาชิกคนหนึ่งยอมรับว่าเขาล้มละลายฝ่ายจิตวิญญาณ และตอบสนองด้วยความเชื่อที่นำสู่ความรอด พระคริสต์ก็จะเสด็จเข้าไปในคริสตจักรแห่งนั้น

4. ช่วงเวลาแห่ง "ความยากลำบาก" คืออะไร และมันตรงกับส่วนไหนของพระธรรมวิวรณ์?

ช่วงเวลาแห่งความยากลำบากหมายถึงช่วงเวลาเจ็ดปีที่ตามมาทันทีหลังจากการรับคริสตจักรออกไปจากโลก (ยอห์น 14:1–3; 1 เธสะโลนิกา 4:13–18) เมื่อการพิพากษาอันชอบธรรมของพระเจ้าจะถูกเทลงมาบนโลกที่ไม่เชื่อ (เยเรมีย์ 30:7; ดาเนียล 9:27; 12:1; 2 เธสะโลนิกา 2:7–12; วิวรณ์ 16) การพิพากษาเหล่านี้จะถึงจุดสูงสุดโดยการที่พระคริสต์เสด็จกลับมายังโลกนี้อย่างมีสง่าราศี (มัทธิว 24:27–31; 25:31–46; 2 เธสะโลนิกา 2:7–12)

ในพระธรรมวิวรณ์ เนื้อหายาวเหยียดตั้งแต่ 6:1 ถึง 19:21 บอกรายละเอียดเกี่ยวกับการพิพากษาและเหตุการณ์ต่าง ๆ ในช่วงเวลาแห่งความยากลำบาก ตั้งแต่จุดเริ่มต้นคือการแกะตราดวงแรก ตลอดจนการพิพากษาของพระเจ้าผ่านดวงตราทั้งเจ็ด แตรทั้งเจ็ด และชามทั้งเจ็ด ไปจนถึงการเสด็จกลับมาของพระคริสต์เพื่อทำลายคนอธรรม (19:11–21) วิวรณ์ติดตามเหตุการณ์ที่ดำเนินไปในช่วงเวลานี้ (11:2–3; 12:6,14; 13:5) ครึ่งหลังของช่วงเวลาเจ็ดปีนี้มีชื่อเรียกอย่างเจาะจงในวิวรณ์ 7:14 ว่า "ความยากลำบากครั้งยิ่งใหญ่"

5. เหตุใดตัวเลข 666 จึงได้รับความสนใจอย่างมาก?

ตัวเลขมีความสำคัญในพระคัมภีร์ในสองลักษณะ ได้แก่ (1) ตัวเลขแสดงถึงความแม่นยำของพระเจ้า และ (2) ตัวเลขแสดงถึงแนวคิดบางอย่างที่เกิดขึ้นซ้ำ ๆ ตัวเลข 666 ถูกกล่าวถึงในวิวรณ์ 13:18 ความสำคัญของตัวเลขนี้ไม่ได้ถูกเน้นย้ำ ดังนั้นการคาดเดาความหมายของตัวเลขนี้จะต้องทำอย่างระมัดระวังและจำกัด

ตัวเลขนี้แสดงถึงตัวเลขที่เป็นพื้นฐานสำคัญของมนุษย์คนหนึ่ง เลข 6 นั้นต่ำกว่าเลขแห่งความสมบูรณ์ของพระเจ้า นั่นคือเลข 7 ดังนั้นเลข 6 จึงชี้ไปที่ความไม่สมบูรณ์ของมนุษย์ ศัตรูของพระคริสต์ซึ่งจะเป็นมนุษย์ที่ทรงอำนาจมากที่สุดเท่าที่โลกเคยรู้จัก จะยังคงเป็นเพียงมนุษย์ หรือเลข 6 ตัวหนึ่ง อำนาจระดับสูงสุดของมนุษย์และมารคือเลข 6 ซึ่งไม่ได้สมบูรณ์แบบเหมือนกับพระเจ้า การย้ำตัวเลขนี้สามครั้งมีจุดมุ่งหมายเพื่อเน้นย้ำถึงความเป็นมนุษย์ บุคคลผู้นี้ไม่สมบูรณ์แบบอย่างชัดเจน ไม่ใช่เกือบจะสมบูรณ์ ในที่สุดเมื่อศัตรูของพระคริสต์ถูกเปิดเผย ก็จะมีวิธีระบุตัวบุคคลผู้นั้นด้วยตัวเลขง่าย ๆ นี้ หรือชื่อของบุคคลนั้นอาจถอดค่าเป็นตัวเลขได้เท่ากับ 666 มีหลายภาษาที่ตัวอักษรถูกใช้แทนตัวเลข รวมทั้งภาษาฮีบรู กรีก และละติน

นอกเหนือจากข้อสังเกตพื้นฐานเหล่านี้ ข้อความตอนนี้เปิดเผยข้อมูลไว้น้อยมากเกี่ยวกับความหมายของเลข 666 ดังนั้นจึงไม่ใช่เรื่องฉลาดที่จะคาดเดาเกินกว่าสิ่งที่พระวจนะของพระเจ้าบอกไว้แก่เรา

6. ทำไมมหาชนในวิวรณ์ 19:1–6 จึงกล่าวซ้ำ ๆ ว่า "ฮาเลลูยา"?

คำนี้เป็นคำทับศัพท์จากภาษาฮีบรูซึ่งปรากฏเพียงสี่ครั้งในพระคัมภีร์ใหม่ และทั้งหมดอยู่ในบทนี้ (ข้อ 1,3–4,6) คำอุทานนี้ซึ่งแปลว่า "สรรเสริญพระเจ้า" ปรากฏ

บ่อยครั้งในพระคัมภีร์เดิม (สดุดี 104:35; 105:45; 106:1; 111:1; 112:1; 113:1; 117:1; 135:1; 146:1)

ในกรณีของมหาชนเหล่านี้ที่รวมตัวกันในสวรรค์ พวกเขามีเหตุผลห้าประการในการตะโกนซ้ำ ๆ ว่า "ฮาเลลูยา—สรรเสริญพระเจ้า"

- พวกเขาสรรเสริญพระเจ้าเพราะพระองค์ช่วยประชากรของพระองค์จากศัตรูของพวกเขา (ข้อ 1–2)
- พวกเขาสรรเสริญพระเจ้าเพราะพระองค์ทำให้เกิดความยุติธรรม (ข้อ 2)
- พวกเขาสรรเสริญพระเจ้าเพราะพระองค์ทำลายการกบฏของมนุษย์อย่างถาวร (ข้อ 3)
- พวกเขาสรรเสริญพระเจ้าเพราะอำนาจสูงสุดของพระองค์ (ข้อ 6)
- พวกเขาสรรเสริญพระเจ้าเพราะพระองค์ใกล้ชิด (อยู่กับ) กับประชากรของพระองค์ (ข้อ 7)

7. ยุคพันปีคืออะไร และมันตรงกับส่วนไหนของวิวรณ์?

วิวรณ์บทที่ 20 กล่าวถึงอาณาจักรที่จะตั้งอยู่หนึ่งพันปีหกครั้ง (ข้อ 2–7) มีสามทัศนะหลัก ๆ เกี่ยวกับลักษณะและระยะเวลาของยุคพันปีดังกล่าว ได้แก่

- *ทัศนะก่อนพันปี (Premillennialism)* มองว่ายุคพันปีเป็นช่วงเวลาหนึ่งพันปีตามตัวอักษร ซึ่งในช่วงเวลานั้น พระเยซูคริสต์จะทรงครอบครองในโลกนี้เพื่อให้เป็นจริงตามคำพยากรณ์มากมายในพระคัมภีร์เดิม (2 ซามูเอล 7:12–16; สดุดี 2; อิสยาห์ 11:6–12; 24:23; โฮเชยา 3:4 –5; โยเอล 3:9–21; อาโมส 9:8–15; มีคาห์ 4:1–8; เศฟันยาห์ 3:14–20; เศคาริยาห์ 14: 1–11) และเป็นจริงตามคำสอนของพระเยซูเอง (มัทธิว 24:29–31,36–44) เมื่อใช้หลักการตีความทั่วไปแบบเดียวกันมองข้อความทั้งที่เป็นคำพยากรณ์และไม่ใช่คำพยากรณ์ก็จะได้ข้อสรุปที่เป็นธรรมชาติที่สุดตามทัศนะแบบก่อนพันปี ทัศนะนี้ยังได้รับการสนับสนุนอย่างหนักแน่นจากข้อเท็จจริงที่ว่า มีคำพยากรณ์มากมายในพระคัมภีร์ที่สำเร็จเป็นจริงตามตัวอักษร ดังนั้นจึงเป็นการบ่งบอกว่าคำพยากรณ์ในอนาคตก็จะเป็นจริงตามตัวอักษรด้วยเหมือนกัน
- *ทัศนะหลังพันปี (Postmillennialism)* เข้าใจว่าการกล่าวถึงช่วงเวลาหนึ่งพันปีนั้นเป็นเพียงสัญลักษณ์ของยุคทองแห่งความชอบธรรมและความเจริญรุ่งเรืองฝ่ายจิตวิญญาณ มันจะเริ่มต้นโดยการเผยแพร่ข่าวประเสริฐใน

ยุคคริสตจักรปัจจุบัน และจะสำเร็จเมื่อพระคริสต์เสด็จกลับมา ตามทัศนะนี้ ข้อความต่าง ๆ ที่กล่าวถึงการครอบครองของพระคริสต์ในโลกนี้โดยหลัก ๆ แล้วเป็นการบรรยายถึงการครอบครองฝ่ายจิตวิญญาณของพระองค์ในจิตใจของบรรดาผู้เชื่อที่อยู่ในคริสตจักร

- *ทัศนะไม่มียุคพันปี (Amillennialism)* เข้าใจว่าพันปีเป็นเพียงสัญลักษณ์ของช่วงเวลาที่ยาวนานเท่านั้น ทัศนะนี้ตีความว่าคำพยากรณ์เรื่องยุคพันปีในพระคัมภีร์เดิมกำลังสำเร็จเป็นจริงฝ่ายจิตวิญญาณในคริสตจักร ณ ขณะนี้ (บนแผ่นดินโลกหรือไม่ก็ในสวรรค์) หรือมองว่าเป็นข้อความที่กล่าวถึงสภาพนิรันดร์

โดยสรุปก็คือ ในข้อความตอนนี้ไม่มีส่วนใดเลยที่บอกโดยตรงให้เราสรุปได้ว่า "หนึ่งพันปี" นั้นเป็นสัญลักษณ์ ไม่เคยมีตรงไหนในพระคัมภีร์ ที่เมื่อคำว่า *ปี* ถูกใช้ร่วมกับตัวเลข แล้วคำนั้นจะไม่มีความหมายตามตัวอักษร น้ำหนักของหลักฐานในพระคัมภีร์ชี้ไปที่จุดยืนตามทัศนะก่อนพันปี

ศึกษาวิวรณ์แบบรวบรัด

1. วิวรณ์ประกาศจุดประสงค์ของพระธรรมเล่มนี้ไว้อย่างไรบ้าง?
2. คริสตจักรทั้งเจ็ดที่ยอห์นเขียนถึงคืออะไร และพระเยซูทรงให้ความเห็นอย่างไรเกี่ยวกับแต่ละคริสตจักร?
3. วิวรณ์แสดงให้เห็นอำนาจสูงสุดของพระเจ้าอย่างไร?
4. ตลอดพระธรรมวิวรณ์ทั้งเล่ม เกิดอะไรขึ้นกับคนที่ยังคงไว้วางใจพระคริสต์ต่อไป?
5. บทที่ 20 กล่าวว่าจะเกิดอะไรขึ้นในการพิพากษาครั้งสุดท้าย?
6. ชื่อของใครบ้างถูกบันทึกไว้ในหนังสือแห่งชีวิต และถูกบันทึกไว้เพราะอะไร?

ภาคผนวก

- *หมายเหตุโดยย่อเกี่ยวกับศาสนศาสตร์*
- *ลำดับเวลาของอัครปิตาและผู้วินิจฉัยในพระคัมภีร์เดิม*
- *ลำดับเวลาของกษัตริย์และผู้เผยพระวจนะในพระคัมภีร์เดิม*
- *พระราชกิจของพระเยซูคริสต์*
- *ดัชนีคำศัพท์สำคัญ*

หมายเหตุโดยย่อ
เกี่ยวกับศาสนศาสตร์

แนวทางปฏิบัติเกี่ยวกับข่าวประเสริฐ

คำสั่งซึ่งพระเจ้าประทานแก่ผู้ที่เชื่อในพระเยซูเกี่ยวกับวิธีการเผยแพร่ข่าวประเสริฐหรือข่าวดี

ประกาศข่าวประเสริฐ

"พระเยซูได้เสด็จไปทั่วแคว้นกาลิลี ทรงสั่งสอนในธรรมศาลาของพวกเขา ทรงประกาศข่าวประเสริฐเรื่องแผ่นดินของพระเจ้า และทรงรักษาบรรดาโรคภัยไข้เจ็บของชาวเมืองให้หาย" (มัทธิว 4:23)

ปกป้องข่าวประเสริฐ

"ข้าพเจ้าเห็นว่า จำเป็นจะต้องเขียนวิงวอนท่านให้ต่อสู้เพื่อหลักความเชื่อที่ได้ทรงมอบให้กับพวกธรรมิกชนครั้งเดียวสำหรับตลอดไป" (ยูดา 3ข)

สำแดงให้เห็นข่าวประเสริฐ

"ขอเพียงให้พวกท่านดำเนินชีวิตสมกับข่าวประเสริฐของพระคริสต์ เพื่อที่ว่าไม่ว่าข้าพเจ้าจะมาหาและได้เห็นหน้าท่าน หรือไม่มาหา ข้าพเจ้าก็จะได้ยินข่าวเกี่ยวกับพวกท่านว่า ท่านยืนหยัดมั่นคงเป็นน้ำหนึ่งใจเดียวกัน ร่วมกันสู้ด้วยจิตใจเดียวกันเพื่อความเชื่อที่มาจากข่าวประเสริฐ" (ฟีลิปปี 1:27)

มีส่วนร่วมในข่าวประเสริฐ

"ข้าพเจ้าขอบพระคุณพระเจ้า . . . เพราะท่านทั้งหลายมีส่วนร่วมในข่าวประเสริฐตั้งแต่วันแรกจนเวลานี้" (ฟีลิปปี 1:3ก, 5)

ทนทุกข์เพื่อข่าวประเสริฐ
"เพราะฉะนั้นอย่าอับอายที่เป็นพยานขององค์พระผู้เป็นเจ้าของเรา หรือของตัวข้าพเจ้าผู้เป็นนักโทษเพราะรับใช้พระองค์" (2 ทิโมธี 1:8)

อย่าขัดขวางข่าวประเสริฐ
"แต่ถึงกระนั้น เราก็ไม่ได้ใช้สิทธิ์นี้เลย แต่เรายอมทนทุกอย่างเพื่อเราจะไม่วางสิ่งกีดขวางใดๆ ต่อข่าวประเสริฐของพระคริสต์" (1 โครินธ์ 9:12ข)

อย่าละอายในข่าวประเสริฐ
"ข้าพเจ้าไม่มีความละอายในเรื่องข่าวประเสริฐ เพราะว่าข่าวประเสริฐนั้นเป็นฤทธานุภาพของพระเจ้า เพื่อให้ทุกคนที่เชื่อได้รับความรอด" (โรม 1:16ก)

เทศนาข่าวประเสริฐ
"เพราะว่าถ้าข้าพเจ้าประกาศข่าวประเสริฐ ข้าพเจ้าก็ไม่มีเหตุที่จะอวดได้ เพราะว่าข้าพเจ้าจำต้องทำ และถ้าไม่ประกาศ วิบัติจะเกิดกับข้าพเจ้า" (1 โครินธ์ 9:16)

รับฤทธิ์เดชโดยข่าวประเสริฐ
"และข่าวประเสริฐของเราที่มาถึงท่านไม่ได้มาด้วยถ้อยคำเท่านั้น แต่ด้วยฤทธิ์เดชด้วยพระวิญญาณบริสุทธิ์ และด้วยความมั่นใจอันเต็มเปี่ยม ท่านทั้งหลายรู้อยู่แล้วว่า เราเป็นคนอย่างไรในหมู่พวกท่านเพราะเห็นแก่ท่าน" (1 เธสะโลนิกา 1:5)

ปกป้องข่าวประเสริฐ
"ข้าพเจ้ารู้สึกประหลาดใจที่พวกท่านด่วนละทิ้งพระองค์ผู้ซึ่งทรงเรียกท่านมาโดยพระคุณของพระคริสต์ และหันไปหาข่าวประเสริฐอื่นเสีย ซึ่งที่จริงไม่ใช่ข่าวประเสริฐ แต่มีบางคนทำให้พวกท่านยุ่งยาก และปรารถนาบิดเบือนข่าวประเสริฐของพระคริสต์ แม้แต่เราเองหรือทูตจากฟ้าสวรรค์ ถ้าประกาศข่าวประเสริฐอื่นแก่พวกท่าน ซึ่งขัดกับข่าวประเสริฐที่เราได้ประกาศแก่พวกท่านไปแล้วนั้น ก็จะต้องถูกแช่งสาป" (กาลาเทีย 1:6-8)

พระคัมภีร์ศักดิ์สิทธิ์

"พระคัมภีร์ทุกตอนได้รับการดลใจจากพระเจ้า และเป็นประโยชน์ในการสอน การตักเตือนว่ากล่าว การแก้ไขสิ่งผิด และการอบรมในความชอบธรรม เพื่อคนของพระเจ้าจะมีความสามารถและพรักพร้อมเพื่อการดีทุกอย่าง" (2 ทิโมธี 3:16–17)

พระคัมภีร์คือสิ่งที่พระเจ้าทรงเปิดเผยแก่มนุษยชาติเป็นลายลักษณ์อักษร หนังสือ 66 เล่มในพระคัมภีร์ที่พระวิญญาณบริสุทธิ์ประทานแก่เรานั้นประกอบกันเป็นพระวจนะของพระเจ้าที่ครบถ้วนสมบูรณ์ (ได้รับการดลใจเท่าเทียมกันทุกส่วน) (1 โครินธ์ 2:7–14; 2 เปโตร 1:20–21)

พระวจนะของพระเจ้าเป็นการเปิดเผยในลักษณะของข้อความซึ่งนำเสนอความจริงที่เป็นภววิสัย (1 โครินธ์ 2:13; 1 เธสะโลนิกา 2:13) ซึ่งได้รับการดลใจทางถ้อยคำในทุก ๆ คำ (2 ทิโมธี 3:16) ไม่มีข้อผิดพลาดใด ๆ ทั้งสิ้นในเอกสารต้นฉบับ และไม่มีทางผิดพลาด และมาจากลมหายใจของพระเจ้า การตีความพระคัมภีร์ตามตัวอักษร ในเชิงไวยากรณ์-ประวัติศาสตร์ ที่สนับสนุนการมองพระคัมภีร์ตามทัศนะนี้ ยกตัวอย่างเช่น จุดยืนนี้ยืนยันความเชื่อที่ว่าบทแรก ๆ ของปฐมกาลบรรยายเรื่องการทรงสร้างในหกวันตามตัวอักษร (ปฐมกาล 1:31; อพยพ 31:17)

พระคัมภีร์สถาปนากฎแห่งความเชื่อและการปฏิบัติชุดเดียวที่ไม่มีทางผิดพลาด (มัทธิว 5:18; 24:35; ยอห์น 10:35; 16:12–13; 17:17; 1 โครินธ์ 2:13; 2 ทิโมธี 3:15–17; ฮีบรู 4:12; 2 เปโตร 1:20–21)

พระเจ้าตรัสในพระวจนะที่เป็นลายลักษณ์อักษรของพระองค์ โดยกระบวนการแบบผู้เขียนคู่กัน พระวิญญาณบริสุทธิ์ทรงควบคุมดูแลการทำงานของผู้เขียนที่เป็นมนุษย์ เพื่อให้พวกเขาเขียนและบันทึกพระวจนะของพระเจ้าให้แก่มนุษยชาติ ด้วยบุคลิกส่วนตัวและสำนวนการเขียนที่แตกต่างกัน (2 เปโตร 1:20–21) โดยไม่มีข้อผิดพลาดในภาพรวมหรือในส่วนประกอบ (มัทธิว 5: 18; 2 ทิโมธี 3:16)

แม้ว่าพระคัมภีร์ตอนหนึ่ง ๆ อาจประยุกต์ใช้ได้หลายแบบ แต่การตีความที่แท้จริงมีเพียงแบบเดียว ความหมายของพระคัมภีร์จะพบได้เมื่อเราใช้วิธีการตีความตามตัวอักษร ในเชิงไวยากรณ์-ประวัติศาสตร์อย่างขยันหมั่นเพียร ภายใต้การให้ความกระจ่างโดยพระวิญญาณบริสุทธิ์ (ยอห์น 7:17; 16:12–15; 1 โครินธ์ 2:7–15; 1 ยอห์น 2:20) ผู้เชื่อมีความรับผิดชอบในการค้นหาเจตนาและความหมายที่แท้จริงของพระคัมภีร์อย่างละเอียดถี่ถ้วน โดยตระหนักว่าการประยุกต์ใช้อย่างถูกต้องเป็นหน้าที่

ของคนทุกรุ่น แต่ความจริงในพระคัมภีร์ต้องเป็นฝ่ายตัดสินมนุษย์ และจะต้องไม่ให้มนุษย์เป็นฝ่ายตัดสินพระคัมภีร์

พระเจ้าตรีเอกานุภาพ

"โอ คนอิสราเอล จงฟังเถิด พระยาห์เวห์ พระยาห์เวห์เท่านั้นทรงเป็นพระเจ้าของเรา ท่านจงรักพระยาห์เวห์พระเจ้าของท่านด้วยสุดจิตสุดใจและสุดกำลังของท่าน" (เฉลยธรรมบัญญัติ 6:4-5) มีพระเจ้าเที่ยงแท้ผู้ทรงพระชนม์อยู่เพียงพระองค์เดียว (เฉลยธรรมบัญญัติ 6:4; อิสยาห์ 45:5–7; 1 โครินธ์ 8:4) พระเจ้าทรงเป็นพระวิญญาณผู้เป็นอนันต์และทรงทราบทุกสิ่ง (ยอห์น 4:24) ทรงสมบูรณ์แบบในพระลักษณะทั้งหมด ทรงเป็นหนึ่งเดียวในแก่นแท้ และทรงดำรงอยู่เป็นนิตย์ในสามพระบุคคล คือ พระบิดา พระบุตร และพระวิญญาณบริสุทธิ์ (มัทธิว 28:19; 2 โครินธ์ 13:14)

ความเชื่อคริสเตียนสอนว่ามนุษย์ไม่ได้หาพระเจ้าพบ เพราะพระเจ้าทรงพบเราก่อนแล้ว พระองค์ทรงเปิดเผยพระองค์เองผ่านพระวจนะของพระองค์ พระองค์ตรัสกับอาดัม อับราฮัม โมเสส และพวกผู้เผยพระวจนะ (ปฐมกาล 1:28; 12:1–3; อพยพ 3:4–22; เยเรมีย์ 1:4–10; เอเสเคียล 2:1; 3:3–4,10; เศคาริยาห์ 1:3)

พระเจ้าทรงเปิดเผยพระองค์เองแก่เราสองวิธี ได้แก่ โดย*การเปิดเผยในธรรมชาติ* (โรม 1:20) และโดย*การเปิดเผยพิเศษ* (เยเรมีย์ 9:23–24) โดยการเปิดเผยในธรรมชาติ (ระเบียบที่ถูกสร้างขึ้น) พระเจ้าทรงเปิดเผยสามสิ่งเกี่ยวกับพระองค์ คือ ฤทธานุภาพของพระองค์ อำนาจสูงสุดของพระองค์ พระพิโรธของพระองค์ (โรม 1:20–23) อีกแง่มุมหนึ่งของการเปิดเผยในธรรมชาตินั้นพบได้ในจิตสำนึกของมนุษย์ ซึ่งก็ชี้ไปที่พระเจ้าเช่นกัน (โรม 1:19) เนื่องจากการล้มลงในความบาป และการที่บาปเข้ามาในโลกนี้ มนุษย์จึงมักจะปฏิเสธและต่อต้านหลักฐานที่อยู่ในการเปิดเผยในธรรมชาติ (สดุดี 14:1)

การเปิดเผยพิเศษทำงานสานต่อจากจุดที่การทรงสร้างและจิตสำนึกทำไว้ การเปิดเผยนี้ได้แก่ การที่พระเจ้าทรงสื่อสารพระวจนะของพระองค์แก่ผู้เขียนพระคัมภีร์ การอัศจรรย์ต่าง ๆ ที่บันทึกไว้ในพระคัมภีร์เดิมและพระคัมภีร์ใหม่ และการเปิดเผยขั้นสูงสุดเมื่อพระองค์เองมารับสภาพเป็นมนุษย์ (ฮีบรู 1:1–4)

พระเจ้าพระบิดา

"เพราะว่าพระวิญญาณของพระเจ้าทรงนำใคร คนนั้นก็เป็นบุตรของพระเจ้า เพราะว่าพระวิญญาณที่พระเจ้าประทานมานั้นจะไม่ทรงให้ท่านเป็นทาสซึ่งทำให้ตกในความกลัวอีก แต่พระวิญญาณจะทรงให้ท่านมีฐานะเป็นบุตรของพระเจ้า โดยพระวิญญาณนั้นเราจึงร้องเรียกพระเจ้าว่า "อับบา (พ่อ)" (โรม 8:14,15) พระเจ้าพระบิดา พระบุคคลแรกในตรีเอกานุภาพ ทรงบัญชาและจัดการทุกสิ่งตามพระประสงค์และพระคุณของพระองค์ (สดุดี 145:8–9; 1 โครินธ์ 8:6)

พระเจ้าพระบิดาทรงเป็นผู้สร้างทุกสิ่ง (ปฐมกาล 1:1–31; เอเฟซัส 3:9) ในฐานะผู้ปกครองแต่เพียงผู้เดียวในจักรวาลที่มีอำนาจเบ็ดเสร็จและมีอำนาจทุกอย่าง พระองค์ทรงมีอำนาจสูงสุดในการทรงสร้าง การจัดเตรียม และการไถ่ (สดุดี 103:19; โรม 11:36)

ความเป็นบิดาของพระเจ้าเกี่ยวข้องกับทั้งตำแหน่งของพระองค์ภายในตรีเอกานุภาพ และความสัมพันธ์ของพระองค์กับมนุษยชาติ ในฐานะพระผู้สร้างพระองค์ทรงเป็นพระบิดาของทุกคน (เอเฟซัส 4:6) แต่พระองค์ทรงเป็นพระบิดาฝ่ายจิตวิญญาณของผู้เชื่อเท่านั้น (โรม 8:14; 2 โครินธ์ 6:18)

พระเจ้าพระบิดาทรงบัญชาทุกสิ่งที่เกิดขึ้นเพื่อพระสิริของพระองค์ (เอเฟซัส 1:11) พระองค์ทรงทำพระราชกิจอย่างต่อเนื่องในการค้ำจุน ควบคุม และปกครองสิ่งมีชีวิตและเหตุการณ์ต่าง ๆ (1 พงศาวดาร 29:11) โดยอำนาจสูงสุดของพระองค์ พระองค์ไม่ใช่ทั้งผู้ริเริ่มหรือผู้อนุมัติความบาป (ฮาบากุก 1:13) และพระองค์ไม่ได้ตัดทอนความรับผิดชอบของสิ่งมีชีวิตที่มีศีลธรรมและมีสติปัญญา (1 เปโตร 1:17) พระองค์ทรงมีพระกรุณาเลือกสรรไว้ตั้งแต่อดีตนิรันดร์ว่าผู้ใดที่พระองค์ประสงค์ให้เป็นของพระองค์ (เอเฟซัส 1:4–6) พระองค์ทรงช่วยทุกคนที่มาหาพระองค์ให้รอดจากบาป และพระองค์กลายเป็นพระบิดาของคนของพระองค์ เมื่อพระองค์ทรงรับพวกเขาเป็นบุตร (ยอห์น 1:12; โรม 8:15; กาลาเทีย 4:5; ฮีบรู 12:5–9)

ทูตสวรรค์

และอีกครั้งหนึ่ง เมื่อพระองค์ทรงนำพระบุตรหัวปีนั้นเข้ามาในโลก ก็ตรัสว่า "ให้ทูตสวรรค์ทั้งหมดของพระเจ้ากราบนมัสการพระบุตร" ส่วนพวกทูตสวรรค์นั้นพระองค์ตรัสว่า "พระองค์ทรงสร้างพวกทูตสวรรค์ของพระองค์ให้เป็นดุจลม และทรงสร้างบรรดาผู้รับใช้ของพระองค์ให้เป็นดุจเปลวเพลิง" (ฮีบรู 1:6–7)

ทูตสวรรค์เป็นสิ่งที่ถูกสร้าง ดังนั้นจึงไม่สมควรได้รับการนมัสการ (วิวรณ์ 19:10; 22:8) แม้ว่าทูตสวรรค์จะอยู่ในลำดับการทรงสร้างที่สูงกว่ามนุษย์ (สดุดี 8:5) แต่ทูตสวรรค์ก็ถูกสร้างมาเพื่อรับใช้พระเจ้าและนมัสการพระองค์ (ลูกา 2:9–14; ฮีบรู 1:6–7,14; 2:6–7; วิวรณ์ 5:11–14)

ทูตสวรรค์ที่ล้มลงในบาป

ซาตานเป็นทูตสวรรค์ที่ถูกสร้าง และเป็นผู้ริเริ่มความบาป มันทำให้ตนเองต้องถูกพระเจ้าพิพากษาเพราะมันกบฏต่อพระผู้สร้าง (อิสยาห์ 14:12–17; เอเสเคียล 28:11–19) ด้วยการนำทูตสวรรค์จำนวนมากไปกับมันเมื่อมันหล่นจากสวรรค์ (มัทธิว 25:41; วิวรณ์ 12:1–14) และด้วยการนำความบาปมาสู่เผ่าพันธุ์มนุษย์โดยการล่อลวงเอวา (ปฐมกาล 3:1–15)

ซาตานเป็นศัตรูซึ่งเป็นที่ทราบกันโดยเปิดเผยของพระเจ้าและมนุษยชาติ (อิสยาห์ 14:13–14; มัทธิว 4:1–11; วิวรณ์ 12:9–10) และมันเป็นผู้ครองโลกนี้ซึ่งพ่ายแพ้ไปแล้วเพราะการสิ้นพระชนม์และการฟื้นคืนพระชนม์ของพระเยซูคริสต์ (โรม 16:20) มันจะถูกลงโทษชั่วนิรันดร์ในบึงไฟ (อิสยาห์ 14:12–17; เอเสเคียล 28:11–19; มัทธิว 25:41; วิวรณ์ 20:10)

พระเจ้าพระบุตร

"แล้วก็มีเมฆมาปกคลุมพวกเขาไว้และมีพระสุรเสียงดังออกมาจากเมฆนั้นว่า 'ท่านผู้นี้เป็นบุตรที่รักของเรา จงเชื่อฟังท่านเถิด'" (มาระโก 9:7)

พระเยซูคริสต์ พระบุคคลที่สองในตรีเอกานุภาพ ทรงมีความเลิศประเสริฐทั้งหมดของพระเจ้า และในความเลิศประเสริฐเหล่านี้พระองค์ทรงเท่าเทียม มีแก่นแท้เดียวกัน และเป็นนิรันดร์ร่วมกันกับพระบิดา (ยอห์น 10:10; 14:9) พระเจ้าพระบิดาทรงสร้าง "ฟ้าสวรรค์และแผ่นดินโลกและทุกสิ่งซึ่งอยู่ในที่เหล่านั้น" ตามพระประสงค์ของพระองค์โดยทางพระเยซูคริสต์ พระบุตรของพระองค์ ซึ่งโดยพระองค์ทุกสิ่งยังคงดำรงอยู่และดำเนินการต่อไป (ยอห์น 1:3; โคโลสี 1:15–17; ฮีบรู 1:2)

ในการบังเกิดเป็นมนุษย์ของพระองค์ (พระเจ้ากลายเป็นมนุษย์) พระคริสต์ทรงยอมสละเฉพาะสิทธิพิเศษของความเป็นพระเจ้าแต่ไม่ได้สละแก่นแท้ความเป็นพระเจ้าแต่อย่างใด ไม่ว่าในระดับใดหรือส่วนใด ในการบังเกิดเป็นมนุษย์ของ

พระองค์ พระบุคคลที่สองในตรีเอกานุภาพผู้ทรงดำรงอยู่ชั่วนิรันดร์ได้ยอมรับลักษณะที่เป็นแก่นแท้ทั้งหมดของมนุษย์ พระองค์จึงกลายเป็นทั้งพระเจ้าและมนุษย์ คือมีความเป็นพระเจ้าและความเป็นมนุษย์รวมกันเป็นหนึ่งเดียวโดยแบ่งแยกไม่ได้ (มีคาห์ 5:2; ยอห์น 5:23; 14:9–10; ฟีลิปปี 2:5–8; โคโลสี 2:9)

พระเยซูคริสต์องค์พระผู้เป็นเจ้าของเราประสูติจากหญิงพรหมจารี (อิสยาห์ 7:14; มัทธิว 1:23,25; ลูกา 1:26–35) พระองค์ทรงเป็นพระเจ้าที่บังเกิดเป็นมนุษย์ (ยอห์น 1:1,14) และจุดประสงค์ของการบังเกิดเป็นมนุษย์ก็คือเพื่อเปิดเผยพระเจ้าเพื่อไถ่มนุษย์ และเพื่อปกครองเหนืออาณาจักรของพระเจ้า (สดุดี 2:7–9; อิสยาห์ 9:6; ยอห์น 1: 29; ฟีลิปปี 2:9–11; ฮีบรู 7:25–26; 1 เปโตร 1:18–19)

พระเยซูคริสต์องค์พระผู้เป็นเจ้าของเราทรงทำให้การไถ่เราสำเร็จโดยการหลั่งพระโลหิตของพระองค์และการสิ้นพระชนม์เป็นเครื่องบูชาบนไม้กางเขน และการสิ้นพระชนม์ของพระองค์เป็นความสมัครใจ เป็นการกระทำแทน เป็นการรับโทษแทน เป็นการระงับพระพิโรธ และเป็นการไถ่ (ยอห์น 10:15; โรม 3:24–25; 5:8 ; 1 เปโตร 2:24)

การทำให้เราเป็นผู้ชอบธรรมได้รับการยืนยันโดยการที่พระองค์ทรงเป็นขึ้นจากความตายโดยมีพระกายอย่างแท้จริง เวลานี้พระองค์เสด็จขึ้นไปประทับที่เบื้องขวาพระหัตถ์ของพระบิดา ที่นั่นพระองค์ทรงทำพระราชกิจเป็นคนกลางในฐานะผู้วิงวอนเพื่อเราและมหาปุโรหิตของเรา (มัทธิว 28:6; ลูกา 24:38 39; กิจการ 2:30–31; โรม 4:25; 8:34; ฮีบรู 7:25; 9:24; 1 ยอห์น 2:1)

ในการฟื้นคืนพระชนม์ของพระเยซูคริสต์จากที่ฝังพระศพ พระเจ้าทรงยืนยันความเป็นพระเจ้าของพระบุตร และประทานข้อพิสูจน์ว่าพระเจ้าทรงยอมรับพระราชกิจการลบล้างบาปของพระคริสต์บนไม้กางเขน การที่พระเยซูทรงฟื้นคืนพระชนม์โดยมีพระกายยังเป็นหลักประกันถึงชีวิตที่จะเป็นขึ้นจากความตายสำหรับผู้เชื่อทุกคนในอนาคตด้วย (ยอห์น 5:26–29; 14:19; โรม 4:25; 6:5–10; 1 โครินธ์ 15:20,23)

พระเยซูคริสต์จะเสด็จกลับมาเพื่อรับคริสตจักร ซึ่งเป็นพระกายของพระองค์ไปอยู่กับพระองค์ในการรับขึ้นไป และเมื่อพระองค์เสด็จกลับมาพร้อมกับคริสตจักรของพระองค์ในสง่าราศี พระองค์จะสถาปนาอาณาจักรพันปีของพระองค์บนแผ่นดินโลก (กิจการ 1:9–11; 1 เธสะโลนิกา 4:13–18; วิวรณ์ 20)

พระเยซูคริสต์องค์พระผู้เป็นเจ้าคือผู้ที่พระเจ้าจะทรงพิพากษามนุษย์ทั้งหมดผ่านทางพระองค์ (ยอห์น 5:22–23) คนที่พระองค์จะพิพากษาได้แก่ (1) ผู้เชื่อ (1 โครินธ์ 3:10–15; 2 โครินธ์ 5:10) (2) ผู้ที่ยังมีชีวิตอยู่ในโลกเมื่อพระองค์เสด็จกลับมาอย่างมีสง่าราศี (มัทธิว 25:31–46) และ (3) ผู้ไม่เชื่อที่ตายไปแล้ว ซึ่งจะถูกพิพากษา ณ พระที่นั่งใหญ่สีขาว (วิวรณ์ 20:11–15) ในฐานะที่พระองค์ทรงเป็นคนกลางระหว่างพระเจ้าและมนุษย์ (1 ทิโมธี 2:5) เป็นศีรษะของคริสตจักรซึ่งเป็นพระกายของพระองค์ (เอเฟซัส 1:22; 5:23; โคโลสี 1:18) และเป็นกษัตริย์แห่งสากลโลกที่จะมาปกครองบนบัลลังก์ของดาวิด (อิสยาห์ 9:6–7; เอเสเคียล 37:24–28; ลูกา 1:31–33) พระองค์คือผู้พิพากษาสุดท้ายของทุกคนที่ไม่ได้เชื่อวางใจในพระองค์ในฐานะองค์พระผู้เป็นเจ้าและพระผู้ช่วยให้รอด (มัทธิว 25:14–46; กิจการ 17:30–31)

พระเจ้าพระวิญญาณบริสุทธิ์

"แต่องค์ผู้ช่วยคือพระวิญญาณบริสุทธิ์ซึ่งพระบิดาจะทรงใช้มาในนามของเรานั้นจะทรงสอนพวกท่านทุกสิ่ง และจะทำให้ระลึกถึงทุกสิ่งที่เรากล่าวกับท่านแล้ว" (ยอห์น 14:26) พระวิญญาณบริสุทธิ์ทรงเป็นพระบุคคลหนึ่งของพระเจ้า ทรงเป็นนิรันดร์ ไม่มีจุดกำเนิด ทรงมีพระลักษณะทั้งหมดของความเป็นบุคคลและความเป็นพระเจ้า ซึ่งรวมถึงพระสติปัญญา (1 โครินธ์ 2:10–13) อารมณ์ (เอเฟซัส 4:30) พระประสงค์ (1 โครินธ์ 12:11) ความเป็นนิรันดร์ (ฮีบรู 9:14) การทรงสถิตอยู่ทุกหนแห่ง (สดุดี 139:7–10) ความรอบรู้ทุกสิ่ง (อิสยาห์ 40:13–14) การมีฤทธิ์อำนาจทุกอย่าง (โรม 15:13) และความสัตย์จริง (ยอห์น 16:13) ในพระลักษณะทั้งหมดของพระเจ้า พระองค์ทรงเท่าเทียมกันและมีแก่นแท้เดียวกันกับพระบิดาและพระบุตร (มัทธิว 28:19; กิจการ 5:3–4; 28:25–26; 1 โครินธ์ 12:4–6; 2 โครินธ์ 13 :14; และเยเรมีย์ 31:31–34 กับฮีบรู 10:15–17)

พระราชกิจของพระวิญญาณบริสุทธิ์คือการดำเนินการตามพระประสงค์ของพระเจ้าในส่วนที่เกี่ยวข้องกับคนทั้งปวง เรารับรู้ถึงพระราชกิจโดยอำนาจสูงสุดของพระองค์ ในการทรงสร้าง (ปฐมกาล 1:2) การบังเกิดเป็นมนุษย์ (มัทธิว 1:18) การเปิดเผยที่เป็นลายลักษณ์อักษร (2 เปโตร 1:20–21) และพระราชกิจการช่วยให้รอด (ยอห์น 3:5–7)

พระราชกิจพิเศษเฉพาะของพระวิญญาณบริสุทธิ์ในยุคนี้เริ่มต้นในวันเพ็นเทคอสต์ เมื่อพระองค์เสด็จมาจากพระบิดาตามที่พระคริสต์ทรงสัญญาไว้

(ยอห์น 14:16–17; 15:26) เพื่อเริ่มต้นและสร้างพระกายของพระคริสต์ให้เสร็จสมบูรณ์ พระราชกิจของพระองค์ได้แก่การทำให้โลกสำนึกเรื่องความบาป ความชอบธรรม และการพิพากษา การถวายเกียรติแด่พระเยซูคริสต์องค์พระผู้เป็นเจ้า และการเปลี่ยนแปลงผู้เชื่อให้เป็นเหมือนพระฉายาของพระคริสต์ (ยอห์น 16:7–9; กิจการ 1:5; 2:4; โรม 8:29; 2 โครินธ์ 3:18; เอเฟซัส 2:22)

พระวิญญาณบริสุทธิ์ทรงเป็นผู้กระทำพระราชกิจเหนือธรรมชาติและมีอำนาจสูงสุดในการทำให้คนบังเกิดใหม่ ซึ่งเป็นการบัพติศมาผู้เชื่อทุกคนเข้าสู่พระกายของพระคริสต์ (1 โครินธ์ 12:13) นอกจากนั้นพระวิญญาณบริสุทธิ์ยังสถิตอยู่ในผู้เชื่อตั้งแต่วินาทีที่เขาได้รับความรอด พระองค์ทรงชำระผู้เชื่อให้บริสุทธิ์ ทรงสอน และประทานฤทธิ์เดชแก่พวกเขาสำหรับการรับใช้ และประทับตราพวกเขาไว้จนถึงวันแห่งการไถ่ (2 โครินธ์ 3:6; เอเฟซัส 1:13) ผู้ที่บังเกิดโดยพระวิญญาณและมีพระวิญญาณสถิตอยู่ภายในมีหน้าที่ที่จะต้องเต็มเปี่ยม(ถูกควบคุม)ด้วยพระวิญญาณ (โรม 8:9–11; เอเฟซัส 5:18; 1 ยอห์น 2:20,27)

พระวิญญาณบริสุทธิ์ทรงเป็นอาจารย์จากเบื้องบนที่นำอัครทูตและผู้เผยพระวจนะไปสู่ความจริงทั้งมวลในขณะที่พวกเขาอุทิศตัวเพื่อเขียนการเปิดเผยของพระเจ้า นั่นคือพระคัมภีร์ (2 เปโตร 1:19–21)

พระวิญญาณบริสุทธิ์ทรงแจกจ่ายของประทานฝ่ายจิตวิญญาณรูปแบบต่าง ๆ แก่คริสตจักร พระวิญญาณบริสุทธิ์ไม่ได้ทำให้พระองค์เองได้รับเกียรติหรือทำให้ของประทานของพระองค์ได้รับเกียรติด้วยการแสดงโอ้อวด แต่พระองค์ทำให้พระคริสต์ได้รับเกียรติ ด้วยการดำเนินพระราชกิจการไถ่ผู้ที่หลงทาง และเสริมสร้างผู้เชื่อขึ้นในความเชื่อที่บริสุทธิ์ที่สุด (ยอห์น 16:13–14; กิจการ 1:8; 1 โครินธ์ 12:4–11; 2 โครินธ์ 3:18)

พระเจ้าพระวิญญาณบริสุทธิ์ทรงมีอำนาจสูงสุดในการประทานของประทานทั้งหมดของพระองค์เพื่อทำให้ธรรมิกชนมีความสมบูรณ์ในปัจจุบัน การพูดภาษาแปลก ๆ และการทำการอัศจรรย์ต่าง ๆ ที่เป็นหมายสำคัญในยุคเริ่มแรกของคริสตจักรมีจุดประสงค์เพื่อชี้ไปที่อัครทูตและรับรองอัครทูตว่าเป็นผู้เปิดเผยความจริงจากพระเจ้า และไม่เคยมีเจตนาให้สิ่งเหล่านั้นเป็นลักษณะเด่นในชีวิตของผู้เชื่อ (1 โครินธ์ 12: 4–11; 13:8–10; 2 โครินธ์ 12:12; เอเฟซัส 4:7–12; ฮีบรู 2:1–4)

มนุษย์

"เมื่อข้าพระองค์มองดูฟ้าสวรรค์อันเป็นฝีพระหัตถ์ของพระองค์
ดวงจันทร์และดวงดาวซึ่งพระองค์ได้ทรงสถาปนาไว้
มนุษย์เป็นผู้ใดเล่า ที่พระองค์ทรงระลึกถึงเขา?
และบุตรของมนุษย์เป็นใครเล่า ที่พระองค์ทรงห่วงใยเขา?
พระองค์ทรงสร้างเขาให้ต่ำกว่าพระองค์แต่หน่อยเดียว
และทรงสวมศักดิ์ศรีกับความมีอำนาจให้เขา" (สดุดี 8:3–5)

พระเจ้าทรงสร้างมนุษย์ขึ้นโดยตรงและโดยทันทีตามพระฉายาและตามอย่างพระองค์ พวกเขาถูกสร้างขึ้นในสภาพที่ปราศจากบาป โดยมีธรรมชาติที่สามารถใช้เหตุผล มีสติปัญญา ความตั้งใจ การตัดสินใจด้วยตนเอง และมีความรับผิดชอบทางศีลธรรมต่อพระเจ้า (ปฐมกาล 2:7,15–25; ยากอบ 3:9)

เจตนาของพระเจ้าในการสร้างมนุษย์คือพวกเขาควรจะถวายเกียรติแด่พระเจ้า ชื่นชมยินดีในการสามัคคีธรรมกับพระองค์ ดำเนินชีวิตตามพระประสงค์ของพระเจ้า และโดยการกระทำเช่นนั้นก็จะทำให้พระประสงค์ของพระเจ้าสำหรับพวกเขาในโลกนี้สำเร็จ (อิสยาห์ 43:7; โคโลสี 1:16; วิวรณ์ 4:11)

เพราะความบาปที่อาดัมไม่เชื่อฟังพระประสงค์และพระวจนะของพระเจ้าตามที่พระองค์ทรงเปิดเผย มนุษย์จึงสูญเสียความไร้เดียงสาของตน ต้องรับโทษเป็นความตายฝ่ายจิตวิญญาณและฝ่ายร่างกาย ตกอยู่ภายใต้พระพิโรธของพระเจ้า และเสื่อมทรามโดยเนื้อแท้ และไม่มีความสามารถเลยแม้แต่น้อยที่จะเลือกหรือทำสิ่งที่พระเจ้ายอมรับถ้าปราศจากพระคุณจากเบื้องบน เมื่อไม่มีอำนาจในการฟื้นตัวที่จะช่วยให้พวกเขากลับคืนสู่สภาพดีได้ด้วยตัวเอง มนุษย์จึงหลงทางอย่างสิ้นหวัง ความรอดของมนุษยชาติจึงมาจากพระคุณของพระเจ้าเพียงอย่างเดียว โดยทางพระราชกิจการไถ่ของพระเยซูคริสต์องค์พระผู้เป็นเจ้าของเรา (ปฐมกาล 2:16–17; 3:1–19; ยอห์น 3:36; โรม 3:23; 6:23; 1 โครินธ์ 2:14; เอเฟซัส 2:1–3; 1 ทิโมธี 2:13–14; 1 ยอห์น 1:8)

เนื่องจากมนุษย์ทุกคนอยู่ในอาดัม ธรรมชาติที่เสื่อมทรามโดยความบาปของอาดัมจึงถูกถ่ายทอดมายังมนุษย์ทุกคนในทุกยุค ยกเว้นพระเยซูคริสต์เพียงผู้เดียว ด้วยเหตุนี้ทุกคนจึงเป็นคนบาปโดยธรรมชาติ โดยการเลือก และโดยคำประกาศของพระเจ้า (สดุดี 14:1–3; เยเรมีย์ 17:9; โรม 3:9–18,23; 5:10–12)

เพราะฤทธิ์อำนาจแห่งการช่วยเหลือในการสิ้นพระชนม์ของพระเยซูคริสต์องค์พระผู้เป็นเจ้าของเรา คนบาปที่เชื่อจึงได้รับการปลดปล่อยจากการถูกลงโทษ การถูกปรับโทษ อำนาจของบาป และวันหนึ่งจะได้รับการปลดปล่อยจากการมีอยู่ของบาป เขาหรือเธอได้รับการประกาศว่าเป็นผู้ชอบธรรม ได้รับชีวิตนิรันดร์ และถูกรับเข้าสู่ครอบครัวของพระเจ้า (โรม 3:25; 5:8–9; 2 โครินธ์ 5:14–15; 1 เปโตร 2:24; 3:18)

ทุกคนที่ได้รับความรอดล้วนเผชิญกับความขัดแย้งเป็นประจำทุกวัน คือคนที่ถูกสร้างใหม่ในพระคริสต์กำลังต่อสู้กับเนื้อหนัง แต่สิ่งที่ทรงจัดเตรียมไว้ให้เพื่อจะมีชัยชนะนั้นมากเพียงพอโดยฤทธิ์เดชของพระวิญญาณบริสุทธิ์ผู้ทรงสถิตอยู่ภายใน ถึงกระนั้นการต่อสู้ดังกล่าวก็ยังคงรบกวนผู้เชื่อไปตลอดชีวิตในโลกนี้ และจะไม่มีวันจบลงแบบสิ้นเชิง คำสอนทั้งหมดที่อ้างว่าสามารถขจัดบาปทุกอย่างออกไปในชีวิตนี้เป็นคำสอนที่ไม่ถูกต้องตามพระคัมภีร์ การไม่มีบาปโดยสมบูรณ์นั้นเป็นไปไม่ได้ แต่พระวิญญาณบริสุทธิ์ทรงจัดเตรียมอย่างเพียงพอจริง ๆ เพื่อให้มีชัยชนะเหนือความบาป (กาลาเทีย 5:16–25; เอเฟซัส 4:22–24; ฟีลิปปี 3:12; โคโลสี 3:9–10; 1 เปโตร 1: 14–16; 1 ยอห์น 3:5–9)

กระบวนการแห่งความรอด

"เพราะว่าท่านทั้งหลายได้รับความรอดแล้วด้วยพระคุณโดยทางความเชื่อ ความรอดนี้ไม่ใช่มาจากตัวท่าน แต่เป็นของประทานจากพระเจ้า ไม่ใช่มาจากการกระทำ เพื่อไม่ให้ใครอวดได้" (เอเฟซัส 2: 8–9) ความรอดมาจากพระเจ้าทั้งหมด โดยพระคุณเนื่องจากการไถ่ของพระเยซูคริสต์ เนื่องจากคุณความดีแห่งพระโลหิตของพระองค์ที่หลั่งออก และไม่ใช่เพราะคุณความดีหรือการกระทำของมนุษย์ (ยอห์น 1:12; เอเฟซัส 1:4–7; 2:8 –10; 1 เปโตร 1:18–19) คำศัพท์ต่อไปนี้บรรยายกระบวนการแห่งความรอด

การทรงเลือก

การทรงเลือกเป็นการกระทำของพระเจ้า ซึ่งโดยการกระทำนี้ ตั้งแต่ก่อนทรงเริ่มสร้างโลก พระองค์ได้ทรงเลือกไว้ในพระคริสต์ว่าใครคือผู้ที่พระองค์จะทรงพระกรุณาทำให้บังเกิดใหม่ ช่วยให้รอด และชำระให้บริสุทธิ์ (โรม 8:28–30; เอเฟซัส 1:4–11; 2 เธสะโลนิกา 2:13; 2 ทิโมธี 2:10; ทิตัส 3:4–7; 1 เปโตร 1:1–2)

การทรงเลือกโดยอำนาจสูงสุดไม่ได้ขัดแย้งหรือลบล้างความรับผิดชอบของมนุษย์ในการกลับใจใหม่และเชื่อวางใจพระคริสต์ในฐานะพระผู้ช่วยให้รอดและองค์พระผู้เป็นเจ้า (เอเสเคียล 18:23,32; 33:11; ยอห์น 3:18–19,36; 5:40; 2 เธสะโลนิกา 2:10–12; วิวรณ์ 22:17) ถึงกระนั้นก็ตาม เนื่องจากพระคุณโดยอำนาจสูงสุดครอบคลุมถึงวิธีการในการรับความรอดอันเป็นสิ่งที่พระเจ้าประทาน รวมทั้งครอบคลุมถึงสิ่งที่พระเจ้าประทาน การทรงเลือกโดยอำนาจสูงสุดจึงส่งผลเป็นสิ่งที่พระเจ้าทรงกำหนด ทุกคนที่พระบิดาทรงเรียกมาหาพระองค์จะมาด้วยความเชื่อ และทุกคนที่มาด้วยความเชื่อพระบิดาก็จะทรงรับ (ยอห์น 6:37–40,44; กิจการ 13:48; ยากอบ 4:8)

ความโปรดปรานที่ไม่สมควรได้รับซึ่งพระเจ้าประทานแก่คนบาปที่เสื่อมทรามโดยสิ้นเชิงนั้นไม่เกี่ยวข้องกับความคิดริเริ่มใด ๆ ของพวกเขาเอง และไม่เกี่ยวข้องกับความคาดหมายของพระเจ้าเกี่ยวกับสิ่งที่พวกเขาอาจจะทำโดยความประสงค์ของพวกเขาเอง แต่ทั้งหมดเป็นเพราะพระคุณและพระเมตตาโดยอำนาจสูงสุดของพระองค์เพียงฝ่ายเดียว (เอเฟซัส 1:4–7; ทิตัส 3:4–7; 1 เปโตร 1:2)

พระเจ้าทรงมีอำนาจสูงสุดอย่างแท้จริง แต่พระองค์ทรงใช้อำนาจสูงสุดของพระองค์อย่างสอดคล้องกับพระลักษณะอื่น ๆ ของพระองค์ โดยเฉพาะอย่างยิ่งความรอบรู้ทุกสิ่ง ความยุติธรรม ความบริสุทธิ์ พระสติปัญญา พระคุณ และความรักของพระองค์ (โรม 9:11–16) อำนาจสูงสุดนี้จะยกย่องพระประสงค์ของพระเจ้าในลักษณะที่สอดคล้องกับพระลักษณะของพระองค์โดยสมบูรณ์เสมอ ตามที่เปิดเผยในชีวิตของพระเยซูคริสต์องค์พระผู้เป็นเจ้าของเรา (มัทธิว 11:25–28; 2 ทิโมธี 1:9)

การบังเกิดใหม่

การทำให้บังเกิดใหม่เป็นพระราชกิจเหนือธรรมชาติของพระวิญญาณบริสุทธิ์ ซึ่งโดยพระราชกิจนี้พระองค์ได้ประทานธรรมชาติจากเบื้องบนและชีวิตจากเบื้องบน (ยอห์น 3:3–8; ทิตัส 3:5) มันเกิดขึ้นแบบฉับพลันและสำเร็จลุล่วงโดยฤทธิ์อำนาจของพระวิญญาณบริสุทธิ์เพียงอย่างเดียว โดยมีพระวจนะของพระเจ้าเป็นเครื่องมือ (ยอห์น 5:24) เมื่อคนบาปที่กลับใจใหม่ เพราะได้รับความสามารถจากพระวิญญาณบริสุทธิ์ ตอบสนองด้วยความเชื่อต่อการที่พระเจ้าประทานความรอด การบังเกิดใหม่ที่แท้จริงจะสำแดงออกด้วยผลที่สมกับการกลับใจใหม่ ดังที่แสดงให้เห็นใน

ทัศนคติและการประพฤติที่ชอบธรรม การกระทำดีจะเป็นหลักฐานและผลที่ถูกต้อง (1 โครินธ์ 6:19–20; เอเฟซัส 5:17–21; ฟีลิปปี 2:12ข; โคโลสี 3:12–17; 2 เปโตร 1:4–11) การเชื่อฟังนี้ทำให้ผู้เชื่อได้รับการเปลี่ยนแปลงเป็นเหมือนพระฉายาของพระเยซูคริสต์องค์พระผู้เป็นเจ้าของเรามากขึ้นเรื่อย ๆ (2 โครินธ์ 3:18) ความเปลี่ยนแปลงดังกล่าวจะถึงจุดสูงสุดเมื่อผู้เชื่อได้รับสง่าราศีในการเสด็จมาของพระคริสต์ (โรม 8:16–17; 2 เปโตร 1:4; 1 ยอห์น 3:2–3)

การถูกนับว่าเป็นผู้ชอบธรรม

การทำให้เป็นผู้ชอบธรรมต่อพระพักตร์พระเจ้าเป็นพระราชกิจของพระเจ้า (โรม 8:30,33) ซึ่งโดยพระราชกิจนี้พระองค์ประกาศความเป็นผู้ชอบธรรมให้แก่ผู้ที่กลับใจจากความบาปโดยความเชื่อในพระคริสต์ (ลูกา 13:3; กิจการ 2:38; 3:19; 11:18; โรม 2:4; 2 โครินธ์ 7:10; อิสยาห์ 55:6–7) และกล่าวยอมรับว่าพระองค์เป็นองค์พระผู้เป็นเจ้าผู้ทรงมีอำนาจสูงสุด (โรม 10:9–10; 1 โครินธ์ 12:3; 2 โครินธ์ 4:5; ฟีลิปปี 2:11) โดยวิธีนี้ พระเจ้าจึงสามารถ “เป็นผู้ชอบธรรม และทรงให้ผู้ที่เชื่อในพระเยซูเป็นผู้ชอบธรรมด้วย” (โรม 3:26)

การชำระให้บริสุทธิ์

ผู้เชื่อทุกคนได้รับการชำระให้บริสุทธิ์ (ถูกแยกออกมา) เพื่อเป็นของพระเจ้าโดยการทำให้เป็นผู้ชอบธรรม ดังนั้นจึงได้รับการประกาศว่าบริสุทธิ์และถูกระบุอย่างถูกต้องว่าเป็นธรรมิกชน การชำระให้บริสุทธิ์นี้เป็นเรื่องของฐานะ และเกิดขึ้นแบบฉับพลันและไม่ควรเข้าใจผิดว่าเป็นสิ่งเดียวกันกับการชำระให้บริสุทธิ์แบบเป็นขั้นเป็นตอน การชำระให้บริสุทธิ์ในที่นี้เกี่ยวข้องกับฐานะของผู้เชื่อ ไม่ใช่การดำเนินชีวิตหรือสภาพในปัจจุบันของเขา (กิจการ 20:32; 1 โครินธ์ 1:2,30; 6:11; 2 เธสะโลนิกา 2:13; ฮีบรู 2:11; 3:1; 10:10,14; 13:12; 1 เปโตร 1:2)

ผลของความรอด

“พระประสงค์ของพระเจ้าเป็นอย่างนี้คือ ให้พวกท่านเป็นคนบริสุทธิ์” (1 เธสะโลนิกา 4:3) ความรอดมาจากพระเจ้าทั้งหมด โดยพระคุณเนื่องจากการไถ่ของพระเยซูคริสต์ เนื่องจากคุณความดีแห่งพระโลหิตของพระองค์ที่หลั่งออก และไม่ใช่

เพราะคุณความดีหรือการกระทำของมนุษย์ (ยอห์น 1:12; เอเฟซัส 1:4–7; 2:8 –10; 1 เปโตร 1:18–19) คำศัพท์สามคำต่อไปนี้บรรยายผลของความรอด

การชำระให้บริสุทธิ์

มีการชำระให้บริสุทธิ์แบบเป็นขั้นเป็นตอน ซึ่งทำให้สภาพของผู้เชื่อถูกนำมาใกล้การเป็นเหมือนพระคริสต์มากยิ่งขึ้นโดยการเชื่อฟังพระวจนะของพระเจ้า และโดยการที่พระวิญญาณบริสุทธิ์ประทานฤทธิ์เดช ผู้เชื่อสามารถดำเนินชีวิตที่บริสุทธิ์มากขึ้นตามพระประสงค์ของพระเจ้า โดยการเป็นเหมือนพระเยซูคริสต์องค์พระผู้เป็นเจ้าของเรามากขึ้นเรื่อย ๆ (ยอห์น 17:17,19; โรม 6:1–22; 2 โครินธ์ 3:18; 1 เธสะโลนิกา 4:3–4; 5:23)

ความมั่นคงปลอดภัย

เมื่อได้รับความรอดแล้ว ผู้ที่ได้รับการไถ่ทุกคนจะได้รับการพิทักษ์รักษาไว้โดยฤทธิ์อำนาจของพระเจ้า และด้วยเหตุนี้จึงมั่นคงปลอดภัยในพระคริสต์ตลอดไป (ยอห์น 5:24; 6:37–40; 10:27–30; โรม 5:9–10; 8:1,31– 39; 1 โครินธ์ 1:4–9; เอเฟซัส 4:30; ฮีบรู 7:25; 13:5; 1 เปโตร 1:4–5; ยูดา 24)

เป็นสิทธิพิเศษของผู้เชื่อที่จะชื่นชมยินดีในความมั่นใจในความรอด โดยคำพยานยืนยันจากพระวจนะของพระเจ้า ซึ่งถึงกระนั้นพระวจนะก็ยังห้ามไว้อย่างชัดเจน ไม่ให้ใช้เสรีภาพของคริสเตียนเป็นข้ออ้างที่จะดำเนินชีวิตในความบาปและอยู่ฝ่ายเนื้อหนัง (โรม 6:15–22; 13:13–14; กาลาเทีย 5:13,16–17,25–26; ทิตัส 2:11–14)

การแยกออก

การแยกออกจากบาปนั้นเห็นได้ชัดว่ามีการเรียกร้องตลอดทั้งพระคัมภีร์เดิมและพระคัมภีร์ใหม่ และพระคัมภีร์ระบุไว้อย่างชัดเจนว่าในวาระสุดท้าย การละทิ้งความเชื่อและการอยู่ฝ่ายโลกจะเพิ่มขึ้น (2 โครินธ์ 6:14–7:1; 2 ทิโมธี 3:1–5)

ด้วยความกตัญญูอย่างสุดซึ้งต่อพระคุณที่เราไม่สมควรได้รับซึ่งพระเจ้าประทานแก่เรา และเพราะพระเจ้าผู้เปี่ยมด้วยพระสิริของเรานั้นคู่ควรอย่างยิ่งที่เราจะมอบถวายทั้งหมดแด่พระองค์ ผู้ที่ได้รับความรอดทุกคนจึงควรดำเนินชีวิต

ในลักษณะที่สำแดงออกว่าเรามีความรักเทิดทูนพระเจ้า และไม่ให้เกิดความเสื่อมเสียต่อองค์พระผู้เป็นเจ้าและพระผู้ช่วยให้รอดของเรา การแยกออกจากทุกสิ่งที่เกี่ยวพันกับการละทิ้งความเชื่อทางศาสนาและเกี่ยวพันกับแนวทางปฏิบัติที่อยู่ฝ่ายโลกและความบาป คือสิ่งที่พระเจ้าทรงบัญชาแก่เรา (โรม 12:1–2; 1 โครินธ์ 5:9–13; 2 โครินธ์ 6:14–7:1; 1 ยอห์น 2:15–17; 2 ยอห์น 9–11)

ผู้เชื่อควรถูกแยกออกมาเพื่อเป็นของพระเยซูคริสต์องค์พระผู้เป็นเจ้าของเรา (2 เธสะโลนิกา 1:11–12; ฮีบรู 12:1–2) และยืนยันว่าชีวิตคริสเตียนคือชีวิตแห่งความชอบธรรมที่มีการเชื่อฟัง ซึ่งสำแดงออกโดยท่าทีแบบผู้เป็นสุข (มัทธิว 5:2–12) และการแสวงหาความบริสุทธิ์อย่างต่อเนื่อง (โรม 12:1–2; 2 โครินธ์ 7:1; ฮีบรู 12:14; ทิตัส 2:11–14; 1 ยอห์น 3:1–10)

อัตลักษณ์ของคริสตจักร

“เพราะว่าเหมือนกับร่างกายเดียวที่มีหลาย ๆ อวัยวะ และอวัยวะทั้งหมดของร่างกายนั้นแม้จะมีหลายส่วนก็ยังเป็นร่างกายเดียว พระคริสต์ก็ทรงเป็นเช่นนั้น” (1 โครินธ์ 12:12) ทุกคนที่มาเชื่อในพระเยซูคริสต์ พระวิญญาณบริสุทธิ์จะทรงรวมเข้าสู่พระกายฝ่ายจิตวิญญาณที่เป็นหนึ่งเดียวโดยทันที นั่นคือรวมเข้าสู่คริสตจักร (1 โครินธ์ 12:12–13) เจ้าสาวของพระคริสต์ (2 โครินธ์ 11:2; เอเฟซัส 5:23–32) ; วิวรณ์ 19:7–8) ซึ่งมีพระคริสต์เป็นศีรษะ (เอเฟซัส 1:22; 4:15; โคโลสี 1:18)

การสร้างคริสตจักร ซึ่งเป็นพระกายของพระคริสต์ เริ่มต้นในวันเพ็นเทคอสต์ (กิจการ 2:1–21,38–47) และจะสำเร็จครบถ้วนเมื่อพระคริสต์เสด็จมาเพื่อรับคนของพระองค์ในการรับขึ้นไป (1 โครินธ์ 15:51–52; 1 เธสะโลนิกา 4:13–18)

ด้วยเหตุนี้คริสตจักรจึงเป็นสิ่งมีชีวิตฝ่ายจิตวิญญาณที่มีลักษณะพิเศษเฉพาะ ซึ่งออกแบบโดยพระคริสต์ และประกอบด้วยผู้เชื่อที่บังเกิดใหม่ทุกคนในยุคปัจจุบัน (เอเฟซัส 2:11–3:6) คริสตจักรแตกต่างจากอิสราเอล (1 โครินธ์ 10:32) ซึ่งเป็นความล้ำลึกที่ไม่เคยถูกเปิดเผยจนกระทั่งยุคนี้ (เอเฟซัส 3:1–6; 5:32)

การสถาปนาและความต่อเนื่องของคริสตจักรท้องถิ่นได้รับการสอนและนิยามไว้อย่างชัดเจนในพระคัมภีร์ใหม่ (กิจการ 14:23,27; 20:17,28; กาลาเทีย 1:2; ฟีลิปปี 1:1; 1 เธสะโลนิกา 1:1; 2 เธสะโลนิกา 1:1) สมาชิกของพระกายหนึ่งเดียวตามพระคัมภีร์ได้รับคำสั่งให้นำตัวเองมาเชื่อมความสัมพันธ์กันในการประชุมท้องถิ่น (1 โครินธ์ 11:18–20; ฮีบรู 10:25)

สิทธิอำนาจสูงสุดเพียงหนึ่งเดียวสำหรับคริสตจักรคือพระคริสต์ (เอเฟซัส 1:22; โคโลสี 1:18) ผู้นำคริสตจักร ของประทาน ระเบียบ วินัย และการนมัสการล้วนได้รับการแต่งตั้งโดยอำนาจสูงสุดของพระองค์ดังที่เห็นในพระคัมภีร์ ผู้ดำรงตำแหน่งตามที่พระคัมภีร์กำหนดไว้ซึ่งรับใช้ภายใต้พระคริสต์และดูแลผู้เชื่อที่รวมตัวกันคือผู้ปกครอง (เพศชาย ซึ่งเรียกอีกอย่างว่าบิชอป ศิษยาภิบาล และศิษยาภิบาล-อาจารย์; กิจการ 20:28; เอเฟซัส 4:11) และมัคนายก ซึ่งทั้งสองตำแหน่งต้องมีคุณสมบัติตามพระคัมภีร์ (1 ทิโมธี 3:1–13; ทิตัส 1:5–9; 1 เปโตร 5:1–5)

ผู้นำเหล่านี้ทำหน้าที่นำหรือปกครองในฐานะผู้รับใช้ของพระคริสต์ (1 ทิโมธี 5:17–22) และมีสิทธิอำนาจของพระองค์ในการกำกับดูแลคริสตจักร ชุมชนผู้เชื่อจะต้องยอมเชื่อฟังการทำหน้าที่ผู้นำของพวกเขา (ฮีบรู 13:7,17)

สิ่งที่สำคัญอย่างยิ่งสำหรับคริสตจักรคือ หลักปฏิบัติในการเป็นสาวก (มัทธิว 28:19–20; 2 ทิโมธี 2:2) ความรับผิดชอบต่อกันซึ่งผู้เชื่อทุกคนมีต่อกันและกัน (มัทธิว 18:15–17) และความจำเป็นในการลงวินัยสมาชิกในชุมชนผู้เชื่อที่ทำบาปด้วยการลงวินัยตามมาตรฐานของพระคัมภีร์ (มัทธิว 18:15–22; กิจการ 5:1–11; 1 โครินธ์ 5:1–13; 2 เธสะโลนิกา 3:6–15; 1 ทิโมธี 1:19,20; ทิตัส 1:10–16)

คริสตจักรท้องถิ่นควรเป็นอิสระ ปลอดจากอำนาจหรือการควบคุมจากภายนอก มีสิทธิในการปกครองตนเอง และเป็นอิสระจากการถูกแทรกแซงโดยการปกครองตามลำดับขั้นไม่ว่าในแง่ตัวบุคคลหรือองค์กร (ทิตัส 1:5) เป็นเรื่องถูกต้องตามพระคัมภีร์ที่คริสตจักรแท้แห่งต่าง ๆ จะร่วมมือกันในการนำเสนอและเผยแพร่ความเชื่อ อย่างไรก็ตามคริสตจักรท้องถิ่นควรเป็นผู้ตัดสินใจเพียงหนึ่งเดียวในเรื่องมาตรการและวิธีการร่วมมือกัน โดยทางศิษยาภิบาลของพวกเขา และโดยการตีความและการประยุกต์ใช้พระคัมภีร์ของพวกเขา (กิจการ 15:19–31; 20:28; 1 โครินธ์ 5:4–7,13) ; 1 เปโตร 5:1–4)

จุดประสงค์ของคริสตจักร

“ขอให้พระเกียรติจงมีแด่พระองค์ในคริสตจักรและในพระเยซูคริสต์ตลอดทุกชั่วอายุคนเป็นนิตย์ อาเมน” (เอเฟซัส 3:21) จุดประสงค์ของคริสตจักรคือการถวายเกียรติแด่พระเจ้า (เอเฟซัส 3:21) โดยการเสริมสร้างคริสตจักรขึ้นในความเชื่อ (เอเฟซัส 4:13–16) โดยการสั่งสอนพระวจนะ (2 ทิโมธี 2:2,15; 3:16–17) โดยการสามัคคีธรรม (กิจการ 2:47; 1 ยอห์น 1:3) โดยการถือรักษาพิธีศักดิ์สิทธิ์ (ลูกา 22:19;

กิจการ 2:38–42) และโดยการเผยแพร่และสื่อสารข่าวประเสริฐไปทั่วโลก (มัทธิว 28:19; กิจการ 1:8)

ธรรมิกชนทุกคนได้รับการทรงเรียกให้ทำงานรับใช้ (1 โครินธ์ 15:58; เอเฟซัส 4:12; วิวรณ์ 22:12)

คริสตจักรจะต้องร่วมมือกับพระเจ้าในขณะที่พระองค์ทำให้พระประสงค์ของพระองค์สำเร็จในโลกนี้ เพื่อเป้าหมายนั้นพระองค์จึงประทานของประทานฝ่ายจิตวิญญาณแก่คริสตจักร ประการแรก พระองค์ทรงเลือกผู้คนเพื่อจะเตรียมธรรมิกชนสำหรับงานรับใช้ (เอเฟซัส 4:7–12) นอกจากนั้นพระองค์ยังประทานความสามารถฝ่ายจิตวิญญาณที่พิเศษและมีลักษณะเฉพาะแก่สมาชิกแต่ละคนในพระกายของพระคริสต์ (โรม 12:5–8; 1 โครินธ์ 12:4–31; 1 เปโตร 4:10–11)

มีของประทานสองประเภทที่พระเจ้าประทานแก่คริสตจักรยุคแรก ได้แก่ของประทานที่เป็นการอัศจรรย์ในด้านการเปิดเผยจากพระเจ้าและการรักษาโรค ซึ่งประทานชั่วคราวในยุคอัครทูต โดยมีจุดประสงค์เพื่อยืนยันว่าถ้อยคำของอัครทูตเป็นความจริง (ฮีบรู 2:3–4; 2 โครินธ์ 12:12) ส่วนอีกประเภทคือของประทานในการรับใช้ ซึ่งประทานมาเพื่อเตรียมผู้เชื่อให้มีความสามารถที่จะเสริมสร้างซึ่งกันและกัน เมื่อการเปิดเผยในพระคัมภีร์ใหม่เสร็จสมบูรณ์ พระคัมภีร์ก็กลายเป็นสิ่งเดียวที่ใช้ตรวจสอบความจริงของถ้อยคำที่มีคนกล่าว และของประทานที่ช่วยยืนยันซึ่งมีลักษณะเป็นการอัศจรรย์ก็ไม่จำเป็นอีกต่อไป (1 โครินธ์ 13:8–12) ของประทานที่เป็นการอัศจรรย์นั้นสามารถถูกซาตานลอกเลียนแบบเพื่อล่อลวงผู้เชื่อได้ (มัทธิว 24:24) ของประทานเพียงประเภทเดียวที่ยังทำงานอยู่ในปัจจุบันคือของประทานซึ่งไม่ใช่การเปิดเผยพิเศษ ที่มีไว้เพื่อเตรียมผู้เชื่อสำหรับการเสริมสร้าง (โรม 12:6–8)

ไม่มีใครมีของประทานการรักษาโรคในปัจจุบัน แต่พระเจ้ายังคงฟังและตอบคำอธิษฐานด้วยความเชื่อ และจะตอบตามพระประสงค์อันสมบูรณ์แบบของพระองค์เอง สำหรับผู้ที่เจ็บป่วย ผู้ที่ทนทุกข์ และผู้ที่เดือดร้อน (ลูกา 18:1–8; ยอห์น 5:7– 9; 2 โครินธ์ 12:6–10; ยากอบ 5:13–16; 1 ยอห์น 5:14–15)

มีพิธีศักดิ์สิทธิ์สองอย่างที่ทรงมอบหมายแก่คริสตจักรท้องถิ่น คือพิธีบัพติศมาและพิธีมหาสนิท (กิจการ 2:38–42) พิธีบัพติศมาของคริสเตียนที่ทำโดยการจุ่มตัวลงไปในน้ำจนมิด (กิจการ 8:36–39) เป็นคำพยานที่จริงจังและงดงาม ซึ่งผู้เชื่อแสดงออกถึงความเชื่อของพวกเขาในพระผู้ช่วยให้รอดที่ถูกตรึงกางเขน ถูกฝังไว้

และฟื้นคืนพระชนม์ และพวกเขาได้ผูกพันเป็นหนึ่งเดียวกับพระองค์ในการตายต่อบาป และการเป็นขึ้นจากความตายสู่ชีวิตใหม่ (โรม 6:1–11) นอกจากนี้มันยังเป็นเครื่องหมายของการสามัคคีธรรมและการเข้าร่วมเป็นหนึ่งเดียวกับพระกายที่มองเห็นได้ของพระคริสต์อีกด้วย (กิจการ 2:41–42)

พิธีมหาสนิทเป็นการระลึกถึงและการประกาศเรื่องการสิ้นพระชนม์ของพระองค์จนกว่าพระองค์จะเสด็จมา และควรมีการพิจารณาตนเองอย่างจริงจังก่อนเสมอ (1 โครินธ์ 11:23–32) แม้ว่าองค์ประกอบต่าง ๆ ในพิธีมหาสนิทเป็นเพียงตัวแทนของพระกายและพระโลหิตของพระคริสต์ แต่พิธีมหาสนิทก็เป็นการเข้าสนิทจริง ๆ กับพระคริสต์ผู้ทรงฟื้นคืนพระชนม์ ผู้ทรงสถิตอยู่ด้วยในลักษณะพิเศษเพื่อสามัคคีธรรมกับประชากรของพระองค์ (1 โครินธ์ 10:16)

สิ่งสุดท้าย (คำสอนเรื่องยุคสุดท้าย): มุมมองส่วนบุคคล

"การเป็นขึ้นมาของคนตายก็เหมือนกัน ร่างกายที่ถูกหว่านลงนั้นเสื่อมสลายได้ ร่างกายที่เป็นขึ้นมานั้นไม่เสื่อมสลาย สิ่งที่ถูกหว่านลงนั้นไร้เกียรติ สิ่งที่เป็นขึ้นมานั้นมีศักดิ์ศรี สิ่งที่ถูกหว่านลงนั้นอ่อนกำลัง สิ่งที่เป็นขึ้นมานั้นมีพลัง สิ่งที่ถูกหว่านลงนั้นเป็นกายเนื้อหนัง สิ่งที่เป็นขึ้นมานั้นเป็นกายจิตวิญญาณ" (1 โครินธ์ 15:42–44ก)

ความตาย

ความตายฝ่ายร่างกายไม่เกี่ยวข้องกับการสูญเสียจิตสำนึกของเราที่ไม่ได้เป็นวัตถุ (วิวรณ์ 6:9–11) มีการแยกออกจากกันของจิตวิญญาณกับร่างกาย (ยากอบ 2:26) และจิตวิญญาณของผู้ที่ได้รับการไถ่ก็จะผ่านเข้าสู่ที่ประทับของพระคริสต์ทันที (ลูกา 23:43; 2 โครินธ์ 5:8; ฟีลิปปี 1:23) สำหรับผู้ที่ได้รับการไถ่ การแยกออกจากกันนี้จะคงอยู่ต่อไปจนกระทั่งถึงการรับขึ้นไป (1 เธสะโลนิกา 4:13–17) ซึ่งทำให้การเป็นขึ้นจากความตายครั้งแรกเริ่มขึ้น (วิวรณ์ 20:4–6) เมื่อจิตวิญญาณและร่างกายของเราจะกลับมารวมกันอีกครั้ง เพื่อรับสง่าราศีร่วมกับองค์พระผู้เป็นเจ้าของเราตลอดไป (1 โครินธ์ 15:35–44; 50–54; ฟีลิปปี 3:21) ก่อนจะถึงเวลานั้น จิตวิญญาณของผู้ที่ได้รับการไถ่ในพระคริสต์ยังคงสามัคคีธรรมกับพระเยซูคริสต์องค์พระผู้เป็นเจ้าของเราอย่างชื่นชมยินดี (2 โครินธ์ 5:8)

การเป็นขึ้นจากความตาย

มนุษย์ทุกคนจะได้เป็นขึ้นจากความตายโดยมีร่างกาย คือผู้ที่ได้รับความรอดจะไปสู่ชีวิตนิรันดร์ (ยอห์น 6:39; โรม 8:10–11,19–23; 2 โครินธ์ 4:14) และผู้ที่ไม่ได้รับความรอดจะไปสู่การพิพากษาและการลงโทษตลอดไปเป็นนิตย์ (ดาเนียล 12:2; ยอห์น 5:29; วิวรณ์ 20:13–15)

จิตวิญญาณของผู้ที่ไม่ได้รับความรอดเมื่อถึงแก่ความตายจะถูกคุมขังและลงโทษจนกว่าจะถึงการเป็นขึ้นจากความตายครั้งที่สอง (ลูกา 16:19–26; วิวรณ์ 20:13–15) เมื่อนั้นจิตวิญญาณและร่างกายที่เป็นขึ้นจากความตายจะรวมกันเป็นหนึ่ง (ยอห์น 5:28–29) การเป็นขึ้นจากความตายของผู้ที่ตายไปโดยไม่ได้รับความรอด เพื่อไปสู่การพิพากษา จะเป็นการเป็นขึ้นจากความตายฝ่ายร่างกาย จากนั้นพวกเขาจะปรากฏตัว ณ พระที่นั่งใหญ่สีขาว (วิวรณ์ 20:11–15) และจะถูกโยนลงไปในนรกซึ่งเป็นบึงไฟ (มัทธิว 25:41–46) ถูกตัดขาดจากชีวิตของพระเจ้าตลอดไป (ดาเนียล 12:2; มัทธิว 25:41–46; 2 เธสะโลนิกา 1:7–9) และนั่นรวมถึงการลงโทษชั่วนิรันดร์ในสภาพที่รู้สึกตัว

นิรันดร์กาล

หลังจากสิ้นสุดยุคพันปี การปล่อยซาตานชั่วคราว และการพิพากษาผู้ไม่เชื่อ (2 เธสะโลนิกา 1:9; วิวรณ์ 20:7–15) ผู้ที่ได้รับความรอดจะเข้าสู่สภาวะนิรันดร์ที่มีสง่าราศีร่วมกับพระเจ้า หลังจากนั้นธาตุต่าง ๆ ของโลกนี้จะสลายไป (2 เปโตร 3:10) และถูกแทนที่ด้วยแผ่นดินโลกใหม่ ที่ซึ่งความชอบธรรมเท่านั้นที่จะดำรงอยู่ (เอเฟซัส 5:5; วิวรณ์ 20:15,21–22) ต่อจากนั้น นครจากสวรรค์จะลงมาจากสวรรค์ (วิวรณ์ 21:2) และจะเป็นที่อยู่ของธรรมิกชน ที่นั่นพวกเขาจะได้สามัคคีธรรมกับพระเจ้าและสามัคคีธรรมซึ่งกันและกันตลอดไป (ยอห์น 17:3; วิวรณ์ 21–22) พระเยซูคริสต์องค์พระผู้เป็นเจ้าของเรา เมื่อทรงบรรลุภารกิจการไถ่ของพระองค์แล้ว ก็จะทรงมอบอาณาจักรนั้นแด่พระเจ้าพระบิดา (1 โครินธ์ 15:23–28) เพื่อว่าพระเจ้าตรีเอกานุภาพจะทรงครอบครองในทุกสถานตลอดไปเป็นนิตย์ (1 โครินธ์ 15:28)

สิ่งสุดท้าย (คำสอนเรื่องยุคสุดท้าย): มุมมองด้านคำพยากรณ์

"เพราะว่าเช่นเดียวกับที่ทุกคนต้องตายโดยเกี่ยวเนื่องกับอาดัม ทุกคนก็จะได้รับชีวิตโดยเกี่ยวเนื่องกับพระคริสต์ แต่ว่าจะเป็นไปตามลำดับ คือพระคริสต์ทรงเป็นผลแรก ต่อจากนั้นก็คือคนทั้งหลายที่เป็นของพระคริสต์ในเวลาที่พระองค์เสด็จกลับมา แล้วก็จะเป็นเวลาอวสานซึ่งพระคริสต์จะทรงมอบอาณาจักรแด่พระเจ้าพระบิดา และจะทรงทำลายภูตผีที่ครอบครองทั้งหมด ภูตผีที่มีสิทธิอำนาจและที่มีฤทธานุภาพ" (1 โครินธ์ 15:22–24)

การรับคริสตจักรขึ้นไป

พระเยซูคริสต์องค์พระผู้เป็นเจ้าของเราจะเสด็จกลับมาด้วยพระองค์เองโดยมีพระกาย ก่อนความยากลำบากเจ็ดปี (1 เธสะโลนิกา 4:16; ทิตัส 2:13) เพื่อย้ายคริสตจักรของพระองค์ออกจากโลกนี้ (ยอห์น 14:1–3; 1 โครินธ์ 15:51–53; 1 เธสะโลนิกา 4:15–5:11) และระหว่างเหตุการณ์นี้กับการเสด็จกลับมาอย่างมีสง่าราศีพร้อมกับธรรมิกชนของพระองค์ เพื่อประทานบำเหน็จแก่ผู้เชื่อตามการกระทำของพวกเขา (1 โครินธ์ 3:11–15; 2 โครินธ์ 5:10)

ช่วงเวลาแห่งความยากลำบาก

ทันทีหลังจากการรับคริสตจักรไปจากแผ่นดินโลก (ยอห์น 14:1–3; 1 เธสะโลนิกา 4:13–18) การพิพากษาอันชอบธรรมของพระเจ้าจะถูกเทลงมาบนโลกที่ไม่เชื่อ (เยเรมีย์ 30:7; ดาเนียล 9:27; 12:1; 2 เธสะโลนิกา 2:7–12; วิวรณ์ 16) การพิพากษาเหล่านี้จะถึงจุดสูงสุดโดยการที่พระคริสต์เสด็จกลับมายังโลกนี้อย่างมีสง่าราศี (มัทธิว 24:27–31; 25:31–46; 2 เธสะโลนิกา 2:7–12) ในเวลานั้น ธรรมิกชนจากพระคัมภีร์เดิมและธรรมิกชนจากช่วงเวลาแห่งความยากลำบากจะถูกทำให้เป็นขึ้นจากความตาย และผู้ที่ยังมีชีวิตอยู่จะถูกพิพากษา (ดาเนียล 9:24–27; 12:2–3; มัทธิว 24:15–31; 25:31–46; วิวรณ์ 20: 4–6)

การเสด็จมาครั้งที่สองและการครองราชย์พันปี

หลังจากช่วงเวลาแห่งความยากลำบาก พระคริสต์จะเสด็จมายังโลกนี้เพื่อครอบครองบัลลังก์ของดาวิด (มัทธิว 25:31; ลูกา 1:32–33; กิจการ 1:10–11; 2:29–30) และเพื่อ

สถาปนาอาณาจักรพระเมสสิยาห์ของพระองค์เป็นเวลาหนึ่งพันปีบนแผ่นดินโลก (วิวรณ์ 20:1–7) ในช่วงเวลานี้บรรดาธรรมิกชนที่เป็นขึ้นจากความตายจะครอบครองร่วมกับพระองค์เหนืออิสราเอลและบรรดาประชาชาติทั้งหมดในโลก (เอเสเคียล 37:21–28; ดาเนียล 7:17–22; วิวรณ์ 19:11–16) การครองราชย์นี้จะเกิดขึ้นหลังจากการโค่นล้มศัตรูของพระคริสต์และผู้เผยพระวจนะเท็จ และการกำจัดซาตานออกไปจากโลก (ดาเนียล 7:17–27; วิวรณ์ 20:1–6)

ราชอาณาจักรนี้เองที่จะเป็นการสำเร็จเป็นจริงตามพระสัญญาซึ่งพระเจ้าประทานแก่อิสราเอล (อิสยาห์ 65:17–25; เอเสเคียล 37:21–28; เศคาริยาห์ 8:1–17) ที่จะนำพวกเขากลับสู่ดินแดนที่พวกเขาถูกริบไปเนื่องจากการไม่เชื่อฟังของพวกเขา (เฉลยธรรมบัญญัติ 28: 15–68) ผลจากการไม่เชื่อฟังของพวกเขาคืออิสราเอลถูกละไว้ชั่วคราว (มัทธิว 21:43; โรม 11:1–26) แต่จะถูกปลุกให้ตื่นอีกครั้งโดยการกลับใจใหม่ เพื่อเข้าสู่ดินแดนแห่งพระพร (เยเรมีย์ 31:31–34; เอเสเคียล 36: 22–32; โรม 11:25–29)

การครองราชย์ขององค์พระผู้เป็นเจ้าของเราจะมีลักษณะเด่นคือ ความปรองดอง ความยุติธรรม สันติภาพ ความชอบธรรม และชีวิตที่ยืนยาว (อิสยาห์ 11; 65:17–25; เอเสเคียล 36:33–38) และจะสิ้นสุดลงด้วยการปล่อยซาตานออกมา (วิวรณ์ 20:7)

การพิพากษาผู้ที่หลงหาย

ต่อจากการปล่อยซาตานหลังจากพระคริสต์ครองราชย์พันปี (วิวรณ์ 20:7) ซาตานจะล่อลวงประชาชาติต่าง ๆ ในโลก และรวบรวมคนเหล่านั้นมาสู้รบกับธรรมิกชนและนครอันเป็นที่รัก ซาตานกับกองทัพของมันจะถูกไฟจากสวรรค์เผาผลาญ (วิวรณ์ 20:9) จากนั้นซาตานจะถูกโยนลงไปในบึงไฟ (มัทธิว 24:41; วิวรณ์ 20:10) ต่อจากนั้นพระคริสต์ก็จะทำให้คนเป็นขึ้นจากความตาย และจะทรงพิพากษาทั้งผู้ใหญ่และผู้น้อย ในการพิพากษา ณ พระที่นั่งใหญ่สีขาว (ยอห์น 5:22; วิวรณ์ 20:11–15)

ลำดับเวลาของอัครปิตาและผู้วินิจฉัยในพันธสัญญาเดิม

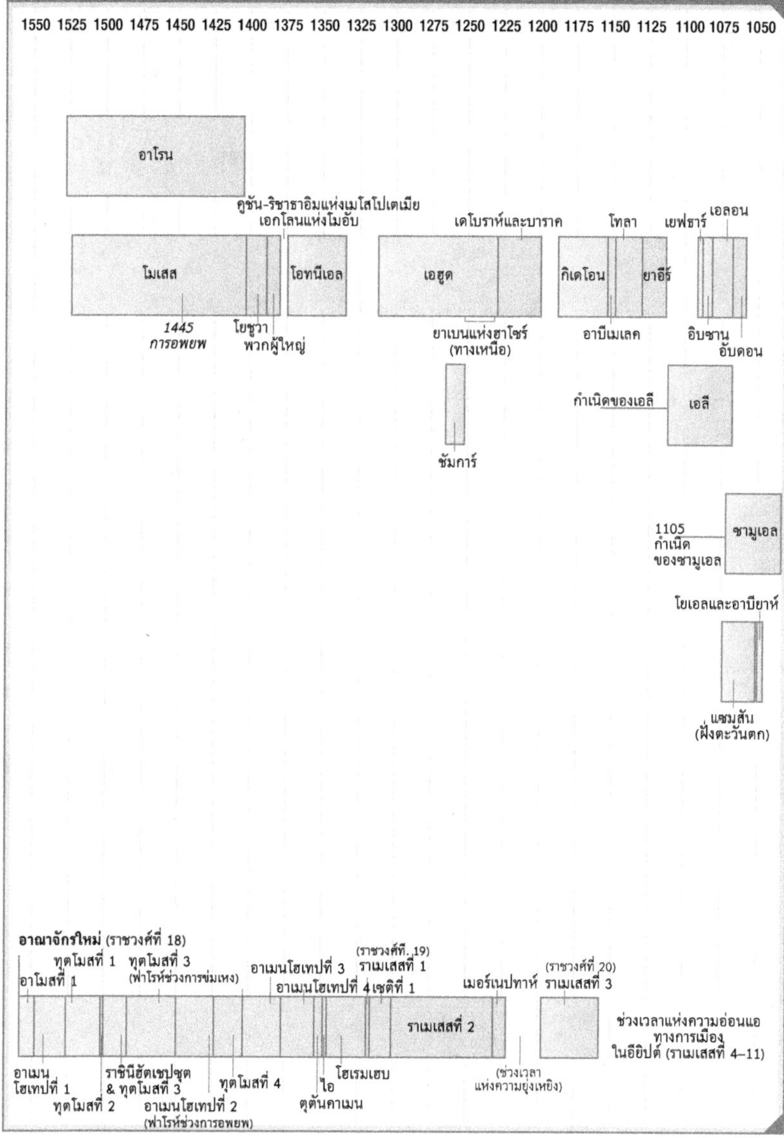

ลำดับเวลาของกษัตริย์และผู้เผยพระวจนะในพระคัมภีร์เดิม

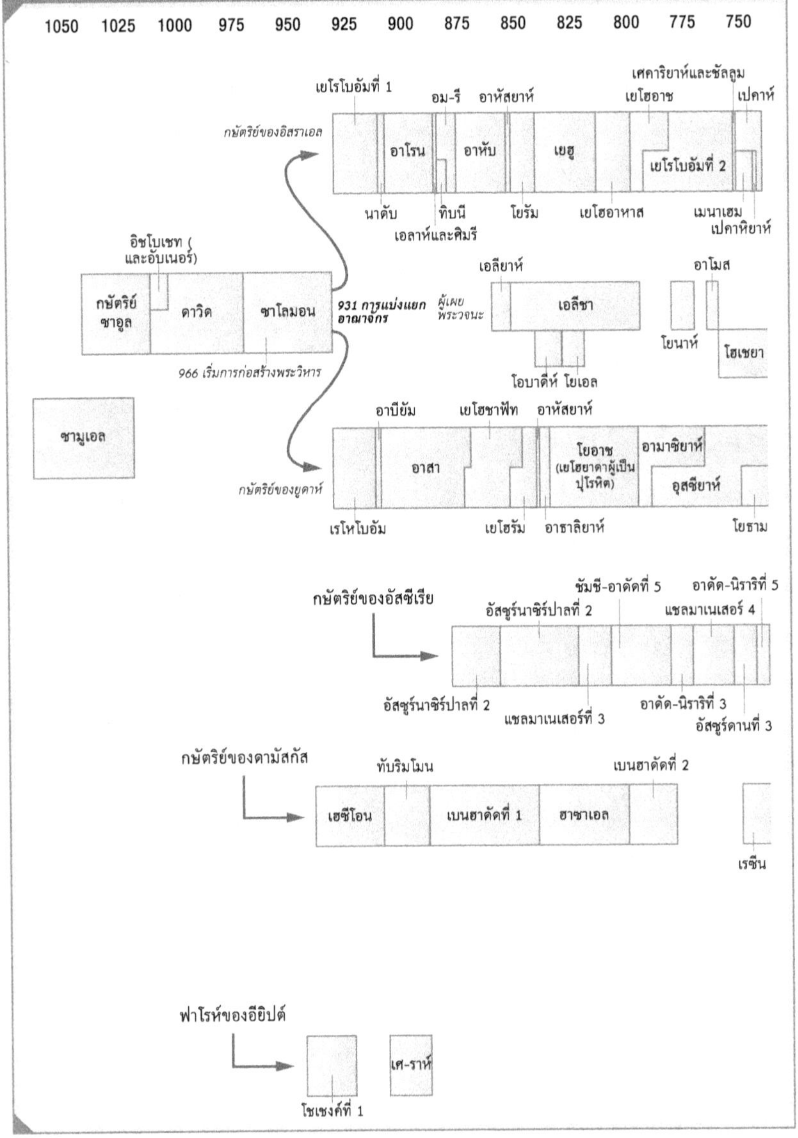

ลำดับเวลาของกษัตริย์และผู้เผยพระวจนะในพระคัมภีร์เดิม

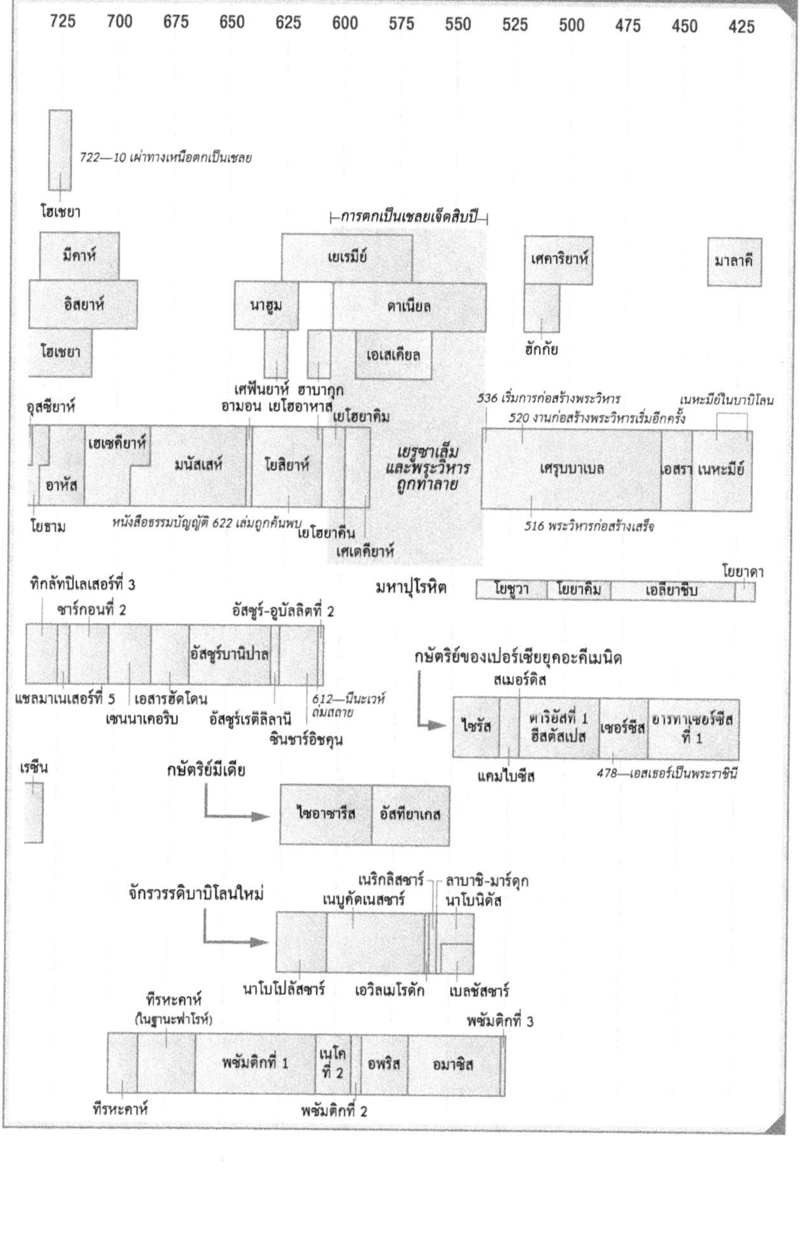

พระราชกิจของเยซูคริสต์

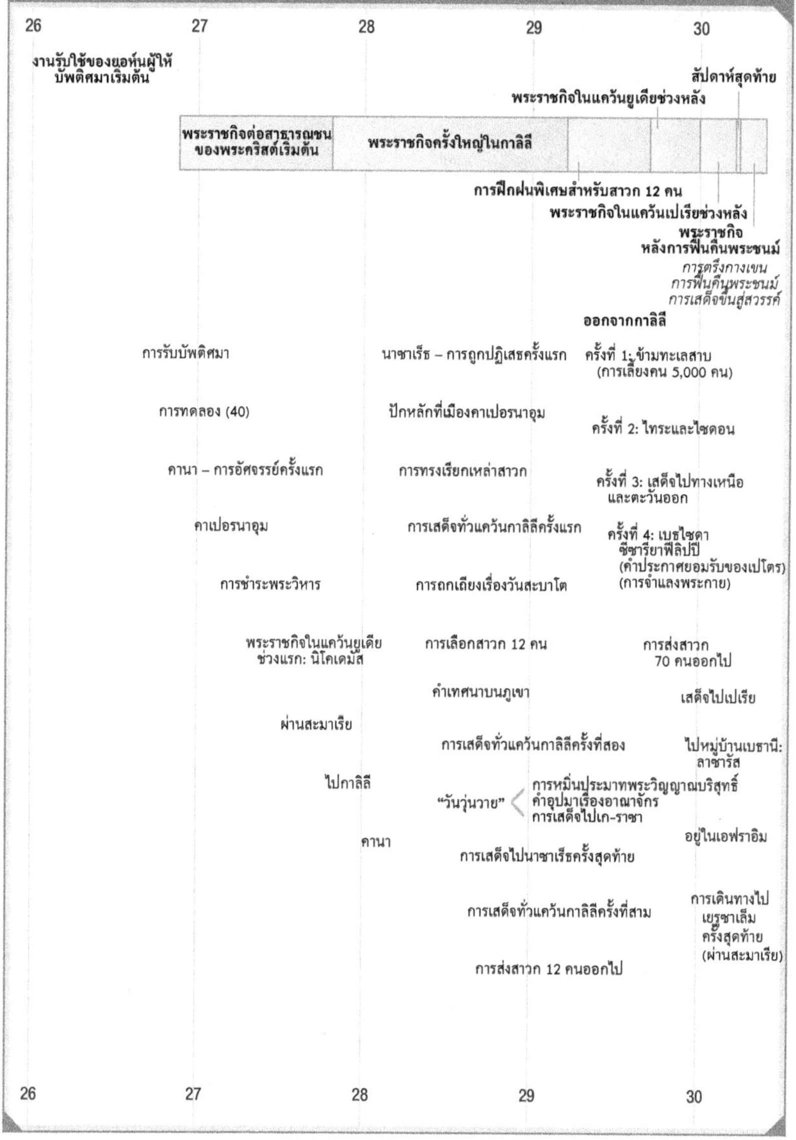

ดัชนีคำศัพท์สำคัญ

จดบันทึก

เกรซบรรณสาร

พันธกิจ

เกรซบรรณสารเป็นโครงการภายใต้มูลนิธิมหกิจพระคุณของแบ๊บติสต์ในประเทศไทย จัดตั้งขึ้นเพื่ออบรมคริสตจักรไทยเกี่ยวกับวรรณกรรมพระคัมภีร์เชิงปฏิรูปเพื่อถวายพระเกียรติสิริแด่พระเจ้า เราปรารถนาที่จะเป็นผู้นำในการสร้างสรรค์หนังสือวรรณกรรมและแหล่งข้อมูลของหนังสือต่างๆ เพื่อถวายพระเกียรติแด่พระคริสต์และส่งเสริมหลักการของพระคัมภีร์

วิสัยทัศน์

เราปรารถนาชูใจคริสเตียนไทยรายบุคคลเพื่อเติบโตขึ้นในความเชื่อและรู้สึกมีความมั่นใจในการเสวนากับคนอื่นๆ ในเรื่องพระเยซูคริสต์ เราปรารถนาที่จะหนุนใจคนทั่วไปที่กำลังศึกษาหรืออยากศึกษาคริสตศาสนาเป็นครั้งแรกให้สามารถเจาะลึกลงไปข้างในได้ และเราอยากช่วยเหลือผู้คนภายนอกคริสตจักรที่กำลังตั้งคำถามเกี่ยวกับความเชื่อของพวกเขาและเห็นความเชื่อมโยงเกี่ยวกับคริสตศาสนา

เรามุ่งมั่นที่จะแบ่งปันแนวความคิดแบบคริสเตียนที่เป็นนวัตกรรมใหม่เพื่อให้ผู้คนจากทุกภูมิหลังสามารถมีความเข้าใจเกี่ยวกับความเชื่อของคริสเตียนได้

ติดต่อสอบถามข้อมูลเพิ่มเติมได้ที่:

www.GraceBannasan.com

facebook.com/gracebannasan

@gracebannasan

instagram/gracebannasan

The Master's Academy International
www.tmai.org
publishing@tmai.org

www.ingramcontent.com/pod-product-compliance
Lightning Source LLC
LaVergne TN
LVHW050832051026
849532LV00006BA/1927
* 9 7 9 8 9 8 5 7 1 6 6 9 6 *